INSIGHT PUBLICA®

INSIGHT PUBLICA
Nadakkavu,Kozhikode,Kerala
Tel:0495–4020666
www.insightpublica.com
e-mail: insightpublica@gmail.com
Magadha
Fazily Kabeer
(Malayalam Novel)
First Edition: January 2021

ISBN 978-93-90535-23-1
Printed and Published by
Insightinpublica Printers & Publishers Ltd.
₹ 499

മഗധ

ഫസിലി കബീർ

INSIGHT PUBLICA

സമർപ്പണം

അക്ഷരങ്ങളുടെ ആകാശവും
ആശയങ്ങളുടെ പ്രപഞ്ചവും
സമ്മാനിച്ച ഗുരുവിന്...

കോട്ടയം ജില്ലയിലെ കാഞ്ഞിരപ്പള്ളിയിൽ വി. എ കബീറിന്റെയും ഹബീബ യുടെയും മകനായി ജനനം.

ഹോട്ടൽ മാനേജ്മെന്റ് പഠനത്തിന് ശേഷം കാസിനോ ഗ്രൂപ്പിന്റെ സ്പൈസ് വില്ലേജിലും കോക്കനട്ട് ലഗൂണിലും, മുംബൈ സിറ്റിസൺ ഹോട്ടലിലും ടൂർ ഗൈഡും റിസപ്ഷനിസ്റ്റുമായി പ്രവർത്തന പരിചയം.

വി. കെ പ്രകാശ്, എസ്. ശരവണൻ, അനിൽ, എന്നിവരോടൊപ്പം മലയാളം – തമിഴ്-ഹിന്ദി സിനിമകളിലും, ചെന്നൈ ഫൈൻ ഫ്രെയിം പ്രൊഡക്ഷനിൽ മുപ്പതോളം പരസ്യ ചിത്രങ്ങളിലും സഹസംവിധായകനായി പ്രവർത്തിച്ചു. ഷാജി കൈലാസിന്റെ അസ്സോസിയേറ്റ് ഡയറക്ടർ ആയി പ്രവർത്തിച്ചു വരുന്നു.

Email: fasalkabeer@gmail.com
Facebook : Fazlykabir
Instagram: Fazly Kabir

ഫസിലി കബീർ

നന്ദി, സ്നേഹം

പ്രണയിച്ചും വേദനിപ്പിച്ചും എന്നെ ഞാനാക്കിയ കാമുകിക്ക്...

പ്രണയിച്ച് കൂടെ ജീവിക്കുന്ന പ്രിയതമ നവ്യ പോളിന്...

എല്ലാറ്റിനും കൂടെ നിൽക്കുന്ന കൃഷ്ണമൂർത്തിക്ക്...

വിശ്വാസത്തോടെ കൂടെ നടക്കുന്ന സക്കീർ ഭായിക്ക്...

സ്നേഹത്തിന്റെ പുതിയ അർത്ഥതലങ്ങൾ
സമ്മാനിച്ച വീണ ദേവി മീനാക്ഷിക്ക്...

ഈ കഥാ ബീജത്തിന് കാരണക്കാരായ സുധി അന്നക്ക്,
സാം ജീവൻ ചേട്ടന്, മുനീർ അലിക്ക് ...

എന്റെ കഥാ ചിന്തകളെ സുമനസ്സോടെ സ്വീകരിക്കാൻ തയ്യാറായ
ഡെനിലാലിന്, സുമേഷിന്...

സ്വപ്നങ്ങളുടെ ആകാശത്തേക്ക് എന്നെ പറഞ്ഞു വിട്ട
അമ്മച്ചിക്ക്... അത്തച്ചിക്ക്...

11

കർമ്മപഥം

അവന്റെ പാതകൾ മുള്ളുകളാലും കൂർത്ത കല്ലുകളാലും നിറഞ്ഞിരിക്കുന്നു.
ആത്മാവിൽ പരിശുദ്ധനായവൻ അവന്റെ ഗുരുവിൽ മോക്ഷം തേടുന്നു.
ഞാൻ നിന്റെ നീതിയെ എന്റെ ഹൃദയത്തിൽ മറച്ചുവെച്ചില്ല;
നിന്റെ വിശ്വസ്തതയും രക്ഷയും ഞാൻ പ്രസ്താവിച്ചു;
ആകാശത്തിന്റെ അറ്റത്തു നിന്നു അതിന്റെ ഉദയവും
അറുതിവരെ അതിന്റെ അയനവും ആകുന്നു;
അതിന്റെ ഉഷ്ണം ഏൽക്കാതെ മറഞ്ഞിരിക്കുന്നതു ഒന്നുമില്ല.
നീ നിന്റെ കർമ്മം തേടുക,
കൊടിയ തണുപ്പിലും നീ തളർന്നു പോകാതെ ഇരിക്കുക

(കൗർവകിയുടെ ഗീതങ്ങൾ: 1:12)

മഞ്ഞു മാത്രം. സർവത്ര വെളുത്ത മഞ്ഞ്. ഇടയ്ക്കിടെ കമ്പളത്തിലെ അലങ്കാര ചിത്രങ്ങൾ പോലെ മരങ്ങൾ. രുദ്രാക്ഷവും ബിർച്ചും മഞ്ഞിൽ കുളിർന്നു നിന്നു. പുറപ്പെടാറായിരിക്കുന്നു. ഒരിക്കലും തിരിച്ചു പോവേണ്ട എന്ന് കരുതിയ ദിനങ്ങളിൽ നിന്ന് മടക്കയാത്രയുടെ ദിനങ്ങൾ എത്തി ചേർന്നിരിക്കുന്നു. കർമ്മ പഥങ്ങളിലൂടെ ഇനിയും എത്രയോ സഞ്ചരിക്കണമെന്നു ഗുരു പറഞ്ഞു കഴിഞ്ഞു.

പ്രണയം ഗുരുവിനോടായിരുന്നു. സദാ സ്മരിക്കുകയും കാണാൻ കൊതിക്കുകയും, പിരിയില്ലെന്ന് ഉറപ്പിക്കുകയും ചെയ്തിരുന്നു.

കാലം കുറെ കഴിഞ്ഞപ്പോൾ ഏതു തരം അനുഭവങ്ങളും ഏറ്റു വാങ്ങാൻ മനസ്സ് പാകപ്പെട്ടിരുന്നിട്ടും ആ കൊടും കൊടും ശൈത്യത്തിൽ കണ്ണുകൾ നിറഞ്ഞു തുളുമ്പുന്നതെന്തുകൊണ്ടെന്ന് മംഗളസിംഹന് മനസിലായില്ല.

വർഷങ്ങളുടെ കഠിന തപസിലേർപ്പെട്ട്, മന്ത്രങ്ങളും യോഗങ്ങളും പഠിച്ചിട്ടും ഗുരുവിനെ പിരിയുന്ന നിമിഷത്തിൽ മനസ്സ് മഹാ ശൈത്യത്തിൽ വിറകൊള്ളുകയും, ഹിമക്കാറ്റ് നെഞ്ചിനുള്ളിൽ ആഞ്ഞടിക്കുകയും ഗിരി ശൃംഗങ്ങൾ ഇടിഞ്ഞു നെഞ്ചിനുള്ളിൽ തന്നെ വീണടിയുകയും ചെയ്യുകയാണെന്നു അയാൾക്ക് തോന്നി. ധ്യാനത്തിന് ഇരിക്കാൻ ഉപയോഗിക്കുന്ന മരത്തോലും ആഹാരം പാകം ചെയ്യാനുപയോഗിച്ചിരുന്ന ഒന്ന് രണ്ടു പാത്രങ്ങളും അയാൾ കയ്യിലെടുത്തു. തന്നെ വർഷങ്ങളോളം കാത്തു സൂക്ഷിച്ച ഗുഹയോട് ഒരിക്കൽ കൂടി നിറകണ്ണുകളോടെ യാത്രയും നന്ദിയും പറഞ്ഞ്, തന്നെ തണുപ്പിൽ നിന്ന് കാത്ത കരിമ്പടം വാരി ചുറ്റി, മുഷിഞ്ഞ പട്ടു തുണിയിൽ പാത്രങ്ങളും പൊതിഞ്ഞ് മലയിറങ്ങി പോകാനുള്ള വടിയുമെടുത്ത് അയാൾ പുറത്തേക്കിറങ്ങി... ഗിരി ശൃംഗങ്ങൾക്കു മുകളിൽ ഹിമവാൻ എല്ലാറ്റിനും സാക്ഷിയായി നിന്നു.

അനേകം ശിഷ്യന്മാരുടെ വേർപെടലുകൾക്ക് സാക്ഷ്യം വഹിച്ച, ചിലർ പാതി വഴിയിൽ പരാജയപ്പെട്ടു മടങ്ങുന്നതും ചിലർ ബോധത്തിന്റെ ഗിരി ശൃംഗങ്ങൾ കയറി പോകുന്നതും കണ്ട ആ മഹാ പർവതം, മറ്റൊരു ശിഷ്യന്റെ പടിയിറക്കത്തിനും കൂടി സാക്ഷ്യം വഹിക്കുകയായിരുന്നു...

പക്ഷേ ഈ ശിഷ്യന്റെ ജീവിത പന്ഥാവ് വ്യത്യസ്തമാണെന്ന് ഗുരുവിന്റെ വാക്കുകളിൽ നിന്നു കുറച്ചു മുൻപും, അതിനുമേറെ മുൻപേ തനിക്കു തന്നെയും

അറിയാമായിരുന്നുവെന്ന് ഹിമവാനും ഓർത്തു.

കുറച്ചു നാഴികകൾക്ക് മുൻപ്...

താഴ്വരയിലെ ദേവദാരുക്കളും രുദ്രാക്ഷ മരങ്ങളും മഞ്ഞിൽ വിറങ്ങലിക്കാതെ നിന്നു... അവയുടെ ശിഖരങ്ങളിൽ മഞ്ഞു പൊതിഞ്ഞു കിടന്നിരുന്നു...

നദിയുടെ ഉറച്ചു പോയ വെള്ളത്തിൽ, കരയിലേത് എന്ന് തോന്നിപ്പിക്കുന്ന കല്ലിന്മേൽ ധ്യാന നിമഗ്നനായി മംഗളസിംഹൻ ഇരുന്നു...

മഞ്ഞു മലയുടെ ചെരിഞ്ഞിറങ്ങുന്ന താഴ്വരയുടെ ഒരു ഭാഗത്തു കൂടി അതിതേജസ്വിയായ ഒരാൾ ആ യുവാവിനെ ലക്ഷ്യമാക്കി നടന്നു വരുന്നുണ്ടായിരുന്നു. പ്രായമേറെയുണ്ടെങ്കിലും പ്രസരിപ്പോടെ തന്റെ കയ്യിലെ വടിയുടെ ബലത്തോടെ അദ്ദേഹം മഞ്ഞു മല നടന്നിറങ്ങി. മംഗളസിംഹൻ ധ്യാനത്തിന്റെ മനോഹര ഭൂവിലൂടെ... ഒന്നും അറിയാതെ, എന്നാൽ എല്ലാം അറിഞ്ഞു കൊണ്ട് സഞ്ചരിക്കുന്നത് നോക്കി അദ്ദേഹം കാത്തിരുന്നു.

കുറെ നേരം കടന്നു പോയി...

മലയിറങ്ങി വന്ന ഒന്ന് രണ്ടു യുവ സന്യാസികൾ അദ്ദേഹത്തെ വണങ്ങി താഴ്വാരത്തേയ്ക്ക് പോയി...

മംഗൾ...

ഒരു പഞ്ഞിത്തുണ്ട് പാറി വന്നു ചെവിയിൽ തൊട്ട പോലെയുള്ള വിളി കേട്ട് അയാൾ അമ്പരപ്പോടെ തിരിഞ്ഞ് നോക്കി.

താൻ ധ്യാനത്തിൽ നിന്ന് ഉണർന്നത് എത്ര കൃത്യമായി ഗുരു അറിഞ്ഞിരിക്കുന്നുവെന്ന് അത്ഭുതത്തോടെ ഓർത്തു കൊണ്ട് മംഗളസിംഹൻ എണീറ്റു. ഓരോ നിമിഷവും ഗുരു അത്ഭുതങ്ങൾ വെളിവാക്കി കൊണ്ടിരിക്കുന്നുവെന്ന് ആശ്ചര്യത്തോടെ അയാൾ ഓർത്തു.

“ഇരിക്കൂ... എന്തായി തീരുമാനം?”

മംഗളസിംഹൻ അദ്ദേഹത്തിന്റെ കാൽ ചുവട്ടിലായി ഇരുന്ന് ദൂരെ മലമുകളിലേക്ക് നോക്കി.

ആകാശം തൊട്ടു നിൽക്കുന്ന ഹിമവാന്റെ മടിത്തട്ടിൽ നിന്നു പോകാൻ, അയാൾക്കാവില്ല, അവിടെ നിന്നും ഒരിടത്തും പോകാൻ അയാൾക്കാവില്ല.

“ഞാൻ അങ്ങയുടെ കൂടെ... അല്ലെങ്കിൽ ഇവിടെ തന്നെ.” അയാൾ പതിയെ പറഞ്ഞു.

മംഗളസിംഹൻ എന്ന പേരുപേക്ഷിച്ചിട്ടു വർഷങ്ങൾ ഏറെയായിരുന്നു... ഉപേക്ഷിച്ചതല്ല... ഒരു പൂ വീഴുന്ന ലാഘവത്തോടെ തനിയെ പൊയ്പോവുകയായിരുന്നു. കൃത്യമായി പറഞ്ഞാൽ, ഗുരു സമക്ഷമെത്തിയപ്പോൾ പേരും നാളും ചോദിക്കാതെ പൂജക്കുള്ള തിരി തെളിക്കാൻ പറഞ്ഞപ്പോൾ, തന്റെ ആത്മാവിന്റെയും ജീവിതത്തിന്റെയും മോക്ഷത്തിന്റെയും തിരി തെളിഞ്ഞെന്നും, മംഗളസിംഹൻ അസ്തമിച്ചെന്നും, ആത്മാനന്ദൻ ജനിച്ചെന്നും മനസിലാക്കി, ദൂരെ ഉയർന്നു തിളങ്ങുന്ന ഹിമവാനെ നോക്കി സവിനയം നമസ്കരിച്ചതും അയാൾ ഓർത്തു...

പക്ഷേ അന്നെന്നോ പൊഴിഞ്ഞു പോയ ആ നാമം ഗുരുവെന്തിനാണ് ഇപ്പോൾ വിളിച്ചതെന്ന് അയാൾക്ക് സന്ദേഹം തോന്നി...

അന്ന് മംഗളസിംഹൻ അവസാനിച്ചിടത്ത് ആത്മാനന്ദൻ തുടങ്ങുകയും, തിരികെ വീണ്ടുമിപ്പോൾ മംഗളസിംഹനിലേക്ക് മടങ്ങി വരികയും ചെയ്തിരിക്കുന്നു...

ചെറുകാറ്റിൽ മരച്ചില്ലകൾ ഇളകി. മഞ്ഞു പതിയെ പൊടിഞ്ഞു വീണു.

"മകനെ നീ ജ്ഞാനം നേടിക്കഴിഞ്ഞിരിക്കുന്നു. നിന്റെ ചിന്തയിൽ ഇല്ലാത്തതൊന്നുമില്ല. കൽപയോഗവും, ഹംസയോഗവും അടക്കം ഉള്ള എല്ലാ യോഗ വിദ്യകളും നീ സ്വായത്തമാക്കിയിരിക്കുന്നു. ഇനി നീ നിന്റെ കർമ്മ പദത്തിലേക്ക് മടങ്ങുക."

"എനിക്ക് അവിടെ ഒന്നും ചെയ്യാനില്ല... മാത്രമല്ല,

ഗുരുവിനെ ഒന്ന് നോക്കിയിട്ട് മംഗളസിംഹൻ തുടർന്നു....

"താല്പര്യവുമില്ല."

"നീ രാജകുമാരനാണ്. നിന്നെ നിന്റെ രാജ്യത്തിന് ആവശ്യമുണ്ട്. ദൈവഹിതം അതാണ്. ഒരു നല്ല ഭരണാധികാരിയായി ജനങ്ങൾക്ക് നന്മ ചെയ്തു ജീവിക്കുക. നിന്റെ കർമ്മങ്ങൾ ഉത്തരവാദിത്വത്തോടെ ചെയ്തു പൂർണ്ണനായി തീരുക."

ഇടിഞ്ഞ മഞ്ഞുമലകൾ ഹൃദയത്തിലേക്കു പതിക്കുന്ന വേദനയോടെ മംഗളസിംഹൻ ചോദിച്ചു...

"ഞാൻ എങ്ങനെയാണ് അങ്ങയെ വീണ്ടും കാണുക."

ചെറു ചിരിയോടെ ഗുരു പറഞ്ഞു.

"നീ ആഗ്രഹിച്ചിട്ടോ ആവശ്യപ്പെട്ടിട്ടോ അല്ല എന്നെ നീ കണ്ടു മുട്ടിയത്. നിന്റെ ആഗ്രഹം കൊണ്ടുമല്ല നമ്മൾ പിരിയുന്നതും. പക്ഷേ നീ ആഗ്രഹിക്കുമ്പോൾ, നിനക്ക് അത്യാവശ്യമെന്നു തോന്നുമ്പോൾ ഞാൻ ഉണ്ടാകും. നിന്റെയരികിൽ..."

"മടങ്ങുക!"

എന്തിനാണ് ഗുരു തന്നെ ഉപേക്ഷിക്കുന്നത്... എന്തിനാണ് മോക്ഷ മാർഗത്തിൽ നിന്ന് ഭൗതികതയുടെ മത്സരക്കൂട്ടത്തിലേക്ക് തന്നെ വഴി തിരിച്ചുവിടുന്നത്... അങ്ങ് പറയുന്നതെല്ലാം ഞാൻ അതേപടി ചെയ്തിരുന്നുവല്ലോ... ആത്മീയതയുടെ പടവുകൾ ഒന്നൊന്നായി കടന്നു കയറി ഉടയവനെ കണ്ടെത്താനടുത്തു നിൽക്കുന്ന എന്നെ അങ്ങ് എന്തിനാണ് ആ സ്വർഗ്ഗകവാടത്തിൽ വെച്ച് താഴേക്ക് വിട്ടു കളയുന്നത്... പരമ കാരുണികനെ കാണാനുള്ള അവസരത്തിൽ നിന്ന് അങ്ങെന്തിനാണ് നിഷ്കരുണം എന്നെ തള്ളി മാറ്റുന്നത്...

ഉള്ളിൽ പൊട്ടി തുടങ്ങിയ ഗദ്ഗദം തൊണ്ടയിലിടിച്ചു നിന്നപ്പോൾ, ഒരു താഴ്വരയിൽ വസന്തം വിരിയുന്ന മനോഹാരിതയോടെ ശാന്തതയോടെ ഗുരുവിന്റെ ചുണ്ടിൽ ചിരി തെളിഞ്ഞു വന്നു... അതിനു പുറകെ ഗിരി ശൃംഗങ്ങളുടെ കൊടും ശൈത്യത്തിൽ നിന്ന് അത്ഭുത പൂർവം ഒഴുകുന്ന ചൂടരുവിയുടെ സുഖമോടെ, തെളിമയോടെ, സ്നേഹനിർഭരമായ ആ വാക്കുകൾ അടർന്നു വീണു...

"നീ എനിക്ക് ഏറ്റവും പ്രിയപ്പെട്ടവനാണ് മംഗൾ..."

മംഗളസിംഹന്റെ മനസിലുദിച്ച എല്ലാ ചോദ്യങ്ങൾക്കുമുള്ള മറുപടിയായിരുന്നു അത്.

ശേഷം പതിയെ എണീറ്റ് മലയിലേക്ക് നടന്നു കയറുമ്പോൾ ഒരു രാജകുമാരന്റെ ഭൗതിക വ്യഥയെ കുറിച്ച് ഗുരു വീണ്ടും ആലോചിച്ചു. പക്ഷേ എല്ലാം കടന്നു പോകാൻ മാത്രം മനോബലം അയാൾ കൈ വരിച്ചെന്ന് ഗുരുവിനറിയാമായിരുന്നു...

അതാണ്, അത് കൊണ്ടാണ് ഗുരുവിനെ പിരിയുമ്പോഴുള്ള ശിഷ്യന്റെ ആത്മ വ്യഥ എത്ര ആഴത്തിലുള്ളതാണെന്നറിയാമായിരുന്നെങ്കിലും, ഒരു ചെറു മന്ദഹാസത്തോടെ അദ്ദേഹം ജന്മങ്ങൾ കടന്നും നില നിൽക്കുന്ന യൗവന യുക്തമായ പ്രസരിപ്പോടെ, ദേവദാരുക്കളുടെ മഞ്ഞു വീണടഞ്ഞ മരച്ചില്ലകൾക്കു താഴെ കൂടി, വേരുകൾ താണ്ടി, നടന്നു കയറിയത്...

മംഗളസിംഹന്റെ മറ്റൊരു ഭാഗധേയം അവിടെ തുടങ്ങുകയായിരുന്നു...

2

യാത്രാപഥം

“അതിന്നു ഇരുപതു തൂണും തൂണുകൾക്കു

ഇരുപതു താമ്രച്ചുവടും ഉണ്ടായിരുന്നു.

തൂണുകളുടെ കൊളുത്തും മേൽച്ചുറ്റുപടിയും

വെള്ളി ആയിരുന്നു. വടക്കുവശത്തു നൂറു മുഴം മറശ്ശീലയും

അതിന്നു ഇരുപതു തൂണും ഉണ്ടായിരുന്നു;

തൂണുകളുടെ കൊളുത്തും മേൽ ചുറ്റുപടിയും വെള്ളി ആയിരുന്നു. പടിഞ്ഞാറുവശത്തു അമ്പതു മുഴം മറശ്ശീലയും

അതിന്നു പത്തു തൂണും തൂണുകൾക്കു പത്തു ചുവടും ഉണ്ടായിരുന്നു;

ചുറ്റും പ്രാകാരത്തിന്റെ മറശ്ശീല ഒക്കെയും

പിരിച്ച പഞ്ഞിനൂൽകൊണ്ടു ആയിരുന്നു.

എന്നാൽ പ്രാകാരവാതിലിന്റെ മറശ്ശീല നീലനൂൽ,

ധൂമ്രനൂൽ, ചുവപ്പുനൂൽ, പിരിച്ച പഞ്ഞിനൂൽ എന്നിവകൊണ്ടു ചിത്രത്തയ്യൽപണി ആയിരുന്നു.

(കൗർവകിയുടെ ഗീതങ്ങൾ: 2:17)

ഹിമവാന്റെ താഴ്വരയിൽ നിന്ന് ദിവസങ്ങൾ യാത്ര ചെയ്താണ് ആത്മാനന്ദൻ എന്ന മംഗളസിംഹൻ ഗോത്ര വർഗ്ഗങ്ങൾ അടക്കി ഭരിച്ചിരുന്ന, ഒറ്റപ്പെട്ട ചെറു പൊട്ടുകൾ പോലെ മനുഷ്യരുടെ കുടിലുകൾ കാണപ്പെടുന്ന പ്രദേശങ്ങളിൽ എത്തിയത്. ആ യാത്ര അത്രക്കും അപകടകരവും ദുഷ്കരവുമായിരുന്നു.

എന്നോ ഉപേക്ഷിച്ച പോയ ഗോത്ര അടയാളം പേറുന്ന അയാളുടെ കണ്ഠാഭരണം, ഇനി ഒരു മടങ്ങി വരവില്ലെന്നു കരുതി കൊട്ടാരത്തിലെ ഏഴാം നിലവറയിലെ സ്വർണ പേടകത്തിനുള്ളിൽ വെളിച്ചവും ചൂടുമേൽകാതെ കിടന്നു. നീണ്ടു ജടകെട്ടിയ മുടിയും, മഞ്ഞും വെയിലുമേറ്റ് നിറം മാറിയ അർദ്ധനഗ്ന മേനിയിൽ ചുറ്റി കിടക്കുന്ന കരിമ്പടവും, തോളിൽ മാറാപ്പും, അരക്ക് താഴെ മങ്ങിപിഞ്ഞി പോയ പട്ടിന്റെ ഒറ്റ തുണ്ടു തുണിയും മാത്രം ധരിച്ച രുദ്രാക്ഷ മരത്തിന്റെ ബലമുള്ള വടിയുമായി നടന്നു നീങ്ങുന്ന രൂപത്തിനെ സംശയമേതുമില്ലാതെ പലരും അതിർത്തി കടത്തി വിട്ടത്, അയാളുടെ ഉള്ളിൽ എവിടെയോ ഒളിച്ചിരിക്കുന്ന മഹാവെളിച്ചതിന്റെ തിളക്കം കൊണ്ട് തന്നെയായിരുന്നു...

ഹിമവൽ താഴ്വരയിൽ നിന്ന് ഏറെ ദൂരയല്ലാതെ, നഗ്ന പാദനായി നടന്നു നീങ്ങി, പല ഗുഹകളിലായി രാത്രികളെ കഴിച്ചു കൂട്ടിയ മംഗളസിംഹൻ, മടങ്ങി പോകാൻ ഒരു കാട്ടു കുതിരയെയോ കഴുതയെയോ വേണ്ടെന്നു വെച്ചതിന്റെ പ്രധാന കാരണം ഏതെങ്കിലും ഒരു നിമിഷത്തിൽ ഒരത്ഭുതമെന്ന പോൽ ഗുരു പ്രത്യക്ഷപെടുമെന്ന പ്രതീക്ഷ കൊണ്ടായിരുന്നു.

പിന്നിൽ ദേവദാരു മരക്കൂട്ടങ്ങളും കുത്തിയൊലിക്കുന്ന നദിയും ഇടക്കിടെ ഇടിഞ്ഞു വീഴുന്ന മഞ്ഞുമലകളും മറഞ്ഞു പോകവേ, പ്രതീക്ഷ നിറച്ച് അയാൾ മുന്നോട്ടു നടന്നു. മഴ പതിവ് പോലെ ഇടവിടാതെ ചാറി പെയ്യുന്നുണ്ട്. ശരീരത്തെ ചൂടാക്കി നിർത്തി മംഗളസിംഹൻ നടന്നു പൊയ്ക്കൊണ്ടിരുന്നു...

ദിവസങ്ങളുടെ യാത്ര കഴിഞ്ഞിരിക്കുന്നു...വെയിൽ പതിയെ കടന്നു വരുന്നു...

അയാൾ തല ഉയർത്തി നോക്കി. ഇല്ല... ഗുരുവിന്റെ ദൃഷ്ടാന്തങ്ങൾ ഒന്നുമേ കാണപ്പെടുന്നില്ല.!!!.

അരികിൽ കണ്ട ഒരു ചൂട് നീരുറവയിൽ നിന്ന് ഒരു കവിൾ വെള്ളം അയാൾ കുടിക്കാൻ തുടങ്ങുകയായിരുന്നു. അപ്പോഴാണ് മുൻപ് പലവട്ടം താഴ്വരയിൽ കണ്ടിട്ടുണ്ടെങ്കിലും ആ ഒറ്റപെട്ട കഴുതയെ അയാൾ അടുത്ത് കണ്ടത്. പരിചിത മേഖലയിൽ കാണപ്പെടുന്ന ഒരു സുഹൃത്തിനോടെന്ന പോലെ മുരണ്ടു കൊണ്ട് ആ കാട്ടു കഴുത അയാളെ സസൂക്ഷ്മം നോക്കി നിന്നു. ആ കാട്ടു കഴുതയുടെ പിന്നിൽ അവന്റെ മറ്റൊരു സംഘം കടന്നു വരുന്നുണ്ടോ, താൻ അവരുടെ ദാഹ ശമനം തടസ്സപ്പെടുത്തുകയാണോ എന്നും സംശയിച്ച് അയാൾ തല എത്തിച്ചു നോക്കിയപ്പോൾ അവിടം ശൂന്യമായിരുന്നു. അവൻ ഒറ്റപ്പെട്ടവൻ തന്നെ എന്ന് അയാൾ ഉറപ്പിച്ചു.

ശേഷം ഒരു മന്ദഹാസത്തോടെ ആ ഏകാന്ത ഭുവിൽ തനിക്കു മുന്നിലെത്തിയ ആ മൃഗത്തിന് ഒരു അവസരം കൊടുക്കാൻ വേഗം വെള്ളം കോരി കുടിച്ചിട്ട് അയാൾ നടന്നു.

കുറെ ദൂരം വീണ്ടും അയാൾ നടന്നു നീങ്ങി.

കടന്നു പോകുന്ന വഴിയരികിലെ ഗുഹാമുഖത്തിരുന്ന് ചില യുവസന്യാസികൾ തപസ്സു ചെയ്യുന്നത് കാണാമായിരുന്നു.

മറ്റു ചിലർ കുന്നു കയറി പോകുന്നതും കാണാം...

ആരോ പിന്നിൽ നടക്കുന്നുണ്ടോ... ?

മഞ്ഞിൽ കാൽപാദങ്ങൾ പതിയുമ്പോൾ മനുഷ്യരുടേതാണെങ്കിൽ ശബ്ദം കേൾക്കാറില്ല...അയാൾ തിരിഞ്ഞു നോക്കി...

കാട്ടു കഴുതയാണ്... അവൻ കൂസലൊന്നുമില്ലാതെ നടന്നടുത്തേക്ക് വരികയാണ്. ഏറെ കാലമായ ഒരു വളർത്തു മൃഗത്തെ പോൽ അവൻ അയാൾക്കടുത്തെത്തി ഉരുമ്മി നിന്നു മുരണ്ടു. അവന്റെ കഴുത്തിനടിയിൽ വാത്സല്യത്തോടെ തഴുകി നിൽക്കെ, മടങ്ങി പോകാനല്ല മറിച്ച് ഇനിയും ഏറെ ദൂരം താണ്ടി മുന്നോട്ടു നയിക്കാൻ ഗുരു അയച്ച അടയാള വാഹനമാണെന്ന് അയാൾക്ക് ഉള്ളിൽ തോന്നി...

അയാൾ മെല്ലെ അവന്റെ മുതുകിലേക്ക് കയറിയതും, ഒരു കുതിരയെപ്പോൽ അവൻ കുതിച്ചതും ഒന്നിച്ചായിരുന്നു...

* * *

അയാൾക്കു പിന്നിൽ ഗിരിശൃംഗങ്ങൾ അകന്നു തുടങ്ങിയിരുന്നു...

ഒരു അപരിചിത ഗ്രാമത്തിന്റെ അതിർത്തി കണ്ടു തുടങ്ങിയപ്പോൾ സുഹൃത്തായി കഴിഞ്ഞിരുന്ന കാട്ടു കഴുതയെ തന്റെ ഭാരത്തിൽ നിന്ന് മോചിപ്പിച്ച് മംഗളസിംഹൻ നടന്നു തുടങ്ങിയിരുന്നു. ആ യാത്രയുടെ നീണ്ട ദിവസങ്ങൾ കൊണ്ട് അവൻ ഭൂമിയുടെ ഏതറ്റം വരെയും തന്റെ കൂടെ വരുമെന്ന് മംഗളസിംഹന് തോന്നിയിരുന്നു. പക്ഷേ അവന്റെ ഭൂമികയേയും, സുഹൃത്തുക്കളെയും കുടുംബത്തിനെയും വിട്ട് താൻ അവനെ കൂട്ടികൊണ്ടു പോകുന്നത് ഒരു സഹജീവിയോടു ചെയ്യുന്ന മര്യാദയല്ലെന്ന് ഉറപ്പിച്ചത് കൊണ്ടാണ് മഞ്ഞു മൂടിയ ആ അതിർത്തി ഗ്രാമത്തിൽ വെച്ച് അയാൾ അവനോടു യാത്ര പറഞ്ഞത്.

അവന്റെ കഴുത്തിൽ കയ്യിട്ട് അവനെ തലോടി അയാൾ നിന്നപ്പോൾ അവൻ തന്റെ നെറ്റി അയാളുടെ നെറ്റിയോട് മുട്ടിച്ചു. ദീർഘകാലമായി

അടുത്തറിയാവുന്ന ഒരു സുഹൃത്തിനെ പോലെ അവർ പിരിഞ്ഞു...

"കാണാം...എന്നെങ്കിലും തീർച്ചയായും കാണാം..."

അവന്റെ കീഴ്ത്താടിയിലും നെറ്റിയിലും ഒന്ന് കൂടി തലോടി അയാൾ തിരിഞ്ഞു നടന്നു...

മഴ കുറഞ്ഞിരുന്നു. നടപ്പ് പതുക്കെയുമായിരുന്നു. ധൃതി പിടിച്ച് പോകാൻ മാത്രം കാത്തിരിക്കുന്നതോ, പ്രിയപ്പെട്ടതോ ആയ ഒന്നും തനിക്കില്ലെന്ന് അയാൾ ഓർത്തു... തിരക്ക് പിടിച്ച കൊട്ടാര ദൗത്യങ്ങളും, ആയുധ പാഠങ്ങളും, കുതിര യോട്ട പരിശീലനവും, വേദ പഠനങ്ങളും, ഇടയിൽ വീണു കിട്ടുന്ന ഇത്തിരി സമയങ്ങളിൽ അനുജന്മാരോടൊത്തു കൂടുമ്പോൾ കേട്ട് കാതു പുളിക്കുന്ന പരദൂഷണങ്ങളും അത്ര പ്രിയപ്പെട്ടതായിരുന്നില്ല.

വെറുപ്പിക്കാനാണെങ്കിൽ ഒന്നുണ്ടായിരുന്നു. എല്ലാ ദിവസവും അമ്മയെ കാണാൻ ചെല്ലുമ്പോൾ ധാന്യപ്പൊടിക്ക് ശർക്കര പോലെ കിട്ടുന്ന ഉപദേശം... അമ്മയുടെ വക...

"മംഗൾ, നിന്റെ ഓരോ ചുവടും, കണ്ണും, കാതും കരുതിയിരിക്കണം... മഗധയുടെ അധികാരം നിനക്കുള്ളതാണ്."

"ഉള്ളതിൽ ഉത്തമൻ നീയാണ്... മറക്കരുത്."

ചിത്രപ്പണികൾ കൊണ്ടലങ്കരിച്ച ചാരുപലകക്ക് മുകളിലെ ദന്തനിർമ്മിത പാത്രത്തിനുള്ളിൽ വെച്ച ഉണക്ക മുന്തിരി ചവച്ച് കൊണ്ട്, അമ്മയുടെ ദുരാഗ്രഹത്തിന്റെ അളവ് അനുദിനം വർധിക്കുന്നത് കണ്ടു പരിഹാസം കലർന്ന പുച്ഛത്തോടെ, ഒരു ചെറുചിരിയോടെ അയാൾ ചോദിച്ചു.

"പിതാവിന്റെ മറ്റു ഭാര്യമാരിൽ പതിനെട്ടോളം വരുന്ന മക്കളോ? അന്തപുരത്തിലെ എണ്ണമില്ലാത്ത തോഴികളിലും ദാസികളിലും സൃഷ്ടിക്കപ്പെട്ടവരോ? ഇവരിലൊക്കെ ഉത്തമൻ ഞാൻ തന്നെയോ?"

"കുമാരാ" നീ തന്നെ, അത് നിന്റെ ആഗ്രഹമല്ലായിരിക്കാം, എന്നാൽ അത് എന്റെ അവകാശമാണ്."

അയാൾ മറുപടി പറഞ്ഞില്ല. പറയാറുമില്ല. അമ്മയാണെങ്കിൽ പോലും ചില ചോദ്യങ്ങൾ മറുപടി അർഹിക്കുന്നില്ല...

ഓർമ്മയിൽ ഹരം നിറക്കുന്ന ഒന്ന് മാത്രമുണ്ടായിരുന്നു. പിതാവ് മഹാപദ്മന്റെ അധീനതയിലുള്ള ഗ്രാമ ഗ്രാമാന്തരങ്ങളിലെ പാട്ടപ്പിരിവിനു വേണ്ടിയുള്ള ചെറു യാത്രകൾ. ബാല്യകാല സുഹൃത്തായ സബോധനുമൊത്തുള്ള കുതിര സവാരികൾ... ഇടവഴിക്കിറങ്ങി, സായാഹ്നങ്ങളിൽ പ്രകൃതി കണ്ടുള്ള ചുറ്റൽ. അന്തിനേരമാകുമ്പോൾ വഴിയോര സത്രങ്ങളിലെ, ചൂത് കളി കേന്ദ്രത്തിലെ നീളുന്ന രാത്രികൾ...

ചൂത് കളിക്കാറില്ല. കാണാൻ, ജനജീവിതം അറിയാൻ...

പഴങ്ങളും സുഗന്ധ ദ്രവ്യങ്ങളും ഇട്ടു വാറ്റിയ മദ്യത്തിന്റെ ലഹരിയിൽ പല ദേശക്കാരും, തദ്ദേശീയരും, തമാശ പറഞ്ഞും ചൂത് കളിച്ചും ചിലവഴിക്കുന്ന രാത്രികൾ... അണിവയറിന്റെ താഴെ അയഞ്ഞു തൂങ്ങുന്ന അരഞ്ഞാണമിട്ട് കുലുക്കിയും ഇളക്കിയും, അടുത്തടുത്ത് നിൽക്കുന്നവരിൽ പ്രമാണിയെയോ, പ്രഗത്ഭനെയോ നോക്കി, കണ്ണും മെയ്യും കാട്ടി കിടക്ക വിരിക്കാൻ തയ്യാറാകുന്ന

സത്ര നർത്തകികളായ തരുണികളും ഉള്ള മൂന്നാം യാമങ്ങൾ...

അവർക്കിടയിൽ വേഷപ്രച്ഛന്നനായിരുന്ന് സൗകുമാര്യം മറയ്ക്കാൻ ശ്രമിച്ച് താൻ എന്നും സ്വയം കാത്തു സൂക്ഷിച്ചു...

ആവശ്യമെങ്കിൽ കൊട്ടാരത്തിനകത്ത് എല്ലാം സുലഭമായിരുന്നു. എന്നിട്ടും ഒന്നിലും ആകർഷിക്കപ്പെട്ടില്ല... അതിന്റെ കാരണമെന്തെന്ന്, അത്തരം ആഗ്രഹങ്ങൾ ഒരു പുരുഷനെന്ന നിലയിൽ തന്നെ എന്ത് കൊണ്ട് കീഴ്പ്പെടുത്തുന്നില്ലെന്ന് അത്ഭുതത്തോടെ ഓർക്കാറുണ്ടായിരുന്നു... പിന്നീട് വർഷങ്ങൾക്കപ്പുറമാണ് അതിന്റെ രഹസ്യം തനിക്ക് വെളിപ്പെട്ടത്...

അവർ ആരും തന്നെ തന്റെ ശരീരം, സദാ ചന്ദനം മണക്കുന്ന അരോഗദൃഢഗാത്രമായ ദേഹം അർഹിക്കുന്നുണ്ടായിരുന്നില്ല... സ്നേഹ നിർഭരമായ മനസും അവർ അർഹതപെടുന്നുണ്ടായിരുന്നില്ല.

നമ്മുടെ സ്നേഹവും, വിയർപ്പും, പ്രണയവും, വെറുപ്പും, ഗന്ധവും, ഗാംഭീര്യവും നമ്മളെ അർഹതപ്പെട്ടവർക്ക് മാത്രമേ അനുഭവ വേദ്യമാവുകയുള്ളൂ എന്ന് തനിക്ക് വർഷങ്ങൾക്കു ശേഷമാണ് തിരിച്ചറിയാനായത്.

* * *

രണ്ടു നാളിന്റെ നടപ്പു കൊണ്ട് അയാൾ ക്ഷീണിതനായിരുന്നു... മൂന്നാം നാൾ സായന്തനമായപ്പോൾ അടുത്ത് കണ്ട ഒരു വഴിത്താവളത്തിൽ രാത്രി ചിലവഴിക്കാമെന്ന് അയാൾക്ക് ആഗ്രഹം തോന്നി... കൈയിൽ അവശേഷിക്കുന്നത് പാത്രങ്ങൾ മാത്രമാണ്... അത് വില്ക്കുവാനോ പണയപ്പെടുത്തുവാനോ മാത്രം വില പിടിച്ചതുമല്ല. കിടക്കാനുപയോഗിച്ചിരുന്ന, മൃഗത്തോൽ ഉണക്കിയ ഒരു വിരി ഉണ്ട്... അത് പഴകിയിരിക്കുന്നു...അതിനും ആവശ്യക്കാരുണ്ടാവുമെന്ന് തോന്നുന്നില്ല...എങ്കിലും ഒരു ഭാഗ്യ പരീക്ഷണത്തിനെന്ന വണ്ണം അയാൾ ആ വഴിത്താവളത്തിന്റെ അങ്കണത്തിലേക്ക് നടന്നു കയറി...

ചാറ്റൽ മഴ ആയതു കൊണ്ടാവാം കുറച്ച് തിരക്കുണ്ട്...

കാട്ടു തടികളിൽ തീർത്ത അധികം ഉയരമില്ലാത്ത ഒരു ചെറു ഗൃഹം പോലെ ഉള്ള ഒന്നായിരുന്നു ആ വഴി താവളം. എങ്കിലും മുൻവശത്തെ വിശാലമായ സ്ഥലത്ത് പുല്ലു മേഞ്ഞ വിശ്രമ സ്ഥലമുണ്ട്... ഗൃഹത്തിനകത്ത് ഒരു ഭാഗം തീകായാൻ വേണ്ടി ഒരുക്കി വെച്ചതിന് ചുറ്റും പലരും സൊറ പറഞ്ഞിരിക്കുന്നത് കാണാം... വെയിൽ കാലത്ത് തണൽ ലഭിക്കുന്ന രീതിയിലാണ് മുൻഭാഗത്ത് വൃക്ഷങ്ങൾ ക്രമീകരിച്ചിരിക്കുന്നത്. വെളിച്ചത്തിനായി ചെരാതുകൾ എണ്ണയിട്ട് കത്തിച്ചു വെച്ചിട്ടുണ്ട്... അയാൾ പതിയെ സത്രത്തിനുള്ളിലേക്ക് കടന്നു... ആഹാരമൊന്നും കിട്ടാനുള്ള പണമൊന്നുമില്ലെങ്കിലും ഇത്തിരി ചൂടുവെള്ളമോ, ഔഷധ ഇലകളും ചെമ്മരിയാടിന്റെ ഇറച്ചി ഇട്ടു കൊഴുപ്പിച്ച ഇത്തിരി സൂപ്പോ കിട്ടിയിരുന്നെങ്കിൽ ക്ഷീണം മാറ്റി ഒന്ന് മയങ്ങാമായിരുന്നു... അതി രാവിലെ യാത്ര തുടങ്ങാനുള്ളതാണ് എന്ന് ചിന്തിച്ചു കൊണ്ട് പുറത്തെ വിശ്രമ സ്ഥലത്തെ ചെത്തി മിനുക്കി ഇരിപ്പിടമാക്കിയ മരകുറ്റിയിലേക്ക് മംഗളസിംഹൻ ഇരുന്നു

തീ കായുന്നതിനു ചുറ്റും തിരക്കുണ്ടായിരുന്നു... മഴ നനഞ്ഞു വന്നെത്തിയ യാത്രക്കാർ തങ്ങളുടെ കഴുതയെയോ കുതിരയെയോ പുറം ഭാഗത്തുള്ള

വൈക്കോൽ തുറുവിന്റെ അരികിലെ പുല്ല് മേഞ്ഞ പന്തലിൽ കെട്ടിയിട്ട് സൂപ്പും കുടിച്ചിരുന്ന തീ കായുന്നുണ്ട്... കച്ചവടക്കാരാണ് കൂടുതലും... ചില തീർത്ഥാടക രുമുണ്ട്... വസ്ത്രം കണ്ടാലറിയാം... ഭസ്മവും രുദ്രാക്ഷ മാലയും അണിഞ്ഞവർ...

ചിലർ കറുപ്പോ, കഞ്ചാവോ, ചരസ്സോ മറ്റോ ചുരുട്ടി വലിച്ച കേറ്റുന്നുണ്ട്... അവരുടെ ഇടയിലൂടെ വന്ന തഴുകി തലോടി പോകുന്ന നർത്തകിയുടെ അംഗ ചലനങ്ങളെ കുറിച്ച് എന്തോ പറഞ്ഞ് ചിലർ ചിരിച്ചു... വഷളത്തരമാകണം... ജീവിതം എന്നും താഴെത്തട്ടിലാണെന്ന് അയാൾ ഓർത്തു... പക്ഷേ ഈ രാജ്യം അത്ര പരിചിതമല്ല... കൂടാതെ ഗോത്ര അടയാളം ഇല്ലാതെ ഒരു വഴി പോക്കനെ ഒരു സത്രസൂക്ഷിപ്പകാരനും പൊതുവെ അടുപ്പിക്കാറില്ല... സമയം ഏറെ കഴിഞ്ഞിരിക്കുന്നു... ക്ഷീണം കാരണമാവാം... മയങ്ങി പോയി... മുന്നിലെ കൽചാരുപലകയിലെ തട്ട് കേട്ട് നോക്കുമ്പോൾ സത്രക്കാരനാണ്...

“ക്ഷമിക്കണം നീണ്ട യാത്രയുടെ...” മംഗളസിംഹൻ പറഞ്ഞു തുടങ്ങിയ പ്പോൾ മുഖവുരയില്ലാതെ സത്രക്കാരൻ ചോദിച്ചു.

“തങ്ങുന്നുണ്ടോ, അതോ ഈ രാത്രിയിൽ ഇനി... ?

“തങ്ങിയാൽ കൊള്ളാമെന്നുണ്ട്. തീയ്ക്കടുത്തായാൽ കൊള്ളാം... വെറും നിലം മതി.” മംഗളസിംഹൻ പറഞ്ഞു.

“ആയിക്കോട്ടെ, ഇപ്പൊ എന്താ വേണ്ടത്...

“ഒരു പാത്രം സൂപ്പ് കിട്ടിയാൽ...”

“മതിയാവില്ലല്ലോ. നിങ്ങൾ നന്നായി ക്ഷീണിച്ചിരിക്കുന്നു... ഞാൻ ഒരു പാട് വിളിച്ചു നോക്കി...”

“വിറകോ മറ്റോ പൊട്ടിക്കാനുണ്ടെങ്കിൽ അതാവാം... അല്ലെങ്കിൽ കാട്ടിൽ പോയി വിറകു ശേഖരിച്ച് തന്നിട്ടാവാം തുടർയാത്ര...” മടിച്ച് മടിച്ച് അയാൾ ഒരു വിധത്തിൽ പറഞ്ഞു.

ഞാൻ അങ്ങേയ്ക്ക് എന്ത് വേണമെന്നാണ് ചോദിച്ചത്... എന്റെ ആവശ്യ ങ്ങൾ ഞാൻ നടത്തിക്കൊള്ളാം...” ചെറു ചിരിയോടെ സത്രക്കാരൻ പറഞ്ഞു

മംഗളസിംഹന് ആശ്വാസമായി. സത്രക്കാരൻ ദയാലുവാണ്. അതോ മഞ്ഞു മലകൾക്കു താഴെ കണ്ടെത്തിയ കാട്ടു കഴുതയെപ്പോലെ ഗുരുവിന്റെ മറ്റൊരു കരുതൽ... സത്രക്കാരൻ പോയി കഴിഞ്ഞു. മറ്റൊരു സംഘമാളുകൾ സത്ര മുറ്റത്തേക്ക് വരുന്നത് കാണാം... അവർ തങ്ങളുടെ കുതിരകളെ പുൽ പന്തലിലേക്ക് നടത്തിക്കൊണ്ടു പോയി. അയാൾ സൂപ്പ് വലിച്ചു കുടിച്ചു... ധാന്യം പൊടിച്ച് ഉണ്ടാക്കിയ ചെറു മധുരമുള്ള ഒരു തരം പലഹാരവുമുണ്ട്. പക്ഷേ വല്ലാത്ത രുചി... വിശപ്പിന്റെ കാഠിന്യം കൊണ്ട് തോന്നുന്നതാണോ... അതോ എന്തോ രഹസ്യക്കൂട്ടുണ്ടോ... ഇത്തരം താവളങ്ങളിൽ വ്യത്യസ്ത രുചികൾ പതിവാണ്, രഹസ്യക്കൂട്ടുകളും...അവസാനത്തെ പൊടിയും തുടച്ച് കഴിച്ച് അയാൾ ഇരുന്നു.

പുതിയതായി വന്നെത്തിയ സംഘത്തെ നോക്കുകയായിരുന്നു അയാൾ. അവർ തീ കായുന്ന സ്ഥലത്തിൽ വട്ടം കൂടി ഇരുന്നു മദ്യം കുടിക്കുകയാണ്... അവർക്കു ചുറ്റും വന്നു തെന്നി നീങ്ങി പോകുന്ന സത്ര നർത്തകിയുടെ ചുവടു പിടിച്ച് കൂട്ടത്തിൽ ഉള്ള ഒന്ന് രണ്ടു യുവ സുന്ദരികൾ നൃത്തം ചെയ്യുന്നുണ്ട്... ഒരു തരം നാടോടി ചുവടുകൾ...പക്ഷേ താള ബോധമുണ്ട്... അവർ ഉടനെയൊന്നും

നിർത്തി പോകുന്ന ലക്ഷണമില്ല... അവർ ഒന്ന് മാറിയിട്ട് വേണം കനലിന്റെ ചൂടേറ്റു കല്ലിച്ചു കിടക്കുന്ന മണ്ണിൽ കമ്പളം വിരിച്ച് മലർന്നു കിടന്നുറങ്ങുവാൻ...

മനസിനെ എന്നും ഉണർത്തുന്ന സംഗീതം ഉയരുന്നു. തുകൽ വാദ്യത്തിന്റെയും കാളക്കൊമ്പ് കൊണ്ടുണ്ടാക്കിയ കുഴലിന്റെയും, മൃദംഗത്തിന്റെയും ദ്രുത താളമുയർന്നു കേൾക്കാം... നൃത്തം അതിന്റെ മൂർദ്ധന്യത്തിലേക്ക് എത്തുകയാണ്... അതിന്റെ ലഹരി ഓരോ യാത്രക്കാരനിലും കാണാം... ഇനി സത്ര നർത്തകികൾ തിരഞ്ഞെടുക്കുന്ന ആൾക്ക് താല്പര്യമുണ്ടെങ്കിൽ അവരോടൊത്ത് അന്തി ഉറങ്ങാം... കൃശ ഗാത്രികളുടെ ചൂട് പറ്റി നിമ്നോന്നതങ്ങളുടെ നിറവ് ചേർത്ത് മയങ്ങാം...വാദ്യവും നൃത്തവും ഉച്ചത്തിൽ ഉയർന്നു മുറുകവെ, ശബ്ദഘോഷങ്ങൾ ഉയരവെ, അതിനെ ഒക്കെ തകർത്തു കൊണ്ട് കടന്നു വരുന്ന കുതിരക്കുളമ്പടികൾ കേട്ട് അയാൾ തിരിഞ്ഞു നോക്കി...

ഒരു പറ്റം പടയാളികൾ സത്രമുറ്റത്തേക്ക് പാഞ്ഞു വന്നു നിന്നു. കുതിരപ്പുറത്തിരുന്നു കൊണ്ട് പ്രമുഖനായ പടയാളി അലറി...

“ഒരുത്തനെയും വെറുതെ വിടരുത്...”

ഉത്തരവ് കേട്ടതും പടയാളികൾ സത്രം വളയാനായി രണ്ടു ഭാഗങ്ങളിലേക്കായി കുതിരകളെ തെളിച്ചു നീങ്ങി. ആരോ ഓടി രക്ഷപെടുന്നത് തടയാനെന്ന വണ്ണമുള്ള നീക്കമാണ്. ഊരിപ്പിടിച്ച വാളോടെ പ്രമുഖനായ പടയാളി കല്പിച്ചു...

“ഒറ്റ ഒരുത്തൻ ഈ വാൾ തല താണ്ടാതെ പുറത്തേക്കിറങ്ങരുത്...”

നൃത്തവും സംഗീതവും നിലച്ചു... പുതിയതായി എത്തിയ യാത്രക്കാർ എന്താണെന്നു പിടി കിട്ടാതെ ഭയന്ന് വിറച്ചു നിന്നു. സത്രക്കാരൻ ഓടിയിറങ്ങി വരുന്നത് കാണാം... അതിനു മുൻപ് തന്നെ ചില പടയാളികൾ കുതിരയിൽ നിന്നു ചാടി ഇറങ്ങി അകത്തേക്ക് കുതിച്ചു... അവർ അങ്ങുമിങ്ങും പരതുന്നുണ്ട്... ആരെയോ തേടി വന്നത് പോലെ... സത്രക്കാരൻ പ്രമുഖന്റെ അടുത്തെത്തി തല മണ്ണിൽ മുട്ടിയെന്നവണ്ണം കുനിഞ്ഞു പറഞ്ഞു...

“അസ്തപുരി രാജാവ് നീണാൾ വാഴട്ടെ...” അത് കേൾക്കാത്ത ഭാവത്തിൽ പടയാളികളിലെ പ്രമുഖൻ പറഞ്ഞു.

“സത്യം പറഞ്ഞില്ലെങ്കിൽ വീഴുന്നത് നിന്റെ തലയാണ്... പറയാത്ത ഒന്നിനെ നീ ഒളിപ്പിച്ചിട്ടുണ്ടെന്ന് വിവരം കിട്ടിയിട്ടാണ് ഈ വരവ്...”

ഏതോ ചാരനെയോ മറ്റോ പിടിക്കാനുള്ള വരവാണ്. എന്തോ രഹസ്യ വിവരം കിട്ടിയിട്ടുള്ള നീക്കം. അസ്തപുരി ചാരപ്രവർത്തനങ്ങൾക്കും പ്രസിദ്ധമാണ്.

പടയാളികൾ യാത്ര സംഘത്തെ നിരത്തി നിർത്തുകയാണ്... പാതിയിലേറെപ്പേർ മദ്യ ലഹരിയിൽ എന്തൊക്കെയോ പറയുന്നുണ്ട്. ഗോത്ര അടയാളം പരിശോധിക്കുന്നുണ്ട്. ഒരു ചെറു വിരലനക്കത്തിൽ മുന്നിലെ തീയണയ്ക്കാൻ പോകുന്നത് അറ്റു വീഴുന്ന കഴുത്തിലെ രക്തം കൊണ്ടാണെന്നു മനസിലാക്കിയാവണം എല്ലാവരും പരിശോധനയുമായി സഹകരിക്കുന്നുണ്ട്.

പരിശോധന കഴിഞ്ഞവർ ഒരു മൂലയിലേക്ക് മാറി നിന്നു. തന്നെ അവർ കണ്ടിട്ടില്ല... അടുത്ത് ചാഞ്ഞു നിൽക്കുന്ന മരത്തിന്റെ ചില്ലകൾ ഈ ഭാഗത്ത് കുറച്ച് ഇരുട്ട് സൃഷ്ടിക്കുന്നുണ്ട്. അതാവാം താൻ കാണപ്പെടാതെ, അവരുടെ കൺവെട്ടത്ത് പെടാതെ പോകുന്നത്. അസ്തപുരിയുടെ രാജാവിന്റെ കിരാത ഭരണത്തെകുറിച്ചും പടത്തലവന്മാരുടെ ക്രൂരതയെക്കുറിച്ചും മംഗളസിംഹൻ

ഏറെ കേട്ടിരുന്നു. രാവ് തുടങ്ങുന്ന നേരത്തുള്ള ഈ കടന്നു വരവ് ഒരു ചാരനെയും പിടിക്കാനല്ല, മറിച്ച് യാത്രക്കാരോടോ സത്രക്കാരനോടോ പിടുങ്ങാനുള്ള പണപ്പിരിവാണെന്നു മംഗളസിംഹനു തോന്നി.

“ഇല്ലങ്ങുന്നെ... ഇവിടെ അങ്ങനെ ആരും വന്നിട്ടില്ല...അഥവാ അങ്ങനെ വല്ലതും വന്നാൽ ഞാൻ അങ്ങോട്ട് വന്ന് അങ്ങയെ അറിയിക്കില്ലേ...” തന്റെ അതിഥികൾ ചാരന്മാരല്ലെന്ന സത്രക്കാരന്റെ അപേക്ഷയാണ്. അത് പ്രമുഖൻ വിശ്വസിച്ചത് പോലെ തോന്നി. ആ രംഗം നോക്കി ഇരിക്കെ അങ്ങുന്നേ എന്ന വിളി മംഗളസിംഹൻ പിന്നിൽ നിന്ന് കേട്ടു. അപ്പോൾ പ്രവിശ്യ പ്രമുഖൻ സുദാസൻ, താൻ ഇരിക്കുന്ന ഇരുട്ടും വെളിച്ചവും ഇട കലർന്ന ഭാഗത്തേക്ക് നോക്കുന്നതും മംഗളസിംഹൻ കണ്ടു.

“എണീക്കെടാ രാജ്യദ്രോഹി...”

ഒരു പടയാളി മംഗളസിംഹന്റെ കഴുത്തിന് പിന്നിൽ വാൾ കുത്തിപിടിച്ചലറി.

സുദാസൻ മംഗളസിംഹനരികിലേക്ക് നടന്നു നീങ്ങി. ആ ചാരന്റെ മുഖം കാണാൻ വിദേശികളും സ്വദേശികളുമായ നാട്ടുകാരും സത്രം ജീവനക്കാരും ആകാംക്ഷയോടെ നിന്നു.

“ആ രാജ്യദ്രോഹിയെ കല്ലെറിഞ്ഞു കൊന്നു തീയിലിടുക...” ചിലർ രോഷം കൊണ്ട് വിളിച്ചു പറഞ്ഞു...

“പട പ്രമുഖൻ വിജയിക്കട്ടെ...” മറ്റു ചിലർ അലറി. ആ ആക്രോശവിളികൾക്കിടെ തന്റെ പാരിതോഷികങ്ങൾ സ്വപ്നം കണ്ട് സുദാസൻ മംഗളസിംഹന് മുന്നിലെത്തി... സന്തോഷം കൊണ്ട് വീർപ്പുമുട്ടി നിന്ന പടയാളി ഉറക്കെ പറഞ്ഞു

“പിറകടയാളമില്ലങ്ങുന്നേ...”

മംഗളസിംഹന്റെ ഉള്ളിലൂടെ ഒരു മിന്നൽ കടന്നു പോയി... പിറകടയാളമെന്നത് മറച്ചു വെച്ച അടയാളമാണ്... ആ മറയടയാളമാണ് തിരിച്ചറിയാൻ പോകുന്നത്. അങ്ങനെയാണെങ്കിൽ ഗോത്രം തിരിച്ചറിയും. രാജപരമ്പരയുടെ അടയാളമറിയും. രണ്ടു കുതിരവണ്ടി സ്വർണ നാണയങ്ങളും പറയുന്ന മറ്റു ദ്രവ്യങ്ങളും തനിക്കു പകരം അവർ ആവശ്യപ്പെട്ടേക്കാം. വെളിച്ചത്തിലേക്ക് നീങ്ങി നിന്നു കൊണ്ട് സുദാസനെ നമിച്ചു കൊണ്ട് മംഗളസിംഹൻ പറഞ്ഞു...

“യാത്രികനാണ്. അതും ഹിമവാന്റെ മടിത്തട്ടിൽനിന്ന്...”

“വസ്ത്രം താഴ്ത്തു...” സുദാസൻ മംഗളസിംഹനോട് ആജ്ഞാപിച്ചു.

പൊക്കിളിനു തൊട്ടു മുകളിൽ വള്ളി ചേർത്ത് കെട്ടിയിരുന്ന വസ്ത്രം കണങ്കാലിന് തൊട്ടുമുകൾ വരെ മാത്രമേ എത്തിയിരുന്നുള്ളൂ. ഒരു ചെറിയ മറ. അത്ര മാത്രം. യാത്രികൻ വസ്ത്രം നീക്കി സ്വയം വെളിവാക്കാൻ ഇനിയും മടിക്കുന്നത് കണ്ടു സംശയം ഉറപ്പിച്ച് ചോദ്യങ്ങൾക്ക് വിരാമമിട്ടു കൊണ്ട് സുദാസൻ പ്രഖ്യാപിച്ചു...

“ബന്ധിച്ച് കൊട്ടാരത്തിലേക്ക്”.

അത് കേട്ടതും പടയാളികൾ ഒന്നടങ്കം അവർക്കു കിട്ടിയ ഇന്നത്തെ ഇരയുടെ നേർക്ക് ആഞ്ഞടുത്തതും ചാരി വെച്ചിരുന്ന തന്റെ രുദ്രാക്ഷ വടി ഒരു കയ്യിൽ നിന്ന് മറുകയ്യിലേക്ക് ദ്രുത ഗതിയിൽ മാറ്റി അതിന്റെ തുമ്പു

കൊണ്ട് താഴെ വീണു കിടന്ന കമ്പളം ചുഴറ്റിയെടുത്ത് മംഗളൻ കറക്കിയതും ആ വടി കൊണ്ടുള്ള അടിയേറ്റ് പടയാളികളുടെ വാളുകൾ തെറിച്ചു വീണതും ഒന്നിച്ചായിരുന്നു... അയാളുടെ കൈവേഗം കണ്ട് അമ്പരന്ന് ആ യാത്രികൻ യോദ്ധാവ് തന്നെ എന്നുറപ്പിച്ച്, സുദാസൻ തന്റെ വാൾ വലിച്ചെടുക്കാൻ ശ്രമിച്ചതും അയാളുടെ കയ്യിലും അടി വീണു...വീണ്ടും നൊടിയിടയിൽ പറന്നു വന്ന രുദ്രാക്ഷ വടിയുടെ കുത്തു കൊണ്ട് കുതിരപ്പുറത്തു നിന്നും മലർന്നു വീഴവേ ആർത്തനാദത്തോടെ കൈ വലിച്ച് സുദാസൻ അലറി.

"വേണമവനെ ജീവനോടെ"

തെറിച്ചു വീണ വാൾ പരതിയെടുത്ത് പടയാളികൾ ഒന്നൊന്നായി അയാളിലേക്ക് അടുത്തു. അവരെ വടി കൊണ്ട് തന്നെ തടുത്തും തല്ലിയും നേരിടുന്ന മംഗളസിംഹൻ നിലത്തേക്കമർന്ന് വടി കൊണ്ട് അവരുടെ കണങ്കാലുകൾ നിമിഷങ്ങൾക്കുള്ളിൽ അടിച്ചു പൊട്ടിച്ചു. അയാൾ പടയാളികളെ ആക്രമിക്കുന്നത് കണ്ട് കണ്മിഴിച്ച് നിൽക്കുകയായിരുന്നു സത്രക്കാരൻ.

വാൾ കുനിഞ്ഞെടുക്കാൻ പോലുമാവാതെ കൈത്തണ്ടയിലും കണങ്കാലിലും അടി വീണു പുകഞ്ഞ് പടയാളികൾ നിലവിളിച്ചു. ഒരു തുള്ളി ചോര പോലും വീഴ്ത്താതെ അവരെ അടിച്ചു നിലം പരിശാക്കി നിലത്തു വീണു കിടന്ന തന്റെ കമ്പിളി മംഗളസിംഹൻ വടി കൊണ്ട് കോർത്തെടുത്തു. അയാൾ രക്ഷപ്പെട്ടു പോകുന്നത് മനസിലാക്കി, കൊട്ടാരത്തിൽ വിവരമറിയിക്കു എന്ന് സുദാസൻ വിളിച്ചലറി. അപ്പോൾ അയാൾക്കരികിലെത്തി എണീൽക്കാൻ കൈ നീട്ടി മംഗളസിംഹൻ പറഞ്ഞു.

"അങ്ങ് ക്ഷമിക്കുക. എനിക്ക് കുറെ ദൂരം യാത്ര ഉണ്ട്. നടന്നെത്തണമെന്നാണ് ആഗ്രഹിച്ചത്... പക്ഷേ അങ്ങോ കൂട്ടരോ പിന്നാലെ വരുമെന്നുള്ളത് കൊണ്ടും, ഇത്തരമൊരു സ്ഥിതി ഇനി ഒഴിവാക്കണമെന്ന് ആഗ്രഹമുള്ളത് കൊണ്ടും ഇവനെ ഞാൻ കൊണ്ട് പോകുന്നു."

സുദാസന്റെ കുതിരയുടെ കടിഞ്ഞാണിൽ പിടിച്ച് മംഗളസിംഹൻ തുടർന്നു.

"അങ്ങേക്കിവനെ അതിർത്തിയിൽ നിന്ന് കണ്ടെത്താം..."

"നീ ഈ പ്രവിശ്യയുടെ അതിർത്തി പോലും താണ്ടാൻ പോകുന്നില്ല..." തിണർത്തു കിടക്കുന്ന കൈയുടെ വേദന കടിച്ചമർത്തി സുദാസൻ പറഞ്ഞു.

മറുപടിയായി ചിരിച്ച് കൊണ്ട്, വീണു കിടക്കുന്ന വേദനകൊണ്ടു പുളയുന്ന പടയാളികളെ നോക്കി മംഗളൻ പറഞ്ഞു.

"ക്ഷമിക്കുക."

അയാൾ കുതിരപ്പുറത്തേക്ക് ചാടിക്കയറി. ആ നിമിഷത്തിൽ അരക്കെട്ടിനു തൊട്ടുമുകളിൽ നിന്ന് വസ്ത്രം വലിഞ്ഞു താണപ്പോൾ, മംഗളസിംഹന്റെ നീണ്ടു ജടപിടിച്ച ചെമ്പിച്ച മുടിക്ക് താഴെ നാഭി ചക്രത്തിന്റെ ഭാഗത്ത് പച്ച കുത്തിയ മറച്ച് വെയ്ക്കപ്പെട്ട ആ അടയാളം സുദാസൻ കണ്ടു... പൊടി പറത്തിക്കൊണ്ട് കുതിച്ചു പാഞ്ഞ കുതിരപ്പുറത്തെ ബലിഷ്ഠമായ ശരീരത്തിൽ പാതി സൂര്യനും പാതി ഗരുഡന്റെ മുഖവും പച്ചകുത്തിയ ചിഹ്നം...

മഗധ രാജപരമ്പരയുടെ മഹത് ചിഹ്നം....

3

അംഗസുന്ദരി

രാജാവ് എന്നെ പള്ളിയറകളിലേക്കു കൊണ്ടു വന്നിരിക്കുന്നു,
എനിക്ക് നിന്നിൽ ഉല്ലസിച്ചാനന്ദിക്കാനും,
ഇനിയും ഉണ്ടായിട്ടില്ലാത്ത പ്രേമത്തെ വീഞ്ഞിനെക്കാൾ
ശ്ലാഘിക്കാനും കഴിയുമോ;
നിന്നെ സ്നേഹിക്കുന്നതു ഉചിതം തന്നേ.
എന്റെ പ്രിയനേ... നിന്റെ കൈകൾ
എന്നിൽ നിന്നും അകന്നു പോയിരിക്കുന്നു.

(കൗർവകിയുടെ ഗീതങ്ങൾ: 3:8)

കൊട്ടാരത്തിൽ ആഘോഷം തുടങ്ങിയിരുന്നു.

മന്ത്രിമാർ, കൊട്ടാര ഗുരുക്കന്മാരുടെ ശിഷ്യന്മാർ, പൂജാരികൾ, എല്ലാം കൂടി കാടും മലയും മണലും നദിയും കടന്ന് പോയിട്ട് പതിനാലു നാളുകൾ കഴിഞ്ഞിരിക്കുന്നു. കന്യകയെ സ്വീകരിച്ച് പുതിയ റാണിയായി കൊണ്ട് വരാനുള്ള യാത്രയാണ്. കൊട്ടാരത്തിലെ എണ്ണം പറയാവുന്ന റാണികൾക്കും എണ്ണമില്ലാത്ത ഉപനാരികളും പോരാഞ്ഞിട്ടാണ് ഈ തോന്ന്യാസങ്ങൾ... അതും ഈ തൊണ്ണൂറാം വയസ്സ് കഴിയുമ്പോൾ... ഇനിയുമെന്തിനാണ് ജീവിക്കുന്നത്... ജനങ്ങൾക്ക് വേണ്ടിയോ... അതും തൊലിപ്പുറം പോലും ചൂട് പിടിക്കാത്ത പ്രായത്തിൽ അവനവനു വേണ്ടിയോ... ജീവനും രാജ്യവും നിലനിർത്താൻ കന്യകയെ വേണം പോലും... അതും ഇരുപത് തികയാത്തവൾ തന്നെ... പടയാളികളും പരിചാരകരും ചേർന്ന് കൊട്ടാരം മോടി പിടിപ്പിക്കാൻ തുടങ്ങിയിട്ട് ദിവസങ്ങളായി... എന്ത് കാര്യത്തിനാണ്... മരണമെത്തി കിടക്കുന്ന മഹാത്മാവിന് ഇടവേള കൊടുത്ത് പുതിയ ഭരണാധികാരിയെ തിരഞ്ഞെടുക്കാതെ, ഖജനാവിലെ പണവും പരിചാരകരുടെ സമയവും വൃഥാവിലാക്കുകയാണ്... മട്ടുപ്പാവിൽ നിന്നു കൊണ്ട് മധുരധാരിണി ആലോചിച്ചു.

"മഹാറാണി... ' വിളി കേട്ട് അവർ തിരിഞ്ഞു നോക്കിയില്ല.

ദാസി ലോചനയാണ്... രാവിലെ കൊണ്ട് വെച്ച പഴച്ചാറുകളും റൊട്ടിയും തണുത്തുറഞ്ഞിരിക്കണം... കഴിപ്പിക്കാനുള്ള വിളിയാണ്. ഇല്ല ഒന്നും തൊണ്ടയിൽ നിന്നും ഇറങ്ങുന്നില്ല... വെളുപ്പിനാണ് ഒന്ന് കണ്ണടച്ചത്... ഒരു വശത്ത് മനസ്സിൽ കന്യകയെ തേടിപ്പോയ വിദ്വേഷം... മറുവശത്ത് മഹാരാജാവ് മരണപ്പെട്ട വിവരമറിയിച്ചു കൊണ്ട് എപ്പോൾ വേണമെങ്കിലും ദാസികളാരെങ്കിലും കടന്നു വരാം എന്ന ചിന്ത... പക്ഷേ അങ്ങനെ സംഭവിക്കരുതേ എന്ന് പ്രാർത്ഥിച്ചുറങ്ങാതിരുന്നതുമല്ല. അങ്ങനെ എന്തെങ്കിലും സംഭവിക്കുന്നതിനു തൊട്ടു മുൻപ് തനിക്കൊരു വിളി വരും. അതുറപ്പാണ്. ആ വിളി വരുമ്പോൾ അധികാരം ആർക്ക് വേണമെന്ന ചോദ്യം ഉണ്ടായില്ലെങ്കിൽ പോലും മറുപടി പറയാൻ താൻ ബാധ്യസ്ഥയാണ്. പക്ഷേ ആരെ ചൂണ്ടിപറയും

പറയാൻ കാത്തുവെച്ച മകൻ എന്നോ നാടുവിട്ടു പോയതാണ്... ദിക്കായ ദിക്കിലൊക്കെ തേടിപ്പോയ പടയാളികളും, പ്രാവുകളും മടങ്ങിയെത്തി. പക്ഷേ അത് കഴിഞ്ഞ് കാലങ്ങളായിട്ടും വിവരമൊന്നുമില്ല. അവൻ തനിയെ മടങ്ങി വന്നതുമില്ല. രാജ്യധർമ്മം നില നിർത്താൻ പോലും വന്നെത്തിയില്ല... വെറുതെ മോഹിക്കുന്നതാണ്. അല്ലെങ്കിലും അതിനർത്ഥവുമില്ല... പ്രത്യേകിച്ചും താൻ കൊട്ടാര പാരമ്പര്യത്തിൽ നിന്നു വന്നവളല്ല എന്ന അടക്കം പറച്ചിലുകൾ അന്തപുരത്തിന്റെ അകത്തളങ്ങളിൽ ഇന്നും നിലനിൽക്കുമ്പോൾ... എല്ലാറ്റിന്റേയും മറുപടി മകനായിരുന്നു... അധികാരത്തിലേക്കുള്ള അവന്റെ അവരോഹണം... അവൻ മഹാരാജാവാകുമ്പോൾ താൻ പിന്നെ പഴയ സത്രം നർത്തകിയല്ല, മഗധയുടെ അമ്മ മഹാറാണിയാണ്. റാണിയാകാൻ മാത്രമല്ല അമ്മ മഹാറാണിയാകാനും തനിക്കു സാധിക്കുമെന്ന്, അടക്കം പറച്ചിലുകാരികൾക്കും, രാജ പരമ്പര്യത്തിന്റെ പേര് പറഞ്ഞ് ഗർവ് നടിക്കുന്ന റാണിമാർക്കും, ഉച്ഛിഷ്ടങ്ങളായി മാറിയ ഉപനാരികൾക്കുമുള്ള മറുപടിയും അവനായിരുന്നു. വജ്രായുധം അവനായിരുന്നു... പക്ഷേ... ഇനി ഒന്നേ പ്രാർത്ഥിക്കാനുള്ളൂ... അവൻ വരും വരെ, വന്നെത്തും വരെ മഹാപദ്മൻ എന്ന മഹാരാജാവിനു വേണ്ടി, തന്റെ ഭർത്താവിന് വേണ്ടി, അദ്ദേഹത്തിന്റെ ആയുസ്സിന് വേണ്ടി പ്രാർത്ഥിക്കുക മാത്രം ചെയ്യുക. അറിയിപ്പ് സത്യമാണെങ്കിൽ പുതുതായി എഴുന്നള്ളിച്ച് കൊണ്ട് വരുന്ന കന്യകയെ, മഹാരാജാവ് ശയിക്കുന്ന അറയിലേക്ക് മധുരമൂട്ടി കടത്തിവിടുവാൻ അണിനിരന്നു നിൽക്കുന്ന റാണിമാരിൽ രണ്ടാമതായി താനും നിന്നു കൊടുക്കുക. ചന്ദനത്തിൽ കുളിപ്പിച്ചെടുത്ത് വഴി നടത്തുമ്പോൾ കുരവയിടാൻ കൂടെ നിൽക്കുക. വെഞ്ചാമരം വീശി നിൽക്കുന്ന ദാസികൾക്കടുത്ത്, ഉള്ളിൽ വെറുപ്പോടെ നിന്നു മംഗളം പാടുക.

എല്ലാം സഹിക്കാം. തനിക്കു മുന്നേ വന്നെത്തിയ കുരുദേശത്തിന്റെ കുലടയുടെ മുന്നിൽ തല കുനിക്കേണ്ടി വരുമല്ലോ എന്നോർക്കുമ്പോഴാണ് എരിഞ്ഞാലും പുകഞ്ഞാലും തീരാത്ത ആത്മ നിന്ദ.

അവൾ, പൗർണമി ദേവി കാത്തിരിക്കുകയാണ്... രാജപരമ്പര്യത്തിന്റെ അവകാശിയായി മകൻ ദേവായുധനെ വിളിച്ചു വരുത്തി അധികാര ദണ്ഡ് കൈമാറുവാൻ... ആയുധ കലയിൽ കൂടുതൽ മിഴിവുണ്ടാകാൻ അംഗരക്ഷകരോടൊന്നിച്ച് അതിരാവിലെ മുതൽ അങ്കം വെട്ടുകയാവും ദേവായുധൻ... കഷ്ടം... ചുണ്ടിൽ ഊറികൂടിയ പുച്ഛച്ചിരിയോടെ മധുരധാരിണി ഓർത്തു...

അവർക്കറിയില്ല... ആയിരം ആയുധൻമാർ അങ്കം വെട്ടിയാലും തന്റെ മകൻ മംഗളസിംഹനോളം വരില്ലെന്ന്... ദേവായുധന്റെ സ്വപ്നങ്ങൾ വെറുതെയാണ്... മധുരധാരിണി തീൻ ചാരുപലകക്കരികിലെത്തി മൂടി വെച്ച വിഭവങ്ങൾ നോക്കുമ്പോൾ ദാസി സുചേല ഓടി വന്നു വിളമ്പിത്തുടങ്ങി... മധുരധാരിണി പുറത്തേക്ക് നോക്കി...

വരാൻ പോകുന്ന ഏതോ മധുരമായ കാലം ഓർത്ത് അവർ പഴച്ചാർ നുണഞ്ഞിറക്കി.

* * *

ഉച്ചത്തിലായിരുന്നു ആ ശബ്ദം. ചിരിയായിരുന്നില്ല, പടവെട്ടി പടവെട്ടി കയറുമ്പോൾ ആഹ്ലാദത്തിന്റെ അത്യുന്നതിയിൽ നിന്നുള്ള അലർച്ച...

എതിരിൽ നില്ക്കുന്നത് പിതാവ് മഹാപദ്മരാജാവിന്റെ പ്രിയപ്പെട്ടവനും, സുഹൃത്തും വഴികാട്ടിയും, സന്തത സഹചാരിയുമായിരുന്നോരാൾ. വിശാല മഗധയുടെ മുഖ്യ സൈന്യാധിപനായിരുന്നിട്ടും ഇതൊരു പരിശീലന പടവെട്ടായിരുന്നിട്ടും ഉള്ളിൽ അത്രക്കുണ്ടായിരുന്നു ദേവായുധന്റെ ക്രോധം. അധികാര കൈമാറ്റം വെച്ച് താമസിപ്പിക്കുന്നതിനുള്ള ക്രോധം. ഒന്ന് ചഞ്ചലപ്പെട്ടെങ്കിലും, പ്രായത്തിന്റെ വഴക്കലുകൾ കൈയിൽ അറിയുന്നെങ്കിലും മെയ്വഴക്കത്തോടെ ധൃതഗജൻ തിരിച്ച് ആക്രമിക്കുന്നുണ്ട് എന്ന് ദേവായുധൻ മനസിലാക്കി.

കൊള്ളാം... തന്റെ സർവ്വസൈന്യാധിപന് ഇത് തന്നെ ആണ് വേണ്ടത്... ഈ പരാക്രമം... ഈ ഗതിവേഗം... ഉള്ളിൽ സഹർഷത്തോടെ, ചുവടു വെച്ച് ദേവായുധൻ ആഞ്ഞു വെട്ടി... അത് തടുത്തു കൊണ്ട്, ധൃതഗജൻ കുറച്ച് അയച്ചു കൊടുത്തു. തന്നെ എതിരിടുന്നത് ഭാവി രാജാവാണ്... വെറും ദിവസങ്ങൾ മതി. അതോ മണിക്കൂറുകളോ... ദൂരെ കാണുന്ന കൊട്ടാരത്തിൽ നിന്നു മരണമറിയിച്ച് കൊണ്ട് ഉയർത്തുന്ന ശംഖ് വിളിക്ക്, ചിലപ്പോൾ നിമിഷങ്ങളും മതിയാവും...

കൊട്ടാരത്തിനു കുറച്ചു ദൂരെയായി, ഉയർന്ന് നിൽക്കുന്ന ഒരു മലയുടെ മുകളിൽ മണ്ണ് ഇടിച്ചു നിരത്തി താല്ക്കാലികമായുണ്ടാക്കിയ പരിശീലന കളരിയിലായിരുന്നു അവർ... മഹാപദ്മ രാജാവിന്റെ മകൻ ദേവായുധനും സൈന്യാധിപൻ ധൃത ഗജനും. കൂടാതെ രണ്ടു പേർ കൂടിയുണ്ടായിരുന്നു സംഘത്തിൽ... ഒരാൾ ദേവായുധന്റെ സുഹൃത്ത് പരമവീരൻ. മറ്റൊന്ന് കൊട്ടാരത്തിലെ ചാരന്മാരെ തിരിച്ചറിയാൻ പ്രത്യേകം നിയോഗിക്കപ്പെട്ട ചതുർമുഖൻ.

പരിശീലനത്തിനുള്ള സ്ഥലം അത് തന്നെ ആവണമെന്ന്, എന്നാൽ മറ്റാരും കാണാത്തിടത്തു നിന്ന് കൊട്ടാരം തങ്ങളുടെ കണ്ണിൽ കാണണമെന്ന് നിർബന്ധം വെച്ചത് ധൃതഗജൻ തന്നെ ആയിരുന്നു. കൊട്ടാരത്തിൽ നടക്കുന്ന ചെറു ചലനങ്ങൾ പോലും തങ്ങൾ അറിഞ്ഞു കൊണ്ട് വേണമെന്നു ശഠിച്ച അനുഭവ സമ്പത്ത്. ആ വാക്കുകൾ സമ്മതിച്ചു കൊടുക്കുകയായിരുന്നു മഹാപദ്മന്റെ മഹാറാണിമാരിൽ പ്രഥമയും, പ്രമുഖയും, കുരു രാജാവ് വിശ്വധർമ്മന്റെ പ്രിയ സഹോദരിയുമായ പൗർണമി ദേവിയുടെ അഞ്ചു മക്കളിൽ രണ്ടാമൻ ദേവായുധൻ.

ദേവന് ആയുധം കിട്ടിയ പോലൊരുവൻ... പ്രിയപ്പെട്ടവർക്ക് ദേവനും, ശത്രുക്കൾക്കു ആയുധം കൊണ്ട് മറുപടി നൽകുന്നവനും.

കുറച്ചധികം കാലമായി ദേവായുധനും ധൃതഗജനും ഒന്നിച്ചാണ്. കൃത്യമായി പറഞ്ഞാൽ മഹാപദ്മൻ കിടക്കയിലായതു മുതൽ...

അധികാര കൈമാറ്റം നടന്നാൽ അത് ദേവായുധന് തന്നെ ആയിരിക്കുമെന്ന് ധൃതഗജന് ഉറപ്പുണ്ടായിരുന്നു. പതിനെട്ടോളം മക്കളിൽ എത്ര എതിർപ്പുകളുണ്ടായാലും എല്ലാ ഘടകങ്ങളും ദേവായുധന് അനുകൂലമാണ്... കൊട്ടാര ഗുരുക്കന്മാരും ചില പൂജാരികളും എത്ര അപസ്വരങ്ങളുയർത്തിയാലും ഒരു രാത്രി വെളുക്കുമ്പോൾ അവരിരെല്ലാവരും മാറ്റിപ്പറയുന്ന പേര് ദേവായുധന്റേതായിരിക്കുമെന്നും ധൃതഗജന് ഉറപ്പുണ്ടായിരുന്നു. അത് കൊണ്ടാണ് ധൃതഗജൻ എപ്പോഴും തോറ്റു കൊടുക്കുന്നത്. പൊതുവെ അത് അത്ര ഇഷ്ടമുള്ളതല്ലെങ്കിലും... വീണ്ടും ദേവായുധൻ വീണ്ടും ഒരു നീക്കം കൂടി നടത്തി... അതിനെ വെട്ടി തടുത്തപ്പോൾ വേച്ച് താഴേക്ക് വീണു പോയ ധൃതഗജൻ ചിരിയോടെ പറഞ്ഞു...

‘മതിയാക്കാം മഹാരാജൻ... എനിക്ക് ക്ഷീണമുണ്ട്.”

ആ വിളി ദേവായുധനിഷ്ടപ്പെട്ടു. കൈ പിടിച്ച് ധൂതഗജനെ ഉയർത്തിക്കൊണ്ടു ചെറു ചിരിയോടെ ദേവായുധൻ പറഞ്ഞു.

“മഹാ പദ്മ രാജാവിന്റെ സർവ സൈന്യാധിപൻ പരാജിതനായെന്ന് വീണ്ടും നടിക്കുന്നു”

“അങ്ങ് എന്നേക്കാൾ സമർത്ഥൻ തന്നെ കുമാരാ.” അഭിനന്ദനമിഷ്ടപ്പെട്ടെങ്കിലും ബഹുമാനത്തോടെ ധൂതഗജൻ പറഞ്ഞു.

പരമവീരൻ മുഖം തുടക്കാനുള്ള തുണി ദേവായുധന് കൈ മാറി.

തന്റെ കഴുത്തും മുഖവും തുടച്ച് കൊണ്ട് ദേവായുധൻ തുടർന്നു.

“പുകഴ്ത്തലുകൾ യഥാർഥ്യങ്ങളല്ല”.

മരത്തടികൾ കൊണ്ട് ഉണ്ടാക്കിയ ഇരിപ്പിടത്തിലേക്ക് നടന്നു കൊണ്ട് ചെറു ചിരിയോടെ ദേവായുധൻ കൂട്ടിച്ചേർത്തു.

“പിതാവിന്റെ കൂടെ യുദ്ധങ്ങളൊരുപാടു നയിച്ച്, തന്ത്രങ്ങൾ അനവധി കണ്ട കണ്ണും കയ്യും എന്റെ മുമ്പിൽ മറച്ച് വെക്കുന്നത് എന്നോടുള്ള ആദരവാണെന്നറിയാം ധൂതഗജൻ”.

“രാജ്യ ഭരണത്തിന് ആയോധന കലയുടെ തന്ത്രവും പ്രാവീണ്യം മാത്രം പോരല്ലോ കുമാരാ. യുദ്ധം നയിക്കാനും രാജ്യം ഭരിക്കാനും അങ്ങ് നിന്നു തന്നാൽ മതി ഞങ്ങളുണ്ടാവും പിന്നിൽ, അല്ലേ പരമ വീരൻ”.

കുടിക്കാനുള്ള വെള്ളം തുകൽ പാത്രത്തിൽ നിന്ന് പകർന്നു കൊടുത്തു കൊണ്ട് പരമവീരൻ പിന്താങ്ങി.

“എന്നും എപ്പോഴും”.

“ഞങ്ങൾ ആ ദിനത്തിന് കാത്തിരിക്കുകയാണ്.” ചതുർമുഖൻ കൂട്ടിച്ചേർത്തു.

ദേവായുധൻ സന്തോഷത്തോടെ തല കുലുക്കി. ധൂതഗജൻ മെല്ലെ പറഞ്ഞു.

“ക്ഷമിക്കണം. ക്ഷമയോടെ കാത്തിരിക്കണം... അങ്ങയുടെ പിതാവ് പിൻഗാമിയെ പ്രഖ്യാപിക്കും വരെ”.

ഒരു നിമിഷം ആലോചിച്ച് കവിൾ നിറയെ വെള്ളം നിറച്ച് കൊണ്ട് ഉള്ളിലെ വെറുപ്പിന്റെയും അക്ഷമയുടെയും വാക്കുകൾ ദേവായുധൻ പുറത്തേക്ക് തുപ്പി.

“ഉം... ഇന്ന് നാളെ എന്ന് കഴിയുമ്പോഴും അധികാരം വിട്ടു കൊടുക്കാനുള്ള മനസില്ല കിളവന്. മുന്തിരിത്തളിർപോലുള്ള ഒരു കന്യകയെ കൂട്ട് കിടത്തി ആയുസ്സ് കൂട്ടാനല്ലേ ശ്രമം.”

പെട്ടെന്ന് ദൂരെ നിന്നെന്ന വണ്ണം പെരുമ്പറകളുടെ ശബ്ദവും കുഴലൂത്തും ഇടകലർന്ന് കാറ്റിലൂടെ കയറിയിറങ്ങി അവരുടെ കാതിൽ വീണു. ദേവായുധൻ ധൂതഗജനെ നോക്കി. ഒരു നിമിഷം കളയാതെ ദ്രുത ഗതിയിൽ തന്റെ കുതിരയുടെ അടുത്തേക്ക് ചെന്ന് ചാടി കയറി ദേവായുധൻ മുന്നോട്ടു കുതിച്ചു...

ഇനി എന്ത് സംഭവിക്കും എന്ന ചിന്തയോടെ പിന്നാലെ പരമവീരനും ചതുർ മുഖനും പിന്നാലെ പാഞ്ഞു... കാലിൽ തീ പിടിച്ച പോലെ പാഞ്ഞ ദേവായുധന്റെ കുതിര കടിഞ്ഞാണിന്റെ പിടി വീണപ്പോൾ ഒരു നടുക്കത്തോടെ

പകച്ച നിന്നു ചിനച്ചു. അവന്റെ കാൽ കീഴിൽ നിന്ന് തെറിച്ച ചെറു കല്ലുകൾ അവർ നിൽക്കുന്ന മലയുടെ വിളുമ്പത്ത് നിന്ന് അഗാധതയിലേയ്ക്ക് വീണു... ദേവായുധൻ ദൂരേക്ക് നോക്കി... ദൂരെ പരന്നു പടർന്നു കിടക്കുന്ന ഭൂവിലൂടെ, ആകാശത്തിന്റെ അങ്ങേ അറ്റത്തു നിന്നെന്ന വണ്ണം ഒരു ഘോഷ യാത്ര കടന്നു വരുന്നത് ഞെരിഞ്ഞമരുന്ന പല്ലുകളോടെ, ത്രസിച്ച ഞരമ്പുകളോടെ അയാൾ കണ്ടു.

ആനയും കുതിരപ്പടയും പരിവാരങ്ങളും നാരികളും തോഴികളും അടങ്ങുന്ന കൊട്ടാര സംഘം, ആർഭാടത്തോടെയും അലങ്കാരത്തോടെയും ആർപ്പു വിളികളുമായി വന്നു കൊണ്ടിരിക്കുകയായിരുന്നു. ധൂതഗജന്റെയും പരമവീരന്റെയും ചതുർമുഖന്റെയും കുതിരകൾ ദേവായുധന് തൊട്ടടുത്ത് വന്നു നിന്നു... എന്തോ നിശ്ചയിച്ചുറപ്പിച്ചത് പോലെ ദേവായുധൻ കുതിരയെ മെല്ലെ പിന്നോട്ട് നീക്കിയ ശേഷം ധൂതഗജനോട് പറഞ്ഞു.

"ദേവായുധന് കൂട്ടിന് സർവ്വസൈന്യാധിപൻ ഉണ്ടെന്ന് രാജ സദസ്സും കൂട്ടരും വൈകിയറിയുന്നതാണുത്തമം. മടങ്ങിക്കോളൂ. മറ്റൊരു വഴിയിലൂടെ."

പുച്ഛവും വെറുപ്പും ചേർത്ത് ദേവായുധൻ തുടർന്നു.

"ഞാൻ എന്റെ പിതാവിന്റെ പുതുകന്യകയെ ഒന്ന് കണ്ടു വരാം."

ദേവായുധൻ കുതിരയെ വെട്ടിച്ച് നീക്കി. ശേഷം മലയുടെ ചെരിവിലൂടെ കുതിരയെ കുത്തനെ ഇറക്കി ഓടിച്ചു പോകുന്നത് പരമവീരനും ചതുർമുഖനും നടുക്കത്തോടെ നോക്കി നിന്നു. ചുവന്ന മണ്ണിന്റെ പൊടി അയാൾക്ക് പിന്നിൽ ഉയർന്നു പറന്നു തുടങ്ങുന്നത് അവർ കണ്ടു.

ദേവായുധന്റെ കുതിര കുതിച്ചു പാഞ്ഞു.

ഘോഷ യാത്ര അടുത്ത് വരുന്നുണ്ടായിരുന്നു. ദേവായുധന്റെ കുതിര പറന്നു വന്നു രണ്ടു കാലിൽ ഉയർന്നു ചിനച്ചു നിന്നു. ആ ഘോഷ യാത്ര മുഴുവനും ഉലഞ്ഞു ചിതറി... വരിയായി വന്ന അവർ പല ഭാഗത്തേക്ക് തെറ്റി തെറിച്ച് പോയി... ആനകൾ വിരളുമോ എന്ന ഭയം കൊണ്ട് അവയുടെ കാവൽക്കാർ അടിമുടി വിറച്ച് നിൽക്കെ, പരമവീരനും ചതുർമുഖനും ദേവായുധനരികിലേക്ക് എത്തി. ദേവായുധൻ മെല്ലെ കുതിരയെ മുന്നോട്ട് നീക്കിയപ്പോൾ യാത്രാസംഘത്തലവൻ കുടിലൻ വിറയാർന്ന സ്വരത്തിൽ പറഞ്ഞു.

"രാജാവിനുള്ളതാണ്... അങ്ങേക്കറിയാമല്ലോ... അദ്ദേഹത്തിന്റെ ദീർഘായുസ്സിന് വേണ്ടി..."

പുച്ഛത്തോടെ അയാളെ നോക്കി ദേവായുധൻ ചോദിച്ചു.

"അതോ നരച്ചു പുളിച്ച മാംസത്തിന് ആയുസൊടുങ്ങാറായിട്ടും തീരാത്ത ആർത്തിക്കോ"?

"കുമാരാ, തിരുമനസിന്നെതിര് പറയുകയും ചിന്തിക്കുകയുമരുത്. അദ്ദേഹത്തിനുള്ള വിഭവങ്ങൾ വിലക്കപ്പെട്ടതോ വിഷമോ ആവട്ടെ. കണ്ണ് കൊണ്ടല്ല ചിന്ത കൊണ്ട് പോലും പുച്ഛിക്കരുത്".

എഴുന്നള്ളി വരുന്ന കന്യകയുടെ രഥത്തിനരികിലേക്ക് ദേവായുധൻ നീങ്ങി. നടുക്കത്തോടെ, ഉടലും ഉയിരും അനക്കാനാവാതെ നാക്ക് വിറച്ചു വറ്റി കുടിലനും ഘോഷയാത്രയ്ക്ക് അകമ്പടി സേവിക്കുന്ന മറ്റു വിഭാഗവും അനങ്ങാനാവാതെ നിന്നു. അവർക്കെല്ലാം തന്നെ ദേവായുധ കുമാരന്റെ സ്വഭാവമറിയാം.

ദേവായുധൻ, പതിയെ രഥത്തിനടുത്തെത്തി. പരിഹാസത്തിന്റെയും കുസൃതിയുടെയും ചെറു ചിരി ചുണ്ടിലൊളിപ്പിച്ചു കൊണ്ട്, തന്റെ വാൾ തുമ്പു കൊണ്ട് രഥത്തിന്റെ പട്ടു തിരശീല പതിയെ വകഞ്ഞു മാറ്റിയതും അയാൾ നടുങ്ങി. ആ നടുക്കത്തിന്റെ നടുക്കടലിൽ നിൽക്കെ രാജ സദസ്സിലെ പ്രമുഖരിലൊരാൾ ദേവായുധനോട് വിറയലോടെ ചോദിച്ചു.

"ഞങ്ങൾ പൊയ്ക്കോട്ടേ കുമാരാ..."

ശബ്ദിക്കാനാവാതെ വാൾ തലപ്പ് കൊണ്ട്, ശരി എന്ന് ദേവായുധൻ ആംഗ്യം കാട്ടി. പതിയെ നീങ്ങി തുടങ്ങിയ ഘോഷയാത്രയുടെ നീണ്ട വരി നോക്കി ഒരു നിമിഷം ശിലയായി നിന്ന് പോയതിനു ശേഷം പെട്ടെന്ന് നിന്നിട്ട് വെകിളി പിടിച്ചവനെ പോലെ കുതിരയുടെ കടിഞ്ഞാൺ ദേവായുധൻ മുറുക്കി വലിക്കുകയും കാൽ കൊണ്ട് കുതിരയെ തൊഴിക്കുകയും ചെയ്തു. വെപ്രാളം മൂത്ത കുതിര അയാളെയും കൊണ്ട് പാഞ്ഞു. അതിന്റെ ഗതിവേഗം കൂട്ടാനായി അയാൾ അലറി.

അത് കണ്ടു പിന്നാലെ പരമവീരനും ചതുർമുഖനും പാഞ്ഞു... അടക്കി പിടിച്ച എല്ലാ ക്ഷോഭത്തോടെയും പായുകയായിരുന്നു ദേവായുധൻ. ശേഷം കുറേ ദൂരം മുന്നോട്ടു പോയി പെട്ടെന്ന് താഴേക്ക് ചാടിയിറങ്ങി തന്റെ വാൾ വലിച്ചൂരി ആരോടോ ഉള്ള പക തീർക്കുമ്പോലെ തലങ്ങും വിലങ്ങും അയാൾ വായുവിൽ വെട്ടി. ശേഷം അതുയർത്തി വായുവിലൂടെ ദൂരേക്ക് വലിച്ചെറിഞ്ഞു...

പരമവീരനും ചതുർമുഖനും പാഞ്ഞു വന്നടുക്കുമ്പോൾ വായുവിലൂടെ പറന്നു പോകുന്ന വാൾ കണ്ടു. അടുത്തുള്ള മരത്തിന്റെ കാതലായ തടിയിലേക്ക് ആ വാൾ കുത്തി കയറി നിന്നു വിറച്ചു. കിതച്ചു നിൽക്കുന്ന ദേവായുധനോട് എന്ത് ചോദിക്കണം പറയണം എന്നറിയാതെ കുതിരപ്പുറത്തു നിന്നു ചാടിയിറങ്ങി, കിതപ്പ് മാറി ദേവായുധൻ അടങ്ങുന്നതും നോക്കി അവർ കാത്തു.

ദേവായുധൻ അടുത്ത് കണ്ട പാറയുടെ മുകളിൽ കയറി ഇരുന്നു...

അങ്ങകലെ ദൂരെ ഘോഷ യാത്ര അകന്നു പോകുന്നത് കേൾക്കാമായിരുന്നു. മരത്തിൻ മേൽ തറച്ച വാൾ സൂര്യപ്രഭയിൽ തിളങ്ങി നിന്നു. ഘോഷയാത്ര കൊട്ടാരത്തോട് അടുക്കുന്നത് പരമവീരൻ കണ്ടു. പാതി സൂര്യന്റെയും പാതി ഗരുഡന്റെ മുഖവും പതിച്ച കൊടികളുടെ തുമ്പു കൂടി മറഞ്ഞു കഴിഞ്ഞു...

ദേവായുധൻ ശാന്തനായി എന്ന് തോന്നി. പരമവീരൻ പതിയെ ചോദിച്ചു.

"എന്താണ് പ്രഭോ"?

അവർക്കു മുഖം കൊടുക്കാതെ, എന്നാൽ മനസിലുള്ളത് ആരോടെങ്കിലും പറയണമല്ലോ എന്ന് കരുതി മാത്രം ദേവായുധൻ ദൂരേക്ക് നോക്കി അവർക്കു പോലും കേൾക്കാനാവാത്ത ശബ്ദത്തിൽ ഒരു മന്ത്രം പോലെ പറഞ്ഞു.

"പരമവീരൻ അതവളാണ്." പരസ്പരം നോക്കി പരമവീരനും ചതുർമുഖനും കാത്തു.

"അവൾ... അംഗ സുന്ദരി."

ഒരു നിമിഷത്തെ മൗനത്തിനു ശേഷം ഇതുവരെ ജീവിതത്തിലുതിർത്തിട്ടില്ലാത്ത ദീർഘ നിശ്വാസത്തോടെ അയാൾ കൂട്ടിച്ചേർത്തു...

"എന്റെ പെണ്ണ്".

പരമവീരനും ചതുർമുഖനും അത്ഭുതത്തോടെ പരസ്പരം നോക്കി. ഇത് വരെ കേൾക്കാത്ത ഒരു കാര്യം. ഒരു പ്രണയം. അതും ദേവായുധന്. അവർക്കു വിശ്വസിക്കാനായില്ല. അന്തപുരത്തിലെ പലരോടും ശൃംഗരിക്കാറുണ്ടെങ്കിലും, ചില രാത്രി സഞ്ചാരങ്ങൾക്കു കൂട്ട് പോയിട്ടുണ്ടെങ്കിലും ഇതാദ്യമാണ് ദേവായുധൻ ഒരാളെ ഓർമ്മയിൽ സൂക്ഷിക്കുന്നത്. അതിന്റെ കാര്യ കാരണങ്ങളിൽ അവരുടെ മനസ് ചുറ്റിത്തിരിയവേ ദേവായുധൻ ദുഃഖിതനായി ഓർമ്മകൾ അയവിറക്കുകയായിരുന്നു. അവളെ, അംഗസുന്ദരിയെ ആദ്യമായി കണ്ട യാത്രയുടെ ഓർമ്മകൾ...

4

കപോത പർവ്വം

എന്റെ പിതാവേ, പറഞ്ഞുതരിക,
നീ പ്രാവുകൾക്ക് ഗോതമ്പ് വിതറുന്നത് എവിടെ?
ഉച്ചയ്ക്ക് അവയെ ഇരുത്തുന്നത് എവിടെ?
നിന്റെ ചങ്ങാതിമാരുടെ ആട്ടിൻ കൂട്ടങ്ങൾക്കരികെ
ഞാൻ മുഖം മൂടിയവളെപ്പോലെ ഇരിക്കുന്നതു എന്തിന്?
എന്റെ പ്രാണൻ വെടിഞ്ഞും ഞാൻ അവിടെ ദ്രുതെത്തിക്കും,
അവർ പടയാളികൾ ഇതാ വന്നെത്തിയിരിക്കുന്നു.
ശത്രുക്കളുടെ ചതി ഇതാ നിന്റെ മുന്നിൽ തന്നെ പ്രത്യക്ഷപ്പെടുത്തിയിരിക്കുന്നു.

(കൗർവകിയുടെ ഗീതങ്ങൾ: 4:27)

യാത്രകൾ പൊതുവെ കുറവായിരുന്നു... പ്രത്യേകിച്ച് പിതാവ് കിടപ്പിലായതിനു ശേഷം... അതും രാജ്യ തന്ത്രജ്ഞതയുമായി ബന്ധപ്പെട്ട യാത്രകൾ... പുതിയ പ്രദേശങ്ങളുടെ പ്രവിശ്യ പ്രമുഖ്യരെ കാണലും,വരുമാനം തിട്ടപ്പെടുത്തലിന്റെ മേൽനോട്ടവും വെറുപ്പായിരുന്നു... ഉള്ളിൽ ഒരു മോഹമേയുണ്ടായിരുന്നുള്ളൂ. ആണിനോടും പെണ്ണിനോടും ആയുധങ്ങളോടുമല്ല... അധികാരത്തോട്...

പക്ഷേ ഈ യാത്ര ഒഴിവാക്കാനാവില്ലായിരുന്നു... മറ്റാരെങ്കിലും പോയാൽ മതിയായിരുന്നെങ്കിലും അമ്മ പൗർണമി ദേവിയാണ് അവസരം ഉണ്ടാക്കിയത്. നിർബന്ധിച്ചയച്ചത്... മകൻ രാജ്യ തന്ത്രജ്ഞനും സാഹചര്യങ്ങളിൽ ഉയർന്നു രാജാവാകാൻ കഴിവുള്ളവനുമാണെന്ന് തെളിയിക്കേണ്ടത് അമ്മയുടെ ആവശ്യ മായിരുന്നു... പിതാവ് മഹാപദ്മൻ ഇടയിൽ കണ്ണ് തുറന്നപ്പോൾ അമ്മ അത് സൂചിപ്പിക്കുകയും ചെയ്തു... "അവൻ ധൈര്യശാലിയാണ്, കഴിവുള്ളവനും... ധൈര്യം അങ്ങയുടേതാണ്... രാജതന്ത്രം പാരമ്പര്യവും... അങ്ങ് സമ്മതിച്ചാൽ കുമാരൻ പോവും..." മഹാപദ്മൻ കണ്ണടച്ചു. ഏതർത്ഥത്തിലാണെന്നു മാത്രം മനസിലായില്ലെങ്കിലും അക്ഷമരായി നിന്ന പൂജാരികളോടും കൊട്ടാരം ഉപദേഷ്ടാക്കളോടും പൗർണമി ദേവി പറഞ്ഞു...

"അനുവാദമുണ്ട്... ആശിർവാദങ്ങളും..."

കൂടി നിന്നവർ പരസ്പരം നോക്കി.

അല്ല, പറയാനൊന്നുമില്ല... പറയാനാവില്ല... മഹാപദ്മൻ ദിവസങ്ങളെണ്ണുകയാണ്...

അങ്ങനെയാണ് യാത്രകൾ, ആവശ്യത്തിനായി, അതും ആദ്യമായി രാജ്യതന്ത്രജ്ഞതയുടെ യാത്രകൾ, ദേവായുധന്റെ ഉത്തരവാദിത്വമായി മാറിയത്.

പരിവാരങ്ങളും അംഗരക്ഷകരുമായി പുറപ്പെട്ടപ്പോൾ ദേവായുധൻ മനസ്സിൽ കണ്ടത് മറ്റൊരു ചിത്രമായിരുന്നു...

മടങ്ങി വരുന്ന ചിത്രം... കൂടുതൽ അകമ്പടിയോടെ, ആഹ്ലാദ സ്വരങ്ങൾക്കിടയിലൂടെ... പെരുമ്പറകളുടെയും തുകൽ വാദ്യങ്ങളുടെയും ശബ്ദ ഘോഷങ്ങളോടെ... പിന്നെ അലങ്കരിച്ച് അമർന്നിരിക്കാൻ ഒരു സിംഹാസനം.. പക്ഷേ

മടങ്ങി വന്ന പൗർണ്ണമികൾ ഏറെ കഴിഞ്ഞിട്ടും മഹാപദ്മൻ നാട് നീങ്ങിയില്ല... ഓരോ ദിവസവും പിതാവിനെ സന്ദർശിച്ച് മടങ്ങുമ്പോൾ കൂടെ വന്ന കൊട്ടാരം വൈദ്യനായ ആയുർകാലനോട് ഒരിക്കൽ ദേവായുധൻ ചോദിച്ചു...

"നേരം വെളുപ്പിക്കുമോ... ?

"എന്നാൽ കഴിയുന്നതെല്ലാം ചെയ്യുന്നുണ്ട്... അങ്ങ് വിഷമിക്കാതെ പോകൂ..."

എന്ത് വിഷമം... വിഷം കൊടുത്തു കൊല്ലുന്നതിനു പകരം കാത്തു രക്ഷിക്കുകയാണ് താങ്കൾ... താനാര്... ദൈവമോ... ? എന്ന് മനസ്സിൽ പിറുപിറുത്ത് പുച്ഛത്തോടെ അയാളെ നോക്കി ദേവായുധൻ തിരിഞ്ഞു നടന്നു...

ഗ്രാമങ്ങൾ തോറും സന്ദർശനമായിരുന്നു ഉദ്യമം. മാത്രമല്ല, പുതിയ പ്രവിശ്യ പ്രമുഖനെ തിരഞ്ഞെടുക്കണം. അധികാരത്തിലെത്തുമ്പോൾ അടിത്തട്ടിൽ നിന്നും തുടങ്ങണം. എതിർപ്പുയരുന്ന ഇടങ്ങളിൽ അപ്പപ്പോൾ അറിയിപ്പ് നൽകാൻ, ആ എതിർപ്പുകളെല്ലാം അടിച്ചമർത്താൻ ആളുകൾ വേണം. സ്വന്തമായി സൃഷ്ടിക്കുന്ന ആളുകൾ. ഒരുവനെ പരിപോഷിപ്പിച്ചാൽ ഒരു സമൂഹത്തെ മുഴുവൻ കബളിപ്പിക്കാം. തുണയായി കൂടെ വന്നത് സൈന്യാധിപനായ ധൃതഗജന്റെ അനുജനും പോരാളിയുമായ ധീര ഗജനായിരുന്നു. ശരിക്കും ഒരു യോദ്ധാവ്... തേരോടിക്കുന്നതിലും അതീവ സമർത്ഥൻ. തുണയായി ആരെ അയക്കുമെന്നതിനെ കുറിച്ച് കൊട്ടാരത്തിൽ വലിയ ചർച്ച തന്നെ നടന്നു... കൊട്ടാരത്തിന്റെ വടക്കേ ഭാഗത്തുള്ള മണ്ഡപത്തിനുള്ളിലായിരുന്നു ചർച്ച... കുമാരന്റെ ആദ്യ യാത്രയാണ്, നയതന്ത്രവുമായി ബന്ധപ്പെട്ടത്... കൊട്ടാര ഗുരു സദ്ഗുണനാണ് അങ്ങനെയുള്ള ഒരു സംഭാഷണത്തിന് തുടക്കമിട്ടത്.

"കുമാരൻ കൂട്ടത്തിൽ ജ്യേഷ്ഠനാണ്... പ്രായവും പക്വവും ആർജിച്ച ആൾ. ഇനിയെങ്കിലും ഈ യാത്ര നടന്നില്ലെങ്കിൽ... ഒരു രാജാവ് എല്ലാം അറിഞ്ഞിരിക്കേണ്ടതല്ലേ?"

തന്നോട് പ്രിയമുള്ള ആളുടെ വാചകങ്ങൾ കേട്ട് ദേവായുധൻ മന്ദഹസിച്ചു.

മന്ത്രി പ്രമുഖരും റാണിമാരും ഉപനാരികളും അടങ്ങുന്ന സദസ്സാണ്...

"ഈ യാത്ര കൊണ്ട് ദേവായുധ കുമാരൻ രാജനീതിയുടെയും പൗരനീതിയുടെയും ശാസ്ത്രം പഠിക്കുക തന്നെ വേണം."

മന്ത്രിമാരിലൊരാൾ പറഞ്ഞു.

തന്നെ പലരും മനസ് കൊണ്ട് അംഗീകരിച്ചു കഴിഞ്ഞു... അതിന്റെ ആത്മസംതൃപ്തി ഉള്ളിൽ നിറയുമ്പോൾ ചോദ്യങ്ങൾ ഉയർന്നു വന്നു.

"രാജ ഭരണം അതിന്റെ നാഥനെ തേടുന്നതിന്റെ വക്കിൽ നിൽക്കുമ്പോഴാണോ ഒരാൾ രാജനീതിയും പൗരനീതിയും തിരിച്ചറിയേണ്ടത്..."

മധുരധാരിണിയുടെ ശബ്ദമുയർന്നു...

ഗുരുക്കന്മാരിൽ ഭൂരിഭാഗത്തിനും, കൊട്ടാര ഉപദേശികളിൽ പ്രമുഖർക്കും ഉള്ളിൽ പ്രതിപത്തി മധുരധാരിണിയോട് തന്നെ... സൂക്ഷ്മമായി പറഞ്ഞാൽ പിതാവിന് മധുരധാരിണിയിൽ ജനിച്ച തന്റെ അനുജൻ മംഗളസിംഹനോട് തന്നെ...

“രാജ നീതി ദേവായുധന്റെ രക്തത്തിലുണ്ട്... അതിനു പ്രത്യേക പരിശീലനമോ പ്രവൃത്തി പരിചയമോ ആവശ്യമില്ല”... പൗർണമി ദേവി പറഞ്ഞു.

പൊതുവായാണെങ്കിലും അത് തനിക്ക് നേരെ അയച്ച ഒളിയമ്പാണെന്നു മധുരധാരിണിക്ക് മനസിലായി... അതിന്റെ മറുപടി പറയാൻ മനസ്സ് ചിട്ടപ്പെടുത്തിയതും, ചില മുറുമുറുക്കലുകളും അടക്കം പറച്ചിലുകളും മണ്ഡപത്തിനുള്ളിലേക്ക് കടന്നു വന്ന കാറ്റ് പോലെ മൂളിപ്പറക്കവേ ഒരു തീർപ്പിനെന്ന വണ്ണം സൈന്യാധിപൻ ധൂതഗജന്റെ ഗാംഭീര്യമുള്ള ഉറച്ച ശബ്ദം മുഴങ്ങി.

“കുമാരൻ പോയി വരട്ടെ. അതിൽ എതിർപ്പുള്ളവർക്ക് അടയാളം ഉയർത്താം...”

ദേവായുധൻ ചുറ്റും മെല്ലെ കണ്ണോടിച്ചു...

ആരും കൈ ഉയർത്തിയില്ല... കൈ ഉയർത്തിയാൽ ഉയർത്തിപ്പിടിക്കാൻ തല കാണില്ലെന്നുറപ്പിക്കാൻ മറ്റൊന്നും വേണ്ട... ദേവായുധൻ എന്താണെന്ന് എല്ലാവർക്കും നന്നായി അറിയാം.

മാത്രമല്ല പിന്തുണച്ചിരിക്കുന്നത് സർവ്വസൈന്യാധിപൻ ആണ്... പാളയത്തിൽ പണി തുടങ്ങിക്കഴിഞ്ഞു എന്ന് എല്ലാവർക്കും മനസിലായി...

ദേവായുധൻ മെല്ലെ ഊറി ചിരിച്ചു... ഭയം എല്ലാവരുടെയും അടിത്തട്ടിലുണ്ട്... അതാണ് വേണ്ടത്...

മധുരധാരിണി ദേവായുധനെ നോക്കി... അഹങ്കാരിയാണവൻ. ജനിച്ച അന്ന് മുതൽ... അവനെ രാജാവായി അംഗീകരിക്കുന്നതിലും അപ്പുറമാണ് അവന്റെ അമ്മ, മഹാരാജ്ഞിയായ പൗർണമിദേവിയെ സഹിക്കുന്നത്...

ശബ്ദമുയർന്നു... ഇരിപ്പിടത്തിനു മുന്നിൽ നിരത്തിയ പലക മേൽ അടിച്ച് അംഗങ്ങൾ എല്ലാവരും തങ്ങളുടെ പിന്തുണ അറിയിക്കുകയാണ്... അതിന്റെ ചെറുപ്രകമ്പനത്തിൽ കൊട്ടാരം ഒന്ന് വിറച്ചു... കൊട്ടാര മകുടത്തിൽ ചിറകു ചിക്കിയിരുന്ന ചെറു കുരുവികൾ പറന്നു പൊങ്ങി... തീർപ്പു കൽപ്പിക്കപ്പെട്ടു എന്ന അർത്ഥത്തിൽ മറുപടിയായി ധൂതഗജൻ മന്ദഹസിച്ചു കൊണ്ട് എണീറ്റു . മധുരധാരിണി തിരിഞ്ഞു നടന്നു. അതിൽ കൂടുതൽ സഹിക്കാൻ അവർക്കാവുമായിരുന്നില്ല... ആ പോക്ക് നോക്കി പൗർണമി ദേവി തന്റെ തോഴിയോട് പാതി പരിഹാസത്തോടെ പറഞ്ഞു. “അസൂയയല്ല അടങ്ങാത്ത കൊതി...”

“വേഷം കെട്ടലുകാരല്ലേ മഹാറാണി...” തോഴി സരിക മറുപടി പറഞ്ഞു.

സത്ര നർത്തകിയെ എത്ര വിദഗ്ധമായാണ് അവൾ ഒറ്റ വാക്കിൽ വിവരിച്ചതെന്ന് അമ്പരപ്പോടെ മധുര ധാരിണി ഓർത്തു... ആ ചിന്തയുടെ അഹംഭാവത്തിൽ തലയെടുപ്പോടെ അവർ ദേവായുധനെ നോക്കി... സൈന്യാധിപനായ ധൂതഗജന്റെ ശബ്ദം വീണ്ടുമുയർന്നു...

“ദേവായുധകുമാരന് തുണയേകാൻ രാജസദസ്സും പ്രമുഖരും തീരുമാനിച്ചിരിക്കുന്നത് ധീരഗജനെയാണ്...”

സദസ്സും പ്രമുഖരും നോക്കി... തങ്ങളിലാരുടെയും അനുവാദം ചോദിച്ചിട്ടില്ല എന്ന് അവർ പരസ്പരം നോട്ടത്തിലൂടെ പറഞ്ഞു. മറുപടികൾ പടർന്നു പിടിച്ച് ഒറ്റ സ്വരമായി രൂപപ്പെടുന്നതിന് മുൻപ് ധൂതഗജൻ തുടർന്നു...

“എതിർപ്പില്ലെന്നത് തീരുമാനം ശരി വെക്കുന്നു. ഇനി അങ്ങയുടെ ഇഷ്ടം.”

ദേവായുധനെ നോക്കി ധൃതഗജൻ പറഞ്ഞു. ദേവായുധന്റെ ഇഷ്ടമറിഞ്ഞുള്ള നീക്കാമായിരുന്ന അത്. യുദ്ധഭൂമിയിൽ ശത്രു സംഘം വാളെടുക്കുന്നതിന് മുൻപ് തന്നെ, ശംഖുയരുന്നതിനു മുൻപ് തന്നെ ആക്രമിച്ചൊടുക്കുന്ന തന്ത്രമറിയുന്ന ധൃതഗജന്റെ നീക്കം ദേവായുധന് പ്രിയപ്പെട്ടതായി...ആലോചനയില്ല... ആക്രമണം മാത്രം. ചർച്ചകളില്ല. തീരുമാനം മാത്രം... ചെറുചിരിയോടെ സമ്മതത്തോടെ ദേവായുധൻ തലയനക്കി.

അത് കണ്ടതും നെഞ്ചിൽ അഭിമാനത്തോടെ കൈകൊണ്ടടിച്ച സദസ്സിനിടയിൽ നിന്ന് സൈന്യാധിപൻ ധൃതഗജന്റെ അനുജൻ ധീരഗജൻ എണീറ്റ് ദേവായുധനെയും സദസ്സിനെയും വണങ്ങി. ദേവായുധൻ കൈ ഉയർത്തി ധീരഗജനെ സ്വാഗതം ചെയ്തു. പിന്തുണയുടെ ശബ്ദം വീണ്ടും ഉയർന്നു... കൂടുതൽ വ്യക്തതയോടെ... ആ ശബ്ദഘോഷത്തിന്റെ ലഹരിയിൽ അധികാരമുറപ്പിക്കുന്ന ഓരോ അനുരണനങ്ങളും എത്ര ഉന്മത്തമാണെന്ന് ദേവായുധൻ തിരിച്ചറിഞ്ഞു.

* * *

നീണ്ടു പരന്നു കിടക്കുന്ന മഗധയുടെ പ്രവിശ്യകൾ ഒന്നൊന്നായി ദേവായുധനും സംഘവും കടന്നു പോയി. ദേവായുധന്റെ യാത്ര തീരുമാനിക്കപ്പെട്ട എല്ലാ പ്രവിശ്യകളിലും, കടന്നു പോകുന്ന എല്ലാ പ്രാന്തപ്രദേശങ്ങളിലും ധീരഗജൻ ആളെ നിയോഗിച്ചിരുന്നു... പണം കൊണ്ടും, ഭയം കൊണ്ടും കൈ കാര്യം ചെയ്യാൻ നിയോഗിക്കപ്പെട്ടവർ, ധീരഗജനെ സഹായിക്കാൻ, ദേവായുധന് സ്തുതി പാടാൻ കാത്തു നിർത്തപ്പെട്ടു...

കേക ഗ്രാമത്തിൽ തമ്പടിക്കുകയായിരുന്നു അവർ. നീണ്ട യാത്രക്കൊടുവിൽ വിശ്രമത്തിലായിരുന്നു ദേവായുധൻ. ധീരഗജനാകട്ടെ കേക പ്രവിശ്യയുടെ അപ്പോഴത്തെ പ്രമുഖൻ ഭവദാസനുമായി ചർച്ചയിലും... ആതിഥേയനായിട്ടും വിളമ്പി വെച്ച മദ്യം രുചിച്ചു പോലും നോക്കാതെ ഭവദാസൻ ചോദിച്ചു...

“കുമാരൻ യുദ്ധത്തിൽ പോയതായി കേട്ടറിവ് പോലുമില്ല...”

“അത് കൊണ്ട്?” കുടിച്ചു കൊണ്ടിരിക്കുന്ന ചഷകത്തിന്റെ മുകളിലൂടെ കണ്ണയച്ചു കൊണ്ട് ധീരഗജൻ മറുചോദ്യം ഉന്നയിച്ചു. മറുചോദ്യത്തിലെ താക്കീത് ശ്രദ്ധിച്ചിട്ടും കൂസലില്ലാതെ ഭവദാസൻ പറഞ്ഞു.

“അല്ല... രാജ്യത്തെ പ്രജകൾ ഒരു സർവ്വ സംരക്ഷകനെയാണ് പ്രതീക്ഷിക്കുന്നത്.”

“അങ്ങ് ഈ പ്രവിശ്യയുടെ സംരക്ഷണത്തെ കുറിച്ചു മാത്രം ആലോചിച്ചാൽ മതിയല്ലോ... മഗധയുടെ ആകെ സംരക്ഷണം അങ്ങയിൽ നിക്ഷിപ്തവുമല്ല.”

ഭവദാസൻ മിണ്ടിയില്ല... പക്ഷേ ദീർഘ നാളത്തെ അനുഭവ സമ്പത്തു കൊണ്ട് അയാൾക്ക് ഒന്ന് മനസിലായി... അധികാര കൈമാറ്റം അത്ര സുരക്ഷിത കരങ്ങളിൽ അല്ല...

“നാളെ തിരഞ്ഞെടുപ്പ് നടക്കുമ്പോൾ അങ്ങേക്ക് തുടരാൻ ആഗ്രഹമുണ്ടെങ്കിൽ അതാവാം, ആരും എതിർക്കാനുണ്ടാവില്ല, ഇനി ദേവായുധ കുമാരനെ ചോദ്യം ചെയ്യുനാണെങ്കിൽ അങ്ങ് പിന്നെ ഉണ്ടാവില്ല, പ്രമുഖനായും... പിന്നെ... ‘ ധീരഗജൻ പാതിയിൽ നിർത്തി...

"അങ്ങ് നിയുക്തരാജാവിന് വേണ്ടിയാണോ, അതോ രാജ്യവും രാജാധികാരവും ഇപ്പോഴും സ്വന്തമായുള്ള മഹാപദ്മ മഹാരാജാവിനു വേണ്ടിയാണോ വാദിക്കുന്നത്?"

ധീരഗജൻ ഒരു നിമിഷം മിണ്ടാതിരുന്നു. ശേഷം എന്തോ ആലോചിച്ചു പതിയെ പുറത്തേക്കിറങ്ങി... പുറത്തു ചൂട് കാറ്റാഞ്ഞു വീശുന്നുണ്ടായിരുന്നു... കൂടെ പൊടിയും... കുതിര മേൽ ചാടിക്കയറി അംഗരക്ഷകരോടൊത്ത് ധീരഗജൻ നീങ്ങുന്നത് കണ്ട് ഭവദാസന്റെ ഭാര്യയും മകളും ഭയത്തോടെ അയാളെ നോക്കി നിന്നു. ആ നോട്ടത്തിന്റെ അർത്ഥം മനസിലാക്കി ധീരഗജന്റെ കുതിര വീടിന്റെ മുന്നിലേക്ക് വീണു കിടക്കുന്ന അന്തി വെയിൽ തുണ്ടിലൂടെ അകന്നു പോകുന്നത് നോക്കി ഭവദാസൻ പറഞ്ഞു...

"രാജ്യം തട്ടിയെടുക്കാനുള്ള തീരുമാനമാണ്... ഞാൻ കേട്ടതൊക്കെ ശെരി തന്നെയാണ്..." ആലോചനയോടെ അയാൾ തുടർന്നു... "അവർ മഹാരാജാവിനെ കൊന്നാലും അത്ഭുതപ്പെടാനില്ല..."

"നാളെ നിങ്ങൾ പോകുന്നുണ്ടോ അതും ഇങ്ങനെ ഒരു സാഹചര്യത്തിൽ..." ഭാര്യ ചോദിച്ചു.അവരെ ഭയം ഗ്രസിച്ചു തുടങ്ങിയെന്ന് അയാൾക്ക് മനസിലായി.. അയാൾ മറുപടി പറഞ്ഞില്ല. അപ്പോൾ അയാൾക്ക് ഒരു ചിന്ത മാത്രമേ ഉണ്ടായിരുന്നുള്ളൂ...

കൊട്ടാരത്തിലറിയിക്കണം. അയാൾ പതിയെ പുറത്തേക്കിറങ്ങി തന്റെ കുതിരക്കൂടത്തേക്ക് നടന്നു... ഭാര്യ അയാളെ സംശയത്തോടെയും ഭയത്തോടെയും നോക്കി നിൽക്കെ, ഭവദാസൻ തന്റെ കുതിര മേൽ ചാടിക്കയറി എതിർ ദിശയിലേക്ക് ഓടിച്ചു പോയി...

രാത്രികളിൽ തുടങ്ങുന്ന ചൂട് കാറ്റിന്റെ കരയായ കേകയുടെ ഹൃദയ ഭൂവിലൂടെ അയാൾ കുതിരയെ പറപ്പിച്ചു വിട്ടു... പ്രവിശ്യ പ്രമുഖനെ തിരഞ്ഞെടുക്കുമ്പോൾ എതിർപ്പുള്ളവരുണ്ടെങ്കിൽ രേഖപ്പെടുത്തി കൊടുക്കാമെന്നൊരു ചട്ടം മഹാപദ്മൻ നടപ്പിലാക്കിയിരുന്നു... ഉള്ളവരിൽ ജനകീയനായവനെ തന്നെ തീരുമാനിക്കാൻ ജനത്തെ അനുവദിക്കാനുള്ളതായിരുന്നു അത്തരമൊരു നീക്കം. അധികാരത്തിലെത്തുന്ന ആൾക്ക് തന്റെ ജനങ്ങളെ അറിയാനും അതു വഴി അവരുടെ ക്ഷേമ കാര്യങ്ങളിൽ നേരിട്ടോ അനുചരന്മാർ വഴിയോ നടപ്പിലാക്കാനും ഉള്ള ഒരു മാർഗമായിരുന്നു. കൊട്ടാരത്തിൽ അറിയിക്കണമെങ്കിൽ ദൂത് അയക്കണം. അതും എത്രയും പെട്ടെന്ന്. അനുചരന്മാരെ അയച്ചാൽ അത് പിടിക്കപ്പെടുകയോ, താമസം വരുത്തുകയോ ചെയ്യും. അടുത്ത ഗ്രാമത്തിന്റെ തിരഞ്ഞെടുപ്പ് നടക്കുന്നതിന് മുൻപ് കൊട്ടാരത്തിൽ നിന്ന് അറിയിപ്പ് വന്നാൽ അത് മാത്രമാണ് പ്രതീക്ഷ... തന്റെ സ്ഥാനം തെറിക്കും... പക്ഷേ വരാൻ പോകുന്ന ഭാവിയെക്കാൾ, രാജ്യ സുരക്ഷയേക്കാൾ വലുതല്ല തന്റെ സ്ഥാനമാനങ്ങൾ. ചിലപ്പോൾ തല കൂടി പോയെന്നും വരാം... എങ്കിലും ദൂത് അയച്ചേ പറ്റൂ. ഇന്ന് രാത്രിയും ഏറിയാൽ നാളെ അസ്തമയത്തിനു തൊട്ടു മുൻപ് വരെ താൻ പ്രവിശ്യ പ്രമുഖനാണ്... ഭവദാസൻ ആലോചിച്ചു.

ഒരു മാർഗ്ഗമേയുള്ളൂ... പ്രാവുകൾ. കാകേതന്റെ പക്ഷികൾ... കാകേതൻ കനിയാതിരിക്കില്ല. അവന്റെ മിടുക്കന്മാരിലൊന്നിന് കൊട്ടാരത്തിലെത്തി ചേരാൻ രണ്ടു ദിവസത്തിൽ കൂടുതൽ എടുക്കില്ല... ഇവിടുത്തെ കാര്യങ്ങൾ കൊട്ടാരത്തിലറിയിച്ച് പ്രാവുകളിലൊന്ന് തിരിച്ചെത്തുമ്പോൾ അടുത്ത

പ്രവിശ്യക്കാരെങ്കിലും രക്ഷപ്പെട്ടുമല്ലോ... അത് മതി... സൂര്യൻ ചാഞ്ഞു കഴിഞ്ഞിരുന്നു... പൊടി കാറ്റിന് സാധ്യതയുള്ള നേരം... ഓരോ നിമിഷവും താമസിക്കുന്നത് തനിക്കും രാജ്യത്തിനാകെയും അപകടമാണ്... ഇരുട്ടും പൂഴി ക്കാറ്റും കടന്നു വരാൻ തയ്യാറായിനിൽക്കുന്ന ആ പുകഞ്ഞ പകലിന്റെ അന്ത്യ നിമിഷത്തിൽ കാകേതന്റെ സങ്കേതത്തിലേക്ക് കാറ്റിനേക്കാൾ വേഗതയിൽ അയാൾ കുതിരയെ കടിഞ്ഞാൺ അയച്ചു പറപ്പിച്ചു വിട്ടു.

* * *

പകലിന്റെ ക്ഷീണത്തിൽ പറന്നു തളർന്ന പ്രാവുകളെ മരക്കൊമ്പിൽ ഇരുത്തുകയായിരുന്നു കാകേതൻ. പ്രാക്കളെ കൂടാതെ ഒട്ടു മിക്ക പക്ഷികളും മൃഗങ്ങളും അയാൾക്ക് സ്വന്തമായി ഉണ്ടായിരുന്നു... എല്ലാം തന്നെ അയാളോടു ഇണങ്ങി കഴിഞ്ഞിരുന്നവ... കാട്ടുകിഴങ്ങും കാട്ടുമാംസവും അയാളെ ആരോ ഗ്യവാനാക്കി നില നിർത്തിയിരുന്നു. കൂമൻ, കാട്ടുപന്നി, കാട്ടു പൂച്ച, ഉപ്പൻ, മുള്ളൻ പന്നി, കുട്ടി തേവാങ്ക്, ചെമ്പരുന്ത്, പ്രാപ്പിടിയൻ, കഴുകന്മാർ, ഇതൊന്നും കൂടാതെ നന്നേ ചെറുതായിരിക്കുമ്പോൾ കിട്ടിയ ഒരു കുട്ടി കരിമ്പുലി അങ്ങനെ കാട്ടു കാഴ്ചകളുടെ നാടൻ പ്രതിനിധിയായി, പ്രതിബിംബമായി കാകേതൻ കേകയുടെ വനാതിർത്തിയിൽ കഴിഞ്ഞു പോന്നു.

അയാളുടെ ഭാര്യ പണ്ടേക്കു പണ്ടേ അയാളെ ഉപേക്ഷിച്ചു പോയിരുന്നു... കാകേതന് വേണ്ടത് കാട്ടു ചൂരാണെന്നും, അത് തന്നെ കൊണ്ടാവില്ലെന്നും പറഞ്ഞാണ് അവൾ ഓടിപ്പോയത്. പകൽ മുഴുവൻ കാട്ടു ജീവികൾക്കൊപ്പം നടന്ന് അവയ്ക്ക് ഇര തേടിയും, ഇടവേളകളിൽ പ്രാക്കളെയും പരുന്തുകളെയും പറത്തി കളിപ്പിച്ചും, പരിശീലിപ്പിച്ചും രാത്രിയാകുമ്പോൾ ചുരുണ്ടു പിരണ്ട് ജട പിടിച്ച പൂഴിമണ്ണിന്റെ നിറമുള്ള മുടിയും പച്ച മാംസത്തിന്റെ മണമുള്ള വായും വയറുമായി കാകേതൻ വീട്ടിലെത്തും... അതായിരുന്നു ശീലം.

വീടിനു പിന്നിൽ കാട്ടു മൃഗങ്ങൾക്കായി ഒരുക്കിയ കൂട്ടിലേക്ക് അവയെ കയറ്റി വിട്ടു കഴിഞ്ഞ് അന്നും അയാൾ മുറ്റത്തെത്തി... കാട്ടു കമ്പുകൾ ചായ്ച്ചു ണ്ടാക്കിയ കുടിലിന്റെ പുറത്ത് കാട്ടുപോത്തിന്റെ ചാണകം മെഴുകിയ തറയിൽ കിടക്കുകയായിരുന്നു കാകേതൻ. മനസ് മരക്കൊമ്പിലാണ്. പ്രാവുകൾ ഉറക്കത്തിലാണ്.

നാളെ അവയെ ഇത്തിരി കൂടി അകലത്തിലും ഉയരത്തിലും പറക്കാൻ പഠിപ്പിക്കണം... അയാൾ ഓർത്തു. ദൂരം താണ്ടുന്നുണ്ട്. മൂന്ന് ദേശം വരെ കടക്കു ന്നോയെന്നു താൻ പരീക്ഷിച്ചതാണ്. വർഷം ഒന്ന് വേണ്ടി വന്നു. പ്രാവുകൾ പോകും വഴിക്കെല്ലാം കൂടെ പോകണം. ദിക്കറിഞ്ഞ് തിരികെ എത്താൻ പഠി പ്പിക്കണം... ചില്ലറ പാടൊന്നുമല്ല. ദൂരം പോയി തുടങ്ങിയാൽ പിന്നെ തന്റെ പ്രാക്കളായിരിക്കും എല്ലായിടത്തും. കൊട്ടാരത്തിൽ നിന്ന് പാട്ടം പിരിക്കാൻ വന്ന പടയാളി ഉറപ്പു തന്നിട്ടുണ്ട്. ദൂതുകൾ ദിക്കെത്തിക്കുന്ന പ്രാക്കളെയും കൊണ്ട് കൊട്ടാരത്തിലെത്തിക്കൊള്ളാൻ... താൻ പോകും... തന്റെ പ്രാക്ക ളുമായി...

പിന്നെ കാകേതൻ കൊട്ടാരത്തിലായി... സ്വപ്നത്തിന്റെ ദിക്കുകൾ താണ്ടി അയാളും പ്രാക്കളും പറന്നുയരവെ, മുളയിൽ തീർത്ത കൈവളകളുടെ കിലുക്കം കേട്ട് അയാൾ കണ്ണടച്ച് കിടന്നു. ഈ ക്ഷുദ്രമല്ലിക്ക് എന്തിന്റെ കേടാണ്...

ഉറക്കവുമില്ലേ... ഒന്ന് സ്വപ്നം കണ്ടുറങ്ങാനനുവദിക്കാത്ത പെണ്ണ്... അതും ഉഷ്ണക്കാറ്റ് നിർത്താതെ വീശുന്ന ഈ വൈശാഖ മാസത്തിൽ... നാവു വരണ്ടു ണങ്ങുന്ന യാമത്തിൽ എങ്ങനെ ആണ് വികാരങ്ങളുണർത്തുന്നത്... അൽപ്പം ഈർഷ്യയോടെ അയാൾ കണ്ണ് വീണ്ടും ഇറുക്കെ അടച്ചു. പച്ചിലച്ചാറിൽ വായ ശുദ്ധി വരുത്തി, സസ്യങ്ങൾ പറിച്ചെടുത്ത് ചൂടാക്കിയ എണ്ണയിൽ ചേർത്ത് ദേഹമാസാകലം പുരട്ടി നേർത്ത ചൂടുള്ള വെള്ളത്തിൽ ശരീരം തുടച്ചെടുത്ത് പാതി എണ്ണയുടെയും പാതി മണ്ണിന്റെയും മദ ഗന്ധവുമായി ക്ഷുദ്രമല്ലി കടന്നു വന്നു. കാട്ടു ചൂരെങ്കിൽ കാട്ടുചൂര്... അതിനൊക്കെ അപ്പുറത്ത് കരിവീട്ടിയുടെ നിറവും കരുത്തുമുള്ള കാകേതന്റെ കൈക്കരുത്തറിയാൻ ക്ഷുദ്രമല്ലിക്ക് എന്നും ആവേശമായിരുന്നു...

ക്ഷുദ്രമല്ലി അയാളെ പ്രേമത്തോടെ വിളിച്ചു...

"കാകേതാ... എണീക്കു... ഒന്ന് നോക്കുകയെങ്കിലും ചെയ്യൂ... ' കാകേതൻ ഉറങ്ങി തുടങ്ങിയിരുന്നു... കുറച്ചു നേരം അവൾ കണ്ണ് തുറന്നു കിടന്നു. പിന്നെ മയങ്ങി പോയി. മരക്കൊമ്പുകളിൽ ആഞ്ഞടിച്ച് കാറ്റ് കടന്നു പോയി. മരക്കൊമ്പിൽ കാൽ കൊരുത്ത് പ്രാക്കളും പരുന്തുകളും പിടിച്ചിരുന്നു. രാവിന്റെ രണ്ടാം യാമത്തിനൊടുവിൽ കണ്ണ് തുറന്നു നോക്കിയ ക്ഷുദ്രമല്ലി കാകേതനെ വിളിച്ചു...

"കാകേതാ... '

ഉഷ്ണക്കാറ്റടിച്ചപ്പോൾ ആ വിളി പൊടിയിലും ഇരുട്ടിലുമായി പൊടിഞ്ഞമർന്ന് കാറ്റിനോടൊപ്പം പോയി. കാകേതൻ മരക്കൊമ്പിലായിരുന്നു... തന്റെ കരിമ്പുലിയോടും കാട്ടു ചൂരിനോടുമൊപ്പം. ആ രാത്രിക്ക് ശേഷം ക്ഷുദ്രമല്ലിയെ ഗ്രാമവാസികൾ കണ്ടില്ല... കാകേതൻ അവളെ അന്വേഷിച്ചതുമില്ല...

മൂന്ന് ഉഷ്ണകാലം കടന്നു പോയി. കാകേതന്റെ പ്രാക്കൾ മിടുക്കരായി. ഇപ്പോൾ പല പ്രവിശ്യകളിലെയും ദൂതരായി പ്രാവുകൾ പോകാറായിട്ടുണ്ട്... പക്ഷേ കൊട്ടാരത്തിലെ പടയാളിയെ കണ്ടു കിട്ടാത്തത് കൊണ്ട് പറഞ്ഞത് പോലെ കാര്യങ്ങൾ നടന്നിട്ടില്ല... എങ്ങനെ കൊട്ടാരത്തിൽ എത്തി ചേരാം എന്ന ചിന്തയോടെ ദിവസങ്ങളായി, പുതിയ ഒരു തീരുമാനത്തോടെ പ്രാക്കളെ പരിശീലിപ്പിക്കുകയായിരുന്നു കാകേതൻ.

പ്രാവുകൾ തളരാതെ വട്ടമിട്ടു പറന്നു കൊണ്ടിരുന്നു... വിശാലമായ ഭൂ പ്രദേശത്തിന്റെ അങ്ങേയറ്റത്ത് ആകാശം ചാഞ്ഞിറങ്ങുന്നിടത്ത് അവ ചെന്ന് മറയുന്നതു വരെ കാകേതൻ നോക്കി നിന്നു. ഇനി അവ പറന്നു കളിച്ചു മടങ്ങി വരുവാൻ കുറെ സമയമെടുക്കും... അയാൾ പതിയെ അരികിലെ കുറ്റി മരത്തിന്റെ ഒറ്റ തണലിലേക്ക് നടന്നു. നേരം ഉച്ച കഴിഞ്ഞിരുന്നു. ഇലയിൽ പൊതിഞ്ഞു കൊണ്ട് വന്ന ഉണക്കിയ അരിയും ശർക്കര പൊടിയും ചേർത്ത് ഉണ്ടാക്കിയ പലഹാരം പതിയെ ചവച്ചു ഉമിനീരിൽ അലിയിപ്പിച്ചു കഴിക്കുകയായിരുന്നു കാകേതൻ. ഒരു വിളി കേട്ടു. അയാൾ തല ചെരിച്ച് നോക്കി. പരശു. മുൻവശത്തെ പുഴുക്കുത്തു വീണ പല്ലിന് വിടവിലൂടെ ചിരിച്ചു കൊണ്ട് അവൻ പറഞ്ഞു...

"മഹാരാജാവ് വരുന്നുണ്ട്..."

കാകേതൻ ഒന്നും മിണ്ടാറില്ല. എല്ലാം കേൾക്കും... അത്ര മാത്രം.

മഹാരാജാവോ... അസുഖ ബാധിതനായ മഹാരാജാവിന് മരുന്ന് തേടി

പല സംഘങ്ങളും നാടടക്കി അന്വേഷിക്കുന്നത് കാട്ടുപക്ഷിയെ കെണി വെക്കാൻ പോയപ്പോൾ താൻ കണ്ടതാണ്...

ചത്തില്ലേ? അതോ രക്ഷപ്പെട്ടോ? കാകേതൻ ആലോചിച്ചു. കാകേതന്റെ മറുപടി കിട്ടാഞ്ഞത് കൊണ്ടും, അതൊരിക്കലും കിട്ടാൻ പോകുന്നില്ലെന്ന് അറിയാമായിരുന്നത് കൊണ്ടും പരശു തന്നെ ഉത്തരവും പറഞ്ഞു...

“പുതിയ രാജാവാ. ഏഴു നാൾക്കകം ഇവിടെത്തുമെന്നാണ് പ്രവിശ്യ പ്രമുഖന്റെ വീട്ടു വേലക്കാരി പറഞ്ഞത്.” കാകേതന്റെ കട്ടി പുരികങ്ങൾക്കിടയിലെ കറുകറുത്ത കണ്ണുകൾ ഉരുണ്ടു വെളുത്തു... ചിന്തകൾ ഒരു കരിമ്പുലിയെപ്പോലെ ശിഖരങ്ങൾക്കു മീതെ തലങ്ങും വിലങ്ങും ഓടി... പശുക്കളെയും കൊണ്ട് പുല്ലു തേടി പരശു നടന്നു നീങ്ങിയപ്പോൾ അവക്ക് പിറകെ പറന്നു നീങ്ങുന്ന കാക്കകളെ നോക്കി കൊണ്ട് കാകേതൻ ആലോചിച്ചു. എങ്ങിനെയെങ്കിലും ഈ അവസരം പ്രയോജനപ്പെടുത്തണം. തന്റെ പ്രാക്കളെ രാജ സമക്ഷം പറപ്പിക്കണം. ആഹ്ളാദം ഒട്ടും പുറത്തു കാണിക്കാതെ അയാൾ പതിയെ വിളിച്ചു...

കുർ... കുർ...

ആ മൂളലിന്റെ ചെറു കമ്പനം കാറ്റിലൂടെ പറന്നു ചെന്ന് പ്രാക്കളുടെ ചിറകിലടിച്ചു... പൊടി മണ്ണ് പറന്നു കളിക്കുന്ന ഭൂമിക്ക് മേലെ, വെളുത്ത മേഘങ്ങളുടെ വെള്ളി തിളക്കത്തിന് താഴെ പറന്നു കളിക്കുന്ന പ്രാവിൻ കൂട്ടം അയാളുടെ മേലേക്ക് പറന്നിറങ്ങി വന്നു.

* * *

കെണിയിൽ വീണ കാട്ടുകോഴിയെ ചൂട് വെള്ളത്തിലിട്ടു പപ്പും പൂടയും പറിച്ചെടുക്കുകയായിരുന്നു കാകേതൻ. ദിവസങ്ങളായി കാത്തിരിപ്പു തുടങ്ങിയിട്ട്... എങ്ങനെയോ തള്ളി നീക്കുകയായിരുന്നില്ല, കണക്കു വെച്ച് കാത്തിരിക്കുകയാണ്... പക്ഷേ ഏഴല്ല ഇരുപത്തേഴ ദിനങ്ങൾ കഴിഞ്ഞിട്ടും രാജാവ് വന്നെത്തിയില്ലല്ലോ... തന്റെ പ്രതീക്ഷകൾ വെറുതെയായല്ലോ... അയാൾ ഉപ്പു വിതറി ഒരു കഷ്ണം കോഴിയിറച്ചി കടിച്ചു കൊണ്ട് ഓർത്തു... കാട്ടു കോഴിക്ക് എന്തൊരു രുചിയാണ്... പച്ചക്ക് തിന്നാൽ പോലും സൊയമ്പൻ... അധികം വേവിക്കരുത്... ആ ചുടു ചോരയുടെ മുഷ്ക് നാറ്റം മാറിയാൽ പിന്നെ സ്വാദോടു സ്വാദു തന്നെ. ഇത്തിരി ചെറുതായി പോയി... അയാൾ തല ചെരിച്ചു നോക്കി... മണം പിടിച്ചു നാവു നീട്ടി കരിമ്പുലി ആർത്തിയോടെ അയാളെ നോക്കി ഇരിക്കുന്നത് കണ്ടു. ഒരു കഷ്ണം അയാൾ അവന് ഇട്ടു കൊടുത്തു.

ശേഷം കനലിൽ വെച്ച് വാട്ടിയെടുത്ത ഇലയിലേക്ക് വെച്ച് കോഴിയെ പൊളിച്ചു തിന്നു തുടങ്ങി. പൊടിക്കാറ്റിന്റെ രാത്രികളാണ്... പകൽ ശാന്തമായിരിക്കുന്ന ഭൂമി രാത്രിയിലാണ് ഉണരുന്നത്... അതെന്താണെന്ന് എത്ര ആലോചിച്ചിട്ടും അയാൾക്കു പിടി കിട്ടിയില്ല. ആ കാറ്റടങ്ങുമ്പോൾ മൂന്നാം യാമം മുതലുള്ള തണുപ്പും പിന്നെ സൂര്യോദയത്തോടെ ചൂടും. ഇതെന്തൊരു നാടാണ്.

പ്രാവുകളെ പരിശീലിപ്പിക്കാൻ പോയിടത്തൊക്കെ എന്തൊരു സുഖമാണ്...

സമയം വരട്ടെ, താൻ ഈ നാട് വിടും... കടിച്ചീമ്പിയ എല്ലിൻ കഷ്ണം എറിഞ്ഞു കൊടുത്തപ്പോൾ കരിമ്പുലി മുരളുന്നത് ശ്രദ്ധിച്ച്, എല്ലു കടിച്ചു പൊട്ടിക്കുമ്പോൾ ഉള്ള പതിവ് മുരളലല്ലല്ലോ എന്ന് സംശയിച്ച് അയാൾ തല ഉയർത്തി നോക്കി...

വേലിക്കപ്പുറത്തെ കാടിന്റെ ഓരത്ത് പുതിയ ആരെങ്കിലും... ? കാട്ടു മൃഗമോ കാട്ടു വാസികളോ...

ഒരു മാതിരി പെട്ടവനൊന്നും ഈ വഴി വരാറില്ല... മനുഷ്യരും മൃഗങ്ങളും... മനുഷ്യനല്ലെങ്കിൽ നാളത്തെ അത്താഴം അവൻ തന്നെ...

കരിമ്പുലി മുരളുന്നത് തുടർന്നു... അവന്റെ നോട്ടം നീണ്ടു പോകുന്നിടത്തേക്ക് കാകേതൻ ചെവി കൂർപ്പിച്ചു. വീശിയടിക്കുന്ന കാറ്റിന്റെ ദിശ ഇടവേളകളിൽ മാറി മറിയുമ്പോൾ കാതിലെത്തുന്നതല്ല, കാൽ കീഴിലെ ഭൂമിയിൽ അറിയുന്നത് ഒരു കുതിരയുടെ കുളമ്പടിയാണ്... അതിദ്രുതം അവൻ പാഞ്ഞു വരികയാണ്... അതും ഈ നേരത്ത്. പൊടി കാറ്റിന്റെ ആരംഭയാമത്തിൽ അതിഥി ഇങ്ങോട്ടു തന്നെയോ?

ഇങ്ങോട്ടു തന്നെ... ഇനി ആരാണ്, എന്തിനാണ്, എവിടുന്നാണ് എന്നേ അറിയേണ്ടതുള്ളൂ... തന്റെ പ്രിയപ്പെട്ട കാവൽക്കാരൻ കരിമ്പുലി കുതിച്ചെണീൽക്കുന്നത് കണ്ട് അയാൾ കൈ കാണിച്ചു... അവൻ ശാന്തനായി ഇരയെ പിടിക്കാൻ പതുങ്ങി കിടന്നു.

കാകേതൻ തന്റെ നാസാരന്ധ്രങ്ങൾ തുറന്നു പിടിച്ചു... വരുന്നയാൾ പ്രമുഖനാണ്.

വില കൂടിയ സുഗന്ധം പരിചിതമാണ്... അയാൾ മുരണ്ടു... കരിമ്പുലി തന്റെ ദംഷ്ട്രങ്ങൾ ഉള്ളിലേക്ക് താഴ്ത്തി... അവനെ അയാൾ കാട്ടു വള്ളികൾ കൊണ്ട് ബന്ധിച്ച് മരത്തിലേക്ക് കയറ്റി വിട്ടു... ബന്ധനം അവനുള്ളതല്ല, വരുന്നവരുടെ ഭയമകറ്റാൻ മാത്രം... കരിമ്പുലി ഒരു ശിഖരത്തിലേക്ക് അമർന്നു കിടന്നു... കുതിരക്കുളമ്പടികൾ അടുത്ത് വന്നു... കാട്ടു മരച്ചില്ലകളിൽ മുള്ളു ചുറ്റി തീർത്ത അതിർത്തി പ്രദേശത്തിന്റെമേൽ മയങ്ങുന്ന സന്ധ്യയുടെ അവസാന വെളിച്ചത്തിൽ കാകേതൻ ആളെ കണ്ടു... പ്രവിശ്യ പ്രമുഖൻ ഭവദാസൻ...

കാകേതൻ തല കുനിച്ചു വണങ്ങി. കുതിര മേൽ നിന്ന് ചാടിയിറങ്ങി ഭവദാസൻ ചോദിച്ചു. “സുരക്ഷിതമല്ലേ?”

കാകേതൻ തലയാട്ടി... അയാൾക്കടുത്തേക്ക് വന്നു കൊണ്ട് ഭവദാസൻ പറഞ്ഞു.

“പറഞ്ഞു നിൽക്കാൻ സമയമില്ല... ദൂത് പോകണം കൊട്ടാരത്തിലേക്ക്...”

കൈ കുമ്പിളാക്കി നീട്ടി പിടിച്ചു നിന്ന കാകേതന്റെ കൈയ്യിലേക് കിഴി ഇട്ടു കൊണ്ട്, ഒന്ന് തിരിഞ്ഞു നോക്കി കൊണ്ട് ഭവദാസൻ പറഞ്ഞു...

‘അമാന്തമരുത്... ആപത്താണ്... അത്യാവശ്യമാണ്.”

വീണ്ടും തന്റെ ശരീരം വില്ലു പോലെ വളച്ച് കാകേതൻ വണങ്ങി. അതിൽ എല്ലാമുണ്ടായിരുന്നു... ആ വിധേയ ചലനത്തിൽ. ഭവദാസൻ, കാകേതനെ കണ്ടപ്പോഴൊക്കെ കൈ നീട്ടി കൊടുത്ത കിഴികളുടെ നിറവും, കാകേതൻ വേട്ടയാടി പിടിച്ചു തിന്നു തീർത്ത കാട്ടു മൃഗങ്ങളുടെ അവകാശ പത്രങ്ങളും... കാട് വളച്ചെടുത്ത് വേലി കെട്ടി തീർത്ത വീടും പരിസരവും കൈവശം വെക്കാൻ

കാകേതനെ അനുവദിച്ച മഹാ മനസ്കതക്ക് ഉള്ള പരിപൂർണ്ണ സമർപ്പണം...

ആ ചലനത്തിൽ കാകേതന്റെ പ്രാവുകൾ സന്ദേശവും പേറി രാത്രിയുടെ ആകാശത്ത് കൂടി കൊട്ടാരത്തിലേക്ക് പുറപ്പെട്ടു കഴിഞ്ഞെന്ന് ഭവദാസന് തോന്നി... അയാൾ ആശ്വാസത്തോടെ നെടുവീർപ്പിട്ടു. തലക്ക് മുകളിലെ ശിഖരങ്ങൾ ഉലയുന്നത് ശ്രദ്ധിച്ച് കാകേതൻ തല ഉയർത്തി. ഭവദാസനും. അയാൾ ഞെട്ടിപ്പോയി... കരിമ്പുലി തന്റെ തലക്ക് മുകളിൽ വാരകൾ മാത്രമകലത്തിൽ നിൽക്കുകയാണ്... അയാൾ ഭയപ്പെട്ടു നിൽക്കേ കാകേതൻ തല മെല്ലെ താഴ്ത്തി കാണിച്ചു. ഭയപ്പെടാനൊന്നുമില്ല എന്ന അർത്ഥത്തിൽ. ഒന്ന് രണ്ടു തവണ കരിമ്പുലിയെ കാകേതന്റെ കൂടെ കണ്ടിട്ടുണ്ടെങ്കിലും തലക്ക് മുകളിൽ ഇത്ര അടുത്ത്... ഒരു കുതിപ്പിൽ തന്റെ ജീവൻ അതിന്റെ വായിലാണ് എന്ന് ചിന്തിച്ചു നിൽക്കേ കരിമ്പുലി ഒന്ന് രണ്ടു തവണ മരക്കൊമ്പുകളിലൂടെ തലങ്ങും വിലങ്ങും ഓടി. പിന്നെ ഇരുട്ടിലേക്ക് നോക്കി അവൻ ഗർജ്ജിച്ചു... അവന്റെ ഗർജ്ജനത്തിൽ ഭയന്ന് വിളറി പിടിച്ച ഭവദാസന്റെ കുതിര മുൻകാലുയർത്തി പൊങ്ങി ചിനച്ചു നിൽക്കെ, തല ഉയർത്തി നോക്കിയ കാകേതൻ കരിമ്പുലിയുടെ നോട്ടത്തിന്റെ ദിശ മറ്റേങ്ങോ ആണെന്ന് മനസിലാക്കി കാതോർത്തു.

"എന്താ പറ്റിയത്... വിശന്നിട്ടാണോ?" ഭയാശങ്കകളോടെ ഭവദാസൻ ചോദിച്ചു...

കാകേതൻ മറുപടി പറഞ്ഞില്ല... അയാൾ ചെവി കൂർപ്പിച്ചു. കാറ്റിന്റെ ദിശ മാറി... വീണ്ടും കുതിര കുളമ്പടികൾ... അവ ഒന്നിന്റെയല്ല... പത്തല്ല... ഏറെയുണ്ട്... കൂടാതെ ഉറയിലുരയുന്ന ആയുധത്തിന്റെ നേർത്ത ശബ്ദം...

കാകേതൻ ഞൊടിയിടയിൽ വെട്ടിത്തിരിഞ്ഞ് മരക്കൊമ്പിലേക്ക് ചാടിക്കയറി... അവൻ രണ്ടു കാലുള്ള മറ്റൊരു കരിമ്പുലിയാണെന്ന് നടുക്കത്തോടെ ഭവദാസൻ ചിന്തിച്ചു നിൽക്കെ, മരക്കൊമ്പിലിരുന്ന് കാകേതൻ ആ കാഴ്ച കണ്ടു. ഒരു പറ്റം പന്തങ്ങൾ തന്റെ സങ്കേതത്തിന് നേർക്ക് പാഞ്ഞു വരികയാണ്... ഏതു മൃഗത്തിനും തോന്നുന്ന ഒരു ഉൾവിളി കാകേതനും തോന്നി. എന്തോ അപകടമാണത്. എന്താണ് സംഭവിക്കുന്നതെന്ന് അറിയാതെ നില്ക്കുന്ന ഭവദാസനരികിലേക്ക് മരക്കൊമ്പിലൂടെ ഒറ്റ കുതിപ്പിന് ഊർന്നിറങ്ങിയ കാകേതൻ ഒരു കയ്യാൽ കുതിരയുടെ കടിഞ്ഞാണിലും മറു കയ്യാൽ ഭവദാസനെയും കൂട്ടിപ്പിടിച്ച്, തന്റെ കുടിലിന്റെ പിന്നാമ്പുറത്തേക്ക് പാഞ്ഞു.

"എന്താ... എന്താ... ആരാ അവിടെ..." വെപ്രാളം പൂണ്ട ഭവദാസൻ ചോദിച്ചു.

ഒരു കരിമ്പുലിയെ വിളറി പിടിപ്പിച്ച, ഉടമയെ കരിമ്പുലിയെ പോലെ വേഗതയാർജിപ്പിച്ച ആ അപകടമെന്താണെന്ന് മനസിലാവാതെ ഭയത്തോടെ നീങ്ങുന്ന ഭവദാസന് മറുപടി നൽകാതെ കാകേതൻ കുതിച്ച് നീങ്ങി. കുതിര കുളമ്പടികളും പന്തങ്ങളും അടുത്ത് വന്നു കൊണ്ടിരുന്നു. ഉഷ്ണക്കാറ്റിന്റെ വേഗത കൂടി കൊണ്ടിരുന്നു. മരച്ചില്ലകൾ പൊടിക്കാറ്റിൽ ചെരിഞ്ഞു നിന്നാടി. മണൽത്തരികൾ ഇലകളിൽ പൊരിയുന്ന ശബ്ദം കേൾപ്പിച്ച് തൊട്ടു തരിപ്പിച്ച് പറന്നു നീങ്ങി. മരത്തടികൾക്കിടയിൽ ഭവദാസനെ ഒളിപ്പിക്കുകയായിരുന്നു കാകേതൻ.

"എന്തിനാ ഇവിടെ... ?" ഭവദാസൻ ചോദിച്ചു.

മറുപടി പറയാതെ കുതിരയുടെ കടിഞ്ഞാൺ അഴിച്ചു മാറ്റി ഒരു നിമിഷം കൊണ്ട്, കാട്ടു കമ്പുകൾ കൊണ്ട് നിർമിച്ച കാട്ടുപോത്തിൻ തൊഴുത്തിലേക്ക്

വലിച്ച കെട്ടി മേലാസകലം മണ്ണ് വാരി പൊത്തി അവനെ ഒരു കാട്ടുകുതിര യാക്കാൻ കാകേതന് നിമിഷങ്ങൾ പോലും വേണ്ടി വന്നില്ല.

നിസ്സാരക്കാരനല്ലെന്നും അപകടങ്ങൾ മുൻ കൂട്ടി കാണുന്നതിൽ മൃഗ വാസന ഉള്ളവൻ തന്നെയാണ് കാകേതൻ എന്നും മനസിലാക്കി മരത്തടി കൾക്കിടയിൽ, ഭവദാസൻ ഒളിച്ചിരുന്നു

കരിമ്പുലി അലറി... അവന്റെ ഗർജനം കാടിന്റെ മേലേക്ക്, ഉഷ്ണക്കാ റ്റിനൊപ്പം പറന്നു. അവൻ വളർന്നിരിക്കുന്നു എന്ന് തിരിച്ചറിഞ്ഞ് അയാൾ ഉള്ളിൽ സന്തോഷിച്ചു. മടിയിൽ കിടത്തി പാല് കൊടുത്ത വളർത്തിയ തനി ക്കവൻ എന്നും കുഞ്ഞാണ്. അയാൾ അവനെ കൈ കാട്ടി വിളിച്ചതും ശരം കണക്കെ അവൻ മരക്കൊമ്പുകളിലൂടെ താഴേക്ക് കുതിച്ചു. ശേഷം ശത്രുവിന്റെ വരവിനായി, കാവൽക്കാരനായി, അവൻ അയാളുടെ കാൽക്കൽ കിടന്നു.

* * *

പ്രവിശ്യാ പ്രമുഖൻ ഭവദാസന്റെ വീട്ടിൽ നിന്ന് ഇറങ്ങിയപ്പോൾ തന്നെ ധീരഗജൻ അടുത്ത് നിന്ന പടയാളിയോട് പറഞ്ഞു...

"കണ്ണും കാതും വേണം".

"ശരി പ്രഭോ." പടയാളി മറുപടി പറഞ്ഞു...

കടന്നു വന്ന എല്ലാ പ്രവിശ്യകളിലും അത് തന്നെയാണ് ധീരഗജൻ ചെയ്തത്... ചർച്ചയിൽ ചോദ്യം ഉന്നയിച്ച പ്രമുഖരെ പിന്തുടരുക. നീക്കങ്ങൾ അറിഞ്ഞ് നിലപാടറിയിക്കുക. പലരും രാത്രികളിൽ തന്നെ നാട് വിട്ടു. വിടാൻ മടിച്ചവരെ പിടിച്ചു വെച്ചു. പലരും അടുത്ത ദിവസത്തിന്റെ തിരഞ്ഞെടുപ്പിന് വരാതെ അപ്ര ത്യക്ഷരായപ്പോൾ ധീരഗജൻ ദേവായുധന് വേണ്ടി കൊണ്ട് വന്നവർ പ്രവിശ്യ യുടെ പ്രമുഖരായി... താഴെത്തട്ടിലുള്ള പടയാളികളെ കൂട്ട് പിടിച്ചു പ്രമുഖരുടെ രഹസ്യങ്ങൾ ചോർത്തിയും, അവരുടെ സ്വത്തുക്കൾ ഖജനാവിലേക്ക് കണ്ടു കെട്ടുമെന്ന് ഭീക്ഷണിപ്പെടുത്തിയും ദേവായുധനും കൂട്ടരും സ്വന്തം അണികളുടെ വ്യാപ്തി വർദ്ധിപ്പിച്ചു കൊണ്ടിരുന്നു... കൂടെ നിൽക്കുന്നവർക്ക് കൊല്ലാനും കൊള്ളയടിക്കാനുമുള്ള സ്വാതന്ത്ര്യത്തെ ധീരഗജൻ അനുവദിച്ച് കൊടുത്തു, ദേവായുധന്റെ അനുവാദത്തോടെ... അവരുടെ വിശ്വാസങ്ങൾക്കൊപ്പമാണ് തങ്ങൾ എന്ന് അവരെ കൊണ്ട് വിശ്വസിപ്പിക്കുക. ധീരഗജന്റെ പ്രവർത്തന ശൈലിയായിരുന്നത്. സൂത്രധാരൻ സൈന്യാധിപനായ ജേഷ്ഠൻ ധൃതഗജൻ തന്നെ. അധികാരത്തിന്റെ ചെറു വഴികളിൽ പോലും അണികളെ സൃഷ്ടിച്ച് സംരക്ഷിക്കുക. സ്വയം സംരക്ഷിക്കാനുള്ള, നില നിർത്താനുള്ള മാർഗം അത് തന്നെ ആയിരുന്നു. അധികാരത്തിൽ നിന്നും നിഷ്കാസിതനാവാതിരിക്കാൻ ഉള്ള ഗൂഢമായ തന്ത്രം. ഏതു ശക്തി വ്യൂഹത്തിനും പൊളിക്കാനാവാത്ത അധി കാരത്തിന്റെ ഗരുഡ വ്യൂഹം. അതൊക്കെ പഠിച്ചു പരിചയിച്ച് പരിപാലിച്ചാണ് മഹാപദ്മന്റെ മഗധ സാമ്രാജ്യം ധൃതഗജൻ കാത്തു പോന്നത്.

ഭവദാസൻ തന്റെ വീട്ടിൽ നിന്നിറങ്ങിയതും ധീരഗജൻ ചാരന്മാരിലൂടെ വിവരമറിഞ്ഞു. ഇതാണ് സമയം... ഇങ്ങനാണ് അവസരം. അയാൾ തന്റെ കുതിരയുടെ മേൽ ചാടിക്കയറി കൊണ്ട് ഓർത്തു.

ധീരഗജൻ കാകേതനെ കുറിച്ച് നേരത്തെ കേട്ടിരുന്നു... അവന്റെ മൃഗ

പരിപാലനവും... പക്ഷേ ഇത്ര പെട്ടെന്ന് സന്ധിക്കേണ്ടി വരുമെന്ന് അയാൾ കരുതിയിരുന്നില്ല. ചെമ്പു നിറമുള്ള തീയുടെ വെളിച്ചത്തിനിടയിലൂടെ ധീരഗജൻ കുതിരപ്പുറത്തിരിക്കുന്നത് കാകേതൻ കണ്ടു. പടയാളികളിൽ ചിലർക്ക് ആയുധങ്ങളും ചിലർക്ക് പന്തങ്ങളും ഉണ്ട്... കാറ്റിലുലയുന്ന തീപ്പന്തങ്ങൾ ആ രംഗത്തെ കൂടുതൽ ചുവപ്പിച്ചു...

"കാകേതൻ, നീ രാജ്യത്തെ ഒറ്റു കൊടുക്കാൻ, രാജാവിനെ അട്ടിമറിക്കാൻ ശ്രമിക്കുന്നയാൾക്കു അഭയം നൽകിയിരിക്കുന്നു..."

ഒരു പടയാളി വിളിച്ചു പറഞ്ഞു. കൂട്ടത്തിലെ ഉച്ച ഭാഷിണി അയാളാണെന്ന് കാകേതന് മനസിലായി...

"കാകേതാ നീ വധിക്കപ്പെടേണ്ടവനാണ്..." ഒരു നിമിഷം ധീരഗജനെ നോക്കിയിട്ട് പടയാളി തുടർന്നു...

"നിനക്ക് കിട്ടിയ ദൂതും, കാരണക്കാരനേയും കാട്ടി തരുക... പ്രാക്കൾക്കു ലഭിച്ച പണം നിനക്ക് സ്വന്തം..." മറ്റൊരു പടയാളി പറഞ്ഞു.

കാകേതൻ മിണ്ടിയില്ല...

പക്ഷേ ആ വിളിച്ചു പറച്ചിൽ ഉള്ളുലച്ചിലോടെ ഭവദാസൻ കേട്ടു... ആ കൂട്ടിൽ കിടക്കുന്ന കാട്ടു മൃഗങ്ങൾക്കു ലഭിക്കുന്ന പരിഗണന പോലും തനിക്കില്ലെന്ന് അയാൾ ഭയത്തോടെ ഓർത്തു... പിൻവശത്തു കൂടി രക്ഷപ്പെട്ടോടാൻ കഴിയില്ല. കൊട്ടും കാടാണ്... പക്ഷേ തന്റെ മനസ്സിലൊളിപ്പിച്ച ഈ രഹസ്യം, ഭാര്യയോടും മകളോടും പോലും താൻ പറയാതിരുന്ന ഈ രഹസ്യം എങ്ങിനെയാണ് ധീരഗജൻ എന്ന അകമ്പടിക്കാരൻ ചോർത്തിയതെന്ന് അയാൾ ഞെട്ടലോടെയും അത്ഭുതത്തോടെയും ആലോചിച്ചു. പുകഞ്ഞടിക്കുന്ന കാറ്റിന്റെ ചൂട് കൂടിയതായി അയാൾക്ക് തോന്നി... കാകേതന്റെ പ്രാവുകൾ പറന്നു പൊങ്ങിയിരുന്നെങ്കിൽ മരിച്ചാലും കുഴപ്പമില്ലായിരുന്നു. താൻ ഒരു രാജ്യസ്നേഹിയാണ്... ജീവിച്ചാലും മരിച്ചാലും അത് മാത്രമാണ്.

മുള്ളൻ പന്നികളിലൊന്ന് മരക്കൂടിന്റെ മൂലയിലേക്ക് ഓടി മാറി... ഭയന്ന ഭവദാസന്റെ അലറൽ ജീവൻ രക്ഷിക്കാനുള്ള ആത്മ ചോദന കൊണ്ട് തൊണ്ടയിൽ എവിടെയോ തടയപ്പെട്ടു.

"എന്ത് ചോദിച്ചാലും അവൻ മിണ്ടില്ലങ്ങുന്നേ..." ഒരു പടയാളി പറഞ്ഞു.

"ഇതവന്റെ കബളിപ്പിക്കലാകും അങ്ങുന്നേ..." മറ്റൊരു പടയാളി പറഞ്ഞു.

പൊൻ പണം ഒന്ന്... വിളിച്ചു പറച്ചിലുകാരന്റെ ചെവിയിൽ ധീരഗജൻ രഹസ്യത്തിൽ പറഞ്ഞു.

"പൊൻ പണം ഒന്ന്..." പടയാളി വിളിച്ചു പറഞ്ഞു.

നിശബ്ദം.

"രാജാവിന്റെ ചിത്രം ആലേഖനം ചെയ്തത്."

"ഇപ്പോഴുള്ളതും ഇനി ഇഷ്ടമുള്ളതുമായ മൃഗങ്ങൾ സ്വന്തം."

"കൃഷി ഭൂമി വേണമെങ്കിൽ അതും നൽകപ്പെടും."

ധീരഗജന്റെ രഹസ്യങ്ങൾ പടയാളി വിളിച്ചു പറഞ്ഞു കൊണ്ടിരുന്നു.

കാകേതൻ മിണ്ടിയില്ല... പിന്നെയും പല തരത്തിൽ പലരും ചോദിച്ചിട്ടും

പറഞ്ഞിട്ടും കാകേതൻ മിണ്ടിയില്ല. ധീരഗജൻ എല്ലാം കേട്ടു ശ്രദ്ധിച്ചു നിന്നു. തന്റെ മുഷിഞ്ഞു നാറിയ ഉടുതുണിയുടെ കോന്തലക്കൽ തിരുകിയ കിഴിയിലെ സന്ദേശം ഇത്ര വിലപ്പെട്ടതാണെന്ന് തനിക്കപ്പോൾ തോന്നിയില്ലല്ലോ എന്ന് കാകേതൻ ഓർത്തു. ചോദ്യങ്ങൾ കേട്ടും ഉത്തരം കിട്ടാതെയും ധീരഗജൻ അക്ഷമനായി തുടങ്ങിയിരുന്നു. അയാൾ തന്റെ കുതിരയിൽ നിന്ന് ഇറങ്ങാൻ തുടങ്ങിയതും ഇനിയും പന്തങ്ങളുടെ വെളിച്ച ചീളുകൾ പാറി വീഴാത്ത ഇരുട്ടിൽ നിന്ന് ഒരു കുതിര പതിയെ ഇളകുന്ന ശബ്ദം കേട്ടു കരിമ്പുലി തല ഉയർത്തി. പടയാളികളുടെ സംഘം വഴി മാറി, ധീരഗജനും. തൊണ്ടയിൽ ഉരുട്ടിയ മുരൾച്ചയോടെ കരിമ്പുലി മാത്രം നിൽക്കേ, തീയുടെ വെളിച്ചത്തിലേക്ക് ആദ്യം വെളിവായത് പടച്ചട്ടയണിഞ്ഞ കുതിരയുടെ മുഖം ആയിരുന്നു... അതിനു മുകളിൽ പൊടിക്കാറ്റിൽ നിന്നു രക്ഷ നേടാൻ കവചം അണിഞ്ഞ മുഖത്തോടെ ദേവായുധൻ. കാറ്റ് പോലും ഒരു നിമിഷം നിശബ്ദമായി.

ആ നിശബ്ദത ഒളിച്ചിരിക്കുന്ന ഭവദാസൻ തിരിച്ചറിഞ്ഞു. മിടിക്കുന്ന ഹൃദയത്തോടെ, എന്താണ് വെളിയിൽ സംഭവിക്കുന്നതെന്ന് ആലോചിച്ച്, ആ മരക്കൂട്ടിൽ തന്നെ മരിക്കണേ എന്ന പ്രാർത്ഥനയുമായി അയാൾ ഇരുന്നു.

ആരെയും ഭയപ്പെടാത്ത ശരീര ഭാഷയും അതിനേക്കാൾ കരുത്തുള്ള ഒരു മനസുമായി നിൽക്കുന്ന കാട്ടാള തുല്യനായ തന്റെ നാട്ടു പ്രജയെ ദേവായുധൻ സൂക്ഷിച്ചു നോക്കി.

വെളിച്ചത്തിലേക്ക് വന്ന ആളിന്റെ പ്രഭാവം കണ്ട് ഏതോ പടത്തലവനായിരിക്കുമെന്നു കരുതി കാകേതൻ ശിരസ്സ് നമിച്ചു... കാറ്റു വീശി തുടങ്ങി. അതിനു മുകളിൽ ഉയർന്നു കേൾക്കാൻ തന്റെ ഘന ഗംഭീര സ്വരം കൂടുതലുയർത്തി ദേവായുധൻ പറഞ്ഞു.

"രാജാവിനുള്ളത് രാജാവിന് നൽകുക..."

കാകേതൻ ഞെട്ടിത്തരിച്ചു പോയി... സാക്ഷാൽ രാജാവാണ് മുന്നിൽ... കൃത്യമായി പറഞ്ഞാൽ രാജാവാകാൻ പോകുന്ന ആളെന്നു കേൾവിപ്പെട്ട ആൾ തന്നെ. പക്ഷേ തന്റെ ഈ നിമിഷം വരെയുള്ള രാജാവ് മഹാപദ്മനാണ്. കൂറുള്ള പ്രജയാണ് കാകേതൻ. അത് കൊണ്ട് മൗനം ഭഞ്ജിക്കാൻ ഇതായിരിക്കും കാലം കാത്തു വെച്ച അവസരം എന്ന് കരുതി ഒരിക്കലും ചലിച്ചിട്ടില്ലാത്ത നാവ് ആദ്യമായി ചലിപ്പിച്ചു കാകേതൻ പറഞ്ഞു.

"അങ്ങ് രാജാവായിട്ടില്ലല്ലോ..."

ധീരഗജനും സംഘവും ഞെട്ടിത്തരിച്ചു പോയി. ഈ സമയത്ത് ഒരിക്കലും പ്രതീക്ഷിക്കാവുന്നതല്ല ഈ മറുപടി. അതും കാട്ടു മൃഗത്തോട് തുല്യമായ ഈ മ്ലേച്ഛ ജീവിയിൽ നിന്ന്. ധീരഗജൻ ദ്രുത ഗതിയിൽ വാൾ വലിച്ചൂരി. പടയാളികളും. അപ്പോൾ ദേവായുധൻ അവരെ കൈ ഉയർത്തി തടഞ്ഞ് കാകേതനെ സൂക്ഷിച്ചു നോക്കി. രാജഭരണത്തിന്റെ കല്പനാനിഘണ്ടുവിലെ, കാട്ടു മൃഗങ്ങൾ സംരക്ഷിക്കപ്പെടണമെന്ന മഹാപദ്മന്റെ കൽപ്പന താളുകളിലെ പരിച്ഛേദങ്ങളിലൊന്ന് കീറിയെറിഞ്ഞ് കൊണ്ട്, തന്റെ ജീവിതത്തിലെ ആദ്യ കൽപ്പന, രാജാധികാരത്തിന്റെ ആദ്യ വാക്കുകൾ ദേവായുധൻ പ്രസ്താവിച്ചു.

"ഇവനെ പച്ചയ്ക്ക് കത്തിക്കുക."

ഞൊടിയിടയിൽ തന്റെ കുതിരയെ വെട്ടിച്ച് ഇരുട്ടിലേക്ക് ദേവായുധൻ

നീങ്ങിയതും, പടയാളികളും ധീരഗജനും കാകേതന്റെ അടുത്തേക്ക് പാഞ്ഞടുത്തു. ചില പടയാളികൾ പന്തമെറിഞ്ഞു. നിമിഷാർദ്ധങ്ങൾ കൊണ്ട് കാകേതൻ തന്റെ പ്രാവുകൾ ഉറങ്ങുന്ന മരത്തിന്റെ ചില്ലയിലേക്ക് കരിമ്പുലിയെക്കാൾ വേഗതയിൽ ചാടിക്കയറി... കരുമ്പുലിയും മിന്നൽ വേഗത്തിൽ അയാളെ പിന്തുടർന്നു. കാകേതന്റെ പാഞ്ഞു കയറ്റം കണ്ട പടയാളികൾ പൊടുന്നനെ കുടിലിനു തീയിട്ടു കഴിഞ്ഞിരുന്നു. തീ പടരുന്നത് കണ്ട മൃഗങ്ങൾ ഉറക്കെ കരഞ്ഞ് കെട്ടു പൊട്ടിക്കാൻ പിടഞ്ഞു... മരത്തടികൾക്കിടയിൽ നിന്ന് ഊരിപ്പിടിച്ച വാളുമായി ഭവദാസൻ പടയാളികളെ നേരിട്ടു. അയാൾ ഒരോരുത്തരെ അരിഞ്ഞു വീഴ്ത്തികൊണ്ടിരുന്നു... പെട്ടെന്ന് ഒരു പന്തം അയാൾക്ക് നേരെ ചീറി വന്നു. തടുക്കാൻ കഴിയുന്നതിന് മുൻപ് അയാളുടെ വസ്ത്രങ്ങൾക്കു തീ പിടിച്ചു... അത് കണ്ടു ധീരഗജൻ ചിരിച്ചു.

ശേഷം അയാൾ അലറി... "അവനെയും കത്തിക്കുക... രാജശാസനമാണ്..."

പടയാളികൾ ആർത്തട്ടഹസിച്ചു കൊണ്ട് പന്തങ്ങൾ അയാൾക്ക് നേരെ എറിഞ്ഞു. ചൂട് കൊണ്ടു ഭയപ്പെട്ട് പറന്നു പൊങ്ങുവാൻ തയാറെടുത്ത പ്രാവുകളിലൊന്നിനെ കൈ എത്തി പിടിച്ച് തന്റെ മടിയിലെ ദൂത് പ്രാവിൻ കാലിൽ കൊരുത്ത് ചെവിയിൽ മന്ത്രിച്ച് കാകേതൻ അലറി...

"പോ... ഇനി മടങ്ങി വരികയെ അരുത്..."

ശേഷം അയാൾ താഴേക്ക് നോക്കി... കുടിൽ കത്തിയെരിഞ്ഞു തുടങ്ങിയിരുന്നു... ചില ജീവികൾ രക്ഷപ്പെട്ടോടി കാട്ടിലേക്ക് കയറുന്നത് കത്തിയെരിയുന്ന കുടിലിന്റെ വെളിച്ചത്തിൽ അയാൾ കണ്ടു.

മരത്തിനു മുകളിൽ നിന്നു ചാടി രക്ഷപ്പെട്ടോടാൻ പഴുത് നോക്കി നിൽക്കുന്ന കാകേതനെ നോക്കി ധീരഗജൻ അലറി...

"അവനെ കത്തിക്കുക..."

പടയാളികൾ കൂടുതൽ ആവേശത്തോടെ പാഞ്ഞടുത്തു... ഉണക്ക മരച്ചില്ലകളും പാഴ് തടികളും മരത്തിനു ചുറ്റുമായി കൂട്ടിയിട്ട് പടയാളികൾ തങ്ങളുടെ പന്തങ്ങൾ അവയിലേക്ക് എറിഞ്ഞു... മരത്തിന്റെ ഉച്ചിയിലിരുന്ന് ആ കാഴ്ച കണ്ട് തന്റെ പ്രിയപ്പെട്ട മൃഗത്തോടൊപ്പം മരച്ചില്ലയിലേക്ക് കാകേതൻ ചാഞ്ഞിരുന്നു... മരം പതിയെ പതിയെ കത്തിത്തുടങ്ങി... പച്ച കത്തുന്ന മണം കാട്ടിൽ പടർന്നു... ധീരഗജന്റെ പന്തമേറ്റ് ശരീരമാസകലം കത്തിയെരിഞ്ഞ ഭവദാസൻ കണ്ണടയുന്നതിനു തൊട്ടു മുൻപ്, ചൂട് കൊണ്ട് വിണ്ടു തുടങ്ങിയ ആ ഭൂമിയിൽ ഉയർന്നു പൊങ്ങുന്ന തീ ജ്വാലകൾക്കും ഉഷ്ണക്കാറ്റിനും മേഘങ്ങൾക്കും മീതെ കാകേതന്റെ പ്രാവുകൾ മഗധയിലേക്കു ദൂതുമായി പറന്നു നീങ്ങുന്നത് കണ്ടു... കുതിര യജമാനനെയും കൊണ്ട് പറക്കുകയായിരുന്നു... രാജശാസനയുടെ വാർത്തകൾ കാട്ടു തീ പോലെ പടർന്നു പിടിക്കുമെന്ന് ഉറപ്പിച്ച ആനന്ദ ലഹരിയിൽ, തന്റെ കുതിരയെ പായിച്ച് ദേവായുധൻ നീങ്ങുമ്പോൾ, അയാൾക്ക് ബഹു ദൂരം പിന്നിൽ ആ മരവും കാകേതനും അവന്റെ അരുമയായ കരിമ്പുലിയും പച്ചക്കു നിന്നു കത്തുന്നത് കാണാമായിരുന്നു.

* * *

കേകയിൽ നേരം നേരത്തെ പുലർന്നു... തണുത്തു വിറച്ച വെളുപ്പാൻ കാലത്ത് ആകാശം നരച്ച കാണാമായിരുന്നു. പ്രകൃതിക്ക് വേണ്ടാത്ത തെന്തോ നടന്നത് പോലെ ഒരു ഘനീഭവിച്ച അന്തരീക്ഷം തണുപ്പിന്റെ കുത്തി കൊള്ളലിനിടയിലും പ്രകടമായിരുന്നു. കേക പ്രവിശ്യയുടെ പ്രമുഖൻ നാട്ടുവിട്ടെന്ന വാർത്തയാണ് ആദ്യം പുറത്ത് വന്നത്. പിന്നീടാണ് കാകേതനും അവന്റെ ഭൂരിപക്ഷം അരുമ മൃഗങ്ങളും കത്തിച്ചാമ്പലായതും, മിച്ചമുള്ളവ കാട് കയറി പോയതും നാടറിഞ്ഞത്. തലേന്ന് രാത്രി വഴിയിൽ കിടന്നു വിശ്രമിച്ച പൈക്കളെയും കൊണ്ട് നടന്നു പോയ പരശുവാണ് ഗ്രാമത്തിന്റെ അതിർത്തിയിൽ കാടിനോടടുത്ത് കത്തിച്ചാമ്പലായ കാകേതന്റെ ഗതി ആദ്യം തിരിച്ചറിഞ്ഞത്. രാജഹിതമനുസരിച്ച് ധീരഗജൻ പ്രവർത്തിക്കുകയും മദ്ധ്യാഹ്നം കഴിഞ്ഞപ്പോൾ, ദേവായുധനാരെന്ന് കേക പ്രവിശ്യ മാത്രമല്ല, കടന്നു വന്നതും ഇനി പോകാനുള്ളതുമായ എല്ലാ ഗ്രാമങ്ങളിലും രാജ വാഴ്ചയുടെ പുതിയ ശിക്ഷയെക്കുറിച്ചുള്ള വാർത്ത പടർന്നു കഴിഞ്ഞിരുന്നു. കാകേതൻ രാജവാഴ്ചയുടെ ആദ്യ രക്തസാക്ഷിയായി തീർന്നു. ഭവദാസനെ കാണാനില്ലെന്നും പറഞ്ഞ് അയാളുടെ ഭാര്യയും മകളും അയാൾ പോയ ദിക്കിലേക്ക് കരഞ്ഞും നിലവിളിച്ചും കൊണ്ട് നടന്നു പോയി.

* * *

ചെഞ്ചായം വീണ ആകാശത്തിന്റെ അങ്ങേച്ചെരുവിൽ തുടങ്ങി വെച്ച പൊടിക്കാറ്റ് അന്തരീക്ഷമാകെ ഒരു ചുവപ്പ രാശി നിറച്ചിരുന്നു. തങ്ങളാൽ കഴിയുന്ന മുഖാവരണം അണിഞ്ഞ് കാറ്റിൽ നിന്ന് സ്വയം സംരക്ഷിച്ച് പുരുഷാരം വീഥിയുടെ ഇരുപുറവും നിറഞ്ഞു നിന്നു.

വഴിയോരത്ത് തിങ്ങിക്കൂടിയ, ധീരഗജൻ കിഴി കൊടുത്തു നിർത്തിയ രാജ്യസ്നേഹികൾ അലറി വിളിച്ചു...

“ദേവായുധ രാജാവ് നീണാൾ വാഴട്ടെ.” “ആയുസ്സോടെ ഭവിക്കട്ടെ.”

“ആരോഗ്യത്തോടെ ഭരിക്കട്ടെ.” “അങ്ങേയറ്റം തുടരട്ടെ.”

പുര വാതിലുകളിൽ രാജാവിനായി നെയ്യ്, പലഹാരങ്ങൾ, ധാന്യങ്ങൾ, പണക്കിഴികൾ എല്ലാം കാഴ്ച വെക്കപ്പെട്ടിരുന്നു. ഒരു പറ്റം ഭടന്മാർ അവയൊക്കെ കാള വലിക്കുന്ന വണ്ടിയിലേക്ക് പെറുക്കി വെച്ച് കൊണ്ട് കടന്നു പോയി.

ധീരഗജന്റെ നേതൃത്വത്തിൽ അണി നിരന്ന ഭടന്മാരും, നാട്ടിൽ നിന്നു തന്നെ തിരഞ്ഞെടുക്കപ്പെട്ട താത്കാലിക സംരക്ഷകരുമായ വാൾ പയറ്റുകാരും അടങ്ങിയ പടയാളികളുടെ സുരക്ഷയിൽ ദേവായുധൻ ആ വീഥിയിലൂടെ കടന്നു പോയി. ആ യാത്ര ദേവായുധനെ ശരിക്കും ഹരം കൊള്ളിച്ചു. കരഘോഷങ്ങൾക്കിടയിൽ പ്രവിശ്യ പ്രമുഖന്റെ പേര് ധീരഗജൻ പ്രഖ്യാപിക്കുമ്പോൾ ആൾക്കൂട്ടത്തെ നോക്കിയിരിക്കുകയായിരുന്നു ദേവായുധൻ. ഇടയിൽ കൈ ഉയർത്തി അയാൾ ജനങ്ങളെ അനുഗ്രഹിച്ചു കൊണ്ടിരുന്നു... തീപ്പന്തങ്ങൾ എരിഞ്ഞു തുടങ്ങി. പ്രജകളിൽ ചിലർ കൂട്ടം തിരിഞ്ഞ് ഗ്രാമത്തിന്റെ ഗാനങ്ങളും തനതു നൃത്തച്ചുവടുകളുമായി രാജാവിനെ പ്രകീർത്തിച്ചും അല്ലാതെയുമുള്ള പരിപാടികൾ അവതരിപ്പിച്ചു കൊണ്ടിരുന്നു... അഗ്നി ജ്വാലകൾ തീർത്ത ഉഷ്ണവും, വിയർപ്പിന്റെ ഉപ്പും കലർത്തി അവർ ആടിപ്പാടി.

സ്ത്രീകളുടെ കഴുത്തിലും കൈകളിലും കല്ലും മുളയും കൊണ്ടുള്ള ആഭരണങ്ങൾ സൃഷ്ടിച്ച കിലുക്കം കേൾക്കാനിമ്പമുള്ളതായിരുന്നു. ധാന്യം വാറ്റിയുണ്ടാക്കിയ ഒരു തരം മദ്യത്തിൽ ഒരു കൂട്ടർ മുങ്ങിത്താഴുന്നുണ്ട്. ദേവായുധൻ മടങ്ങുവാൻ തയാറായി. അടുത്ത് തന്നെ ഒരുക്കിയ വിശ്രമ കേന്ദ്രത്തിൽ രാത്രി ചിലവിട്ട് പുലർച്ചെയാണ് പുറപ്പെടേണ്ടത്. തന്റെ കുതിരയെ മെല്ലെ ചലിപ്പിച്ച് പതിയെ നീങ്ങുകയായിരുന്നു ദേവായുധൻ. ആവേശം കൊടുമ്പിരിക്കൊണ്ട, ആഹ്ളാദം ഉച്ചസ്ഥായിയിലായ ഒരു നൃത്ത സംഘത്തിലേക്ക് പാളി നോക്കികൊണ്ട് ഊറിയ ചിരിയും ഉള്ളിൽ ഉന്മാദവുമായി നീങ്ങിയ ദേവായുധൻ, ആ തീ ജ്വാലയുടെ ചൂടിൽ, വിയർപ്പു ചാലിട്ടൊഴുകിയ ഒരു വശ്യ രൂപത്തെ കണ്ടു... അവളുടെ ജ്വലിക്കുന്ന സൗന്ദര്യത്തിൽ സ്വന്തം തലച്ചോർ കത്തിപോകുന്നത് പോലെ ദേവായുധന് തോന്നി. അയാളുടെ സിരകളിൽ അഗ്നി കത്തിപിടിച്ചു. അത് അംഗ സുന്ദരിയായിരുന്നു... തലേന്ന് രാത്രി അഗ്നി ജ്വാലകളിലമർന്നു പോയ കാകേതന്റെ മകൾ.

* * *

കാകേതന്റെ പ്രാവുകൾ മഹാപദ്മന്റെ കൊട്ടാര മട്ടുപ്പാവിലേക്ക് പറന്നിറങ്ങിയത് ഒരു സായാഹ്നത്തിലായിരുന്നു. അവ രണ്ടെണ്ണമുണ്ടായിരുന്നു. ഒന്ന് ദൂത് കാലിൽ കൊരുത്ത ആൺപ്രാവ്. മറ്റൊന്ന് അവന്റെ കൂട്ടിനു വന്ന പെൺപ്രാവ്. മട്ടുപ്പാവിന്റെ കൈവരിയിൽ അവ കുറുകി നടന്നത് കണ്ടത് ദാസിയായ ലോചനയായിരുന്നു. പൗർണമി ദേവിക്കുള്ള പഴച്ചാറുമായി നീങ്ങിയ അവൾ കാലിൽ ചുവപ്പ് നാടയിൽ കൊരുത്ത ദൂത് കണ്ടു തിരിഞ്ഞോടി...

ആ ഓട്ടം കണ്ട് പാറാവു നിന്ന പടയാളികൾ അമ്പരന്നു... പ്രാവുകൾ കൊട്ടാരത്തിൽ ദൂത് എത്തിച്ചിട്ട് കാലങ്ങൾ തന്നെ ആയിരുന്നു. മഹാരാജാവിന്റെ ജീവന് വേണ്ടി അനേകം അന്വേഷണങ്ങൾ നടത്തിയിരുന്നു. മരുന്നുകൾക്കും മഹായോഗികൾക്കായും. അതിനു വേണ്ടിയുള്ള എന്തെങ്കിലും അറിയിപ്പാണെന്നു കരുതിയാണ് ചങ്കിടിപ്പോടെ ലോചന ചെരിഞ്ഞു പതിക്കുന്ന വെയിൽ നിഴലുകൾ തീർത്ത ഇടനാഴിയിലൂടെ ഓടിയത്.

പ്രാവുകൾ കൊക്കുരുമ്മി തത്തി നിന്നു. മധുരധാരിണി കുറുകി നിന്ന ആൺപ്രാവിനെ കയ്യിലെടുത്തു ദൂതിന്റെ ചുരുൾ നിവർത്തി. അസമയത്ത് വന്നെത്തിയ ദൂത് അത്ര നല്ലതാവില്ല എന്ന ഉറപ്പിലാണ് മധുരധാരിണി ചുരുൾ നിവർത്തി വായിക്കാൻ തയാറായത്.

"ഞാൻ ഊഹിച്ചിരുന്നു." അവർ പറഞ്ഞു. ശേഷം പട്ടു തുണ്ടിലെ ദൂത് കൊട്ടാരം ഉപദേഷ്ടകൻ താപസ നാഥനെ ഏൽപ്പിച്ചു... താപസ നാഥൻ ദൂത് വായിച്ചു. എന്ത് പറയണമെന്നറിയാതെ അവർ പരസ്പരം നോക്കി നിൽക്കെ മധുരധാരിണി പറഞ്ഞു... "അനീതിയാണ് തുടങ്ങി വെച്ചിരിക്കുന്നത്. അതും രാജാവാകാൻ പോകുന്ന ആളിൽ നിന്ന്... ഒരിക്കലും നടക്കാൻ അനുവദിക്കാനാവാത്തത്... സദസ്സ് കൂടണം.തീരുമാനമെടുക്കണം..."

എന്ത് പറയണമെന്നറിയാതെ പ്രമുഖർ നോക്കി നിന്നു. അവരുടെ മൗനം കനത്തപ്പോൾ തന്നെ മധുരധാരിണിക്ക് കാര്യം മനസിലായി. ഭയം കൊണ്ട് എല്ലാവരും നിശ്ശബ്ദരാണ്. ആ നേരത്താണ് സർവ്വ സൈന്യാധിപൻ

ധൃതഗജൻ അങ്ങോട്ടേക്ക് വന്നത്. ധൃതഗജൻ മധുരധാരിണിയെ നോക്കി പറഞ്ഞു.

"അധികാരം ദേവായുധന് തന്നെ"

"ഇങ്ങനെയാണോ രാജാധികാരം ഉറപ്പിക്കുന്നത് സൈന്യാധിപൻ? ഇങ്ങനെയാണോ ഇത് വരെ മഗധയിൽ നടന്നത്?"

അധികാരം ഏറ്റെടുക്കുവാൻ പോകുന്ന രാജാവിനോട് ഇത്ര ധൈര്യമായി പറയാൻ ഇവർക്കെന്തു ധൈര്യമാണെന്ന് അത്ഭുതത്തോടെ ധൃതഗജൻ ഓർത്തു... ഉണ്ടാവും. വേണ്ടി വന്നാൽ ഇവർ സിംഹാസനം വരെ സ്വന്തമാക്കി കളയും. തൽക്കാലം മൗനമാണ് നല്ലത്. ദേവായുധൻ അധികാരമേറ്റെടുക്കുന്ന അന്ന് മധുരധാരിണി എന്ന ഈ സൗന്ദര്യം കാരാഗൃഹത്തിലാണ്. മനസ്സിൽ ഉറപ്പിച്ച കൊണ്ട് അയാൾ തിരിഞ്ഞു നടന്നു.

മധുര ധാരിണിയുടെ താലോലമേറ്റ് ദൂത് കൊണ്ട് വന്ന പ്രാവുകൾ മട്ടപ്പാവിന്റെ കൈവരിയിൽ കുറുകി നിന്നു. പക്ഷേ അന്ന് രാത്രിയിലെ ധൃതഗജന്റെ അത്താഴത്തിന് എണ്ണയിൽ വറുത്ത രണ്ടു പറവകൾ ഉണ്ടായിരുന്നു. കാകേതന്റെ പ്രാവുകൾ.

5

സൗന്ദര്യ ലഹരി

എന്റെ പ്രിയേ, സ്വർണരഥത്തിന്നു കെട്ടുന്ന
പെൺകുതിരയോടു ഞാൻ നിന്നെ ഉപമിക്കുന്നു.
നിന്റെ കവിൾത്തടങ്ങൾ രത്നാവലികൊണ്ടും
നിന്റെ കഴുത്തു മുത്തുമാലകൊണ്ടും ശോഭിച്ചിരിക്കുന്നു.
ഞങ്ങൾ നിനക്കു രത്നഖചിതമായ മുത്തുമണികളോടുകൂടിയ
സ്വർണ പാദസരം ഉണ്ടാക്കിത്തരാം.
രാജാവു ഭക്ഷണത്തിന്നിരിക്കുമ്പോൾ
എന്റെ മുലകൾ പോലും സുഗന്ധം പുറപ്പെടുവിക്കുന്നു.
എന്റെ പ്രിയൻ എനിക്കു സ്തനങ്ങളുടെ മദ്ധ്യേ കിടക്കുന്ന
കൈതപ്പൂവിന്റെ മണമുള്ള പട്ടുതുണി പോലെയാണ്
എന്റെ പ്രിയൻ എനിക്കു അംഗരാജ്യത്തെ
മുന്തിരിത്തോട്ടങ്ങളിലെ മഞ്ഞുതുള്ളി പോലെ ഇരിക്കുന്നു.

(കൗർവകിയുടെ ഗീതങ്ങൾ: 5:18)

കൊട്ടാര മച്ചിൽ നിന്ന് നിലത്തു മുട്ടും വിധം കിടന്ന തിരശ്ശീലകൾ കാറ്റിൽ മെല്ലെ ആടി. സമയം മധ്യാഹ്നത്തോടടുത്തിരുന്നെങ്കിലും കുളിർ പരത്തുന്ന ഒരു ചെറുതെന്നൽ മട്ടുപ്പാവിന്റെ ജാലകവിരികൾ തഴുകി അകത്തേക്ക് കടന്നു വന്നു കൊണ്ടിരുന്നു. മാഘ മാസം കൊണ്ടാണ്...ഇളം ചൂടും കുളിരും ഉള്ള വെയിൽ, വരാൻ പോകുന്ന വസന്തകാലത്തിന്റെ മുന്നോടിയായിരുന്നു. കാറ്റ് കടന്നുവന്ന് പോകുന്നത് കൊണ്ട് മാത്രല്ല പൗർണമിദേവി മഹാറാണിയുടെ മുറി തെളിച്ചമുള്ളതും എപ്പോഴും സുഗന്ധപൂരിതവുമായിരുന്നു. തുറന്നു വെച്ച, പലതരം കൊത്തുപണികളാൽ അലംകൃതമായ ആഭരണ പെട്ടികളിൽ നിന്ന് രത്നം പതിച്ച മാലകൾ ഓരോന്നായി കഴുത്തിലണിഞ്ഞ് നിലക്കണ്ണാടിയിൽ നോക്കുകയായിരുന്നു പൗർണമി ദേവി.

"ദാ നോക്ക്...ഇതെങ്ങനെയുണ്ട്?"

മാല ഒന്ന് കഴുത്തിൽ ചേർത്ത് വെച്ച് പൗർണമി ദേവി മുറിയുടെ ഒരു വശത്തെ ഭിത്തിയിൽ വെച്ചിരിക്കുന്ന അലങ്കാര ചിത്രങ്ങളിൽ പൊടി തട്ടി കൊണ്ടിരുന്ന പരിചാരിക അനേകയോട് ചോദിച്ചു.

"നന്നായിട്ടുണ്ട്."

"അത്രമാത്രമേ ഉള്ളോ?" കൂടുതൽ പ്രശംസ ആഗ്രഹിച്ച് അവർ ചോദിച്ചു.

അനേക അത് പ്രതീക്ഷിച്ചാണ് നിന്നത്. ഇത് സ്ഥിരം ചോദ്യവും ഉത്തരവുമാണല്ലോ... ഇന്ന് താനായി പോയി...അല്ലെങ്കിൽ ഈ ചോദ്യം ഒന്നാമത്തെ തോഴി സരികയോടാണ് ഉണ്ടാവേണ്ടത്...

"മഹാറാണിയുടെ കഴുത്തിലെ ആഭരണങ്ങൾ ആഭരണങ്ങൾക്ക് അഴക് കൂട്ടാനേ പറ്റൂ." അനേക പുകഴ്ത്തി പറഞ്ഞു... ആ സംസാരം ഇഷ്ടപ്പെട്ടെങ്കിലും അത് മറച്ചു പിടിച്ച് നാണത്തിൽ കുതിർന്ന ചിരിയോടെ അവർ പറഞ്ഞു.

"നിന്റെ വാക്കും നാക്കും മൂർച്ചയുള്ളത് തന്നെ."

"അവിടുത്തെ സഹവാസം കൊണ്ട്." അനേക പറഞ്ഞു.

പൗർണമിദേവി പൊട്ടിച്ചിരിച്ചു.

അടുത്ത രാജാവിന്റെ അമ്മയാണ് താൻ. അമ്മ മഹാറാണിയെന്ന

കേൾക്കുന്നതിഷ്ടമല്ലെങ്കിലും ആ പദവിക്ക് അലങ്കാരമുണ്ട്, അധികാരമുണ്ട്, ആജ്ഞാശക്തിയുണ്ട്. അംഗസുന്ദരിയെന്ന കേക ഗ്രാമത്തിലെ ലക്ഷണമൊത്ത കന്യകയെ കൂടിയിരുത്തുന്ന ചടങ്ങിലേക്ക് ചെന്നെത്താൻ താല്പര്യപ്പെടുത്തുന്നത് ആ അധികാരത്തിന്റെ അഭിനിവേശം കൊണ്ട് കൂടിയാണ്. ദേവായുധൻ, തന്റെ അഞ്ചു മക്കളിൽ രണ്ടാമൻ തന്നെ രാജാവ്. പിന്നെ ഏതു കന്യകയെക്കൊണ്ട് ചൂട് പിടിപ്പിച്ചാലെന്താണ്. പാഴ്മരത്തിന് ചുവട്ടിൽ എന്തിനാണ് വെള്ളമൊഴിക്കുന്നത്... സാരമില്ല. കുറെ ദിവസങ്ങൾ കൂടി... ഭാഗ്യമുണ്ടെങ്കിൽ നാഴികകൾ കൊണ്ട്, ചിലപ്പോൾ അടുത്ത നിമിഷത്തിൽ ആ സന്തോഷ വാർത്തയും കൊണ്ട് തോഴി സരിക കതകിൽ മുട്ടി വിളിച്ചേക്കാം. ആഭരണങ്ങളെ താലോലിച്ചു കൊണ്ട് അതിലൊന്ന് കണ്ഠത്തിൽ ചേർത്ത് വെച്ച്, നിലക്കണ്ണാടിക്കടുത്തേക്ക് ചെന്ന് സ്വയം ആസ്വദിച്ച്, പൗർണമിദേവി നിന്നു.

അവരുടെ ദിനചര്യകളിൽ ഒന്നായിരുന്നു അത്. ഏറ്റവും വലിയ ഇഷ്ടവും അതായിരുന്നു. എന്നും ആഭരണങ്ങളണിഞ്ഞു നോക്കി സായൂജ്യമടയുക. അവയെക്കുറിച്ച്, അവ സമ്മാനിച്ച രാജകുമാരികളെക്കുറിച്ച്, പ്രഭുക്കന്മാരെക്കുറിച്ച്, രാജപത്നികളെക്കുറിച്ച്, സുഹൃത്തുക്കളെക്കുറിച്ച്, അവയുടെ അമൂല്യവിലയെക്കുറിച്ച്, അത് വിറ്റാൽ നിർമ്മിക്കാൻ സാധിക്കുന്ന കൊട്ടാരത്തെക്കുറിച്ച് അവർ തന്നെ പരിചരിക്കുന്ന തോഴിമാരോട് പറഞ്ഞു കൊണ്ടേയിരിക്കും. രാത്രി വൈകി കഴിച്ച മദ്യത്തിന്റെ ലഹരിയിൽ നിന്നുണർന്നു, കുളിച്ച പട്ടുവസ്ത്രങ്ങളും ഉത്തരീയങ്ങളും മാറി സുഗന്ധതൈലങ്ങൾ പൂശി ഇരിക്കുകയായിരുന്നു പൗർണമിദേവി. മഹാരാജാവിന്റെ പുതിയ റാണി ഇന്ന് തന്നെ കൊട്ടാരത്തിലെത്തി ചേരുമെന്ന് നേരത്തെ അറിയിപ്പ് ലഭിച്ചിരുന്നു... അത് കൊണ്ടാണ് നേരത്തെ എണീറ്റത്. ഇന്ന് പ്രത്യേകിച്ചും അണിഞ്ഞൊരുങ്ങി നിൽക്കേണ്ട ദിനമാണ്. അവകാശങ്ങളും അധികാരവും പിന്നെ പ്രലോഭനങ്ങളുമായി കടന്നു കയറി വന്ന അനേകം റാണികൾക്കിടയിൽ താൻ തന്നെ മുന്നിൽ നിൽക്കണം. അത് തന്റെ വാശി തന്നെയാണ്...ഒരിക്കലും അടങ്ങാത്ത സ്വാർത്ഥമോഹവും അവകാശവുമാണ്. നിലക്കണ്ണാടിയിൽ തന്നെ ഉഴിഞ്ഞു നോക്കി പൗർണമിദേവി ഓർത്തു.

പക്ഷേ എത്ര ശ്രമിച്ചിട്ടും അവൾക്കൊപ്പമെത്താൻ, മധുരധാരിണിക്കൊപ്പമെത്താൻ തന്നെ കൊണ്ടായിട്ടില്ല. കഴിയുന്നില്ല. എന്താണ് അതിന്റെ രഹസ്യം. ഒരു പാരമ്പര്യവും അവകാശപ്പെടാനാവാത്ത മധുരധാരിണിയിൽ തന്നെക്കാൾ വശ്യതയുണ്ടോ... നിരന്നു നിൽക്കുന്ന റാണിമാരിൽ പ്രിയപ്പെട്ടതാരെന്ന് ഒരിക്കൽ താൻ മഹാരാജാവിനോട് ചോദിച്ചതാണ്...ആരെയും ഒന്ന് നോക്കുക പോലും ചെയ്യാതെ മറുപടി ഉടൻ വന്നു... നീ തന്നെ... സംശയമെന്ത്... കുരു രാജ്യത്തെ സർവാംഗ സുന്ദരിയും ബുദ്ധിയും ഉള്ള നീ തന്നെ ഇവരിൽ പ്രഥമ... പ്രബുദ്ധ. ഇഷ്ടക്കേടുണ്ടെങ്കിലും ഇക്കിളിയിട്ട ചിരിച്ചഭിനയിച്ച അനേകം റാണിമാർക്കിടയിൽ മിന്നായം പോലെ രാജാവിന്റെ നോട്ടം മധുരധാരിണിയുടെ നേർക്ക് പായുന്നതും, അതിനു മറുപടിയായി മിന്നൽ കൊടിയുടെ വേഗത്തിനുമധികം ഒരു വശ്യതയുടെ ചിരി അവളുടെ ചുണ്ടിൽ നിഗൂഢമായി തെളിയുന്നതും താൻ കണ്ടു...താൻ മാത്രമേ കണ്ടുള്ളൂ.

തനിക്കില്ലാത്ത എന്ത് ഗുണമാണ് അവൾക്കുള്ളത്. രാജ്യമില്ല. രാജ പാരമ്പര്യമില്ല. പ്രവിശ്യയില്ല. ബന്ധുവായൊരാൾ പോലും സൈന്യത്തിന്റെയോ,

രാജ്യ സേവനത്തിന്റെ ഏതെങ്കിലും വിഭാഗത്തിലോ ഏർപ്പെട്ടിട്ടില്ല. വെറും നാലാംകിട നർത്തകി. അതും കൊട്ടാരത്തിലേതു പോലുമല്ല. കച്ചവടക്കാരും, കാപാലികരും, കള്ളന്മാരും വരെ വന്ന വിശ്രമിക്കുന്ന വഴിയോര സത്ര ത്തിലെ പ്രലോഭപ്പൊരുൾ. മനസ്സിൽ വെറുപ്പിന്റെ ആഴത്തിൽ നിന്നുയർന്നു വന്ന ക്രോധം കൊണ്ട് പൗർണമി ദേവിയുടെ മുഖം ചുവന്നു... കൊല്ലണം... ദേവായുധൻ അധികാരത്തിലെത്തിയാൽ ആ നിമിഷം അവളെ കൊല്ലണം. കാരണങ്ങൾ എങ്ങനെയുമുണ്ടാക്കാം. എന്തുമാകാം. ചാരവൃത്തിയാണ് എളുപ്പം. അയൽ രാജ്യത്തിന് ഒറ്റു കൊടുത്തു എന്ന് പറഞ്ഞാൽ രാജസദസ്സും പ്രജകളും വിശ്വസിച്ചു കൊള്ളും. എത്ര മായ്ച്ചാലും മറച്ചാലും മാഞ്ഞുപോകാത്ത സത്ര നർത്തകിയുടെ പാരമ്പര്യം ഗുണം ചെയ്യും. ആദ്യമായി. പിന്നെ ശിക്ഷയാണ്. ഊറിയ ചിരിയോടെ അവർ ഓർത്തു. അത് കണ്ടു പിടിക്കണം. ഇത് വരെ പരീ ക്ഷിക്കാത്ത ഒരു പുതിയ ശിക്ഷ. അവളുടെ വശ്യസൗന്ദര്യത്തിന്റെ ആത്മാവ് വരെ കരിഞ്ഞു പോകുന്ന ഒന്ന്. താനത് നടത്തും. ആ രംഗം മനസിലാലോചിച്ച് അവർ കണ്ണാടിയിൽ നോക്കി കണ്ഠാഭരണം ചേർത്ത് വെച്ചു...

"ഇത് മതിയാവില്ലേ അനേക..."

പൗർണമിദേവി അനേകയോട് ചോദിച്ചതും അറയുടെ വാതിൽ ഒരു കുലുക്കത്തോടെ വെട്ടി തുറന്നതും ഒന്നിച്ചായിരുന്നു. പൗർണമിദേവി നടുങ്ങി പ്പോയി. തുടച്ചു മിനുക്കി കൊണ്ടിരുന്ന അനേകയുടെ കൈയിലെ അലങ്കാര ചിത്രങ്ങൾ ആലേഖനം ചെയ്ത പളുങ്കു പാത്രം താഴെ വീണു ചിതറി. ദേവായുധൻ അകത്തേക്ക് കടന്നു വന്നു. കൊടുങ്കാറ്റിൽ പെട്ടവനെ പോലെ നിൽക്കുന്ന അയാളെ കണ്ട് പൗർണമി ദേവിയുടെ ഉള്ളു കാളി. മകനാണെങ്കിലും അവനെ പേടി തന്നെയാണ്. എന്ത് എപ്പോൾ ചെയ്യുമെന്ന് പറയാനാവാത്ത പ്രകൃതം. എങ്കിലും പരമാവധി സംയമനം പാലിച്ച് അവർ അനേകയെ നോക്കി. അവൾ നടുങ്ങി വിറച്ചു നിൽക്കുകയാണ്. പൗർണമി ദേവി കണ്ണുകൾ കൊണ്ട് ആംഗ്യം കാണിച്ചു.

വിറക്കുന്ന കാലടികളോടെ അനേക നടന്നു നീങ്ങി. കാര്യമായതെന്തോ നടന്നുവെന്ന് ഉള്ളിലുറയ്ക്കുമ്പോഴും ശാന്തത പുറമെ കാണിച്ച് പൗർണമിദേവി ചോദിച്ചു...

"എന്താണ് ദേവാ... എന്താണ് സംഭവിച്ചത്."

ദേവായുധൻ അമ്മ പൗർണമി ദേവിയെ അടിമുടി നോക്കി... അണിഞ്ഞൊ രുങ്ങുകയാണ്. എത്ര കാലമാണ് ഇങ്ങനെ ആഭരണങ്ങളണിഞ്ഞ് ആർത്തി തീരാതെ ജീവിക്കുന്നത്. അയാൾ ഉള്ളിൽ കോപത്തോടെ ആലോചിച്ചു. അത് മനസിലാക്കി എന്ത് പറയണമെന്നറിയാതെ ആശ്വസിപ്പിക്കാൻ കാര്യവും കാരണവുമറിയാതെ പൗർണമി ദേവി നിന്നു...

അവർക്കടുക്കത്തേക്ക് വന്ന് ആക്രോശത്തോടെ പുച്ഛവും ദേഷ്യവും നിറച്ച്, വിറച്ച വാക്കുകളോടെ ദേവായുധൻ ചോദിച്ചു...

"ഭർത്താവിന്റെ വയസ്സാം കല്യാണത്തിന് അണിഞ്ഞൊരുങ്ങുകയാവും."

അവനെ അടിമുടി നോക്കി, അവന്റെ ഉള്ളിലെന്താണെന്ന് അത്ഭുതപ്പെട്ടു കൊണ്ട്, എന്ത് തന്നെ ആയാലും അവനെ അടക്കാനാവും എന്ന ആത്മവി ശ്വാസത്തോടെ, ശാന്തമായി അവർ പറഞ്ഞൊപ്പിച്ചു.

“അഹങ്കാരം പറയേണ്ട മകനേ... ദേവാ...”

പൗർണമിദേവി അവന്റെ അരികിലേക്ക് നടന്നെത്തി.

അമ്മയുടെ ദേവാ എന്ന വിളിയിൽ അയാൾ ഒന്ന് തണുത്തു.

“സത്യം പറയുന്നവനെന്നും അഹങ്കാരിയാണ് അമ്മേ.!!”

അവനെ ചേർത്ത് നിർത്തി കവിളിൽ ചുംബിച്ചു കൊണ്ട് അവർ വാത്സല്യത്തോടെ ചോദിച്ചു...

“നിനക്കെന്തു പറ്റി. നീ ആകെ തളർന്നും തകർന്നുമിരിക്കുന്നല്ലോ?”

വീര്യവും വിദ്വേഷവും ചോർന്നു പോകാത്ത സ്വരത്തിൽ അയാൾ മറുപടി പറഞ്ഞു.

“ദേവായുധനെ തളർത്താനാവും. പക്ഷേ തകർക്കാമെന്ന് അമ്മ പോലും കരുതണ്ട.”

ഉള്ളു പിടപ്പിക്കുന്ന എന്തോ ഒന്ന് അവനിലുണ്ടെന്നു മനസ്സിലാക്കി അവർ ചോദിച്ചു.

“നീ എന്നോട് പോരടിക്കാൻ നിൽക്കാതെ സമാധാനമായി കാര്യങ്ങൾ പറയൂ.” ഇരിപ്പിടം ചൂണ്ടി അവർ പറഞ്ഞു.

“അവിടെ ഇരിക്കൂ.” ശേഷം പുറത്തു കാത്തു നിൽക്കുന്ന പരിചാരകരിലൊരാളെ പൗർണമി ദേവി വിളിച്ചു.

“സരികാ...”

സരിക വാതിൽക്കൽ വന്ന് എത്തി നോക്കി.

“കുടിക്കാനെടുക്കൂ... തണുപ്പ് കൂടിയത്...” സരിക നടന്നു പോയി...

ദേവായുധൻ അസ്വസ്ഥതയോടെ തന്റെ വാൾ ഊരി മുറിയുടെ ഒരു മൂലയിലെ ചാരുപലക മേൽ വെച്ചിട്ട് ജാലകത്തിനടുത്ത് പോയി നിന്നു. അയാളുടെ നെഞ്ച് പിടച്ചു കൊണ്ടിരുന്നു. ഏതു തണുത്ത ജലാശയമാണ് ഹൃദയത്തിന്റെ കത്തലടക്കുന്നത്... ഏതു മഹാമാരിയാണ് മനസിനെ കുളിർപ്പിക്കുന്നത്.

പൗർണമിദേവി അയാൾക്കരികിലേക്ക് എത്തി.

“ദേവാ...മകനെ... നീ മനസ്സിനെ ശാന്തമാക്കി എന്താണുണ്ടായതെന്നു പറയൂ...”

അയാൾ തന്റെ തോളിനു മുകളിലൂടെ അവരെ ഒന്ന് നോക്കിയിട്ട്, ദീർഘമായി ഒന്ന് ശ്വസിച്ചിട്ട് മനസ്സിനെ അടക്കികൊണ്ട് പറഞ്ഞു...

“മരുഭൂമിയിൽ മഴ പെയ്യിക്കുമ്പോലെ ആർഭാടത്തോടെ അവർ എത്തിച്ചേർന്നല്ലോ... പുതു കന്യകയെയും കൊണ്ട്... സ്വന്തമാക്കലിന് ദത്തെടുക്കൽ എന്ന ഓമനപ്പേര്.”

“എല്ലാറ്റിനും എന്നും മുന്നിൽ നിൽക്കാനും, അതുവഴി രാജസദസ്യരുടെയും ഗുരു പൂജാരികളുടെയും, പിതാവിന്റെ തന്നെയും പ്രീതിക്ക് പാത്രമാവാൻ ഞാൻ പറഞ്ഞിരുന്നതല്ലേ ദേവാ... പക്ഷേ നീ അത് ചെയ്തില്ല.”

പരിഹാസച്ചുവയോടെ അയാൾ പറഞ്ഞു.

“നന്നായി. അല്ലെങ്കിൽ പിതാവിന്റെ വധുവായി കാമുകിയെ ആനയിച്ചിറക്കേണ്ട ഗതികേടിലേക്ക് ദേവായുധൻ താണിറങ്ങി പോവുമായിരുന്നു...”

അത് കേട്ടപ്പോൾ പൗർണമി ദേവി അമ്പരന്നു പോയി.

“ദേവ എന്തൊക്കെയാണ് നീ...”

‘അമ്മ മഹാറാണിക്ക് മനസിലാവുന്ന ഭാഷയിൽ പറയണോ? ഞാൻ ഹൃദയം കൊണ്ട് സ്നേഹിച്ച പെണ്ണാണവൾ.”

ഒരു നടുക്കത്തിൽ ഉലഞ്ഞ പൗർണമി ദേവിയുടെ കൈകളും കാലുകളും വിറച്ചു. ദേവായുധൻ സ്നേഹിച്ച ആ പെണ്ണാണോ പുഷ്പ കന്യക? അത് പുതിയ അറിവായിരുന്നു പൗർണമി ദേവിക്ക്. “അത് നടക്കില്ല എന്ന്, ആ മോഹം ഉപേക്ഷിക്കാൻ നിന്നോട് കണ്ണ് തുറന്ന നേരത്തെല്ലാം അദ്ദേഹം ഒരുപാട് പറഞ്ഞതല്ലേ? ഏതോ ഗ്രാമത്തിലെ വില കുറഞ്ഞ, ഗോത്രം തന്നെയുണ്ടോയെന്നറിയില്ലാത്ത ഒരുവൾ.”

അവർ പതിയെ പറഞ്ഞു.

“വില കുറഞ്ഞവൾ ഒന്നുമല്ലായിരുന്നു. അഭിമാനത്തോടെ പറയാവുന്ന ഒരു തൊഴിലെടുത്തു ജീവിക്കുന്നവൾ തന്നെയായിരുന്നു.”

പുച്ഛത്തോടെ ഏതോ ഓർമയിൽ നിന്ന് ചികഞ്ഞെടുത്ത് ദേവായുധൻ തുടർന്നു.

“മഹാനായ നിങ്ങളുടെ ഭർത്താവ് എഴുന്നെള്ളിച്ചു കൊണ്ട് വന്ന സത്രനർത്തകിയെക്കാൾ ഭേദമാണ് ഞാൻ മോഹിച്ച പെണ്ണ്.”

അയാളുടെ ശബ്ദം ഉയരുന്നത് ശ്രദ്ധിച്ച് പൗർണമി ദേവി പറഞ്ഞു...

“പതുക്കെ. നിന്റെ വിദ്വേഷവും വിവരക്കേടും ലോകത്തെ അറിയിക്കേണ്ട... എത്ര വാദിച്ചാലും നീ മോഹിച്ചവളുടെ യോഗ്യത വില പിടിച്ചതുമായിരുന്നില്ല.”

“പക്ഷേ മകന്റെ കാമുകിയെ കൃത്യമായി കണ്ടെടുത്ത് പിതാവിന് ദത്തെടുക്കാം, റാണിയായി അവരോധിക്കാം, ഉപനാരിയായി കുടിയിരുത്താം... മകൻ സ്വന്തമാക്കാനാഗ്രഹിച്ചപ്പോൾ വിലക്കുകൾക്കതിരുണ്ടായിരുന്നില്ല. മണൽത്തരികൾ പോലെ നിബന്ധനകൾ ഉള്ള നാട്ടിൽ ആ പെണ്ണിനെ മാത്രം, എന്തിന് അവളെ തന്നെ തിരഞ്ഞെടുത്തു? എന്റെ ഹൃദയം തകർക്കണം എന്നതിൽ കവിഞ്ഞ് എന്ത് നേട്ടമാണ് പിതാവിനുള്ളത് എന്ന് എനിക്ക് എത്ര ആലോചിച്ചിട്ടും മനസിലാവുന്നില്ല.”

ആശ്വസിപ്പിക്കും പോലെ പൗർണമിദേവി പറഞ്ഞു.

“മകനെ ഒരാൾക്ക് ആരെ വേണമെങ്കിലും വിവാഹം ചെയ്യാം. പക്ഷേ നീ നിന്റെ വില മറക്കരുത്. നീ ആരാണ്, എന്താവാൻ പോകുന്നു എന്നതും മറക്കരുത്. അക്കാര്യത്തിൽ നീ പിടിപ്പു കെട്ടവനാണ്. ഗ്രാമത്തിലെ ചമയക്കാരിയെയോ ചാഞ്ചാട്ടക്കാരിയെയോ അല്ല, അയൽ രാജ്യത്തിലെ കിരീടാവകാശികളായ രാജകുമാരിമാരെയാണ് പിതാവ് നിനക്കായി ഉറപ്പിക്കുവാനിരുന്നത്, തേടിയത്... എന്ന് നീ മറക്കുന്നു.”

പരിഹാസത്തിന്റെ ചിരി ദേവായുധന്റെ ചുണ്ടിൽ തെളിഞ്ഞു. അവർ അത് നോക്കി നിൽക്കെ അയാൾ തുടർന്നു.

“ഇടക്ക് നടത്താനാവുമായിരുന്ന അയൽ രാജ്യങ്ങളിലെ സന്ദർശനത്തിന്റെ

പേരിൽ അവിടുത്തെ അന്തപുരനാരികളെയും തോഴികളെയും മാറോടടുപ്പിക്കാനുള്ള വ്യാമോഹത്തിനോ, ഗൂഢ ഉദ്ദേശങ്ങൾക്കോ?"

കോപത്തോടെ പൗർണമിദേവി പ്രതികരിച്ചു.

"ദേവാ, ശയ്യയിൽ മരണം കാത്ത് കഴിയുന്ന പിതാവിനെക്കുറിച്ച് അപരാധങ്ങൾ പറയരുത്." ശബ്ദം ഒന്നടക്കി അവൾ തുടർന്നു." നിന്റെ വളർച്ച മാത്രമേ പിതാവ് കരുതിയിരുന്നുള്ളൂ..."

"വളർച്ച...വളർച്ചയാണുദ്ദേശമെങ്കിൽ വെച്ച് വാഴിക്കണമായിരുന്നു. കാട് കയറി പോയവനും മദ്യാസക്തയിൽ പെട്ടവനും വരുന്നത് വരെ കാത്തിരിക്കാതെ വാഴിക്കണമായിരുന്നു."

ഉദ്ദേശിച്ചത് മംഗളസിംഹനെയും വജ്രായുധനെയും കുറിച്ചാണെന്നവർക്കു മനസിലായി. അതിനു മറുപടി കൊടുക്കാൻ പൗർണമി ദേവി തുനിഞ്ഞപ്പോൾ തടഞ്ഞു കൊണ്ട് അയാൾ പറഞ്ഞു.

"ഈ കൊട്ടാരത്തിൽ അഭിസാരികകൾ അധികാരം സ്ഥാപിച്ചപ്പോൾ അമ്മ പോലും മൗനമായി നിന്നു കൊടുത്തു."

ശരിയാണ്... സാധിച്ചില്ല. തനിക്കു പിൻപേ വന്നവൾ അധികാരം സ്ഥാപിച്ചു.

ആ വാക്കുകളെ പ്രതിരോധിക്കാൻ ആഗ്രഹമുണ്ടെങ്കിലും അന്നത് സാധിക്കാതെ പോയതിൽ കുറ്റബോധത്തോടെ, എന്നാൽ അത് സമ്മതിച്ചു കൊടുക്കാൻ ഒരു മനസ്സും ഇല്ലാതെ, പൗർണമിദേവി പറഞ്ഞു.

"ഞാൻ നിന്റെ പിതാവിന്റെ നിയമാനുസൃതയായ ഭാര്യയാണ്. നാടറിഞ്ഞ് നാട്ടുകാരറിഞ്ഞ് പിതാക്കന്മാരുടെയും ഗുരുക്കന്മാരുടെയും അനുഗ്രഹത്തോടെ കടന്നു വന്നവൾ. അതിൽ കൂടുതൽ എനിക്ക് വേണ്ട."

അടങ്ങാത്ത വീറോടെ, ഏതൊക്കെയോ പ്രതികാരത്തിന്റെ വാശിയോടെ, തീരുമാനങ്ങളോടെ, ദേവായുധൻ ഉറപ്പിച്ചു പറഞ്ഞു.

"എങ്കിൽ എനിക്ക് വേണം കിരീടം... ആ സിംഹാസനം. സത്രം നർത്തകിയുടെ, ചെറിയമ്മയുടെ മകന് അധികാരം വെച്ച് നീട്ടി വാഴിക്കാമെന്നാണ് പിതാവിന്റെ ഉള്ളിലെങ്കിൽ യുദ്ധം മാത്രമാണ് പരിഹാരം. ഈ രാജ്യം സ്വന്തമാക്കാൻ സർവ്വസൈന്യാധിപനും എനിക്കും കൂടി രാത്രിയുടെ മൂന്നിലൊരംശം മതി..."

കേൾക്കാൻ ഇമ്പമുള്ളതാണെങ്കിലും ചുറ്റും നോക്കി ആരും കേട്ടില്ലെന്നുറപ്പിച്ചു പൗർണമി ദേവി പറഞ്ഞു.

"അതുമിതും വിളിച്ചു പറയേണ്ട നീ... അതും ഉച്ചത്തിൽ... രഹസ്യമാണ് ഒരാൾക്ക് ആദ്യം വേണ്ട ശീലം."

"വിളംബരം ചെയ്യാനായിരുന്നെങ്കിൽ അപ്പോൾ അത് ചെയ്യാമായിരുന്നു. ഘോഷയാത്രയിൽ അവളെ കണ്ടു തിരിച്ചറിഞ്ഞ ആ നിമിഷത്തിൽ... പക്ഷേ ഞാൻ മൗനം പാലിച്ചു... മഹാവിഡ്ഢിയാവാനല്ല... മഹാരാജാവായി സ്വയം പ്രഖ്യാപിക്കാൻ. വിട്ടു കൊടുക്കുന്നത് പിതാവിനോടുള്ള ബഹുമാനം കൊണ്ടുമല്ല... ഭ്രമം പ്രണയിനിയോടുള്ളതിനേക്കാൾ അധികാരത്തോടായതു കൊണ്ട്...

"ദേവാ അധികാരം അത് നിനക്കുള്ളത് തന്നെയാണ്."

“പക്ഷേ സംസാരവും നീക്കങ്ങളും അങ്ങനെയല്ലല്ലോ.” മുഷിപ്പോടെ അയാൾ പറഞ്ഞു.

“ഞാനടക്കം ജേഷ്ഠന്മാർ പലരും മുന്നിലുണ്ടെങ്കിലും പലരുടെയും നാവിൻ തുമ്പിൽ ഉച്ചരിക്കപ്പെടുന്ന നാമം മംഗളസിംഹന്റേതാണ്.”

“ഞാനും കേൾക്കുന്നുണ്ട്. മനസുകൊണ്ട് എല്ലാവരും പിൻതുണക്കുന്നത് അവനെയാണ്. അത് മറ്റുള്ളവരുടെ മനസ് കീഴടക്കാനുള്ള അവന്റെ കഴിവ് കൊണ്ട് തന്നെയാണ്.”

പൗർണമി ദേവി പറഞ്ഞു.

“മനസുകളെ കീഴടക്കുന്നതാണോ രാജ്യഭരണത്തിന് വേണ്ട യോഗ്യത.? പ്രാവുകളെയും, പക്ഷികളെയും, മരക്കൂട്ടങ്ങളെയും, കാടിനേയും പ്രിയമാക്കിയ ഒരുവൻ, എന്തിനോ വേണ്ടി ആർക്കും അറിയാത്ത ദൂരത്തേക്ക് മറഞ്ഞ ഒരുവൻ എങ്ങനെ രാജ്യ ഭരണത്തിന് യോഗ്യനാവും? എങ്ങനെ യുദ്ധ തന്ത്ര ങ്ങൾ മെനയും? സഹതാപവും അനുതാപഹൃദയവുമായി ഒരിക്കലും ഒരുവനും ഒരു നല്ല ഭരണാധികാരിയാവില്ല. മാത്രവുമല്ല സിരകളിൽ ഒഴുകുന്ന രക്തം ആഢ്യത്തത്തിന്റേതല്ല, അഴിഞ്ഞാട്ടത്തിന്റേതാണ്.”

മംഗളസിംഹന് അധികാരം കിട്ടുന്നത് ഇഷ്ടമല്ലെങ്കിലും മകന്റെ ധിക്കാരം അധികമാകുന്നു എന്ന് സംശയിച്ച് പൗർണമിദേവി താക്കീതോടെ പറഞ്ഞു .

“അധികാരഗർവ്വും അഹങ്കാരവുമുള്ള ഭരണാധികാരി രാജ്യത്തിന് നാശമേ വരുത്തൂ. മംഗളസിംഹൻ ആയോധനകലകൾ അഭ്യസിച്ച യോദ്ധാവും അഹങ്കാരം ഇല്ലാത്തവനുമാണ്... അത് നീ മറക്കരുത്. പക്ഷേ പ്രായം കൊണ്ടും ആയുധ പ്രാവീണ്യം കൊണ്ടും നീ തന്നെയേ രാജാവാകുകയുള്ളൂ. അത് തന്നെയാണ് എന്റെ സ്വകാര്യ ആഗ്രഹവും, ആവശ്യവും. അത് കൊണ്ട് നീ നിന്റെ നാവിനെ സൂക്ഷിക്കുക...”

“അധികാരം... അതങ്ങനെയെ നടക്കൂ. നടക്കാവൂ.” ഉറപ്പിച്ച സ്വരത്തിൽ പറഞ്ഞിട്ട് ദേവായുധൻ പുറത്തേക്ക് നടന്നു.

മകനാണ് പക്ഷേ ഇടഞ്ഞാൽ അവൻ ഇരു തല മൂർച്ചയുള്ള വാളാണ്... ദേവായുധൻ മറയുന്നത് നോക്കി നിൽക്കേ പൗർണമി ദേവി ഓർത്തു.

ദേവായുധൻ പറഞ്ഞത് സത്യമാകുമോ? മംഗളസിംഹൻ അധികാരത്തിൽ അവരോധിക്കപെടുമോ?

മധുരധാരിണി, അവളത് ചെയ്യും. അവനെ അധികാരത്തിൽ എത്തിക്കാൻ അവൾ എന്തും ചെയ്യും, ലോകത്തിന്റെ ഏതു മൂലയിലാണെങ്കിലും അവനെ തിരിച്ചു വിളിച്ചു കൊണ്ട് വരാൻ മധുരധാരിണി ശ്രമിക്കും. ഭയപ്പെടാനൊന്നു മില്ല. എങ്കിലും കരുതി ഇരിക്കണം. അതിനു മുൻപ് ചെയ്യേണ്ട ചില പിൻ വാതിൽ ചർച്ചകളുണ്ട്. പൗർണമി ദേവി ആലോചിച്ചു നിൽക്കേ കാഹളം കേട്ടു. പിന്നാലെ കുഴലൂത്തും തുകൽ വാദ്യവും. അവർ മട്ടുപ്പാവിലേക്ക് വന്നു നിന്ന് താഴേക്ക് നോക്കി. കുറ്റിച്ചെടികൾ മാത്രം വളർന്നു നിൽക്കുന്ന, പൊടിപറക്കുന്ന ചുവപ്പു ഭൂമിയിലൂടെ ആവേശത്തിമിർപ്പോടെ രഥങ്ങളും കുതിരകളും ഒട്ടകങ്ങളും അടങ്ങുന്ന കന്യക സമർപ്പണ സംഘം കൊട്ടാരത്തിന്റെ കോട്ടവാതിലിലേക്ക് പതിയെ കടന്നു വരുന്നത് കാണാമായിരുന്നു...

* * *

നേരം വൈകിയിരുന്നു. കൊട്ടാരത്തിന്റെ ഇടനാഴികളിൽ കത്തിച്ചു വെച്ച പ്രകാശം മങ്ങി തുടങ്ങി. കൊട്ടാരം സേവകരിൽ ഒരാൾ എണ്ണപ്പാത്രവും തൂക്കി പിടിച്ച് ഓരോ വിളക്കിലും എണ്ണയിട്ട് കടന്നു പോയി. വിളക്കുകൾ കൂടുതൽ പ്രകാശത്തോടെ കത്തി. ഇടനാഴികളും മണ്ഡപങ്ങളും വീണ്ടും പ്രകാശ മാനമായി. കൊട്ടാരത്തിന്റെ കിഴക്കേ വാതിലിനടുത്തുള്ള മണ്ഡപത്തിൽ ചർച്ച കൊഴുക്കുന്നുണ്ടായിരുന്നു. മണ്ഡപത്തിൽ പൗർണമിദേവി, കൊട്ടാരം മുഖ്യ ഉപദേഷ്ടാവായ താപസനാഥൻ, അദ്ദേഹത്തിന്റെ ശിഷ്യനും യുവാവുമായ ചിത്തരഞ്ജൻ, മറ്റൊരു ശിഷ്യനായ ബദരി എന്നിവരും മറ്റു ചില പ്രമുഖരും സംഘത്തിലുണ്ട്. അവരുടെയെല്ലാം അഭിപ്രായത്തിനു കാത്ത് പൗർണമിദേവി അക്ഷമയോടെ തന്റെ ഇരിപ്പിടത്തിൽ അത്ര ഇഷ്ടമില്ലാത്ത മുഖഭാവവുമായി ഇരിക്കുന്നുണ്ട്.

ഒരു അനുകൂല മറുപടിയും കൊണ്ട് മാത്രമേ താൻ ഈ മണ്ഡപം വിട്ടു പോവുകയുള്ളൂ. ദേവായുധനെ രാജാവാക്കാൻ മടിക്കേണ്ട കാര്യമെന്താണ്. പൗർണമിദേവി ആലോചിച്ചു കൊണ്ടിരിക്കെ താപസനാഥൻ പറഞ്ഞു.

“പ്രായം നോക്കിയാൽ ദേവായുധൻ മാത്രമല്ല, ജേഷ്ഠനായ വജ്ആയുധനും, മറ്റു ഉപനാരികളിൽ ജനിച്ച അഞ്ചു ജേഷ്ഠന്മാർ വേറെയുമുണ്ട് ദേവായുധന് മുന്നിൽ.”

ഇഷ്ടപ്പെടാത്ത മട്ടിൽ പൗർണമിദേവി അയാളെ നോക്കി പറഞ്ഞു.

“അവരൊന്നും ദേവായുധനോളം സാമർത്ഥ്യമുള്ളവരല്ല. അങ്ങേക്കറിയാത്തതല്ലല്ലോ...”

“ക്ഷമിക്കണം മഹാറാണി. സന്താനങ്ങളുടെ എണ്ണം കൂടുന്നന്നതനുസരിച്ച് ഇത്തരം തർക്കങ്ങൾ സംജാതമായിട്ടുണ്ട്. മുൻപും, എന്നും. തത്കാലം നമുക്ക് മഹാരാജാവിന്റെ ആയുസ്സിനായി പ്രാർത്ഥിക്കാം.”

പരിഹാസം തോന്നുന്നു... പൗർണമി ദേവി ആലോചിച്ചു. അത് മറച്ചു വെക്കാതെ പറയണം.

“പ്രാർത്ഥിക്കുന്നതിന് പകരം പ്രാപിക്കാനായി എത്തിച്ചിരിക്കുകയല്ലേ അത്തിപ്പഴമൊട്ടുപോലൊരുത്തിയെ... അത് മതിയാവുമെന്നു തോന്നുന്നുണ്ടോ അങ്ങേക്ക്.”

താപസനാഥൻ ഒന്ന് വല്ലാതായി. എന്തൊരു സ്ത്രീയാണിവൾ. നാക്കെടുത്താൽ നല്ലത് വരികയേ ഇല്ല...

“ഒരു തർക്കത്തിനുള്ള സമയമല്ലിത്. രാജാവിന്റെ ആയുസ്സിന് വേണ്ടി പ്രാർത്ഥിക്കുക...” താപസനാഥൻ പറഞ്ഞു.

“എന്ത് ചെയ്യാം... എന്റെ മകന്റെ മനസ്സ് നോവുന്ന ഒന്നും ഞാൻ പൊറുക്കില്ല... അങ്ങറിയണം... എഴുന്നെള്ളിച്ചു കൊണ്ട് വന്ന കന്യക ദേവായുധൻ മോഹിച്ച പെണ്ണാണ്...”

താപസനാഥൻ ഒന്ന് നടുങ്ങി...

“അങ്ങ് ആശങ്കപ്പെടേണ്ട... ദേവായുധനെ നിയന്ത്രിക്കാൻ എനിക്കറിയാം... പക്ഷേ അധികാരം...അത് ദേവായുധന് തന്നെ വേണം...”

പറഞ്ഞു തീർത്തെന്ന പോലെ പൗർണമി ദേവി താപസനാഥനെ വന്ദിച്ച് പുറത്തേക്ക് നടന്നു.

“മഹാറാണി എന്ത് വേണമെങ്കിലും പറയട്ടെ, എഴുന്നെള്ളിച്ചു കൊണ്ട് വന്ന കന്യക മഹാരാജാവിന്റെ ഭാര്യയാവാൻ പോകുന്നവളാണ്. അദ്ദേഹം അതെന്തിന് കൽപ്പിച്ചു എന്ന് നിങ്ങൾക്കും ഒരു പരിധി വരെ മനസിലായിട്ടുണ്ടാകും എന്നാണ് എന്റെ വിശ്വാസം. ഭരണ മാറ്റമാണ് രാജ്യത്തിന്റെ ആവശ്യമെങ്കിൽ അത് അതിന്റെ വഴിക്കു നടന്നോളും, പക്ഷേ ഇവിടെ നമുക്ക് പ്രധാനം അവരോധിക്കൽ ചടങ്ങു തന്നെയാണ്. അതി ന്റെ ഭാഗഭാക്കാകുവാൻ കൊട്ടാരത്തിനു വെളിയിൽ ഉള്ള കുമാരന്മാർക്ക് ദൂത് പോകണം.” താപസനാഥൻ ശിഷ്യന്മാരോടും മറ്റുള്ളവരോടുമായി പറഞ്ഞു

“ദേവായുധ കുമാരൻ എതിർത്താൽ?” ശിഷ്യൻ ബോധി വര്യൻ സന്ദേഹത്തോടെ ചോദിച്ചു.

“ദത്തെടുത്ത് കൊണ്ട് വന്ന കന്യക നമുക്ക് റാണിയാണ്. കുമാരന്മാർക്ക്, ദേവായുധന് അവർ അമ്മയാണ്.”

താപസനാഥന്റെ ആ വാക്കുകളിൽ എല്ലാ തീരുമാനവും ഉണ്ടായിരുന്നു.

* * *

തെളിച്ചമുള്ള പ്രഭാതമായിരുന്നു മഗധയിൽ... ചന്തയിൽ തിരക്കുണർന്നു കഴിഞ്ഞു... കച്ചവടക്കാർ തങ്ങളുടെ പലവിധ സാമഗ്രികൾ വൃത്തിയായും ഭംഗിയായും അടുക്കി വെച്ചു.

എല്ലാവരിലും ഒരു ഉന്മേഷം പ്രകടമായിരുന്നു. തലേന്ന് വന്നെത്തിയ പുതിയ കന്യക, തങ്ങളുടെ ഭാവി റാണി, മഹാപദ്മ രാജാവിന് പുതു ജീവൻ നൽകുമെന്ന് അവരൊക്കെ പ്രത്യാശിച്ചു...

കാകേതന്റെ പ്രാവുകൾ സന്ദേശം കൊണ്ട് വന്നതിന് ശേഷം ദേവായുധനെ കുറിച്ച് എല്ലാവരും അറിയുകയും ചർച്ചകൾ പലതും ചൂട് പിടിക്കുകയും ചെയ്തിരുന്നു...എല്ലാം രഹസ്യമായിട്ടായിരുന്നു എന്ന് മാത്രം. പെട്ടെന്ന് പെരുമ്പറകളുടെയും തുകൽ വാദ്യങ്ങളുടെയും ശബ്ദം കേട്ട് അവർ തല ഉയർത്തി നോക്കി. തെരുവിലേക്ക് കടക്കുകയായിരുന്നു പടയാളികൾ... ഒന്ന് രണ്ടു പടയാളികൾ മഹാപദ്മ സാമ്രാജ്യത്തിന്റെ കൊടി ഉയർത്തി പിടിച്ചിരിക്കുന്നു. പടയാളികൾ കടന്നു വരുന്നത് കണ്ടു തെരുവ് ഒന്ന് ഒതുങ്ങി, ചിലരൊക്കെ പതുങ്ങി. കുതിര മേൽ ഇരുന്നു കൊണ്ട് ഒരുവൻ കുഴൽ വാദ്യമെടുത്ത് ഊതി. തെരുവിന്റെ ഇടുക്കിൽ നിന്നവർ മധ്യത്തിലേക്ക് തിക്കി തിരക്കി വന്നു നിന്നു. ഒന്നാം കുതിര മേലുള്ള പടയാളി തോൽ പട്ട കൊണ്ടുള്ള വിളംബരം നിവർത്തിയതും കൂടുതൽ ശ്രദ്ധ ആകർഷിക്കാൻ വാദ്യ സംഘം പെരുമ്പറ ഒന്ന് കൂടി അടിച്ചു. തുകൽ പട്ട നോക്കി പടയാളി ഉറക്കെ വായിച്ചു.

“മഗധ മഹാജനങ്ങളെ, മഗധാധിപനും മഹനീയനുമായ മഹാപദ്മ രാജാവിന്റെ ആരോഗ്യത്തിനും രാജ്യ ക്ഷേമത്തിനുമായി പ്രാർത്ഥിച്ചു പൂജിച്ചു കൊണ്ട് അദ്ദേഹത്തിന് ഇണയായി, കേക പ്രവിശ്യയിലെ കന്യകയും സുന്ദരിയുമായ അംഗസുന്ദരിയെ മഹാറാണിയായി വാഴിക്കുന്ന ചടങ്ങിലേക്ക് ആഹ്ലാദ പൂർവം പ്രജകളെ സ്വാഗതം ചെയ്യുന്നു. ആകയാൽ സർവജനങ്ങളെയും കൊട്ടാരാങ്കണത്തിലേക്ക് ഫാൽഗുന മാസത്തിലെ മൂന്നാം നാളിലേക്ക്

സവിനയം ക്ഷണിക്കുന്നു...വരിക. പങ്കു കൊൾക."

പെരുമ്പറകൾ മുഴങ്ങി. ജനം ഉറക്കെ വിളിച്ചു...

"മഹാപദ്മ രാജാവ് നീണാൾ വാഴട്ടെ..."

അവരുടെ ആർപ്പു വിളികൾക്കിടയിലൂടെ പടയാളികൾ മെല്ലെ കടന്നു പോയി. കിഴക്കു നിന്നടിച്ച കാറ്റിൽ മഗധയുടെ കൊടികൾ മെല്ലെ ഇളകിപ്പറന്നു.

* * *

മധുരധാരിണി അസ്വസ്ഥയായിരുന്നു. ചടങ്ങുകൾ അവസാനിച്ചു കഴിഞ്ഞാൽ കന്യക മഹാപദ്മന് ജീവൻ കൊടുക്കുമെന്ന് അവർക്ക് ഏറെക്കുറെ ഉറപ്പു തോന്നി. അംഗസുന്ദരി. പേര് പോലെ തന്നെ അംഗമാകെ സൗന്ദര്യം തുളുമ്പുന്നവൾ തന്നെയാണ്. സർവ്വാഭരണ വിഭൂഷിതയായി അവൾ രഥത്തിൽ വന്നിറങ്ങിയ നിമിഷം ആരവങ്ങളുയരുകയും കൊട്ടാരത്തിന്റെ കൊച്ചു കിളിവാതിലുകളിലൂടെ, ഉപനാരികളിൽ ഒട്ടുവില്ലുള്ളവരും തോഴികളും കൂടി പുഷ്പ വൃഷ്ടി നടത്തുകയും ചെയ്തു കൊണ്ടിരുന്നു.

"അത്ര സുന്ദരിയൊന്നുമല്ല..." പൗർണമി ദേവിയോട് തോഴി സരിക അടക്കം പറഞ്ഞു.

"കന്യകയാണല്ലോ അത് മതി." ഉപനാരിയായ പ്രേമസ്വരൂപിണി മറുപടി പറഞ്ഞു...

ഗുരു പൂജാരികളെ സാക്ഷി നിർത്തി നനുത്ത പട്ടു ശീലകൾ മെല്ലെ പറന്നു കളിക്കുന്ന, രത്നാലംകൃതമായ സ്പടികവിളക്കുകൾ ചെറുകാറ്റിൽ മെല്ലെ ഇളകിയാടുന്ന, പരവതാനി നെടുനീളത്തിൽ ഭംഗിയായി വിരിച്ചിട്ട മനോഹരമായ ആ തളത്തിലേക്ക്, മണ്ഡപത്തിലേക്ക് അംഗസുന്ദരി പതിയെ വലതു കാൽ വെച്ചു. അവളുടെ കണങ്കാലിന്റെ മനോഹാരിതയും നഖങ്ങളുടെ മിനുക്കവും രൂപവും തിളക്കവും മധുരധാരിണി ശ്രദ്ധിച്ചു.

അവൾ സുന്ദരി തന്നെ. അംഗോപാംഗം സുന്ദരി. ഒരു മന്ദഹാസത്തോടെ അവർ തല ചെരിച്ചു നോക്കി. പ്രായമേറെയായിട്ടും ആഭരണങ്ങളോടും തന്നോട് തന്നെയും പ്രേമമുള്ള പൗർണമിദേവി അടക്കാനാവാത്ത കൗതുകത്തോടെ രഥത്തിന്റെ പട്ടുമറ നീങ്ങുന്നത് നോക്കി നിൽക്കുന്നത് മധുരധാരിണി കണ്ടു.

പുറത്തേക്കിറങ്ങിയ അംഗസുന്ദരി ഗുരു പൂജാരികളെ വന്ദിച്ചു. ശേഷം ചെറു മന്ദഹാസത്തോടെ നിരന്നു നിൽക്കുന്ന റാണിമാരെയും. ഒരു പറ്റം തോഴികൾ അവൾക്കരികിലേക്ക് വന്നു. അവർ താലത്തിൽ കൊണ്ട് വന്ന ചന്ദനത്തൈലം അംഗസുന്ദരിക്ക് നേരെ തളിച്ചു. ശേഷം അവർ അവളെ ആനയിച്ച് കൊണ്ട് പോയി... കുമാരന്മാർ ഭൂരിഭാഗവും ഇല്ലായിരുന്നു. തിരക്കിനിടയിൽ ദേവായുധനെയും കണ്ടില്ല. വെറുപ്പിന്റെ മുഖവുമായി അവൻ അമ്മക്കൊപ്പം പ്രത്യക്ഷപ്പെടേണ്ടതാണ്. അധികാരം നീണ്ടു പോകുന്ന ഒരു ചടങ്ങും അമ്മയും മകനും സഹിക്കില്ല. അല്ല. തനിക്കും അതത്ര സുഖമുള്ള കാര്യമല്ല. ഇന്നലെ കണ്ട സ്വപ്നം തനിക്ക് കൂടുതൽ പ്രതീക്ഷ നൽകുന്നു. മധുരധാരിണി ആലോചിച്ചു.

പറന്നുയരുന്ന വിവിധ വർണ്ണങ്ങളുള്ള പക്ഷിക്കൂട്ടങ്ങൾക്കിടയിലൂടെ മകൻ

മംഗളസിംഹൻ നടന്നു വരുന്നു. അവന്റെ പിന്നിൽ മഞ്ഞു മലകളുടെ നീണ്ട നിര. വന്നെത്തുമോ അവൻ. വന്നെങ്കിൽ, ആ രൂപം രാജ്യാതിർത്തിയിലെത്തിയാൽ മതി. ഇത് വരെയുള്ള എല്ലാ രഹസ്യ ചർച്ചകളും അവസാനിക്കും. എല്ലാ പ്രതീക്ഷകളും. ഒരു ഗൂഢ സ്മിതത്തോടെ മധുരധാരിണി നിന്നു.

മണ്ഡപത്തിന്റെ വലിയ തൂണുകൾ കടന്നു അംഗസുന്ദരിയും തോഴിമാരും മറഞ്ഞപ്പോൾ ഒരു കൃത്രിമ ചിരിയോടെ പൗർണമി ദേവി അകത്തേക്ക് നടക്കുന്നത് കണ്ടു. പടവെട്ടിയും പകപോക്കിയും രാജാവിന്റെ കാലം കഴിയാറായിരിക്കുന്നു. ഇനി തനിക്കു പ്രതീക്ഷ മകനിലാണ്. മംഗളസിംഹനു താഴെ മൂന്നെണ്ണമുണ്ടെങ്കിലും നീതിമാൻ അവൻ തന്നെ.

രാജാധികാരത്തിന് ഉത്തമൻ. സ്വപ്നം സത്യമാകുമോ. ശ്രമിച്ചു നോക്കാം. പ്രാർത്ഥിക്കാം. പരിശ്രമിക്കാം.

കൊട്ടാര സംഘം മഹാറാണിപ്പട്ടത്തിനുള്ള ചടങ്ങുകൾക്കു വിളംബരം കൊട്ടുതു തുടങ്ങി കഴിഞ്ഞിരിക്കുന്നു എന്നാണ് പുലർച്ചെയുള്ള വിവരം. ചടങ്ങുകൾ നടന്നോട്ടെ. അംഗസുന്ദരിയുടെ അംഗലാവണ്യത്തിന്റെ ഇളം ചൂട് തട്ടി മഹാരാജൻ ഉണർന്നോട്ടെ. നാക്കു ചലിച്ചോട്ടെ.

മംഗളസിംഹനെ തേടണം. തേടി കണ്ടുപിടിക്കണം.

തന്റെ മനസിലെ ചിന്തകൾ പോലും ചൂഴ്ന്നെടുത്ത് ശത്രു പക്ഷം അവനെ തനിക്കു മുന്നേ കണ്ടു പിടിക്കും. അവൻ വരാൻ തയ്യാറാവില്ലയെങ്കിലും ഏതെങ്കിലും കാരണം പറഞ്ഞ് അവർ അവനെ ചതിയിൽ പെടുത്തും. ചതിയിലൂടെ മാത്രമേ അവനെ അവർക്കു ജയിക്കാനാവൂ. ആർക്കും ജയിക്കാനാവൂ.... ആരെയാണ് ഏൽപിക്കുക. ഗുരു താപസനാഥനെ മാത്രമേ വിശ്വസിക്കാനാവൂ. മധുരധാരിണി ആലോചിച്ചു.

അറക്ക് പുറത്ത് കാവൽ നിൽക്കുന്ന പരിചാരകരിൽ ഒരാളെ മധുരധാരിണി വിളിച്ചു.

"ധനശ്രീമാൻ... ഗുരു താപസനാഥനോട് എന്നെ വന്ന് കാണാൻ പറയൂ..."

"കല്പന പോലെ..." ധനശ്രീമാൻ നടന്നു നീങ്ങി.

ഭാരമാണ് മനസ്സിൽ. എന്തെന്നില്ലാത്ത ഭാരം. മട്ടുപ്പാവിന്റെ കൈവരിയിൽ പിടിച്ച് അവർ നിന്നു. ദൂരെ പൊടിയുയർത്തിക്കൊണ്ടു ഒരു കൂട്ടം പടയാളികൾ കൊട്ടാര വാതിൽ ലക്ഷ്യമാക്കി വരുന്നുണ്ട്. അംഗസുന്ദരിയുടെ മഹാറാണിപ്പട്ട ചടങ്ങുകൾ വിളംബരം ചെയ്യാൻ പോയവരാണെന്നു തോന്നുന്നു...

* * *

കുറ്റിമരങ്ങൾ വളർന്നു നിൽക്കുന്ന, മുള്ളുകൾ നിറഞ്ഞ അതിരു കാണാനാവാത്ത ഭൂപ്രദേശത്തു കൂടി പടയാളികളുടെ സംഘം കുതിരകളേയും കൊണ്ട് പാഞ്ഞു പോയി. മഗധയുടെ രാജകുമാരന്മാരെ, കച്ചവടത്തിനും, കലാപഠനത്തിനും, ആയുധ പഠനത്തിനുമായി പോയ കുമാരന്മാർക്കു ദൂതറിയിക്കാനുള്ള സംഘമായിരുന്നത്.

മഹാപദ്മ രാജാവിന്റെ ഭാര്യമാരിൽ ജനിച്ച പതിനെട്ടുപേരിൽ പത്തു പേർ മാത്രമേ കൊട്ടാരത്തിൽ ഉണ്ടായിരുന്നുള്ളൂ...മറ്റു പലരും തൊട്ടടുത്ത പ്രവിശ്യയിലോ അയൽ ഗ്രാമങ്ങളിലോ പഠനത്തിലായിരുന്നു. ചിലർ പര്യടനത്തിലും.

മുറയിൽ ജേഷ്ഠനായിരുന്ന വജ്രായുധൻ, താഴെ ദേവായുധനും ദേവദീപ്ത നും പൂർണായുധനും, മൂദ്ദ വർണ്ണനും അടക്കം അമ്മ പൗർണമി ദേവിയിൽ അവർ അഞ്ചു പേർ. മധുരധാരിണിയിൽ മംഗളസിംഹനും, അനുജൻ സുന്ദര സിംഹനും, താഴെ വീരസിംഹനും ഇളയവൻ അഴകുസൂര്യനും. വീര സിംഹൻ പ്രവിശ്യകളിലെ നികുതി പിരിവിന്റെ മേൽനോട്ടത്തിലും അഴക് സൂര്യൻ പഠനത്തിലുമായിരുന്നു. സുന്ദരസിംഹൻ കച്ചവടത്തിനായി കടലിനടുത്തും. തുറമുഖങ്ങളുടെ മേൽനോട്ടവും, വിദേശ രാജ്യങ്ങളിൽ നിന്നു വരുന്ന ചരക്ക നീക്കങ്ങളും അയാളുടെ ഉത്തരവാദിത്വമായിരുന്നു.

മംഗളസിംഹൻ എവിടെയാണെന്ന് കൊട്ടാര വാസികൾക്കോ ചാരന്മാർ ക്കോ പോലും അറിവുണ്ടായിരുന്നില്ല. പിന്നെ വജ്രായുധൻ കൊട്ടാരത്തിൽ ഇടയ്ക്കിടെ വന്നു പോകും. പക്ഷേ അധിക സമയവും അയാൾ ഗ്രാമത്തിലോ അതിനടുത്ത പ്രവിശ്യയിലെ നൃത്ത ശാലകളിലോ, സത്രങ്ങളിലോ, ചില രഹസ്യ സങ്കേതങ്ങളിലെ ചൂതുകളി കേന്ദ്രങ്ങളിലോ സമയം ചിലവഴിച്ചു. കൊട്ടാര ജീവിതത്തിലെ ആർഭാടവും ധനവും ഒഴിച്ച് രാജഭരണം ഏറ്റെടു ക്കാനോ രാജാവിന്റെ അടുത്ത ഉപദേഷ്ടാവാകാനോ, എന്തിന്, അത്യാവശ്യ കൊട്ടാര ചർച്ചകളിൽ അഭിപ്രായം പറയാൻ പോലും അയാളെ കിട്ടാറുണ്ടാ യിരുന്നില്ല. പിതാവിന്റെ പാതയിൽ തന്നെ ആയിരുന്നു മൂത്തമകനും. സ്ത്രീ വിഷയത്തിലെ ദൗർബല്യം. എന്നാൽ ആരെയും സ്വന്തമാക്കാതെ സ്വച്ഛന്ദം നടക്കുകയെന്നതായിരുന്നു വജ്രായുധനിഷ്ടം.

മദ്യത്തിലും മദം പൊട്ടുന്ന സുന്ദരികളിലുമായി അയാൾ മദിച്ചു നടന്നു. അയാളുടെ യാത്രകൾ മാസങ്ങളോളം നീണ്ടു. കൊട്ടാരത്തിൽ നിന്നു സംഘ ടിപ്പിക്കുന്ന പണം പോരാതെ യാത്രയിൽ കണ്ടുമുട്ടുന്ന ധനാഢ്യന്മാരുമായി ചങ്ങാത്തമുണ്ടാക്കി അവർക്കൊപ്പം യാത്ര ചെയ്ത് അവരോടൊത്ത് സുഖലോ ലുപതയിൽ ആറാടി വജ്രായുധൻ ജീവിതം തള്ളി നീക്കി. രാജകുമാരന്മാരിലെ ജേഷ്ഠൻ തങ്ങളുടെയൊപ്പം അന്തിയുറങ്ങുക, ചൂത് കളിക്കുക, തങ്ങളുടെ മുഖ്യ ചടങ്ങുകളിൽ പ്രത്യക്ഷപ്പെടുക എന്നതൊക്കെ ധനികർക്കും സന്തോഷമായി രുന്നു. പല യാത്രകളിലും പല ഘട്ടത്തിലും പലരും തങ്ങളുടെ സഹോദരിക ളെയും പെൺമക്കളെയും വജ്രായുധന് കാഴ്ച വെച്ചു. കാഴ്ചവെക്കലിനേക്കാൾ ഒരു തരം കൗശലമായിരുന്നത്.

എങ്ങിനെയെങ്കിലും അയാളുടെ മനസിളക്കി കൊട്ടാരവാസിയാകുക. സമ്പൽ സമൃദ്ധിയുള്ളവരും, മധ്യവർത്തി കുടുംബങ്ങളിലെ ചില സ്വാർത്ഥ വിചാരക്കാരും കൊട്ടാര ബാന്ധവത്തിനായി വജ്രായുധനെ മെരുക്കാൻ ശ്രമിച്ചു കൊണ്ടിരുന്നു. പക്ഷേ വജ്രായുധൻ മദ്യപാനിയും സ്ത്രീ ലമ്പടനുമായി രുന്നെങ്കിലും തന്റെ കൊട്ടാരത്തിന്റെ അയലത്ത് എത്തി നോക്കാൻ പോലും അയാൾ ആരെയും അനുവദിച്ചിരുന്നില്ല. തനിക്കു കിട്ടിയ എല്ലാ സമ്മാനങ്ങളും അയാൾ ആസ്വദിച്ചു. അതിനനുസരിച്ച പണവും ആഭരണങ്ങളും പാരിതോ ഷികങ്ങളും, ചിലർക്ക് നികുതി ഇളവും ചെയ്തു കൊടുത്തു. പക്ഷേ അയാളുടെ മേൽ ചാരി നിന്ന് കൊട്ടാരത്തിന്റെ ഏണിപ്പടി കയറാൻ അയാൾ ആരെയും അനുവദിച്ചില്ല.

തന്റെ പാരമ്പര്യത്തിന്റെ താക്കോൽ, പിതാവിന്റെ തീരുമാനമാണെന്ന ഒറ്റ വാക്കു കൊണ്ട് എല്ലാവരെയും അയാൾ നിശ്ശബ്ദനും നിഷ്പ്രഭരുമാക്കി.

ഭൂരിഭാഗം പേരും അയാളെ വിട്ടു പോയി. ചിലർ പിന്നെയും അള്ളിപ്പിടിച്ച് കൂടെ നിന്നു. പോയവർക്ക് പകരം പുതിയ സുഹൃത്തുക്കൾ വന്നു ചേർന്നു. അങ്ങനെ വന്നവരെയും നിന്നവരെയും ചേർത്ത് ലഹരിയും നൃത്തവുമായി അയാൾ ദിവസങ്ങൾ തള്ളി നീക്കി.

* * *

കുതിരപ്പടയാളികൾ കാതങ്ങൾ താണ്ടി നീങ്ങിക്കൊണ്ടിരുന്നു. പുലർച്ചയ്ക്ക് സത്രങ്ങളിൽ നിന്ന് ആഹാരം കഴിച്ച് വിശ്രമിച്ച്, വീണ്ടും വെയിൽ ഒന്ന് ചായുമ്പോൾ യാത്ര തുടർന്ന് അവർ പോയ്ക്കൊണ്ടേയിരുന്നു.

"ഇനിയേത് ദിശയിലേക്കാണ്... ലക്ഷ്യമില്ലാതെ ഈ യാത്ര തുടരണോ?"

സന്ദേഹത്തോടെ തന്റെ കുതിര മേൽ ചാടികയറുന്നതിന് മുൻപ്, തന്റെ കൂട്ടത്തിലെ നേതാവിനോട് അംഗദൻ ചോദിച്ചു...

"കിഴക്കോട്ട് തന്നെ പോയി നോക്കാം. അവിടെയാകുമ്പോൾ പേര് കേട്ട മൂന്നു നൃത്ത ശാലകളുണ്ടല്ലോ... ഏതെങ്കിലും ഒന്നിൽ തടയാതിരിക്കില്ല..." അംഗിരസ്സ് പറഞ്ഞു.

"അവിടെയുമില്ലെങ്കിൽ?"

"ദിശകൾ പലത് കിടക്കുകയാണല്ലോ..." ചെറുചിരിയോടെ ഒരു പടയാളി പറഞ്ഞു.

അംഗദൻ ചിരിച്ചില്ല. അയാൾക്കു മടുപ്പ് തുടങ്ങിയിരുന്നു. ഇത് സ്ഥിരം അവസ്ഥയാണ്. തന്നെ ഈ ജോലിയിൽ നിന്ന് ഒഴിവാക്കി തരാമോ എന്ന് ചോദിച്ചതാണ്.

"മുൻകാലങ്ങളിൽ തേടി കണ്ടുപിടിച്ചവരാവുമ്പോൾ കൂട്ടിക്കൊണ്ട് വരാൻ എളുപ്പമാവും. പുറപ്പെട്ടോളൂ."

അന്വേഷണ സംഘത്തിന്റെ തലവൻ രുദ്രപ്രതാപന്റെ ഉത്തരമാണ് കുഴക്കിയത്. ശരിയാണ്, പുതിയ സംഘത്തെ കണ്ടാൽ അവരെയും കൂടെ കൂട്ടി കുടിപ്പിച്ച്, പാട്ടു പാടി നൃത്തം വെപ്പിച്ച്, കയ്യിലുള്ള പണമത്രയും ചൂത് കളിപ്പിച്ച്, കുതിരകളെ വരെ പണയം വെപ്പിക്കുന്ന ആളാണ്... പണ്ടൊരിക്കൽ അന്വേഷിച്ച പോയ സംഘത്തെ അന്വേഷിച്ച് അടുത്ത സംഘം പോകേണ്ടി വന്ന കഥ എല്ലാവർക്കും പരിചിതമാണ്. അതാണ് വജ്രായുധ കുമാരൻ. ആൾ വജ്രം പോലെ ശുദ്ധം തന്നെയാണ്. ആരോടും നീരസമില്ല. വർഗ വർണ വിവേചനമില്ല. രാജകുമാരനെന്നോ പടയാളിയെന്നോ സമ്പത്തുള്ളവനെന്നോ ഇല്ല... പക്ഷേ എവിടെയോ ഒരു കൈപ്പിഴ പറ്റി.

"ശാപം... അല്ലാണ്ടെന്താ..." കുറച്ചു കാലം മുൻപ് അന്വേഷിച്ചിറങ്ങിയപ്പോൾ സത്രത്തിലെ തല മൂത്ത ഒരു വൃദ്ധൻ മുഖത്തു നോക്കി പറഞ്ഞതാണ്. കുമാരന്മാർക്കെതിരാണ് പറഞ്ഞത്. പക്ഷേ പ്രായമേറിപ്പോയത് കൊണ്ട് കിഴവനെ കൊട്ടാരത്തിലേക്ക് വലിച്ചിഴച്ചുകൊണ്ട് പോയിട്ടും കാര്യമില്ലായിരുന്നത് കൊണ്ട് വിട്ടു. പറഞ്ഞത് സത്യമായിരിക്കാം...ശാപമായിരിക്കാം... തന്റെ മുത്തച്ഛനും പറഞ്ഞു കേട്ടിട്ടുണ്ട്...മഹാപദ്മന്റെ ചെയ്തികളെ കുറിച്ച്. വേണ്ട അതൊന്നും തന്റെ കാര്യമല്ല. പടയാളി എന്നും പടയാളി തന്നെ. പറയുന്നതനുസരിച്ച് നിൽക്കുക. പടവെട്ടുക...

സംഘങ്ങൾ മുന്നോട്ട് കുതിക്കുകയാണ്. സന്ധ്യയാകുന്നതിന് മുൻപ് ഏതെങ്കിലും സത്രത്തിൽ നിന്ന് കുമാരനെ കണ്ടെത്താനുള്ള പോക്കാണ്... അയാൾ തന്റെ കുതിരയെ മറ്റ പടയാളികൾക്കൊപ്പമെത്താൻ പറപ്പിച്ച വിട്ടു...

അവർ ചെങ്കുത്തായ ഒരു മല കയറുകയായിരുന്നു...

ഉണങ്ങിപ്പൊടിഞ്ഞ പൂഴി മണ്ണിൽ കുതിരകൾ ഓടിക്കയറുകയാണ്. മലയ്ക്ക പ്പറത്ത് ഒരു സത്രമുണ്ടെന്നാണ് കേട്ടറിഞ്ഞത്.

അസ്തമനമടുത്തപ്പോൾ അവർ മലയുടെ മുകളിലെത്തി. സൂര്യൻ മഹാപദ്മ സാമ്രാജ്യത്തിന്റെ അതിരു കാണാത്ത വിശാല ഭൂവിനു മേൽ ചായാൻ തുടങ്ങു ന്നു. കുതിരകൾ കിതച്ച ക്ഷീണിച്ചിരിക്കുന്നു. അവർ കുതിരകളെ മേയാൻ വിട്ടു. ശേഷം തുകൽ പാത്രങ്ങളിൽ കരുതിയിരുന്ന വെള്ളം പങ്കിട്ടു കുടിച്ചു... ദൂരെ എവിടെയോ നിന്ന് ഒരു വളർത്തു നായുടെ കുര കേൾക്കാം. മലക്ക് താഴെയും വശങ്ങളിലും ആൾ താമസമുണ്ട്.

ഒരു ചെറു കാറ്റ് കടന്നു പോയി... മലഞ്ചെരിവിലെ ഒരു ചെറുമരത്തിനടി യിൽ ഇരുന്ന് അവർ ഗോതമ്പ് പൊടിയും ശർക്കര മധുരവും ചേർത്ത് ചുട്ടെടു ത്ത പലഹാരം കഴിച്ചു.

“അങ്ങേയ്ക്കെന്തു തോന്നുന്നു.” അംഗിരസ്സിനോട് അംഗദൻ ചോദിച്ചു.

“തേടാനല്ലാതെ എന്ത് ചെയ്യാൻ?” നിസ്സംഗതയോടെ അയാൾ മറുചോ ദ്യമുന്നയിച്ചു. ശേഷം അല്പം ഈർഷ്യയോടെ തുടർന്നു.

“ഇത്തരം പേക്കൂത്തുകൾ തേടിപ്പിടിക്കലാണല്ലോ നമ്മുടെ ജോലി.”

അംഗദന് സന്തോഷം തോന്നി. തന്റെ മാത്രം തോന്നലല്ല. എല്ലാവർക്കും, പ്രത്യേകിച്ചും തലവനും ഇത് തന്നെയാണ് മനസ്സിൽ. സമാനമനസ്കർ തന്നെ. അത് തിരിച്ചറിഞ്ഞ് അയാൾ തന്റെ ഉള്ളിലെ ചോദ്യമെറിഞ്ഞു.

“മംഗളകുമാരനെക്കുറിച്ച് എന്തെങ്കിലും വിവരം?”

“ഇല്ല!! എന്റെ അറിവിൽ ഒന്നുംകേട്ടിട്ടില്ല. രഹസ്യമായി പോലും...”

അംഗദൻ നിരാശയോടെ ഇരുന്നു... “പ്രതീക്ഷ ഉണ്ടായിരുന്നു. അതും!...”

ആഹാരം ചവച്ചിറക്കി വെള്ളം കുടിച്ച് അംഗിരസ്സ് തുടർന്നു.

“എനിക്കുമതാണ് മനസിലാകാത്തത്. അവസരവും അനുകൂലാവസ്ഥയും കുമാരന് തന്നെ. പക്ഷേ ഒന്നും അറിയാതെയോ അല്ലെങ്കിൽ മനഃപൂർവ്വമോ ചുറ്റിയടിച്ചു നടക്കുകയാവും... വാ പുറപ്പെടാം.”

സംസാരം നീട്ടികൊണ്ടു പോവുന്നതിലുള്ള മടിയാവാം അംഗിരസ്സ് എണീറ്റു. മറ്റുള്ളവരും. അവർ കുതിരകൾക്കടുത്തേക്ക് നടന്നു. അവ മേഞ്ഞു നടന്ന് ക്ഷീണം മാറ്റിയിട്ടുണ്ട്. അവയെ തെളിച്ചു കൊണ്ട് അവർ മലയിറങ്ങി തുടങ്ങി. സംഘം വജ്രായുധനെ അന്വേഷിച്ച് കൊട്ടാരം വിട്ടപ്പോൾ, രഹസ്യമായി കിട്ടിയ ആജ്ഞ, ഭൂമിയുടെ ഏതറ്റത്തുണ്ടെങ്കിലും മംഗളസിംഹനെ കണ്ടുപിടി ക്കാനുള്ളതായിരുന്നു. അതും മഹാറാണി മധുരധാരിണിയുടെ നിർദ്ദേശത്തിൽ, കൊട്ടാര ഉപദേഷ്ടാവ് താപസനാഥന്റെ കല്പനയിൽ.

താപസനാഥൻ വന്നെത്തിയപ്പോൾ നേരം വൈകിയിരുന്നു...

മധുരധാരിണി അദ്ദേഹത്തെ വന്ദിച്ചു.

“സുചേല... ഗുരുവിനു കുടിക്കാനെടുക്കൂ...” അവർ നിർദ്ദേശിച്ചു.

പരിചാരിക സുചേല പുറത്തേക്ക് നടന്നു.

“എന്തായിരുന്നു ചർച്ച?

മധുരധാരിണി ചോദിച്ചു.

“അറിഞ്ഞോ?”

പീഠത്തിലേക്ക് ഇരുന്നു കൊണ്ട് അദ്ദേഹം ചോദിച്ചു.

“എല്ലാം അറിഞ്ഞിരിക്കണമല്ലോ.” അവർ മറുപടി പറഞ്ഞു.

“ഊഹം ശരിയാണ്. ഭരണകൈമാറ്റം തന്നെ.”

“അദ്ദേഹം ജീവിച്ചിരിക്കുമ്പോഴോ?”

“എന്ത് പറയാൻ. പരമാവധി ചെറുത്ത് നില്ക്കാൻ നോക്കുന്നുണ്ട്. പക്ഷേ ഞാനും മറ്റു പത്തു പേരും മാത്രമേ കുറച്ചെങ്കിലും സാവകാശം വേണമെന്ന് പറയുന്നുള്ളൂ. മറ്റുള്ളവരെല്ലാം തന്നെ ദേവായുധനെ മനസ് കൊണ്ട് സ്വീകരിച്ചു കഴിഞ്ഞു...”

“മഹാറാണി വിളിപ്പിച്ചത്?”

ഒരു നിമിഷം ആലോചിച്ചിട്ട് താപസനാഥനെ നോക്കി മധുരധാരിണി പറഞ്ഞു...

“മംഗളസിംഹനെ കൊണ്ട് വരണം.”

“എനിക്ക് പ്രതീക്ഷയില്ല.” താപസനാഥൻ പറഞ്ഞു.

മധുരധാരിണി പകച്ചു.

ഇങ്ങനൊരു മറുപടി പറയാറില്ല അദ്ദേഹം.

“അങ്ങ് കൂടി പ്രതീക്ഷ കൈവിട്ടാൽ...”.

“കൈ വിട്ടതല്ല. ഞാൻ പണ്ടേ ഉറപ്പിച്ചതാണ്. രാജഭരണത്തിനു പറ്റിയ മനസ്സിനുടമയല്ല കുമാരൻ എന്ന് അടക്കം പറച്ചിലുകാരുടെ വാക്ക് കടമെടുത്തതല്ല. ചർച്ച ചെയ്ത് അനുഭവിച്ചു ബോധ്യപ്പെട്ടതാണ്.”

“പക്ഷേ എനിക്ക് വിശ്വാസമുണ്ട്.” ഉറപ്പോടെ അവർ പറഞ്ഞു.

“ശരിയായിരിക്കാം. അദ്ദേഹം സർവസമ്മതനുമാണ്. പക്ഷേ മറ്റൊരു അപകടം കൂടി ഇതിനിടയിൽ സംഭവിച്ചിട്ടുണ്ട്.”

താനിത് വരെ അറിയാത്ത എന്ത് രഹസ്യമാണ് അരമനക്കുള്ളിൽ അരങ്ങേറിയിരിക്കുന്നത്. ആകാംക്ഷ നിറഞ്ഞ കണ്ണുകളോടെ അവർ ഗുരുവിനെ നോക്കി.

ഒരു ദീർഘ നിശ്വാസമുതിർത്ത് അദ്ദേഹം പറഞ്ഞു.

“അംഗസുന്ദരി ദേവായുധൻ മോഹിച്ചുറപ്പിച്ച പെണ്ണാണ്.”

മധുരധാരിണിയുടെ മനസ് സന്തോഷാധിക്യത്താൽ തുടിച്ചു. അവനതു തന്നെ വേണം. ഉള്ളിൽ നുരയുന്ന ആഹ്ളാദമടക്കി അവർ പറഞ്ഞു.

“പൗർണമി ദേവി തകർന്നു കാണുമല്ലോ.”

“ഇല്ല...അതാണ് പുതിയ ആയുധം. അംഗസുന്ദരിയെ വിട്ടു കൊടുത്തതിന്റെ ആനുകൂല്യം കൂടി കണക്കിലെടുത്ത് ദേവായുധനെ രാജാവാക്കണമെന്നാണ്

പുതിയ നീക്കവും ആവശ്യവും. അനുകൂല അഭിപ്രായമാണ് എല്ലാവർക്കും. മാത്രമല്ല ദേവായുധൻ എന്തും ചെയ്യും."

താപസനാഥന്റെ വാക്കുകളിലെ ഭീതി മധുരധാരിണിക്ക് മനസിലായി. അപകടം ആർജവം പൂണ്ടിരിക്കുന്നു. ആക്രമണത്തിന്റെ ശക്തി വർധിപ്പിക്കാൻ സാധ്യത കൂടുതലാണ്

"അങ്ങ് കണ്ടുപിടിക്കണം. വിശ്വസ്തരായ മൂന്ന് പേരെ...മൂന്ന് പേരും വജ്രായുധനെ അന്വേഷിച്ച് ദിക്കുകൾ പോകുന്ന സംഘം എന്ന പേരിലയച്ചാൽ മതി. ഏതു വിധേനയും എവിടെ നിന്നെങ്കിലും ഭൂമിയുടെ ഏതറ്റം വരെ പോയാലും മംഗളനില്ലാതെ അവർ മടങ്ങി വരാൻ പാടില്ല."

"കുമാരനെ കണ്ടു കിട്ടിയാൽ തന്നെ..." അർധോക്തിയിൽ നിർത്തി താപസനാഥൻ.

"അവൻ വരും." മധുരധാരിണി ഉറപ്പിച്ചു പറഞ്ഞു. "അവന്റെ അമ്മ മരണക്കിടക്കയിലാണെന്നു പറഞ്ഞാലും ശരി, മംഗളസിംഹൻ ഈ കൊട്ടാരത്തിലെത്തണം."

അതൊരു കല്പനയായിരുന്നു.

ദിക്കുകൾ താണ്ടി, ദിന രാത്രങ്ങൾ താണ്ടി ആ സംഘം യാത്ര തുടർന്നു കൊണ്ടിരുന്നു. മംഗളസിംഹനെ എവിടെ അന്വേഷിക്കണമെന്ന്, എങ്ങിനെ ചോദിക്കണമെന്ന് ഒരു രൂപവുമില്ലാതെ, വെറും കയ്യോടെ മടങ്ങിയാൽ തല പോകുമെന്നുറപ്പുള്ളത് കൊണ്ട്, അതിർത്തി കടക്കാൻ ശ്രമിച്ച് ശത്രു സൈന്യത്തിന്റെ പിടിയിൽപെട്ടാലും കുഴപ്പമില്ല. അതിർത്തി തിരിക്കുന്ന മഹാനദി കടക്കുമ്പോൾ ചങ്ങാടം മറിഞ്ഞോ, മലവെള്ളത്തിൽ പെട്ട് മരിക്കുകയോ ചെയ്താലോ വക വെക്കേണ്ടതില്ല എന്ന് ചിന്തിച്ച്, തിരികെ ചെന്നാലുള്ള വിധി ഓർത്തു കൊണ്ട് അവർ യാത്ര തുടർന്നു.

കഴിഞ്ഞ പകലുകളിലും നിലാവുള്ള രാത്രികളിലെ രണ്ടാം യാമം വരെ നീളുന്ന യാത്രക്കിടയിലെ ചെറുതും വലുതുമായ വഴിയോര വിശ്രമ കേന്ദ്രങ്ങളിലും, നിശാ സത്രങ്ങളിലും, ചില പ്രധാന ചൂത് കളി കേന്ദ്രങ്ങളിലും, ചില ഗ്രാമങ്ങളിലെ മുഖ്യ ധനികന്മാരുടെ വീടുകളിലും, അഭിസാരികകളുടെ താമസ സ്ഥലങ്ങളിലും കയറിയിറങ്ങി, രാത്രിയുടെ മൂന്നാം യാമത്തിൽ വിശ്രമിച്ച് വീണ്ടും പുലർച്ചെ തുടരുന്ന യാത്രയായിരുന്നു അവരുടേത്.

ഒന്നാമത്തെ പകലും രാത്രിയും, മറ്റൊരു പകലും കൂടി താണ്ടി, ഒട്ടു വിശ്രമിച്ച്, മൂന്നാം പകലിന്റെ മധ്യത്തിൽ സംഘം രണ്ടു വഴിക്കായി പിരിഞ്ഞു...

സായാഹ്നമായപ്പോൾ അംഗിരസ്സും കൂട്ടരും വജ്രായുധനെ അന്വേഷിച്ച് പാഞ്ഞു പോയിക്കൊണ്ടിരുന്നു. അതേ സമയം രണ്ടാമത്തെ സംഘം ഒരു സത്രത്തിന്റെ മുൻ വശത്തേക്ക് തങ്ങളുടെ കുതിരകളെ ഓടിച്ചു കയറ്റി.

എണ്ണയൊഴിച്ച് കത്തിച്ചു വെച്ച, പേർഷ്യൻ വിളക്കുകളുടെ പ്രഭയിൽ മുങ്ങിയ, കുതിരകളും കഴുതകളും കാളകളും വിശ്രമിക്കുന്ന വിശാലമായ മുൻവശവും, അടുപ്പിൽ വേവുന്ന ആട്ടിറച്ചിയുടെ സുഖകരമായ ഗന്ധവും നിറഞ്ഞ് നിൽക്കുന്ന ഒരു സത്രം. അന്തരീക്ഷത്തിൽ തുകൽ വാദ്യങ്ങളുടെ മുട്ടും തട്ടും കേട്ട്, കമ്പനമുതിർക്കുന്ന ഏതോ നാടൻ വാദ്യോപകരണത്തിന്റെ മനം നിറക്കുന്ന സംഗീതം അവിടെ മുഴങ്ങുന്നുണ്ടായിരുന്നു. ആ താള വൈവിധ്യത്തിനനുസരിച്ച്

നൃത്ത വിദ്യക്കൊപ്പം വശ്യ വിദ്യയും പഠിച്ച അഭിസാരികകളുടെ പൊക്കിൾ ചുഴിക്ക് താഴെയിഴയുന്ന അരഞ്ഞാണച്ചരടിലെ ചെറുമണികളുടെ കിലുക്കവും കേട്ട് അവർ ആ സത്രത്തിന്റെ അകത്തേക്ക് കടന്നു ചെന്നു. ലഹരി പുകയായി പറന്നു കളിക്കുകയും, ദ്രവമായി സിരകളിൽ നിറയുകയും ചെയ്യുന്ന ആ വിശാലമായ സത്രത്തിന്റെ അകത്തെ പ്രധാന മുറിയിൽ, ഒരു ഭാഗത്ത് വാതുവെച്ച ചൂത് കളി നടക്കുന്നുണ്ട്. അതിനു നടുവിലൂടെ തെന്നി പോകുന്ന മദാലസതരുണികൾ. സ്വർണ നിറമുള്ള വെളിച്ചത്തിൽ അവർ മത്സ്യ കന്യകകളെ ഓർമിപ്പിച്ചു.

ചൂത് പലകയിൽ സ്വർണനാണയങ്ങൾ തിളങ്ങിക്കിടന്നു.

നർത്തകിയുടെ അതിമനോഹരമായ അണിവയറിന്റെ ചരടുകളിൽ ചിലർ പണം തിരുകി വെച്ച് കൊടുക്കുന്നുണ്ട്. യാത്രക്കാരും, നാട്ടുകാരുമായ സമ്പന്നർ തങ്ങളുടെ കുപ്പായം ഊരിയെറിഞ്ഞ് നർത്തകിയോടൊപ്പം തിമിർത്ത് മട്ടത്ത് വിയർത്തൊലിച്ച മുഖവും, വിടർന്ന ചിരിയുമായി ആലസ്യം പൂണ്ടു തറയിലും പരവതാനികളിലുമായി കിടക്കുന്നുണ്ട്. ചിലർ ലഹരി നിറച്ച പാത്രത്തിൽ നിന്നു പുക വലിച്ച് ഉള്ളിലേക്ക് എടുത്തു കൊണ്ട് അഴകിന്റെയും അർഥത്തിന്റെയും കാമത്തിന്റെയും കാമനകളുടെയും ലോകത്തേക്ക് അറിയാതെ തെന്നി പോകുന്നത് കാണാം. അവർക്കെല്ലാമിടയിൽ, എല്ലാ ആഢ്യത്തവും നില നിർത്തി, വസ്ത്രത്തിന്റെ അരികു പോലും ചുളിവ് വീഴാതെ, ഉടയാതെ, എന്നാൽ മനസിന്റെ എല്ലാ കടിഞ്ഞാണും വിട്ട്, ലഹരിയുടെ മലമേട്ടുകൾ, വനഭേദങ്ങൾ, മലവെള്ളപ്പാച്ചിലുകൾ, ഗിരി ശൃംഗങ്ങൾ ഒക്കെ കയറി അനുഭവിച്ചു കൊണ്ട് അയാൾ നിന്നു. സൗന്ദര്യത്തിന്റെ നിമ്നോന്നതങ്ങളെ കണ്ടു ശീലിച്ചതും, അടങ്ങാത്തതും ഒടുങ്ങാത്തതുമായ സൗന്ദര്യാരാധനയുള്ള കണ്ണുകളോടെ, നൃത്ത ചുവടുകൾ വെച്ച് ഇടക്ക് വന്നു തെന്നി പോകുന്ന തരുണികളുടെ അർദ്ധനഗ്നമേനിയിൽ കൈവെച്ചിക്കിളിയിട്ട്, എല്ലാറ്റിനും പൊട്ടിചിരിച്ചുത്സാഹം പകർന്നു നിൽക്കുന്നുണ്ടായിരുന്നു വജ്രായുധൻ...

പടയാളികളെ കണ്ട ഒരു നിമിഷം എല്ലാം ഒന്ന് ഒതുങ്ങി. അരക്കെട്ടുകളുടെ താളമയഞ്ഞു... അരഞ്ഞാണ ചരടുകളിലെ മണികൾ മന്ദഗതിയിലായി. പുകച്ചുരുളുകൾ പതിയെ പതിയെ നേർത്ത് നേർത്ത് തെന്നി നീങ്ങി... ശബ്ദം കുറയുകയും, താളമയയുകയും, കൊലുസുകൾ കേൾക്കാതെയാവുകയും ചെയ്തപ്പോൾ, മങ്ങി തുടങ്ങിയ ലഹരിയുടെയും കാമത്തിന്റെയും കണ്ണുകളിലൂടെ അയാൾ പടയാളികളെ കണ്ടു...

"ആ, ഞാനോർമിച്ചതേയുള്ളൂ. എന്താ വൈകുന്നതെന്ന്." വേച്ച് പോകുന്ന കാലടികൾ നിലത്തുറപ്പിക്കാൻ പാടുപെട്ട് വജ്രായുധൻ പറഞ്ഞു.

"എന്നെ തേടി പിടിക്കലാണോ മഹാരാജാവിന്റെ പടയാളികൾക്കു വിധിച്ചിട്ടുള്ളത്."

പടയാളികളിലൊരുവന്റെ തോളിൽ കയ്യിടാൻ വേണ്ടി വജ്രായുധൻ നടന്നു വന്നു. അകലം പാലിച്ചു കൊണ്ട് ബഹുമാനത്തോടെ പടയാളി പറഞ്ഞു.

"ഫാൽഗുന മാസത്തിന്റെ മൂന്നാം നാളായ മറ്റന്നാൾ കന്യകയെ മഹാറാണിയായി വാഴിക്കുന്ന ചടങ്ങ്..."

മുഴവൻ പറയാനനുവദിക്കാതെ കൈ ഉയർത്തി തടഞ്ഞു കൊണ്ട്

വജ്രായുധൻ കൂട്ടി ചേർത്തു.

"ഗുരു വര്യന്മാരും കൊട്ടാര സദസ്സും എന്റെ സാമീപ്യം വേണമെന്ന് ശഠിക്കുന്നു. അല്ലേ?"

പടയാളി ഒന്നും മിണ്ടാനാവാതെ നിൽക്കെ അയാൾ തുടർന്നു. "ഭയക്കേണ്ട... പറയൂ..."

"അങ്ങയെ കണ്ടെത്തി കൂട്ടണമെന്ന് മഹാറാണിയുടെ കൽപ്പനയുണ്ട്..."

ചുറ്റും മിഴിച്ചു നോക്കി നിൽക്കുന്നവരോടും പടയാളികളോടുമായി ചിരിയോടെ വജ്രായുധൻ ചോദിച്ചു.

"കല്പനകളും ആഗ്രഹങ്ങളും കാറ്റ് പോലെ കടന്നു വരുമ്പോൾ നാം എന്തിനു മടിച്ചു നിൽക്കണം...അല്ലേ കൂട്ടരേ..."

അവർ ചിരിക്കണോ വേണ്ടയോ എന്നാലോചിച്ചു ചിരിച്ചു...വജ്രായുധൻ അതിനിടയിൽ കടന്നു വന്ന നർത്തകിയുടെ നിതംബത്തിൽ കുസൃതിയോടെ തലോടി. അവൾ കുണുങ്ങി ചിരിച്ചു കൊണ്ട് അയാളുടെ കുസൃതി ആസ്വദിച്ചു കൊണ്ട് ഒഴിഞ്ഞു നീങ്ങി. പൊട്ടിച്ചിരിച്ചു കൊണ്ട് അയാൾ പടയാളികളോട് പറഞ്ഞു...

"സുഖിച്ചു അല്ലേ. ഇതാണ് ഞാൻ കൊട്ടാരത്തിലേക്ക് വരാത്തത്..."

ശേഷം അയാൾ പതിയെ തന്റെ സന്തത സഹചാരികളായ മദ്യപന്മാരെയും നർത്തകികളെയും നോക്കി ഒരു പ്രഖ്യാപനം പോലെ പറഞ്ഞു.

"അവകാശികളെ അധികരിപ്പിക്കാനുള്ള മഹാരാജാവിന്റെ മത്സരത്തിന് ഈ പ്രഥമപുത്രനും സാക്ഷിയാവട്ടെ. ആർക്കും വേണ്ടാത്തവനായ വജ്രായുധൻ..."

തിരിഞ്ഞ് പണം സൂക്ഷിക്കുന്നവനെ നോക്കി, അരികിൽ നിന്ന നർത്തകിയെ ചൂണ്ടി കൽപ്പന പോലെ പറഞ്ഞു.

"ഈ ദിവസത്തിന്റെ സന്തോഷങ്ങൾക്കു കൊടുക്കണം പണവും പവിഴവും, ഇവൾക്ക്, അഹിച്ഛത്രത്തിലെ ഈ പാവം അംഗലാവണ്യത്തിന്..."

അയാൾ പണക്കിഴി ഒന്ന് അവൾക്കു നേരെ നീട്ടി. അത് വാങ്ങി നന്ദിയോടെ അയാളെ വന്ദിക്കുന്ന അവളെ ചൂണ്ടി, സത്രം സൂക്ഷിപ്പുകാരനോട് വജ്രായുധൻ വശ്യമായി പറഞ്ഞു.

"കപിലൻ, ഇവൾ നിന്റെ ഈ കൊച്ചു കൊട്ടാരത്തിന്റെ അലങ്കാരമാണ്. അവളെ ഞാൻ കൊണ്ടു പോകണോ അതോ ഞാൻ വീണ്ടും വരണോ?"

"അങ്ങയുടെ ഇഷ്ടം." കപിലൻ സന്തോഷത്തോടെ പറഞ്ഞു.

"എന്റെ ഇഷ്ടം. കൊള്ളാം... എന്റെ ഇഷ്ടങ്ങൾക്കു വിലയുണ്ട്."

അയാൾ പടയാളികളിലൊരാളുടെ തോളിൽ കയ്യിട്ടു.

വീണു പോകുന്ന അയാളെ പിടിക്കണോ വേണ്ടയോ എന്ന് ശങ്കിച്ചു കൊണ്ട് നിൽക്കുന്ന പടയാളിയെ ബലമായി പിടിച്ച് കൊണ്ട് വജ്രായുധൻ പുറത്തേക്ക് നടന്നു. പടയാളികൾ വജ്രായുധനെ കുതിരപ്പുറത്ത് കയറ്റാൻ നോക്കി. നിലത്തുറക്കാതെ വേച്ചു പോകുന്ന കാലടികളോടെ കയറ്റാൻ സാധിക്കാതെ പടയാളികൾ പരസ്പരം നോക്കി അമ്പരന്നു നിൽക്കെ വജ്രായുധൻ കപിലനെ

നോക്കി അലറി.

"ഡാ തെമ്മാടി നിന്റെ കഴുതയെവിടെ?

കപിലൻ പിന്നാമ്പുറത്തേക്ക് പാഞ്ഞു പോയി കഴുതയുമായി വന്നു. വജ്രായുധൻ ചിരിച്ചു. എന്ത് ചെയ്യണമെന്നറിയാതെ പടയാളികൾ നോക്കി നിൽക്കെ വജ്രായുധൻ ആ കഴുതപ്പുറത്തേക്ക് കയറാൻ തുടങ്ങി. പടയാളികളിലൊരാൾ ഒരു പട്ടു തുണി കഴുതയ്ക്ക് മുകളിലേക്ക് വിരിച്ചു. അത് കണ്ട് അവരെ നോക്കി ഒന്ന് ചിരിച്ചിട്ട് കഴുതയെ തലോടി അയാൾ പറഞ്ഞു...

"പോകാം സുന്ദരി..." കഴുത അയാളെയും വഹിച്ചു കൊണ്ട് നീങ്ങി... പരസ്പരം നോക്കി തങ്ങളുടെ കുതിരപ്പുറത്തേക്ക് പടയാളികൾ കയറി. നടന്നു നീങ്ങുന്ന കഴുതപ്പുറത്തിരുന്ന് അയാൾ ഉറക്കെ പാടി... ലഹരി കയറി ഇറങ്ങിയ ശബ്ദത്തോടെ...

"അവൾ അത്തിപ്പഴപ്പുളിയും മുന്തിരി മധുരവുമുള്ളവൾ. അവളാണ് സുന്ദരി... അവളാണ് കാമുകി..."

അയാളുടെ പാട്ടു കേട്ടു കൊണ്ട് പടയാളികൾ പരസ്പരം നോക്കി ശബ്ദമില്ലാതെ ചിരിച്ചു കൊണ്ട് നീങ്ങി.

* * *

കൊട്ടാരത്തിൽ ആകെ ബഹളമയമായിരുന്നു. പൂക്കളിറുക്കുവാൻ തന്നെ രണ്ടു കുതിരകളെ പൂട്ടിയ പതിനഞ്ച് വണ്ടികൾ പുറപ്പെട്ടു.

കുളിക്കാനായി തയാറാക്കിയ രണ്ടു വൻ കുളങ്ങളും കൊട്ടാര ദാസികളെക്കൊണ്ട് പുലർച്ചെ തന്നെ നിറഞ്ഞു. തിരക്ക് ഭയന്ന് പരിചാരകരിൽ പലരും തലേന്ന് രാത്രി തന്നെ കുളിച്ചു കിടന്നുറങ്ങി. ചിലർ അതിരാവിലെ തന്നെ വന്നു കുളിച്ചു വസ്ത്രം മാറി തയാറായി നിന്നു. മഹാറാണിമാർക്കു മാത്രം നീക്കി വെച്ച കുളിയറയിലും നീന്തൽ കുളത്തിലും റാണിമാരെയും അവരുടെ തോഴികളെയും ദാസികളെയും കൊണ്ട് നിറഞ്ഞു. തെളിഞ്ഞു തുടങ്ങിയ ആകാശത്തിന് താഴെ സൗന്ദര്യത്തിന്റെ സ്വർണ മൽസ്യങ്ങൾ ജലത്തിൽ നീന്തി തുടിച്ചു. റാണികളെ കുളിപ്പിക്കുവാൻ ഓരോ തോഴികളും പരസ്പരം മത്സരിച്ചു. പല നാടുകളിൽ നിന്നും, പലവിധ കച്ചവടക്കാരിൽ നിന്നും, വാങ്ങി സൂക്ഷിച്ച സുഗന്ധതൈലത്തിന്റെ, ആഭിജാത്യവും കൊത്തുപണികളും അലങ്കാരചിത്രങ്ങളും നിറഞ്ഞ സ്പടിക ഭരണികൾ തുറന്നപ്പോൾ അന്തരീക്ഷമാകെ സുഗന്ധം നിറഞ്ഞു. പാറാവു നിന്ന കാവൽക്കാരുടെ മുന്നിലൂടെ ഇടനാഴികളിലൂടെ കാറ്റ് സുഗന്ധവും വഹിച്ച് കടന്നു പോയി. സുഗന്ധ തൈലം പൂശി ചെറുചൂടായ എണ്ണയിൽ മേനി തഴുകി കഴുകി ഓരോ തോഴികളും ദാസിമാരും തങ്ങളുടെ റാണിമാരെ കുളിപ്പിച്ചൊരുക്കി. അവരുടെ, തോഴിമാരുടെ കേശാലങ്കാര വൈദഗ്ധ്യവും സൗന്ദര്യ സങ്കല്പങ്ങളും പരീക്ഷിക്കാവുന്ന അപൂർവം അവസരങ്ങളൊന്നായിരുന്നു ഇത്. ഓരോരുത്തരും തങ്ങളുടെ സൗന്ദര്യവും റാണിമാരുടെ സൗന്ദര്യവും ഒന്നിനൊന്നു മെച്ചപ്പെടുത്തി ഒരുങ്ങി വന്നപ്പോൾ സൗന്ദര്യ സങ്കല്പത്തിന്റെ നിറക്കൂട്ടുകളായി ആ വേദി മാറുകയായിരുന്നു.

അംഗസുന്ദരിയെ കുളിപ്പിച്ചൊരുക്കുവാൻ പ്രത്യേക കുളി അറയും മുറിയും തയാറാക്കിയിരുന്നു. ചന്ദനം പുകച്ച് നിറച്ച് ആ മുറിയും കുളിയറയും സുഗന്ധ

പൂരിതമാക്കിയിരുന്നു. അംഗസുന്ദരിയുടെ ലാവണ്യമുള്ള ശരീര വടിവ് കൊണ്ടു മാത്രമല്ല, ലക്ഷണമൊത്ത അംഗ വടിവിൽ, മറ്റു വിദേശ രാജ്യങ്ങളിൽ നിന്നും കൊണ്ടു വന്ന മുന്തിയ സുഗന്ധതൈലങ്ങൾ നിറച്ച് ആ മദഭരിതമായ ഗന്ധത്തിന്റെ ആയിരത്തിലൊരംശം കടന്നു വരുമ്പോഴേ രാജാവ് ഉണരാൻ അവളെ തയ്യാറാക്കുകയായിരുന്നു അന്തപുരത്തിലെ തോഴികളുടെ പ്രമുഖ സംഘം.

എല്ലാറ്റിനും മേൽനോട്ടം വഹിച്ച് ഗുരു സദ്ഗുണൻ ഓടി നടന്നു. കഴിഞ്ഞ ദിവസങ്ങളിൽ രാപകലില്ലാതെ പരിചാരകർ മാറി മാറി അരച്ച് നെയ്യ് പോലെ പരുവപ്പെടുത്തിയ ചന്ദന കുഴമ്പിൽ അംഗസുന്ദരിയെ തഴുകി. ഇളം ചൂടുള്ള വെള്ളത്തിൽ എണ്ണമറ്റ സുഗന്ധ തൈലങ്ങൾ ചേർത്ത്, കാട്ടു പഞ്ഞിയിൽ മുക്കിയെടുത്ത് കൊണ്ട് മേലാകെ തടവി കുളിപ്പിച്ച്, നഗ്നമേനിയെ വൃത്തിയാക്കുമ്പോൾ അവളുടെ വടിവും അഴകും കണ്ടു അത്ഭുതവും അസൂയയും കലർന്ന് ദാസികൾ കണ്ണ് മിഴിച്ചു. എവിടെ നിന്നോ പുറപ്പെടുന്ന ഒരു കാട്ടു ചൂര്, അതിന്റെ ഉറവിടം തിരിച്ചറിയാനായില്ലെങ്കിലും, പതിയെ പതിയെ മാഞ്ഞു തുടങ്ങുന്നത് അവർ തിരിച്ചറിഞ്ഞു. ഒരു കൊട്ടാരം മുഴുവൻ തനിക്കായി ഒരുങ്ങുമ്പോൾ സുഗന്ധം നിറച്ച തെളി വെള്ളത്തിൽ ദാസിമാരുടെ പരിചരണം കൊണ്ട് മേനിയാകെ തഴുകപ്പെടുമ്പോൾ അംഗസുന്ദരി കണ്ണടച്ച് കിടക്കുകയായിരുന്നു. അവളുടെ ഉള്ളിൽ രണ്ടു പേരുടെ രൂപമായിരുന്നു. ഒറ്റ മരത്തിന്റെ ഉച്ചിയിൽ പ്രിയ മൃഗത്തോടൊപ്പം കത്തിപോയ, അമ്മയുടെ കഥകളിൽ നിറഞ്ഞ, മൃഗങ്ങളെ മകളേക്കാൾ സ്നേഹിച്ച ഒരു രൂപം. തനിക്കൊരിക്കലും കാണാൻ സാധിക്കാതെ പോയ പിതാവിന്റെ രൂപം. കാകേതന്റെ രൂപം. പിന്നെ തന്റെ സൗന്ദര്യം കണ്ടു ഞെട്ടിത്തരിച്ച ദേവായുധ രാജകുമാരന്റെ രൂപം. തന്റെ പിതാവിന്റെ ഘാതകനെ താനെങ്ങനെ പ്രണയിച്ചു പോയെന്ന് അവൾ ഓർത്തു... ഇപ്പോൾ ഇതാ ഒരിക്കലും പ്രതീക്ഷയ്ക്കാതെ റാണിയായി അവരോധിക്കപ്പെടാൻ പോകുന്നു...

മകൻ കാമിച്ചതിനെ, മോഹിച്ചതിനെ പിതാവ് സ്വന്തമാക്കുന്നു. തന്റെ ഇഷ്ടം ആരാണ് ചോദിച്ചറിയുന്നത്. എന്താണ് ദേവായുധൻ പോലും തന്നെ കയ്യൊഴിഞ്ഞത്? രാജകുമാരനല്ലേ? ആ അധികാരം ഉറപ്പിക്കാനല്ലേ തന്റെ അച്ഛനെപ്പോലും പച്ചക്കു കത്തിച്ചു കൊല്ലാൻ ഉത്തരവിട്ടത്. ആ രാജാധികാരം കൊണ്ട്, തന്നെ കീഴടക്കിയ നാവിന്റെ തന്ത്രങ്ങൾ കൊണ്ട്, നയ തന്ത്രജ്ഞതയുടെ പുതിയ പാഠങ്ങൾ കൊണ്ട് എന്താണ് തന്നെ സ്വതന്ത്ര യാക്കാത്തത്? തന്നെ സ്വന്തമാക്കണ്ട. തനിക്ക് ഒന്നും വേണ്ട. സ്വാതന്ത്ര്യയായാൽ മതി. അതോ പുരാണങ്ങളിൽ കേട്ടത് പോലെ അയാളുടെ പിതാവിനെ ഉണർത്തി പ്രീതി നേടി ആ പിതാവിനെ കൊണ്ട് തന്റെ പിതാവിന്റെ ഘാതകനെ, ദേവായുധനെ കൊലപ്പെടുത്തുക. അല്ലെങ്കിൽ മരണ ശയ്യയിലെ പിതാവിനെ മകനെക്കൊണ്ട് കൊലപ്പെടുത്തി, ആ മകനിൽ ഒരിക്കലും തീരാത്ത കുറ്റ ബോധമുളവാക്കി, അവസാന കാലം വരെ ഉള്ളിൽ മരിച്ചു ജീവിച്ചു കൊണ്ട് ഭരിക്കാൻ കളമൊരുക്കുക.

ഉത്തരമില്ലാത്ത ചോദ്യങ്ങളുടെ സമസ്യയിൽ അംഗസുന്ദരി മുഴുകവേ ശബ്ദം കേട്ടു.

"കുമാരി..."

രാജാവിന്റെ റാണിപ്പട്ടം ഏറ്റെടുക്കുന്നതുവരെ അവൾ കുമാരി തന്നെയാണ്.

വിളിക്കുന്നത് മോഹനയാണ്. തന്റെ ദാസി. അവൾ കൺതുറന്നു നോക്കി.

"വസ്ത്രങ്ങൾ തയ്യാറായിരിക്കുന്നു. എല്ലാവരും എത്തി കഴിഞ്ഞു. തയ്യാറാണെങ്കിൽ ഒരുങ്ങി തുടങ്ങാം..."

മുഖത്ത് നേർത്ത ചിരി വരുത്തി തന്റെ ജീവിതത്തിന്റെ അത്ഭുതകരമായ മൂന്നാം ഭാഗധേയത്തിലേക്ക് അവൾ ജലത്തിൽ നിന്നുയർന്നു. അവളുടെ അഴകുറ്റ മേനിയിൽ നിന്നൂർന്നു വീഴാൻ മടിച്ച് ജലകണങ്ങൾ തിളങ്ങി തുടിച്ചു നിന്നു...

* * *

"കുമാരൻ നിന്നിൽ ഉടക്കി പോയെന്നു തോന്നുന്നു..." നാണത്തിൽ പൊതിഞ്ഞ ചിരിയോടെ സംപ്രീത അംഗസുന്ദരിയോട് പറഞ്ഞു.

ഉം... അവൾ മൂളി. പന്തങ്ങളും എണ്ണ വിളക്കുകളും കത്തിച്ചു പിടിച്ചു നടന്നു നീങ്ങുന്ന ഗ്രാമീണർക്ക് പിന്നിലായിരുന്നു അവർ.

പ്രവിശ്യ പ്രമുഖന്റെ തിരഞ്ഞെടുപ്പനോടനുബന്ധിച്ച ആഘോഷവും നൃത്തവും കഴിഞ്ഞ് അവർ വീട്ടിലേക്ക് മടങ്ങുകയായിരുന്നു.

"അവർ അങ്ങനെ പലതും കാണിക്കും... പിന്നെന്താ ഉണ്ടാവുക...ഒരു ദൂതൻ വരും. നാം പോകേണ്ടി വരും. അടുത്ത ഒരു രാത്രി, അല്ലെങ്കിൽ മൂന്ന്. പിന്നെ അവർക്ക് അടുത്ത താവളം..."

ശാസനയുടെ സ്വരത്തിൽ തിലോത്തമ പറഞ്ഞു. അംഗസുന്ദരി അത് കേട്ട് എന്തോ ആലോചിച്ച് തുടങ്ങവേ തിലോത്തമ കൂട്ടിച്ചേർത്തു.

"അടുത്ത ജന്മത്തിലെങ്കിലും എനിക്കൊരു കൊട്ടാരത്തിൽ ജനിക്കണം... പെണ്ണായിട്ടല്ല, ആണായിട്ട്..." അത് കേട്ട് കൂട്ടുകാരികൾ പൊട്ടിച്ചിരിച്ചു.

"എന്നെ വിളിച്ചാൽ ഞാൻ പോകും. ഒന്നെങ്കിൽ ഒന്ന്. മൂന്നെങ്കിൽ സന്തോഷം. ഈ കൊടും ദാരിദ്ര്യ ജീവിതത്തിൽ നിന്ന് ഒറ്റ ദിവസമെങ്കിലും വിട്ടു നിന്ന്, വെഞ്ചാമരം വീശലിൽ നല്ല ഭക്ഷണവും കഴിച്ച് ഒരു വർഷത്തേക്ക് കഴിയാനുള്ള വകയുമായിട്ടു മടങ്ങാമല്ലോ..."

വസുന്ധര പകുതി ചിരിയും പാതി കാര്യവുമായി പറഞ്ഞു.

സത്യമാണ്. അംഗസുന്ദരി ഓർത്തു. ജീവിതം എത്ര ദരിദ്രമാണ്. ഭക്ഷണവും താമസവും മാത്രമല്ല, ഇത്തിരി സ്ഥലത്തെ കൃഷിയുടെ വിളകൊണ്ട് പോവാൻ മഴയോ വെയിലോ വരും...അല്ലെങ്കിൽ വെട്ടു കിളികളോ കാട്ടു മൃഗങ്ങളോ... അതും കടന്നു പാകപ്പെടുത്തി വരുമ്പോൾ രാജാവിന്റെ പടയാളികൾ വരും... കുറഞ്ഞ വിലയും തന്നു ഖജനാവിലേക്ക്... ഈ ജീവിതത്തിനു ഒരു മാറ്റം വേണ്ടേ...ആർക്കാണ് അത് മോഹമില്ലാത്തത്...

ഒരു നേരം കഴിച്ചാൽ അടുത്ത നേരം ആലോചനയാണ്... മറ്റുള്ളവർക്കൊക്കെ പിതാവും സഹോദരങ്ങളും ഉണ്ട്. തനിക്ക് ഓർമ്മിക്കാൻ പോലും ഒരച്ഛന്റെ മുഖം ഇല്ല. എല്ലാം കഴിഞ്ഞാണ് അമ്മ പറഞ്ഞത്. ഇത്ര കാലം അമ്മ അക്കാര്യം മറച്ചതെന്തിനെന്ന് മനസിലായില്ല. അറിഞ്ഞിരുന്നെങ്കിൽ താൻ പോകുമായിരുന്നു. കാട്ടുമൃഗങ്ങളോടുള്ള സ്നേഹമെങ്കിലും തന്നോട്

കാണിക്കുമായിരുന്നെന്നു തോന്നുന്നു. സ്നേഹം ഉണ്ടാവണം. മനുഷ്യരോട് പ്രകടിപ്പിക്കാൻ അറിഞ്ഞിട്ടുണ്ടാവില്ല. ആ ഒറ്റ കാരണമാണല്ലോ അമ്മ ഉപേക്ഷിച്ച് പോന്നത്. തനിക്ക് അത്ര ദുഖമൊന്നും തോന്നിയില്ല. ഒരിക്കലും കാണാത്തതു കൊണ്ടാവാം. പക്ഷേ ഇപ്പോൾ തോന്നുന്നു, അവകാശപ്പെടാൻ ഒരാൾ, ഒരച്ഛൻ വേണമായിരുന്നു എന്ന്.

ഒരു സംരക്ഷകൻ, തന്റെ ജീവന്റെയും ജീവിതത്തിന്റെയും സംരക്ഷകൻ.

അംഗസുന്ദരിയുടെ ചിന്ത കാടുകയറി.

എല്ലാവരും തന്നെ നോക്കി പറയാറുണ്ട്...നല്ല കാലം വരും, പ്രത്യേകിച്ച് ശരീരം നിറയെ പച്ചകുത്തിയ, പല്ലുകൾ മുഴുവൻ കൊഴിഞ്ഞു പോയ മുത്തുത്തി. അവർ വല്ലപ്പോഴുമേ വരാറുള്ളൂ... എങ്കിലും വർഷം ഒന്നോ രണ്ടോ കൂടുമ്പോൾ വന്നു രണ്ടു രാത്രികൾ തങ്ങിയിട്ടു മടങ്ങാൻ നേരം കുന്തിരിക്ക മണമുള്ള മുഖവും കവിളും ഉരസി ഉമ്മ തന്നു പറയും...നിനക്ക് നല്ല കാലം തന്നെ പെണ്ണേ... അപ്പോഴൊരു ചിരിയുണ്ട് കിളവിക്ക്... ഓ കുഞ്ഞുങ്ങളുടെ ചിരി... നാണമുള്ള ഒരു ചിരി... ഇപ്പൊ വന്നിട്ട് വർഷം മൂന്നു കഴിഞ്ഞു... മരിച്ചോ ആവോ. ഒന്നുമല്ലെങ്കിലും മുത്തുത്തി പറഞ്ഞു പോകുമ്പോൾ മാത്രം ഒരു പ്രതീക്ഷയുണ്ടായിരുന്നു... ഓർത്തു വെക്കാൻ സുഖമുള്ള ചില നല്ല ദിനങ്ങൾ... പ്രതീക്ഷകൾ... പക്ഷേ ഒരു ഗ്രാമീണ പെണ്ണിന് എന്ത് സ്വപ്നങ്ങൾ കാണാനാണ്... ഏതറ്റം വരെയാണ് തന്റെ സ്വപ്നങ്ങൾ എന്ന് അവൾ അത്ഭുതത്തോടെ ഓർത്തു നടക്കവേ സംപ്രീത ചോദിച്ചു...

“നീ എന്താ ഒന്നും പറയാത്തത്... ?”

“ഏയ്”... അംഗസുന്ദരി ഒറ്റ വാക്കിൽ മറുപടി ഒതുക്കി.

പറയാനുള്ളതൊക്കെ ഉള്ളിൽ പറയുന്നുണ്ടെന്ന് ഇവർക്കെങ്ങിനെ മനസ്സിലാക്കാനാണ്...

അംഗസുന്ദരി വീട്ടിലേക്ക് നടന്നു.

“നിനക്ക് വെളിച്ചം വേണ്ടേ...” അംബാല വിളിച്ചു ചോദിച്ചു.

അവൾ ഒന്നും മിണ്ടാതെ വഴിയിലേക്കിറങ്ങി നടന്നു... പ്രധാന പാതയിൽ നിന്ന് കുറച്ചു നടപ്പുണ്ട് വീട്ടിലേക്ക്.

“ഒറ്റ നോട്ടം കൊണ്ട് അവൾ എല്ലാം മറന്നെന്നു തോന്നുന്നു... ഇനി കുമാരനെങ്ങാൻ വിളിച്ചാൽ എന്തായിരിക്കും സ്ഥിതി...” പൊട്ടിച്ചിരിയോടെ അംബാല പറയുന്നത് അവൾ കേട്ടു .

മറുപടി പറയാത്തതിന്റെ പരിഭവമാണ് പെണ്ണിന്.

“കുമാരീ...”

അവർ ഉച്ചത്തിൽ വിളിച്ചു കൂവി ഒന്നിച്ചു പൊട്ടിച്ചിരിച്ച് തന്നെ പരിഹസിക്കുകയാണ്... അവരുടെ ചിരി അകന്നു പോവുന്നത് കേൾക്കാം. അവൾ ഇരുട്ടിലൂടെ നടന്നു... ഈ വഴിയിൽ ഏത് ഇരുട്ടത്തും തനിക്ക് കാണാം.

കുമാരൻ തന്നെയാണോ നോക്കിയത്... താനും ആ നോട്ടം കണ്ടിരുന്നു... പക്ഷേ അത് പോലെ എല്ലാവരെയും നോക്കി കാണുമല്ലോ... തനിക്കെന്താണ് പ്രത്യേകത. അഥവാ അങ്ങനെ വല്ലതുമുണ്ടെങ്കിൽ നാളെ ദൂതനെത്തും. താൻ പോകുമോ...തന്റെ മനസ്സിലെന്താണ്. അമ്മ എന്ത് പറയും... ? എന്ത് പറയാൻ.

അല്ലെങ്കിൽ തന്നെ എന്ത് പറയാനാവും? രാജ കല്പനയാണ്. പോകാൻ പറഞ്ഞാൽ പോവുക തന്നെ. അല്ലെങ്കിൽ തന്നെ എന്ത് പറയാനാവും? വേറെ മാർഗമില്ല. ഒരു ഗ്രാമീണ പെൺകൊടികൾക്കും വേറെ മാർഗങ്ങളറിയില്ല. ഒരു ചെറുകാറ്റ് അവളെ തഴുകി കടന്നു പോയി. വീട്ടിൽ വെളിച്ചം കണ്ടു.

അമ്മക്ക് പേടിയാണ്...രാവും പകലും... ആരുമില്ലാത്തവരുടെ അവകാശമാണ് പേടിയെന്ന് തോന്നുന്നു. അവകാശപ്പെടാൻ ആരെങ്കിലുമുള്ളത് ഒരു തരത്തിൽ അഹങ്കാരമാണ്. പക്ഷേ... തനിക്ക് ആരുമുണ്ടായിട്ടില്ല. ഇനി എന്നെങ്കിലും ഉണ്ടാകുമോ എന്നും അറിയില്ല.

അംഗസുന്ദരി ആലോചനകളോടെ വീട്ടിലേക്ക് നടന്നു...

അടുത്ത ദിവസം മുതൽ അവൾക്ക് അവകാശി ഉണ്ടായിരുന്നു...

* * *

അതിർത്തിക്കപ്പുറത്ത് രാഷ്ട്രകൂടമാണ്. മഹാപദ്മനാൽ നാടുകടത്തപ്പെട്ട തസ്കരനിൽ നിന്ന് രാജാധികാരത്തിലേക്ക് വളർന്ന രണചൂഢന്റെ രാജ്യം. അവിടെ ഒരു നീതിയും പ്രതീക്ഷിക്കണ്ട. പിന്നെ എന്തിനാണ്, എന്ത് ധൈര്യത്തിനാണ് തങ്ങളോട് യാത്ര തിരിക്കാൻ ഗുരു താപസനാഥൻ പറഞ്ഞത്... പ്രായാധിക്യത്തിന്റെ പ്രാന്ത്. അല്ലെങ്കിൽ ആ മഹാറാണി ഇളക്കി വിട്ടത്. കാറ്റു കവിളുകൾക്കുള്ളിലേക്ക് ഓടി കയറുന്നുണ്ട്. മണൽ തരികൾ ശിരോവസ്ത്രങ്ങൾക്കുള്ളിൽ ഉരഞ്ഞു നീങ്ങുന്നതിന്റെ ശബ്ദം വ്യക്തമായി കേൾക്കാം. ഹുങ്കാരത്തോടെ തലപ്പാവിന്റെ തുമ്പ് പൊടിക്കാറ്റിൽ പറന്നു കളിച്ചു കൊണ്ടിരുന്നു.

ഒന്ന് രണ്ടു ഗ്രാമങ്ങൾ കൂടി അവർ കടന്നു പോയി. പിന്നെയും കുറെ ദൂരം ഓടിയപ്പോൾ അയാൾ തന്റെ കുതിരയെ കൂടുതൽ വേഗത്തിൽ മുന്നോട്ട് നയിച്ചു. കുളമ്പടികളിൽ പെട്ട് ഭൂമി കിടുങ്ങി. പൊടിമണ്ണ് പിറകോട്ടു ചിതറിത്തെറിപ്പിച്ച് കൊണ്ട് അംഗദന്റെ കുതിര വേഗമാർജ്ജിച്ച് അംഗിരസ്സിന്റെ കുതിരക്കൊപ്പമെത്തി.

"അന്വേഷിച്ചിട്ടു പോയാൽ മതിയോ?" അംഗദൻ ചോദിച്ചു...

അംഗിരസ്സിന് ചോദ്യം മനസിലായില്ല. കാറ്റ് വാക്കുകളെ ചതച്ചു കളഞ്ഞു.

"എന്താ... പറയൂ." കുതിരയെ നിയന്ത്രിച്ചു കൊണ്ട്, അയാൾ ചോദിച്ചു.

"അല്ല ഇങ്ങനെ പോയാൽ നമ്മൾ എവിടെച്ചെല്ലാനാണ്. ഒന്ന് ചോദിച്ചറിഞ്ഞിട്ടു പൊയ്ക്കൂടേ?"

ശരിയാണ്...ഇങ്ങനെ പോയിട്ടെന്തിനാണ്...ഏതു വരെ പോകാനാണ്. അതിർത്തി വരെയേ ഈ ധൃതി വേണ്ടൂ...പിന്നെ പോകണമെങ്കിൽ വേഷം മാറണം. പുതിയ വേഷങ്ങൾ കെട്ടണം. പിന്നെ അലച്ചിലാണ്. അവസാനിക്കുമോ എന്ന് ഒരുറപ്പും പറയാനാവാത്ത അന്വേഷണം. അതും കള്ളപ്പേരിൽ കാൽനടയായി. കടം വാങ്ങിയെടുത്ത കഴുതയെയോ കുതിരയെയോ വഴിയിൽ കിട്ടിയാലായി. അംഗദന്റെ സംശയം ശരിയാണ്.

അംഗിരസ്സ് ആലോചനയോടെ കുതിരയുടെ ഗതി വേഗം കുറച്ചു. അംഗദന് സമാധാനമായി. ഓ... ഇനി ഒന്ന് വിശ്രമിക്കാം.

ഒരു തണൽ മരത്തിന് കീഴിലേക്ക് അംഗിരസിനു പിന്നാലെ അംഗദൻ

കുതിരയെ തെളിച്ചു. പിന്നാലെ മറ്റുള്ളവരും.

“ആ ഭാഗത്ത് ഒന്ന് രണ്ടു വീടുകൾ കാണുന്നുണ്ട്. കുടിക്കാനെന്തെങ്കിലും ചോദിക്കാം.” അംഗദൻ പറഞ്ഞു.

“പച്ചിലകൾ ഇട്ടു തിളപ്പിച്ച വെള്ളമോ മറ്റോ കിട്ടിയാൽ ആശ്വാസം.” രുദ്ര ധർമ്മൻ പറഞ്ഞു.

“നോക്കാം. വരൂ...” അംഗിരസ്സ് മറുപടി പറഞ്ഞു കൊണ്ട് വീടിനടുത്തേക്ക് നീങ്ങി.

മൺ കുടിലായിരുന്നു അത്. ഒരു കിളി വാതിൽ പ്രധാന വാതിലിനോട് അടുത്ത് തന്നെ കാണാം. കനമില്ലാത്ത കമ്പുകൾ മുറിച്ച പാകിയതാണ് ആ കിളി വാതിൽ. തണുപ്പ് കടക്കാതിരിക്കുവാൻ ചെറിയ കമ്പിളിയുടെ പുതപ്പ മുറിച്ച മറച്ചിട്ടുണ്ട്.

“വീട്ടുകാരേ... ഒഹോയ്യ്...”

രുദ്രധർമ്മൻ വിളിച്ചു. അകത്തു നിന്ന് പ്രതികരണമൊന്നുമില്ല എന്ന് കണ്ട് അംഗിരസ്സിനെ നോക്കിയിട്ട രുദ്രധർമ്മൻ പതിയെ വീടിനു പിന്നാമ്പുറത്തേക്ക് നീങ്ങി.

വീടിനു പിന്നാമ്പുറത്തു കിടന്നിരുന്ന നായ അവരെ കണ്ട് ഉറക്കെ കുരച്ചു... കുതിരകൾ അവന്റെ കുരയിൽ കുറച്ച് അസ്വസ്ഥരായി. അവയുടെ പുറത്ത് തടവി ശാന്തമാക്കി അവർ വീടിന്റെ മുന്നിലെത്തി. ഇത്തിരി കൂടി ചെറിയ വീടാണത്... പുല്ലു മേഞ്ഞത് തന്നെ. ജനാലയും വാതിലുകളും എന്ന് പറയാനൊന്നുമില്ല. ചില കമ്പുകളിൽ വള്ളികൾ കൊണ്ടു കെട്ടിയ മറ...

“ആരുമില്ലേ?” രുദ്രധർമ്മൻ ഉച്ചത്തിൽ ചോദിച്ചു...

“‘ആരും അവിടെയില്ല യജമാനനെ...”

പിന്നിൽ നിന്ന് ശബ്ദം കേട്ട് അവർ തിരിഞ്ഞു. വഴി യാത്രക്കാരനല്ല. സമീപത്തെ വീട്ടുകാരനുമല്ല. ഞൊണ്ടി ഞൊണ്ടി, തലയിൽ വെച്ച വള്ളിക്കുട യിൽ പഴങ്ങൾ, പലഹാരങ്ങൾ എന്നിവ വിൽക്കുന്ന വഴി വാണിഭക്കാരനാണ്. പടയാളികളെ തൊഴുത് അയാൾ നിൽക്കുകയാണ്.

“ഈ നാട്ടിലാരുമില്ലേ?” അംഗിരസ്സ് അല്പം ഈർഷ്യയോടെ ചോദിച്ചു. കൂടുതൽ ഭവ്യതയോടെ ഇനിയും കുനിഞ്ഞാൽ മുടന്തിന്റെ കൂടെ കൂനും കൂടി വന്നു പോകുമോ എന്ന് തോന്നത്തക്ക വണ്ണം കുനിഞ്ഞു കൊണ്ട് അയാൾ പറഞ്ഞു.

“എന്ത് പറയാനാ യജമാനനെ... ഇന്നലെ രാത്രിയിൽ പെറുക്കി കൂട്ടിയ കുറച്ച് പഴങ്ങളും, മധുരം ചേർത്ത് ഉണ്ടാക്കിയ പലഹാരങ്ങളുമായാണ് വന്നത്... വന്നപ്പോ ഒരെണ്ണം കൂടി മിച്ചം കിട്ടാനാവാത്ത തിരക്കായി പോയി... ജനം അത്രക്കുണ്ട്.”

“ജനമോ... എന്താ വല്ല ആഘോഷമോ മറ്റോ ആണോ?” അംഗിരസ്സ് അത്ര ഇഷ്ടമില്ലാത്ത മട്ടിൽ ചോദിച്ചു. അലച്ചിലിന്റെ മുഷിവ് അയാളിൽ പ്രകടമായി രുന്നു.

“ഹാ...പറയുമ്പോൾ ഇതും ഒരാഘോഷം തന്നെ യജമാനനെ... എന്നാൽ പറഞ്ഞാലൊട്ടു വിശ്വസിക്കുമോ. ഇല്ല താനും. ഏതായാലും ഇങ്ങനൊക്കെ എന്നും നടന്നാൽ എന്റെ ജീവിതം കുറച്ച് നന്നായേനെ...”

അവർ പരസ്പരം നോക്കി. കാര്യമായതെന്തോ ഗ്രാമത്തിൽ നടന്നിട്ടുണ്ട്. ഇവന്റെ ആവേശം നിറഞ്ഞ ശബ്ദവും ഞൊണ്ടിയെങ്കിലും കാണിക്കുന്ന നെഞ്ച് വിരിവും ആഹ്ളാദവും അത് വിളിച്ച് പറയുന്നുണ്ട്.

"താൻ തെളിച്ച് പറ..."

മുടന്തിന്റെ ആനുകൂല്യമോ അതോ കണ്ടത് വിവരിക്കാനറിയാത്തതിന്റെ അറിവില്ലായ്മയോ കൊണ്ടോ അയാൾ മറുപടി പറഞ്ഞില്ല. പകരം അയാൾക്ക് പിന്നിലായി ആകാശത്തു കൂടി പറന്നു നീങ്ങുന്ന അനേകം പക്ഷികളെ നോക്കി അയാൾ പറഞ്ഞു... "ദാ, ആ കിളികൾ പോകുന്ന വഴിയേ പോയാൽ മതി. കാണാം... കണ്ടറിയാം."

"വായടക്കടാ അഹങ്കാരി. അയഞ്ഞു തന്നപ്പോ നീ ആളാവുന്നോ..." രുദ്രധർമൻ ചാടിയിറങ്ങാൻ തുടങ്ങവേ അംഗിരസ്സ് തടഞ്ഞു.

"അവനു മുടന്തു കാലിൽ മാത്രമല്ല. തലയിലുമുണ്ട്."

മുടന്തൻ പല്ലിളിച്ചു. ഭ്രാന്തൻ ചിരി. ശേഷം ഒന്നും സംഭവിക്കാത്തത് പോലെ നടന്നു നീങ്ങി, ഒരു പാട്ടും കൂടി ഉച്ചത്തിൽ പാടി കൊണ്ട്.

അംഗിരസ്സ് ഒരു നിമിഷം ആലോചിച്ചു. ശേഷം പറഞ്ഞു.

"മുന്നോട്ട് പോയി നോക്കാം. വരൂ."

അവർ പ്രധാന പാതയിലേക്ക് കുതിരകളെ ഓടിച്ചു കയറ്റി.

അംഗിരസ്സിനു പിന്നാലെ കുതിരകൾ പതിയെ പതിയെ വേഗമാർജിച്ചു കൊണ്ടിരുന്നു...വീടുകൾ പലതും പിന്നോട്ടു പോയി. അത്ഭുതകരമെന്ന വണ്ണം ആ പ്രദേശങ്ങളിലൊരിടത്തും തന്നെ, ഒരു വീട്ടിലോ, അതിനു ചുറ്റമോ വശങ്ങളിലോ ഉള്ള ഇടപ്രദേശങ്ങളിലോ ഒന്നും ആളനക്കമുള്ളതായി കണ്ടില്ല. സംശയത്തോടെ അംഗിരസ്സ് വീണ്ടും കുതിരയെ പായിച്ചു...

കുറെ ദൂരം പോയതിന് ശേഷം അയാൾ സംഘത്തിലുള്ളവരെ നോക്കി. അപ്പോൾ കാറ്റ് ദിശ മാറിയത് പോലെ ഒരു ഹുങ്കാര ശബ്ദം അവർ കേട്ടു. ഇവിടെയും കാലം മാറിയെത്തുന്ന പൊടിക്കാറ്റാണോ എന്ന സംശയത്തോടെ അവർ വലതു ദിശയിലേക്ക് നോട്ടം പായിച്ചപ്പോൾ ഒരു പറ്റം പക്ഷികൾ, മുൻപുള്ളതിനേക്കാൾ വലിയൊരു സംഘം അവരെ കടന്നു പോയി... അവർ പരസ്പരം നോക്കി നിൽക്കവേ അവ വീണ്ടും ഒരു കൂട്ടം കൂടി കടന്നു പോയി. അവർ ആ ദിക്കിലേക്ക് നോക്കിയപ്പോൾ അവിടെ, ദൂരെ ഒരു പ്രത്യേക ഭാഗത്ത് മാത്രം ആകാശത്തു കൂടി പല ദിക്കിൽ നിന്നായി പറന്നു വരുന്ന അനേകായിരം കിളികളെ അവർ കണ്ടു.

മഴവില്ലുകളുടെ മഹാസമ്മേളനം പോലെ ആ ഭാഗത്തെ ആകാശത്തിനു വൈവിധ്യ നിറങ്ങളായിരുന്നു.

6

ഹംസയോഗം

"നിന്റെ യൗവനകാലത്തു
നിന്റെ ഗുരുവിനെ നീ ഓർത്തുകൊൾക;
ദുർദ്ദിവസങ്ങൾ വരികയും എനിക്കു ഇഷ്ടമില്ല
എന്നു നീ പറയുന്ന കാലം സമീപിക്കയും
സൂര്യനും വെളിച്ചവും ചന്ദ്രനും നക്ഷത്രങ്ങളും
ഇരുണ്ടുപോകയും മഴപെയ്ത ശേഷം
മേഘങ്ങൾ മടങ്ങി വരികയും ചെയ്യും മുമ്പെ തന്നേ
നീ നിന്റെ യാത്ര തുടങ്ങും"
അന്ന് വീട്ടുകാവൽക്കാർ വിറയ്ക്കും, ബലവാന്മാർ കുനിയും,
കിളിവാതിലുകളിൽകൂടിനോക്കുന്ന
ചതിയന്മാർ അന്ധന്മാരാകും.
പക്ഷികളുടെ ശബ്ദത്തിങ്കൽ ഉണർന്നുപോകും.
പാട്ടുകാരത്തികൾ ഒക്കെയും തളരുകയും ചെയ്യും.

(കൗർവകിയുടെ ഗീതങ്ങൾ: 6:5)

യാത്ര തുടങ്ങിയിട്ട് ദിവസങ്ങളായിരുന്നു. ചിലയിടത്തു വെച്ച് യാത്രക്കാരുടെയും കച്ചവടക്കാരുടെയും കുതിരവണ്ടികളിലും ഒട്ടകപ്പുറത്തുമായി നീങ്ങി...ചിലപ്പോൾ കാൽ നടക്കാരിൽ ഒരാളായി കൂടി. തീർത്ഥാടന സംഘത്തിന് വേണ്ടി പാചകക്കാരനായി. വൃദ്ധ യാത്രക്കാരെ തോളിരുത്തി യാത്ര ചെയ്തു... ശരീരം ആകെ മെലിഞ്ഞെന്നും തലമുടിയും ദീക്ഷയും കൂട്ടുതലായി വളർന്നിറങ്ങി ജടപിടിച്ചിരിക്കുന്നെന്നും, സ്ഫടിക തുല്യമായ നദിയിൽ കുളിക്കാനിറങ്ങുന്നതിന് തൊട്ടു മുൻപ് നദി കാണിച്ചു തന്നു. ഒരു തരത്തിൽ താൻ തന്നെ ത്തന്നെ പീഡിപ്പിക്കുകയായിരുന്നു. ഇതായിരുന്നോ ഗുരു തന്നോട് ചെയ്യാൻ പറഞ്ഞു വിട്ടത്. തന്റെ കർമ്മപദം ഇത് തന്നെയാണോ. യാത്രികനായി വീണ്ടും അലയുക. സകല ജീവികൾക്കും സഹായമാവുക. ഇത് വരെയുള്ള യാത്രയിൽ നിന്ന് അതാണ് മനസിലാവുന്നത്...

മംഗളസിംഹൻ ഓർത്തു.

നദി കുലംകുത്തി ഒഴുകുകയാണ്... ഗംഗയാണ്...ഗംഗ എല്ലായിടത്തുമുണ്ട്... അതൊരു പുണ്യമാണ്. തണുത്തുറഞ്ഞ വെള്ളത്തിൽ മുങ്ങി നിവർന്നപ്പോൾ ഉന്മേഷം തോന്നി... പക്ഷേ കാശിയിലെ ഗംഗയാണ് തന്നെ എന്നും മോഹിപ്പിച്ചിട്ടുള്ളത്. എന്നോ കൊളുത്തിയ ഹരിചന്ദ്ര ഘാട്ടിലെ അഗ്നി... അതിന്റെ പുണ്യത്തിൽ കത്തിയമരാൻ വന്നു ചേരുന്ന ശരീരങ്ങൾ... നിമജ്ജനം ചെയ്യപ്പെടുന്ന ചിതാഭസ്മങ്ങൾ... തണുത്തു പുളഞ്ഞൊഴുകുന്ന ഗംഗ, കാശിയിലെത്തുമ്പോൾ, ശാന്തമാവുന്നു...ഘാട്ടുകളുടെ മേലെ തീർത്ഥ വിശ്രമ കേന്ദ്രങ്ങളിൽ ഇരുന്നു കൊണ്ട് പ്രഭുക്കളും രാജാക്കന്മാരും അവരുടെ സഹചാരികളും ഗംഗയെ കണ്ടു തൊഴുന്നു... സന്ധ്യകളിൽ ആരതി ഉഴിഞ്ഞു പ്രാർത്ഥിക്കുന്നു. ഗംഗക്ക് വേണ്ടിയും തങ്ങൾക്കു വേണ്ടിയും... സായന്തനത്തിൽ കാറ്റിൽ കഞ്ചാവ് ചെടിയുടെ ഗന്ധം പറന്നു വരും... മണ്ണ് കൊണ്ട് നിർമിച്ച ചില്ലത്തിനുള്ളിൽ പുകയുന്ന ലഹരി പടർത്തുന്ന യാത്രക്കാരെയും സന്യാസികളെയും കാണാം. പടിക്കെട്ടിലൂടെ പുക പറന്നു കയറുമ്പോൾ പരക്കുന്ന ഓടക്കുഴലിന്റെ ശബ്ദം... വിദേശിയായ ഒരുവൻ പാടുകയാണ്... കൃഷ്ണ ലീലകൾ... വേവിച്ച ഗോതമ്പ് മാവിന്റെ ചെറു ഉരുളകൾ വിൽക്കുന്ന ഗ്രാമീണരെ കാണാം. അവരുടെ ജീവിത മാർഗ്ഗമാണ് ആ ചെറു ഉരുളകൾ... ഗംഗയുടെ ജലത്തിലേക്ക്, പുളച്ചു കളിക്കുന്ന വൻ മൽസ്യങ്ങൾക്ക്

തീറ്റയായി മാറ്റുന്ന ഉരുളകൾ... ജലത്തിൽ എന്ത് ആഹാരമാണ് മനുഷ്യൻ മത്സ്യങ്ങൾക്ക് കൊടുക്കുന്നത് എന്ന്, മൽസ്യങ്ങൾ ഉരുളകൾ തിന്നാറുണ്ടോ എന്ന് താൻ അത്ഭുതത്തോടെ ആലോചിക്കാറുണ്ട്... ഓരോ ആചാരങ്ങൾ... വിശ്വാസങ്ങൾ... പിന്നെ... പറന്നു വരുന്ന നീർകാക്കകൾ... അവ എങ്ങിനെയാണ് ഗംഗയിലെത്തിയത്...തനിക്കെന്നും അത്ഭുതമാണ്. ഒരു വിളിയിൽ, ഒരു പക്ഷി ഭാഷയുമില്ലാതെ അവ പിന്നാലെ വരും... കയ്യിലെ ഗോതമ്പ് തീരും വരെ. പിന്നെ അടുത്ത തീർത്ഥാടകനിലേക്ക്...

വിദേശികളും സ്വദേശികളും ഘാട്ടുകളിലെ പടിയിലിരുന്നു പാടും... അവരുടെ ഭാഷകളിൽ... വിവിധ ഭാഷകളിലെ പാട്ട് കേട്ട്,അഘോരി സന്യാസികളുടെ ശിവസ്തുതികൾ കേട്ട്, കഞ്ചാവിന്റെ മണമുള്ള കാറ്റേറ്റ് ഗംഗ ഒഴുകും... ആ പുണ്യ മനോഹരനദി ഇവിടെയും ഒഴുകുകയാണ്...

വരുന്ന വഴികളിൽ നാല് രാജ്യങ്ങൾ കടന്നിരിക്കുന്നു. അവിടെയൊക്കെ സഹായത്തിനായി പലരും പല രൂപത്തിലായി പ്രത്യക്ഷപ്പെട്ടത് കൊണ്ട് അതിർത്തികൾ എളുപ്പത്തിൽ കടക്കാനായി. കച്ചവടസംഘങ്ങളും തീർത്ഥാടകരും, എന്തിനു കള്ളന്മാരും കൊള്ള സംഘങ്ങൾ വരെ അവരിലൊരായി തന്നെ കരുതിയിരുന്നു... വേഷങ്ങളിലേക്ക് മാറുമ്പോൾ താൻ മനസ് കൊണ്ട് മാറുന്നില്ലെങ്കിലും അവരിലൊരാൾ ആയി അവർ തന്നെ കാണുന്നതിന്റെ രഹസ്യമെന്തെന്ന് അയാൾക്ക് മനസ്സിലായില്ല. മൗനമാണോ ആയുധം... അതോ അറിയാതെ പറഞ്ഞു പോകുന്ന വാക്കുകളിൽ ഒളിപ്പിച്ചിരിക്കുന്ന, ഇടയിൽ തെറിച്ചു വീഴുന്ന ജല്പനങ്ങൾ, അറിവിന്റെ പാഠങ്ങൾ ആയി അവർ തെറ്റിധരിക്കുന്നതോ... മനസിലാവുന്നില്ല...

നദിയുടെ തണുത്ത വെള്ളത്തിൽ കഴുത്തറ്റം മുങ്ങി നിൽക്കവെ മംഗള സിംഹൻ ഓർത്തു.

“കയറുന്നില്ലേ... ജലത്തോടുള്ള കൊതി കണ്ടിട്ട് താൻ കുളിച്ചിട്ടു മാസങ്ങളായി എന്ന് തോന്നുന്നു.”

മല്ലനാണ്. തുണികൾ വിരിക്കുന്നതിനിടയിലാണ് ചോദ്യം. മംഗളസിംഹൻ ചെറുതായി ചിരിച്ചു.

“ഹേ... ഒരു സുഖം കൊണ്ട് കിടന്നതാണ്...” മറുപടി പറഞ്ഞു കൊണ്ട് അയാൾ വെള്ളത്തിലേക്ക് മുങ്ങി.

കഴിഞ്ഞ പതിനാലു ദിവസങ്ങളായി മല്ലന്റെ സംഘത്തിന്റെ കൂടെയാണ്. പരവതാനികളും മറ്റു ചില തുണിത്തരങ്ങളും വിൽക്കുന്ന സംഘമാണ് മല്ലന്റെത്.

പല ഗ്രാമങ്ങളിൽ നിന്ന് സമാഹരിക്കുന്ന സാധനങ്ങൾ മറ്റു ഗ്രാമങ്ങളിലേക്ക് പോയി വിറ്റ്, ഒരു തുടർച്ച പോലെ ഗ്രാമങ്ങളിലൂടെ, രാജ്യങ്ങളിലൂടെ രാജ്യങ്ങളിലേക്ക് നീങ്ങുന്ന കച്ചവട യാത്രയാണ്. ഒരു ഗ്രാമത്തിൽ നെയ്യ് കിട്ടിയാൽ അത് സമാഹരിച്ച്, അതുമായി അടുത്ത ഗ്രാമത്തിലെത്തി അവിടെ നെയ്യ് വിറ്റു പകരം മറ്റു സാമഗ്രികൾ വാങ്ങി അടുത്ത നാട്ടിലേക്ക്. ഒരു തരം നാടോടി ജീവിതം. വിവാഹവും, കുടുംബവും കുട്ടികളും ഒക്കെ ഇതിനിടയിൽ തന്നെ നടക്കും. അധ്വാനമേറെയുണ്ടെങ്കിലും സമ്പാദ്യമുണ്ട്... അതും പല ഇടങ്ങളിലും ഭൂമിയായും, കാർഷിക വിളകളായും. അതേ അധ്വാനത്തിന്റെ പങ്കു താനും അനുഭവിച്ചു. പരവതാനികൾ ചുമക്കണം. കാള വലിക്കുന്ന

വണ്ടി തെളിക്കാനും, അവർ വിശ്രമിക്കുമ്പോൾ വണ്ടിക്കും മുതലിനും കാവൽ നിൽക്കാനും ഒക്കെ ആയി താനും കൂടി. വെറുതെയല്ല, പണവും തരുന്നുണ്ട്. വേണ്ടെന്ന് ആവർത്തിച്ച് പറഞ്ഞിട്ടും, തന്നെ യാത്രാ സംഘത്തോടൊപ്പം കൂട്ടിയതിനു പകരമായി കണ്ടാൽ മതിയെന്നപേക്ഷിച്ചിട്ടും അന്നന്നുള്ള അധ്വാനത്തിന്റെ കൂലി അന്നന്ന് തന്നെ തന്നേ മല്ലൻ ഉറങ്ങാറുള്ളൂ... അയാളുടെ പാരമ്പര്യമാണത്. വർഷങ്ങളായി കുടുംബക്കാരുടെയിടയിൽ തുടർന്ന് പോരുന്നത്.

അവർ പത്തൊൻപതു പേരുണ്ട്. സ്ത്രീകളും കുട്ടികളും മുതിർന്നവരുമടക്കം. പാരമ്പര്യമായിട്ടുള്ള കച്ചവടമാണ്. ഇതിനിടയിൽ പലരും ജ്വരവും മറ്റു പകർച്ച വ്യാധികളും വന്നു മണ്മറഞ്ഞിട്ടുണ്ട്. എങ്കിലും വർഷങ്ങളായിട്ടുള്ള തങ്ങളുടെ തൊഴിൽ അവർ തുടരുന്നു. രാജാക്കന്മാർ മാറുന്നതനുസരിച്ച് കരം, പാട്ടം, എല്ലാം വ്യത്യാസപ്പെടാറുണ്ട്... എങ്കിലും ജീവിക്കാൻ വേണ്ടി ജീവിതം തന്നെ യാത്രയാക്കിയവരാണ്...അതിനിടയിൽ ജനിച്ച ഗ്രാമത്തിലെത്തിയാലായി. അത്ര മാത്രം...

താൻ ഇത് വരെ അനുഭവിക്കാത്ത ജീവിത സാഹചര്യങ്ങൾ, അനുഭവങ്ങൾ കണ്ടു പഠിക്കുകയായിരുന്നു മംഗളസിംഹൻ. എല്ലായിടത്തും ജീവിതമൊന്നു തന്നെയാണെന്നും,അതിന്റെ ആകസ്മികതകളും അധ്വാനവും അത്ഭുതങ്ങളും ആകുലതകളും സന്തോഷങ്ങളും ശാഠ്യങ്ങളും ശകാരങ്ങളും പ്രണയവും രതിയും തലമുറയും പ്രാരാബ്ധങ്ങളും എല്ലാം ഒന്ന് തന്നെയാണെന്നും,അതിർത്തികൾ മാത്രമേ, കൃത്യമായി പറഞ്ഞാൽ വേലി ക്കെട്ടുകൾ മാത്രമേ ഇവയെ വേർതിരിക്കുന്നുള്ളൂ എന്നും അയാൾ മനസിലാക്കി.

മല്ലൻ തുണി ഉണക്കിയെടുക്കുകയാണ്. സംഘത്തിലെ സ്ത്രീകൾ മുകൾ ഭാഗത്ത് കുളിച്ചു കയറുന്നു. അയാൾ പടവിലെ പളുങ്കു കല്ലുകളിലേക്ക് കയറി... ഗംഗയിലെ കല്ലുകൾ... എന്ത് മനോഹരമാണത്... ഓരോ കല്ലിനുമുണ്ട് വർണ വൈവിധ്യത്തിന്റെ, യാത്രയുടെ, വർഷങ്ങളുടെ കണക്കുകൾ പറയാൻ... കഥ പറയാൻ... ജലത്തിലും കരയിലും കല്ലിന് രണ്ടു നിറമാണ്... എല്ലാം പ്രിയപ്പെട്ടതാണെങ്കിലും ഒന്നു രണ്ടു കല്ലുകൾ, ഏറ്റവും പ്രിയമായി തോന്നിയത്, അയാൾ പെറുക്കിയെടുത്തു... ശേഷം ഉടുമുണ്ടിന്റെ കോന്തലയിൽ കെട്ടിയിടുമ്പോൾ നടന്നു നീങ്ങുകയായിരുന്ന മല്ലൻ കളിയായി ചോദിച്ചു.

“സമ്മാനിക്കാൻ ആരെങ്കിലും കാത്തിരിപ്പുണ്ടോ?”

പിന്നോട്ടു നീണ്ടു ജടപിടിച്ച് കിടക്കുന്ന മുടി കെട്ടി വെച്ച് കൂടെ നടന്നു കൊണ്ട് ചെറു ചിരിയോടെ അയാൾ മറുപടി പറഞ്ഞു, “ഇത് വരെയില്ല....”

“എനിക്കത്ഭുതമുണ്ട്... അവിശ്വാസവും....” മല്ലൻ പറഞ്ഞു.

തലമുടിയിൽ നിന്നുതിർന്നു വീഴുന്ന വെള്ളം നെറ്റിയിൽ നിന്നു വടിച്ചു കളഞ്ഞു കൊണ്ട് മംഗളസിംഹൻ പറഞ്ഞു.

“സത്യമാണ്...”

“വിശ്വസിക്കുന്നു...വളരെ പ്രയാസപ്പെട്ട്.” മല്ലൻ പറഞ്ഞു...

അവർ രണ്ടാളും ചിരിച്ചു...

മല്ലൻ അയാളെ നോക്കി. കുതിരയെ ഓടിക്കുന്നതും കാളയെ തെളിക്കുന്നതും, എന്തിന്, പരവതാനി ചുമക്കുന്നത് പോലും ഒരു താളത്തിലാണ്... വിവരിക്കാനാവാത്ത ഒരു കൈയടക്കത്തിൽ.

“ഇങ്ങനെ ഒരാളെ വേണ്ടെന്നു വെക്കാനോ, ഇഷ്ടം കൂടി പിന്നാലെ വരാതിരിക്കുവാനോ നിങ്ങളുടെ നാട്ടിലെ സ്ത്രീകൾ അന്ധരാണോ...” മല്ലൻ ചിരിയോടെ ചോദിച്ചു.

“എന്ന് ചോദിച്ചാൽ...” ചെറു ചിരിയോടെ മംഗളസിംഹൻ തുടർന്നു.

“ഉള്ളത് പറയാമല്ലോ ഞാൻ ശ്രദ്ധിച്ചിട്ടില്ല.”

അത് സത്യമാണ് എന്ന് മല്ലനു തോന്നി. കാരണമുണ്ട്. സ്ത്രീ ജനങ്ങൾ എട്ടു പത്തു പേരോളമുള്ള സംഘമാണ് തന്റേത്. ഇത്ര ദിവസമായിട്ടും നോട്ടം കൊണ്ട് പോലും അയാൾ അവരെ അറിഞ്ഞിട്ടില്ല. അവർ ഉണ്ടോ എന്ന് തന്നെ അയാൾക്കറിയില്ല എന്ന് തോന്നിയിട്ടുണ്ട്. വഴിയാത്രക്കിടയിൽ കൂടെ കൂടിയവർ രാത്രിയുടെ അന്ത്യ യാമങ്ങളിൽ അപരാധങ്ങൾക്കു തുനിഞ്ഞ കഥകൾ ഏറെയുണ്ട് തന്റെ മനസ്സിൽ.

ആ സമയത്ത് ഒന്ന് മടിച്ചെങ്കിലും കൂട്ടത്തിലെ മൂപ്പനായ ചോലവന്റെ നല്ല അഭിപ്രായം കിട്ടിയത് കൊണ്ടാണ് ഇയാളെ കൂടെ കൂട്ടിയത്. പിന്നീടുള്ള അയാളുടെ പെരുമാറ്റവും ആത്മാർത്ഥതയുമാണ് തന്നെ അയാളിലേക്ക് അടുപ്പിച്ചത്. ഇന്നിപ്പോ കുറ ദിവസങ്ങളായി മനസ്സിൽ ആഗ്രഹിക്കുന്ന ഒരു കാര്യം, പ്രത്യേകിച്ച് തന്റെ സഹോദരിക്ക് വേണ്ടി അയാളോട് സമ്മതം ചോദിക്കാനാണ് കടവിലേക്കിറങ്ങിയത്... പക്ഷേ അടുത്ത് ചെന്ന് നിൽക്കുമ്പോൾ ഏതോ ശക്തി പിന്നോട്ടു വലിക്കുന്നു. നാവുയർത്തിയിട്ടും വാക്ക് മുട്ടുന്നത് പോലെ. കഴിഞ്ഞ മൂന്ന് ദിവസമായി പല തവണ ശ്രമിക്കുന്നതാണ്... യാത്രയ്ക്കിടയിലെ ഇടവേളകളിൽ പല തവണ പറയാൻ ശ്രമിച്ചു നോക്കി. പക്ഷേ പിടി തരാത്തത് അയാളല്ല. തന്റെ മനസ്സാണ്. പറയാൻ തുടങ്ങുന്നതല്ല വാക്കായി പരിണമിക്കുന്നത്. ഇനി അധികം സമയമില്ല... ആഹാരം അടുപ്പിൽ വേവുന്നുണ്ട്. സ്ത്രീ ജനങ്ങൾ കുളി കഴിഞ്ഞെത്തി ചൂടോടെ ആഹാരം വിളമ്പി കഴിച്ചു കഴിഞ്ഞാൽ യാത്ര തുടങ്ങണം. ഏറിപ്പോയാൽ രണ്ടു ഗ്രാമങ്ങൾ മാത്രം... അത് താണ്ടിയാൽ തങ്ങൾ വഴി പിരിഞ്ഞു പോകും. തങ്ങൾ ഇത്തവണ മഗധയിലേക്കില്ല... അവിടമാകെ കുഴപ്പത്തിലാണ്... അധികാര തർക്കമോ, പിതാവ് മരണ ശയ്യയിൽ കിടക്കുമ്പോൾ മകൻ ഭരണം പിടിക്കാനുള്ള ശ്രമങ്ങളോ ഒക്കെ തുടങ്ങിയെന്നാണ് അറിവ്... അങ്ങനെയെങ്കിൽ എന്തും നടക്കാം... ചിലപ്പോൾ പിതാവും പുത്രന്മാരും തമ്മിൽ യുദ്ധം ചെയ്തേക്കാം. താൻ എത്ര കണ്ടിരിക്കുന്നു... അത് കൊണ്ട് മഗധ ഇത്തവണത്തെ യാത്രയിൽ ഇല്ല... രാഷ്ട്രകൂട അതിർത്തിയിൽ നിന്ന് തങ്ങൾ പോകും...അയാൾ മഗധയിലേക്കാണെന്നാണ് പറഞ്ഞത്.

“യാത്ര അങ്ങോട്ട് തന്നെ നിർബന്ധമില്ലെങ്കിൽ കൂടെ കൂടിക്കോ... ഒരു വർഷം കഴിഞ്ഞ് ഞങ്ങൾ മഗധയിലേക്കു തന്നെയാണ് പോകുന്നത്.”

കുതിരക്ക് തീറ്റ കൊടുക്കുകയായിരുന്നു മംഗളസിംഹൻ. അയാൾ മറുപടി പറഞ്ഞില്ല. മല്ലൻ ആ മൗനം കണ്ടു തിരിഞ്ഞു നടന്നു. ഇനി അവസരമില്ല... പക്ഷേ എങ്ങനെയാണ് ഇത്രയും യോഗ്യനായ ഒരാളെ മറ്റൊരാൾക്കോ, മറ്റൊരു പെണ്ണിനോ വിട്ടു കൊടുക്കുന്നത്. അതും വിവാഹപ്രായമെത്തി നിൽക്കുന്ന സഹോദരിയുള്ള ഒരാൾ.

മല്ലൻ നോക്കുമ്പോൾ മംഗളസിംഹൻ കുതിരകൾക്കു വെള്ളം കൊടുക്കുകയാണ്. അവ കുറെ മേഞ്ഞു കഴിഞ്ഞു...

സംഘത്തിലെ സ്ത്രീകൾ കുളി കഴിഞ്ഞു കയറി വരുന്നുണ്ട്. കുട്ടികൾ ഓടി കളിക്കുന്നുണ്ട്...

ശനീശ്വരൻ... അതായിരുന്നു മംഗളസിംഹന്റെ അവിടുത്തെ നാമം. കുതിരകളൊന്നിന്റെ ജീനി കെട്ടി വെച്ച് യാത്രക്ക് തയ്യാറെടുക്കുകയായിരുന്നു അയാൾ. അത് നോക്കി മല്ലൻ ആഹാരം കഴിക്കുകയായിരുന്നു. ഇനി ചോദിക്കണം. തന്റെ സഹോദരിയുടെ കൈ പിടിച്ചില്ലെങ്കിലും ഒരു സഹോദരനായി തന്റെ കൂടെ കൂടാമോ, കുടുംബത്തിലൊരാളായി തുടരാമോ, അതുമല്ലെങ്കിൽ ഒരു കൂട്ടുകാരനായെങ്കിലും തങ്ങളുടെ കൂടെ വരാനാവുമോ എന്ന് ചോദിക്കണം. അയാളോടുള്ള ഇഷ്ടം സ്വന്തം മനസ്സിനെ പോലും പറഞ്ഞു മനസിലാക്കിക്കുവാൻ, അടക്കുവാൻ പറ്റുന്നില്ലാത്തത് എന്താണെന്ന് അത്ഭുതത്തോടെ മല്ലൻ ഓർത്തു. അയാളുടെ സാമീപ്യം വല്ലാത്തൊരു ഊർജം തരുന്നു. താനില്ലാത്തൊരു കാലത്തുപോലും കുടുംബത്തെ നയിക്കാൻ ഇവനൊറ്റക്ക് മതിയാകും... കഴിപ്പ് നിർത്തി എണീൽക്കുമ്പോൾ സഹോദരി മല്ലനെ നോക്കി. അയാൾ അത് കണ്ടില്ലെന്നു നടിച്ച് പതിയെ ശനീശ്വരനരികിലേക്ക് നടന്നു.

മംഗളസിംഹൻ കൂട്ടത്തിലേറ്റവും കുഴപ്പക്കാരനായ കുതിരയെ തഴുകി അവനോടെന്തോ പറഞ്ഞു നില്ക്കുകയാണ്... ഏതു പ്രശ്നക്കാരനായ കുതിര പോലും അയാളുടെ അടുത്ത് മെരുങ്ങി നിൽക്കുന്നത് കണ്ട് മല്ലൻ അത്ഭുതത്തോടെ അയാൾക്കരികിലേക്ക് നടന്നു.

“ശനീശ്വരന് മൃഗഭാഷയും വശമുണ്ടോ...”

കറുത്ത കുതിരയുടെ വെളുത്ത നെറ്റി ചുട്ടിയിൽ തടവി മംഗളസിംഹൻ പറഞ്ഞു... “ഉണ്ട് സഹോദരാ... സ്നേഹം.”

വിട്ടു കൊടുക്കാതെ മല്ലൻ മറുപടി പറഞ്ഞു.

“അതിപ്പോ ഞങ്ങളും സ്നേഹിക്കുന്നുണ്ട്.”

“അതവർക്ക് കൂടി തോന്നണ്ടേ.” ചിരിച്ചു കൊണ്ട് മംഗളസിംഹൻ പറഞ്ഞു...

മറുപടിയാണ്. സരസവും അർത്ഥവത്തുമായത്... മല്ലൻ ആലോചിച്ചു.

ഛെ. എന്താണിത്. താൻ എന്താണ് പറയാൻ വന്നത്... “ശരി ശനീശ്വരൻ താങ്കൾക്ക്...

“മല്ലൻ...”

വിളി കേട്ട് മല്ലൻ തിരിഞ്ഞു നോക്കി. ചോലവൻ മൂപ്പനാണ്. കൂട്ടത്തിലെ പ്രായമുള്ള ആൾ. ഒരു കാര്യവുമുണ്ടാകില്ല... എങ്കിലും പ്രായത്തെ മാനിക്കാതെ പറ്റില്ല. അപ്പൊ ചോദിക്കാൻ വന്നത് വീണ്ടും പാതിയിലാണ്... “ദാ വരുന്നു” എന്ന് പറഞ്ഞു മല്ലൻ നടന്നു...

മല്ലൻ ചോദിക്കാൻ വന്നതെന്തെന്നു മനസിലാക്കി, അയാൾ പോകുന്നതും നോക്കി മംഗളസിംഹൻ നിന്നു.

മധ്യാഹ്നമായപ്പോഴേക്കും അവർ രണ്ടു ഗ്രാമങ്ങളും പിന്നിട്ടു കഴിഞ്ഞിരുന്നു. ഇനി ഒരു കൈത്തോടും കൂടി കഴിഞ്ഞാൽ വഴി രണ്ടായി പിരിയുന്നു...

ഒന്ന് മഗധയുടെ അതിർത്തി രാജ്യമായ മദ്രപുരിയിലേയ്ക്ക്... ഒന്ന് രാഷ്ട്രകൂടത്തിലേക്ക്.

കുതിരയെ വെള്ളത്തിലൂടെ പതിയെ ഇറക്കുകയായിരുന്നു മംഗളസിംഹൻ.

കച്ചവട സംഘം പിന്നിലാണ്... സ്ത്രീകളും കുട്ടികളും ഉള്ളത് കൊണ്ട് പതിയെ ആണ് യാത്ര. മാത്രമല്ല, ഗ്രാമങ്ങളിൽ വണ്ടിക്ക് ചുറ്റും കൂടി സാമഗ്രികൾ കൈമാറ്റം ചെയ്യുന്ന നാട്ടുകാർ കാരണം വിലപേശലിൽ വലിയ സമയം നഷ്ടപെടാറുണ്ട്.

കൈത്തോട്ട കടന്ന് കഴിഞ്ഞ് ഈ യാത്രയിൽ തന്റെ സഹചാരിയായ കുതിരയെ തലോടി മംഗളസിംഹൻ നിന്നു. യാത്രാ സംഘം പതിയെ തോട് കടക്കുകയാണ്. യാത്ര പറച്ചിലുകൾ എന്നും തനിക്ക് വേദനയാണ്... അയാൾ ഓർത്തു.

എന്ത് കൊണ്ടാണ് മനസ് മറ്റുള്ളവരിലേക്ക് വീണു പോകുന്നത്. അതാണ് ഈ വൈഷമ്യങ്ങൾക്കു കാരണം. സംഘം അരികിലെത്തി. കുതിരകളെ തങ്ങൾക്കു പോകാനുള്ള വഴിയിലേക്ക് തിരിച്ച് നിർത്തി സംഘം കാത്തു നിന്നു... മല്ലൻ തന്റെ കുതിര വണ്ടിയിൽ നിന്നിറങ്ങി മംഗളസിംഹന്റെ അരികിൽ എത്തി.

"യാത്രക്കൊരു കുതിരയെ കൂട്ടിക്കോളൂ." മല്ലൻ പറഞ്ഞു.

"വേണ്ട അങ്ങയുടെ സന്മനസ്സിനു നന്ദി."

"നടപ്പു കുറച്ചൊന്നുമല്ല."

"ഏതെങ്കിലും യാത്രക്കാരെ കണ്ടു കിട്ടാതിരിക്കില്ല..."

"ഓ...ആയിക്കോട്ടെ..." മല്ലൻ മറുപടി പറഞ്ഞു. അതിൽ സ്നേഹം നിറഞ്ഞ ഒരു കൊച്ചു പരിഭവം ഒളിഞ്ഞു കിടപ്പുണ്ടെന്ന് മംഗളസിംഹനു മനസിലായി. അത് തിരുത്തികൊണ്ടു അയാൾ പറഞ്ഞു.

"യാത്രക്കാരെ കണ്ടു മുട്ടിയേക്കാം, എന്നാൽ അങ്ങയോടൊത്ത് യാത്ര ചെയ്തത് പോലാവില്ല ഇനിയൊന്നും..."

മല്ലന്റെ മുഖം തെളിഞ്ഞു. മല്ലന്റെ കൈയിൽ ഒരു കരിമ്പടവും, കുറച്ച് ഭക്ഷണവും ഉണ്ടായിരുന്നു.

ഭക്ഷണം കൊടുത്തു കൊണ്ട് അയാൾ പറഞ്ഞു.

"വഴിയാത്രക്ക്. അവൾ നിങ്ങൾക്കു വേണ്ടി ഉണ്ടാക്കിയത്." മംഗളസിംഹൻ നോക്കിയപ്പോൾ കുതിര വണ്ടിയുടെ ഞൊറി പിടിപ്പിച്ച മറക്കുള്ളിൽ മാലയുടെ കണ്ണുകൾ കണ്ടു. അവയുടെ ആഴങ്ങളിൽ കൂടെ വന്നു കൂടെ എന്ന അപേക്ഷ അയാൾക്കു തിരിച്ചറിയാം. തന്റെ യാത്ര, പന്ഥാവ് വ്യത്യസ്തമാണെന്ന് ബോധ്യപ്പെടുത്താനാവാതെ, അയാൾ നോട്ടം അവഗണിച്ചു.

എല്ലാം കൂടി എന്തിനാണ്. ഇപ്പോൾ തന്നെ ഒരു രുദ്രാക്ഷ ദണ്ഡും പാത്രങ്ങളും ഉണ്ട്. ഒരു കരിമ്പടവും. അത് തന്നെ ഭാരമാണ്... എങ്കിലും സ്നേഹത്തിന്റെ തിരസ്കരണമാണ് ഏറ്റവും വലിയ വേദന എന്ന് അയാൾ എന്നോ പഠിച്ച പാഠമാണ്. അയാൾ ഭക്ഷണ പൊതിയും കരിമ്പടവും വാങ്ങി.

ഇനി എന്ത് പറഞ്ഞാണ് പിരിയുന്നത് എന്ന സന്ദേഹത്തോടെ ഹൃദയത്തിൽ കണ്ണീർ വീണു പൊട്ടി നിൽക്കുന്ന മല്ലനെ അയാൾ നോക്കി.

മല്ലനും അതേ അവസ്ഥയിലായിരുന്നു. ആരാണിയാൾ. എന്താണ് ഇയാളിലേക്ക് തന്നെ വല്ലാതടുപ്പിക്കുന്നത്? ഇനിയും നിന്നാൽ മല്ലൻ എന്ന തനറെ പേര് പോലും അർത്ഥമില്ലാതാവും.

ഇയാൾ മറ്റെന്തൊക്കെയോ ആണ്. ശനീശ്വരൻ അല്ല. യാത്രികനുമല്ല. അഥവാ ഒരു യോഗിയോ സന്യാസിയോ ആവാം... എന്തായാലും വേണ്ടില്ല

എന്ന ഉറച്ച ചിന്തയോടെ മല്ലൻ മംഗളസിംഹനെ ചേർത്തു പിടിച്ചു.

മംഗളസിംഹൻ ഒരിക്കലും പ്രതീക്ഷിക്കാത്തതായിരുന്നു അത്. മല്ലന്റെ ഹൃദയത്തിന്റെ ചൂട്, അതിന്റെ സ്നേഹത്തിന്റെ സത്യം ഒക്കെ കൂടുതൽ വ്യക്തതയോടെ മംഗളസിംഹൻ കേട്ടു.

അങ്ങനെ നിൽക്കെ മംഗളസിംഹൻ പറഞ്ഞു.

"അങ്ങയുടെ മനസിന്റെ ആഗ്രഹം പോലെ കൂടെ വരുവാനോ കുടുംബാംഗമാകാനോ എനിക്ക് സാധിക്കില്ല. എന്നോട് ക്ഷമിക്കുക. പക്ഷേ അങ്ങു തന്ന ആഹാരം എന്റെ രക്തത്തിലുള്ളിടത്തോളം കാലം വരെയും ഞാൻ അങ്ങേക്ക് സഹോദരനായിരിക്കും. അങ്ങയുടെ സഹോദരിക്ക് നല്ല ഒരാളെ ദൈവം സമ്മാനിക്കട്ടെ..."

അയാളെ മറുപടി പറയാൻ അനുവദിക്കാതെ തന്നിൽ നിന്നടർത്തിമാറ്റി വടിയും കുത്തി തിരിഞ്ഞു നോക്കാതെ മംഗളസിംഹൻ നടന്നു.

മനസിലുള്ളത് മുഴുവൻ വായിച്ചറിഞ്ഞു നീങ്ങുന്ന അയാൾ ശനീശ്വരനല്ലെന്നും, താൻ കരുതിയത് പോലെ തന്നെ ഏതോ സന്യാസിയോ, യോഗിയോ ആണെന്നും മല്ലൻ മനസ്സിൽ ഉറപ്പിച്ചു. അയാളുടെ വാക്കുകളിൽ താൻ അയാളുടെ സഹോദരനാണ് എന്ന ചിന്തയോടെ, കണ്ണീരിറ്റുന്ന നെഞ്ചകത്തോടെ, അതിലേറെ ആത്മഹർഷത്തോടെ, ആ മനുഷ്യൻ ഒറ്റപ്പെട്ട പാതയിലൂടെ തന്റെ യാത്ര തുടരുന്നത് ഏതു വിധിയിലേക്കാണെന്ന് അമ്പരന്നുകൊണ്ട്, അയാൾക്ക് വേണ്ടി ആത്മാർത്ഥമായി അനുഗ്രഹങ്ങൾ പ്രാർത്ഥിച്ചു കൊണ്ട് മല്ലൻ നോക്കി നിന്നു.

* * *

അതിർത്തിയിലേക്ക് അടുക്കുകയായിരുന്നു മംഗളസിംഹൻ.

അതിർത്തി കടക്കൽ വിഷമം തന്നെ ആണ്. പ്രത്യേകിച്ചും ഏകനായി. ചോദ്യങ്ങൾ പലതാണ്. പിന്നെ അടിമുടിയുള്ള പരിശോധനകളും. കയ്യിൽ പണമോ മറ്റു വിലപിടിപ്പുള്ളതോ ഉണ്ടെങ്കിൽ കാവൽക്കാരനെ കബളിപ്പിച്ച് ഒരു വിധത്തിൽ അപ്പുറത്തെത്താം... അതും നിൽക്കുന്നവൻ അല്പമെങ്കിലും അസന്മാർഗിയാണെങ്കിൽ മാത്രം. രാജ്യ സ്നേഹിയാണെങ്കിൽ കുടുങ്ങിയത് തന്നെ.

ഒരു സാധാരണക്കാരനായി ജീവിക്കുമ്പോഴാണ് അഴിമതിയുടെ, കൈക്കൂലികളുടെ മറ്റൊരു മുഖം മനസിലാവുന്നത്... അനധികൃത മാർഗങ്ങൾ ഒരു ആവശ്യമായി രൂപാന്തരപ്പെടുന്നത് എത്ര പെട്ടെന്നാണ്.

ഇത് പാഠമാണ്. സ്വന്തം ജീവിതമറിഞ്ഞുള്ള പാഠങ്ങൾ.

നീണ്ടു പോകുന്ന വഴിത്താരയിലൂടെ തനിയെ വടിയൂന്നി നടക്കുമ്പോൾ അയാൾ ആലോചിച്ചു കൊണ്ടിരുന്നു.

നടപ്പു തുടങ്ങിയിട്ട് ഒന്നര ദിവസമാകുന്നു. രാത്രിയിൽ യാത്രക്കാർ ഉപേക്ഷിച്ചു പോയ ഒരു കൂടാരത്തിൽ കഴിച്ചു കൂട്ടി. ഇന്ന് നേരം പുലർന്നപ്പോൾ തുടങ്ങിയ യാത്രയാണ്. ഇടയിൽ ഒരു മരത്തണലിൽ ഭക്ഷണം കഴിച്ച് കുറച്ചു വിശ്രമിച്ചു. വെയിൽ ഒന്ന് ചാഞ്ഞു തുടങ്ങിയപ്പോൾ തുടങ്ങിയ നടപ്പാണ്.

അസ്തമയ സമയമാകുന്നു. അതിന് തൊട്ടു മുൻപ് ഒരു പാറാവു മാറ്റമുണ്ട്...ആ സമയത്ത് അധികം ശ്രദ്ധയുന്നാതെയാണ് ഓരോ പടയാളിയുടെയും നീക്കം. അവരുടെ കർക്കശഭാവത്തിനു സ്വല്പം അയവുണ്ടാകും.

എങ്കിലും പ്രധാന കവാടത്തിലൂടെ കടക്കുക ദുഷ്കരമാണ്.

പിന്നെയുള്ള മാർഗം, അതിർത്തി പങ്കിട്ടൊഴുകുന്ന ഏതെങ്കിലും നദിയുണ്ടെങ്കിൽ കുറുകെ കടക്കുക.

ചിലയിടങ്ങളിൽ ഗർത്തങ്ങൾ സൃഷ്ടിച്ചിട്ടുണ്ടാവും. അത് കടക്കുക പ്രയാസമാണ്. ആനപ്പട വന്നു പോയാലും വീണു പോകത്തക്ക രീതിയിലാണതിന്റെ നിർമാണം. അത് ഭരണത്തിലുള്ള രാജാക്കന്മാ ർക്കനുസരിച്ച് മാറിക്കൊണ്ടിരിക്കും. ഇവിടെ അങ്ങനെ ഒരു ഗർത്തം ഉള്ളതായി താൻ കേട്ടിട്ടുണ്ട്. അതേതായാലും ശരിയായ മാർഗ്ഗമല്ല. ദിശ വെച്ച് നോക്കിയാൽ ഒരു വനഭൂമി മാത്രമാണ് അതിർത്തി കടക്കാൻ എളുപ്പമായിട്ടുള്ളത്. അതിനു പരിസരത്ത് അധികം കാവലുണ്ടാകാൻ വഴിയില്ല... ഒന്ന് കാട്ടുമൃഗങ്ങളോടുള്ള ഭയം. മറ്റൊന്ന്, ചെറുപ്രാണികൾ മൂലമുണ്ടാകുന്ന ജ്വരവും മറ്റ് അസുഖങ്ങളും, പകർച്ച വ്യാധികളും. ഈ ഭാഗത്ത് കാവൽ നില്ക്കാൻ പ്രത്യേക ആനുകൂല്യങ്ങളും പാരിതോഷികങ്ങളും ശമ്പള വർദ്ധനയുമുണ്ട്... ചിലയിടത്ത് നിർബന്ധ സേവനമാണ്...ചെയ്യുക അല്ലെങ്കിൽ മരിക്കുക.

ഏതായാലും കുറച്ചു വൈകും വരെ കാത്തിരിക്കാം... ശേഷം പരിസരം പഠിച്ചു തീരുമാനമെടുക്കാം. വനമാർഗമാണെങ്കിൽ രാത്രി യാത്ര നന്നല്ല... സാധ്യവുമല്ല. അങ്ങിനെയെങ്കിൽ ഒരു അഭയ സ്ഥാനം കണ്ടെത്തിയേ തീരൂ...

കാവൽ പടയാളികൾ നിരീക്ഷണത്തിനായി കെട്ടിയിരിക്കുന്ന ഭീമൻ ഗോപുരങ്ങൾ ദൂരെ നിന്നേ കാണാം. താഴെ തമ്പ് കെട്ടി കാവൽ നിൽക്കുന്ന പടയാളികളെ പൊട്ടു പോലെ കാണുന്നുണ്ട്. താഴെ നിന്നു പുക ആകാശത്തേക്ക് ഉയരുന്നുണ്ട്. കാവൽ പടയാളികൾ ആഹാരം പാകം ചെയ്യുകയാണ്... കുറെ ഭാഗം വനഭൂമിയാണ്. അതിനപ്പുറത്ത് ഒരു മല കാണുന്നുണ്ട്...മലക്ക് മുകളിലും കാവൽ കാണാൻ സാധ്യതയുണ്ട്. ചിലപ്പോൾ അതും താണ്ടി ചെല്ലുമ്പോഴാവും അടുത്ത കൂട്ടരുടെ മരണക്കെണി. പിന്നെ കരടിക്കോ കടുവക്കോ ആഹാരമായാൽ മതി.

പെട്ടെന്ന് കുളമ്പടികൾ കേട്ടു... നേർത്തെങ്കിലും ദ്രുതമായത്... കലമാൻ കൂട്ടമാണ്... മാൻ ഉണ്ടെങ്കിൽ അടുത്തെവിടെയോ വെള്ളക്കെട്ടുണ്ടാവണം... ചിലപ്പോൾ ഒരു നീരുറവയോ ചെറു നദിയോ കണ്ടേക്കാം. അസ്തമയത്തിനു മുൻപുള്ള ദാഹം തീർക്കലിന് പോവുകയാവാം... അയാൾ വളർന്നുയർന്നു നിൽക്കുന്ന കാട്ടു ചെടികളുടെ മറ പറ്റി മാൻ കൂട്ടം നീങ്ങിയ ദിശ ലക്ഷ്യമാക്കി പതിയെ നീങ്ങി.

പെട്ടെന്ന് മൂളലോടെ ഒരു കുന്തം അയാൾക്ക് മുന്നിൽ വന്നു തറച്ചു. അതിന്റെ അഗ്രത്തിൽ രാഷ്ട്രകൂട രാജ്യത്തിന്റെ രാജചിഹ്നം ആലേഖനം ചെയ്ത ചെറു കൊടി നിന്നു വിറച്ചു.

അതിനു പുറകെ അമ്പുകൾ പറന്നു വന്നു. മംഗളസിംഹൻ അപകടം തിരിച്ചറിഞ്ഞു...മാനുകൾ ഓടിയത് വെറുതെയാണെന്ന് തെറ്റിദ്ധരിച്ചു...പക്ഷേ അവക്ക് പിറകെ നായാട്ടു സംഘമായിരുന്നു...അതിർത്തി കാവൽ പടയാളികൾ

തന്നെ...അവർ ആക്രോശിക്കുന്നത് കേൾക്കാം...

"ചാരനാണ്...കൊല്ലരുത്..."

അമ്പുകളും കുന്തങ്ങളും ചീറി പാഞ്ഞു വരവേ ആഹാരപ്പൊതിയും ഭാണ്ഡവും ദണ്ഡും വലിച്ചറിഞ്ഞ് മംഗളസിംഹൻ കുതിച്ചു...

കാൽ എന്തിലോ തട്ടി ചോര പൊടിഞ്ഞു...കാൽക്കീഴിൽ തൊട്ടു പാഞ്ഞ അമ്പു കൊണ്ടതാണോ? അല്ല. മരക്കുറ്റിയോ കല്ലോ മറ്റോ ആണ്. ആക്രോശം ഉയർന്നു കേൾക്കാം.

"വിഡ്ഢികൾ... പിടിക്കവനെ..."

അമ്പുകളും കുന്തങ്ങളും പറന്നു വന്നപ്പോൾ അയാൾ തലങ്ങും വിലങ്ങും ഓടി... നെടുകയും കുറുകേയും ഓടി... ചില കുറ്റിക്കാടുകൾ ചാടിക്കടന്നു... പിടി കൊടുത്താൽ പിന്നെ യുദ്ധമാണ്... മഗധയുമായുള്ള യുദ്ധം. തന്നെ മോചിപ്പി ച്ചെടുക്കാനുള്ള മഗധയുടെ യുദ്ധം... ആ യുദ്ധത്തിൽ മഗധ തന്നെ വിജയിക്കും. പക്ഷേ അതിന്റെ പേരിൽ മരണപ്പെടുന്ന ജീവികളും മനുഷ്യരും ആയിരക്കണ ക്കിന് വരും... അല്ലെങ്കിൽ തന്നെ കാരണങ്ങൾക്കായി കാത്തിരിക്കുകയാണ് ഓരോ രാജാവും.

ചിന്തകൾ ഓടുന്നതിനേക്കാൾ വേഗതയിൽ അയാളുടെ മസ്തിഷ്കത്തിലേ ക്ക് പാഞ്ഞു കയറി... കൂടുതൽ കുതിരകൾ ദൂരെ നിന്നു വരുന്നതിന്റെ കുളമ്പടി കളും പടയാളികളുടെ ആക്രോശവും മംഗളസിംഹൻ കേട്ടു.

ചെറിയ പൊന്തക്കാടുകളും വള്ളിപ്പടർപ്പുകളും കുതിരകളുടെ ഓട്ടം തടുത്തു നിർത്തിയത് കൊണ്ടാണ് ജീവഹാനി സംഭവിക്കാതെ ഓടാൻ കഴിയുന്നത്... മുന്നിൽ ചെറു കുന്നുകളായിരുന്നു... വില്ലു കുലക്കുന്നവർക്കു കാറ്റിനാൽ ഗതി തെറ്റുമെന്നുറപ്പിച്ച്, കുന്നുകൾ കയറി വരുവാൻ കുതിരകൾ മടിക്കുകയും മടുക്കുകയും ചെയ്യുമെന്നു മനസിലാക്കി ചെറുകുന്നുകളും പാറക്കൂട്ടങ്ങളും മംഗ ളസിംഹൻ ഓടി കയറി.

കുറെ ദൂരം ഓടി കിതപ്പോടെ അയാൾ തിരിഞ്ഞു നോക്കി...ആക്രോശങ്ങ ളോടെ വീണ്ടും ഒരു സംഘം കൂടി കുതിരപ്പുറത്ത് വരുന്നത് അയാൾ കണ്ടു... മുൻപേ വന്ന സംഘങ്ങൾ കുതിരകളെ കുന്നു കയറ്റാൻ ശ്രമിക്കുന്നുണ്ട്... അയാൾ ഒരു നിമിഷം നിന്നിട്ടു ശ്വാസം വലിച്ചെടുത്ത് മുകളിലേക്ക് കയറി... അപ്പോൾ ചെറു കുന്നിന്റെ മറു വശത്തു കൂടി ഒരു സംഘം, അയാൾ കുന്നിറ ങ്ങുകയാണെങ്കിൽ പിടികൂടാൻ തയാറായി കുന്നു ചുറ്റി വരുന്നുണ്ടായിരുന്നു...

കുന്നിന്റെ ഉച്ചിയിലെത്തി കിതപ്പോടെ മംഗളസിംഹൻ തിരിഞ്ഞു നോക്കി. മടിച്ചു നിന്ന കുതിരകളെയും കൊണ്ട് ഒരു സംഘം കുന്നു കയറി കഴിഞ്ഞിരി ക്കുന്നു... കുറെ നേരം കൂടി കഴിഞ്ഞിരുന്നെങ്കിൽ ഇവിടെ എവിടെങ്കിലും ഒളി ക്കാമായിരുന്നു... ഗുഹയോ മരക്കൂട്ടങ്ങളിലോ രാത്രി താവളമാക്കാമായിരുന്നു... പക്ഷേ സൂര്യാസ്തമയത്തിന് അല്പസമയം കൂടി ബാക്കിയുണ്ട്. വെളിച്ചം നീണ്ടു നിൽക്കാൻ സാധ്യതയുണ്ട്.

ഏതു മാസമാണിത്...മറന്നെന്ന് അയാൾ അത്ഭുതത്തോടെ ഓർത്തു... നന്നായി. കാലസമയത്തെ അറിയാതിരിക്കുന്നതാണ് നല്ലത്. ലക്ഷ്യങ്ങളു ള്ളവനെ കാലത്തെകുറിച്ച് ഭയമുള്ളൂ. സ്വപ്നങ്ങളുള്ളവനെ സമയത്തെകുറിച്ച് ആലോചിക്കേണ്ടതുള്ളൂ.

താൻ ഈ നിമിഷം സ്വതന്ത്രനാണ്. പിടിക്കപ്പെട്ടാൽ പോലും സ്വതന്ത്ര നാണ്...മൂന്ന് നേരം ആഹാരം... അതോ ഒരു നേരമോ...കാരാഗൃഹ വാസം... സ്വസ്ഥമായി ധ്യാനിക്കാം... പിടി കൊടുത്താലോ...പക്ഷേ ഒരു യുദ്ധം... അതൊഴിവാക്കാൻ പറ്റുമെന്ന് തോന്നുന്നില്ല. തന്റെ സ്വന്തം ഇഷ്ടപ്രകാരം കീഴടങ്ങിയാൽ കൂടി തങ്ങൾ പിടിച്ചെടുത്തുവെന്നേ പുറം ലോകത്ത് ഇവർ പ്രചരിപ്പിക്കൂ...അത് കേൾക്കേണ്ട താമസം മഗധ ഒരുങ്ങും. പ്രായാധിക്യം മൂലം പിതാവ് മാറി നിന്നാൽ നയിക്കാനാരുമുണ്ടാവില്ല. അങ്ങനെ ഒരു സ്ഥിതിവിശേഷത്തിൽ ആര് നയിച്ചില്ലെങ്കിലും തന്റെ അമ്മ നയിച്ചു കളയും. അതാണ് അവർ. എന്തൊരു ഗതികേടാണ്. ഒരു കാരാഗൃഹത്തിലാവാനുള്ള സ്വാതന്ത്ര്യം പോലും നഷ്ടപ്പെട്ടിരിക്കുന്നു... അസ്തിത്വം നഷ്ട്ടപ്പെട്ടവനായി താൻ മാറിയിരിക്കുന്നു. ഇതിനാണോ ഗുരു തന്നെ മടക്കി അയച്ചത്.

പടയാളികൾ പിന്മാറുന്നില്ല... അവർ കുന്നു കയറി വരുന്നുണ്ട്. അത് കണ്ട് മംഗളസിംഹൻ താഴേക്കിറങ്ങി... ഇറക്കം കഠിനമാണ്...എങ്കിലും ചെറു വള്ളി കളിൽ പിടിച്ച്, കുറ്റി ചെടികൾ പിടിച്ച് താഴോട്ട് ധൃതിയിൽ ഇറങ്ങി. കുന്നിനെ ചുറ്റി വന്ന സംഘം അയാളെ കണ്ടു കഴിഞ്ഞു... അവർ ഇരയെ കണ്ടെത്തിയ ഉത്സാഹത്തോടെ, ആക്രോശത്തോടെ കുതിരകളെ പായിച്ചു വരുകയാണ്...

അവയെ വെട്ടിച്ച് വേറെ ഏതെങ്കിലും ഭാഗത്ത് ചെന്നിറങ്ങണം... കുതി രകൾക്കു കടക്കാനാവാത്ത ഒരു വശത്ത്. തീർത്തും താഴേക്കിറങ്ങാതെ, കുന്നിന്റെ ചെരിഞ്ഞ പ്രദേശത്തു കൂടി കുറെ ദൂരം മംഗളസിംഹൻ ഓടി. ഇറങ്ങാൻ എളുപ്പമുള്ള ഒരു ഭാഗം കാണുന്നുണ്ട്... കൂടുതൽ മരങ്ങൾ നിറഞ്ഞ ഇടമാണ്... വനഭൂമി ആരംഭിക്കുകയാണ്... വനത്തിനുള്ളിൽ കയറിയാൽ തനിക്ക് ഒളിക്കുവാനോ രക്ഷപ്പെടാനോ സാധിച്ചേക്കാമെന്ന ചിന്തയോടെ അയാൾ അങ്ങോട്ട് കുതിച്ചു... അമ്പുകൾ പാഞ്ഞു വന്നു തുടങ്ങി...പെട്ടെന്ന് ഒരു വള്ളിയിൽ കാൽ ഉടക്കി അയാൾ താഴേക്ക് നിരങ്ങി നീങ്ങി...

കുതിരപ്പടയാളികൾ ആവേശം പൂണ്ടു...ശത്രു വീഴുകയാണ്... തലവൻ ഉറക്കെ വിളിച്ചു കൂവി.

“പിടിക്കവനെ...”

തലവൻ ആക്രോശത്തോടെ നിർദ്ദേശം കൊടുത്തതും പടയാളികൾ കൂടുതൽ ആവേശത്തോടെ പാഞ്ഞു. മംഗളസിംഹൻ എണീറ്റ് വനമേഖല യിലേക്ക് കയറി കുതിച്ച് പാഞ്ഞു...പെട്ടെന്ന് എന്തോ ഹുങ്കാര ശബ്ദം കേട്ട് എന്താണെന്ന് സംശയിച്ച് തിരിച്ചറിയാതെ അയാൾ അങ്ങോട്ടേക്ക് തന്നെ കുതിച്ചു. അതൊരു വന്യ മൃഗമാണെങ്കിൽ കൂടി തിരിച്ചു പോക്ക് സാധ്യമല്ല. മൃഗത്തിനെ എങ്ങിനെയും കബളിപ്പിക്കാം... കുതിര പടയാളികൾ വനഭൂമിയി ലേക്ക് കടന്നു കഴിഞ്ഞു... അമ്പുകൾ ലക്ഷ്യബോധമില്ലാതെ തലങ്ങും വിലങ്ങും പാഞ്ഞു വരുന്നുണ്ട്... മരങ്ങളിൽ തട്ടി അമ്പുകളും കുന്തങ്ങളും വീണു... മരങ്ങളുടെ മറ പിടിച്ച് അയാൾ ഓടി... പെട്ടെന്ന് അമ്പിലൊന്നിൽ നിന്നു രക്ഷപ്പെടാൻ തല വെട്ടിച്ചതും ഒരു നീണ്ട മരക്കൊമ്പിൽ തട്ടി അയാൾ പിന്നിലേക്ക് വീണു...

ഓയ്യ്... എന്ന ആർപ്പുവിളിയോടെ സംഘം അടുത്ത് വരുന്നത് മംഗള സിംഹൻ കണ്ടു. അയാൾ കൈ കൊണ്ട് പരതി... ഒന്നും കിട്ടുന്നില്ല... പെട്ടെന്നു മണ്ണിലൂടെ നിരങ്ങി നീങ്ങി മലക്കം മറിഞ്ഞ് ഒരു കമ്പു കയ്യിലെടുത്ത് എഴുന്നേൽ ക്കാനാഞ്ഞതും ഒരു കുതിര പടയാളി അടുത്തെത്തിയതും ഒന്നിച്ചായിരുന്നു...

ഒരു കുതിപ്പിൽ എണീറ്റ് കൊണ്ട് പടയാളിയുടെ വയറ്റിൽ അയാൾ ആഞ്ഞടിച്ചു... അലറിക്കൊണ്ട് മറിഞ്ഞു വീണ പടയാളിയെ വിട്ട പാഞ്ഞ് പോവുന്ന കുതിരയുടെ പിന്നാലെ മംഗളസിംഹൻ പാഞ്ഞു... പിന്നിൽ പടയാളികളുടെ സംഘം കുതിച്ച വരുന്നത് കാണാമായിരുന്നു...അത് ശ്രദ്ധിച്ചിട്ട നൊടിയിടയിൽ, ഒരു കുതിപ്പിൽ, ഓടി പോകുന്ന കുതിരയുടെ പുറത്തേക്ക് മംഗളസിംഹൻ ഒറ്റ ചാട്ടത്തിനു കുതിച്ച കയറി... ഒരു നിമിഷം അമ്പരന്ന കുതിരയെ നിയന്ത്രിച്ച് അയാൾ ചെരിഞ്ഞു കിടക്കുന്ന കാടിന്റെ നിബിഡതയിലൂടെ കുതിരയെ പായിച്ചു... അയാൾക്ക് പിന്നാലെ അലറിക്കൊണ്ട് കാടും കമ്പുകളും കടന്നു പടയാളികൾ വരുന്നുണ്ടായിരുന്നു. ഒരു പറ്റം മാൻകൂട്ടം അയാൾക്ക് മുന്നിലൂടെ പാഞ്ഞു... പുതിയ ശത്രുവിന്റെ കടന്നു വരവിനെ കാടിനറിയിച്ച കൊണ്ട് കുരങ്ങന്മാർ മരച്ചില്ലകളിലൂടെ വിളറി പിടിച്ചലറി വള്ളികളിൽ തൂങ്ങിയാടി... നീണ്ടു കിടക്കുന്ന വള്ളിപ്പടർപ്പുകളിൽ പെടാതെ, താഴ്ന്ന വളർന്നു നിൽക്കുന്ന മരക്കൊമ്പുകളിൽ തല ഇടിക്കാതെ വിദഗ്ധമായി കുതിരയെ പായിക്കുകയാണ് മംഗളസിംഹൻ... അയാൾക്കു പിന്നാലെയെത്താൻ കിണഞ്ഞു ശ്രമിക്കുന്നതിനിടയിൽ പടയാളികൾ വീണു പോകുന്നുണ്ട്. എങ്കിലും അവശേഷിക്കുന്നവർ ആവേശത്തോടെ പിന്തുടരുകയാണ്... കാട്ടിനുള്ളിലെ ഹുങ്കാര ശബ്ദം കൂടുതൽ അടുത്ത് വന്നു...

കാടിന്റെ ചെരിഞ്ഞു കിടക്കുന്ന പ്രതലത്തിലൂടെ കുതിര പായുകയായിരുന്നു...

പെട്ടെന്ന് വഴുക്കലുള്ള പാറയിലൂടെ കുറേ നിരങ്ങി നീങ്ങിയതിന് ശേഷം കുതിര വിറളി പിടിച്ച നിന്നു ചിനച്ചു.

മുന്നിൽ നദിയായിരുന്നു... കുലം കുത്തിയൊഴുകുന്ന മഹാനദി. അത് ഹിമാലയത്തിൽ നിന്നു പുറപ്പെട്ട മഗധയിലേക്കൊഴുകുന്നതായിരുന്നു. ആ പ്രദേശം നദിയുടെ ഏറ്റവും ഭീകര മുഖമായിരുന്നു... കാവൽ പോലും ഏർപ്പെടുത്താതെ രാജ്യ തന്ത്രജ്ഞർ പോലും വിട്ട വെച്ച പ്രദേശം. എന്ത് ഒഴുകി വന്നാലും ചിതറി നാമാവശേഷമാകുന്ന വഴുക്കലുള്ള പാറക്കെട്ടുകളും, അഗാധ ഗർത്തങ്ങളും, ചുഴികളും, കുത്തൊഴുക്കും ഇതിനൊക്കെ അപ്പുറം തണുപ്പും നിറഞ്ഞ ജലം. കുറച്ച് മുൻപൊട്ടൊഴുകി അഗാധതയിലേക്ക് പതിക്കുന്ന വെള്ളച്ചാട്ടം നദിക്ക് ഭീകരതയും അഴകും ഒരേ പോലെ സമ്മാനിച്ചു. തങ്ങളുടെ ശത്രു മുന്നോട്ട പോവാൻ ഗതിയില്ലാതെ പെട്ട് പോയത് പടയാളികൾ കണ്ടു. വിജയഘോഷത്തോടെ പടയാളികളുടെ സംഘം അടുത്ത് വന്നു കൊണ്ടിരുന്നു... മുന്നോട്ട പോവാനല്ലാതെ പിന്നോട്ട് നീങ്ങിയാൽ രക്ഷപ്പെടാനാവാത്ത വണ്ണം അവർ അയാളെ വളഞ്ഞു മുന്നേറി വന്നു കൊണ്ടിരിക്കെ, ഒരു നിമിഷം ആലോചിച്ചിട്ട്, എന്തോ മനസ്സിൽ കണക്കു കൂട്ടി കുതിരയെ ഒരു നിമിഷം തലോടി, അതിനോടെന്തോ പറയും പോലെ മംഗളസിംഹൻ കാൽ കൊണ്ട് മെല്ലെ തട്ടി...

കുതിര പുറകോട്ട പതിയെ നീങ്ങിയതും, കടിഞ്ഞാൺ വലിച്ച് അവനെ വേഗമാർജിക്കാൻ പ്രേരിപ്പിച്ച് പെട്ടെന്ന് വെട്ടിച്ച് അവനെയും കൊണ്ട് അയാൾ വെള്ളച്ചാട്ടത്തിനടുത്തുള്ള പാറയിലേക്ക് കുതിച്ച പാഞ്ഞു...

ദ്രുത ഗതിയിലുള്ള ആ നീക്കം കണ്ട് അയാൾ എന്ത് ചെയ്യാനുള്ള പുറപ്പാടാണെന്നു വ്യക്തമാവാതെ, എന്ത് ചെയ്യണമെന്നറിയാതെ പടയാളി സംഘം

കൺ മിഴിച്ച നിൽക്കെ, പാറയിലൂടെ അതിവേഗം പാഞ്ഞു ചെന്ന് ഒരു നിമിഷം കൊണ്ട് കടിഞ്ഞാൺ കൈ വിട്ടു കൊണ്ട് അന്തരീക്ഷത്തിലൂടെ മംഗളസിംഹൻ ഉയർന്നു പൊങ്ങി...

ശരീരത്തെ വെള്ളത്തിൽ തന്നെ എത്തിക്കാൻ പാകത്തിലാണ് കുതിപ്പ്. കുതിരയുടെ വേഗം ഒരു കാരണമാണ്. ഇത്തിരി കൂടി സാവകാശം കിട്ടിയിരുന്നെങ്കിൽ... ഇനി പറഞ്ഞിട്ട് കാര്യമില്ല. കൈ വിട്ടു കഴിഞ്ഞു... ശരീരം അന്തരീക്ഷത്തിൽ കൂടി താഴേക്ക്, വെള്ളച്ചാട്ടത്തിലേക്ക് പതിച്ച്, അതിന്റെ കുത്തൊഴുക്കിന്റെ വേഗതയിൽ പാറയിൽ തട്ടി തകരാൻ പോവുകയാണ്... ചിന്തിക്കാൻ സമയമില്ല. അത്യന്തം അപകടകാരികളായ ശത്രുപക്ഷം കരയിൽ തന്റെ മരണം കാത്തു നിൽക്കുന്നുണ്ട്... അവർക്കു മുന്നിൽ എല്ലാ കാലത്തേക്കും അവിശ്വസനീയവും അവിസ്മരണീയവുമായ കഥകൾ സൃഷ്ടിക്കാനും, അവർ പോയി വിവരിക്കുന്ന സംഘങ്ങളിൽ ഏറെ കാലത്തേക്ക് ഏറെ പേർക്ക് ആശ്ചര്യം ജനിപ്പിക്കാനും, നിലനിൽക്കാനും പോന്ന വിദ്യയാണ് ഇനി പുറത്തെടുക്കേണ്ടത്...അത്ര ഭൂഷണമല്ല. എന്ന് വെച്ചാൽ നന്നല്ല. ചില യോഗ ക്രിയകൾ അത്ര കരുതലോടെ ഉപയോഗിക്കേണ്ടതാണ്... അത്രമേൽ രഹസ്യമായി സംരക്ഷിക്കപ്പെടേണ്ടതാണ്.

കണ്ടു നിൽക്കുന്ന പടയാളികൾ പോയി വിവരിക്കുന്ന സംഘങ്ങളിൽ ഒരുത്തൻ പലരോടും, പലർ പലതിനോടും, അവർ പതിനായിരങ്ങളോടും പറഞ്ഞ് ഒരു നാടൻ ശീല് പോലെ പടർന്നു പിടിച്ചാൽ ഏതെങ്കിലുമൊരുവൻ അതിന്റെ അറ്റവും പിടിച്ച് അന്വേഷിച്ചു വന്നാൽ... അതിന്റെ സാധ്യത, മരുഭൂമിയിലെ മഴ പോലെ തുച്ഛമാണെങ്കിലും, തള്ളിക്കളയാൻ വയ്യ... പക്ഷേ കാര്യമില്ല.

ഏതു നിമിഷവും താൻ, താഴെ, വെള്ളം പതഞ്ഞൊഴുകി പരുവപ്പെട്ട് കിടക്കുന്ന പാറക്കൂട്ടങ്ങളുടെ നെറുകയിൽ വീണു ചിതറാനുള്ള എല്ലാ സാധ്യതയുമുണ്ട്. ഇനി അമാന്തിച്ചു കൂടാ. മംഗളസിംഹന്റെ മനസ് ഏകാഗ്രമായി.

ഒരു നിമിഷത്തിന്റെ നൂറിലൊരംശം കൊണ്ട് ആ വെള്ളച്ചാട്ടത്തിൽ നിന്ന് പറന്നു വീഴുന്ന ജല കണികകളെക്കാൾ ശരീര ഭാരം കുറച്ച്, ഒരു പക്ഷിയെപ്പോലെ, ഹംസത്തെപ്പോലെ, ആ ജലോപരിതലത്തിലേക്ക് മംഗളസിംഹൻ ഒഴുകിയിറങ്ങി.

മംഗളസിംഹൻ, ഹംസയോഗ വിദ്യയുടെ പാഠം, തനിയെ പരീക്ഷിക്കുകയായിരുന്നു.

ഒരാഭ്യാസിയെപ്പോലെ വായുവിൽ പറന്നു നീങ്ങിയതിന് ശേഷം ഒന്നും സംഭവിക്കാത്തത് പോലെ ഒഴുക്കിനൊപ്പം നീന്തി പോകുന്ന അയാളെ പടയാളികൾ നടുക്കത്തോടെ കണ്ടു...

കാണുന്ന കാഴ്ച സത്യം തന്നെയോ എന്ന് പടയാളികൾ സന്ദേഹം ഉറപ്പിക്കുന്നതിനിടയിൽ, മംഗളസിംഹൻ കോച്ചുന്ന തണുപ്പിലേക്ക്, നുര പതഞ്ഞു പൊങ്ങുന്ന ജലത്തിന്റെ അടിത്തട്ടിലേക്ക് ഊളിയിട്ടു...

പിന്നെ ഒഴുകി, ഒരു മത്സ്യത്തെ പോലെ... ചിരിച്ചു മദിച്ച് ഒഴുകുന്ന മഹാനദിയുടെ നീണ്ടു വിശാലമായ മുകൾ പരപ്പിലൂടെ...

* * *

ആകാശമാകെ മറച്ച കൊണ്ട് പക്ഷിക്കൂട്ടം പറന്നു നീങ്ങി...

അവയ്ക്ക് താഴെ ഭൂമിയിൽ കുതിരകൾ പാഞ്ഞു പോയി...

കുലം കുത്തിയൊഴുകുന്ന നദിയുടെ കരയിലേക്ക് കുതിരകൾ കടിഞ്ഞാൺ മുറുക്കി കുതിക്കവേ അംഗിരസ്സിന് മട്ടുപ്പ തോന്നി. എങ്ങോട്ടാണ് ഈ യാത്ര. എന്തിനാണ് തങ്ങൾ കൂട്ടം കൂടി പറന്നു നീങ്ങുന്ന പക്ഷികൾക്ക് പിന്നാലെ പായുന്നത്. ഏതു ശക്തിയാണ് തങ്ങളെ നയിക്കുന്നത്. തങ്ങൾ മംഗളസിംഹനെ തേടി ഇറങ്ങിയവരാണ്. അതിനിടയിൽ വരുന്ന ഒന്നും തങ്ങളെ ബാധിക്കാൻ പാടില്ല. പക്ഷേ ഈ പറന്നു നീങ്ങുന്ന പക്ഷികൾ മനസ്സിൽ വല്ലാത്ത കൗതുകമുണർത്തുന്നു. കുതിരകൾ പോലും അറിയാതെ അവയുടെ പിന്നാലെ തങ്ങളെയും വലിച്ചുകൊണ്ട് നീങ്ങുന്നത് പോലെ തോന്നുന്നു.

കുതിച്ചു. മേലെ കാണുന്ന അത്ഭുതം നോക്കി അമ്പരന്ന് അംഗിരസ്സും കൂട്ടരും കടിഞ്ഞാൺ പിടിച്ചു കുതിച്ചു...

കുതിരകൾ പാഞ്ഞു പോയ്ക്കൊണ്ടിരുന്നു...

ബഹുജനം, ഇത് വരെ കാണാത്ത കാഴ്ചയുടെ അത്ഭുതത്തിലേക്ക് അതിവേഗം, പല പ്രാന്തങ്ങളിൽ നിന്നും ചലിച്ചു കൊണ്ടിരുന്നു...

ആദ്യ കാതം പിന്നിട്ടപ്പോൾ ആ ഗ്രാമവാസികൾ എല്ലാം തന്നെ, ഒരു പക്ഷേ അയൽ ഗ്രാമത്തിന്റെ വീടുകൾ പോലും ആ അത്ഭുത ഭൂമിയുടെ പ്രദേശത്തേക്ക് വന്നു കൊണ്ടിരിക്കുകയാണ് എന്ന് അംഗിരസ്സും സംഘവും മനസിലാക്കി. അവർ താണ്ടിയ അത്രയും വീടുകളിലും കതകുകൾ അടഞ്ഞു തന്നെ കിടന്നു... ഉപേക്ഷിക്കപ്പെട്ട ഒരു ഗ്രാമം പോലെ...

ചില കൂട്ടർ മടങ്ങുന്നുണ്ടായിരുന്നു...ചിലർ കൂട്ടം കൂടി നിന്ന് ചർച്ച ചെയ്യുന്നുണ്ട്. പിന്നെയും മുന്നോട്ട് പോയപ്പോൾ എതിർ ഭാഗത്ത് നിന്ന്, കൃത്യമായി പറഞ്ഞാൽ മഗധയുടെ അതിർത്തി പ്രദേശത്തു നിന്ന്, കാവൽ പാളയത്തിൽ നിന്ന്, പടയാളികളുടെ ഒരു സംഘം വരുന്നത് അംഗിരസ്സ് കണ്ടു

അവരും തങ്ങളുടെ ലക്ഷ്യത്തിലേക്ക് തന്നെയാണ് യാത്ര ചെയ്യുന്നതെന്ന് അംഗിരസ്സിനും കൂട്ടർക്കും മനസിലായി. കാവൽ പാളയപ്പടയാളികൾ തെക്കു നിന്നു വന്ന് പ്രധാന വീഥിയിലേക്ക് കയറി. അവർക്കു പിറകെ അംഗിരസ്സും കൂട്ടരും നീങ്ങി...എന്തോ പ്രധാനമായതോ, ഒരു പക്ഷേ അതിർത്തി സുരക്ഷയെ ബാധിക്കുന്നതോ ആയ ആഭ്യന്തര പ്രശ്നമാവണം എന്ന ചിന്തയോടെ, സംശയത്തോടെ അംഗിരസ്സിനെ അംഗദൻ നോക്കി.

അയാൾ പാഞ്ഞു പോവുകയാണ്...

പക്ഷേ അതേ സമയം തന്നെ പക്ഷികൾ, അനേകായിരം വരുന്ന പക്ഷികൾ എന്ത് സുരക്ഷാ വീഴ്ചയാണ് അതിർത്തിയിലും രാജ്യത്തും സൃഷ്ടിക്കാൻ പോകുന്നത് എന്ന് കൗതുകത്തോടെ അംഗദൻ ആലോചിച്ചു. എന്നാൽ അയാൾ പെട്ടെന്ന് തന്നെ സ്വയം തിരുത്തി. പുതിയ കാലമാണ്... രാജ്യത്തിന്റെ തകർച്ചക്ക് വേണ്ടി ശത്രുക്കൾ എന്തും ചെയ്തു കളയും, ഏതു മായക്കാഴ്ചകളും എന്ന ചിന്തയോടെ അംഗദൻ കുതിരയെ ആവേശത്തോടെ തന്നെ വിട്ടു.

* * *

ധ്യാനമായിരുന്നു... കഴിഞ്ഞ കുറെ ദിവസങ്ങളായി സമയം ചുരുക്കി ചെയ്തു പോന്ന നിഷ്ഠ...

കല്ലിലേക്കും ജലത്തിലേക്കും വന്നു പതിക്കുന്ന നദീജലത്തിന്റെ താളം, അഗാധതയിലേക്ക് ജലം പതിക്കുമ്പോൾ ജലം ജലത്തോട് ചേരുന്ന സംഗീതം, അടിത്തട്ടിലെ ആയുസ്സു കണക്കാനാവാത്ത ഒഴുകി പതഞ്ഞു പതം വന്ന കല്ലുകൾക്ക് മേലേക്ക് പതഞ്ഞ് നീങ്ങുന്ന ജലത്തിന്റെ കുസൃതി... അണ്ഡ മണികളായ ജലകണികകളിൽ ജലം ചെന്ന് തൊട്ടുമ്പോഴുള്ള നര... അവിടുന്ന് കൂടി നിൽക്കുന്ന പാറക്കെട്ടിലൂടെ പതഞ്ഞ് പുളഞ്ഞു താഴോട്ടൊഴുകുന്ന ശബ്ദ മനോഹാരിത. വീഴ്ചയുടെ ശക്തിയിൽ കരയുടെ വിളുമ്പത്തേക്ക് തുളുമ്പി കയറി തൊടുന്ന ജലത്തിന്റെ തുള്ളൽ, അനേകമടി ഉയർച്ചയിൽ നിന്ന് ഒരു മലക്ക് തുല്യമായ ജലധാര ജലത്തിലേക്ക് വന്നു പതിക്കുമ്പോൾ ഇടയിൽ പറന്നു നീങ്ങുന്ന ജലകണികകൾ കാറ്റുമായി ചേർന്നുണ്ടാകുന്ന ശീൽക്കാരം... തൊട്ടരികിൽ അത് നോക്കി താഴ്ന്ന പറക്കുന്ന കൃഷ്ണപ്പരുന്തുകളുടെ ചിറകൊച്ച, മരങ്ങൾക്കിടയിലൂടെ, ശിഖരങ്ങളിൽ തൊട്ട് ഇലച്ചാർത്തുകളെ തഴുകി ,തളിരിലകൾ തഴുകി വരുന്ന കാറ്റിന്റെ ശക്തമായ മൂളൽ, ആ കാറ്റിൽ ശിഖരങ്ങൾ ഉരസി ഉണർത്തുന്ന മധുരമായ മുരളൽ, തലങ്ങും വിലങ്ങും പറന്നു നീങ്ങുന്ന കൊച്ചു കുരുവിയുടെ ചിറകടി, അവയുടെ ഇടതടവില്ലാത്ത സംസാരം, ഇണയോടുള്ള പരിഭവം, ആഹാരം കണ്ടെത്തിയതറിയിക്കുന്ന ഹർഷം, അരികിൽ വന്നിരിക്കാനുള്ള ക്ഷണം, അവിടുന്ന് മറ്റൊരു മരക്കൊമ്പിലേക്ക് പറന്നുയരാനുള്ള പ്രചോദനം... കുറച്ച് മാറി, മരക്കൊമ്പിലൂടെ ഊയലാടി പോകുന്ന വാനര കൂട്ടം, അതിനുമപ്പുറത്ത് ഓടി നടക്കുന്ന മാൻ കൂട്ടത്തിന്റെ അടയാള വിളികൾ, അമ്മയെ തേടിയ മാൻ കുട്ടിയുടെ കുതിപ്പ്, ഒരു ചെറു കുറുക്കന്റെ ഓരി, പറ്റമായി നീങ്ങുന്ന കാട്ടുപോത്തിന്റെ നേർത്ത അമറൽ, എല്ലാം നേർത്ത് നേർത്ത് വരികയാണ്... കാറ്റു പതിയെ അകലുന്നു...അലിയുന്നു... ആകാശത്തിന്റെ അങ്ങേ ചെരുവിൽ എവിടെയോ ഉയർന്നു പറന്ന് ശവങ്ങൾ തേടുന്ന കഴുകന്റെ ചിലമ്പൽ, അതിനും മുകളിൽ തെന്നി നീങ്ങുന്ന മേഘങ്ങളുടെ നേർത്ത കുറുകൽ...അതിനുമപ്പുറത്ത് മൗനമായി മാറുന്ന കാറ്റ് നേർത്ത് നേർത്ത് വരുന്നു... പിന്നെ പിന്നെ... മേഘത്തുണ്ടു പോൽ മാറുന്ന എന്തോ ഒന്ന്... പിന്നെ അതും...

ധ്യാനത്തിന്റെ അഗാധങ്ങളിലേക്ക് പോയിരുന്നു മംഗളസിംഹൻ. നാഴികകൾ കഴിഞ്ഞിരുന്നു... ഒരു പാറപ്പുറത്തായിരുന്നു മംഗളസിംഹൻ; താത്കാലികമായി വിരിച്ച ഇലകളുടെ മുകളിൽ...വനപ്രകൃതിയിൽ നിന്നു ചാഞ്ഞു നിൽക്കുന്ന വലിയ മരത്തിന്റെ തണലിൽ... ആ മരത്തിന്റെ അനേകം വരുന്ന ശാഖകളിൽ കിളികൾ ആയിരം വന്നു കൂടിയിരുന്നു... വ്യത്യസ്തമായ അവയുടെ ചിലയ്ക്കലും, ചിറകടിയും, കൊക്കുരുമ്മലും ഒഴികെ മറ്റെല്ലാം നിശബ്ദമായിരുന്നു. പതിയെ പതിയെ അതും നിലച്ചു...

ആ കാഴ്ച ആദ്യം കണ്ടത് കാടിന്റെ ഓരത്ത് വിറകു കൂട്ടാൻ പോയ ചെല്ലനാണ്. കാടിന്റെ ഉള്ളിലേക്ക്, മരക്കൊമ്പുകളിലേക്ക് പക്ഷികൾ പറന്നിറങ്ങുന്നത് പതിവ് കാഴ്ചയാണല്ലോ എന്ന് കരുതി ചെല്ലൻ ആ കാഴ്ച അവഗണിച്ചു.

വിറകു കൂട്ടാനുണ്ട്...പിന്നെ അത് തിരിക്കണം. വള്ളി വെട്ടി, കെട്ടി മാറ്റണം.

പിന്നെ ചുമന്നു വീടുകളിൽ എത്തിക്കണം. ഉണക്ക വിറകിനാണ് ആവശ്യക്കാരധികം. പച്ചയോട്ടു പുച്ഛമാണ്. അല്ല പച്ചയാണ് തനിക്കും കഷ്ടപ്പാട്. കനം കൂടും. ഒരു പറ്റം പക്ഷികൾ പറന്നു വന്ന് പല ചില്ലകളിലായി ഒതുങ്ങുന്നത് അയാൾ ശ്രദ്ധിച്ചു.

ഇത് കൊള്ളാമല്ലോ...ഇങ്ങനെ വന്നു കൂടണമെങ്കിൽ എന്തെങ്കിലും കാരണമുണ്ടാകും...ഇനി ഏതെങ്കിലും ഭാഗത്ത് കാട്ടുതീ പടർന്നിട്ടുണ്ടോ... കാരണമറിഞ്ഞിട്ടും കാര്യമൊന്നുമില്ല. ഏതായാലും ഒരു കുടുക്ക് വെച്ചാൽ മതി...

ഒരു കുടുക്കിന് ഒരു പാട് കിളികൾ... നിറഭേദമുള്ള കിളികൾ വിദേശ സഞ്ചാരികൾക്ക് പ്രിയങ്കരമാണ്...അയാൾ പക്ഷികളുടെ കച്ചവട സാധ്യതയെ കുറിച്ച് ആലോചിച്ചു.

ഉയർന്നു നിൽക്കുന്ന ചില ചെടികളും വള്ളിപ്പടർപ്പുകളും ഇരു വശവും മൂർച്ചയുള്ള ആയുധം കൊണ്ട് വെട്ടി മാറ്റി വെള്ളച്ചാട്ടത്തിനരികിലേക്ക് ചെല്ലൻ നീങ്ങി.

ചിറകടികൾ ശക്തമായി കേട്ടു,ശബ്ദങ്ങളും.... വീണ്ടും അവർ പറന്നിറങ്ങുകയാണ്... അയാൾ മുകളിലേക്ക് നോക്കി. ഇലച്ചാർത്തുകൾക്കിടയിലൂടെ കാണുന്ന ആകാശതുണ്ടിനപ്പുറത്ത് നിന്ന് അവ പറന്നു വരികയാണ്...അത്ഭുതത്തോടെ അയാൾ മരക്കൊമ്പുകളിലേക്ക് സൂക്ഷ്മമായി നോക്കിയതും, അവിടെ അവ ഒന്നടങ്കം ഇരിക്കുകയാണ്. നേരത്തെ സ്ഥാനം പിടിച്ചവ. അവ തരം തിരിഞ്ഞാണിരിക്കുന്നത് എന്ന കാര്യം ഇത്തിരി കൗതുകത്തോടെ അയാൾ ശ്രദ്ധിച്ചു.

മൈനകൾ മാത്രം ഒരു ഭാഗത്ത്. അതിനപ്പുറത്ത് മഞ്ഞ കഴുത്തൻ, നീലക്കൊമ്പൻ, കറുത്ത കാലൻ, വെള്ളയും കറുപ്പുമിടകലർന്ന ചെറു ജീവികളെ റാഞ്ചി പിടിക്കുന്ന ഇരുക്കണ്ണൻ, അങ്ങനെ ഓരോ വിഭാഗവും മരക്കൊമ്പുകളിൽ തങ്ങളുടെ ഭാഗം, സ്ഥാനം ഉറപ്പിച്ച് ഇരിക്കുകയാണ്. അയാൾ കൗതുകത്തോടെ ഒച്ചവെച്ചു...

ഒഹോയ്യ്...

പക്ഷികളെല്ലാം നിശബ്ദമായി...പക്ഷേ അവ ഭയപ്പെടുന്നില്ല എന്ന കാര്യം അത്ഭുതത്തോടെ അയാൾ ശ്രദ്ധിച്ചു. കൗതുകത്തോടെ അയാൾ കാടു വെട്ടി മുന്നോട്ടു നീങ്ങി. പല നിറത്തിലും വലുപ്പത്തിലും പക്ഷികൾ കൂടുതലായി എത്തികൊണ്ടിരുന്നു... അതിന്റെ കാരണമന്വേഷിച്ച് മുന്നോട്ടു നീങ്ങിയ പ്പോൾ ഈ വശങ്ങളിലെ മരക്കൊമ്പുകളിൽ മാത്രമല്ല, നദിയുടെ അങ്ങേ കരയിലെ മരക്കൊമ്പുകളിലും, ആകാശത്തും കിളികൾ വട്ടമിട്ടു പറക്കുന്നത് അയാൾ കണ്ടു...കിളികളുടെ മഴ പെയ്ത്ത് തന്നെയെന്ന് അത്ഭുതപ്പെട്ടു കൊണ്ട്, അയാൾ അവയുടെ നോട്ടത്തിന്റെ, കൂട്ടം കൂടലിന്റെ ഉറവിടത്തിലേക്ക് കണ്ണ് പായിച്ചു... അവിടെ അയാളെ അത്ഭുത സ്തബ്ധനാക്കി കൊണ്ട് ധ്യാനനിമഗ്നനായി ഒരു മനുഷ്യനിരിപ്പുണ്ടായിരുന്നു...

ഉള്ളിലെ നടുക്കം തൊണ്ടയിൽ അലറലായി കിടന്നു പിടച്ച് പുറത്തു വരാതെ കുടുങ്ങിയപ്പോൾ, ചെല്ലൻ ശരീരമാസകലം മുള്ളും വള്ളികളും ഉരഞ്ഞ് കാടും കടമ്പകളും കടന്നോടി.

* * *

ഒരു പക്ഷി പോലും ചിലക്കുന്നില്ല. ഒരു ചെറു കാറ്റ് പോലും മൂളുന്നില്ല. മരങ്ങൾ ശിഖരങ്ങളുരസി കളിക്കുന്നില്ല. ഗർജ്ജന സ്വഭാവമുള്ള വെള്ളച്ചാട്ടം മാത്രം. അവയുടെ ആവർത്തനം മാത്രം... ഇതെന്താണ് ഇത്ര നിശ്ശബ്ദത... ഇല്ല... മനുഷ്യന്റെ അടക്കം പറച്ചിലുണ്ട്... അതെ മനുഷ്യർ തന്നെ. തനിക്കു ചുറ്റും അവരുണ്ട്... ഈ വന പ്രദേശത്തിന്റെ അറ്റത്ത്...ഒരു പക്ഷേ കാടിനതിർത്തിയിലുള്ള ഗ്രാമ വാസികളാവാം... പക്ഷേ ഇത്രയധികം പേർ...ഇത്രയധികം മർമ്മരം...ഒരു കടന്നൽ കൂടിന്റെ അസ്വസ്ഥമായ ഇരമ്പൽ... ഉദ്വേഗങ്ങൾ... നിശ്വാസങ്ങൾ...ആ മർമ്മരത്തിന്റെ, അത്രയധികം മനുഷ്യ സാമീപ്യത്തിന്റെ, തിരക്ക് കൂട്ടലിന്റെ, കാരണമറിയാൻ, കൗതുകമറിയാൻ, പതിയെ പതിയെ ധ്യാനത്തിന്റെ ഇങ്ങേത്തലക്കൽ പ്രകൃതിയുടെ ആ നിമിഷങ്ങളിലെ ശബ്ദവും കാഴ്ചയും ഏറ്റു വാങ്ങാൻ മംഗള സിംഹൻ കണ്ണ് തുറന്നു...

ആദ്യം കൺമുന്നിൽ കണ്ടത് വെള്ളച്ചാട്ടം തന്നെയാണ്...പതഞ്ഞു പൊടിഞ്ഞ് മേലേക്ക് പറക്കുന്ന ജലകണികകളാണ്...പതിയെ തല വശത്തേക്ക് ചലിപ്പിച്ചപ്പോൾ തനിക്കു വലത്ത്, പാറയുടെ ഒരു ഭാഗത്ത് കൗതുകവും ഭയവും കലർന്ന കണ്ണുകളോടെ ഗ്രാമീണർ... ആണും പെണ്ണും കുട്ടികളും. ചില കാട്ടു വള്ളികളുടെ അറ്റത്ത് ബന്ധിക്കപ്പെട്ട വളർത്തു മൃഗങ്ങളും. അയാൾ ചുറ്റും കണ്ണോടിച്ചു...ചുറ്റുമുണ്ട് അവർ... എന്ത് കാരണം കൊണ്ടാണ് അവർ ഇങ്ങനെ കൂടി നിൽക്കുന്നത്...താൻ അതിന് പ്രത്യേകമായി ഒന്നും ചെയ്തിട്ടിട്ടില്ല. മാത്രമല്ല താൻ വെള്ളത്തിലൂടെയാണ് ഈ കരയിൽ കയറി പറ്റിയത്. ആരും കണ്ടിരുന്നുമില്ല. പിന്നെന്താണ്. എങ്ങിനെയാണ്?

കണ്ണ് തുറക്കുന്നത് കണ്ട് ഗ്രാമീണർ ഒന്നുലഞ്ഞു...അവരുടെ കൗതുകം ചെറു മുറു മുറുക്കലുകളിൽ നിന്ന് ഉയർന്നസ്ഥായിയിലേക്കായപ്പോൾ അവരുടെ കൗതുകത്തിന്റെ കാരണം താൻ മാത്രമല്ലെന്ന് മനസിലാക്കി, അയാൾ അക്കൂട്ടത്തിലെ ഒരു കുട്ടിയുടെ കൗതുകം നിറഞ്ഞ കാഴ്ചയിലേക്ക് കണ്ണയച്ചു...

അയാളെ അത്ഭുതപ്പെടുത്തി കൊണ്ട് അവിടെ മരക്കൊമ്പുകളിൽ, ഇലകളുടെ നിറങ്ങൾ വൈവിധ്യമാണെന്നു കണ്ട് സൂക്ഷിച്ചു നോക്കിയ മംഗള സിംഹൻ ചിരിച്ചു പോയി...അത് മംഗളസിംഹന് ഏറ്റവും ഇഷ്ടമുള്ള പക്ഷി കൂട്ടങ്ങളായിരുന്നു. അയാൾ കണ്ണ് തുറന്നത് കണ്ട് അവ ചിലച്ചു... അയാൾ മൃദുവായി ചിരിച്ചു. അയാളുടെ ചിരി കണ്ട് അവരും പതിയെ സന്ദേഹത്തോടെയാണെങ്കിലും ചിലച്ചു.

ആഹ്ളാദത്തിന്റെ കടലിരമ്പം ആകാശത്ത് കേട്ടു.

കാടിന്റെ ഒരു ഭാഗത്തു നിന്ന് കുതിരകളുടെ ചിനക്കൽ കേട്ടു... പിന്നാലെ പാഞ്ഞു വരുന്ന ഒരു പറ്റം കുതിരകളുടെ കുളമ്പടികളും.

ഏകനായി, ഏറെ നേരമായി, ധ്യാന നിമഗ്നനായി, വെയിലേറ്റ കരുവാളിച്ച, തൊലിപ്പുറത്തിനപ്പുറം അരോഗദൃഢഗാത്രനുമായ, ദീക്ഷയും മുടിയും നിറയെ ഉണ്ടെങ്കിലും കണ്ണുകളിൽ പ്രകാശവും, കവിളുകളിൽ തിളക്കവുമുള്ള ഈ രൂപം ഒരു സാധാരണ ഗ്രാമീണനല്ലെന്ന്, ഗ്രാമവാസികൾ തിരിച്ചറിഞ്ഞു കഴിഞ്ഞിരുന്നു. അവരുടെ ഉദ്വേഗങ്ങൾ ചോദ്യങ്ങളായി പലകണ്ഠങ്ങളിൽ നിന്നുയർന്നു വന്നെങ്കിലും അടുത്ത് വരുന്ന കുതിര കുളമ്പടികൾ അതിനെയൊക്കെ മരവിപ്പിച്ചു കളഞ്ഞു.

അവർ ഏഴു പേരായിരുന്നു ആദ്യം വന്നെത്തിയത്.

അതിർത്തി പടയാളികൾ. ആൾക്കൂട്ടത്തിനിടയിലൂടെ ചാട്ട ചുഴറ്റി വീശി അവർ കുതിച്ചു വന്നു...

വാൾ വീശി വള്ളി പടർപ്പുകൾ വെട്ടി മാറ്റി അവർ അലറി...

" വഴി മാറി നിൽക്കിൻ..."

ഗൗരവത്തിന്റെ, ഗർവിന്റെ ആ കടന്നു വരവ് നോക്കി മംഗളസിംഹൻ ഉള്ളിൽ ചിരിച്ചു.

കുതിരപ്പുറത്ത് നിന്നിറങ്ങാതെ ആളുകളെ വകഞ്ഞു മാറ്റി പടയാളികൾ തലവനായ ക്രൗര്യന് വഴിയൊരുക്കി.

ക്രൗര്യൻ ചുറ്റും നോക്കി. ആ വർണ വൈവിധ്യത്തിന്റെ, ശബ്ദഘോഷത്തിന്റെ മായക്കാഴ്ചയിൽ മയങ്ങാൻ ആഗ്രഹിച്ച്, ഉള്ളു തുടിച്ചെങ്കിലും അതിനനുവദിക്കാതെ അയാളുടെ രണ്ടാം മനസിന്റെ അഹംഭാവം വാക്കുകളെ പുറത്തേക്ക് വിട്ടു.

"ആര് നീ...ഈ മായ കാഴ്ച നൽകി ഗ്രാമീണരെ കബളിപ്പിക്കുകയാണോ?"

മംഗളസിംഹൻ ചെറുതായി ചിരിച്ചു. ശേഷം ചോദിച്ചു.

"അങ്ങേക്ക് ഒരു സാധാരണ മനുഷ്യനായി ഈ ഭംഗി, ഈ വൈവിധ്യം, ഈ കിളിക്കൂട്ടത്തിന്റെ മനോഹരഗീതങ്ങൾ എന്നിവയെല്ലാം ആസ്വദിച്ചു കൂടെ..."

ഗ്രാമീണർ ആ യുവാവിന്റെ വാക്കുകൾ കേട്ട് ചിരിച്ചു. ആഹ്ലാദം ആ പ്രകൃതിയുടെ ഓരോ അണുവിലും നിറയുകയാണെന്നു തോന്നും വിധം കിളികൾ ഒന്നിച്ചു ചിലച്ചു മറിഞ്ഞു...ചിലത് തങ്ങളുടെ ഇരിപ്പിടത്തിൽ നിന്നുയർന്നു പൊങ്ങി വീണ്ടും സ്വസ്ഥാനത്ത് പറന്നിരുന്നു.

ക്രൗര്യന്റെ കുതിര ഒന്ന് കൂടി മുന്നോട്ട് നീങ്ങി. വഴുക്കലുള്ള പാറ യിലൂടാണെങ്കിലും താൻ പോരിമ കൊണ്ട് തന്നെത്തന്നെ മറന്ന ക്രൗര്യൻ ഉറക്കെ വിളിച്ചു പറഞ്ഞു...

"അതിർത്തിയിലാണ് നീ. മഗധയുടെ അതിർത്തിയിൽ. ഇത്തരം മായാജാലങ്ങളും, ചാരപ്രവർത്തന നീക്കങ്ങളും, അസാധാരണമായതൊന്നും ഇവിടെ അനുവദനീയമല്ല. നിന്റെ കൺകെട്ട് മതിയാക്കി മടങ്ങുക. അതല്ലെങ്കിൽ നീ കാരാഗൃഹമോ വധശിക്ഷയോ ഇരന്നു വാങ്ങും.

മംഗളസിംഹൻ ക്രൗര്യനെ സൂക്ഷിച്ചു നോക്കി. കാവൽ പടയാളികൾക്കിടയിൽ പെരുമാറ്റ ചട്ടം പുതുക്കണമെന്ന് ഉറപ്പിച്ചു കൊണ്ട് മംഗളസിംഹൻ പറഞ്ഞു.

"ഞാൻ മഗധയുടെ പൗരനാണ്. ഇവിടെ കാണുന്നത് കൺകെട്ടും മായാവിദ്യയുമല്ല."

ആ ജനസഞ്ചയത്തെ ചൂണ്ടി അയാൾ തുടർന്നു.

"ഈ മനുഷ്യർ സത്യമാണ്... ഈ പ്രകൃതി സത്യമാണ്... അങ്ങ് കുതിരപ്പുറത്തിരിക്കുന്നതും അങ്ങയുടെ അഹംഭാവവും സത്യമാണ്. അങ്ങേക്ക് സംശയമുണ്ടോ?"

എന്ന് ചോദിച്ചു തല ഉയർത്തി പ്രകൃതിയിലേക്ക് നോക്കി മംഗളസിംഹൻ ഒരു ചൂളം അടിച്ചു. അത് കിളികളുടെ ചൂളമടി പോലെയിരുന്നു. അതൊരു

സംജ്ഞയായിരുന്നു. മരക്കൂട്ടങ്ങളുടെ ചില്ലകൾ കാറ്റ് പിടിച്ച പോലെ ആടിയു ലഞ്ഞു. ചിലച്ച് ചിറകടിച്ച് കിളികൾ ഇളകി വന്നു...അവ താഴേക്ക് കൂട്ടമായി വരുന്നത് കണ്ട് ഗ്രാമീണർ ഭയന്നോടി... അവ താഴേക്ക് പറന്നു വന്ന് മംഗള സിംഹനെ വലം വെച്ച് ചിറകടിച്ചു കൊണ്ടിരുന്നു...

ആ മായ കാഴ്ചയുടെ മറക്കാനാവാത്ത യാഥാർഥ്യം കണ്ടു ക്രൗര്യനും പടയാളികളും പകച്ചു നിന്നു. ആ അത്ഭുത കാഴ്ചയുടെ ആവേശത്തിൽ ഭയം വിട്ടു ജനം ആർപ്പു വിളിച്ചു. അവരുടെ ഇന്ന് വരെയുള്ള ജീവിതത്തിലോ, അതിനു മുൻപോ വന്ന ആയിരമായിരം തലമുറയിലോ അങ്ങനൊരു കാഴ്ച, ഒരു കെട്ടു കഥയുടെ രൂപത്തിൽ പോലും കേട്ട് കേൾവി ഇല്ലായിരുന്നു. ഈ അവസ രത്തിന് സാക്ഷ്യം വഹിച്ചതിന്, വരും തലമുറക്കായി അതിന്റെ പൊടിപ്പും തൊങ്ങലും വെച്ച, ചിറകും തൂവലും വെച്ച കിന്നരി കഥകൾ പറയാൻ അവസരം കിട്ടിയതിൽ അവർ തങ്ങളുടെ ജന്മസുകൃതത്തിന്, ആ മഹാനായ മായാക്കാ ഴ്ച്ക്കാരന്, മഹാശക്തിക്ക്, നന്ദി പറഞ്ഞു കൊണ്ട് ആർപ്പുവിളിച്ചു...

ക്രൗര്യൻ ഭയവും പകപ്പും മറച്ച് വെച്ച് അലറി.

"പിടിക്കവനെ... ജീവനോടെ..."

ആ ഗ്രാമവാസികൾക്കിടയിൽ ആനന്ദ നൃത്തമാടാൻ കൊതിച്ച്, ആയു സ്സിലൊരിക്കൽ പോലും കാണാനാവാത്ത സൗഭാഗ്യ നിമിഷം അതിന്റെ ആഴത്തിലും ആവേശത്തിലും ആസ്വദിക്കാനാവാതെ അസ്തപ്രജ്ഞരായി, അഹങ്കാരത്തിന്റെയും അധികാരത്തിന്റെയും മൂട് പടമണിഞ്ഞ്, കുതിരപ്പുറ ത്തിരിക്കാനാണല്ലോ തങ്ങളുടെ വിധിയെന്ന് സ്വയം പഴിച്ചു കൊണ്ട്, ഉള്ളിൽ പരിതപിച്ച് കൊണ്ട് തലവന്റെ ആജ്ഞ നടപ്പിലാക്കാനായി പടയാളികൾ മംഗളസിംഹനരികിലേക്ക് കുതിച്ച് നീങ്ങവേ, കിളിയൊച്ചകൾക്കും ആർപ്പുവി ളികൾക്കും മുകളിൽ വിളി മുഴങ്ങി.

"കുമാരാ..."

അതിർത്തി പടയാളികളും ക്രൗര്യനും ആ വിളി കേട്ട് തരിച്ചു നിന്നു. കിളികൾ മരച്ചില്ലകളിലേക്ക് പറന്നു കയറി സ്വസ്ഥാനത്ത് ചെന്നിരുന്നു... ഗ്രാമത്തിന്റെ കൂട്ടം ഒരു നിമിഷം നിശബ്ദതയോടെ, നടുക്കത്തോടെ ആ വിളിയുടെ ഉറവിടത്തിലേക്ക് കണ്ണുകൾ പായിച്ചു. അംഗിരസ്സും കൂട്ടരുമായിരു ന്നത്. അവർ കുതിരപ്പുറത്തു നിന്നും ചാടിയിറങ്ങി വാൾ ഉറയിൽ നിന്നൂരി നിലത്തു കുത്തി മംഗളസിംഹനു മുന്നിൽ തല കുനിച്ചു നിന്നു. മംഗളസിംഹൻ അതിവിനയത്തോടെ തല കുനിച്ച് അവർക്ക് വന്ദനം നൽകി. അതിർത്തി തലവൻ ക്രൗര്യൻ അംഗിരസ്സിനെ തിരിച്ചറിഞ്ഞു. കുതിരയുടെ നെഞ്ചിലെ പടച്ച ട്ടയിലെ അടയാളം കൊട്ടാരത്തിലേതെന്നു മനസ്സിലാക്കിയതും അയാളുടെ നെഞ്ച് പടാപടാന്നിടിച്ചു... എന്ത് ചെയ്യണമെന്നറിയാതെ ഒരു കുതിപ്പിൽ വെപ്രാളത്തോടെ കുതിരയിൽ നിന്നു ചാടിയിറങ്ങി മംഗളസിംഹനു മുന്നി ലെത്തി നിലത്തേക്ക് വീണു...കൊല്ലരുതേ എന്ന അപേക്ഷ ആ വീഴ്ചയിൽ ഉണ്ടായിരുന്നു. അത് കണ്ടു തുടങ്ങിയതേ മറ്റു പടയാളികളും നിലത്തു വീണു കഴിഞ്ഞിരുന്നു.

ഗ്രാമവാസികൾ ഈ കാഴ്ച കണ്ടു നടുങ്ങി നിന്നു... ആഹ്ളാദാരവങ്ങൾക്ക പ്പുറത്ത്, ഒരു നാടോടിയുടെ വേഷത്തിൽ ജടയും മുടിയുമായി നിൽക്കുന്ന മായാവിദ്യക്കാരൻ ഒരു രാജകുമാരനാണെന്ന് അവർക്കു വിശ്വസിക്കാനായില്ല.

"എല്ലാവരും മടങ്ങുക... വേഗം..." അംഗിരസ്സ് ഉച്ചത്തിൽ ഉത്തരവിട്ടു...

കയ്യുയർത്തി മംഗളസിംഹൻ തടഞ്ഞു.

"അംഗിരസ്സ്... അവർ പൊയ്ക്കോളും..."

മംഗളസിംഹൻ നിലത്തു നിന്നെണീറ്റു...

എല്ലാവരും ഭയത്തോടെ മുഖം കുനിച്ചു നിന്നു. അംഗിരസ്സ് മംഗളസിംഹനരികിലെത്തി.

"കുമാരാ ഞങ്ങൾ അങ്ങയെ തേടി ഇറങ്ങിയതാണ്..."

"അത് കൊണ്ട് നഷ്ടമില്ലല്ലോ..."

ഒരു ചെറു ചിരിയോടെ ആകാശത്ത് വട്ടമിട്ടു പറന്നു കളിക്കുന്ന പക്ഷിക്കൂട്ടങ്ങളെ അയാൾ നോക്കി.

"ശരിയാണ്... ഇവയെ കണ്ട ആകാംക്ഷയാണ് ഇവിടെയെത്തിച്ചത്... പക്ഷേ വെറുതെയായില്ല..."

"ഗ്രാമീണർക്ക് പറഞ്ഞു നടക്കാൻ ഒരു വിചിത്ര കഥയായി."

"അതെ കുമാരാ."

നാട്ടുകാരെ നോക്കി മംഗളസിംഹൻ കൈ വീശി...അതൊരു യാത്ര പറയലായിരുന്നു...

കേട്ടറിവിൽ മാത്രം പരിചയമുള്ള ഒരു രാജകുമാരൻ ധ്യാനം മുടക്കിയതിന്റെ ശിക്ഷ നൽകാതെ, വിസ്മയകാഴ്ച ആസ്വദിച്ചതിന്റെ ശിക്ഷ വിധിക്കാതെ, യാത്ര പറയാൻ ആശിർവദിക്കാനെന്ന പോലെ ഇരു കൈകളുമുയർത്തിയത് അവർക്കു ചിന്തിക്കാവുന്നതിനുമപ്പുറമായിരുന്നു .

"ഏതു കുമാരനാണിത്... ?" ആൾക്കൂട്ടത്തിലൊരാൾ തൊട്ടു നിന്ന ഗ്രാമീണനോട് ചോദിച്ചു...

അയാൾ മറുപടി പറയുന്നതിന് മുൻപ് തന്നെ വാൾ ഉയർത്തി പിടിച്ച് അംഗിരസ്സിന്റെ വിളി ഉയർന്നു...

"മംഗളസിംഹ കുമാരൻ..."

പടയാളികൾ ഏറ്റു പറഞ്ഞു...

" വിജയിക്കട്ടെ..."

അതിർത്തി പടയാളികളും ജനക്കൂട്ടവും അതേറ്റു പിടിച്ചു...

"മംഗളസിംഹ കുമാരൻ... നീണാൾ വാഴട്ടെ... മംഗളസിംഹ കുമാരൻ വിജയിക്കട്ടെ..."

ആ ആഹ്ളാദ ആരവങ്ങൾ കേട്ട് ഒന്നും തിരിച്ചറിഞ്ഞില്ലെങ്കിലും തങ്ങൾക്കു പ്രിയപ്പെട്ടയാൾക്കു സന്തോഷം പകരുന്നത് കണ്ട് കിളികൾ നിർത്താതെ ചിറകടിച്ചു ചിലച്ചു...

* * *

അവർ ഓട്ടുകയായിരുന്നു. ആദ്യമായി കണ്മുന്നിൽ മുന്നിൽ കണ്ട കുമാരന്റെ പിറകെ... കൈ ഉയർത്തി തന്റെ പ്രജകളെ, അവരുമായി വെറും നാഴികകൾ

കൊണ്ട് നേടിയെടുത്ത സൗഹൃദത്തിന്റെ പേരിൽ ആംഗ്യം കൊണ്ട് അവരെ ശാസിച്ചു കൊണ്ട്, ഓടി വേഗത നേടുന്ന കുതിരകൾക്കൊപ്പം തന്റെ പ്രജകൾ ഓടുന്നതിൽ മനം നൊന്തു കൈ കൊണ്ട് വിലക്കി മംഗളസിംഹൻ മുന്നോട്ട് കുതിച്ചു കൊണ്ടിരുന്നു.

വരണ്ടുണങ്ങിയ ഭൂമിയിലൂടെ, അതിന്റെ പൊടിയും മണവും, കള്ളിമുൾ ച്ചെടികളും, കല്ലും നിറഞ്ഞ പാതയിലൂടെ ജനം മായാവിദ്യക്കാരന്റെ പിന്നാലെ ഓടി...

ഭൂമിയുടെ തട്ടും തടവിലൂടെയും അവർ ഓടിയപ്പോൾ ആകാശത്തിന്റെ താഴെ കൂടി മേഘങ്ങളെ തൊട്ടുരുമ്മി ആ പക്ഷിക്കൂട്ടം മംഗളസിംഹനെ പിന്തുടർന്നു...

കുതിരകൾ വേഗമാർജിച്ചപ്പോൾ തന്റെ ജനത്തിന്റെ ആവേശവും ആഹ്ളാദവും അകന്നകന്നു പിന്നിലേക്ക് പോകുന്നത് മംഗളസിംഹൻ അറിഞ്ഞു. അവർ, പ്രജകൾ, അയാളുടെ കാവൽക്കാരാണെന്ന് അയാൾക്ക് തോന്നി. ഇങ്ങനെയുള്ള പ്രജകളാണ് ഒരു ഭരണാധികാരിക്ക് വേണ്ടത്. തന്റെ പിതാവിന് അവരെ സ്നേഹിക്കാനും സേവിക്കാനുമായോ...അയാൾ ദുഃഖവും സംശയവും ഇടകലർന്ന് ആലോചിച്ചു...

അപ്പോഴും ആകാശത്തിലെ പ്രജകൾ അയാളെ പിന്തുടരുകയായിരുന്നു... ചിറകുകൾ തളർന്നു വീഴാൻ പാകത്തിൽ അവ തനിക്കൊപ്പം പറന്നു കളയും എന്ന ചിന്തയോടെ മംഗളസിംഹൻ തന്റെ കുതിരയുടെ വേഗം കുറച്ചു...അത് കണ്ടു കൊണ്ട് അയാൾക്കു കാവലായി യാത്ര ചെയ്ത അംഗിരസ്സും സംഘവും വേഗം കുറച്ചു...

“മുന്നോട്ട് പോകൂ...”

അയാൾ പടയാളികളോട് പറഞ്ഞു... അവർ തങ്ങളുടെ കുതിരയെ മുന്നോട്ട് നയിക്കവേ, കൈകളുയർത്തി കാട്ടി പക്ഷി ഭാഷയിൽ അയാൾ വിളിച്ചു പറഞ്ഞു...

“മടങ്ങി പോകൂ... മടങ്ങി പോകൂ...ഞാൻ വരും... നിങ്ങളെ കാണാൻ തിരികെ വരും...”

അവർ മടങ്ങിയില്ല. തങ്ങളുടെ ശബ്ദത്തിൽ സംസാരിക്കുന്ന ചിറകില്ലാത്ത പക്ഷി രാജന്റെ പിന്നാലെ തന്നെ അവർ പറന്നു നീങ്ങി. അത് കണ്ട് തിരിഞ്ഞു നിന്നു കൊണ്ട് മംഗളസിംഹൻ വിളിച്ചു പറഞ്ഞു...

“മടങ്ങുക. ചിറകു തളർത്താതെ മടങ്ങുക. ഗുരു അനുഗ്രഹിക്കട്ടെ...”

കൈ ഉയർത്തിയതും അവ, ആകാശത്തിലെ അയാളുടെ പ്രജകൾ, പല വഴിക്കായി പിരിഞ്ഞ് പറന്നു നീങ്ങി...

അവയുടെ അനുസരണയും, പക്ഷികളുമായുള്ള മംഗളസിംഹന്റെ സംസാരവും കണ്ട് അത്ഭുതപ്പെട്ട് അംഗിരസ്സും കൂട്ടരും കുതിരയെ തെളിച്ചു കൊണ്ടിരുന്നു.

അംഗിരസ്സ് ഏറെ കേട്ടിരുന്നു... മംഗളസിംഹ കുമാരന്റെ അത്ഭുതസിദ്ധി കളെ കുറിച്ച്, അനേകം യോഗ വിദ്യകളെ കുറിച്ച്, പക്ഷേ വിശ്വാസം ഉണ്ടാ യിരുന്നില്ല... ഇത് ആദ്യസാക്ഷ്യമാണ്...

കിളികൾ ചക്രവാളങ്ങളിലേക്ക് പറന്നു നീങ്ങിയപ്പോൾ മംഗളസിംഹൻ അംഗിരസ്സിനോട് ചോദിച്ചു

അമ്മ... ?

"സുഖമായിരിക്കുന്നു. മഹാറാണിയാണ് കണ്ടെത്തി കൂട്ടിക്കൊണ്ടേ മടങ്ങാവൂ എന്ന കൽപ്പന നൽകിയത്."

"ഊഹിച്ചു..." ചിരിയോടെ മംഗളസിംഹൻ പറഞ്ഞു.

"കൊട്ടാര വിശേഷങ്ങൾ?"

എല്ലാം അറിഞ്ഞു കഴിഞ്ഞില്ലേ എന്ന അർത്ഥത്തിൽ അംഗിരസ്സ് നോക്കി. മംഗളസിംഹൻ സൂക്ഷിച്ച് നോക്കുന്നത് കണ്ട് അല്പം മടിയോടെ അംഗിരസ്സ് തുടർന്നു.

"അങ്ങ് യാത്രക്കിടയിൽ തന്നെ അറിഞ്ഞെന്നാണ് കരുതിയത്. ക്ഷമിക്കണം... മഹാരാജാവ് കന്യകയെ സ്വീകരിച്ചിരിക്കുന്നു."

മംഗളസിംഹൻ ഒരു നിമിഷം ആലോചിച്ചു...പിതാവിനെന്താണ് സംഭവിക്കുന്നത്. പ്രായമാകാനുള്ള മടിയോ, അതോ പറഞ്ഞു കേട്ടതും കണ്ടറിഞ്ഞതു പോലെയുമുള്ള വിഷയ താല്പര്യമോ? ഇപ്പോഴും മനസിലാവുന്നില്ല... ആയുസ്സിന് വേണ്ടിയാണെങ്കിൽ അത് അദ്ദേഹത്തിന്റെ ഇഷ്ടം. ജീവിച്ചിരിക്കാനുള്ള ആഗ്രഹം ഒരു തെറ്റല്ല. അതും ഈ മനോഹര ഭൂമിയിൽ...ഇനിയൊരിക്കലും ഇതേ ജന്മത്തിലാവണമെന്നില്ല. ജന്മങ്ങൾ മാറുമ്പോൾ വേഷങ്ങളും മാറേണ്ടി വരും എന്ന തത്വം ആലോചിച്ച് കൊണ്ട് അയാൾ ചോദിച്ചു...

"ജേഷ്ഠനെക്കുറിച്ച് എന്താണ് വിവരങ്ങൾ. കൊട്ടാരത്തിലുണ്ടോ അതോ പതിവ് പോലെ..."

ചോദ്യം വജ്രായുധനെ കുറിച്ചാണെന്ന് അംഗിരസ്സിനു മനസിലായി.

"അദ്ദേഹത്തിനും ആള് പോയിട്ടുണ്ട്."

"അപ്പോൾ പഴയതിനു മാറ്റമില്ല." അല്പം ദുഖത്തോടെ മംഗളസിംഹൻ പറഞ്ഞു.

എന്നും ജേഷ്ഠന്റെ കാര്യം ദുഖമായിരുന്നെന്ന് അയാളോർത്തു. രാജ്യ ഭരണമേറ്റെടുക്കേണ്ട ആളാണ്...ജന്മ ദോഷം. പിന്നെ ദേവായുധൻ... തുടങ്ങിക്കാണും കൊട്ടാരം പിടിക്കാനുള്ള രഹസ്യ നീക്കങ്ങൾ.

അയാൾ ദുഖത്തിലേക്ക് വീഴുന്നത് കണ്ട് അംഗിരസ്സ് പറഞ്ഞു.

"എല്ലാ കുമാരന്മാർക്കും ആളയച്ചിട്ടുണ്ട്."

അയാൾ മൂളി.

"മടങ്ങാം..."

തന്റെ കുടുംബത്തെ എങ്ങനെ ഒന്നിച്ചു ചേർക്കാം, നേർവഴിയിൽ നയിക്കാം എന്നാലോചിച്ചു കൊണ്ട് മംഗളസിംഹൻ കുതിരയെ തലോടി. പുതുകന്യകയുടെ വാഴിക്കൽ ചടങ്ങിനെത്താൻ സാധിച്ചേക്കുമെന്ന പ്രതീക്ഷയിൽ, തന്റെ സ്നേഹിതനാക്കി മാറ്റിയ അംഗദന്റെ കുതിരയെ തലോടി മംഗളസിംഹൻ പാഞ്ഞു പോയി...

കൊട്ടാരത്തിൽ വെച്ച്, പ്രത്യേകിച്ച് ലായത്തിനുള്ളിൽ വെച്ച് താനൊരു

കൊച്ച കുതിരയായിരുന്നപ്പോൾ കണ്ടിട്ടുണ്ടെങ്കിലും ഒരിക്കൽ പോലും തന്റെ കഴിവിനെ പരീക്ഷിച്ച നോക്കാൻ തനിക്കരികിൽ വരാതിരുന്ന മംഗള കുമാരൻ, യാദൃച്ഛികമായി തന്നെ തിരഞ്ഞെടുത്തതിൽ സന്തോഷിച്ച് കൊണ്ട്, അതിന്റെ എല്ലാ അഭിമാനത്തോടെയും, ഇനിയുള്ള യാത്രകളിൽ ഈ സ്നേഹവും കരുണ യുമുള്ള മനുഷ്യൻ തന്നെ കൂടെ കൂട്ടുമെന്ന അഭിവാഞ്ജയോടും കൂടി ആ കുതിര, തന്റെ സർവ ശക്തിയുമെടുത്ത് വേഗതയുടെ പരമാവധിയിൽ മുന്നോട്ട കുതിച്ച് പോയ്ക്കൊണ്ടിരുന്നു.

7

പ്രണയഭാഗം

എന്റെ പ്രിയേ, സുന്ദരി തന്നേ;
നിന്റെ കണ്ണു മാനിന്റെ കണ്ണുപോലെ ഇരിക്കുന്നു.
എന്റെ പ്രിയനേ, നീ സുന്ദരൻ,
നമ്മുടെ കിടക്കയും പച്ചയാകുന്നു.
നമ്മുടെ വീട്ടിന്റെ ഉത്തരം അശോകവും,
കഴുക്കോൽ മാതംഗവൃക്ഷവും ആകുന്നു.
ഞാൻ അംഗരാജ്യത്തിൽ പനിനീർപുഷ്പവും
താഴ്വരകളിലെ താമരപ്പൂവും ആകുന്നു.
കാട്ടുമരങ്ങളുടെ ഇടയിൽ ഒരു നാരകംപോലെ
എന്റെ പ്രിയൻ ഇരിക്കുന്നു;
അവൻ എന്നെ വീഞ്ഞുവീട്ടിലേക്കു കൂട്ടിക്കൊണ്ടുചെന്നു;
എന്റെ മീതെ അവൻ പിടിച്ചിരുന്ന കൊടി സ്നേഹമായിരുന്നു.
ഞാൻ പ്രേമപരവശയായിരിക്കയാൽ
മുന്തിരിയട തന്നു എന്നെ ശക്തീകരിപ്പിൻ !
അവന്റെ ഇടങ്കൈ എന്റെ തലയിൻ കീഴെ ഇരിക്കട്ടെ;
അവന്റെ വലങ്കൈ എന്നെ ആശ്ലേഷിക്കട്ടെ.

(കൗർവകിയുടെ ഗീതങ്ങൾ: 5:36)

കൊട്ടാരത്തിലെ ദീപങ്ങൾ കൂടുതൽ തെളിമയോടെ പ്രകാശിച്ചു. ആഘോഷത്തിൽ ബാക്കി വന്ന അലങ്കാരങ്ങൾ, കൊട്ടാര സേവകരും പരിചാരികകളും പതിയെ പതിയെ മാറ്റുന്നത് മട്ടുപ്പാവിൽ നിന്നു കൊണ്ട് മധുരധാരിണി കണ്ടു. ക്ഷീണമുണ്ട്. ശരീരത്തിനല്ല മനസിന്... മൂന്നു ദിവസത്തെ ആഘോഷമായിരുന്നു. പതിനെട്ടോളം വരുന്ന ഭാര്യമാരും ചിരിച്ചുല്ലസിച്ച് നിന്നേ പറ്റൂ. ഓരോ പുതിയ റാണി കടന്നു വരുമ്പോഴും അത് തന്നെയാണ് പഴയ അംഗങ്ങളുടെ അവസ്ഥ. ഉള്ളിൽ ഉഗ്രദേഷ്യവും വിഷത്തോളം വെറുപ്പും ഉണ്ടെങ്കിലും ഉത്സാഹത്തോടെ ഉന്മേഷത്തോടെ നിൽക്കുക. അഥവാ ക്ഷീണം തോന്നിയാൽ ദാസികൾ പഴച്ചാറിനായി ഓടും. പിന്നെ പഴച്ചാറുകളുടെ മറ പിടിച്ച് ധാന്യവും പഴങ്ങളും തേനും ചേർത്ത് നിർമ്മിച്ച മദ്യവും സേവിച്ച് അങ്ങനെ പിടിച്ചു നിൽക്കുക. അക്കാര്യത്തിൽ പൗർണമി ദേവി തന്നെ മിടുക്കി. എന്തൊരു ശാരീരിക ക്ഷമതയാണവർക്ക് ഈ പ്രായത്തിലും. അവർ അടങ്ങിയിരിക്കില്ല ഈ കന്യകാ കൈമാറ്റത്തിന്. പ്രണയിനിയെ പിതാവിന് നൽകിയതിന് ദേവായുധനെ കൊണ്ട് അധികാരം ചോദിച്ച് വാങ്ങുകയല്ല, പിടിച്ചെടുക്കുക തന്നെ ചെയ്യും... അസ്വസ്ഥതയോടെ മധുരധാരിണി അലങ്കാര ചാരു പലകയിൽ ഇരിക്കുന്ന ചഷകത്തിലേക്ക് മദ്യം പകർന്നു.

ഏഴു ദിവസങ്ങളിൽ കൂടുതലായി, അംഗിരസ്സിനെയും കൂട്ടരെയും അയച്ചിട്ട്. അതിർത്തി കടക്കുമ്പോൾ മരണപ്പെടാനാണ് സാധ്യത. കണ്ടു കിട്ടാതെ മടങ്ങേണ്ട എന്ന താക്കീതു ചെയ്തത് വെറുതെയല്ല. അവനില്ലാതെ എന്തുണ്ടായിട്ടും ആരുണ്ടായിട്ടും അധികാരം തന്നെ കിട്ടിയിട്ടും കാര്യമില്ല. അടിമയുടെ ജീവിതം തന്നെ. പറയുമ്പോൾ മക്കൾ നാലെണ്ണമുണ്ടെ ങ്കിലും മംഗളനു മാത്രമേ തന്നോട് അളവിൽ കവിഞ്ഞ കൂറുള്ളൂ... കടിഞ്ഞൂൽ പുത്രനായത് കൊണ്ടല്ല. മറ്റുള്ളവരെല്ലാം ഏതെങ്കിലും പ്രലോഭനത്തിന്റെ ചെറു മഴയിൽ നനയുന്നവരും ഇളം കാറ്റിൽ ഉലയുന്നവരുമാണ്. അവൻ അങ്ങിനെയല്ല. പക്ഷേ ഇനി പ്രതീക്ഷിക്കുന്നതിൽ അർത്ഥമില്ല. അവനെ കണ്ടെത്തുന്നതിലല്ല. കാര്യങ്ങൾ പറഞ്ഞു മനസിലാക്കുന്നതിലാണ് പരാജയപ്പെടുന്നത്. എല്ലാം അവസാനിച്ചോ?

മറക്കാം എല്ലാം മറക്കാം.

എന്തോ ശബ്ദം കേട്ട് അവർ മട്ടുപ്പാവിൽ നിന്നു താഴേക്ക് എത്തി നോക്കി. ആരൊക്കെയോ ഓടുന്നു. മഹാരാജാവ് എണീറ്റോ... അദ്ദേഹം ഉണർന്നുവോ...? അംഗസുന്ദരി അത്ഭുതം പ്രവർത്തിച്ചോ...? താൻ പോകാൻ സമയമായോ... വേണ്ട, കാത്തിരിക്കാം...അറിയിപ്പ് വരും വരെ...

എഴുന്നേറ്റാൽ അത് തന്നെയാണ് നല്ലത്...പക്ഷേ ഉണർന്നു വന്നാലും ഭരണം പൗർണമിദേവിക്കായിരിക്കും...മഹാരാജാവ് വെറും നോക്ക് കുത്തിയാവാനെ തരമുള്ളൂ... പക്ഷേ അങ്ങനെ ഉണർന്നു വന്നാൽ തന്നെ ആരോഗ്യവും പ്രജ്ഞയും അൽപ്പമെങ്കിലും അവശേഷിക്കുന്നെങ്കിൽ അദ്ദേഹത്തിന്റെ വലതു ഭാഗത്ത് താൻ ഉണ്ടാവും...അല്പം ഗർവോടെ ഉള്ളിൽ പൊടിഞ്ഞ ചിരി ചുണ്ടിൽ പടർത്തി, അവർ ഓർത്തു. അതാണ് ബന്ധം... അത് മറ്റുള്ളവർക്കാർക്കും ഇത് വരെ മനസിലായിട്ടില്ല. ഇനി മഹാരാജാവിന്റെ ആയുസ്സിനായി പ്രാർത്ഥിക്കണം. അവൻ വരികയാണെങ്കിൽ, വന്നെത്തുകയാണെങ്കിൽ അത് വരെയെങ്കിലും അദ്ദേഹത്തിന്റെ ആയുസ്സ നീട്ടിക്കിട്ടാൻ പ്രാർത്ഥിച്ചു

കൊണ്ടേയിരിക്കണം... മധുരധാരിണി മദ്യചഷകത്തിൽ നിന്ന് അവസാന തുള്ളിയും വലിച്ച് കുടിച്ചു. ശേഷം ആലസ്യത്തോടെ ഇരിപ്പിടത്തിലേക്ക് ചാഞ്ഞു...

* * *

അംഗസുന്ദരി പതിയെ കണ്ണ് തുറന്നു. മച്ചകത്തിലെ വർണാഭമായ ചിത്രപ്പണികൾ അവൾ കണ്ടു. വശങ്ങളിൽ ചെറു കാറ്റിൽ ഇളകിയാടുന്ന നീളൻ തിരശ്ശീലകൾ. തുറന്നു വെച്ച ചെറു ജാലകങ്ങളിലൂടെ രാത്രിയുടെ കാറ്റ് കടന്നു വരുന്നുണ്ട്. പുറത്ത് ആരുടേയൊക്കെയോ പാദപതനം കേൾക്കുന്നുണ്ട്. അവർ കാത്തു നിൽക്കുകയാണ്. മഹാരാജാവിന്റെ ഒരു ചെറു വിരലനക്കത്തിനായി. താൻ എന്ത് ചെയ്യാനാണ്... എത്ര നേരമാണ് ഒരു ശരീരത്തോടൊപ്പം ശയിക്കുന്നത്. പറയുമ്പോൾ താൻ ശരീരം കൊണ്ട് കന്യകയാണ്. ചെറുപ്പമാണ്. ഒരു സ്ത്രീയുടെ രതി സ്വപ്നങ്ങളുടെ ഗിരി ശൃംഗങ്ങളിൽ ഉന്മാദത്തോടെ നിൽക്കേണ്ട സമയമാണ്. പക്ഷേ എങ്ങനെ... അവൾ തല ചെരിച്ച് നോക്കി. മഹാരാജാവ് ഉറക്കമാണ്. ഇടക്ക് എന്തോ പുലമ്പുന്നുണ്ട്.

നിലാവ് പോലെ മറഞ്ഞു കിടക്കുന്ന ലോലമായ വിരികൾക്കപ്പുറത്ത് ആരോ വരുന്നതിന്റെ ശബ്ദം കേട്ട് അവൾ നോക്കി. ദാസി കേശിനിയാണ്...

"എന്താ കേശിനി..."

"ഗുരുക്കന്മാർ കാക്കുന്നു..." എന്തെങ്കിലും വിവരങ്ങൾ പറയാൻ..."

അർദ്ധോക്തിയിൽ നിർത്തി കേശിനി. പുതിയ റാണിയാണ്...ഇഷ്ടക്കേടും ഇഷ്ടങ്ങളും അറിഞ്ഞു വരുന്നതേ ഉള്ളൂ...

അൽപ്പം ഈർഷ്യയോടെ അംഗസുന്ദരി പറഞ്ഞു.

"എനിക്കൊന്നുറങ്ങണം... അവരോടൊക്കെ അറ വാതിൽക്കൽ നിന്ന് ഒന്ന് മാറി തരാൻ പറയൂ." എന്ത് പറയണമെന്നറിയാതെ കേശിനി പകച്ചു നോക്കി. ശേഷം വിവരം പറയാനായി നടന്നു.

അംഗസുന്ദരി കണ്ണടച്ചു. തനിക്ക് മഹാരാജാവിന്റെ ശരീരത്തെ ചൂട് പകർന്ന് ഉണർത്താനാകുമോ. അവൾ ആലോചിച്ചു.

മോഹമുണ്ടായിരുന്നു. മൂന്ന് നേരം നന്നായി ഉണ്ണുവാൻ. സുരക്ഷയുള്ള വീടിനുള്ളിൽ ജീവിക്കാൻ...തനിക്കിഷ്ടമുള്ള ഒരാളെ, ഒരാണിനെ കണ്ടെത്താൻ... ഇപ്പോൾ മൂന്ന് നേരമല്ല മുപ്പതു നേരം കഴിക്കാം. സുരക്ഷ, ഇതിനേക്കാൾ കൂടുതലായി ഇനി കിട്ടാനില്ല. മൂന്നാമത്തെ ആഗ്രഹത്തിന്റെ ത്യാഗമാണല്ലോ മറ്റു രണ്ടും സുഭിക്ഷമാക്കിയത്.

ജീവിതത്തിന് മാറ്റം വന്നു. പക്ഷേ ഒന്നും അധികമാവരുത്... അധികമായി ലഭിക്കരുത്...അത് നമ്മുടെ അടി മനസിന്റെ സുപ്രധാന മോഹങ്ങളെ നശിപ്പിച്ചു കളയും. അവൾ പതിയെ എണീറ്റ്, മൃദുലമായ തുണി വാരിച്ചുറ്റി നഗ്നത മറച്ച് ജാലകത്തിനു നേരേ നടന്നു.

രാത്രി ഏറെ വൈകിയിരിക്കുന്നു. ദൂരെ കൊട്ടാരത്തിന്റെ മറ്റൊരു ഭാഗം കാണാം. അതിനുള്ളിലെവിടെയോ അമ്മയുണ്ട്. അമ്മക്ക് സന്തോഷമായിക്കാണും. അതോ...? മൂന്ന് ദിവസമായി അമ്മയെ കണ്ടിട്ട്. റാണിയായി വാഴിക്കുന്ന ചടങ്ങിന് മുൻപ് ദൂരെ നിന്ന് കണ്ടതാണ്... അപ്പോൾ അവരുടെ

മുഖം സന്തോഷം കൊണ്ട് നിറഞ്ഞിരിക്കുകയായിരുന്നു. അവരുടെ മകൾ റാണിയാകാൻ പോകുന്നു. അതും മഹാപദ്മന്റെ. വിദൂര സ്വപ്നങ്ങളിൽ പോലും ഇല്ലാതിരുന്ന സൗഭാഗ്യങ്ങൾ...അമ്മ ഈ കൊട്ടാരത്തിന്റെ ആർഭാടങ്ങളുമായി പൊരുത്തപ്പെട്ടു പോകുമോ എന്നാണ് ഭയം. മിക്കവാറും റാണിമാരും ഉപനാരികളും കുടുംബമായിട്ടാണ് താമസം. ഭൂരിഭാഗം പേരും, തന്റെ അത്രത്തോളമല്ലെങ്കിലും അത്തരം സാഹചര്യങ്ങളിൽ കൂടി കടന്നു പോയവർ തന്നെയാണ്...

തന്റെ ജീവിതം കൊണ്ട്, ത്യാഗം കൊണ്ട്, തനിക്കല്ല അമ്മക്കൊരു നല്ല ജീവിതമുണ്ടാകട്ടെ. പതിയെ ആണെങ്കിലും അമ്മ ഈ സാഹചര്യങ്ങളുമായി പൊരുത്തപ്പെട്ടുമായിരിക്കും. പക്ഷേ തനിക്ക് അത് എത്രത്തോളം സാധിക്കുമെന്ന് അറിയില്ല. ഇനി വേറെ നിവൃത്തിയൊന്നുമില്ല. ഇവിടെ കഴിയുക തന്നെ. എത്ര പെട്ടെന്നാണ് ജീവിതം മാറിമറിയുന്നത്...

ഒരു സന്ധ്യ മതി നമ്മുടെ ജീവിതം മാറി മറിയാൻ. അതോ രണ്ടു സന്ധ്യകളോ... ഒന്ന്, ഒരാൾ നമ്മെ കണ്ടു മുട്ടുന്ന സന്ധ്യ... മറ്റൊന്ന് അയാൾക്കു നമ്മൾ വിധേയമാവുന്ന സന്ധ്യ...

* * *

തീപ്പൊരികളാണ് ചിതറുന്നത്. അതും ഉയർന്നു പറക്കുന്ന ധൂളികൾക്കിടയിലൂടെ...കറുത്ത മേഘങ്ങൾക്കിടയിലൂടെ മിന്നൽ പിണഞ്ഞു പുളയുന്ന പോലെ. മനസ്സ് കത്തിപ്പിടിയ്ക്കുകയാണ്... ഒന്നുറക്കെ അലറാൻ പോലും കയ്യിൽ വാളും, ചുറ്റും പടവെട്ടാൻ ആളും വേണ്ടി വരുന്നു. യുദ്ധമാണ് ഭേദം. ഈ സമയത്ത് അതാണ് അഭികാമ്യം. ഹൃദയം എല്ലാം വെറുപ്പോടെയും പകയോടെയും നിൽക്കുമ്പോഴാണ് യുദ്ധം ചെയ്യേണ്ടത്. വിജയം സുനിശ്ചിതമാണ്. പക്ഷേ താൻ തന്നോട് തന്നെ പടവെട്ടിക്കൊണ്ടിരിക്കുകയാണ്.

ചുറ്റും നിൽക്കുന്ന പരിശീലന സംഘത്തിന്റെ വാൾ മുനയിൽ നിന്ന് ഒഴിഞ്ഞു മാറി, ഓരോരുത്തരെയും വെട്ടി പരാജയപ്പെടുത്തി മനസ്സിനെ ശാന്തമാക്കാൻ ശ്രമിക്കുകയായിരുന്നു ദേവായുധൻ.

യോദ്ധാക്കൾക്ക്, പ്രത്യേകിച്ച് രാജകുമാരന്മാർക്ക്, പ്രത്യേക പരിശീലന കേന്ദ്രങ്ങളുണ്ട്. അവിടേക്ക്, തിരഞ്ഞെടുക്കപ്പെടുന്ന പടയാളികളും കുമാരന്മാർക്കൊപ്പം പരിശീലനത്തിനായി വന്നു ചേരുകയാണ്. കോട്ടക്കുള്ളിൽ തന്നെയാണ് പരിശീലന കേന്ദ്രം...

മഹാപദ്മനെ ശുശ്രൂഷിക്കുന്ന രണ്ടാം കൊട്ടാരത്തിന്റെ എതിർ ദിശയിലാണു പരിശീലന കേന്ദ്രം. എന്നാൽ നടന്നെത്താവുന്ന ദൂരം മാത്രം. പരിശീലന സമയത്ത് കുമാരന്മാരെ സഹായിക്കാൻ വരുന്നവർക്ക് പ്രത്യേക ആഹാരവും, വസ്ത്രം മാറാനും കുളിക്കാനും പ്രത്യേക സൗകര്യങ്ങളും ഉണ്ട്. എല്ലാവരും എന്നും ഏതെങ്കിലുമൊരു സമയത്ത് പരിശീലനം നടത്തിയിരിക്കണമെന്നാണ് മഹാരാജാവിന്റെ കല്പന.

മുതിർന്ന സൈനിക ബഹുമതിയുള്ളവർക്കും അത് ബാധകമാണ്. സാധാരണ പടയാളികൾക്കും പ്രത്യേക പരിശീലന കേന്ദ്രങ്ങളുണ്ട്.

കുമാരന്മാരിൽ ഭൂരിഭാഗവും ഈ ഭാഗത്തേക്ക് തിരിഞ്ഞു നോക്കാറില്ല. പക്ഷേ പരിശീലക സംഘത്തിന്റെ തലവൻ അശ്വഘോഷൻ കണിശക്കാരനാണ്.

പരിശീലനം ചെയ്യുന്നവരുടെയും എത്താതിരിക്കുന്നവരുടെയും വിവരങ്ങൾ ദിനം പ്രതി കൊട്ടാരത്തിലെത്തിക്കുന്നത് അശ്വഘോഷനാണ്. സൈന്യാധിപനായ ധൃതഗജനിലേക്ക് അശ്വഘോഷൻ വിവരങ്ങൾ കൈ മാറും. ധൃതഗജൻ രാജാവിനെ നേരിട്ടറിയിക്കുകയാണ് പതിവ്. രാജാവ് കിടപ്പിലാകുന്നത് വരെ അതായിരുന്നു ചട്ടം. ഇപ്പോൾ എല്ലാം ധൃതഗജനിലെത്തി നിൽക്കുന്നു.

പടയാളികൾ തോറ്റ് പോയിടത്തേക്ക്, പൂഴി മണ്ണിട്ടുറപ്പിച്ച ആ കളത്തിലേക്ക് ഒരു പതിനാറുകാരന്റെ മെയ് വഴക്കത്തോടെ അശ്വഘോഷൻ ചാടി വീണു. പ്രായം അറുപതായെങ്കിലും ശരീരത്തിലും മനസിലും പ്രസരിപ്പ് ഉണ്ട്. നരച്ച, നീട്ടി വളർത്തിയ മുടി കെട്ടി വെച്ച് ഇടതൂർന്ന താടി എണ്ണയിട്ടു മിനുക്കി നിർത്തിയിട്ടുണ്ട്.

ആദ്യ വെട്ട് ദേവായുധൻ തടുത്തു. വീറോടെ വീണ്ടും വെട്ടി അശ്വഘോഷൻ. മനസ്സ് പിഴച്ചവന്റെ ആയുധം പിഴക്കുമെന്ന് അശ്വഘോഷനറിയാമായിരുന്നു. ഇടതും വലതും ചടുലമായി നീങ്ങിയും, ഉയർന്നു ചാടിയും, ഘനഗംഭീരമായ, ആക്രമണോൽസുകമായ വെട്ടുകൾ ദേവായുധൻ പ്രയോഗിച്ചു കൊണ്ടിരുന്നു...

ആരെയെങ്കിലും കൊല്ലണം. അതുമല്ലെങ്കിൽ രക്തമെങ്കിലും കാണണം. ദേവായുധന്റെ പകയും രൗദ്രതയും അറിഞ്ഞു കൊണ്ട് തന്നെ ഓരോ നീക്കവും നടത്തുകയായിരുന്നു അശ്വഘോഷൻ. ഈ കലി അടക്കണം. അല്ലെങ്കിൽ ആപത്താണ്. ഇനി മുന്നിൽ വരുന്ന ഏതു ജീവിയും ദിവസങ്ങളായി പുകയുന്ന ഈ അഗ്നിപർവതത്തിന്റെ ആക്രമണം ഏൽക്കേണ്ടി വരിക തന്നെ ചെയ്യും... ദേവായുധന്റെ വെട്ടുകൾ തടുത്തു കൊണ്ട് അശ്വഘോഷൻ ഓർത്തു.

അവരുടെ വാൾ പയറ്റ് അത്യന്തം വാശിയേറി പുരോഗമിക്കെ, ഒരു കുതിര പാഞ്ഞു വന്ന് പരിശീലന കളരിയുടെ മുന്നിൽ നിന്നു. അതിൽ നിന്ന് പരമ വീരൻ ചാടിയിറങ്ങി. അയാളെ അശ്വഘോഷൻ ഒന്ന് പാളി നോക്കി. പരിശീലന കളരിയിലേക്കു വരുന്നവർ തങ്ങളുടെ കുതിരയെ പുറത്തെ ലായത്തിനരികിൽ തന്നെ കെട്ടിയിടുകയാണ് പതിവ്. അതിപ്പോ രാജാവാണെങ്കിലും... ഈ കടന്നു വരവ് വളരെ മുഖ്യമായത് തന്നെയാവണം അശ്വഘോഷൻ ഓർത്തു.

പരമവീരൻ പടിക്കെട്ടിനടുത്തെത്തിയതും വീറോടെയുള്ള തന്റെ പൊരുതലിനിടയിലും ദേവായുധൻ പരമവീരന്റെ മുഖം ശ്രദ്ധിച്ചു. സന്ദേശമാണ്... ആരെക്കുറിച്ചാണ്? തന്നെകുറിച്ചാണോ? പിതാവിനെ കുറിച്ചോ...? ദേവായുധൻ കൈ കാട്ടി. അതൊരു ആജ്ഞ പോലെ തോന്നിച്ചു അശ്വഘോഷന്. പതിവില്ലാത്തതാണ്. നിർത്താനാണെങ്കിൽ പിന്നോട്ടു മാറി വാൾ ഉയർത്തി കാണിക്കുകയാണ് ചെയ്യുന്നത്... ഇത് ഗൗരവമേറിയത് തന്നെ. ദേവായുധൻ പരമവീരനടുത്തേക്ക് എത്തി. ദേവായുധൻ ചുറ്റും നോക്കി. അവരെ ഉറ്റു നോക്കി നിന്നിരുന്ന പടയാളികൾ പതിയെ പിന്നോക്കം മാറി. അശ്വഘോഷനും ആ വാർത്ത അറിയാൻ ആകാംക്ഷയോടെ നിൽക്കുകയാണ്. ഒന്ന് കൂടി ചുറ്റും നോക്കി പരമവീരൻ ചോദിച്ചു...

"ഇവിടെ വെച്ച്..."

അത് മനസിലാക്കി ദേവായുധൻ പറഞ്ഞു.

"ധൈര്യമായി പറയൂ പരമവീരൻ? എന്താണ് വിശേഷം...?"

മടിയോടെ, എന്നാൽ ദേവായുധനോടുള്ള എല്ലാ വിധേയത്തോടെയും

നിൽക്കുന്ന പരമവീരനോട് ദേവായുധൻ തുടർന്ന് ചോദിച്ചു. അല്പം ഉറക്കെ ത്തന്നെ.

“എന്നെ മഗധക്കധിപനായി പ്രഖ്യാപിക്കാൻ ഉള്ള ഒരുക്കങ്ങൾ പൂർത്തി യായോ വീരൻ?”

“എല്ലാം ഒരുക്കി വന്നതാണ്. പക്ഷേ...”

മടിയോടെ അയാൾ പാതിയിൽ നിർത്തി.

“പിന്നെ?”

“മഹാരാജാവ് പതിയെ സംസാരിച്ചു തുടങ്ങിയിരിക്കുന്നു എന്ന വിശേഷ ങ്ങൾ പുറത്തു വരുന്നു. പിൻഗാമിയെ പ്രഖ്യാപിക്കാൻ പുരോഹിത സദസ്സ് കൂടണമെന്നാണ് അദ്ദേഹത്തിന്റെ ആഗ്രഹം. ഇന്ന് പുലർച്ചെയുള്ള വിവര മാണത്... അക്കാര്യം അങ്ങയെ അറിയിക്കാൻ സൈന്യാധിപൻ പറഞ്ഞു. എന്താണ് ചെയ്യേണ്ടതെന്ന് അറിഞ്ഞു വരാൻ...”

ദേവായുധൻ നെറ്റിയിലെ വിയർപ്പ് പതിയെ തുടച്ചു. ഇനി കാര്യങ്ങൾ വേഗത്തിലാവണം. അയാൾ ആലോചിച്ചു.

ഉണർന്ന പിതാവ് പുരോഹിതസദസ്സിനെ കൂട്ടാൻ പറഞ്ഞതിന്റെ അർത്ഥം പിൻഗാമി താനല്ല എന്നതാണ്. ആയിരുന്നെങ്കിൽ പേര് പറഞ്ഞാൽ മതിയാ യിരുന്നു. പ്രഖ്യാപിച്ചാൽ മതിയായിരുന്നു. ഇതിപ്പോൾ... ഇനി ആലോചിക്കാൻ സമയമില്ല.

“കൊഴുത്ത കാളക്കുട്ടികളെയും, ആട്ടിൻ പറ്റങ്ങളെയും അണി നിരത്തി ക്കൊള്ളാൻ പറയൂ.”

വീശി വരുന്ന വാളിന്റെ ശീൽക്കാരത്തിനിടയിലൂടെ, പറന്നുയരുന്ന പൊടി പടലങ്ങളെ താണ്ടി ആ വാക്കുകൾ അശ്വഘോഷന്റെയും മറ്റുള്ളവരുടെയും ചെവിയിൽ വീണു.

“എവിടെയുണ്ടെന്നറിയില്ലെങ്കിലും എന്റെ പ്രിയ അനുജൻ മംഗളസിംഹനും അവന്റെ പ്രിയപ്പെട്ടവർക്കും ഒഴികെ മറ്റെല്ലാവർക്കും എന്റെ കിരീടാധാരണ ചടങ്ങിന് ക്ഷണം.”

പൊടി പതിയെ പറന്നടങ്ങിക്കൊണ്ടിരിക്കെ എല്ലാവരും കാതോർത്തു നിൽക്കെ ദേവായുധൻ അധികാര ഗർവോടെ പ്രഖ്യാപിച്ചു.

“മഗധയുടെ രാജാവ് പൗർണമി ദേവിയുടെ ദ്വിതീയപുത്രൻ ദേവായുധൻ തന്നെ...”

പെരുമ്പറ മുഴക്കങ്ങളോ കുഴലൂത്തുകളോ വാദ്യഘോഷങ്ങളോ ഇല്ലെങ്കിലും ആ പ്രഖ്യാപനം അവിടെ പ്രകമ്പനം സൃഷ്ടിച്ചു.

വികാര വിക്ഷോഭത്തോടെ, തന്റെ ഉള്ളിൽ നിറഞ്ഞ ഹർഷത്തോടെ, തന്റെ വാൾ ഉറയിൽ നിന്നൂരി ആകാശത്തിലേക്കുയർത്തി പരമവീരൻ ഉറക്കെ വിളിച്ചു പറഞ്ഞു...

“ദേവായുധ മഹാരാജാവ് നീണാൾ വാഴട്ടെ...”

കൂടി നിന്ന പടയാളികളും ദേവായുധനെ പിന്തുണക്കുന്ന പരിശീലകരിൽ ചിലരും അതേറ്റു പറഞ്ഞു.

“ദേവായുധ മഹാരാജാവ് നീണാൾ വാഴട്ടെ...”

ആ ശബ്ദ ഘോഷത്തിനിടയിൽ ദേവായുധൻ ചുറ്റും നോക്കി. അയാളുടെ നോട്ടം താങ്ങാനാവാതെ അതു വരെ മൗനമായി നിന്ന പടയാളികളും മുദ്രാ വാക്യം ഏറ്റു വിളിച്ചു.

"ദേവായുധ മഹാരാജാവ് നീണാൾ വാഴട്ടെ."

പ്രകമ്പനം സൃഷ്ടിക്കുന്ന വിജയ വിളികൾക്കിടയിലും മൗനമായി നിൽക്കുന്ന അശ്വഘോഷനെ ദേവായുധൻ സൂക്ഷിച്ചു നോക്കി. അശ്വഘോഷൻ ഒരു നിമിഷം ദേവായുധനെ നോക്കിയിട്ട് തിരിഞ്ഞു നടന്നു. ആരവങ്ങളുയരുമ്പോഴും താൻ ചിലർക്കൊക്കെ ഇപ്പോഴും അനഭിമതനാണെന്ന് ദേവായുധൻ ഓർത്തു.

* * *

താപസനാഥൻ മെല്ലെ നടന്നു നീങ്ങി. എല്ലാം മാറുകയാണ്, പ്രകൃതി പോലും. വസന്ത കാലത്തിന്റെ ആരംഭമായുള്ള ഈ മാസത്തിൽ ഉച്ചക്കുള്ള വെയിലിനു ഒരു കുളിരു തോന്നേണ്ടതാണ്. പക്ഷേ പണ്ടത്തെപ്പോലെ അല്ല... ചുട്ടു പൊള്ളുകയാണ്. മനം കവരുന്ന ചിത്രപ്പണികളോടെ ഒറ്റക്കല്ലിൽ കൊത്തിയെടുത്ത അനേകം വൻ തൂണുകൾക്കിടയിലൂടെ വെയിൽ ചാഞ്ഞു പതിക്കുന്ന ഇടനാഴിയിലൂടെ അദ്ദേഹം നടന്നു. ദേവായുധൻ സ്വയം രാജാവായി പ്രഖ്യാപിച്ചിരിക്കുന്നു. ഇനി ഇവിടുത്തെ സ്ഥിതി എന്താകുമോ എന്തോ... അവനെ ആർക്കും തടുക്കാനാവില്ല. ഇനി അധികം നാളുകൾ ഇല്ല. നാളുകളെന്നല്ല നാഴികകൾ കഴിയുമ്പോൾ കാര്യങ്ങൾ കീഴ്മേൽ മറിയും. അവരോധിക്കപ്പെടാനിടയുള്ള സമയത്തിനുള്ളിൽ, ആഘോഷം നടത്താനുള്ള നീക്കത്തിനിടയിൽ എന്തെങ്കിലും സംഭവിക്കണം. ആരൊക്കെയുണ്ടാവും രാജസദസ്സിൽ. അനുകൂലാവസ്ഥയാണെങ്കിൽ പിടിച്ചു നിൽക്കാം. പക്ഷേ എങ്ങനെ? എല്ലാമറിഞ്ഞു കൊണ്ട് എങ്ങനെയാണ്? ഇനി വൈകിക്കൂടാ. മംഗളസിംഹനെ അന്വേഷിക്കാൻ ഒരു സംഘത്തെ കൂടി അയക്കാം. രഹസ്യമായി. അവർ ദിക്കായ ദിക്കിലൊക്കെ പരതട്ടെ. മഗധ മുഴുവനും അതിനപ്പുറവും ഭാരത ഖണ്ഡം മുഴുവൻ പരതട്ടെ. അധികാര കൈമാറ്റം നടന്നാലും ആളെ കണ്ടെത്തിയാൽ തീർക്കാവുന്ന പ്രശ്നമേയുള്ളൂ. അഥവാ നടന്നാൽ, ഒരു യുദ്ധം വേണ്ടി വന്നാലും രാജ്യം സുരക്ഷിത കൈകളിൽ തന്നെ ഉണ്ടാവുന്നതാണ് പ്രജാ താൽപര്യം... ആലോചനയോടെ തന്റെ പ്രായാധിക്യം മറന്ന് താപസനാഥൻ കൊട്ടാരത്തിനകത്തെ പടിക്കെട്ടുകൾ കയറി. കാവൽക്കാർ അദ്ദേഹത്തെ വന്ദിച്ചു. കൈ ഉയർത്തി അഭിവാദ്യം ചെയ്ത് അദ്ദേഹം നടന്നു നീങ്ങി.

മട്ടുപ്പാവിന്റെ ഒരു ഭാഗത്ത് നാടോടി കച്ചവടക്കാർക്ക് നടുവിലായിരുന്നു മധുരധാരിണി. പട്ടുവസ്ത്രങ്ങളും, കല്ല് കൊണ്ടുള്ള മാലകളും, ചില സുഗന്ധദ്രവ്യങ്ങളും കച്ചവടക്കാർ നിരത്തി വെച്ചിട്ടുണ്ട്. മധുരധാരിണി പഞ്ഞിയിൽ തീർത്ത് പട്ടു പൊതിഞ്ഞ, നിലത്തു വിരിച്ച കിടക്കയിൽ ചാഞ്ഞിരുന്ന് ഓരോന്നായി എടുത്ത് നോക്കുകയാണ്. നാടോടികളിൽ രണ്ടു സ്ത്രീകളും ഒരു പുരുഷനുമുണ്ട്. അവർ കുറച്ചു മാറി മധുരധാരിണിയുടെ വാക്കുകൾക്കായി കാത്തു നിന്നു.

"മുൻപ് കൊണ്ട് വന്നിരുന്നത് പോലെ മനസ്സിന് അടുപ്പം തോന്നുന്ന ഒന്നുമില്ലല്ലോ. എന്ത് പറ്റി"? സൗഹൃദ ഭാവത്തിൽ അവർ ചോദിച്ചു.

"ഇതും പുതിയ യാത്രകൾക്കും കാലത്തിനും ശേഷം ഉണ്ടാക്കിയതും കണ്ടെത്തിയതുമാണ്." കൂട്ടത്തിലെ സ്ത്രീ പറഞ്ഞു.

“നിങ്ങളുടെ കഷ്ടപ്പാട് മനസ്സിലാവുന്നുണ്ട്. പക്ഷേ ഒന്നും ഉള്ളിൽ പിടിക്കു ന്നില്ല.”

“മഹാറാണിക്കിഷ്ടമുള്ളത്, അവ അത്രക്ക് ഇഷ്ടപ്പെട്ടാൽ മാത്രം, തിരഞ്ഞെ ടുക്കാം. ഇല്ലെങ്കിൽ ഇനിയും വരാമല്ലോ.”

സോമരൂപൻ വിനയത്തോടെ പറഞ്ഞു. അത് മധുരധാരിണിക്ക് ഇഷ്ടമായി.

“വരാം, എപ്പോൾ വേണമെങ്കിലും...” മധുരധാരിണി ചെറു ചിരിയോടെ പറഞ്ഞു കൊണ്ട് മാലകളിലൊന്ന് നെഞ്ചിൽ ചേർത്ത് നോക്കവേ ദാസി സുചേല കടന്നു വന്നു. മധുരധാരിണി തല ഉയർത്തി നോക്കി.

“ഗുരു താപസനാഥൻ കാണാൻ അനുവാദം ചോദിച്ചു കാത്തു നിൽക്കുന്നു.”

“വരാൻ പറയൂ.”

സുചേല നടന്നു നീങ്ങി.

ഒരു ഭാഗത്തേക്ക് മാറ്റി വെച്ചിരുന്ന കല്ലിൽ തീർത്ത ചില ആഭരണങ്ങളും മുക്കുത്തിയും കാട്ടി മധുരധാരിണി പറഞ്ഞു.

“ഇത്ര മാത്രം. വില വാങ്ങിച്ചോളൂ.” ഉത്തരവ് കാത്തു അടുത്ത് നിൽക്കുന്ന പരിചാരകയെ ചൂണ്ടി, നാടോടികളോട് മധുരധാരിണി പറഞ്ഞു.

“സാധനങ്ങളുടെ പണം മാത്രമല്ല, പഴങ്ങളും വിരികളും കൊടുത്തയക്കൂ.” മധുരധാരിണി കൂട്ടിച്ചേർത്തു.

“ഉത്തരവ് പോലെ.”

നാടോടികൾ തല കുനിച്ച് വന്ദിച്ച് തങ്ങളുടെ ഭാണ്ഡങ്ങൾ മുറുക്കി ദാസിക്ക് പിന്നാലെ നടന്നു നീങ്ങി. അവർ കടന്നു പോകുമ്പോൾ അവരെ അളന്നു നോക്കി ദാസി സുചേലയ്ക്കൊപ്പം താപസനാഥൻ മധുരധാരിണിക്കടുത്തേക്ക് എത്തി.

“മഹാറാണിക്ക് പ്രണാമം.”

മറുപടിയായി മധുരധാരിണി വന്ദിച്ചു.

“അങ്ങേക്ക് പ്രണാമം. ദീർഘായുസ്സായിരിക്കട്ടെ.”

“അവിടുത്തെ പ്രാർത്ഥന പോലെ.”

“ഇരിക്കൂ.” മധുരധാരിണി പറഞ്ഞു. താപസനാഥൻ ഇരുന്നു. പീഠത്തിൽ വെച്ചിരിക്കുന്ന സ്വർണ പാത്രത്തിൽ ഉണക്ക മുന്തിരിയും അത്തിപ്പഴങ്ങളും, തേൻ ഒഴിച്ച് താപസനാഥന് മുന്നിൽ വെച്ചിട്ടു സുചേല കുറച്ചു മാറി നിന്നു.

“അങ്ങേക്ക് കുടിക്കാൻ?”

“ഒന്നും വേണ്ട.” നീണ്ട വരാന്തയുടെ അറ്റത്തു കൂടി നടന്നു നീങ്ങുന്ന നാടോടികളെ സൂക്ഷിച്ചു നോക്കി താപസനാഥൻ പറഞ്ഞു.

“അധികം അടുപ്പിക്കേണ്ട. ആരാണ് സത്യമുള്ളതെന്നു കണ്ടുപിടിക്കാനാ വാത്ത സ്ഥിതിയിലാണ് കാര്യങ്ങൾ.”

“പല തവണയായി വരുന്നവരാണ്. അത് കൊണ്ട് അടുപ്പവുമുണ്ട്.” നാടോടികൾ നടന്നു മറയുന്നത് നോക്കി മധുരധാരിണി പറഞ്ഞു.

“അടുപ്പം കാണിക്കുന്നവർ ആവശ്യത്തിനുപകരിക്കേണ്ട സമയം സംജാ തമായിരിക്കുന്നു.”

“എന്തേ? മഹാരാജാവ് എണീറ്റതായി അറിഞ്ഞു. തിരക്കൊഴിയാൻ കാത്തതാണ്. അതോ ഞാൻ എത്തുന്നതിന് മുൻപ്, അദ്ദേഹം സംസാരിച്ചു തുടങ്ങിയോ? പിൻഗാമിയെ പ്രഖ്യാപിച്ചോ?”

മധുരധാരിണി ആകാംക്ഷയടക്കാനാവാതെ ചോദിച്ചു.

“ഒരു ചെറു ചലനമുണ്ടാകുമെന്ന ഞാൻ പ്രതീക്ഷിച്ചിരുന്നു. അതിനേക്കാൾ മെച്ചമുണ്ട്. പക്ഷേ, അതിന്റെ വിശേഷങ്ങൾ പുറത്തറിയുന്നതിന് മുൻപ് സ്വയം വിളംബരം ചെയ്തിരിക്കുന്നു. കിരീടാവകാശിയായി.”

മധുരധാരിണിയുടെ മനസ്സൊന്നു കാളി. പ്രതീക്ഷകൾ തകിടം മറിയുകയാണോ. അഭിഷേകം ചെയ്താൽ പിന്നെ അടിമയായി ജീവിച്ചാൽ മതി. അതാണ് അവൻ. ദേവായുധൻ.

“ഒരുക്കങ്ങൾ തുടങ്ങിക്കഴിഞ്ഞു. സൈന്യാധിപൻ കൂടെയാണെന്നറിയാമല്ലോ. മറ്റു ചില പ്രമുഖരും കൂറ് മാറാൻ സാധ്യത ഉണ്ട്.”

ദീർഘ നിശ്വാസത്തോടെ അദ്ദേഹം തുടർന്നു.

“പക്ഷേ മഹാരാജാവ് പ്രഖ്യാപിക്കുന്നവരെയെ ജനം അംഗീകരിക്കൂ.”

“അറിയാഞ്ഞല്ല. പക്ഷേ ഈ അവസരത്തിൽ...” സംശയത്തോടെ മധുരധാരിണി ചോദിച്ചു.

“ഇതാണ് അവസരം. ജനം ദേവായുധന്റെ പ്രഖ്യാപനം അറിയും മുൻപ്, പടരും മുൻപ്, വഴങ്ങുന്ന നാവു കൊണ്ടെങ്കിലും മഹാരാജാവിനെക്കൊണ്ട് മംഗള സിംഹന്റെ പേര് പറയിക്കണം. വാക്കു തന്നിരുന്നതല്ലേ? കാലങ്ങൾക്കു മുൻപ്...”

“എന്നോ ഏതോ സ്നേഹനിമിഷത്തിൽ തന്ന വാക്കിന് അദ്ദേഹം എത്ര വിലയിട്ടതെന്ന് നിശ്ചയമില്ല. ഈ കൊട്ടാരത്തിൽ ഞാനെന്നും കടന്നു വന്ന അധികപ്പറ്റാണല്ലോ.”

“മറന്നിട്ടുണ്ടാവില്ല. അങ്ങനെ മറക്കുന്ന ആളുമല്ല. ഇനി അഥവാ മറവിയിലാണെങ്കിൽ ഓർമ്മിപ്പിക്കാനുള്ള വാക്കുകളോ സ്പർശമോ കൊണ്ട് ആത്മാവിനെയെങ്കിലും അറിയിക്കണം. എന്റെ മാത്രം ആവശ്യമല്ല. സാധ്യതയുടെ തുലോം തുച്ഛമായ അവസ്ഥയിലും മംഗളസിംഹകുമാരന്റെ കിരീടധാരണം, അംഗരക്ഷകരുടെ, അന്തേവാസികളുടെ, സർവോപരി ജനത്തിന്റെ അപേക്ഷയും ആഗ്രഹവും പ്രാർത്ഥനയുമാണ്. അത് കൊണ്ട് ഈ നിമിഷം തന്നെ ചെല്ലണം. അദ്ദേഹം മുൻഗാമികളോട് ചേരുന്നതിന് മുൻപ്, വാക്ക് മേടിക്കണം. വാഴിക്കാൻ പറയണം.”

“മംഗളനെ കണ്ടു കിട്ടിയില്ലെങ്കിൽ, വരാൻ തയാറായില്ലെങ്കിൽ?”

“വാക്ക് മേടിക്കൂ...വരാനുള്ളത് വഴിയേ... കൂടെ എന്റെയും സാന്നിധ്യമുണ്ടാകും. വന്നോളൂ.”

“അങ്ങയുടെ വാക്ക് പോലെ.”

തീരുമാനിച്ചുറപ്പിച്ചത് പോലെ അവർ പറഞ്ഞു.

* * *

കൊട്ടാരം ഉണർന്നു കഴിഞ്ഞിരുന്നു. പൂർവാധികം ഉന്മേഷത്തോടെ... പരിചാരകർ ഓടി നടന്നു. മഹാപദ്മ മഹാരാജാവ്, തങ്ങളുടെ പ്രിയപ്പെട്ട മഹാരാജാവ് ഉണർന്ന വാർത്ത അവർ ഒരാളിൽ നിന്ന് മറ്റൊരാളിലേക്ക് പകർന്നു കൊണ്ടിരുന്നു...

കൊട്ടാര വാസികളും, രാജപ്രൗഢ പ്രമുഖരും, പരിചാരകരും തോഴികളും എല്ലാം അംഗസുന്ദരിയെ പ്രകീർത്തിച്ചു.

കൊട്ടാരം വൈദ്യൻ മരുന്നുകൾ കൂട്ടി കലക്കി ചുണ്ടിനോടടുപ്പിച്ച് കൊടുത്തു. മഹാപദ്മൻ പതിയെ അത് കുടിച്ചിറക്കി; കണ്ണ് തുറക്കാതെ തന്നെ. താപസനാഥനും സദ്ഗുണനും അദ്ദേഹത്തെ നോക്കി നിന്നു. കാറ്റ് കടന്നു വന്നു മേനി കുളിരാതിരിക്കുവാൻ ജാലകം പതിയെ ചാരാൻ അരികിൽ നിൽക്കുന്ന ദാസിപ്പെണ്ണിനോടു താപസനാഥൻ കണ്ണ് കാട്ടി. അവൾ ജാലകം പതിയെ അടച്ചു.

മഹാപദ്മൻ പതിയെ കണ്ണ് തുറന്നു...അദ്ദേഹത്തിന് ആദ്യം ഒന്നും തെളിഞ്ഞില്ല. കുറെ നേരം മച്ചു നോക്കി കിടന്നു. ശേഷം കണ്ണുകൾ കൊണ്ട് മുറിയൊന്നാകെ ഉഴിഞ്ഞു...

താപസനാഥനെയും സദ്ഗുണനെയും അദ്ദേഹം കണ്ടു. തന്റെ സുഹൃത്തുക്കൾ. വഴി കാട്ടികൾ. സദ്ഗുണന് കുറച്ച് കുടിലതയുണ്ടെങ്കിലും സഹിക്കാവുന്നതേ ഉള്ളു. അദ്ദേഹം ഓർത്തു.

മഹാപദ്മൻ താപസനാഥനെ നോക്കി. ആ നോട്ടത്തിന്റെ അർഥം എന്നും താപസനാഥന് അറിയാം. വിശേഷങ്ങൾ അറിയാനുള്ള നോട്ടമാണ്.

"എല്ലാം ഭദ്രമാണ്." താപസനാഥൻ മെല്ലെ പറഞ്ഞു.

അങ്ങനെ അല്ലല്ലോ എന്ന അർത്ഥത്തിൽ മഹാപദ്മൻ തല അനക്കി.

ഇനി പറയണം. താപസനാഥൻ ആലോചിച്ചു. ജീവന്റെ അവസാന നിമിഷത്തിൽ നിൽക്കുകയാണെങ്കിലും തന്റെ രാജ്യത്ത് നടക്കുന്ന കാര്യങ്ങളറിയാൻ ഒരു രാജാവിന് ആകാംക്ഷയും അധികാരവുമുണ്ട്. കൊട്ടാരം ഉപദേഷ്ടാവ്, ഗുരു എന്ന നിലയിൽ തന്റെ കർത്തവ്യങ്ങൾ താൻ പറഞ്ഞേ പറ്റൂ. മറുപടി ലഭിച്ചാലും ഇല്ലെങ്കിലും.

മഹാപദ്മനരികിലേക്ക് നീങ്ങി ചെവിക്കരികിലേക്ക് അടുപ്പിച്ച് നിന്ന് താപസനാഥൻ പറഞ്ഞു.

"അങ്ങയുടെ ദത്തെടുക്കൽ കൊട്ടാരത്തിനുള്ളിൽ ചർച്ചകൾക്കും ചില്ലറ വിദ്വേഷങ്ങൾക്കും കാരണമായിരിക്കുന്നു."

മഹാപദ്മൻ ഒരു നിമിഷം ആലോചിച്ച് കിടന്നു. നാക്ക് വഴങ്ങുമോ? പലതും പറയാൻ ആഗ്രഹമുണ്ട്...പലതും അറിയാനും. പക്ഷേ ഇനി അധികം സമയം ഉണ്ടെന്ന് തോന്നുന്നില്ല. അത് കൊണ്ട് കേൾക്കാനുള്ളതും പറയാനുള്ളതും കേൾക്കണം. പറയണം. വഴങ്ങാത്ത നാവിനെ വരുതിയിലാക്കണം. ശ്വാസം വിടുന്നത് പോലെ അദ്ദേഹം പറഞ്ഞു.

"ഇത് ഒരു രക്ഷിക്കലാണ്."

ചുണ്ടുകളുടെ അനക്കം കൊണ്ട് താപസനാഥൻ അത് മനസിലാക്കി. അദ്ദേഹം കൂടുതൽ കരുതലോടെ ശ്രദ്ധയോടെ തന്റെ ചെവികൾ ചേർത്ത് പിടിച്ചു.

“എന്റെ മകനെ അബദ്ധങ്ങളിൽ നിന്നു കര കയറ്റാൻ ഞാനല്ലാതെ ആരാണ് ശ്രമിക്കേണ്ടത്?”

ആരുമല്ല എന്ന അർത്ഥത്തിൽ താപസനാഥൻ തല കുലുക്കി.

“കുമാരൻ മോഹിച്ച പെണ്ണിനെ കൊട്ടാരത്തിനകത്ത് തന്നെ താമസിപ്പിക്കുക എന്ന് പറഞ്ഞാൽ...” സദ്ഗുണൻ അല്പം ഉറക്കെത്തന്നെ ചോദിച്ചു.

“അവൾ അമ്മക്ക് തുല്യമാകാൻ ചെയ്യേത്. അവളെ ഒന്ന് വിളിക്കു...” മഹാപദ്മൻ പറഞ്ഞു.

സദ്ഗുണൻ കണ്ണ് കാണിച്ചു. ദാസി അംഗസുന്ദരിയെ വിളിക്കാൻ ധൃതിയിൽ നടന്നു നീങ്ങി.

“ദേവായുധ കുമാരൻ കിരീടാവകാശം പ്രതീക്ഷിക്കുന്നു.” താപസനാഥൻ മെല്ലെ പറഞ്ഞശേഷം സദ്ഗുണനെ പാളി നോക്കി തുടർന്നു.

“ചില നീക്കങ്ങൾ തുടങ്ങിക്കഴിഞ്ഞു.”

“അവൻ എന്നും അങ്ങനെയാണല്ലോ... കിരീടാവകാശം, മോഹത്തിന് വേണ്ടി കൈമാറ്റം ചെയ്യപ്പെടാനോ കൈവശം വെക്കാനോ ഉള്ളതല്ല. വരാനിരിക്കുന്ന തലമുറക്കും രാജ്യത്തിന്റെ നില നില്പിനും വേണ്ടിയാവണം. അത് യോഗ്യനായ ഒരുവന് ലഭിക്കും.” മഹാപദ്മൻ പറഞ്ഞു.

സദ്ഗുണനെ ഒന്ന് നോക്കി ഒരു ഗൂഢ സ്മിതത്തോടെ താപസനാഥൻ ആ വാക്കുകൾ കേട്ടു നിൽക്കെ, തിരശ്ശീല വകഞ്ഞു മാറ്റി ദാസി കടന്നു വന്നു. അവൾക്കു പിന്നാലെ അംഗസുന്ദരിയും.

മഹാപദ്മൻ അവളെ കണ്ടു. തന്നെ ഉണർത്തിയ കന്യകയെ. തളർച്ചയുണ്ടെങ്കിലും അദ്ദേഹം കൈ ഉയർത്തി അവളെ അടുത്തേക്ക് വിളിച്ചു.

അംഗസുന്ദരി മഹാപദ്മനരികിലേക്ക് എത്തി തല കുനിച്ചു വന്ദിച്ചപ്പോൾ മഹാപദ്മൻ അവളെ അനുഗ്രഹിക്കും പോലെ കൈ ഉയർത്തി.

“ഈ വയസ്സാം കാലത്ത് നിന്നെ കൊട്ടാരത്തിലേക്ക് എടുത്തത് എന്റെ ആർത്തിയാണെന്ന് കരുതരുത്. രാജ പരമ്പര നില നിർത്താൻ രാജ്യ താല്പര്യം സംരക്ഷിക്കാൻ ഒരു രാജാവ് പല നടപടികളും നിലപാടുകളും സ്വീകരിക്കേണ്ടി വരും, അതൊന്നും വ്യക്തി താത്പര്യങ്ങളല്ല. എന്നോട് ക്ഷമിക്കുക.”

അവൾ മൗനമായി, സമ്മതഭാവത്തിൽ തല കുനിച്ചു.

“എന്തായാലും നീയും നിന്റെ കുടുംബവും ഈ കൊട്ടാരത്തിന്റെ സംരക്ഷണയിലാവും. അതുറപ്പ്. പോയ്ക്കോളൂ.”

തല കുനിച്ചു വണങ്ങി അംഗസുന്ദരി നീങ്ങി.

മഹാപദ്മൻ താപസനാഥനെ നോക്കി. പറയാൻ എന്തെങ്കിലുമുണ്ടോ എന്ന അർത്ഥത്തിൽ.

“മഹാറാണി മധുരധാരിണി കാത്തു നിൽപ്പുണ്ട്.” താപസനാഥൻ മെല്ലെ പറഞ്ഞു.

മരണക്കിടക്കയിലും മനസ്സ് പിടക്കുന്നത് മഹാപദ്മൻ അറിഞ്ഞു. അവളെ ആദ്യം കണ്ട നിമിഷം മുതലുള്ള പിടപ്പാണത്. മട്ടുപ്പാവിൽ നിന്ന് കണ്ട ഒരു

കൊച്ചു വീടിന്റെ ദൃശ്യം മഹാപദ്മന്റെ മനസ്സിൽ തെളിഞ്ഞു.

"വരാൻ പറയൂ..." മഹാപദ്മൻ പറഞ്ഞു.

താപസനാഥൻ ദാസിയെ നോക്കി പറഞ്ഞു. "മഹാറാണിയെ വിളിക്കൂ."

സദ്ഗുണൻ താപസനാഥനെ നോക്കി. കരുതി കൂട്ടിയുള്ള നീക്കമാണ്. മധുരധാരിണി കൂടി കടന്നു വന്നാൽ തീരുമാനം എന്താകുമെന്ന് പറയാതെ തന്നെ അറിയാം. ഇനി കാര്യമില്ല. ഇവിടെ നിന്നു കൊട്ടുക്കുക. ദേവായുധൻ രാജാവാകുമെന്ന് തനിക്ക് ഇനി ഒരുറപ്പുമില്ല.

അല്ലെങ്കിൽ മഹാപദ്മൻ പ്രഖ്യാപിക്കുന്ന ആൾ ആരാണെങ്കിലും അവൻ പിന്നെ ഭൂമിയിലുണ്ടാവാൻ പാടില്ല.

"മഹാരാജാവ് ദീർഘായുസ്സായിരിക്കട്ടെ." മഹാപദ്മനരികിലെത്തി വന്ദിച്ചു കൊണ്ട് മധുരധാരിണി പറഞ്ഞു.

"നിന്റെ പ്രാർത്ഥനയും സ്നേഹവും കൊണ്ട്." വഴുതിപ്പോകുന്നെങ്കിലും ബലം വരുത്തിയ വാക്കുകൾ കൊണ്ട് ചെറുതായി ചിരിച്ച് മഹാപദ്മൻ മറുപടി പറഞ്ഞു.

മധുരധാരിണി മഹാപദ്മന്റെ കയ്യെടുത്ത് കയ്യിൽ ചേർത്ത് കിടക്കയിൽ ഇരുന്നു.

താപസനാഥൻ കുറച്ചു പിന്നോട്ടു മാറി.

"കണ്ണ് തുറക്കുമ്പോൾ നീ അടുത്തുണ്ടായിരുന്നെങ്കിൽ എന്നാഗ്രഹിച്ചു. പക്ഷേ കണ്ടത് ഗ്രാമീണ പെൺകൊടിയെയാണ്. അവൾക്കായിരുന്നു ഭാഗ്യം."

"ഭാഗ്യം എന്നും മറ്റുള്ളവർക്കായിരുന്നല്ലോ. ഞാൻ എന്നും നിഴലായിരുന്നു." അയാളുടെ കൈ തടവി മധുരധാരിണി പറഞ്ഞു. തുറക്കാനാവാത്തതെങ്കിലും തുറന്നു പിടിച്ച കണ്ണുകൾ കൊണ്ട് മധുരധാരിണിയെ ഉഴിഞ്ഞു കൊണ്ട് മഹാ പദ്മൻ ചോദിച്ചു.

"ഇപ്പോൾ എന്ത് ഭാഗ്യമാണ് രാജ്ഞി ആഗ്രഹിക്കുന്നത്."

മധുരധാരിണി മടിച്ചു കൊണ്ട് താപസനാഥനെ നോക്കി.

"പറഞ്ഞോളൂ മഹാറാണി." താപസനാഥൻ പ്രോത്സാഹിപ്പിച്ചു.

സദ്ഗുണനെ ഒന്ന് നോക്കിയിട്ട്, സാക്ഷിയാവാൻ ഒരാൾ വേണം എന്ന് മനസ്സിൽ കരുതികൊണ്ടു മധുരധാരിണി പറഞ്ഞു.

"അങ്ങുറപ്പിച്ചു പറഞ്ഞ വാക്കിന്റെ ഭാഗ്യം ഞാനാഗ്രഹിക്കുന്നു."

"വിവരക്കേട് അങ്ങ് പൊറുക്കണം." മഹാപദ്മനോടെന്ന വണ്ണം പറഞ്ഞി ട്ട് ഒരൽപ്പം മുന്നോട്ടു നിന്നുകൊണ്ട് സദ്ഗുണൻ ചോദിച്ചു.

"അങ്ങനൊരു തീരുമാനമെടുക്കാൻ സമയമായോ മഹാറാണി?"

മഹാപദ്മൻ സദ്ഗുണനെ നോക്കി. ശേഷം ഒരു നിമിഷം ആലോചിച്ചിട്ട് പറഞ്ഞു.

"മഹാറാണിയുടെ വാക്കുകൾ സ്വീകരിക്കാനോ അങ്ങയുടേത് തള്ളി കളയാനോ വേണ്ടി അല്ല. രാജാധികാരം ഏറ്റെടുക്കാൻ കൂട്ടത്തിൽ യോഗ്യൻ കൂട്ടത്തിൽ മംഗളകുമാരൻ തന്നെ ആണ്."

മധുരധാരിണിയുടെ നെഞ്ചിൽ ആഹ്ലാദം തിരതല്ലി. വാക്ക് കിട്ടിയിരിക്കുന്നു.

സാക്ഷികളെയും. അവർ താപസനാഥനെ ഒളിക്കണ്ണാൽ നോക്കി. എല്ലാം ശുഭമാവും എന്ന അർത്ഥത്തിൽ താപസനാഥൻ നിന്നു.

"സംശയമുണ്ട് മഹാരാജൻ." വിട്ടു കൊടുക്കാനാവാതെ, വീറോടെ സദ്ഗുണൻ പറഞ്ഞു. ദേവായുധന് വേണ്ടിയുള്ള അവസാന ശ്രമമാണ്. അയാൾ മനസ്സിൽ ഓർത്തു.

"അധികാരം സ്വന്തമാക്കാൻ മോഹമില്ലാത്ത, പ്രത്യക്ഷത്തിൽ രാജ്യത്തിനകത്തും തന്നെ ഇല്ലാത്ത ഒരാൾ, അതും കലാകാരനായ ഒരാൾ ഇതേറ്റെടുക്കുമോ, അഥവാ ഏറ്റെടുത്താൽ തന്നെ..."

"കലാകാരനായാൽ രാജ്യം ഭരിച്ചു കൂടെ? പിന്നെ ഇവിടെ ഇല്ലെങ്കിൽ ഞാൻ കണ്ടെത്തും. രാജ്യത്തിന് വേണ്ടി, അങ്ങയുടെ പാരമ്പര്യത്തിനും പ്രജകൾക്കും വേണ്ടി." വാക്കുകൾ കരുതി കൂട്ടി, കണക്കു കൂട്ടി മധുരധാരിണി പറഞ്ഞു. അവരുടെ വാക്കുകളിൽ എന്തോ ഒരു ഉറപ്പ് സദ്ഗുണൻ തിരിച്ചറിഞ്ഞു. ഇനി കണ്ടെത്തി കഴിഞ്ഞോ? അയാൾക്ക് സംശയം തോന്നി. ആൾ ചില്ലറക്കാരിയല്ല.

"കണ്ടെത്തണം. ശേഷം സമ്മതിപ്പിച്ച് ഏൽപ്പിച്ചു കൊടുക്കണം. എന്റെ മനസും സന്തോഷ വാർത്തയും ജനത്തെ അറിയിക്കുക." മഹാപദ്മൻ പറഞ്ഞു.

കേൾക്കാനുള്ളത് കേട്ടു കഴിഞ്ഞു. ഇനി നിന്നാൽ മറ്റു പലതും, പഞ്ചാര വാക്കുകളും പഴം കഥകളും പ്രണയ പരവശതയും കൂടി താൻ കാണേണ്ടി വരും. സദ്ഗുണൻ മഹാപദ്മനെ വണങ്ങി തിരിഞ്ഞു നടന്നു.

മധുരധാരിണി സദ്ഗുണന്റെ പോക്ക് ശ്രദ്ധിച്ചിട്ട് താപസനാഥനെ നോക്കി ഗൂഢമായി ചിരിച്ചു. ശേഷം മഹാപദ്മന്റെ കൈ എടുത്ത് ദീർഘമായി, പാലിക്കപ്പെട്ട വാക്കിന്റെ നന്ദിയോടെ പ്രണയപൂർവം ചുംബിച്ചു. മഹാപദ്മൻ മയക്കത്തിലേക്ക് വഴുതി വീണു.

ഗുരു താപസനാഥനും മധുരധാരിണി റാണിയും അറയിൽ നിന്നു പുറത്തേക്ക് വന്നു. പ്രൗഢ പ്രമുഖർ, മുഖ്യ ഉപദേഷ്ടാക്കൾ, മന്ത്രി മുഖ്യൻ എല്ലാവരും പുതിയ വാർത്തകൾക്കായി അറ വാതിൽക്കൽ തന്നെ കാത്തു നിൽക്കുകയായിരുന്നു. മധുരധാരിണിയുടെ മുഖത്ത് ആഹ്ലാദം കളിയാടുന്നത് എല്ലാവരും കണ്ടു. കൊട്ടാരം പൂജാരി ജിജ്ഞാസയോടെ ചോദിച്ചു...

"മഹാറാണി...മറ്റെന്തെങ്കിലും വിശേഷം."

അഭിമാനത്താൽ തുടുത്ത മുഖത്തോടെ മധുരധാരിണി പറഞ്ഞു...

"വിശേഷം ഉണ്ട്. ഗുരു താപസനാഥൻ എല്ലാം പറയും."

എല്ലാവരും പരസ്പരം നോക്കി. മഹാരാജാവ് പറഞ്ഞതെന്താണെന്നു ഊഹിച്ചു കൊണ്ട് കൊട്ടാരം പൂജാരി ചോദിച്ചു.

"പിൻഗാമി മംഗള കുമാരൻ തന്നെ?" അതെയെന്നും അല്ലെന്നും പറയാതെ ഹൃദയത്തിൽ നിറയുന്ന ഒരു ചിരിയോടെ മഹാറാണി പൂജാരിയെ ഒന്ന് നോക്കിയിട്ട് ആ ആൾക്കൂട്ടത്തിനിടയിലൂടെ പുറത്തേക്ക് കടന്നു...

"മംഗളസിംഹ കുമാരൻ തന്നെ യോജിച്ചത്."

"പക്ഷേ എങ്ങനെ...കണ്ടെത്തണ്ടേ?" പിന്നിൽ ചർച്ചകൾ തുടങ്ങുന്നതിന്റെ

മർമ്മരം കേട്ട് കൊണ്ട് മധുരധാരിണി മുന്നോട്ടു നടന്നു. ഗുരു താപസനാഥൻ മഹാരാജാവിന്റെ വാക്കുകൾ കൊട്ടാരത്തിലെ ജിജ്ഞാസുക്കൾക്കായി പറഞ്ഞു തുടങ്ങിയിരുന്നു.

ഇന്നലെ വരെയുള്ള കാര്യങ്ങളല്ല ഇനി... മംഗളസിംഹനെ ഭരണാധികാരിയായിട്ട് മഹാരാജാവ് അംഗീകരിച്ചു കഴിഞ്ഞു... പടയാളികൾ മംഗളസിംഹനെ കണ്ടെത്തുമോ...? മനസ്സിൽ ആശങ്കയോടെ മധുരധാരിണി നടന്നു നീങ്ങി.

"മഹാറാണി മനസമാധാനത്തോടെ പോകൂ..." അവർ തിരിഞ്ഞു നോക്കി. ഗുരു താപസനാഥൻ തന്റെ കൂടെ നടന്നെത്തിയിരിക്കുന്നു...

"കണ്ടെത്തണം. മുമ്പ് അയച്ചവർ മറുപടി എത്തിച്ചില്ലെങ്കിൽ അടുത്ത സംഘം. കൊട്ടാരത്തിലെ മുഴുവൻ പടയാളികളും ചത്തൊടുങ്ങിയാലും ശരി എനിക്കവനെ കണ്ടെത്തണം..."

താക്കീതിന്റെ സ്വരമെന്നു തോന്നിപ്പിക്കാതെ മധുരധാരിണി പറഞ്ഞു.

"ഞാൻ വേണ്ടത് ചെയ്തോളാം. മഹാറാണി സമാധാനത്തോടെ പൊയ്ക്കോളൂ." താപസനാഥൻ മറുപടി പറഞ്ഞു.

ആ വാക്കുകളെ ആത്മവിശ്വാസത്തോടെ നെഞ്ചിലേറ്റി അവർ നടന്നു നീങ്ങി.

* * *

ധൃതഗജൻ കൂടുതൽ നേരം അവിടെ നിന്നില്ല. മഹാരാജാവ് കൂടുതൽ സൗഖ്യപ്പെട്ടാൽ തന്നെ ആവശ്യപ്പെടും. അവിടെ ചോദ്യങ്ങളുയരും. അപ്പോൾ പറയേണ്ടി വരും. തെളിഞ്ഞ തലച്ചോറും തെറ്റില്ലാത്ത വീക്ഷണവുമുള്ളൊരാൾക്കേ രാജ്യം നന്നായി നയിക്കാൻ കഴിയൂ. ഇനി ദേവായുധന്റെ കാലമാണ്. അതിനെ തടുക്കാൻ കാലത്തിനു പോലും ആവില്ല എന്ന്. പക്ഷേ കണക്കുകൂട്ടലുകൾ പിഴക്കുകയാണോ? തീരുമാനങ്ങൾ ഉടനുണ്ടാവണം. തീർപ്പുകളും. ദേവായുധനും കൂട്ടരും തനിക്കു വേണ്ടി കാത്തിരിക്കുകയാണ്. തന്റെ കുതിരയിൽ കയറി ധൃതഗജൻ അതിവേഗം ഓടിച്ചു പോയി.

* * *

മണ്ഡപത്തിന്റെ നടുവിലൂടെ അക്ഷമനായി ഉലാത്തുകയായിരുന്നു ദേവായുധൻ. ഏത് ആജ്ഞയും കേട്ടു നടപ്പിലാക്കാനെന്ന വണ്ണം ഒരരികിൽ മാറി ധീരഗജൻ നിൽപ്പുണ്ട്. ഖജനാവ് സൂക്ഷിപ്പുകാരൻ എല്ലാം എണ്ണിതിട്ടപ്പെടുത്തുകയാണ്. ഖജനാവിന്റെ ചുമതലയുള്ള ദേവായുധന്റെ അനുജൻ പൂർണായുധൻ എല്ലാം ശ്രദ്ധിച്ച് അരികിലുണ്ട്.

പണക്കിഴികൾ, പൊൻ നാണയങ്ങൾ, രത്നങ്ങൾ, പവിഴങ്ങൾ എന്നിവയെല്ലാം ഓരോ ഇനമായി തിരിച്ചാണ് എണ്ണുന്നത്.

അങ്ങോട്ടേക്ക് കടന്നു വന്ന് ധൃതഗജൻ, ദേവായുധനെ വണങ്ങി.

അത് സ്വീകരിച്ച് മുറുകിയ മുഖത്തോടെ ദേവായുധൻ ചോദിച്ചു.

"കേട്ടത് സത്യമാണോ സൈന്യാധിപൻ?"

"അതെ... അദ്ദേഹം ഉണർന്നു. നീരും കുടിച്ചു. സംസാരിക്കുകയും ചെയ്തു. വെറും വാക്കുകളല്ല, സ്പുടമായ തീരുമാനങ്ങൾ..."

താൻ അറിയാതെ എന്ത് തീരുമാനങ്ങൾ എന്ന അർത്ഥത്തോടെ ആഴത്തിൽ ധൃതഗജനെ നോക്കി, കത്തിപ്പിടിക്കുന്ന ദേഷ്യം ഉള്ളിലൊതുക്കി ദേവായുധൻ ചോദിച്ചു.

“തീരുമാനങ്ങളോ...?”

ഗൗരവം വിടാതെ ധൃതഗജൻ തുടർന്നു.

“അതെ. ശ്വാസം നേരെ വീണു നാവനക്കും മുൻപേ വന്നു വരം വാങ്ങി പോവുകയും ചെയ്തു.”

അങ്ങനെ വരം വാങ്ങാൻ കഴിവുള്ള ഒരാളെ ഈ അരമനയിലുള്ളു. തന്റെ അമ്മക്ക് അത് സാധ്യമായിരുന്നെങ്കിൽ പണ്ടേക്കു പണ്ടേ താൻ രാജ്യം ഭരിച്ചേനെ. എങ്കിലും കേട്ടറിയാൻ, അത് കേട്ടറിഞ്ഞ് ഉള്ളിലെ പകയുടെയും വിദ്വേഷത്തിന്റെയും വീറിന്റെയും അഗ്നിക്കാഴം കൂട്ടാൻ കാത്തു നിന്നു, ദേവായുധൻ.

അത് ശ്രദ്ധിച്ച് ധൃതഗജൻ തുടർന്നു.

“കൂടെ ഉപദേഷ്ടാവുമുണ്ടായിരുന്നു. ഊഹം ശരിയാണെങ്കിൽ അവർ ആളയക്കും അന്വേഷിക്കും, കണ്ടു പിടിച്ച് കൊട്ടാരത്തിലെത്തിക്കും. ഏത് വിധേനയും...”

“ഇല്ല അവൻ വരില്ല. അവനു താല്പര്യമുണ്ടെങ്കിൽ പോലും നടക്കില്ല. മഗധയിലെ ഈ മണ്ണിന്റെ ഒരു ചുവടു കടന്നു വരാൻ അനുവദിക്കില്ല...”

പെട്ടെന്ന് ഒരു ആരവം കേട്ട് ധൃതഗജനും ധീരഗജനും പുറത്തേക്ക് നീങ്ങി.

“മംഗളസിംഹ കുമാരൻ വിജയിക്കട്ടെ...”

“മംഗളസിംഹ കുമാരൻ നയിക്കട്ടെ...”

കോട്ടവാതിൽ പടയാളികളും, പരിചാരകരും ചേർന്ന് ജയം മുഴക്കി കടന്നു വരുന്നു... അവർക്കു മുന്നിൽ മംഗളസിംഹൻ...

ധൃതഗജൻ ഒന്നും മിണ്ടാനാവാതെ നിന്നു.

ആ കാഴ്ച കാണാൻ ശേഷിയില്ലാതെ അപ്രതീക്ഷിതമായ കടന്നു വരവിന്റെ ജയാരവം കേട്ട്, നാളെ മുതൽ കൊട്ടാരത്തിലും പതിയെ പതിയെ രാജ്യമാകെയും പടർന്നു പിടിക്കാൻ സാധ്യതയുള്ള, തന്റെ എതിർ ശബ്ദമായ ജയഭേരി കേട്ട് ദേവായുധൻ തരിച്ചു നിന്നു.

“മംഗളസിംഹ കുമാരൻ വിജയിക്കട്ടെ...”

“മംഗളസിംഹ കുമാരൻ നയിക്കട്ടെ...”

ആ ജയഭേരി ദേവായുധന്റെ കർണപുടങ്ങളിൽ കടലുകൾ സൃഷ്ടിച്ചു.

8

പുത്രധർമ്മം

അവൻ അവരെ കവർച്ചക്കാരുടെ കയ്യിൽ ഏൽപ്പിക്കാതെ കാത്തു.
ചുറ്റുമുള്ള ശത്രുക്കൾക്കു അവരെ വിൽക്കുന്നവരെ
ആയുധങ്ങളുടെ മുൻപിൽ ഭയപ്പെടുത്തി.
എന്റെ ഹൃദയമേ, നീ മുന്നോട്ടു തന്നെ പൊയ്ക്കൊൾക.
നിന്റെ ശൂരത്വത്താൽ കുതിരക്കുളമ്പുകൾ
ഭൂമിയിൽ ഇടിച്ചു പൊടികൾ പറക്കട്ടെ.
നിന്റെ ശത്രുക്കൾ ഒക്കെയും ഇവ്വണ്ണം നശിക്കട്ടെ.
അവനെ സ്നേഹിക്കുന്നവരോ
സൂര്യൻ പ്രതാപത്തോടെ ഉദിക്കുന്നതുപോലെ തന്നെ.

(കൗർവകിയുടെ ഗീതങ്ങൾ: 8:09)

നേരം പുലർന്നു വരുന്നതേ ഉണ്ടായിരുന്നുള്ളൂ. ആയുധ കേന്ദ്രത്തിൽ യോദ്ധാവുമായി പരിശീലനത്തിലായിരുന്നു മംഗളസിംഹൻ. യോഗി ഭാവത്തിൽ നിന്ന് യോദ്ധാവിലേക്കുള്ള അയാളുടെ മാറ്റം പെട്ടെന്നായിരുന്നു.

ചുവടു മാറ്റി തെന്നി മാറി എതിരിൽ നിൽക്കുന്ന പടയാളിയുടെ പരിച ഒഴിഞ്ഞ നേരം നോക്കി മംഗളസിംഹൻ വെട്ടി. പടയാളിയുടെ വാൾ ദൂരേക്ക് തെറിച്ചുവീണു.

"പാളിയ നോട്ടം പരാജയ സമ്മതം." ചിരിയോടെ മംഗളസിംഹൻ പറഞ്ഞു.

"അങ്ങേക്ക് ഒരു മാറ്റവുമില്ല, അതേ മെയ്‌വഴക്കം. എന്റെ സംശയം അങ്ങ് മറ്റേതോ രാജ്യത്തിൽ ആയുധ പരിശീലനത്തിലായിരുന്നു എന്നാണ്..."

മംഗളസിംഹൻ പൊട്ടിച്ചിരിച്ചു.

യോദ്ധാവ് ഒരു ഭാഗത്തേക്ക് നോക്കുന്നത് കണ്ട മംഗളസിംഹൻ ശ്രദ്ധിച്ചു. വലിയ തൂണിനപ്പുറത്ത് അയാളെ ഉറ്റു നോക്കി, ഓരോ ചുവടും ശ്രദ്ധിച്ചു നിൽക്കുകയായിരുന്നു മധുരധാരിണി.

മംഗളസിംഹൻ അവർക്കടുത്തേക്ക് നടന്നു.

മധുരധാരിണിയ്ക്ക് സന്തോഷം തോന്നി. മഗധയിലേക്കു തിരിച്ചു വന്ന് മകൻ കർത്തവ്യങ്ങൾ ഏറ്റെടുത്തിരിക്കുന്നു. അയാൾ പിതാവിന്റെ വാക്കുകൾ അംഗീകരിക്കും എന്ന് അവർക്കു തോന്നി.

മംഗളസിംഹൻ അവർക്കരികിലെത്തി വന്ദിച്ചു. ശേഷം ചിരിയോടെ ചോദിച്ചു.

"അമ്മയെന്താണ് ആയുധ പരിശീലന കേന്ദ്രത്തിൽ? അതും അതിരാവിലെ... ആളയച്ചിരുന്നെങ്കിൽ ഞാൻ അങ്ങ് വരുമായിരുന്നു."

മകനെ കണ്ണിമക്കാതെ നോക്കി അവർ പറഞ്ഞു.

"എല്ലാം മുൻകൂട്ടി അറിഞ്ഞത് പോലെ നീ പ്രവർത്തിച്ച് തുടങ്ങിയല്ലോ. എനിക്ക് സമാധാനമായി."

മനസിലാവാതെ മംഗളസിംഹൻ അമ്മയെ നോക്കി നിന്നു.

അവർ പതിയെ നടന്നു. പിന്നാലെ നടന്നു കൊണ്ട് അയാൾ പറഞ്ഞു. “എനിക്ക് മനസിലായില്ല.”

“കുറെ വർഷങ്ങൾ കൂടിയാണ് നീ വാളെടുത്ത് കാണുന്നത്...അത് തന്നെ.”

“തോന്നി അത്ര തന്നെ. അതിനു പ്രത്യേകിച്ച് ഉദ്ദേശ്യമൊന്നും ഇല്ല.”

“എല്ലാം കൃത്യ സമയത്തു തന്നെയാണ്.”

അയാൾ മനസിലാവാതെ അവരെ നോക്കി.

“നിന്റെ മടങ്ങി വരവും, പരിശീലനവും, എല്ലാം.” ചെറു ചിരിയോടെ അവർ തുടർന്നു.

“നീ അറിഞ്ഞോ എന്നറിയില്ല. മഹാരാജാവ് നിന്നെയാണ് പിൻഗാമിയായി പ്രഖ്യാപിച്ചിരിക്കുന്നത്. നിന്റെ യോഗ്യതയിൽ അദ്ദേഹത്തിന് വിശ്വാസമുണ്ട്. പക്ഷേ നിന്റെ ചിന്തകൾ, ആശയങ്ങൾ രാജാധികാരത്തിനു തടസ്സം നിൽക്കുമോയെന്ന് മാത്രമായിരുന്നു അദ്ദേഹത്തിന് സന്ദേഹം.”

ജ്യേഷ്ഠനെ അന്വേഷിച്ചിട്ട കാണാനാവാത്തതിന്റെ പൊരുൾ അയാൾക്ക് മനസിലായി. പിതാവ് വിധിച്ച കഴിഞ്ഞു. സബോധൻ സൂചിപ്പിച്ചിരുന്നു. രാത്രി വൈകിയ ചർച്ചയിൽ താപസനാഥന്റെ ഒഴിഞ്ഞു മാറലും ഒന്ന് ഉറപ്പിക്കുന്നു. ഇനി തന്റെ ഊഴമാണ്.

ആരവങ്ങളുയർത്തി പടയാളികൾ സ്വീകരിച്ചപ്പോൾ മനസ്സ് മടുപ്പിക്കാഞ്ഞത് മനഃപൂർവമായിരുന്നു. കാലങ്ങൾക്കു ശേഷമുള്ള മടങ്ങി വരവാണ്. അതും ഒരിക്കലും മടങ്ങി വരില്ലെന്ന് കരുതിയൊരാൾ. അവരത് ഏതുവിധേനയും ആഘോഷിക്കട്ടെയെന്നു വെച്ചു.

അപ്പോഴൊന്നും കിട്ടാത്ത സൂചനകൾ കൂടുതൽ തെളിച്ചതോടെ വെളിവായിത്തുടങ്ങുന്നു...

രാത്രി വൈകുന്നതിന് മുൻപ് അമ്മയെയും ജ്യേഷ്ഠനെയും കാണാൻ ആഗ്രഹിച്ചു. അനുവാദം ചോദിച്ച് കാത്തു നിന്നപ്പോഴാണ് ഗുരു താപസനാഥൻ വന്നത്.

“അങ്ങേക്ക് പ്രണാമം.”

“കുമാരാ... വന്നെത്തിയല്ലോ...”

“അങ്ങെന്നെ പ്രതീക്ഷിച്ചിരുന്നോ... ? സംശയത്തോടെ മംഗളസിംഹൻ ചോദിച്ചു. ആര് പ്രതീക്ഷിച്ചാലും അങ്ങെങ്കിലും...”

“അങ്ങനെ അല്ല. ചില കാര്യങ്ങൾ നമ്മുടെ കൈവിട്ടു എന്ന് തോന്നുമ്പോൾ...”

“എന്താണിപ്പോൾ കൊട്ടാരത്തിൽ...”

“മഹാരാജാവ് ഉണർന്നിരിക്കുന്നു... എങ്ങനെ എന്ന് അങ്ങ് അറിഞ്ഞെന്നു വിശ്വസിക്കുന്നു.”

മംഗളസിംഹൻ മറുപടി പറഞ്ഞില്ല.

“അമ്മയെ കാണാൻ...?”

“കാത്തിരിക്കുകയായിരുന്നു...എങ്കിലും ഇത്രയും വൈകിയ സ്ഥിതിക്ക്...

ഇനി ഇപ്പോൾ നാളെയാവട്ടെ...”

ഉപദേഷ്ടാവിന്റെ ഉപദേശമാണ്. അതിനേക്കാൾ ബാല്യം മുതൽ അറിയാവുന്നൊരാൾ... എല്ലാ സംശയങ്ങൾക്കും കൃത്യമായി ഉത്തരം പറഞ്ഞ് മുത്തശ്ശനെ പോലെ കൂടെ നടന്ന ആൾ...

“ജേഷ്ടൻ...?”

“ഇത്തിരി സമർദ്ദത്തിലാണ്...”

സ്വാഭാവികം. പ്രത്യേകിച്ചും താൻ മടങ്ങി വന്നെന്നറിഞ്ഞാൽ കൂടുതൽ അസ്വസ്ഥനാവാനേ തരമുള്ളൂ. എങ്കിലും ഒന്ന് കാണാൻ തോന്നുന്നു.

“ഒന്ന് കാണണമെന്ന് അറിയിച്ചേക്കൂ...”

“പറയാം.”

“പിതാവ്...?”

“ഇപ്പോൾ മയക്കത്തിലാണ്. ഉണർന്നാൽ അറിയിക്കാൻ ഏർപ്പാടുകൾ ചെയ്യാം.”

രാത്രി വൈകിയപ്പോൾ കൊട്ടാരത്തിലൂടെ, ഇടനാഴികളിലൂടെ നടന്നു. അങ്ങനെ നടന്നിട്ട് വർഷങ്ങൾ കഴിഞ്ഞിരുന്നു. മാറ്റങ്ങൾ പരിചാരകരിൽ മാത്രം. ജേഷ്ടനെ കാണണമെന്ന് തോന്നി. അന്തപുരത്തിലേക്ക് നടന്നു. കാവൽ പടയാളികൾ വന്ദിച്ചു കൊണ്ട് പറഞ്ഞു...

“ദേവായുധ കുമാരൻ പോയി.”

ചൂത് കളി കേന്ദ്രത്തിലോ മദ്യപാന സദസ്സിലോ ഉണ്ടാവണം. അങ്ങോട്ടേക്ക് പോയോ എന്ന് ചോദിക്കാൻ വയ്യ.

“ഞാൻ അന്വേഷിച്ചോളാം.”

പരുങ്ങി നിൽക്കുന്ന പടയാളികളോട് ചോദിക്കാൻ മുതിരാതെ നടന്നു തുടങ്ങിയപ്പോൾ പിന്നിൽ നിന്ന് മറുപടി വന്നു.

“വരുമെന്ന് തോന്നുന്നില്ല.” തിരിഞ്ഞു നോക്കി.

സബോധൻ.

തന്റെ പ്രിയൻ.

ഒരു നിമിഷം സബോധൻ മംഗളസിംഹനെ നോക്കി നിന്നു. ജടപിടിച്ച മുടിയും നീണ്ടു വളർന്നിടതിങ്ങിയ ദീക്ഷയുമുള്ള യോഗിയായി മാറിയിരിക്കുന്നു തന്റെ സുഹൃത്ത്.

മംഗളസിംഹൻ സബോധനരികിലെത്തി അയാളെ ആശ്ലേഷിച്ചു.

“ജേഷ്ടൻ പിണക്കത്തിലാണ്. കുഴപ്പത്തിലും.”

ആലിംഗനത്തിന്റെ ചൂടിനൊപ്പം സബോധൻ പറഞ്ഞു. സബോധന്റെ ഉള്ളിലും അത് ഒരു ദുഃഖമാണെന്ന് അയാൾക്ക് മനസിലായി.അതാണ് തന്റെ സുഹൃത്ത്.

“ഞാൻ ഊഹിച്ചു.”

“കുതിരയെ ഓടിച്ച് കോട്ട വാതിൽ കടന്നു പോയിരിക്കുന്നു. അതും തനിയെ. ഇന്നിനി പ്രതീക്ഷ വേണ്ട.”

“ഇനി ആരും വേണ്ട. നിന്നെ കണ്ടല്ലോ...” മംഗളസിംഹൻ പറഞ്ഞു.

സുബോധൻ ചിരിച്ചു. കണ്ണീരിലൂടെ.

* * *

അധികാരം വേണ്ട എന്ന് താൻ എന്നേ അമ്മയോട് പറഞ്ഞു കഴിഞ്ഞതാണ്. പക്ഷേ അമ്മ ഉറപ്പിച്ചിരിക്കുന്നു. ആരവങ്ങൾ ഉറപ്പിക്കുന്നു. പ്രതീക്ഷകൾ കൊട്ടാരത്തിനുള്ളിലും പുറത്തും പടർന്നിരിക്കുന്നു. പ്രമുഖർ, പ്രജകൾ, അന്തേവാസികൾ...

കർമ്മ പദം മാറുകയാണോ...ഗുരുവിന്റെ വാക്കുകൾ സത്യമാകാതെ വഴിയില്ല... അത് കൊണ്ടാണ് സംശയം അവശേഷിച്ചിട്ടും അതിരാവിലെ തന്നെ ഇങ്ങോട്ടു പോന്നത്. കർമ്മ പദം അനുസരിച്ച് കൈയും മെയ്യും വഴങ്ങണം. വിറകും, അഗ്നിയും മന്ത്രങ്ങളുമല്ല. ഇനി വാളാണ് ആയുധം. പക്ഷേ അവസാന നിമിഷം വരെ എതിർക്കണം. ഒരു കൊട്ടാരക്കെട്ടിനകത്ത് പുകഞ്ഞു തീർക്കാനുള്ളതല്ല തന്റെ സ്വച്ഛന്ദവും സ്വതന്ത്രവുമായ ജീവിതം. സുഖലോലുപതകളല്ല സുഖം തരുന്നതെന്ന് താൻ മനസിലാക്കിയിട്ടുള്ളതാണ്.

നടപ്പ് നിർത്തി മധുരധാരിണി അയാളെ നോക്കി. അവർ കൊട്ടാരത്തിന്റെ നീണ്ട ഇടനാഴിക്കപ്പുറത്ത് തുടങ്ങുന്ന ഉദ്യാനത്തിനടുത്തെത്തിയിരുന്നു.

“നീ എന്താണ് മംഗൾ ആലോചിക്കുന്നത്?”

“എന്നെ കുറിച്ചുള്ള പിതാവിന്റെ സംശയങ്ങൾ കൃത്യമാണ്. പക്ഷേ അധികാരം, അതാഗ്രഹിക്കുന്നവന് ലഹരിയും, അല്ലാത്തവന് കാരാഗൃഹവുമാണ്.”

“ഓ... നിന്റെ കവിത...അതെന്താണ്...?” ഇഷ്ടപ്പെടാത്ത സ്വരത്തിൽ ചോദിച്ചു.

“ഒരു പക്ഷിച്ചിറകു പോൽ മനസിന്റെ പറക്കൽ. സ്വച്ഛം, സ്വതന്ത്രം.”

“ജ്ഞാനം തേടിയെന്നും പറഞ്ഞുള്ള അന്വേഷണങ്ങളും അനുബന്ധ യാത്രകളും...?”

“ദൈവത്തെ ഹൃദയത്തിലാക്കിയവന്റെ പുഞ്ചിരി.” തന്റെ വാക്കുകൾ അമ്മയെ ചൊടിപ്പിക്കുമെന്നു കരുതി തന്നെ അയാൾ ചെറു ചിരിയോടെ

പറഞ്ഞു.

“നിന്നോട് തർക്കിക്കാൻ ഞാനില്ല മംഗൾ. ഒന്നേ എനിക്ക് പറയാനുള്ളൂ. ആഗ്രഹമുള്ളൂ...”

അമ്മയുടെ അളന്നു കുറിച്ച, കാത്തു വെച്ച വാക്കുകൾക്കായി മംഗളസിംഹൻ കാതോർത്തു.

“രാജ്യത്തിന്റെ ഭരണാധികാരിയായി നിന്റെ പിതാവ് നിന്നെ അവരോധിച്ചിരിക്കുന്നു. ഞങ്ങൾ എല്ലാം പിന്തുണക്കുകയും പ്രാർത്ഥിക്കുകയും ചെയ്യുന്നു.

“ജ്യേഷ്ഠന്മാർ പലരുണ്ട്. യോഗ്യതയിലും ആയുധ പോരാട്ടത്തിലും എന്നേക്കാൾ കേമന്മാർ...”

“അദ്ദേഹത്തിന് അറിയാഞ്ഞല്ല. പക്ഷേ നീയാണ് പരമയോഗ്യതയുള്ളവൻ.

സർവ സമ്മതൻ."

"അമ്മയുടെ കണ്ണിലാണത്."

"അല്ല. ഏവരും നിശബ്ദമായി അതാഗ്രഹിക്കുകയാണ്..."

"യോഗ്യത... ക്ഷമയും മഹാമനസ്കതയും ഉണ്ടെന്നറിഞ്ഞ്, അനുഭവിച്ച്, അനുതാപത്തെ വിധേയത്വമെന്നു കരുതുന്ന യോഗ്യത. മുന്നോട്ടുള്ള യാത്രയിൽ ആർക്കും എന്തും ചെയ്യാമെന്ന് ഉറക്കെ പ്രഖ്യാപിച്ച്, ഉൽഘോഷിക്കാവുന്ന സ്വാതന്ത്ര്യത്തിനു വേണ്ടി ഒരു കിരീടം. വില പിടിച്ച രത്നങ്ങൾ എന്ന് പുറത്ത് തോന്നിപ്പിക്കുമെങ്കിലും അഗ്നി ചൂടുള്ള ഭാരത്തോടെ തലയിലേറ്റി തരുന്ന വേദനയുടെയും, ഉത്തരവാദിത്വങ്ങളുടെയും മഹാഭാരം. അന്യന്റെ ഗോത്രം തിരിച്ച് വാൾ വീശുന്ന വീരത്വം. കൊല്ലപ്പെട്ടവന്റെ ഭൂമിയും സമ്പത്തും കന്യകമാരും കനക സിംഹാസനവും അധീനത്തിലാക്കുന്നവന്റെ അഹങ്കാരം. അതിലെനിക്ക് താല്പര്യമില്ല."

"അത് നീതിയാണ്." അവർ മറുപടി പറഞ്ഞു. "യുദ്ധം വിജയിപ്പിയ്ക്കാൻ രാജാവ് കൈക്കൊള്ളേണ്ടത് രാജനീതിയും."

ചുണ്ടിൽ പുച്ഛത്തോടെ ചിരി വിടർത്തി മംഗളസിംഹൻ പറഞ്ഞു.

"ഓമനപ്പേരുകൾ പലതുണ്ടാവും. പക്ഷേ പരസ്പരം രക്തമിറ്റിച്ച് വെറി പൂണ്ട് കൊല്ലുന്ന നീതിക്ക്, എന്താണ് ന്യായീകരണം? ഒരു ജനതയുടെ വൈധവ്യത്തിന്റെയും അനാഥത്വത്തിന്റെയും കണ്ണീരിന് ശത്രു സംഹാരമെന്നാഘോഷിച്ച് രഥമേറി വിജയിച്ച വരുന്ന രാജാവ് തന്നെയാണ് ഉത്തരവും ന്യായീകരണവും നടത്തേണ്ടത്. അവന്റെ മനസാക്ഷിയോട്."

"ദൈവവിധിയാണെങ്കിൽ..."? മധുരധാരിണി എതിർത്തു. മുറുകിയ മുഖത്തോടെ തന്നെ.

അത് ശ്രദ്ധിച്ച് മംഗളസിംഹൻ തുടർന്നു.

"അനുസരിക്കാത്തവരെ അടിച്ചമർത്താൻ മാത്രം അധികാര മോഹിയാണോ അമ്മയുടെയും, മഗധയുടെയും എന്റെയും ആകാശഭൂമിയുടെയും ദൈവം. എങ്കിൽ ഞാൻ ചെകുത്താനോടൊപ്പമാണ്.

പെട്ടെന്ന് മനസ്സിൽ എന്തോ ഉറപ്പിച്ച കൊണ്ട് മംഗളസിംഹൻ തുടർന്നു.

"ഞാൻ സ്വതന്ത്രനാണ്. നദിക്കക്കരെ കടന്നാൽ, പിന്നിലെ ഗോത്ര യടയാളം മറച്ച കഴിഞ്ഞാൽ ഭൂമിയാകുന്ന സ്വർഗ്ഗത്തിലെ ദിക്കില്ലാ പക്ഷി. എവിടെയും വിഹരിക്കാൻ സർവ്വ സ്വതന്ത്രൻ. മംഗളസിംഹൻ എന്ന പേര് പോലും അമ്മക്കും ജന്മം തന്ന പിതാവിനും അവകാശപ്പെട്ടത്. മാംസമായി ജനിച്ച വീണവന് ഭൂമി എന്ന രാജ്യത്തിൽ മനുഷ്യൻ എന്ന പേരും, സ്വതന്ത്രൻ എന്ന പദവിയും മതി."

"നിന്റെ തല തിരിഞ്ഞു പോയിരിക്കുന്നു മംഗൾ." അല്പം ദേഷ്യത്തോടെ തന്നെ മധുരധാരിണി പറഞ്ഞു. "കൈ വെള്ളയിൽ വെച്ച് നീട്ടുമ്പോൾ തള്ളിക്കളയുകയാണ് നീ."

അവരുടെ അധികാരത്തോടുള്ള അത്യാഗ്രഹം മനസിലാക്കി ഉള്ളിൽ ചെറു ചിരിയോടെ മംഗളസിംഹൻ പറഞ്ഞു.

"അമ്മ മോഹിച്ച് മോഹാലസ്യപ്പെടേണ്ട. മഹാരാജാവിന്റെ ഭാര്യയായി

ജീവിച്ച മതിയാവാഞ്ഞിട്ടാണോ മഹാരാജാവിന്റെ അമ്മയായും ജീവിക്കണ മെന്ന് വാശി പിടിക്കുന്നത്?"

ആ ചോദ്യത്തിൽ മധുരധാരിണി ഒന്നുലഞ്ഞു. മംഗൾ; അവന്റെ ചോദ്യ ത്തിന് മുന്നിൽ പിടിച്ചു നിൽക്കാനാവില്ല. അടിത്തട്ടിലെ ഹൃദയ രഹസ്യങ്ങൾ വരെ വലിച്ചു പുറത്തിട്ടു കളയും.

ഒഴിഞ്ഞു മാറാതെ വിദഗ്ധമായി അവർ പറഞ്ഞൊപ്പിച്ചു.

"തീരുമാനം നിന്റേതു മാത്രമാണ് മംഗൾ. അധികാര വടംവലിയിൽ ജ്യേഷ്ഠ നുജന്മാർ സ്വയം ഇല്ലാതാവുന്നത് കാണുമ്പോഴെങ്കിലും നിനക്ക് സത്ബുദ്ധി ഉണരട്ടെ. അവർ ക്രോധത്തോടെ പറഞ്ഞിട്ട് നടന്നു നീങ്ങി.

മംഗളസിംഹൻ ആ വാക്കുകളുടെ പൊരുൾ ഒരു നിമിഷം ആലോചിച്ചു നിന്നു.

പിന്നിൽ നിന്ന് താപസനാഥൻ കടന്നു വന്നു പറഞ്ഞു. "അമ്മ മഹാറാണി പറഞ്ഞത് സത്യം തന്നെ. സുവ്യക്തവുമാണ്. പക്ഷേ തീരുമാനം... അതങ്ങയു ടേതാണ്...അത് നല്ലതാവട്ടെ."

ആലോചനയോടെ മംഗളസിംഹൻ നടന്നു.

* * *

കൊട്ടാരത്തിലേക്കുള്ള യാത്ര കുറെ ദൂരം താണ്ടിയപ്പോൾ തന്നെ പടയാ ളികൾ സൂചിപ്പിച്ചിരുന്നു.

അധികാരം സ്ഥാപിക്കാൻ ആദ്യമായി നടത്തിയ യാത്രയിൽ ജ്യേഷ്ഠൻ ഒരു ശുദ്ധാത്മാവിനെ പച്ചക്ക് കൊളുത്തിയത്... പക്ഷേ കാകേതന്റെ ആത്മാവ് ശരീരം വിട്ടു ഭൂമി വിടുന്നതിന് മുൻപ് ദൂത് കൊട്ടാരക്കെട്ടിന്റെ മച്ചിലേക്ക് പറന്നി റങ്ങി... കാകേതന്റെ പ്രാവുകൾ യജമാന സ്നേഹമുള്ളവ ആയിരുന്നിരിക്കണം.

"ധൃതഗജനുമുണ്ടോ ജ്യേഷ്ഠന് കൂട്ടായി?" മംഗളസിംഹൻ ചോദിച്ചു. യാത്രയ്ക്കി ടയിലെ വിശ്രമ വേളയിൽ ആഹാരം കഴിക്കുകയായിരുന്നവർ.

ചോദ്യം തന്റെ മേലധികാരിയായ ധൃതഗജനെക്കുറിച്ചാണെങ്കിലും ,രാജ കുമാരനോട് കളവു പറയാൻ അംഗിരസ്സ് മടിച്ചു.

"... അങ്ങേക്കൂഹിക്കാം..." അംഗിരസ്സ് പറഞ്ഞു.

ശരിയാണ്. പണവും പടയും. അതാണ് രാജ്യത്തിന്റെ കരുത്ത്. ദാരിദ്ര്യം പിടിമുറുക്കിയാലും ഖജനാവിൽ സുഭിക്ഷമായി പഴക്കമുള്ള പണവും, അക്രമ ത്തെ അടിച്ചമർത്താൻ കഴിവുള്ള പടയും ഉണ്ടെങ്കിൽ അത് തന്നെയാണ് ഭരണാധികാരിയുടെ കരുത്ത്. ആ കരുത്ത് നേടാനാണ് ജ്യേഷ്ഠന്റെ ശ്രമം. നേടിക്കോട്ടെ. അധികാരം സ്വന്തമാക്കിക്കോട്ടെ. ആ നിഴലിൽ പോലും ജീവിക്കാൻ താൻ ആഗ്രഹിക്കുന്നില്ല.

പക്ഷേ വിധി അങ്ങിനെയാണെങ്കിൽ... വിധി ഒരു തരത്തിൽ അത് തന്നെയാണ്. അതാണ് താൻ ആ പരിശീലന മണ്ഡപത്തിൽ വിയർത്ത് നിന്നത്. ഉറഞ്ഞു കൂടിയ തണുപ്പിന്റെ ഉയരം കൂടിയ ഗിരികളിൽ നിൽക്കേണ്ട താൻ, ഉഷ്ണത്താൽ ഉള്ളും ഉടലും പൊള്ളി, ഉറയിലിട്ടിട്ടും ചൂട് മാറാത്ത വാളിന്റെ ചൂടുമേറ്റു നിന്നത്.

ചരട് വലികൾ അല്ല അധികാര വടം വലികൾ ഉണ്ടാവും. ജ്യേഷ്ഠനുജന്മാർ

പക്ഷം ചേരും. അത് ബന്ധങ്ങളെ, സ്നേഹത്തെ, ബഹുമാനത്തെ തകർത്തെറിയും. ആ ചിന്തകൾ അയാളുടെ മനസ്സിൽ കൊളുത്തി വലിച്ചു.

വാൾ പയറ്റുകളുടെ തീവ്രമായ ഉരസലുകളും തീപൊരികളും, ആർത്തനാദങ്ങളും അയാൾ കേട്ടു.

അധികാരം തന്നിൽ തന്നെ നിക്ഷിപ്തമാവുമോ എന്ന ആലോചനയുടെ മംഗളസിംഹൻ പതിയെ നടന്നു...

എതിരിൽ വന്നു കൊണ്ടിരുന്ന ദാസികളും പടയാളികളും അയാളെ കണ്ട് ബഹുമാന പൂർവം വണങ്ങി.

"കുമാരൻ എത്തി. ദൈവം കാത്തു." നടന്നു നീങ്ങിയ ദാസിപ്പെണ്ണുങ്ങൾ അടക്കം പറയുന്നത് മംഗളസിംഹൻ കേട്ടു.

അയാൾ തന്റെ മനസിന്റെ ഉള്ളിലേക്ക് സംശയത്തോടെ നോക്കി. മനസിന്റെ ആഴങ്ങളിലെവിടെയോ താൻ അധികാരം, രാജ്യ ഭരണം, ആഗ്രഹിക്കുന്നുണ്ടോ?

അടിത്തട്ടിലെ ആഗ്രഹങ്ങൾ പ്രകൃതി നടത്തുമെന്ന അറിവിന്റെ തിരിച്ചറിവ് കൊണ്ട് വീണ്ടും അയാൾ തന്റെ ഹൃദയത്തിലേക്ക് നോക്കി. തന്നെത്തന്നെ തിരിച്ചറിയാൻ ശ്രമിക്കുമ്പോൾ, കൊട്ടാരവും, അമ്മമാരിൽ ചിലരും, ഉപനാരികളും, കൊട്ടാര വാസികളും, ജനങ്ങളും അവരുടെ ഹൃദയം കൊണ്ട് അത് ഉറപ്പിച്ചിരുന്നു, ആഗ്രച്ചിരുന്നു എന്ന് അയാൾക്ക് തോന്നി. അതായിരിക്കണം കാരണം. അയാൾ ഓർത്തു.

പക്ഷേ, മംഗളസിംഹനെക്കാളും മറ്റാരേക്കാളും തീവ്രമായ ആഗ്രഹത്തോടെ മറ്റൊരാൾ കൊട്ടാരത്തിൽ നിന്നു കേൾക്കുന്ന ഓരോ വാർത്തകൾക്കും, കാതങ്ങൾക്കപ്പുറത്ത് നിന്നു കാതോർക്കുന്നുണ്ടായിരുന്നു.

രാജ പാരമ്പര്യത്തിന്റെ പുലബന്ധം പോലുമില്ലാത്ത ഒരാൾ. ഒരു ഗ്രാമീണ കന്യക.

മഹാപദ്മ രാജാവിന്റെ പാട്ടഭൂമിയിലെ കേവലം ഒരു കൃഷിക്കാരന്റെ മകൾ.

൯

കഥാകഥനം

അവൻ നാട്ടുകഥകളിലെ നായകൻ.
ആറ്ററികത്തു നട്ടിരിക്കുന്നതും
തക്കകാലത്തു ഫലം കായ്ക്കുന്നതും ഇലവാടാത്തതുമായ വൃ
ക്ഷംപോലെ ഇരിക്കും; അവൻ ചെയ്യുന്നതൊക്കെയും സാധിക്കും.
ദുഷ്ടന്മാർ അങ്ങനെയല്ല;
അവർ കാറ്റ് പറത്തിക്കളയും പതിര് പോലെയത്രേ.
എന്റെ പ്രിയനേ ഞാൻ നിന്നിൽ സന്തോഷിച്ചുല്ലസിക്കും;
ഞാൻ നിന്റെ നാമത്തെ എന്നും ഓർത്തുകൊണ്ടേയിരിക്കും.
നീ നീതിയോടെ വിധിച്ചുകൊണ്ടു സിംഹാസനത്തിൽ ഇരിക്കുന്നു;
തീയും ഗന്ധകവും ഉഷ്ണക്കാറ്റും
അവന്റെ ശത്രുക്കളുടെ പാനപാത്രത്തിലെ ഔഹരിയായിരിക്കും.
എന്റെ പ്രണയം ഞാനിതാ നിനക്ക് ഈ സ്വർണത്തളികയിലെ മുന്തിരിച്ചാറു പോലെ എടുത്തു വച്ചിരിക്കുന്നു.

(കൗർവകിയുടെ ഗീതങ്ങൾ: 9:24)

ആട്ടിൻ കൂട്ടം നിർത്താതെ കരഞ്ഞു. അവയുടെ അകിടിൽ പിടിച്ചും, കൊമ്പിന്റെ ഉറപ്പും മുഴപ്പും കാട്ടിയും കച്ചവടക്കാരൻ വിളിച്ചു പറഞ്ഞു.

മെയ്യുള്ളത്, നെയ്യുള്ളത്, പഞ്ചാമൃതം പോലെ, ശുദ്ധമായ പാലുള്ളത്... മരുന്നിനുള്ളത്, കറുത്തത്, വെളുത്തത്. വരാം, വില പേശാം, വാങ്ങാം, വളർത്താം, കൊല്ലാം... കച്ചവടക്കാരന്റെ ചുണ്ടിനു താഴെ വളർന്നിറങ്ങിയ രോമങ്ങൾക്കിടയിലൂടെ, മഞ്ഞ പിടിച്ച പഴുത്ത പല്ലുകൾക്കിടയിലൂടെ വാക്കുകൾ ഉരഞ്ഞ് പിരിഞ്ഞു കടന്നു വന്നു...

കൊട്ടാര നഗരത്തിൽ ഒരു പാട് അകലെ ചന്ദ്രഭാഗ ഗ്രാമത്തിലെ തിരക്ക് പിടിച്ച ചന്തയിൽ ആഴ്ചയിലൊന്നിൽ ആൾക്കൂട്ടം ആടും മാടും അവശ്യ സാധനങ്ങളുമായി വന്നു കൂടി. ആ ഒരു ദിവസത്തിനായി മാത്രം സൃഷ്ടിക്കപ്പെട്ട തെരുവിൽ അങ്ങേയറ്റം മുതൽ ഇങ്ങേയറ്റം വരെ പലചരക്കും, പച്ചക്കറികളും പാൽ, പഴങ്ങൾ, ഗോതമ്പ് റൊട്ടി, മാവ്, ധാന്യങ്ങൾ, മധുരങ്ങൾ, വീടുകളിൽ വാറ്റിയെടുത്ത അരിയുടെയും ബാർലിയുടെയും വീര്യമുള്ളതും ഇല്ലാത്തതുമായ വീഞ്ഞുകൾ, കമ്പിളി വസ്ത്രങ്ങൾ, പാൽ കട്ടി അങ്ങനെ തുടങ്ങി എല്ലാം വില്പനക്കായി നിരത്തി വെക്കപ്പെട്ടു. തലക്ക് മുകളിൽ താത്കാലികമായി നിലത്തുറപ്പിച്ച മുളന്തണ്ടുകളിലോ ചെറു കഴകളിലോ മേഞ്ഞ ഇല ചാർത്തുകൾ കച്ചവടക്കാർക്ക് മേൽ തണലുകൾ തീർത്തു. ഇലച്ചാർത്തിനിടയിലൂടെ കടന്നു വന്ന ചൂടിൽ ചുട്ടു പൊള്ളി ഇരുന്ന വിൽപ്പനക്കാരന്റെ കയ്യിൽ നിന്ന് പലവിധ പഴങ്ങളും പാലും കലർത്തി ഉണ്ടാക്കിയ പാൽ പഴ മധുരം എന്ന പാനീയം ആളുകൾ ആവോളം വാങ്ങി കുടിച്ചു കൊണ്ടിരുന്നു.

മഗധയിൽ മംഗളസിംഹന്റെ കിരീട ധാരണം നടന്നിട്ട് ആഴ്ചകൾ കഴിഞ്ഞിരുന്നു.

ചന്ദ്രഭാഗ ഗ്രാമത്തിലെ ചന്തയിലും തെരുവിലും വന്നവരും നിന്നവരുമായ നാട്ടുകാരും കച്ചവടക്കാരും മംഗളസിംഹന്റെ കിരീട ധാരണത്തെക്കുറിച്ച് സംസാരിച്ചു കൊണ്ട് നിന്നു.

മഹിമ, നടന്നു മടുത്തിരുന്നു. രാവിലെ മരച്ചോട്ടിൽ നിന്ന് പെറുക്കിയെടുത്തതും, ചില ചെറു കർഷകരോട് വാങ്ങിക്കൂട്ടിയതുമായ പഴങ്ങൾ അവളുടെ

കുട്ടയിൽ ചതഞ്ഞു കിടന്നു. ചിലത് വെയിൽ കൊണ്ട് വാടി തുടങ്ങിയിരുന്നു. വീട്ടിലേക്ക് മടങ്ങാൻ സമയമായിട്ടും അവൾ ചന്തയിലേക്ക് തന്നെ നടന്നു. മംഗളസിംഹന്റെ കിരീട ധാരണത്തെക്കുറിച്ചുള്ള വാർത്ത അവൾ വഴിയിൽ നിന്നു തന്നെ കേട്ടിരുന്നു. എങ്കിലും കൂടുതലായി, എന്തെങ്കിലും പൊടിപ്പും തൊങ്ങലുമായുള്ളതാണെങ്കിലും എന്തെങ്കിലും ഒരു പുതിയ വാർത്ത കേൾക്കാൻ അവൾ ഓരോരുത്തരോടും കിള്ളി കിള്ളി ചോദിച്ചു കൊണ്ടിരുന്നു.

അറുത്തു വെച്ച ആടിന്റെ തലയിൽ വന്നിരുന്ന ഈച്ചകളെ ഇലച്ചാർത്ത് കൊണ്ട് ആട്ടിയകറ്റി മാംസം വില്പനക്കാരി തുമാരി അവളെ ചീത്ത വിളിച്ചു.

"നിനക്കെന്താ പെണ്ണേ? ഞാൻ അവിടെ പോയിട്ട് വന്നതൊന്നുമല്ല. കുത്തി കുത്തി ചോദിച്ചാൽ കൂടുതൽ അറിയാനൊന്നുമില്ല. കേട്ട കാര്യം ഒന്ന് പറഞ്ഞൂന്നേ ഉള്ളൂ...ഇതിപ്പോ വല്ലാത്ത ശല്യമായല്ലോ... അല്ല ഇതൊക്കെ നീ ഇപ്പൊ അറിഞ്ഞിട്ടെന്തിനാ...ങേ...

ഈച്ചകളെ ആട്ടിയോടിക്കാൻ സഹായിച്ചു കൊണ്ട് സംശയ നിവർത്തി വരുത്തുവാൻ മഹിമ ഒന്ന് കൂടി ചോദിച്ചു.

"ഇവിടുന്നാരും പോയില്ലേ... ?"

പെണ്ണ് വിടുകേല എന്ന് മനസിലാക്കി തുമാരി ഒന്നടങ്ങി.

"പോകാൻ ഇവിടുന്ന് കുതിര വണ്ടി വല്ലതും ഉണ്ടോ? നീ എന്താ ഈ പറയുന്നത്.? ചില്ലറ ദൂരമൊന്നുമല്ല"

കുത്തിയിരിക്കുമ്പോൾ തുളുമ്പി നിന്ന മഹിമയുടെ യൗവന യുക്തമായ തുടുത്ത മുലകളിലേക്ക് നോക്കി തുമാരി അല്പം അസൂയ കലർന്ന വശ്യതയോടെ ചോദിച്ചു...

"മംഗള രാജാവിന്റെ കിരീട ധാരണത്തിനു നിനക്കെന്താ കാര്യം... അവിടെ കൊട്ടാരത്തിൽ ആരെങ്കിലും കാത്തിരിക്കുന്നുണ്ടോ..."

"ഒന്ന് പോ ചേടത്തി"

"അതോ എല്ലാം കഴിഞ്ഞു വന്നെത്താമെന്ന് ഏതെങ്കിലും നെഞ്ചുറപ്പുള്ള പടയാളി വാക്കു തന്നിട്ടുണ്ടോ?"

"അയ്യോ നിങ്ങടെ ഒരു കാര്യം. വായെടുത്താൽ വഷളത്തരമേ പറയൂ. ഞാൻ പോകട്ടെ".

മഹിമ എണീറ്റ് നടന്നു നീങ്ങിയപ്പോൾ പൊളിച്ചു വെച്ച ആട്ടിൻ തലകളിൽ നിന്ന് ഈച്ചകൾ ആർത്തു പറന്നു. തുമാരി വിളിച്ചു പറഞ്ഞു...

"ആടിന്റെ തല, കാൽ, പാൽ വേഗം വാ, വേഗം വാ..."

കൂടുതൽ വിവരങ്ങളറിയാൻ വഴിയിലൊന്നുമില്ലാതെ മടങ്ങാൻ തുടങ്ങുകയായിരുന്നു മഹിമ. പെട്ടെന്ന് ചന്തയുടെ അറ്റത്ത് ഗ്രാമത്തിലേക്ക് നീണ്ടു പോകുന്ന വഴിയുടെ തുടക്കത്തിൽ, വീണു കിടന്ന പാതി ജീർണിച്ചു തുടങ്ങിയ വൻ മരത്തിന്റെ തായ് തടിയുടെ മുകളിൽ കയറി നിന്നു കൊണ്ട് വൃദ്ധനായ കഥാകാരൻ എന്തോ വിളിച്ചു പറയുന്നത് അവൾ കണ്ടു...

കഥാകാരൻ സ്ഥിരം സന്ദർശകനായിരുന്നു. ഗ്രാമങ്ങൾ തോറും നടന്ന്, കേട്ടതും കണ്ടതുമായ കാര്യങ്ങൾ ജനങ്ങളെ അറിയിക്കുന്ന സഞ്ചരിക്കുന്ന വാർത്ത തന്നെയായിരുന്നു ആ കഥാകാരൻ. എല്ലാവരും ബഹുമാനത്തോടെ

അയാളെ മുത്തശ്ശൻ എന്ന് വിളിച്ചു. ആരും അയാളുടെ പേര് ചോദിച്ചില്ല.. അദ്ദേഹം അത് പറഞ്ഞതുമില്ല. അഥവാ പറയാനുള്ള സമയമില്ലായിരുന്നു. പറയപ്പെടുന്ന കഥ കേൾക്കുക, കയ്യിലെ ചില്ലറ തുട്ടുകളോ, പഴങ്ങളോ റൊട്ടിയോ തുണിയോ കൊടുക്കുക.

ഒന്നും കൊടുത്തില്ലെങ്കിലും പരാതിയേതുമില്ലാതെ കഥകൾ പറഞ്ഞു മുത്തശ്ശൻ മഗധയുടെ മുക്കിലും മൂലയിലും സഞ്ചരിച്ചു കൊണ്ടിരുന്നു.

പ്രായമേറിയതെങ്കിലും അയാളുടെ കണ്ണുകൾ പ്രകാശം നിറഞ്ഞവയും കൈ കാലുകൾ ആരോഗ്യമുള്ളവയുമായിരുന്നു.

നരച്ച നീണ്ട താടിയും അയഞ്ഞ ഒറ്റ വസ്ത്രവുമിട്ട മുത്തശ്ശൻ കഥ പറഞ്ഞു കൊണ്ടേയിരുന്നു.

മഹിമ അടുത്തെത്തിയപ്പോൾ ഒരാരവം മാത്രം കേട്ടു. കൂടി നിന്നവർ വിളിച്ചു പറയുന്നത്.

"മംഗളസിംഹ രാജാവ് നീണാൾ വാഴട്ടെ..."

ജനങ്ങൾ പിരിയുകയാണ്. അവൾ ധൃതിയിൽ ഒരാളോട് ചോദിച്ചു.

"എന്താ എന്താ ഇന്ന് പറഞ്ഞത്... കൊട്ടാരത്തിലേതാണോ"?

"അതെ... മംഗളസിംഹ കുമാരന്റെ...അയ്യോ മഹാരാജാവിന്റെ കിരീട ധാരണം... എന്തൊരു രസമായിരുന്നെന്നോ..."

തുമാരിയോട് ചോദിച്ചു സമയം കളഞ്ഞതിനു അവൾ സ്വയം ശപിച്ചു. വൃദ്ധനരികിലേക്ക് ധൃതിയിൽ നടന്നു ചെന്ന് അവൾ പരുങ്ങി നിന്നു.

തനിക്കു പ്രതിഫലമായി കിട്ടിയ ചില്ലറത്തുട്ടുകളും, ഏതാനും പഴങ്ങളും, പഴന്തുണികളും ഭാണ്ഡത്തിലേക്ക് കെട്ടി വെക്കുകയായിരുന്നു വൃദ്ധൻ.

അവൾ കുട്ടയിൽ നിന്ന് ഒരു മാമ്പഴം എടുത്തു നീട്ടി. വൃദ്ധൻ അത് വാങ്ങിയപ്പോൾ അവൾ ഒന്ന് കൂടി കൊടുത്തു.

സംശയപൂർവം അവളെ നോക്കി നീട്ടിയ പഴുത്ത മാങ്ങ വാങ്ങി കൊണ്ട് അയാൾ ചോദിച്ചു.

"എന്താ പെൺകുട്ടി?"

"കൊട്ടാരത്തിലെ കഥ അങ്ങ് ഒന്ന് കൂടി പറയുമോ?" മടിച്ച് മടിച്ച്, അവൾ ചോദിച്ചു.

"ഇപ്പം പറഞ്ഞതെ ഉള്ളൂ. ഇനി അടുത്ത മാസമോ അതിനപ്പുറത്തോ ഇങ്ങോട്ടു വന്നാൽ ആ സമയം മറ്റു കഥകളൊന്നുമില്ലെങ്കിൽ ആവാം." മുഖം നോക്കാതെ തന്റെ ഭാണ്ഡമൊരുക്കുന്നതിൽ ശ്രദ്ധിച്ചു കൊണ്ട് വൃദ്ധൻ പറഞ്ഞു.

"ഇതങ്ങനല്ല." അവൾ പറഞ്ഞു.

അയാൾ അവളെ സൂക്ഷിച്ചു നോക്കി.

"ഒരാൾക്ക് വേണ്ടി മാത്രം, ഒരു സ്വകാര്യമായ കഥ പറച്ചിൽ..."

വൃദ്ധൻ അവളെ അടിമുടി നോക്കി. ഇനി എന്തിനു സ്വകാര്യമായി പറയണം. അയാൾക്ക് ഒന്നും മനസിലായില്ല.

"ഇല്ല ഇനി പറയാനില്ല. യാത്ര ഒരു പാട് ഉള്ളതാ..."

വൃദ്ധൻ തന്റെ ഭാണ്ഡമെടുത്ത് കഴുതക്കടുത്തേക്ക് നടന്നു.

അവൾ അയാൾക്കു പിന്നാലെ ചെന്ന് വീണ്ടും രഹസ്യം പോലെ പറഞ്ഞു.

"അങ്ങേ ഗ്രാമത്തിൽ കഥ പറഞ്ഞാൽ അങ്ങേക്ക് എന്ത് കിട്ടുമോ അതിന്റെ ഇരട്ടിയും യാത്രക്കുള്ള പലഹാരങ്ങളും, തണുപ്പിനുള്ള വസ്ത്രവും തരാം...

കൊടുക്കാനാവുമോ എന്നറിയില്ലെങ്കിലും അവൾ വെച്ച് കാച്ചി.

വൃദ്ധൻ വിശ്വാസം വരാതെ അവളെ നോക്കി. അവൾക്കു താങ്ങാവുന്നതിനപ്പുറമാണ് പറഞ്ഞ പ്രതിഫലം. വൃദ്ധൻ ആലോചിക്കുന്നത് കണ്ട് അവൾ അയാളുടെ കയ്യിൽ പിടിച്ച് വിശ്വാസം ഉറപ്പിച്ചു കൊണ്ട് പറഞ്ഞു.

"ദൈവത്തിൽ സത്യം."

അവളുടെ കൈ വിട്ടുവിച്ചു കൊണ്ട് തന്റെ വിരിയിൽ കിട്ടിയ പണമെണ്ണി തിട്ടപെടുത്തി മറ്റൊരു തുണിയിലേക്ക് മാറ്റി കിഴി കെട്ടി ഭാണ്ഡത്തിനകത്തു വെച്ചു. ശേഷം പഴങ്ങൾ മറ്റൊരു തുണിയിൽ പൊതിഞ്ഞ് കഴുതയുടെ കഴുത്തിൽ തൂക്കിയിട്ടു വൃദ്ധൻ പറഞ്ഞു.

"രണ്ടു വെള്ളിനാണയം, തണുപ്പിനുള്ളത്, ഉണക്ക മുന്തിരി, ഗോതമ്പു റൊട്ടി, ധാന്യങ്ങൾ വേറെ."

"കഥ നന്നായാൽ ഇതിലുമേറെ തരാം..." കിളവനെ അമ്പരപ്പിച്ചു കൊണ്ട് അവൾ പറഞ്ഞു.

ഒഴിവാക്കാൻ വേണ്ടി പറഞ്ഞതാണ്. പക്ഷേ പെണ്ണുറപ്പിച്ചു തന്നെ വന്നിരിക്കുകയാണ്. അയാൾ ഓർത്തു.

"ശരി, ഇരിക്കൂ... പറയാം."

"ഇവിടല്ല...വേറൊരു സ്ഥലത്ത് പോകണം."

വൃദ്ധൻ സംശയ ദൃഷ്ടിയോടെ അവളെ നോക്കി.

"എന്നെ മകളെപ്പോലെ വിശ്വസിക്കൂ..." അവൾ പറഞ്ഞു.

ആ വാക്കുകൾ വൃദ്ധന് വിശ്വാസമായി തോന്നി.

"ശരി എവിടെയാണ്...?"

"വരൂ..." മുന്നോട്ടു നടന്നു കൊണ്ട് അവൾ പറഞ്ഞു.

വൃദ്ധൻ തന്റെ കഴുതയെ മരത്തിൽ നിന്നഴിച്ചു കൊണ്ട് പതിയെ അവൾക്കു പിന്നാലെ കഴുതയേയും കൂട്ടി നടന്നു.

* * *

മലനിരകൾക്കു താഴെ വരണ്ട ഭൂമിയിലെ ചാൽ പോലെ നീണ്ടു കിടന്ന അറ്റമില്ലാത്ത വഴിയിലൂടെ കഴുതപ്പുറത്ത് നീങ്ങുകയായിരുന്നു കഥാകാരനും, അയാൾക്ക് കുറെ മുന്നിലായി മഹിമയും. നടപ്പു തുടങ്ങി നേരമേറെയായിട്ടും യാത്ര അവസാനിക്കാത്തതിൽ വൃദ്ധന് നന്നായി ദേഷ്യം വരുന്നുണ്ടായിരുന്നു. കൂടാതെ കൂസലില്ലാതെ ചിരിച്ചും സ്വന്തമായി സംസാരിച്ചും ഒക്കെയുള്ള മഹിമയുടെ നടത്തവും കൂടിയായപ്പോൾ ദേഷ്യം ഇരട്ടിച്ചു. ഒന്ന് രണ്ടു വഴിയാത്രക്കാർ, നാട്ടുകാർ ഒക്കെ അവരെ കടന്നു പോയി. ഒരു പറ്റം പശുക്കളെയും തെളിച്ചു കൊണ്ട് ഒരു ഇടയനും... ഇടയൻ കന്നുകാലികളെയും കൊണ്ട്

മടങ്ങുന്നത് കണ്ടപ്പോൾ അയാൾ സമയം ഊഹിച്ചു...

"ഹേയ്... പെൺകുട്ടി അവിടെ നിൽക്കൂ..."

അവൾ ചിരിയോടെ നിന്നു.

"നിനക്കീ പൊട്ട ചിരി മാത്രമേ ഉള്ളൂ...ഈ യാത്രക്കൊരവസാനമില്ലേ..."

"നമ്മൾ അടുക്കാറായി... ദാ ആ മാന്തോപ്പും കൂടി കഴിഞ്ഞാൽ നമ്മുടെ സ്ഥലമായി."

"നീ എന്നെ ഏതു നരകത്തിലേക്കാണ് കൊണ്ടു പോകുന്നത്. ഞാൻ മടങ്ങുകയാണ്." വൃദ്ധൻ ദേഷ്യത്തോടെ കഴുതയെ തിരിച്ചു നടത്തിക്കാൻ തുടങ്ങി.

"അങ്ങ് അങ്ങനെ പറഞ്ഞാൽ എങ്ങനാണ്... വന്നതിനേക്കാൾ ദൂരമുണ്ട് തിരിച്ചു പോകലിന്. മാത്രമല്ല വന്ന സമയവും പ്രതിഫലവും എല്ലാം നഷ്ടമാവുകയും ചെയ്യും. ഇനി അങ്ങ് തന്നെ തീരുമാനിക്കൂ."

പെൺകൊച്ച് മോശമില്ല. ഇപ്പൊ ഇതെന്റെ ആവശ്യമായിരിക്കുന്നു. തുലയാനായിട്ട് ഏതു നേരത്താണോ ഈ ദുർബുദ്ധി തോന്നിച്ചത്. അയാൾ സ്വയം ശപിച്ചു.

"പറഞ്ഞതിനേക്കാൾ ഇരട്ടി പ്രതിഫലം തരണം. നേരം അധികമായിരിക്കുന്നു".

"ഇരട്ടിയല്ല, ഇരട്ടിക്കുമിരട്ടി നൽകും. നോക്കിക്കോ..." അവൾ നിറഞ്ഞ ചിരിയോടെ പറഞ്ഞു.

"ആര്? ആര് തരുമെന്നാണ്?"

"അതൊക്കെ ഉണ്ട്. അങ്ങ് വരൂ." അവൾ പറഞ്ഞു.

യാത്ര തുടങ്ങിയപ്പോൾ മുതൽ താൻ ചോദിക്കുകാണ്. ആർക്കു വേണ്ടിയാണു ഈ കഥ പറച്ചിൽ? അതും ഇത്ര സ്വകാര്യമായി. മുൻകാലങ്ങളിൽ ഇങ്ങനെ ആരും ആവശ്യപ്പെട്ടിട്ടില്ല. അതാണ് സന്ദേഹം.

ഹോയ്... ഹോയ്യ്... ഒച്ച വെച്ച് കൊണ്ട് വൃദ്ധൻ കഴുതയെ നടത്തിച്ചു നീക്കി.

അവർ കുറെ ദൂരം കൂടി നടന്നപ്പോൾ ഭൂമിക മാറി, ഉന്മേഷം തോന്നുന്ന തോപ്പുകൾ കണ്ടു തുടങ്ങി... ചോളം, ഗോതമ്പ് പാടങ്ങൾ, ചില പച്ചക്കറി തോട്ടങ്ങൾ. എല്ലാം തന്നെ രാജാവിന്റെ ഭൂമി. കർഷകർക്ക് പാട്ടത്തിനു കൊടുത്ത് വർഷത്തിലൊന്നോ രണ്ടോ തവണ വന്ന് കൃഷി ഭൂമി പരിശോധിച്ച് പാട്ടവും വാങ്ങി പടയാളികൾ മടങ്ങും. അപ്പോൾ കൊട്ടാര ആവശ്യത്തിനുള്ള ധാന്യങ്ങളും കൂടെ കൊണ്ട് പോകും.

വീണ്ടും കുറെ ദൂരം നടന്ന് അവർ പൂഴി പറക്കുന്ന മണ്ണുള്ള വഴിയിൽ നിന്ന് പച്ചപ്പ് നിറഞ്ഞ, പശിമയുള്ള മണ്ണ് നിറഞ്ഞ അത്തി മരങ്ങൾ പൂത്തു നിൽക്കുന്ന താഴ്വര പ്രദേശത്തേക്ക് കടന്നു.

അത്തിപ്പഴങ്ങൾ പഴുത്തു പാകമായി നിൽക്കുന്ന ആ മരക്കൂട്ടങ്ങൾക്കിടയിലേക്ക്, അവയുടെ ചാഞ്ഞു നിൽക്കുന്ന കൊമ്പുകൾക്കിടയിലൂടെ നോക്കി മഹിമ ഉറക്കെ വിളിച്ചു...

"കൗർവകി..." കാറ്റിൽ ഇളകിയാടുന്ന മരച്ചില്ലകളുടെ ശബ്ദം മാത്രം കേട്ട് അവൾ അല്പം സംശയത്തോടെ കിളവനെ നോക്കി. വൃദ്ധൻ ഒന്നും

മനസിലാവാതെ നിബിഡമായ, നിലത്തേക്ക് ചാഞ്ഞു കിടക്കുന്ന ചില്ലകളോട് കൂടിയ അത്തി മരത്തോപ്പിലേക്ക് കണ്ണുംനട്ടു നിൽക്കുകയാണ്. ഇവൾ ആരെയാണ് ഈ അന്വേഷിക്കുന്നത്. ഒന്നും മനസിലാവുന്നില്ലല്ലോ... താഴ്വരയിലെ കാറ്റ് മരച്ചില്ലകളെ ഉലച്ചു കടന്നു പോയി.

"കൗർവകി...വേഗം വാ... ഈ വന്നിരിക്കുന്നതാരെന്നു നോക്കിക്കേ..."

കുതിരക്കുളമ്പടികൾ കാറ്റിനും മീതെ ഉയർന്നു കേട്ടപ്പോൾ മഹിമ സന്തോഷത്തോടെ ചൂളമടിച്ചു...

ചാഞ്ഞ് നിൽക്കുന്ന മരച്ചില്ലകളെ ഉലച്ചു കൊണ്ട്, കണ്ണുകൾ മാത്രം കാണത്തക്ക രീതിയിൽ ശിരോ വസ്ത്രമണിഞ്ഞ് കുതിരപ്പുറത്ത് പാഞ്ഞു വരുന്ന കൂട്ടുകാരിയെ കണ്ട് മഹിമ വീണ്ടും ചൂളമടിച്ചു.

പാഞ്ഞു വരുന്ന കുതിരയെ കണ്ട് കഥാകാരന്റെ കൈ വെട്ടിച്ചു കഴുത പാഞ്ഞു...അയാൾ ഉറക്കെ വിളിച്ചു കൂവി...

"ഹോയ്... ഹോയ്... അവിടെ നില്ക്ക്... കഴുതേ... നാശം പിടിച്ചത്..."

അത് കണ്ട് മഹിമയും കുതിരപ്പുറത്ത് വന്ന കൗർവകിയും പൊട്ടിച്ചിരിച്ചു...

വൃദ്ധൻ കഴുതയുടെ പിന്നാലെ ഓടി അതിനെ ഒരു തരത്തിൽ പിടിച്ചു. ശേഷം അവർക്കടുത്തേക്ക് നടന്നു വന്നു. അപ്പോഴും മഹിമയും കൗർവകിയും ചിരിക്കുകയായിരുന്നു.

അവരുടെ ചിരി ഇഷ്ടപ്പെട്ടില്ലെങ്കിലും വൃദ്ധൻ കൗർവകിയെ ശ്രദ്ധിച്ചു.

സുന്ദരി ആയിരുന്നു കൗർവകി. വെയിലേറ്റു നിറം മങ്ങിയ മുഖമെങ്കിലും അതിനടിയിൽ അഴകിന്റെ അപ്സര ഭംഗി കിളവന്റെ കണ്ണുകൾ കണ്ടു പിടിച്ചു. അവളുടെ കണ്ണുകളും അവയുടെ ആഴമുള്ള നിറവും, പൊടി തടയുന്ന ശിരോവസ്ത്രത്തിന്റെ തുണ്ടിനിടയിലൂടെ അഴകും ആരോഗ്യവുമുള്ള ചെമ്പൻ നിറത്തിലുള്ള മുടിയും അയാൾ കണ്ടു.

അവൾ കുതിരയിൽ നിന്നിറങ്ങി അയാളെ വന്ദിച്ചു.

അത് വൃദ്ധന് ഇഷ്ടമായി. വരവ് കണ്ടപ്പോൾ ഇത്ര ബഹുമാനം പ്രതീക്ഷിച്ചില്ല. അപ്പൊ ഇതാണ് കഥ കേൾക്കാനുള്ള ആൾ.

അയാൾ അവളെ ഒന്ന് കൂടി ശ്രദ്ധിച്ചു നോക്കി. ഇവളെ എവിടെയോ കണ്ടിട്ടുണ്ട്... പക്ഷേ ഓർമ്മ കൃത്യമായി കിട്ടുന്നില്ല...പക്ഷേ അഴകും ഐശ്വര്യവും ഉള്ള സുന്ദരവും ദീപ്തവുമായ മുഖം. അതങ്ങനെ പെട്ടെന്ന് മറക്കാൻ കഴിയുന്ന ഒന്നല്ല. ചെറിയ ചുണ്ടുകളും നിരയൊത്ത പല്ലുകളും,സദാ കളിയാടുന്ന പുഞ്ചിരിയും, അത് ഹൃദയത്തിനകത്തുള്ള ഏതോ രഹസ്യത്തിൽ നിന്ന് വരുന്നത് തന്നെയാണ്... ഓ... ഓർമ്മ വരുന്നു... ഇതവളാണ്. കുറച്ചു വർഷങ്ങൾക്ക് മുൻപ് താൻ ഇവളെ കണ്ടിട്ടുണ്ട്.. മറ്റൊരു പ്രവിശ്യയിലെ ഗ്രാമത്തിലൊന്നിൽ വെച്ച്. പക്ഷേ അവർ എങ്ങനെ ഇവിടെ...അതും ഇത്ര വഴി ദൂരത്തിൽ... സ്ഥലം മാറി വന്നോ... അങ്ങനെ കൃഷിക്കാർ ചെയ്യാറില്ല...കണ്ടാൽ കൃഷിക്കാരി തന്നെയാണ്... കൈക്കും കാലിനും വിരലുകൾക്ക് പോലും അഴകിനടിയിൽ ആരോഗ്യമുണ്ട്...

വൃദ്ധന് തന്നെ മനസ്സിലായില്ലെന്ന് തോന്നുന്നു. പണ്ട് കണ്ടപ്പോഴും തനിക്കു ചോദിക്കാനുള്ളത് ഒരു കാര്യം മാത്രമേ ഉണ്ടായിരുന്നുള്ളു. ഇനിയും അതും തന്നെ ചോദിക്കുന്നത് അത്ര ശരിയുള്ള കാര്യമല്ല. കൗർവകിയും കഥാകാരനെ

മുൻപ് കണ്ട കാര്യം ഓർത്തെടുക്കാൻ ശ്രമിക്കുകയായിരുന്നു

"നീ എന്താ ആലോചിക്കുന്നത്?" മഹിമ ചോദിച്ചു.

"ഓർത്തെടുക്കാനാണെങ്കിൽ ഒരുപാടുണ്ട്." വൃദ്ധൻ പറഞ്ഞു.

അത് കേട്ട് കൗർവകി ഒന്ന് വിളറി. വൃദ്ധന് തന്നെ മനസ്സിലായിട്ടുണ്ട്. പക്ഷേ പൊട്ടിയായ തന്റെ കൂട്ടുകാരിക്ക് ഓർമ്മ കിട്ടുന്നുണ്ടാവില്ല. അതെങ്ങനെ? തീറ്റി മാത്രമേ അവളുടെ ചിന്തകളിലുള്ളൂ. പിന്നെ വഴിയിലൂടെ കടന്നു പോകുമ്പോൾ കടാക്ഷിക്കുന്ന യുവാക്കളെയും.

"അങ്ങ് കോപിക്കണ്ട. എനിക്കങ്ങയെ നല്ല ഓർമ്മയുണ്ട്."

"ഞാനും ഓർമ്മിക്കുന്നു. അന്ന് ചോദിച്ചത് പോലും." വൃദ്ധൻ ചെറു ചിരിയോടെ മറുപടി പറഞ്ഞു.

കൗർവകി ഒന്ന് തുടുത്തു. ഏതോ ഓർമ്മകൾ കൊണ്ട് അവളുടെ മുഖത്തേക്ക് രക്തമിരച്ചു കയറി.

മഹിമ അമ്പരന്നു. ഇത് വരെ എതിർത്ത് നിന്നവർ പരസ്പരം ചിരിക്കുന്നു. ഓർമ്മിക്കുന്നെന്നു പറയുന്നു. ആരാണിത്? ചോദിക്കുന്നതിന് മുൻപ് കൗർവകി പറഞ്ഞു...

"നമ്മൾ ഒളിച്ചോടിപ്പോയില്ലേ."

ഓ... ശെരിയാണ്... താനും കൗർവകിയും കൂടി, കൊട്ടാര നഗരത്തിലേയ്ക്ക് പോകാൻ വീട് വിട്ടു പോയ അന്ന്... പാതി വഴിയിൽ ഉപേക്ഷിക്കപ്പെട്ട തങ്ങളുടെ കൊട്ടാര യാത്ര ഓർത്തെടുത്തു അവൾ. അത് ഈ കഥാകാരൻ തന്നെ ആണോ. മഹിമ സംശയത്തോടെ കിളവനെ നോക്കി.

സൗഹാർദപൂർവം കിളവനും കൗർവകിയെ ചിരിക്കുകയാണ്.

"ഇദ്ദേഹത്തെ ഇവിടെ എത്തിച്ചതിന് നിനക്കായിരം നന്ദി." കൗർവകി മഹിമയെ കെട്ടിപിടിച്ചുമ്മ കൊടുത്തു. മഹിമയ്ക്കു സന്തോഷം തോന്നി...

"ഇനി കഥ പറയാം..." കിളവനോട് കൗർവകി പറഞ്ഞു.

"കഥയല്ല, കണ്ട കാഴ്ചകൾ... ചിരിയോടെ വൃദ്ധൻ പറഞ്ഞു.

വൃദ്ധൻ കൃത്രിമ ഗൗരവത്തോടെ കൗർവകിയോട് ചോദിച്ചു.

"കഥാകാരനെ വിശ്വാസമുണ്ടോ?"

കേൾക്കാനാഗ്രഹിക്കുന്ന സന്തോഷത്തെ ഓർത്തു ഉള്ളിൽ നിറഞ്ഞ ചിരിയോടെ അവൾ പറഞ്ഞു.

"പൂർണമായി. പക്ഷേ ഒരു നോക്കും വാക്കും വിടാതെ അങ്ങ് പറയണം."

"കേട്ടതും കണ്ടതും ഞാൻ പറയാം. അണുവിട വിടാതെ, ആത്മാവിൽ നിന്ന്..."

കഥാകാരൻ തന്റെ തൊണ്ട ശുദ്ധി വരുത്തി തൊട്ടടുത്തുള്ള ചാഞ്ഞ മരക്കൊമ്പിലേക്ക് ഇരിക്കുവാനുള്ള തയാറെടുപ്പ് നടത്താൻ തുനിഞ്ഞപ്പോൾ കൗർവകി പറഞ്ഞു.

"അങ്ങേക്ക് അവിടെ ഇരുന്നൂടെ..." അവർക്കപ്പുറത്ത് കുറച്ചു മാറി ഉയർന്നു നിൽക്കുന്ന പാറ അവൾ ചൂണ്ടിക്കാണിച്ചു. അയാൾ നോക്കി. ശരിയാണ്. കുറച്ച് ഉയരമുണ്ട്. നല്ല കാറ്റും.

“ഞാൻ അവിടിരുന്നു കൊള്ളാം” അയാൾ പറഞ്ഞു.

“ഞാൻ അവിടെയും...” ആ പാറയ്ക്ക് തൊട്ടു താഴെയുള്ള ഇടം കാണിച്ചു കൊണ്ട് അവൾ പറഞ്ഞു.

കിളവന്റെ കഴുത പതിയെ അത്തിമരത്തോപ്പിലൂടെ നടന്ന് എന്തൊക്കെയോ കടിച്ചു പറിച്ചു തിന്നാൻ തുടങ്ങിയിരുന്നു.

കഥാകാരൻ പാറയ്ക്ക് മുകളിലേക്ക് പതിയെ കയറി ഇരുന്നു. താഴ്വരയിൽ നിന്നു കടന്നു വന്ന കാറ്റിന് ഏതോ പഴങ്ങളുടെ ഗന്ധമുണ്ടായിരുന്നു. ചെറിയ തണുപ്പും...

മനസ്സിൽ കാത്തു വെച്ച പ്രണയം അതിന്റെ എല്ലാ മനോഹാരിതയോടെയും ആസ്വദിച്ചു കൊണ്ട് അവൾ തന്റെ പ്രിയന്റെ കിരീട ധാരണത്തിന്റെ കഥ കേൾക്കാൻ കാത് കൂർപ്പിച്ചു ഇരുന്നു.

മഹിമ അപ്പോൾ പറിച്ചെടുത്ത അത്തിപ്പഴം ചവച്ചു തുടങ്ങി.

വൃദ്ധൻ മലഞ്ചെരിവിലേക്ക് നോക്കി.മംഗളസിംഹന്റെ കിരീടധാരണത്തിന്റെ കാഴ്ച നേരിൽ കാണുമ്പോലെ പറഞ്ഞു തുടങ്ങി...

“അനന്തരം അമ്മ മഹാറാണിയോട്, മധുരധാരിണിയോട്, അനുവാദം ചോദിച്ചു, സഹോദരന്മാരോട് സ്നേഹം പറഞ്ഞും അവൻ, മംഗളസിംഹ കുമാരൻ നിന്നു... ജനം ആർപ്പു വിളിക്കുന്നുണ്ടായിരുന്നു...”

* * *

സായന്തനമായി തുടങ്ങിയിരുന്നു. നരച്ച ആകാശ ചെരുവിലൂടെ കിളികൾ മടങ്ങി പോവുന്നത് കാണാമായിരുന്നു.

വൃദ്ധൻ തന്റെ ഭാണ്ഡമെടുത്ത് കഴുതയുടെ മുകളിൽ വെക്കുകയാണ്. കൗർവകി പതിയെ അയാൾക്കടുത്തെത്തി. ശേഷം താൻ പുതച്ചിരുന്ന കമ്പിളി അയാളെ അണിയിച്ചു കൊണ്ട് പറഞ്ഞു.

“അങ്ങേക്ക് തണുപ്പിന് പുതയ്ക്കാൻ”

അവൾ തന്റെ അരയിൽ തൂക്കിയിട്ടിരുന്ന തുണിയുടെ തുമ്പിൽ കെട്ടിയ ചെറിയ ഒരു പൊതി തുറന്നു മൂന്ന് വെള്ളി നാണയങ്ങൾ നീട്ടി. അത് നോക്കി കൊണ്ട് വൃദ്ധൻ പറഞ്ഞു.

“രണ്ടാണ് പറഞ്ഞിരുന്നത്. എനിക്ക് അത് മതി.”

“അല്ല. ഇവിടം വരെ വന്നെത്താനുള്ള അങ്ങയുടെ സന്മനസിന് എന്റെ സന്തോഷം. ഇത് സ്വീകരിക്കണം.”

“നിന്നെ ദൈവം അനുഗ്രഹിക്കട്ടെ.” നാണയങ്ങൾ കണ്ണിൽ ചേർത്ത് അയാൾ പറഞ്ഞു.

അവളുടെ ആഗ്രഹം നടക്കുമോ എന്ന് സന്ദേഹമുണ്ടെങ്കിലും അത് മറച്ച് അവളെ സന്തോഷിപ്പിക്കാൻ അയാൾ പറഞ്ഞു.

“ആശകൾ അതിവേഗം നിറവേറട്ടെ.”

“കഥ പറയാൻ ആയുസൊരുപാടുണ്ടാവട്ടെ.” അവൾ പറഞ്ഞു.

തന്റെ അരയിൽ കെട്ടിയ കയറിന്റെ അറ്റത്തെ തുണി കൊണ്ടുള്ള

പൊതിയിൽ പണം വെച്ച് കൊണ്ട് ചിരിയോടെ അയാൾ പറഞ്ഞു.

"കഴിയാറായെന്നു തോന്നുന്നു."

"കഥാകാരന് മരണമില്ലല്ലോ." അവൾ അയാളോട് പറഞ്ഞു.

അയാൾ അവളെ നോക്കി.

"നിന്റെ നാവു പൊന്നാവട്ടെ." അയാൾ അവളുടെ നെറുകയിൽ കൈ തലോടി പറഞ്ഞു... "ദൈവം അനുഗ്രഹിക്കട്ടെ."

മഹിമ അയാളുടെ കഴുതയെ കൊണ്ടു വന്നു കൊണ്ട് പറഞ്ഞു...

"ഇവന് ഇവിടം വിട്ടു പോകാനിഷ്ടമുണ്ടെന്നു തോന്നുന്നില്ല."

കഴുതയെ ഒന്ന് തലോടിയിട്ട് മഹിമ അയാൾക്ക് കഴുതയെ കൈ മാറി. കൗർവകി അയാളെ തല കുനിച്ചു വണങ്ങി. മഹിമയും. അയാൾ അവരെ തല കുനിച്ചു പ്രത്യഭിവാദ്യം ചെയ്തു തന്റെ കഴുതയെയും പിടിച്ചു കൊണ്ട് നടന്നു. ശേഷം അവളോടോ പ്രകൃതിയോടോ പറയുമ്പോലെ ചെറു ചിരിയോടെ ഉറക്കെ പറഞ്ഞു കൊണ്ട് നീങ്ങി.

"അങ്ങനെ കോമളനും അറിവുള്ളവനും രാജാവുമായ മംഗളസിംഹനെ പ്രണയിക്കുന്ന കന്യകമാരിൽ ഈ ഗ്രാമീണ പെൺകൊടി കൂടി..."

"കഥാകാരാ..." അവൾ ഉറക്കെ വിളിച്ചു...അയാൾ തിരിഞ്ഞു നോക്കി.

"കന്യകമാരല്ല. കന്യക."

ആ വാക്കുകൾ അയാൾ പ്രതീക്ഷിച്ചിരുന്നു... ചിരിയോടെ വൃദ്ധൻ ഉറക്കെ പറഞ്ഞു കൊണ്ട് നടന്നു.

"അതെ... മംഗളസിംഹൻ ജനിച്ചപ്പോൾ തന്നെ അവനു വേണ്ടി തീരുമാനിക്കപ്പെട്ട അവന്റെ ഇണ മാത്രം, അവനെ പ്രണയിക്കുന്നു."

താഴ്‌വരയിലൂടെ വന്ന കാറ്റിൽ ആ വാക്കുകൾ പറന്നു നീങ്ങവേ, കൗർവകി മഹിമയെ കെട്ടിപ്പിടിച്ചു.

10

നീതിസാരം

പ്രിയനേ ശത്രുക്കളുടെ തലകൾക്ക് മീതെ
തീ വർഷിപ്പത്തിനായി നിന്റെ പിതാവ് നിന്നോട് ചോദിക്കുന്നു.
അവർ ആരുമായിക്കൊള്ളട്ടെ.
അവരുടെ പാനപാത്രത്തിന്റെ ഓഹരി കത്തുന്ന ഗന്ധകവും
ചുട്ടുപഴുപ്പിച്ച ഇരുമ്പും തന്നെ.
തന്റെ പാത പ്രതികാരത്തിൽ വീഴ്ത്തപ്പെടരുതെന്നു അവൻ പ്രാർത്ഥിച്ചു.
പിതാവേ കന്യകയുടെ ഇളം മേനിയല്ല,
അതിന്റെ പാപം എന്റെ വാളിന്റേതല്ല
യുദ്ധവും, രക്തമിറ്റു വീഴുന്ന ശത്രുക്കളുടെ ശരീരങ്ങളും
അങ്ങേക്കു ഞാൻ സമർപ്പിക്കാനാണോ ദൈവം അരുളി ചെയ്യുന്നത്.

(കൗർവകിയുടെ ഗീതങ്ങൾ: 10:22)

കൊട്ടാരം മോടി പിടിപ്പിച്ചു കഴിഞ്ഞിരുന്നു. ലോഹ കൊളുത്തിൽ ഉള്ള പുതിയ വിളക്കുകൾ സ്ഥാപിക്കപ്പെട്ടു. ജാലക വിരികളും നീളൻ തിരശ്ശീലകളും മാറ്റപ്പെട്ടു. എല്ലാ ഇടനാഴികളും, പടിക്കെട്ടുകളും, അലങ്കാര വസ്തുക്കൾ കൊണ്ട് ഭംഗിയാക്കി വെക്കുവാൻ പരിചാരകർ നിരന്നു നിന്നു ജോലി ചെയ്തു. പൂച്ചെടികൾ പുതിയവ കൊണ്ട് വരികയും, മരങ്ങൾ നട്ടു പിടിപ്പിക്കപ്പെടുകയും, ചെടികൾ വെട്ടി ഒതുക്കി ഉദ്യാനം മനോഹരമാക്കുകയും ചെയ്തിരുന്നു.

രാജ സദസ്സിനുള്ളിലും അലങ്കാര പണികൾ ആരംഭിച്ചു കഴിഞ്ഞിരുന്നു. മച്ചിന്റെ വശങ്ങളിൽ ചിത്രകാരന്മാർ വിവിധ തരത്തിലുള്ള ചായങ്ങൾ കൊണ്ട് ചിത്രങ്ങൾ വരച്ചു. പുതിയ ഗാന സംഘങ്ങൾ രൂപീകരിച്ചു. കൊട്ടാരം അക്ഷരാർത്ഥത്തിൽ അടിമുടി മാറുകയായിരുന്നു.

കൊട്ടരത്തിന്റെ ഇടനാഴിയിലൂടെ മംഗളസിംഹൻ നടന്നു നീങ്ങി. അയാൾക്കു ചുറ്റും അംഗരക്ഷകരും. മംഗളസിംഹൻ അധികാരമേറ്റെടുത്ത് മാസം ഒന്ന് കഴിഞ്ഞിരുന്നു.

മഹാപദ്മന്റെ ശുശ്രൂഷ നടക്കുന്ന അറയുടെ മുന്നിലേക്ക് മംഗളസിംഹൻ എത്തിയപ്പോൾ അംഗരക്ഷകർ ബഹുമാന പൂർവം തല കുനിച്ചു. അവരെ അഭിവാദ്യം ചെയ്തു അയാൾ അകത്തേക്ക് കയറി. ദാസി കൊടുത്ത പഴത്തിന്റെ നീര് മഹാപദ്മൻ മെല്ലെ കുടിച്ചു. ദാസി അദ്ദേഹത്തിന്റെ ചുണ്ടുകൾ പട്ടു തുവാല കൊണ്ട് തുടച്ചു കൊടുത്തു. പാദ ശബ്ദം കേട്ടു മഹാപദ്മൻ പതിയെ തല ചെരിച്ചു നോക്കി. മംഗൾ ആണ്. അവനെ തിരഞ്ഞെടുത്തത് എന്തും കൊണ്ടും നന്നായി എന്ന് അയാൾക്ക് തോന്നി. എല്ലാ കാര്യത്തിനും ഒരു അടുക്കും ചിട്ടയും കൈ വന്നത് ഈ അറയിൽ പോലും തിരിച്ചറിയുന്നുണ്ട്. മധുരധാരിണിയുടെ വാക്കുകളും തന്റെ തീരുമാനവും വെറുതെയായില്ല. പിതാവിനോട്

സ്നേഹമുള്ള പുത്രൻ തന്നെ. എന്നും തന്നെ കാണാനെത്തുന്നു. അതും പ്രഭാത ത്തിൽ രാജ സദസ്സിൽ എത്തുന്നതിന് മുൻപ്. രാവിലെ വന്നു പോയതേ ഉള്ളൂ... എങ്കിലും പെട്ടെന്ന് അവനെ കാണാൻ തോന്നി. അതാണ് വിളിപ്പിച്ചത്.

മംഗളസിംഹൻ അയാൾക്ക് മുന്നിലെത്തി കൈ പിടിച്ചുമ്മ വെച്ച് കൊണ്ട് അരികിൽ ഇരുന്നു കൊണ്ട് പറഞ്ഞു.

“വന്ദനം പിതാവേ. അങ്ങ് കാണണമെന്ന് പറഞ്ഞു.”

മഹാപദ്മൻ മെല്ലെ തലയാട്ടി.

“അധികാരം നിനക്ക് അധിക ഭാരം നൽകുന്നുണ്ടോ? പക്ഷേ നീതിപൂർവം അത് നടത്തി കൊണ്ട് പോവാൻ നിനക്കേ സാധിക്കൂ.”

“എനിക്ക് മനസ്സിലാവുന്നു. എന്നെക്കൊണ്ടാവുന്നതിലും കൂടുതൽ നീതിമാ നായിരിക്കാൻ അങ്ങ് എന്നെ അനുഗ്രഹിക്കുക.”

മഹാപദ്മൻ മെല്ലെ മൂളി. ശേഷം എന്തോ ആലോചിച്ച് ഗഹനതയോടെ പറഞ്ഞു.

“രാജ സദസ്സിലെ അഴിച്ചു പണി താമസിപ്പിക്കരുത്. പ്രത്യേകിച്ചും സൈന്യാധിപൻ ധൃതഗജനുമായുള്ള ബന്ധത്തിൽ തന്ത്ര പൂർവം പെരുമാറുക.” ശേഷം ചുറ്റും ഒന്ന് കണ്ണോടിച്ച് ആരും കേൾക്കാനില്ലെന്നുറപ്പ് വരുത്തി കുശാഗ്ര ബുദ്ധിയോടെ രഹസ്യമെന്നോണം പറഞ്ഞു.

“അവൻ വാർദ്ധക്യത്തിലെത്തി മരിക്കാൻ ഇട വരുത്തരുത്.”

“മറ്റൊന്ന് കൂടിയുണ്ട്.” ഏതോ പ്രതികാരത്തിന്റെ ചൂടുള്ള ഓർമ്മകൾ കൊണ്ട് മുഖം വിങ്ങി മഹാപദ്മൻ തുടർന്നു.

“രാഷ്ട്രകൂടത്തിലെ രണചൂഡൻ. സൈന്യത്തിൽ പടയാളിയായി ചേർന്ന് ഖജനാവ് കവർന്നെടുക്കാൻ പദ്ധതിയിട്ടവനാണ്. വിധിക്കപ്പെട്ട കൊല മരത്തിൽ നിന്ന് രക്ഷപ്പെട്ടു രാജ്യം സൃഷ്ടിച്ചവൻ. അവനെയും ഇല്ലാതാക്കണം. അയൽ രാജ്യത്തെ രാജാവ് കവർച്ചക്കാരനാവുന്നത് മഗധയ്ക്ക് മാനമല്ല.”

നിസ്സാര കാരണങ്ങളാണ്. ഇന്നലത്തെ വിദ്വേഷങ്ങൾ. തോല്പിക്കപ്പെട്ടതി ന്റെ ശത്രുത. യുദ്ധത്തിൽ പോലുമല്ല. രണചൂഡനെ കുറിച്ച് താൻ കേട്ടിട്ടുണ്ട്. ഒരു സാധാരണ കള്ളൻ. അവൻ തന്റെ മിടുക്കു കൊണ്ട് മഗധയുടെ തുറുങ്കിൽ നിന്ന് രക്ഷപ്പെട്ടു. പിന്നെ മഗധയിലേയ്ക്ക് വന്ന ചില ചരക്കുകൾ കപ്പലിൽ നിന്ന് കവർ ന്നെടുത്തു. സ്വർണമടക്കമുള്ളവ. അത് ഒരു തരത്തിൽ കഴിവല്ലേ? മഗധയുടെ സൈന്യത്തിന്റെ കഴിവ് കേടും. അതിനും കൊലയാണോ പ്രതിവിധി. കച്ചവട ക്കാരനായ അവന്റെ ഉടമസ്ഥനെ കച്ചവടം ചെയ്തു സ്വത്തു സമ്പാദിച്ചു എന്ന പേരിൽ പാട്ടപ്പിരിവിന്റെയും നികുതിയുടെയും പേരിൽ പിടിച്ചു പാപ്പരാക്കി കാരാഗൃഹത്തിലടച്ചപ്പോൾ അടിമയായി മാറിയവൻ കളവല്ലാതെ കച്ചവടം ചെയ്യണമായിരുന്നോ. മംഗളസിംഹൻ ആലോചിച്ചു.

മരണകിടക്കയിലും പിതാവ് കൂടുതൽ കൊലകളെ കുറിച്ചാണ് പറയുന്നത്. ശത്രു ആരുമായിക്കൊള്ളട്ടെ. അവർ മുൻ കാലത്ത് എന്ത് തന്നെ ചെയ്തെന്നു മിരിക്കട്ടെ. ആരുടെയെങ്കിലും ആഗ്രഹ പൂർത്തീകരണത്തിനാണെങ്കിലും പ്രതികാരമല്ല തന്റെ പാത. കള്ളം പറയുന്നത് പ്രിയമുള്ളതല്ലെങ്കിലും മരണ ക്കിടക്കയിൽ കിടക്കുന്ന പിതാവിനെ സന്തോഷിപ്പിക്കാൻ വേണ്ടി മാത്രം അയാൾ പറഞ്ഞു.

“ഉവ്വ് പിതാവേ...”

ആ കൊലയുടെ ഓർമകൾ നൽകുന്ന ആനന്ദത്താൽ മഹാപദ്മൻ പല്ലു ഞെരിച്ചു. ആ അനാരോഗ്യ അവസ്ഥയിലും പ്രതികാരത്തോടും രക്തരൂക്ഷിത പ്രഖ്യാപന നങ്ങളോടുമുള്ള പിതാവിന്റെ അടങ്ങാത്ത അഭിനിവേശം മംഗളസിംഹൻ ഞെട്ടലോടെ ശ്രദ്ധിച്ചു. പിതാവ് ഉണരാൻ വേണ്ടിയിരുന്നത് കന്യകയുടെ ഇളം മേനിയല്ല, ഒരു യുദ്ധവും, ശത്രുക്കളുടെ രക്തമിറ്റു വീഴുന്ന ശരീരങ്ങളും തന്നെയായിരുന്നു എന്ന് വിറ കൊണ്ട ഹൃദയത്തോടെ അയാൾ ഓർത്തു.

ആ ചിന്ത ഉണർത്തി വിട്ട ഊർജം കൊണ്ട് ആദ്യമായി, ജീവിതത്തിലാലാദ്യമായി അയാൾ പിതാവിനെ എതിർത്ത് പറഞ്ഞു.

“രക്തമൂറ്റുന്ന പ്രതികാരങ്ങളല്ലാതെ കടപ്പാടുകളുടെ കണക്കുകൾ അങ്ങേക്ക് എന്നോടു പറയാനില്ലേ?”

അസഹ്യതയോടെ അയാൾ തുടർന്നു. “എനിക്കറിയാമായിരുന്നു. ഇത്തരം ഉത്തരവാദിത്വങ്ങളാണ്, ഞാൻ ഏറ്റെടുക്കേണ്ടി വരിക എന്ന്. അല്ലാതെ പ്രജാനന്മയോ രാജ്യശ്രേയസ്സോ അല്ല എന്നും എനിക്ക് ബോധ്യമുണ്ടായിരുന്നു. അത് കൊണ്ടാണ് അന്നേ ഞാൻ മടിച്ചത്.”

അയാളെ തടയാൻ ശ്രമിച്ച് മഹാപദ്മൻ പറഞ്ഞു...” മകനെ ഒരു രാജാവ്...”

മഹാപദ്മനെ പറയാൻ അനുവദിക്കാതെ തടഞ്ഞു കൊണ്ട് പറഞ്ഞു വന്നത് മംഗളസിംഹൻ തുടർന്നു.

“പിതാക്കന്മാരുടെ സ്വത്തും പ്രതികാരങ്ങളും സംരക്ഷിക്കലാണല്ലോ പിൻ തലമുറക്കാരുടെ നിയോഗം. ഞാനേറ്റെടുക്കുന്നു. അങ്ങും അങ്ങയുടെ മുൻഗാമികളും ആരോടൊക്കെയോ, എന്തിനോ വേണ്ടിയോ നടത്തിയ രക്തച്ചൊരിച്ചിലുകളുടെ പാപങ്ങളും പ്രതികാരവും ഞാൻ ഏറ്റെടുക്കുന്നു.”

ശേഷം മടങ്ങാനെന്ന പോലെ മംഗളസിംഹൻ എണീറ്റു. അയാളെ അനുഗ്രഹിക്കാനെന്ന പോലെ കൈ ഉയർത്തി മഹാപദ്മൻ മംഗളസിംഹന്റെ നെറുകയിൽ തൊട്ടതും കൈ ഊർന്നു താഴെക്കു വീണു.

മഹാപദ്മന്റെ കണ്ണടഞ്ഞു.

“പിതാവേ...”

ഉൾക്കിടിലത്തോടെ മംഗളസിംഹൻ വിളിച്ചു. പ്രായമേറെയായിരുന്നെങ്കിലും തന്റെ കണ്മുന്നിൽ, തന്റെ വാക്കുകളുടെ പ്രഹരത്തിൽ തട്ടി അയാൾ മരണത്തിന്റെ അഗാധതയിലേക്ക് വീണു പോകുമെന്ന് മംഗളസിംഹൻ ഒരിക്കലും ആഗ്രഹിച്ചിരുന്നില്ല.

“പിതാവേ...”

അയാൾ വീണ്ടും വിളിച്ചു. അല്പം ഉച്ചത്തിൽ തന്നെ. മരണത്തിന്റെ വക്കിൽ നിന്ന് ജീവന്റെ കരയിലേക്ക് വിളിച്ചുണർത്താൻ തന്നെ.

മഹാപദ്മൻ കണ്ണ് തുറന്നില്ല. ശ്വാസമെടുത്തില്ല. മംഗളസിംഹന്റെ വിളികൾക്കപ്പുറത്തേക്ക് മഹാപദ്മൻ മടങ്ങിക്കഴിഞ്ഞിരുന്നു. ഒരു നിമിഷം മംഗളസിംഹൻ പിതാവിനെ നോക്കി. പാതി അടഞ്ഞു പോയ കണ്ണുകൾ... സ്നേഹത്തിന്റെ വാക്കുകൾ കൊണ്ട്, തന്റെ പിതാവിനെ യാത്രയാക്കാൻ

സാധിച്ചില്ലലോ എന്ന കുറ്റബോധത്തോടെ പിതാവിന്റെ കണ്ണുകൾ മംഗള സിംഹൻ തഴുകി അടച്ചു.

കാഹളമുയർന്നു. മരണ കാഹളം. കോട്ട മുകളിൽ, ഗരുഡനും സൂര്യനും പങ്കു വെക്കപ്പെട്ടുന്ന, പാറിക്കളിക്കുന്ന കൊടിക്ക് താഴെ നിന്ന് മഹാപദ്മ മഹാരാജാവിന്റെ മരണ അറിയിപ്പ് കാവൽക്കാരൻ കാഹളമൂതി പറഞ്ഞു.

* * *

മഹാപദ്മൻ ഓർമയായി. ചിതാഭസ്മം ഗംഗയിൽ ഒഴുകി പരന്ന് കടലിൽ ലയിച്ച ദിവസങ്ങൾ കഴിഞ്ഞിരുന്നു.

മോടി പിടിപ്പിച്ച രാജ സദസ്സിനുള്ളിൽ, സിംഹാസനത്തിൽ മംഗളസിംഹൻ ഇരുന്നു. കൊട്ടാര ഗുരു സ്ഥാനത്ത് താപസനാഥൻ തന്നെയായിരുന്നു. പുതിയ ചില മന്ത്രിമാരെയും, ചില പ്രമുഖരെയും മംഗളസിംഹൻ തിരഞ്ഞെടുത്തിരുന്നു. മംഗളസിംഹന്റെ ബാല്യ കാല തോഴനായ സബോധനായിരുന്നു മറ്റൊരു പുതിയ കൊട്ടാര പ്രതിനിധി. അയാൾ പ്രത്യേക ഇരിപ്പിടത്തിൽ രാജാവിന് അരികിൽ തന്നെ ഉപവിഷ്ടനാക്കപ്പെട്ടു.

രാജ സദസ്സിൽ വളരെ പ്രധാനമായ ഒരു ചർച്ച നടക്കുകയായിരുന്നു.

സൈന്യാധിപൻ ധൂതഗജൻ തന്റെ ഇരിപ്പിടത്തിൽ അസ്വസ്ഥനായി ഇരുന്നു.

അയാളെ സൂക്ഷിച്ചു നോക്കിയ ശേഷം മംഗളസിംഹൻ ശാന്തമായി പറഞ്ഞു.

“തീരുമാനം എന്റേതല്ല, സൈന്യാധിപൻ. പിതാവിന്റേതാണ്. അദ്ദേഹം പറഞ്ഞതനുസരിക്കുക മാത്രമാണ് ഞാൻ ചെയ്യുന്നത്.”

അങ്ങനെ ഒരു കാരണം പറയുമ്പോഴും, ജ്യേഷ്ഠനോടൊന്നിച്ച് അധികാരം പിടിക്കാൻ തയാറായ സൈന്യാധിപനെ രാജ്യത്തിന് വേണ്ടെന്നു തന്നെ മംഗളസിംഹൻ നേരത്തെ തീരുമാനിച്ചിരുന്നു.

മംഗളസിംഹന്റെ വാക്കുകൾ കേട്ട രാജ സദസ്സിലുള്ള പലരും പരസ്പരം നോക്കി. ആരൊക്കെ സ്ഥാനഭ്രഷ്ടരാകുമെന്ന് പറയാനാവില്ല. അടിമുടി മാറ്റുകയാണ് മംഗളസിംഹൻ.

രാജ സദസ്സിനുള്ളിൽ നിശബ്ദത കനത്തു.

കൊട്ടാരത്തിന്റെ ചെറു ജാലകങ്ങളിലൂടെ കടന്നു വരുന്ന കാറ്റിൽ പട്ടു കൊണ്ടുള്ള തിരശ്ശീലകൾ മെല്ലെ ഇളകി. മകുടത്തിന് മുകളിൽ ഇണപ്രാവുകൾ കുറുകുന്ന നേർത്ത ശബ്ദം മാത്രം കേട്ടു.

ധൂതഗജൻ ഒരു നിമിഷം ആലോചിച്ചു. താല്പര്യമുള്ള രാജകുമാരന്മാരോട് സൈന്യാധിപൻമാർ പിന്തുണ അറിയിക്കുന്നതും കൂടെ നിന്ന് അധികാരം പിടിച്ചെടുക്കാൻ സഹായിക്കുന്നതും സ്വാഭാവിക പ്രക്രിയയാണ്. പക്ഷേ സ്ഥാന ചലനം... ഒരിക്കലും പ്രതീക്ഷിച്ചിരുന്നില്ല.

ധൂതഗജൻ എണീറ്റു.

സദസ്സിനെ ഒന്നാകെയും മംഗളസിംഹനെയും നോക്കി കുറ്റബോധവും കൂസലുമില്ലാതെ അയാൾ പറഞ്ഞു.

"അങ്ങയുടെ പിതാവിന്റെ ചെറുപ്പ കാലം മുതൽ, വിജയ പരാജയങ്ങളിലും, പകപോക്കലുകളിലും, പിന്നെ പറയാൻ മടിയുള്ളതുമായ പലതിലും ഞാൻ കൂടെയുണ്ടായിരുന്നു. അത് അങ്ങ് മറന്നുവെന്നു തോന്നുന്നു."

സദസ്സിലെ ചിലരെങ്കിലും ധൃതഗജന്റെ വാക്കുകൾ കേട്ട് ഞെട്ടി.

"മസ്തിഷ്കത്തിലുണ്ട് മഹാ സൈന്യാധിപൻ."

മംഗളസിംഹൻ തുടർന്നു. "പക്ഷേ ജേഷ്ഠനോടൊന്നിച്ച് രാജ്യം പിടിച്ചടക്കാൻ, മഹാരാജാവിനെ, പിതാവിനെ നിഷ്കാസനം ചെയ്ത് അധികാരം കൈമാറ്റം ചെയ്യാൻ അങ്ങ് ശ്രമിച്ചത് രാജ്യദ്രോഹമാണ്. കുറ്റമാണ്.

"അയലത്തെ ശത്രുവിനെയോ അറിയാത്ത വഴിപോക്കനെയോ അല്ല, ആധികാരികമായി അധികാരം അവകാശപ്പെട്ട അങ്ങയുടെ ജേഷ്ഠനെ, അറിവും ആരോഗ്യവും കഴിവും യോഗ്യതയും ഉള്ള ആളെ പിന്തുണച്ചതാണ് ആരോപണമെങ്കിൽ ഏറ്റെടുക്കുന്നു."

ഒരു നിമിഷം നിർത്തി പുച്ഛത്തോടെ ധൃതഗജൻ തുടർന്നു.

"പക്ഷേ സ്മരണയിലുണ്ടാവണം. നീരും നിദ്രയും ഉപേക്ഷിച്ച്, ജനങ്ങളെയും സ്വന്തം രാജ്യം വരെയും ഉപേക്ഷിച്ച അങ്ങയുടെ പിതാവിന്റെ അസ്വസ്ഥമായ രാപ്പകലുകളിൽ ഈയുള്ളവനായിരുന്നു കൂട്ട്."

മംഗളസിംഹന്റെ മുഖം ഒന്ന് വിളറി.

രാജാവിന്റെ മുഖം നൊടിയിടയിൽ മാറുന്നത് കണ്ട രാജ സദസ്സിലെ പ്രമുഖരെല്ലാം ഉള്ളാലെ നടുങ്ങി. അവർ കണ്ടിട്ടുള്ള മംഗളസിംഹൻ വെറും കുമാരനായിരുന്നു. അധികാരം ഏറ്റെടുത്താൽ എങ്ങനെയാവുമെന്ന് കാത്തിരുന്നു കാണേണ്ടത് തന്നെയാണ്. എന്ത് ആജ്ഞയാണ് വരാൻ പോകുന്നതെന്ന് കാത്ത്, വിറക്കുന്ന ഹൃദയത്തോടെ അവർ ഒരോരുത്തരും ഇരുന്നു.

അമ്മയുടെ പഴംകഥകളെ കൂട്ട് പിടിച്ച തന്നെയാണ് സൈന്യാധിപന്റെ വാക്കാലുള്ള ആക്രമണം എന്ന് മംഗളസിംഹന് വ്യക്തമായി. അയാൾ സദസ്സിനെ പാളി നോക്കി. അവർക്കെല്ലാം അറിയാവുന്ന ചരിത്രമാണത്. അകം പൊരുളറിയില്ലെങ്കിലും, ഒളിഞ്ഞും തെളിഞ്ഞും വക്ക് പൊട്ടിയ വാക്കുകൾ തന്റെ കാതിലും വീണ ചിതറിയിട്ടുണ്ട്.

നിശ്ശബ്ദതക്ക് കനം കൂടിയത് ധൃതഗജൻ ശ്രദ്ധിച്ചു. അടിയേറ്റിരിക്കുന്നു. മംഗളസിംഹൻ ഒരു നിമിഷം കൊണ്ട് തളർന്നിരിക്കുന്നു. അത് താൻ പ്രതീക്ഷിച്ചിരുന്നു. ആക്ഷേപത്തിന്റെ ഭാരം താങ്ങാനാവാതെയെങ്കിലും മംഗളസിംഹൻ അധികാരം വെച്ചൊഴിഞ്ഞു പോകണം. എന്നിട്ടു വേണം മലമുകളിലെ വിശ്രമവസതിയിൽ വിശ്രമമേതുമില്ലാതെ കഴിയുന്ന ദേവായുധനെ തിരിച്ചു വിളിച്ച് ഈ സിംഹാസനം ഏൽപ്പിച്ച് കൊടുക്കാൻ. ആ രംഗത്തിന് സാക്ഷ്യം വഹിക്കാനുള്ള അതിമോഹം കൊണ്ട് ധൃതഗജൻ തുടർന്നു.

"ഒരു കുടുംബത്തിലെ ചിലർ കപ്പൽ തകർന്നും, മറ്റു ചിലർ മണൽ ചുഴിയിലും പെട്ട് മറഞ്ഞു പോയ കഥയുടെ ഉറവിടം ഞാനായിരുന്നു".

"ഇഷ്ടപ്പെട്ടു പോയ, അതിനേക്കാളൊക്കെ ഒറ്റക്കാഴ്ചയിൽ അങ്ങയുടെ പിതാവ് മയങ്ങിപ്പോയ, മറ്റൊരുവന്റെ ഭാര്യയായിരുന്നവളെ നേടിക്കൊടുക്കാൻ, സ്വന്തമാക്കാൻ, സംരക്ഷണവും സംഹാരങ്ങളും നടത്താൻ മൂർച്ച കൂട്ടിയത് ഈ വാൾത്തലപ്പിനായിരുന്നു. കഥയുടെ നിജമറിയണമെങ്കിൽ

അങ്ങേയ്ക്ക അടുപ്പമുള്ളവരോട് ചോദിക്കാം. പക്ഷേ പഴംകഥയല്ലേ... പതിരില്ലാതെ പറയുമോയെന്നറിയില്ല."

"ധൃതഗജൻ"... മംഗളസിംഹൻ അലറി. ആ അലർച്ചയുടെ കഠിനതയിൽ കത്തിപ്പിടിച്ച പോലെ തിരശ്ശീലകൾ ആടി. സദസ്സിന്റെ മച്ചകത്തെ അലങ്കാര വിളക്കുകൾ തൂങ്ങിയാടി. മട്ടുപ്പാവിലെയും മകുടത്തിലെയും പ്രാവുകൾ പറന്നു പൊങ്ങി.

തീക്കുണ്ഡം പോലെ ചൂട് പിടിച്ച സദസ്സിൽ അംഗരക്ഷകരായി നിന്ന പടയാളി സംഘം ധൃതഗജനരികിലേക്ക് പാഞ്ഞടുത്തു. അവർക്കു മുന്നിലായി, പട പ്രമുഖരിൽ മംഗളസിംഹന്റെ മനസ്സിലിടം പിടിച്ച ബാണാസുരനും വാളൂരി പിടിച്ച് കുതിച്ചു. അവരുടെ നീക്കം കണ്ട് ധൃതഗജൻ തന്റെ വാളിൽ കൈ വെച്ചു. സദസ്സിലെ പ്രമുഖർ നടുക്കത്തോടെ എണീറ്റു. നടക്കാൻ പോകുന്നത് പോരാട്ടം തന്നെയാണ്. അതും രാജ സദസ്സിൽ.

ഇരു കൂട്ടരുടെയും നീക്കം കണ്ട് മംഗളസിംഹൻ കൈ ഉയർത്തി അവരെ തടഞ്ഞു. എന്നിട്ട് കോപത്താൽ വിറ മാറാത്ത ശബ്ദത്തിൽ ഉറക്കെ പറഞ്ഞു.

"മറക്കുന്നു. മംഗള കുമാരനോടല്ല, മംഗളസിംഹ രാജാവിനോടാണ് സംസാരം." ശേഷം സ്വയം മനസിനെ പാകപ്പെടുത്തി മംഗളസിംഹൻ തുടർന്നു.

"അങ്ങേക്ക് നൽകപ്പെടും. മഹാ മലയുടെ താഴ്വരയിൽ കണ്ണെത്താ ദൂരത്തോളം കൃഷിയിടം, പാൽ ചുരത്തുന്ന അഞ്ഞൂറ് ആടുകളും."

ആ വാക്കുകളെ തടഞ്ഞു കൊണ്ട്, പുച്ഛത്തോടെ ധൃതഗജൻ പറഞ്ഞു.

"മഹാരാജാവിന് നന്ദി. പ്രാപ്തിയെത്തിയപ്പോൾ മുതൽ രാജ്യത്തെ സേവിച്ചതിന് നൽകപ്പെട്ട പ്രതിഫലം സ്വീകരിച്ചിരിക്കുന്നു. യുദ്ധ തന്ത്രങ്ങൾ മെനഞ്ഞും പട നയിച്ചും ജീവിച്ചവന് ആടുവളർത്തലും, അകിടിലുഴിയലും മുന്തിരിക്കൃഷിയും വഴങ്ങുമോയെന്നറിയില്ല."

സദസ്സിനെ മൊത്തം നോക്കി കൊണ്ട് ധൃതഗജൻ തുടർന്നു.

"എങ്കിലും ശ്രമിക്കാം. മഹാരാജാവിനും രാജസദസ്സിനും നന്ദി... വിട."

ധൃതഗജൻ ഇരിപ്പിടത്തിൽ നിന്നു നടന്നു ചെന്ന് രാജാവിനെ വണങ്ങിയിട്ട് മുഖത്ത് നോക്കാതെ പിന്നിലേക്ക് മൂന്ന് ചുവടു വെച്ചിട്ട് പെട്ടെന്ന് വെട്ടിത്തിരിഞ്ഞ് നെഞ്ചും വിരിച്ചു നടന്നു പോയി.

ചെയ്തു പോയ അനീതിയിൽ ദുഃഖം തോന്നിയെങ്കിലും രാജ്യ സുരക്ഷക്ക് അത് അനിവാര്യമാണെന്ന് മംഗളസിംഹന് തോന്നി. ധൃതഗജൻ വാതിൽ കടന്നു മറയുന്നത് കണ്ട് പെട്ടെന്ന് അയാൾ ബാണാസുരനെ വിളിച്ചു.

"ബാണാസുരൻ..."

"മഹാരാജൻ..."

ബാണാസുരൻ ഭവ്യതയോടെ തല കുനിച്ചു വണങ്ങി ആജ്ഞക്കായി കാത്തു നിന്നു.

"ഇനി മഗധയുടെ സർവ സൈന്യാധിപൻ നീയാണ്. മംഗളസിംഹൻ പ്രഖ്യാപിച്ചു."

അവിശ്വസനീയതയോടെ നോക്കിയിട്ടു വാൾ മഹാരാജാവിന്റെ മുന്നിലേക്ക്

നീട്ടി പിടിച്ച മുറ പോലെ മൂന്നു വട്ടം വണങ്ങി, ബാണാസുരൻ.

"മഹാരാജാവിനു നന്ദി."

ശേഷം വാൾ ഉയർത്തി പറഞ്ഞു.

"മഗധ വിജയിക്കട്ടെ."

രാജ സദസ്സ് ഹർഷാരവത്തോടെ അതേറ്റു പറഞ്ഞു.

"മംഗളസിംഹൻ നീണാൾ വാഴട്ടെ... മഗധ വിജയിക്കട്ടെ"

സദസ്സിന്റെ ആരവങ്ങളുയരുന്നതിനിടയിൽ സിംഹാസനത്തിൽ നിന്നിറങ്ങി മംഗളസിംഹൻ നടന്നു നീങ്ങി.

* * *

ഒരു ചെറുകാറ്റ് ഇലകളെ തഴുകും പോലെ, വീണാ നാദമുതിർന്നു. അതിനെ പരിപോഷിപ്പിക്കുന്ന തുകൽ വാദ്യം താളത്തിൽ ഉയർന്നു... അത് പതിയെ പതിയെ കൊട്ടാരത്തിന്റെ ഇടനാഴികളെ തഴുകി തലോടി കടന്നു പോയിക്കൊണ്ടിരുന്നു.

ഗാന സംഘം പാടുകയാണ്. ആ ഗാനത്തിൽ വീണയും ഗഞ്ചിറയും ഉതിർക്കുന്ന സംഗീതത്തിൽ ലയിച്ച്, ഗാന സംഘത്തിന്റെ പാട്ടിൽ അലിഞ്ഞ് മധുരധാരിണി തന്റെ മഞ്ചത്തിൽ കിടന്നു.

മകന്റെ അധികാരം നൽകിയ സ്വാതന്ത്ര്യവും സന്തോഷവും അവരെ കൂടുതൽ സുന്ദരിയും, ചെറുപ്പവുമാക്കിയിരുന്നു. കണ്ണുകളിൽ എപ്പോഴും ഒരു ചിരി ഒളിഞ്ഞു മിന്നുന്നത് സൂക്ഷിച്ചു നോക്കിയാൽ ആർക്കും കാണാമായിരുന്നു.

ആരെയും മോഹിപ്പിക്കുന്ന അവരുടെ ശരീര ലാവണ്യം കൂടുതൽ ശോഭയോടെ തെളിഞ്ഞു കാണപ്പെട്ടു.

ദാസി ചഷകത്തിൽ നിറച്ചു വെച്ച വീര്യം കുറഞ്ഞ മദ്യം അല്പാല്പം നുണഞ്ഞുകൊണ്ട് മധുരധാരിണി സംഗീതം ആസ്വദിക്കുകയാണ്.

മട്ടുപ്പാവിലെ ജാലക വിരിയിലൂടെ കടന്നു വന്ന കാറ്റ് അവരുടെ അളകങ്ങളെ പതിയെ ഇളക്കി കടന്നു പോയി. അസ്തമയം ആവുന്നു. വെളിച്ചം ചുവപ്പു നിറത്തിൽ തിരശ്ശീലയിൽ പടർന്നു കിടന്നു.

ആസ്വാദനത്തിന്റെ ഉച്ച സ്ഥായിയിലേക്ക് ഗാനം ഉയർന്നു.

കണ്ണടച്ച് കിടന്ന് ധ്രുത സംഗീതത്തിന്റെ ചലനം ശരീരത്തിൽ നിറച്ച് അവർ ആടി.

കാണികളെ കയ്യിലെടുക്കുന്ന ആ നർത്തകിയായി... എത്രയോ ആരാധകരെ ചുറ്റി വിരിഞ്ഞ, വശ്യതയുടെയും ലാസ്യത്തിന്റെയും ഭാവത്തോടെ അവരുടെ കാലുകൾ ധ്രുതഗതിയിൽ ചലിക്കവേ ആരവങ്ങളുയരവേ... മധു ചഷകങ്ങൾ തുളുമ്പി വീഴവേ, സ്വർണനാണയത്തുട്ടുകൾ ചിതറി വീണു നിലത്ത് താളം ഉയർത്തവേ പെട്ടെന്ന് സംഗീതം നേർത്തു. ആരാധകരും, നാണയ കിലുക്കങ്ങളും ആഹ്ളാദ സ്വരങ്ങളും മറഞ്ഞു. മധുരധാരിണി മെല്ലെ കണ്ണ് തുറന്നു. എന്തോ പറയാൻ കാത്തെന്ന പോലെ ദാസി നില്ക്കുന്നത് അവർ കണ്ടു. ഉള്ളിൽ ആരവങ്ങൾ നിലച്ചതിന്റെ അസഹ്യത തോന്നിയെങ്കിലും ദാസിയുടെ മുഖത്തെ ഗൗരവം മനസിലാക്കി അവർ പുരികമുയർത്തി കാരണം ചോദിച്ചു.

“ദേവായുധകുമാരൻ അനുവാദത്തിനായി കാത്തു നിൽക്കുന്നു.” ദാസി പറഞ്ഞു.

ഓ... വന്നെത്തിയോ. കിരീട ധാരണ ചടങ്ങിന് പോലും പ്രത്യക്ഷപ്പെടാത്ത ആളാണ്. പല വഴിക്കന്വേഷിച്ച പോയ പടയാളികൾ മടുത്തു മടങ്ങിയപ്പോഴും അവനെവിടെയെന്ന് തനിക്ക് അറിയാമായിരുന്നു. മനഃപൂർവം ആരെയും അയക്കാഞ്ഞതാണ്. അവന്റെ സാന്നിധ്യമുണ്ടാക്കുന്ന മനസിന്റെ പിരിമുറുക്കങ്ങൾ തന്റെ മകന്റെ കിരീട ധാരണ ചടങ്ങിന് അണുവിട പോലും കളങ്കം വരുത്താതിരിക്കുവാൻ. പൗർണമി ദേവിയെന്ന അവന്റെ അമ്മ അടക്കത്തോടെ ചടങ്ങിൽ പങ്കു കൊള്ളാൻ. അത് നടന്നു. എങ്കിലും ഇപ്പോൾ, മാസങ്ങൾ കടന്നു കഴിഞ്ഞ സമയത്ത് തന്നെ കാണുന്നതെന്തിനാണ്.

ആലോചനയോടെ അവർ ദാസിയോട് പറഞ്ഞു.

“വരാൻ പറയൂ...” ശേഷം തുടരാൻ സംഗീത സംഘത്തിന് കൈ കാണിച്ചു... അവർ വീണ്ടും പാടി തുടങ്ങവേ, മധുരധാരിണി മണ്ഡപത്തിന്റെ അറ്റത്തേക്ക് നടന്നു.

മുഖം തിരിഞ്ഞു നിൽക്കണം. അവർ ഓർത്തു. അവൻ വന്ന് വിനയത്തോടെ വിധേയത്വത്തോടെ ബഹുമാനത്തോടെ വിളിക്കണം. ഒരു ഗൂഢ സ്മിതത്തോടെ അവർ പുറത്തെ കാഴ്ചകളിലേക്ക് നോക്കി നിന്നു.

പ്രാവിൻ കൂട്ടത്തിന്റെ കുറുകലും സംഗീതത്തിന്റെ നേർത്ത സ്വരവും അസ്തമയവും...

ഇത്തരം കടന്നു വരവുകൾ സൃഷ്ടിക്കുന്ന അല്ലറ ചില്ലറ അസ്വാരസ്യങ്ങൾ ഒഴിച്ച് നിർത്തിയാൽ ദിനങ്ങൾ മധുരതരമാണെന്നവർക്കു തോന്നി...

“അമ്മ മഹാറാണിക്ക് വന്ദനം.”

ഓ... ഇത്രയും താഴ്ന്ന സ്വരത്തിൽ പറയാൻ, മധുര സ്വരത്തിൽ അഭിസംബോധന ചെയ്യാൻ നിനക്കറിയുമോ? മനസ്സിൽ ആലോചിച്ചു കൊണ്ട് അവർ തിരിഞ്ഞു നോക്കി. ഒരു നിമിഷം അവർ നടുങ്ങി. നെഞ്ച് വിരിച്ച, യോദ്ധാവായ, അഹങ്കാരത്തിന്റെയും താൻ പോരിമയുടെയും ആൾ രൂപമായ ദേവായുധനായിരുന്നില്ല മുന്നിൽ, മറിച്ച് തകർന്നു തരിപ്പണമായ, കൊടുങ്കാറ്റിൽ ശിഖരങ്ങളുലഞ്ഞു ചിതറി തെറിച്ചു പോയ ഒരു മഹാവൃക്ഷത്തെയാണ് മധുരധാരിണി കണ്ടത്. തായ് തടി മാത്രം സ്വന്തമായുള്ള ഒരു പാഴ് വൃക്ഷം. അതും കാതൽ ഉരുകിയൊലിച്ചു പോയൊരു മരം.

എങ്കിലും കണ്ണുകളിൽ ആ പഴയ രൗദ്ര ഭാവമുണ്ട്. അത് മതിയാവും ഒരു മാതിരിപ്പെട്ടവരൊക്കെ ഉലയാൻ. തന്റെ മകനില്ലായിരുന്നെങ്കിൽ ഭരിക്കാൻ, അധികാരമേറ്റെടുക്കാൻ യോഗ്യൻ തന്നെയാണ് ദേവായുധൻ എന്ന് ആ നിമിഷം അവർക്കു തോന്നി. തല കുനിച്ച് അവന്റെ വന്ദനം മടക്കി അവർ പറഞ്ഞു.

“നിന്നെ ദൈവവും പിതാവിന്റെ ആത്മാവും അനുഗ്രഹിക്കട്ടെ”

“വാക്കുകളിൽ മാത്രമേ ദേവായുധന് അനുഗ്രഹം ലഭിക്കാറുള്ളൂ.പ്രവർത്തികളിലില്ല.” പുറമെ തളർന്നു പോയിരുന്നെങ്കിലും സ്വതവേ വിട്ടു കൊടുക്കാത്ത വീര്യത്തോടെ അയാൾ പറഞ്ഞു.

ഉള്ളുലഞ്ഞിട്ടുണ്ടെങ്കിലും വീര്യം കുറവില്ല. ധൈര്യശാലിയും പോരാളിയും

തന്നെ. അവനെ ഉള്ളാലെ അഭിനന്ദിച്ച്, എന്നാൽ പുറമെ കാണിക്കാതെ അവന്റെ അവശേഷിക്കുന്ന ആത്മവീര്യം ചോർത്താനുള്ള രീതിയിൽ, ചെറു പരിഹാസത്തോടെ മധുരധാരിണി പറഞ്ഞു.

"പ്രവർത്തി ദൂഷ്യങ്ങളിൽ അനുഗ്രഹം കാംഷിക്കാൻ പാടില്ല ദേവ."

ആ മറുപടിക്കു പിന്നിലെ പരിഹാസത്തിന്റെ ലാഞ്ചന മനസിലാക്കി ഇഷ്ടപ്പെടാതെ, തന്റെ ഇഷ്ടക്കേട് പുറത്തു കാണിച്ചു തന്നെ ദേവായുധൻ മറുപടി പറഞ്ഞു.

"അവകാശപ്പെട്ടതിനെ ആഗ്രഹിക്കുന്നതിന് പ്രവർത്തി ദൂഷ്യമെന്ന് ആക്ഷേപിക്കാം. അന്തപുരത്തിൽ ചരട് വലിക്കാൻ തക്ക പ്രാപ്തിയും, തപസ്സില്ലാതെ വരം നേടിയെടുക്കാനുള്ള വിരുതും എന്റെ അമ്മക്ക് ഇല്ലാതായിപ്പോയി."

സഹതാപത്തിന്റെയോ സ്നേഹത്തിന്റെയോ അനുരണനം പോലും കാണിച്ചാൽ ഇല്ലാതാക്കി കളയും ഇവൻ. അവർ ഓർത്തു.

അവന്റെ മറുപടിയിൽ അതൃപ്തി പ്രകടിപ്പിച്ചു കൊണ്ട് മധുരധാരിണി പറഞ്ഞു.

"ആഗമനോദ്ദേശം പറയൂ ദേവായുധൻ."

"രാജ്യത്തിന്റെ പരമാധികാരവും ഹൃദയത്തിന് പ്രിയപ്പെട്ടതും ഒരേ സമയം നഷ്ടപ്പെട്ടവന്റെ അക്ഷമ അമ്മ മഹാറാണിക്ക് വേണ്ട."

"നിന്നോട് തർക്കിക്കാൻ നേരമില്ല. കാര്യമെന്താണെന്നു പറയൂ."

സംഗീതജ്ഞരെ ഒന്ന് തിരിഞ്ഞു നോക്കിക്കൊണ്ടു അയാൾ പറഞ്ഞു. "മനസ്സിലാവും. ആഘോഷത്തിനിടയിലെ അക്ഷമ. എങ്കിലും ഇടവേളകളിൽ അശരണരായ പ്രജകളുടെ അഭ്യർത്ഥനകളോട് അല്പം അനുകമ്പയാവാം. അല്പമെങ്കിലും അവശേഷിക്കുന്നുവെങ്കിൽ പറയണം, ചക്രവർത്തിയോട്."

"എന്ത് വേണമെങ്കിലും മഹാരാജാവിനോട് നേരിട്ട് പറയാനുള്ള അവകാശം നിനക്കുണ്ട്. നിനക്കവൻ രാജാവല്ല മറിച്ച്, വാത്സല്യമുള്ള അനുജനാണ്."

ആ വാക്കുകൾ, അനുജനെ കുറിച്ചുള്ള ഓർമ്മപ്പെടുത്തൽ അയാളുടെ നെഞ്ചിൽ തൊട്ടു. അനുജൻ അയാളോട് ചേർന്നു നടന്ന, ആയുധ പരിശീലനത്തിനും, ശാസ്ത്ര പഠനത്തിനുമായി ഒന്നിച്ചു നടന്നു പോയ കാലം ഒരു ഞൊടിയിൽ അയാളുടെ ഉള്ളിൽ മിന്നി മറഞ്ഞു പോയി.

പെട്ടെന്ന് ആ ഓർമ്മകളിൽ നിന്നു പുറത്തു വന്ന് അയാൾ തുടർന്നു.

"അറിയാം. പക്ഷേ അപേക്ഷയുമായി ചെല്ലുമ്പോൾ പറഞ്ഞും വിശ്വസിപ്പിച്ചും മോഹിച്ചു പോയ സിംഹാസനത്തിൽ അവരോധിക്കപെട്ട നിലയിൽ, അനുജനെയെന്നല്ല, ആരെക്കണ്ടാലും തോന്നി പോകുന്ന അസൂയ, അതിനുമപ്പുറം എരിഞ്ഞുയരുന്ന പക എന്നെകൊണ്ട് അരുതാത്തത് ചെയ്യിപ്പിക്കും. ധീര യോദ്ധാവെങ്കിലും മരണം എനിക്കുറപ്പ്. പക്ഷേ അനുജന്റെ കയ്യും മനസും ഞാൻ മൂലം കളങ്കപ്പെടുത്തരുത് എന്നൊരു സ്വകാര്യ ആഗ്രഹമുണ്ട്."

പകയുള്ള മനസാണെങ്കിലും അനുജന് വേണ്ടിയുള്ള അടിത്തട്ടിലെ ആ കരുതൽ മധുരധാരിണിക്ക് ഇഷ്ടപ്പെട്ടു.

"ശരി. ഞാൻ എന്താണ് ആവശ്യപ്പെടേണ്ടത്?"

തന്റെ ധീരതയെയും രൗദ്രതയേയും ബാധിക്കുമോ എന്ന് ഒരു നിമിഷം ആലോചിച്ചിട്ട് ദേവായുധൻ പറഞ്ഞു.

"പിതാവിനായി കുടിയിരുത്തിയ കേകയിലെ കന്യക..."

മധുരധാരിണിക്ക് ഉള്ളിൽ ചെറു ചിരി തോന്നി. ഇവന്റെ ഉള്ളിൽ നിന്ന് പ്രണയം വിട്ടുന്നില്ല. ആരുടെ ഉള്ളിൽ നിന്നാണ് പ്രണയം മാഞ്ഞു പോകുന്നത്. ആ പ്രതിഭാസത്തിന്റെ പൊരുളെന്താണ്. ഏത് യോദ്ധാവിനെയും, ഏത് യോഗിനിയെയും പിടിച്ചുലക്കുന്ന പ്രളയമാണത്. പ്രഹരമാണത്. പ്രജ്ഞയിൽ പടർന്നു കയറുന്ന ഉന്മാദം. അതിവനേയും ബാധിച്ചിരിക്കുന്നു. അല്ലെങ്കിൽ അധികാരവും സിംഹാസനവും കൈവിട്ടു പോയിട്ടും, കാമുകി പിതാവിന്റെ കൂടെ ശയിച്ചിട്ടും വിട്ടു കൊടുക്കാൻ മനസ്സില്ലാതെ, മറക്കാനാവാതെ, വന്നു നിൽക്കുകയാണ്. തിരിച്ചു പിടിക്കാൻ. തിരികെ ചോദിക്കാൻ. പക്ഷേ മണ്മ റഞ്ഞ രാജാവിന്റെ പത്നിയെ, റാണിയായി വാഴിച്ചവളെ എങ്ങനെയാണ്...? അക്കാര്യം ഒന്ന് കൂടി ഊട്ടി ഉറപ്പിക്കാൻ അവർ പറഞ്ഞു.

"ഓഹ്... റാണി അംഗസുന്ദരി."

"അവൾ എനിക്ക് അംഗസുന്ദരിയാണ്...എന്റെ പ്രിയ കാമുകി."

"എന്തസംബന്ധമാണ് നീ ഈ പറയുന്നത്?"

"അസംബന്ധം കാട്ടിയത് പിതാവാണ്." വീറോടെ ദേവായുധൻ പറഞ്ഞു.

"വിഡ്ഢിത്തം പറയാതെ ദേവ. പൂജാരികളും ഗുരുവും എല്ലാവരും ചേർന്ന് നടത്തിയതാണ്. നാട്ടും പ്രജകളും അറിഞ്ഞു സംഭവിച്ചത്. ഇനി ഒരു തരത്തിലും അത് മാറ്റാനാവില്ല."

ദേവായുധൻ ഒന്ന് തളർന്നു. മധുരധാരിണിക്കും അത് മനസിലായി.

ആ തളർച്ചയോടെ ദേവായുധൻ പറഞ്ഞു. "ആര് ചെയ്താലും നഷ്ടങ്ങൾ എനിക്കാണ്. അത് കൊണ്ട് പറയണം. അപേക്ഷയല്ല അധികാരമെന്ന് തന്നെ കരുതികൊള്ളൂ. അംഗസുന്ദരിയുടെ ഹൃദയത്തിന്റെ ഉടമയുടെ അധികാരം. അവകാശം എനിക്ക് തന്നെയാണ്. അന്തപുരത്തിലെ എണ്ണമറ്റ ഉപനാരി കളിലൊരുവളായി അവളെ വിട്ടു തരാൻ ദേവായുധൻ ഒരുക്കമല്ലെന്നു കൂടി ഓർമ്മിപ്പിക്കണം. അതിനു വേണ്ടി ഏതറ്റം വരെ പോകാനും ഞാൻ ഒരുങ്ങും. അവിടെ ജേഷ്ഠനും അനുജനുമില്ല."

അവർക്കവനോട് സഹതാപവും ഇഷ്ടവും തോന്നി. താൻ കണ്ട ദേവായുധ നല്ല ആഴങ്ങളിൽ അവൻ എന്ന് മധുരധാരിണിക്ക് മനസിലായി. അധികാരം അനുജനെടുത്തതിനെക്കാൾ അവനെ വേദനിപ്പിക്കുന്നത് കാമുകിയെ പിതാവ് സ്വന്തമാക്കിയതാണ്. രാജ്യത്തേക്കാൾ അവന് പ്രിയപ്പെട്ടത് അവന്റെ പ്രണയം തന്നെയാണെന്ന് അവർക്കു തോന്നി. അവന്റെ ഇത് വരെ കാണാത്ത ഹൃദയത്തെകുറിച്ചോർത്ത് അവർ അത്ഭുതത്തോടെ നിൽക്കെ മറുപടിക്കു കാത്തു നിൽക്കാതെ ദേവായുധൻ നടന്നു നീങ്ങി. മധുരധാരിണി അവനെയും, അവനിലെ കാമുകനെയും നോക്കി നിന്നു.

* * *

മംഗളസിംഹൻ ആകാശത്തേക്ക് നോക്കി. നക്ഷത്രങ്ങൾ നിറഞ്ഞ രാത്രി. ഹിമവാന്റെ ആകാശത്തിൽ നക്ഷത്രങ്ങളെയും നോക്കി കടന്നു

പോയ അനേകം രാത്രികളെ കുറിച്ച് അയാൾക്ക് ഓർമ്മ വന്നു. എന്തൊരു തെളിച്ചമായിരുന്നു ആകാശത്തിന്. അതോ മനസ്സിൽ തെളിച്ചമുള്ളതു കൊണ്ട് തോന്നിയതോ? ഇനി എന്നാണ് ആ ഭൂമികയിലേക്ക്, ആ പ്രശാന്ത ഭൂവിലേക്ക് തന്നെ കാലം പറഞ്ഞു വിടുക...

"നീ ഒന്നും പറഞ്ഞില്ല." പിന്നിൽ പീഠത്തിലിരുന്ന് മധുരധാരിണി പറഞ്ഞു.

മട്ടുപ്പാവിലായിരുന്നു അവർ.

പറഞ്ഞു കൊണ്ടിരുന്നതിന്റെ തുടർച്ച പോലെ അയാൾ പറഞ്ഞു.

"അത്രക്ക് പ്രിയപ്പെട്ടതായിരുന്നെങ്കിൽ മുൻപ് പറയണമായിരുന്നു. പിതാവിന്റെ കൂടെ ശയിക്കുന്നതിന് മുൻപ്. അമ്മ പൗർണ്ണമിയുടെ വാക്കുകൾ കേട്ട് അധികാരം കിട്ടുമെന്ന് വിശ്വസിച്ച് ജനത്തിന്റെയും പൂജാരി ഗുരുക്കന്മാരുടെയും എതിർപ്പ് ലഭിക്കാതിരിക്കുവാൻ മനഃപൂർവം ഒളിപ്പിച്ചിട്ട്, അധികാരം നഷ്ടപ്പെട്ടപ്പോ പ്രണയത്തിന്റെ പ്രകടനകളുമായി തിരികെ വന്നിരിക്കുന്നു."

"അത് തെറ്റല്ല മംഗൾ." മധുരധാരിണി പറഞ്ഞു. "ആർക്കും സംഭവിക്കാം"

മംഗളസിംഹൻ അമ്മയെ നോക്കി. പ്രണയമോ അത് സൃഷ്ടിക്കുന്ന പരവശതയോ തനിക്കറിയില്ല. അനുഭവിച്ചിട്ടില്ല. അയാൾ ഒരു നിമിഷം ആലോചിച്ചു. ശേഷം തുടർന്നു

"എനിക്ക് എതിർപ്പാണ്. രാജ്യ താല്പര്യത്തിനെതിരാണ് ജേഷ്ടന്റെ ആഗ്രഹം."

"അവന്റെ അപ്രീതിക്കും പിന്നാലെ കാട്ടി കൂട്ടുന്ന അവിവിവേകത്തിനും കാരണക്കാരനാവും നീ."

"അമ്മ നേടിത്തന്ന രാജാവ് എന്ന പദവിക്ക് അങ്ങനൊരു അർഥം കൂടിയാവട്ടെ."

ഇനി എന്ത് പറയണമെന്നറിയാതെ അവർ മകനെ നോക്കി.

'അമ്മ പൊയ്കൊള്ളൂ." മംഗളസിംഹൻ പറഞ്ഞു.

മധുരധാരിണി പതിയെ നടന്നു നീങ്ങി.

ഒരു നിമിഷം മംഗളസിംഹൻ നിശബ്ദനായി നിന്നു. അയാളുടെ ഓർമകളിൽ ജേഷ്ടൻ നിറഞ്ഞു. ശേഷം അയാൾ തിരിഞ്ഞ് കാവൽ പടയാളിയോട് പറഞ്ഞു.

"കാര്യ വിചാരകൻ പ്രദലനോട് വരാൻ പറയൂ."

"കല്പന പോലെ." പടയാളി തിരിഞ്ഞു നടന്നു.

തണുത്ത കാറ്റടിച്ചു. മട്ടുപ്പാവിന്റെ ഒരു മൂലയിൽ പീഠത്തിൽ വെച്ചിരുന്ന വീണയിൽ അയാൾ വിരലോടിച്ചു. കാറ്റിനൊപ്പം സംഗീതം പൊഴിക്കുന്ന വീണയുടെ ഈണങ്ങളിൽ മയങ്ങി മംഗളസിംഹൻ നിൽക്കുമ്പോൾ പ്രദലൻ പിന്നിൽ വന്നു നിന്നു പറഞ്ഞു.

"മഹാരാജാവ് എന്നും സന്തോഷവാനായിരിക്കട്ടെ."

"നന്ദി പ്രദലൻ"

ശേഷം അയാൾ പതിയെ നടന്നു. പ്രദലൻ പതിയെ മംഗളസിംഹനെ പിന്തുടർന്നു.

“ദേവ പ്രദേശത്ത് നിന്ന്, ധാന്യങ്ങളുമായി കുതിര വണ്ടികൾ എന്നാണ് വന്നെത്തുക?” ആലോചനയോടെ മംഗളസിംഹൻ ചോദിച്ചു

“ഇന്നേക്ക് മൂന്നാം നാൾ ഉച്ച തിരിഞ്ഞ്. പിന്നെ വിശ്രമം കഴിഞ്ഞ് അടുത്ത രാത്രി മടക്കം.”

“മടക്ക യാത്രയിൽ അല്പം വലിയ പാത്രങ്ങൾ, വീഞ്ഞ് വീപ്പ പോലെ ഉള്ളത് അധികം കരുതിക്കൊള്ളൂ. ഒരാൾക്ക് സുഖമായി ഇരിക്കാൻ പാകമായതെങ്കിൽ നന്ന്.”

“കരുതാം. അങ്ങേക്ക് വിരോധമില്ലെങ്കിൽ കാരണം അറിയണമെന്നാഗ്രഹം ഉണ്ട്. സൗകര്യങ്ങൾ ശ്രദ്ധിക്കാനാണ്.”

മംഗളസിംഹൻ പ്രദലനെ സൂക്ഷിച്ചു നോക്കി. ചെറുപ്പം മുതൽ കാണുന്ന ആളാണ്. മനസ് കൊണ്ട് എന്നും ഒപ്പം ഉണ്ടായിരുന്നയാൾ. വിശ്വസിക്കാം... അത് കൊണ്ടാണ് പാചകശാലയിൽ നിന്ന് കാര്യ ദർശിയുടെ സ്ഥാനത്തേക്ക് മാറ്റിയത്.

ഗൗരവത്തോടെ മംഗളസിംഹൻ പറഞ്ഞു. “മഹാറാണി അംഗസുന്ദരിയെ ദേവ പ്രദേശത്തിനടുത്തെത്തിക്കണം. ജേഷ്ഠൻ ദേവായുധനോട് കാത്ത് നില്ക്കാൻ അറിയിപ്പ് കൊടുക്കണം.”

“അങ്ങയുടെ മനസ് പോലെ.” വിനീതനായി പ്രദലൻ പറഞ്ഞു.

“സൈന്യാധിപൻ ബാണാസുരന് രഹസ്യമായി സൂചന കൊടുത്തേക്കു. തോഴൻ സബോധനും തയാറായി ഇരിക്കട്ടെ.”

“ആഗ്രഹം പോലെ.” എന്ന് പറഞ്ഞ് ഇനി എന്തെങ്കിലും ഉണ്ടോ എന്ന അർത്ഥത്തിൽ പ്രദലൻ കാത്തപ്പോൾ മംഗളസിംഹൻ പറഞ്ഞു.

“പോയ്കൊള്ളൂ.”

പ്രദലൻ മംഗളസിംഹനെ വന്ദിച്ചു മടങ്ങി.

ഇരുട്ട് വീണിരിക്കുന്നു. ജേഷ്ഠൻ എവിടെയാണാവോ? ഒന്ന് വന്നെങ്കിൽ അയാളെ കണ്ട് മാപ്പെങ്കിലും പറയാമായിരുന്നു. പല വട്ടം ആളയച്ചിട്ടും വരാൻ കൂട്ടാക്കിയിട്ടില്ല. സാരമില്ല. എല്ലാം കലങ്ങി തെളിയും. ജേഷ്ഠനെ മടക്കി കൊണ്ട് വരണം. ഈ മനോവിഷമത്തിന്റെ കാലം കഴിയട്ടെ.

ജേഷ്ഠനുമൊന്നിച്ച് കഴിയുന്ന ദിനങ്ങൾ വരുമെന്ന പ്രതീക്ഷയോടെ അയാൾ ആകാശത്തിലെ നക്ഷത്രങ്ങളെയും നോക്കി നിന്നു.

* * *

അംഗസുന്ദരിക്ക് മടുപ്പ് തോന്നി തുടങ്ങിയിരുന്നു. കൊട്ടാരവും സുഭിക്ഷതയുമില്ലെങ്കിലും വീടായിരുന്നു സ്വർഗം. കൂട്ടുകാരികളോടൊത്ത് വിറകു പെറുക്കാൻ പോയതും, കാട്ടിൽ ചുറ്റിയടിച്ചതും, സായന്തനങ്ങളിൽ, ഒഴുകി നീങ്ങുന്ന പുഴയിൽ ഒരു മറയുമില്ലാതെ ചാടി തിമിർത്തതുമൊക്കെ ഓർമ്മകൾ മാത്രം. അവർ വിചാരിക്കുന്നുണ്ടാവും. താൻ കൊട്ടാരത്തിൽ ആർഭാടത്തോടെ സുഖിച്ചു ജീവിക്കുകയാണെന്നു. ശരിയാണ്. മഴയും വെയിലും ഏൽക്കാതെ, വഴി യാത്രക്കാരെ ഭയപ്പെടാതെ ഉറങ്ങാം.

പിന്നെ ഭക്ഷണം. എന്തൊക്കെയാണ് ഒരാൾക്ക് ഒരു ദിവസം തിന്നാൻ

സാധിക്കുന്നത്. ദഹിക്കാനെങ്കിലും അല്പം സമയം വേണ്ടേ? എന്തെങ്കിലും ഒന്ന് ചെയ്തിട്ട്, വിശന്നിട്ട് കഴിക്കുമ്പോൾ ഒരു തൃപ്തി ഉണ്ടായിരുന്നു. ഇതിപ്പോൾ കഴിക്കാൻ വേണ്ടിയാണ് സൂര്യനുദിക്കുന്നതും അസ്തമിക്കുന്നതും.

ഒരേ പോലുള്ള ദിനങ്ങൾ മടുത്തപ്പോഴാണ് പതിവുള്ള ഉദ്യാന നടത്തിനിടയിൽ അമ്മ മഹാറാണി പൗർണമി ദേവിയോട് ചോദിച്ചത്...

"ഞാൻ എന്തെങ്കിലും ചെയ്യട്ടെ."

ഭർത്താവിന്റെ വയസ്സാം കാലത്ത് അന്തപുരത്തിൽ വലിഞ്ഞു കയറി വന്നവൾ എന്ന ഇഷ്ടക്കേട് പുറത്തു കാണിക്കാനുള്ള അവസരമായിരുന്നു അമ്മ മഹാറാണിക്ക് എന്ന് തോന്നുന്നു.

"നീ എന്തു ചെയ്യാനാണ്?" പുച്ഛം നിറഞ്ഞ സ്വരം തിരിച്ചറിയാൻ പ്രത്യേക പഠിപ്പൊന്നും വേണ്ടി വന്നില്ല.

"ചെയ്തിട്ടും വലിയ ഗുണമൊന്നുമുണ്ടായില്ലല്ലോ."

കുത്തുവാക്കാണ്.

ചാവാനുള്ള പ്രായമെത്തിയിട്ടും നാവിന് തളർച്ചയൊന്നുമില്ല. നാവനക്കാതെ കിടന്ന ഭർത്താവിനെ നന്നായി സംസാരിപ്പിച്ച് മരണപ്പെടാൻ, തന്റെ കന്യകാത്വവും ചൂടും വേണ്ടി വന്നു എന്ന് മറന്ന് പോവുന്നു ഇവർ. അല്ല ഇതിൽ കൂടുതൽ ഒന്നും ഇവരിൽ നിന്നു പ്രതീക്ഷിക്കാനില്ല. അവർക്ക് നടത്താനാവാത്തത് മറ്റൊരാൾ ചെയ്യുന്നത് കാണുമ്പോൾ ആർക്കും തോന്നുന്ന അസൂയ.

വിനയം ഉള്ളിലൊട്ടുമില്ലാതെ ചോദ്യം തികട്ടി വന്നു.

"നിങ്ങൾക്കു കഴിയാത്ത പലതുമല്ലേ എന്നെകൊണ്ട് സാധിച്ചത്?

ചോദിച്ചില്ല. തൊണ്ടക്കുഴിയിൽ വെച്ച് പിടിച്ചു.

"കുതിര സവാരിയോ, വാൾ പയറ്റോ മറ്റോ...?"

പൗർണമി ദേവി അവളെ ഉഴിഞ്ഞു നോക്കി.

പൂതി കൊള്ളാം. പൗർണമി ദേവി ഓർത്തു.

അംഗസുന്ദരിക്ക് ആ നോട്ടത്തിന്റെ അർത്ഥം മനസിലായി.

"അല്ലെങ്കിൽ കണക്കെടുക്കാൻ... ആയുധങ്ങളുടെയോ, ഭക്ഷണ സാമഗ്രികളുടെയോ..." അവൾ പറഞ്ഞു.

ഗ്രാമത്തിലെ കച്ചവടക്കാരനായ ഉറിയന്റെ കണക്കു കൂട്ടി കൊടുത്തിരുന്നത് താനാണ്. പകരമായി കിഴികെട്ടിയ അരിയോ ഗോതമ്പോ അയാൾ തരാറുണ്ടായിരുന്നു.

പൗർണമി ദേവി കേൾക്കാത്ത ഭാവത്തിൽ ഇരുന്നു. ശേഷം മുറുക്കി ചവച്ചതു നീട്ടി തുപ്പി. ആ നീട്ടി തുപ്പലിൽ പുച്ഛവും ദേഷ്യവും കലർത്തിയ ഒരാട്ട് ഉണ്ടായിരുന്നത് അവൾ തിരിച്ചറിഞ്ഞു.

അമ്മയെക്കൊണ്ട് പറയിച്ചാലോ. എങ്ങനെ? ഇവർ അമ്മയെ കണ്ടിട്ടു കൂടിയുണ്ടോ എന്ന് സംശയമാണ്. ഇവരൊക്കെ എങ്ങനെയാണു സമയം കളയുന്നത്. ഓ...കേട്ടിട്ടുണ്ട്, അമ്മ മഹാറാണിയുടെ നേരം പോക്ക് ചൂത് കളിയാണ്. അതും പണം വെച്ച്. അതിനിടയിലുള്ള മദ്യ സേവയും. രാത്രി വൈകിയാൽ അറയിലേക്ക് പോകാൻ തന്നെ പരിചാരകർക്കു പേടിയാണ്.

“ഇനി ഒന്നും പഠിക്കാൻ നിൽക്കണ്ട. പഠിച്ചത് കൊണ്ട് ഗുണമില്ലാത്ത കൊണ്ട് പുതിയതിനായി സമയം കളയണ്ട.”

പറഞ്ഞവസാനിപ്പിച്ചെന്ന പോലെ പൗർണമി ദേവി നടപ്പ തുടർന്നപ്പോൾ അവൾ തിരിഞ്ഞു നടന്നു.

ഇനി ആരോടാണ് ചോദിക്കുക. ആരാണ് തനിക്കനുവാദം തരിക.

അവൾ ദേവായുധനെ ഓർത്തു.

ഒന്ന് കാണാൻ തോന്നുന്നു. വരുമോ എന്നറിയില്ലെങ്കിലും ആളയയ്ക്കാമായിരുന്നു. തന്റെ പിതാവിന്റെ ഘാതകനെങ്കിലും ആദ്യമായി കടന്നു വന്ന് ഇഷ്ടം പറഞ്ഞ ആളിനോട് തോന്നുന്ന ആരാധനയാവാം. അനുകമ്പയോ അംഗീകാരമോ ആവാം. തന്റെ ചിന്തകളിൽ അയാൾ ഉണ്ട്. പക്ഷേ എന്ത് കാരണത്താലാണ് കാണണമെന്ന് പറയുന്നത്? അയാളുടെ പിതാവിന്റെ ഭാര്യയാണ് താൻ. അമ്മക്ക് സമം. പക്ഷേ എല്ലാ അതിർവരമ്പുകളും നിലനിർത്തിക്കൊണ്ടു തന്നെ, ഒന്ന് കാണാൻ കഴിഞ്ഞിരുന്നെങ്കിൽ മനസിലുള്ളത് പറഞ്ഞ് സഹായമഭ്യർത്ഥിക്കാമായിരുന്നു.

മഹാരാജാവിന്റെ മരണാനന്തര ചടങ്ങിന് മിന്നായം പോലെ കണ്ടതാണ്. താൻ കണ്ട ദേവായുധ കുമാരനല്ല. തീർത്തും മറ്റൊരാൾ.

പേരിലെ ദേവനെ കാണാനായത് ഒറ്റ ദിവസം മാത്രമാണ് എന്ന് തോന്നുന്നു. തനിക്കു ദൂതുമായി വന്നെത്തിയ പ്രവിശ്യ പ്രമുഖന് പിന്നാലെ പ്രത്യക്ഷപ്പെട്ട് തന്നെ ഞെട്ടിച്ച, ഭാവി രാജാവെന്നു സ്വയം വിശേഷിപ്പിച്ച ആ ദിവസം. പക്ഷേ കൊട്ടാരത്തിലെത്തിയപ്പോൾ മുതൽ കേട്ടത് നല്ല വാക്കുകളല്ല.

പിതാവിന്റെ മരണം അയാളെ ഉലച്ചിട്ടില്ലെന്നു തോന്നി. പ്രാർത്ഥനകളും പുകയും അന്തരീക്ഷത്തിൽ ഉയർന്നു പടർന്നപ്പോൾ അചഞ്ചനായി, പതിനെട്ടോളം വരുന്ന രാജകുമാരന്മാർക്കു മുന്നിലായി വജ്രായുധന് തൊട്ടടുത്തായി നിൽക്കുന്നതു കണ്ടു. യോഗ്യനാണെന്നു തോന്നി. കാഴ്ചക്കും കാര്യങ്ങൾക്കും.

അക്കൂട്ടത്തിൽ വഴിയാത്രക്കാരന്റേയോ, നാടോടികളുടെയോ മുഖഭാവവുമായി, രാജാധികാരത്തിന് യോഗ്യതയുണ്ടോ എന്ന് സംശയം തോന്നിപ്പിക്കുന്ന ആൾ രാജാവായി കഴിഞ്ഞിരുന്നു. അതിന്റെ അസ്വാരസ്യങ്ങൾ അകത്തളത്തിൽ പലയിടത്തും പുകയുന്നുമുണ്ടായിരുന്നു. പക്ഷേ തന്നെ അത്ഭുതപ്പെടുത്തിയത് അയാളുടെ കണ്ണുകളാണ്. ശാന്ത ഭാവമുള്ള കണ്ണുകൾ. രാജകുമാരന്റേതായ യാതൊരു ഭാവവും ഭരിക്കാത്ത കണ്ണുകൾ. ആളിനെ എല്ലാവർക്കും, കൊട്ടാര പരിചാരകർക്കും ദാസിപ്പെണ്ണുങ്ങൾക്കും വരെ ഇഷ്ടമാണെന്ന് പിന്നീട് മനസിലായി.

അവൾ പുറത്തേക്ക് നോക്കി. ദൂരെ പടയാളികൾ കുതിര സവാരികൾ പഠിക്കുന്ന മൈതാനം കാണാം.

ഏകാന്തമായി ഇരുന്ന് ജാലകത്തിലൂടെ ഇങ്ങനെ നോക്കിയിരിക്കൽ ഒരു ശീലമായിരിക്കുന്നു.

വാതിൽക്കൽ മുട്ട് കേട്ട് അവൾ ഓർമ്മകളിൽ നിന്നു തിരിഞ്ഞു നോക്കി. ദാസിയാണ് എന്ന് കണ്ട് മുഖം മാറ്റിയതും പിന്നാലെ കടന്നു വരുന്ന ആളെ കണ്ട് അംഗസുന്ദരിയുടെ ഉള്ളു ഒന്ന് പിടഞ്ഞു...

മംഗളസിംഹൻ.

“മഗധയുടെ രാജാവ് വണങ്ങേണ്ടത് ജേഷ്ഠ കാമുകിയെയോ മഹാറാണിയെയോ?” അല്പം ഫലിതം മനഃപൂർവം കലർത്തി മംഗള സിംഹൻ ചോദിച്ചു.

ഈ കൂടിക്കാഴ്ച ഗൗരവത്തിൽ തുടങ്ങി അവസാനിക്കുമെന്ന് അയാൾക്കറിയാമായിരുന്നു. അതല്ല വേണ്ടത്. പറയാൻ വന്ന കാര്യങ്ങൾ അത്തരത്തിലുള്ളതാണ്. അതിന് അല്പം ഫലിതം അനിവാര്യമാണ്. തുടക്കത്തിലെങ്കിലും.

രാജാവിന്റെ ചോദ്യത്തിൽ അവൾക്ക് ആശ്ചര്യം തോന്നി. ആൾ ഗൗരവക്കാരനല്ല എന്നറിയാമായിരുന്നു. പക്ഷേ ഇത്ര സഹൃദയനാണെന്നു പ്രതീക്ഷിച്ചില്ല.

“മഹാരാജാവിന് പ്രണാമം.” അവൾ അയാളെ വണങ്ങി. ശേഷം പറഞ്ഞു.

“പരിഹസിക്കണ്ട മഹാരാജൻ. ജ്ഞാനം നേടിയെന്ന് ആളുകൾ അടക്കം പറയുന്ന അങ്ങേക്ക് എന്തും വിളിക്കാം.”

ഒരു നൊടി നിർത്തി അംഗസുന്ദരി തുടർന്നു.

“ഏതു തെറ്റുകളും ജ്ഞാനത്തിന്റെ പേരിൽ ഒളിപ്പിച്ചു വെക്കാം.”

അവളുടെ ഉള്ളിലെ ദുഃഖത്തിന്റെ പ്രതിഫലനമാണ് ആ വാക്കുകൾ എന്ന് അയാൾക്ക് തോന്നി.

“ശരിയും തെറ്റും ഒരു പോലെ കണ്ടെത്തുന്നതാണ് ജ്ഞാനം. കണ്ണിൽ നോക്കിയപ്പോൾ തുറക്കണമായിരുന്നു മനസ്. പിതാവിന്റെ പടയാളികൾ സ്വർണത്തളികയിൽ മുത്തും പവിഴവും പട്ടുടയാടകളും വെച്ച് രഥമൊരുക്കി നിന്നപ്പോളെങ്കിലും അഹങ്കാരത്തോടെ, ആത്മവിശ്വാസത്തോടെ പറയണമായിരുന്നു ദേവായുധന്റെ കാമുകിയാണെന്ന്.”

“മഹാപദ്മ മഹാരാജാവിന്റെ കല്പനകളെക്കുറിച്ച് മകനായ അങ്ങേക്ക് ഇനിയും ബോധം വന്നിട്ടില്ലേ?”

“ബോധ്യമില്ലാഞ്ഞല്ല. ഞാൻ പറഞ്ഞത് പോലെ സംഭവിച്ചിരുന്നെങ്കിൽ അയൽ രാജ്യത്തിലെ രാജകുമാരിയും സുന്ദരിയുമായ സംയുക്തയുടെ കിരീടത്തിലെ രത്നത്തെക്കാൾ മൂല്യം കല്പിക്കുമായിരുന്നു രക്തമിറ്റു വീഴുന്ന ഭവതിയുടെ ശിരസ്സിന്. ആ തുറിച്ച കണ്ണുകൾക്ക് പിന്നിലൊളിപ്പിച്ച് വെച്ച പ്രണയത്തിന് ഭൂമിയിലെ ഏതു കാഴ്ചയേക്കാളും അഴക് കണ്ടെത്തുമായിരുന്നു. ഹൃദയം നിറയ്ക്കുമായിരുന്നു.”

മംഗളസിംഹൻ എന്ന അനുജൻ തന്റെ ഹൃദയമറിഞ്ഞു കഴിഞ്ഞെന്ന് അംഗസുന്ദരിക്ക് മനസിലായി. ഭവതി എന്ന വിളിയിൽ ആ വാത്സല്യമുണ്ട്. പിതാവിന്റെ കന്യകയോടോ സ്ഥാനമായി കിട്ടിയ അമ്മയോടോ അല്ല ആ വിളി. ജേഷ്ഠ സഹോദരിയോട് തന്നെ. ആശ്വാസത്തോടെ, വിശ്വാസത്തോടെ അവൾ പറഞ്ഞു.

“സമയം കഴിഞ്ഞിരിക്കുന്നു. ഇനി ഈ കൊട്ടാരത്തിന്റെ ചുറ്റു മതിലിനുള്ളിൽ ബുദ്ധിയിലും കാഴ്ചയിലും നര കയറുന്നതു വരെ ജീവിച്ചു തീർക്കണം.”

“അങ്ങനെ ആവില്ല എന്നുറപ്പിക്കാനാണ് നേരിട്ട് വന്നത്. രാജ നീതിക്കും, സദസ്സിന്റെ മാർഗത്തിനെതിരെങ്കിലും മനസാക്ഷിക്ക് ശരിയെന്നു തോന്നി.”

അവൾ അയാളെ നോക്കി. എന്താണ് മംഗളസിംഹൻ എന്ന അനുജൻ

പറഞ്ഞു വരുന്നത്.

"പുറപ്പെടുക. ജേഷ്ഠനുമൊത്ത് സ്നേഹത്തോടെ വാഴുക. അദ്ദേഹത്തിന് ദൂത് പോയിക്കഴിഞ്ഞു. വേണ്ട ഏർപ്പാടുകളും ചെയ്തു കഴിഞ്ഞു. സമയം പിന്നാലെ അറിയിക്കാം."

അവൾ അയാളെ അത്ഭുതത്തോടെ നോക്കി. എന്തൊരു മനുഷ്യനാണ് ഇദ്ദേഹം. ഈ അനുജൻ. ഈ രാജാവ്.

വെറുതെയല്ല അന്തപുരത്തിലെ ഓരോ ആത്മാവും ഇദ്ദേഹത്തിന്റെ അവരോഹണത്തിനു വേണ്ടി ആരുമറിയാതെ പ്രാർത്ഥിച്ചു കൊണ്ടിരുന്നത്. ദാസിപ്പെണ്ണുങ്ങൾ മൗനമായി പറഞ്ഞു കൊണ്ടിരുന്നത്. രാജ നീതിയെക്കുറിച്ച് ഒരു ഗ്രാമീണ പെണ്ണായ തനിക്ക് അറിവൊന്നുമില്ല. പക്ഷേ ഇതാണ് ജനഹിതം അറിയുന്ന രാജാവിന്റെ ലക്ഷണം. ദേവായുധനെക്കാൾ രാജ്യ ഭരണത്തിന് ശ്രേഷ്ഠൻ മംഗളസിംഹൻ തന്നെ.

മംഗളസിംഹനെന്ന അനുജനോട് നിമിഷങ്ങൾക്കകം ഉണ്ടായ താല്പര്യത്തോടെ അവൾ ചോദിച്ചു.

"പിടിക്കപ്പെട്ടാൽ, മംഗളസിംഹന്റെ ചതി രാജ്യ ദ്രോഹമാകും."

മംഗളസിംഹൻ ചെറു ചിരിയോടെ മറുപടി പറഞ്ഞു. "ഇത് മംഗളസിംഹന്റെ രാജ്യമാണ്. നീതിയുടെ വരയിൽ നിന്നു കൊണ്ട് എന്ത് നടക്കണം നടക്കേണ്ട എന്ന് തീരുമാനിക്കുന്നതും നടപ്പിലാക്കുന്നതും മംഗളസിംഹനാണ്." സ്നേഹത്തിന്റെ അധികാരം ചാലിച്ച് അയാൾ കൂട്ടിച്ചേർത്തു. "അനുസരിക്കുക. തയ്യാറാവുക."

അയാൾ പിന്തിരിഞ്ഞു നടന്നു.

"മംഗൾ" അവൾ വിളിച്ചു.

ബഹുമാനം എടുത്ത് മാറ്റി അവൾ അങ്ങനെ വിളിച്ചതിൽ ഉള്ളാലെ സന്തോഷിച്ചു കൊണ്ട് അയാൾ തിരിഞ്ഞു നിന്നു.

"അങ്ങ് നീതിമാനാണ്." അവൾ പറഞ്ഞു.

"എന്നും അങ്ങനെ ആയിരിക്കാൻ ജേഷ്ഠത്തിയുടെ പ്രാർത്ഥന ഉണ്ടാവട്ടെ."

ചെറു ചിരിയോടെ മറുപടി പറഞ്ഞ് നടന്ന് നീങ്ങുന്ന മംഗളസിംഹനെ അത്ഭുതത്തോടെ, അതിലേറെ ആരാധനയോടെ, വാത്സല്യത്തോടെ അംഗസുന്ദരി നോക്കി നിന്നു.

11

പ്രതികാരഹത്യ

"തന്റെ സഹോദരനെ അവകാശദേശത്തു
യുദ്ധംചെയ്‌വാൻ നീ അറിയാതെ വിട്ടിരിക്കുന്നു.
നിന്റെ അവകാശദേശത്തു നിന്നോടുകൂടെ
ഞാനും വരാം എന്നു പറഞ്ഞപ്പോൾ വീഞ്ഞിന്റെ വീപ്പക്കുറ്റിയിൽ
അവന്റെ കാമുകി ഒളിച്ചിരിപ്പായിരുന്നു.
നേരെ യുദ്ധംചെയ്തു അതിനെ പിടിച്ചു
വാളിന്റെ വായ്ത്തലയാൽ വെട്ടി നിനക്കവരെ തീയിട്ടു ചുട്ടുകളയാമായിരുന്നു.
പിതാവേ! എന്നോട് പൊറുക്കേണമേ
നിന്റെ ജീവനുയിർപ്പിച്ചവൾ അവനോടു കൂടെ ശയിക്കട്ടെ .
അവരതാ ഇപ്പോൾ നിന്റെ ഹൃദയത്തിൽ
വടവൃക്ഷത്തിന്റെ വേരുകൊണ്ടു പോറിയിരിക്കുന്നു.
ചോരകൊണ്ട് നിന്റെ നീതിസാരത്തെ മായ്ച്ചുകളഞ്ഞിരിക്കുന്നു.
നിന്റെ കോപം അവകാശദേശത്തെ
ശത്രുക്കളിൽ തീയായി വർഷിക്കുമാറാകട്ടെ"

(കൗർവകിയുടെ ഗീതങ്ങൾ: 11:26)

മണൽക്കാറ്റടിച്ചു കൊണ്ടിരുന്നു. മൂടുപടം കാറ്റിൽ ഉലഞ്ഞു പറന്നു. അതിനേക്കാൾ വേഗതയിൽ അയാളുടെ കുതിരയും. മണ്ണിൽ പൂണ്ടു പോകാതെ കാലുകൾ പറിച്ചുയർത്തി കുതിര യജമാനന്റെ ഇഷ്ടത്തിനൊത്ത് പാഞ്ഞു പോവുകയായിരുന്നു. കള്ളി മുൾ ചെടികളും ഒറ്റപ്പെട്ട ഇല കൊഴിഞ്ഞ മരങ്ങളും കടന്നു അയാൾ, അമ്പത്തഞ്ചു വയസ്സ്കാരനും അരോഗദൃഢഗാത്രനുമായ മദമുഖൻ പാഞ്ഞു പോയി.

വീട് മരുഭൂവിനടുത്തായിരുന്നു. മൺകട്ട കൊണ്ട് കെട്ടിയ ഒരു വീട്. അതിന് കുറച്ച് മാറി ആട്ടിൻ പറ്റം മേയുന്നുണ്ട്. വീടിന്റെ മുറ്റത്ത് രണ്ടോ മൂന്നോ കുതിരകൾ, മൂന്ന് കഴുതകൾ, കോവർ കഴുതകൾ ഒക്കെ കെട്ടിയ നിലയിൽ കാണപ്പെട്ടു.

വീടിന്റെ ഒരു ഭാഗത്ത് നിൽക്കുന്ന ഒറ്റ മരത്തിൽ നിന്ന് വലിച്ചു കെട്ടിയ കാട്ടു വള്ളിയിൽ വസ്ത്രങ്ങൾ പാറിപ്പറന്നു കിടന്നു.

മുറ്റത്ത് ഒന്ന് രണ്ടാൾക്കാർ കൂടി നിൽക്കുന്നുണ്ട്. എല്ലാവരും യോദ്ധാക്കളെ പോലെ വസ്ത്രവും ആയുധവും ധരിച്ചവർ തന്നെയാണ്. ആരെയോ കാത്തിട്ടെന്ന പോലെ അക്ഷമയോടെ അവർ നിന്നു.

അവർക്കിടയിലേക്ക് കുതിര മേൽ പാഞ്ഞ് വന്നു കൊണ്ട് മദമുഖൻ ചാടിയിറങ്ങി. വീടിനു പുറത്തു കൂടി നിന്നവർ അയാളെ കണ്ട് ബഹുമാനത്തോടെ വണങ്ങി. കുതിരയെ അവിടെ കൂടി നിന്ന അംഗരക്ഷകരും സുഹൃത്തുക്കളുമായ ആളുകളിലൊരുവന്റെ കയ്യിൽ കൊടുത്തു നടന്നു കൊണ്ട് മദമുഖൻ ധൃതിയിൽ ചോദിച്ചു.

“അകത്തുണ്ടോ?”

“ഉണ്ട്.” കൂട്ടത്തിലൊരുവൻ ഉത്തരം പറഞ്ഞു.

മദമുഖൻ ഗൗരവത്തോടെ, ഉറച്ച കാൽവെപ്പുകളോടെ അകത്തേക്ക് പോയി.

ഒരാൾക്ക് കിടക്കാൻ മാത്രം പാകത്തിൽ തടി കൊണ്ട് ചായ്ച്ച പണിത ഒരു മഞ്ചത്തിൽ, മുഴവനും നരച്ച കയറിയ പുരികങ്ങൾക്കു താഴെ കണ്ണിൽ തീക്ഷ്ണതയും, പ്രതികാരത്തിന്റെ അഗ്നിയുമായി കിടക്കുകയായിരുന്നു

പാണ്ഡുകൻ. അയാളുടെ മഞ്ചത്തിന് എതിർഭാഗത്തായി, വെളിച്ചം കുറച്ച മാത്രം കയറി വരുന്ന സാമാന്യം വലിപ്പമുള്ള മുറിയുടെ ഒരു ഭാഗത്തായി ഇട്ടിരിക്കുന്ന തടി കൊണ്ടുള്ള ഇരിപ്പിടത്തിൽ പല പ്രായത്തിലുള്ളവർ ഇരിക്കുന്നുണ്ട്.

മുറിയുടെ മറ്റൊരു മൂലയിൽ ഒരു വഴി വാണിഭക്കാരന്റെ രൂപ ഭാവങ്ങളും വസ്ത്രങ്ങളുമായി, യാത്ര ക്ഷീണം കൊണ്ടു തളർച്ചയുള്ള മുഖവും, സ്ഥൂല ശരീരവുമായി ഒരാൾ ഒതുങ്ങി നിൽക്കുന്നുണ്ടായിരുന്നു.

ഭയപ്പെടുത്തുന്ന ഒരു നിശബ്ദത മുറിയിൽ ചൂഴ്ന്ന നിന്നു. ഉറച്ച കാല്പാദങ്ങ ളുടെ ശബ്ദം കേട്ടു ചിലർ തിരിഞ്ഞു നോക്കി. വാതിൽ കടന്നു മദമുഖൻ അക ത്തേക്ക് വന്ന്, പാണ്ഡുകന്റെ അരികിലെത്തി മുട്ട് കുത്തി നിന്നു കയ്യിൽ ചുംബിച്ചു. കണ്ണടച്ച് കൊണ്ട് വന്ദനം സ്വീകരിച്ച് കൈ ഉയർത്തി പാണ്ഡുകൻ അയാളെ തലയിൽ തൊട്ടനുഗ്രഹിച്ചു.

മദമുഖൻ ഒരു പീഠത്തിലേക്ക് ഇരുന്നു. മുറിയുടെ മൂലയിൽ നിൽക്കുന്ന ആളെ ചൂണ്ടി ഇടർച്ചയുള്ളതെങ്കിലും ദൃഢമായ സ്വരത്തോടെ പാണ്ഡുകൻ പറഞ്ഞു.

“സുവീരൻ അയച്ച ദൂതൻ. കാർണികൻ. മദ്യ വിൽപ്പനക്കാരൻ മതിരവന്റെ സഹചാരി.”

കാർണികൻ തല കുനിച്ച് മദമുഖനെ വണങ്ങി.

മദമുഖൻ തല മെല്ലെ അനക്കി വന്ദനം സ്വീകരിച്ചു.

മദമുഖനെ ഉദ്ദേശിച്ച് പാണ്ഡുകൻ കാർണികനോട് പറഞ്ഞു.

“എന്റെ നാലാമത്തെ മകൻ”

മദമുഖൻ കാർണികനെ അടിമുടി നോക്കി. അവനെ പഠിക്കാനെന്ന മട്ടിൽ.

ആ നോട്ടത്തിന്റെ കാഠിന്യം കൊണ്ട് കാർണികൻ ചൂളി നിന്നു.

“എപ്പോഴാണ് പുറപ്പെടുന്നത്.?” മുറിയെ വിറപ്പിക്കുന്ന ഗംഭീര ശബ്ദത്തിൽ മദമുഖൻ ചോദിച്ചു.

കാഴ്ചയിലേത് പോലെ ശബ്ദവും കനമുള്ളതു തന്നെ. കാർണികൻ ഓർത്തു.

“പൗർണ്ണമി ദിനത്തിലെന്ന് അറിയിപ്പ് യജമാനനെ.” കാർണികൻ പറഞ്ഞു.

“ദിക്കോ?” മനസ്സിൽ എന്തോ കണക്കു കൂട്ടി മദമുഖൻ ചോദിച്ചു.

“ദേവ പ്രദേശത്ത് കൂടി കുതിര വണ്ടിയിൽ മദ്ര പുരിയുടെ അതിർത്തിയിലേക്ക്. വണ്ടിയിൽ മഹാറാണി അംഗസുന്ദരി മാത്രമേ ഉണ്ടാവൂ. പിന്നിൽ കുതിരപ്പടയാളികൾ ഒന്നിലധികം കാണാൻ സാധ്യത ഉണ്ട്.”

“അപ്പോൾ ആ തല തിരിഞ്ഞ ദേവായുധനോ?” കടുവയുടെ മുരളൽ പോലെ മദമുഖൻ ചോദിച്ചു.

“ദേവായുധ കുമാരൻ...

കാർണികൻ പറഞ്ഞു തുടങ്ങിയപ്പോൾ വെറുപ്പിന്റെ ആഴം കൊണ്ട് സ്വരം കടുപ്പിച്ച് മദമുഖൻ ചോദിച്ചു.

“കുമാരനോ?”

സംഭാഷണമത്രയും സസൂക്ഷ്മം ശ്രദ്ധിച്ച കിടന്ന പാണ്ഡുകൻ പതിയെ

പറഞ്ഞു.

"പറഞ്ഞു ശീലിച്ചതല്ലേ. പറയട്ടെ."

ആ വാക്കുകളിൽ ദേവായുധനോടും അയാളുടെ കുടുംബത്തോടുമുള്ള എല്ലാ വെറുപ്പും പ്രതികാരവും ഞെട്ടലോടെ തിരിച്ചറിഞ്ഞു കൊണ്ട്, മൂന്നു സ്വർണ്ണ നാണയത്തിന് ദൂത് കൊണ്ട് വരാൻ തയാറായതിൽ സ്വയം ശപിച്ചു കൊണ്ട് കാർണികൻ പറഞ്ഞു.

"അതിർത്തിയടുക്കുമ്പോൾ ഗ്രാമത്തിലൊന്നിൽ കാത്തു നിൽക്കുമെന്ന് പറഞ്ഞു."

മനസ്സിൽ കണക്കു കൂട്ടി മച്ചിലേക്ക് നോക്കി പാണ്ഡുകൻ പറഞ്ഞു.

"ഇവിടുന്ന് രാത്രി യാത്ര തുടങ്ങിയാൽ പൗർണമി നാളിലെ പകൽ അവിടെത്താം."

"എത്തിച്ചേരാം. പക്ഷേ നീണ്ടു പരന്നു കിടക്കുന്ന ദേവ പ്രവിശ്യയുടെ ഏതു ഗ്രാമമാണെന്നു വ്യക്തമല്ലല്ലോ..."

ചർച്ചയിൽ പങ്കെടുക്കാൻ പാണ്ഡുകൻ വിളിച്ചു വരുത്തിയ കുടുംബാംഗങ്ങളിൽ ഒരുവൻ ചോദിച്ചു.

ആ ചോദ്യം തീർത്തും ഇഷ്ടപ്പെടാതെ പാണ്ഡുകൻ പറഞ്ഞു.

"എവിടെങ്കിലും വെച്ച്. മണ്ണിനടിയിലൂടാണെങ്കിൽ അവിടെ വെച്ച്."

ശേഷം ഉള്ളിൽ നുരയുന്ന കുശാഗ്ര ബുദ്ധിയോടെ കൂട്ടിച്ചേർത്തു.

"മഗധയുടെ ഒന്നാം ഗ്രാമം താണ്ടുന്നത് മുതൽ ദേവ പ്രദേശത്തെത്തി ദേവായുധനെ കാണുന്ന നിമിഷം വരെ പിന്തുടരണം. പൗർണ്ണമിയായതിനാൽ സ്വന്തം നിഴലിനെ പോലും സൂക്ഷിച്ചു കൊള്ളുക. കാര്യം കഴിഞ്ഞാൽ കഴുതകളെ ഉപേക്ഷിക്കുക."

"വേണ്ട സംഘവുമായി ഇന്ന് തന്നെ പുറപ്പെടാം." മുറിയിൽ ഇരിക്കുന്ന കുടുംബക്കാരായ യോദ്ധാക്കളെ നോക്കി മദമുഖൻ പറഞ്ഞു.

"ആയുധങ്ങൾ വലുത് വേണ്ട. കൈ പിടിയിലൊതുങ്ങുന്നതു മാത്രം. പുറപ്പെടാൻ തയാറായിക്കൊള്ളൂ." പറഞ്ഞു തീർത്തത് പോലെ പാണ്ഡുകൻ കണ്ണടച്ചു.

കുംടുംബക്കാരായ യോദ്ധാക്കൾ പുറത്തേക്ക് നീങ്ങി. അവരുടെ ചലനത്തിൽ ഒരു യുദ്ധത്തിന്റെ ആവേശം അലയടിച്ചു. കാത്തിരുന്നു കിട്ടുന്ന പോരാട്ട വേദിയുടെ ആവേശം എല്ലാവരിലും പ്രകടമായിരുന്നു.

അവർ പുറത്തേക്ക് പോയതും വൃദ്ധനരികിലേക്ക് നടന്നു ചെന്ന് പീഠത്തിൽ ഇരുന്നു മദമുഖൻ.

മുറിയുടെ മൂലയിൽ പകച്ചു നിൽക്കുകയായിരുന്ന കാർണികൻ. അയാളെ കൈ ഉയർത്തി പാണ്ഡുകൻ അരികിലേക്ക് വിളിച്ചു. കാർണികൻ പാണ്ഡുകനരികിലേക്ക് നിന്നു. മഞ്ചത്തിനരികിലെ മറ്റൊരു പീഠത്തിൽ വെച്ചിരുന്ന തടി കൊണ്ടുള്ള ഒരു പാത്രത്തിൽ നിന്നു മൂന്നു സ്വർണ്ണനാണയങ്ങൾ എടുത്തു പാണ്ഡുകൻ കാർണികന് നീട്ടി. ബഹുമാനത്തോടെ അത് വാങ്ങി കാർണികൻ കണ്ണിൽ ചേർത്തു.

"മടക്ക യാത്രക്കുള്ള ആഹാരവും വസ്ത്രവും പുറത്തു നിന്നു തരും."

കാർണികൻ വണങ്ങി പുറത്തേക്ക് നീങ്ങി.

അവൻ പോയെന്നുറപ്പ് വരുത്തി. മദമുഖനോട് പറഞ്ഞു.

“ദേവായുധൻ പോരാളിയാണ്. മറക്കരുത്.”

“അങ്ങേയറ്റം ശ്രദ്ധിക്കാം.” മദമുഖൻ മറുപടി പറഞ്ഞു.

ഒരു തരം വേദന നിറഞ്ഞ പകയോടെ പാണ്ഡുകൻ കൂട്ടിച്ചേർത്തു.

“കണ്ണടയുന്നതിന് മുൻപ് മഹാപദ്മ കുടുംബത്തിലെ ഒരുവന്റെയെങ്കിലും തല എനിക്ക് നീ കൊണ്ട് വന്നു തരണം. ദാ...”

തലയിണയുടെ കീഴിൽ മടക്കി വെച്ച ഒരു പഴയ തുണി തുവാല അയാൾ മദമുഖന് നേരെ നീട്ടി.

“തല കിട്ടിയില്ലെങ്കിൽ അവന്റെ ചോര ഇതിൽ മുക്കി നനച്ചെടുക്കണം. നീ മടങ്ങും മുൻപ് ഞാൻ മരിച്ചാൽ ചിതയിൽ ഇതും കൂടി ചേർത്ത് അടക്കം ചെയ്യണം.”

പറഞ്ഞു തുടങ്ങിയപ്പോൾ കണ്ണീരിന്റെ വക്കിലെത്തിയ വൃദ്ധൻ ഏതോ ഓർമകളിൽ വീണ്ടും കണ്ണ് നിറഞ്ഞു കൊണ്ട് തുടർന്നു.

“മഹാ യോദ്ധാവായിരുന്ന എന്റെ മകനെ, നിന്റെ ജേഷ്ഠനെ, കൂടെ നിർത്തി, ശത്രു സൈന്യത്തിന് മുന്നിലേക്ക് വിട്ടു പിൻവലിഞ്ഞു കൊല്ലിച്ചതിന്... നമ്മുടെ കുടുംബത്തെ കടലിൽ മുക്കിയും മണലിൽ പുതച്ചും കൊന്നു തള്ളിയതിന്, ഇതൊന്നും പകരമാവില്ല എങ്കിലും...

ഗദ്ഗദം കൊണ്ട് തൊണ്ടയടച്ചു പോയെങ്കിലും കിളവൻ തുടർന്നു.

“നഷ്ടപ്പെടുന്നതിന്റെ വേദന, ആർഭാടം മോഹിച്ച് മഹാപദ്മന്റെ പിറകെ പോയവളുടെ സന്തതിയെങ്കിലും അനുഭവിക്കട്ടെ. ഭരിച്ചു തുടങ്ങുന്നതിന് മുൻപ് അവന്റെ കാഴ്ചകളിൽ ചോര നിറയട്ടെ.”

“ഞാൻ വാക്ക് തരുന്നു പിതാവേ.” അയാളുടെ ശുഷ്കിച്ച കൈ എടുത്ത് കയ്യിൽ ചേർത്ത് മദമുഖൻ തുടർന്നു. “അവന്റെ ചോര കാണാതെ എനിക്ക് മടക്കമില്ല.”

വിജയം നേരിൽ കണ്ടത് പോലെ വൃദ്ധൻ ചിരിച്ചു. ശേഷം കൈ ഉയർത്തി മദമുഖന്റെ തലയിൽ വെച്ച് അനുഗ്രഹിച്ചു. മദമുഖൻ തിരിഞ്ഞു നടന്ന് നീങ്ങിയതും പാണ്ഡുകൻ വിളിച്ചു.

“മകനെ...”

തിരിഞ്ഞു നോക്കാതെ മദമുഖൻ നിന്നു.

ജാലകത്തിലൂടെ കടന്നു വരുന്ന ചൂട് വായുവും വെളിച്ചവും നോക്കി കിടന്നു കൊണ്ട് പാണ്ഡുകൻ പറഞ്ഞു...

“അറുത്തെടുക്കുന്നത് നീയാണെങ്കിൽ, ജീവൻ പിടഞ്ഞു തീരും മുൻപ് അവന്റെ ചെവിയിൽ നീ അത് പറയണം”

മദമുഖൻ ആ രംഗമോർത്ത് കോൾമയിർ കൊണ്ട്, അതിന്റെ ലഹരിയിൽ വലിഞ്ഞു മുറുകിയ ചിന്തയോടെ തലയാട്ടി. അതൊരു ഉറപ്പായിരുന്നു. കൊല്ലും എന്ന കരളുറപ്പ്.

വൃദ്ധൻ ആ ഉറപ്പോടെ കൂടുതൽ തിളക്കമുള്ള മുഖത്തോടെ വെളിച്ചം നോക്കി കിടന്നു.

* * *

ചൈത്ര മാസ പൗർണ്ണമി, നിരന്ന ഭൂവിൽ ഒഴുകി പരന്നു കിടന്നു. ഇടക്കിടെ കടന്നു വന്ന നനുത്ത കാറ്റ്, ഇളം വൃക്ഷ തലപ്പുകളെ തഴുകി തലോടി കടന്നു പോയി. കുതിരയെ പൂട്ടിയ വണ്ടിയുടെ ചെറു ജാലകത്തിലൂടെ കാറ്റും നിലാവും കടന്നു വരുന്നുണ്ടായിരുന്നു.

അംഗസുന്ദരി പട്ടുതുണി കൊണ്ട് ദേഹമാസകലം മൂടി പുതച്ചിരുന്നു; ഒറ്റ നോട്ടത്തിൽ ഒരു തുണിക്കെട്ടു പോലെ തോന്നിക്കത്തക്ക രീതിയിൽ. പിന്നോട്ടു നീണ്ടു നിന്ന വണ്ടിയുടെ പലകത്തട്ടിൽ ധാന്യങ്ങൾ അടങ്ങിയ വലിയ വീപ്പകളും, കാലി വീപ്പകളും നിറച്ചു വെച്ചിരുന്നു. ഭാരമേറെ ഉള്ളത് കൊണ്ട് വണ്ടി പതിയെ ആണ് നീങ്ങി കൊണ്ടിരുന്നത്. പാൽ പോലെ ഉള്ള നിലാവത്ത് വെളിച്ചം ആവശ്യമില്ലായിരുന്നെങ്കിലും പേരിനു മാത്രം കത്തിച്ചു വെച്ച റാന്തലുമായി കുതിര വണ്ടി താഴ്വരയിലൂടെ കടന്നു പോയി... വണ്ടിക്കു മുന്നിലും പിന്നിലുമായി ഓരോ കുതിരപ്പടയാളികൾ ഉണ്ടായിരുന്നു. അവർ ഓരോ നിമിഷവും പരിസരം ശ്രദ്ധിച്ച്, കുതിരയെ നയിച്ച് കൊണ്ട് മുന്നോട്ട് നീങ്ങി കൊണ്ടിരുന്നു.

ആദ്യം അംഗസുന്ദരിക്ക് സംശയം തോന്നിയിരുന്നു. എന്തിനാണ് ഈ ഒളിച്ചു കടത്തൽ. നേരിട്ടു പറഞ്ഞാൽ ആരാണ് രാജാവിനെ എതിർക്കുന്നത്. പക്ഷേ ആലോചിച്ചപ്പോൾ ശരിയാണ്. അധികാരമേറ്റയുടൻ തന്നെ പിതാവിന്റെ കന്യകയെ ജേഷ്ഠന് കൈ പിടിച്ച് കൊടുത്തു എന്ന ചീത്ത പേര് ഇല്ലാതിരിക്കാൻ ഒരു ഒളിച്ചു പോകൽ തന്നെയാണ് അനിവാര്യമെന്ന് തോന്നി. പ്രജകൾക്ക് മുന്നിൽ പിടിച്ചു നില്ക്കാൻ ചില കള്ളക്കളികൾ ഏതു രാജാവും ചെയ്തേ പറ്റൂ.

മഹാറാണി മകന്റെ കൂടെ ഒളിച്ചോടിയ കഥ കെട്ടടങ്ങുമ്പോൾ താൻ തന്നെ അവരെ കൊട്ടാരത്തിലെത്തിച്ച് കൊള്ളാമെന്നു പറപ്പെടും മുൻപ് ദൂത് കൊടുത്തു വിട്ടിരുന്നു, അനുജൻ. സബോധന്റെ കൈവശം. അത് കണ്ടപ്പോഴാണ് സമാധാനമായത്.

ഇനി ദേവായുധനെ കാണുക. ശേഷം സൈന്യാധിപൻ ഒരുക്കിയ ഒളിതാവളത്തിൽ. അതും കാട്ടിനരികിലെ വേനൽക്കാല വസതിയിൽ താൽക്കാലികമായി ഒരുക്കിയ പരിചാരക സംഘത്തോടൊപ്പം താമസിക്കുക.

പറഞ്ഞപ്പോൾ ആദ്യം അമ്മ പരിഭ്രമിച്ചു പോയിരുന്നു. പിന്നെ മഹാരാജാവിന്റെ തീരുമാന പ്രകാരം തന്നെയാണ് എന്ന് പറഞ്ഞപ്പോഴാണ് ഒന്ന് ശാന്തമായത്. എങ്കിലും ധാന്യ വണ്ടി നീങ്ങിയപ്പോൾ, ഇരുട്ടിൽ മാറി നിന്നിരുന്ന അമ്മയുടെ മുഖത്തേക്ക് വീണ വെളിച്ചത്തിന്റെ ചീളിൽ ഭയം പ്രകടമായിരുന്നു.

താഴ്വരയിലൂടെ നീങ്ങുന്ന കുതിര വണ്ടിക്ക് സമാന്തരമായി കുന്നിൻ ചെരുവിലൂടെ നിലാവിൽ രണ്ടു യാത്രക്കാർ നീങ്ങുന്നുണ്ടായിരുന്നു. അത് മംഗളസിംഹനും തോഴൻ സബോധനുമായിരുന്നു. കൊട്ടാരത്തിലാരെയുമറിയിക്കാതെ ഉള്ള യാത്രയായിരുന്നു അത്.

അംഗസുന്ദരി യാത്ര ചെയ്യുന്ന കുതിര വണ്ടിയെ സൂക്ഷ്മം ശ്രദ്ധിച്ച് ഇരുവരും നീങ്ങി.

“മടങ്ങിപ്പോയാലോ മംഗൾ.” സബോധൻ ചോദിച്ചു.

രാജാവ് എന്ന് വിളിച്ചു തുടങ്ങിയപ്പോൾ മംഗളസിംഹൻ തന്റെ ബാല്യകാല സുഹൃത്തിനോട് പറഞ്ഞു.

"നിർബന്ധമാണെങ്കിൽ വിളിച്ചോളൂ. പക്ഷേ നമ്മൾ മാത്രമുള്ളപ്പോൾ വേണ്ട."

മടിച്ചെങ്കിലും സമ്പോധൻ അത് അംഗീകരിച്ചു. ഉള്ളിൽ നിറഞ്ഞ ബഹുമാനത്തോടെ.

"വേണ്ട."

താഴ്‌വരയിലൂടെ നീങ്ങുന്ന കുതിര വണ്ടിയെ സൂക്ഷ്മം ശ്രദ്ധിച്ച് മംഗളസിംഹൻ മറുപടി പറഞ്ഞു. "ആരുമറിയാതെ ചെയ്യുന്ന ഒരു കാര്യത്തിന് നമ്മൾ തന്നെ കാവലുണ്ടാവണം. മാത്രമല്ല കഴിയുമെങ്കിൽ ഈ യാത്രയിലെങ്കിലും ജേഷ്ഠനെ കാണണം. ഇനി എന്ന് കാണുമെന്ന് ഊഹമില്ല. ക്ഷണിച്ചാൽ അദ്ദേഹം വരാറുമില്ലല്ലോ."

ആ തീരുമാനം ശരിയാണെന്ന് സമ്പോധനും തോന്നി.

എത്ര ഉന്നതിലെത്തിയാലും തന്റെ ചങ്ങാതി ആ പഴയ ആൾ തന്നെ എന്ന് അഭിമാനത്തോടെ സമ്പോധൻ ഓർത്തു.

താഴ്‌വരയിലെ ചെറു മരങ്ങളുടെ പ്രദേശം കടന്നു കുതിര വണ്ടി മുന്നോട്ടു പോയി. പിന്നിൽ കാവൽ നോക്കുന്ന പടയാളിയുടെ കുതിര കടന്നു പോയതും, വഴിയരികിൽ നിന്നും കുറച്ചു മാറി ഒറ്റപ്പെട്ട് നിന്ന മരത്തിന്റെ കൊമ്പിൽ നിന്ന് ഒരാൾ താഴേക്കിറങ്ങി. അയാൾ പതിയെ താഴെ കെട്ടിയിട്ടിരുന്ന കഴുതയുടെ പുറത്തു കയറി. ചെറു കാടുകളുടെ മറവിലൂടെ, അയാൾ സമാന്തരമായി കുതിര വണ്ടിയെ പതിയെ പിന്തുടർന്നു. അയാൾ മദമുഖന്റെ പടയാളികളിലൊരുവൻ ആയിരുന്നു.

മരക്കൂട്ടങ്ങൾ നിറഞ്ഞ പ്രദേശത്തു കൂടി കുറച്ച് ദൂരം കൂടി ഓടിയിട്ടു കുതിര വണ്ടി നിന്നു.

കാവൽ പടയാളികൾ ചുറ്റും നോക്കി പരിസരം വീക്ഷിച്ചു. കുതിരക്കാരൻ അനുവാദത്തിനായി മുന്നിലെ പടയാളിയെ നോക്കി. അയാൾ കൈ കാട്ടിയതും കുതിരക്കാരൻ തന്റെ പിന്നിലുള്ള അറയുടെ വാതിൽക്കൽ മൃദുവായി തട്ടി. ശേഷം അയാൾ പതിയെ കുതിരപുറത്തു നിന്നിറങ്ങി നടന്നു ചെന്ന് അറയുടെ വാതിൽ തുറന്നു.

"എത്തിയോ? സുരക്ഷിതമല്ലേ?" അംഗസുന്ദരി അടക്കത്തിൽ ചോദിച്ചു.

"അതെ റാണി."

പരിസരം ഒന്ന് ശ്രദ്ധിച്ചു കൊണ്ട് തന്റെ അത്യാവശ്യ സാധനങ്ങൾ വെച്ച തുണിക്കെട്ടും എടുത്ത് അവൾ പുറത്തേക്കിറങ്ങി. കാവൽ പടയാളികൾ ചുറ്റും നിരീക്ഷിച്ചു കൊണ്ടിരുന്നു. കുതിര വണ്ടി നിർത്തിയത് മംഗളസിംഹനും സമ്പോധനും കുന്നിൻ മുകളിൽ നിന്നു കാണുന്നുണ്ടായിരുന്നു. ആ നിലാവിന്റെ ഏതു വെൺമറവിൽ നിന്നാണ് ദേവായുധൻ പ്രത്യക്ഷപെടുന്നത് എന്ന് നോക്കി മംഗളസിംഹൻ കാത്തു നിന്നു. കുറെ നേരം അങ്ങനെ നിശബ്ദമായി കടന്നു പോയി.

അംഗസുന്ദരി ചങ്കിടിപ്പോടെ നിലാവിന്റെ വെളിച്ചത്തിൽ ദേവായുധനെ

തേടി. മരക്കൂട്ടങ്ങൾക്കപ്പുറത്ത് ഒരു മരക്കൊമ്പൊടിഞ്ഞു... അവൾ അങ്ങോട്ടു നോക്കി. നിലാവിന്റെ നേരിയ മറയിലൂടെ, മരങ്ങൾക്കു താഴെ കൂടി വെള്ളി നിഴലുകൾക്കിടയിലൂടെ, അയാൾ, ദേവായുധൻ പതിയെ കടന്നു വരുന്നത് അവർ കണ്ടു.

അയാളുടെ കടന്നു വരവ് നോക്കി ചങ്കിടിപ്പോടെ നിൽക്കുകയായിരുന്നു മദമുഖന്റെ പടയാളി. അയാൾ തന്റെ കൊച്ചു കത്തിയിൽ പിടി മുറുക്കി. ഏതു നിമിഷവും ഒരാക്രമണത്തിന് അടയാളം ലഭിച്ചേക്കാം. അതിനു വേണ്ടി അയാൾ കാത്തു നിൽക്കെ അംഗസുന്ദരി ദേവായുധനരികിലേക്ക് നടന്നു. അവളെ കണ്ട് ദേവായുധൻ കുതിരപ്പുറത്ത് നിന്നുമിറങ്ങി അവളെ ചേർത്ത് നിർത്തി ദീർഘമായി ചുംബിച്ചു. അയാൾ പടയാളികൾക്ക് അടയാളം കാട്ടി. അവർ പതിയെ പിന്തിരിയുന്നതു കണ്ട് ദേവായുധൻ അംഗസുന്ദരിയോട് ചോദിച്ചു.

"മംഗൾ വരുമെന്ന് പറഞ്ഞിരുന്നു. വഴിയിൽ കണ്ടില്ലേ?" അയാൾ ചുറ്റും നോക്കി. മരക്കൂട്ടങ്ങളുടെ നിഴൽ മാത്രം.

"നേരോ? അറിയിച്ചിരുന്നില്ല..." അവൾ അത്ഭുതത്തോടെ ചോദിച്ചു.

അയാൾ വീണ്ടും ഒന്ന് ശ്രദ്ധിച്ചിട്ട് കുതിരയുടെ കടിഞ്ഞാൺ പിടിച്ചു മെല്ലെ നടന്നു. കുതിര വണ്ടിയും പടയാളികളും ദൂരെ പതിയെ നീങ്ങുന്നത് നോക്കി മരക്കൂട്ടങ്ങൾക്കിടയിലൂടെ നടക്കാൻ തുടങ്ങിയതും കരിയിലകൾ ഞെരിയുന്ന ശബ്ദം കേട്ടു ദേവായുധൻ കാതോർത്തു. കുതിരകളാണ്...ആരാണ് ഈ രാത്രിയിൽ... അയാൾ കൈ വാളിൽ വെച്ചതും മറവിൽ നിന്നു മംഗളസിംഹൻ കടന്നു വന്നു. അയാൾക്ക് പിന്നിൽ സബോധനും. മംഗളസിംഹൻ ദേവായുധനരികിലെത്തി അയാളെ ഒരു നിമിഷം നോക്കിയിട്ട് നെഞ്ചിൽ ചേർത്ത് പിടിച്ചു.

കുറച്ചു മാറി മരത്തിന്റെ മറവിൽ ഇരുന്ന് ആ കാഴ്ച്ച കണ്ട മദമുഖന്റെ പടയാളി പതിയെ മദമുഖനോട് ചോദിച്ചു.

"രണ്ടിനെയും ഒറ്റയടിക്ക് തീർത്താലോ?"

"രാജാവിന് പിന്നിൽ അയാൾ പോലുമറിയാതെ അംഗരക്ഷകരുണ്ടാവും. അപകടമാണ്." മദമുഖൻ പറഞ്ഞു.

ദേവായുധൻ നീങ്ങുന്നതും നോക്കി അവർ കാത്തു.

"എന്നോട് ക്ഷമിക്കു മംഗൾ." മംഗളസിംഹനോട് ദേവായുധൻ പറഞ്ഞു. "പിതാവ് ചെയ്തത് ശരിയായിരുന്നു എന്ന് എനിക്കിപ്പോൾ തോന്നുന്നു..."

"അരുത്. അങ്ങയോടു ഞാനാണ് ക്ഷമ ചോദിക്കേണ്ടത്. അങ്ങേക്കവകാശപ്പെട്ടതായിരുന്നു. ബാല്യം മുതൽ സ്വപ്നമായി കൊണ്ട് നടന്നത്. പക്ഷേ..."

"എനിക്കറിയാം. നിനക്ക് പരിമിതികൾ ഉണ്ടായിരുന്നു. കഴിഞ്ഞത് കഴിഞ്ഞു. ഞാനും നിന്നെ ചില നിമിഷങ്ങളിലെങ്കിലും തെറ്റിദ്ധരിച്ചു."

"അങ്ങേക്ക് വരാം. എന്ന് വേണമെങ്കിലും. ഞാൻ ആ സിംഹാസനത്തിൽ ഇരിക്കുന്നുവെന്നേ ഉള്ളൂ. മനസ്സിൽ കുറ്റബോധം തന്നെയാണ് എന്നും. എല്ലാം അടങ്ങിക്കഴിയുമ്പോൾ മടങ്ങണം. ആ കാല്ക്കീഴിൽ കിരീടം വെച്ചൊഴിയും ഞാൻ." മംഗളസിംഹൻ പറഞ്ഞു.

ദേവായുധന് അഭിമാനം തോന്നി. ഇതാണ് സ്നേഹം. ഇവന് മാത്രമാണ് ഇങ്ങനെ പറയാൻ കഴിയുക. അത് കൊണ്ടാവും കാലം ഈ ദൗത്യം അവൻ

പോലുമറിയാതെ ഏൽപ്പിച്ചു കൊടുത്തത്. ആ ഓർമ്മകളോടെ അയാൾ അനുജന്റെ കവിളിൽ ചുംബിച്ചു. അവനെ താൻ ഉമ്മ വെച്ചിട്ടു യുഗങ്ങളായിരിക്കുന്നു എന്ന് അയാൾക്ക് തോന്നി. ബാല്യത്തിൽ, ചോദിക്കുന്ന മാമ്പഴമോ, മധുരമോ തരുമ്പോഴായിരുന്നു താൻ അവന് ഉമ്മകൾ കൊടുക്കാറുണ്ടായിരുന്നത്. ബാല്യം എത്ര വേഗം കടന്നു പോയ മധുര കാലമായിരുന്നുവെന്നും അപ്പോഴല്ലാതെ തങ്ങൾ ആരും പരസ്പരം തിരിച്ചറിയാൻ ശ്രമിച്ചിരുന്നില്ലെന്നും അയാൾ ഓർത്തു. ബാല്യത്തിലാണ് ഒരുവന്റെ ആത്മാവ് അവന്റെ മാത്രമായി നില കൊള്ളുന്നത്. അതിന് ശേഷം ആരൊക്കെയോ അത് സ്വന്തമാക്കി, സ്വയം ഇല്ലാതെയാക്കുന്നു. സ്വത്വത്തെ കയ്യടക്കുന്നു. ഇത്തരം അനുഭവങ്ങൾ വരുമ്പോൾ മാത്രം അത് നമ്മിലേക്ക് തിരിച്ചു വരുന്നു. ആ ഓർമ്മകളോടെ, അയാൾ തന്റെ അനുജനെ ചേർത്ത് നിർത്തവേ, അങ്ങനെ ജേഷ്ഠനോടൊന്നിച്ചു നില്ക്കാൻ ആയിരം തവണ കൊതിച്ചിരുന്നുവെങ്കിലും മംഗളസിംഹൻ അയാളെ മെല്ലെ തന്നിൽ നിന്ന് അയാളെ അടർത്തി മാറ്റി.

“പുറപ്പെട്ടുക. ജനത്തിന്റെയും കൊട്ടാരവാസികളുടെയും ആരവങ്ങളടങ്ങും വരെ അവിടെ കഴിയുക. എല്ലാ ഏർപ്പാടുകളും ചെയ്തു കഴിഞ്ഞു. ആവശ്യമെന്തെങ്കിലും ഉണ്ടെങ്കിൽ ദൂത് അയക്കുക. എന്നും അങ്ങേക്കായി അവിടെ ഉണ്ടാവും. ഇത് അനുജന്റെ വാക്ക്.”

ആ വാക്കുകളിൽ സന്തോഷം കൊണ്ട്, അയാളുടെ കൈയിൽ ഒരു നിമിഷം പിടിച്ചിട്ടു അംഗസുന്ദരിയെ നോക്കി അയാൾ പറഞ്ഞു.

“വരൂ.”

അവൾ മംഗളസിംഹനെ നോക്കി.

“പോയി വരൂ ജേഷ്ഠത്തി.”

“നിനക്ക് നല്ലതു മാത്രം വരട്ടെ.” അവൾ അയാളോട് പറഞ്ഞു. ശേഷം ഒന്ന് തലയനക്കി വണങ്ങി അവൾ ദേവായുധന്റെ പിന്നാലെ പതിയെ നീങ്ങി.

അവർ ഇലചാർത്തുകൾക്കിടയിൽ നിഴലായി മറയുന്നതു വരെ നോക്കി മംഗളസിംഹൻ നിന്നു.

ശേഷം അവർ തിരിഞ്ഞ് തങ്ങളുടെ കുതിരകൾക്കടുത്തേക്ക് നടന്നു...

പൗർണ്ണമി തെളിച്ചു വെച്ച വെളിച്ചത്തിലൂടെ അവർ നടന്നു. ഇത് പോലൊരു രാത്രിയിലാണ് തന്റെ ജീവിതം ദേവായുധനിലേക്ക് അടുത്തത് എന്ന് അംഗ സുന്ദരി ഓർത്തു. എന്നിട്ടും അധികം ഒന്നും ഇതുവരെ സംസാരിച്ചതില്ലെന്നും. പക്ഷേ തങ്ങൾ എത്രയോ കാലങ്ങളോളം സഞ്ചരിച്ചെന്നും അവൾക്കു തോന്നി.

“നീ എന്നോട് ക്ഷമിക്കണം.” ദേവായുധൻ അവളുടെ മുഖത്തു നോക്കാതെ പറഞ്ഞു.

“ഈ രാത്രിയിൽ തന്നെ വേണോ?” പാതി കളിയായി അവൾ ചോദിച്ചു. അയാൾ പതിയെ നിന്നു. അവളും.

“അറിഞ്ഞിരുന്നെങ്കിൽ ഞാൻ അത് ചെയ്യുമായിരുന്നില്ല. എന്ന് വെച്ച് ആളെ അറിയാത്തതു കൊണ്ട് ചെയ്തു പോയ തെറ്റ് ന്യായീകരണവുമാവുന്നില്ല.”

അയാൾ തന്റെ അച്ഛനെ കുറിച്ചാണ് പറയുന്നതെന്ന് അവൾക്കു മനസിലായി. തനിക്ക് ഇഷ്ടക്കേട് തോന്നിയിരുന്നു. ഇടക്ക് വെറുപ്പും.

“പക്ഷേ അച്ഛൻ എന്നിലവശേഷിപ്പിച്ചതിനേക്കാൾ ഓർമ്മകൾ നിങ്ങൾ എനിക്ക് നൽകിയിരുന്നു. അതിന്റെ ആനുകൂല്യമാവാം ഞാൻ ഇപ്പോൾ ഈ അജ്ഞാത പ്രദേശത്ത് നിങ്ങളെ ഒട്ടി നടക്കുന്നത്.” അവൾ പറഞ്ഞു.

“ഞാൻ മാറാൻ ശ്രമിക്കുകയാണ്. അതിന് ഇത്തിരി സമയം വേണം. ആ സമയത്തിനപ്പുറം നീ കൂടെ വേണം.”

അവൾക്ക് അയാളുടെ മനസ് മനസിലായി. ആഗ്രഹം നടക്കാതെ പോയവന്റെ അമർഷത്തേക്കാൾ സാഹചര്യങ്ങളോട് കീഴടങ്ങുന്ന നിലയിലേക്ക് അയാൾ മാറിക്കഴിഞ്ഞുവെന്ന് അവൾക്കു തോന്നി.

‘ഇനി എത്ര ദൂരമുണ്ട്?’

അയാളുടെ മനസിന് പ്രചോദനമാകാൻ, ചിന്തകളെ മാറ്റി വിടാൻ അവൾ ചോദിച്ചു.

“ഈ തോപ്പ് കഴിഞ്ഞാൽ ഒരു നാല് യോജന യാത്രയുണ്ട്. വരൂ.” അയാൾ അവളെ ഉയർത്തി കുതിരയിലേക്ക് ഇരുത്തി. അയാൾ കാണുന്നതിലും ബലിഷ്ഠനാണെന്ന് അവൾക്കു മനസിലായി. അവർ പതിയെ നീങ്ങിയതും പെട്ടെന്ന് കരിയിലകൾ ഞെരിഞ്ഞമരുന്ന ഒരു ശബ്ദം, ഒരു ചുള്ളിക്കമ്പു കാൽകീഴിൽ ഒടിയുന്ന ശബ്ദം അയാൾ വ്യക്തമായി കേട്ടു. ഒരു നിമിഷം കൊണ്ട് അയാളിലെ യോദ്ധാവുണർന്നു. ചുറ്റും ശ്രദ്ധിച്ചു കൊണ്ട് അയാൾ തന്റെ വാളിന് മേൽ കൈ വെച്ചതും നിലാവിൽ തിളങ്ങിക്കൊണ്ടു ഒരു കത്തി പാഞ്ഞു വന്നു. അത് കൃത്യം അംഗസുന്ദരിയുടെ നെഞ്ചിൽ തറച്ചു കയറി. ഒരു ആർത്ത നാദത്തോടെ അവൾ കുതിരയുടെ മുകളിൽ നിന്നു മറിഞ്ഞു വീണതും ഞെട്ടി തരിച്ച്, അലറി വിളിച്ച് ദേവായുധൻ ചുറ്റും നോക്കിയിട്ട് കുതിരപ്പുറത്ത് നിന്ന് ചാടിയിറങ്ങി അംഗസുന്ദരിക്കരികിൽ എത്തി.

“ഹേയ്... ഗദ്ഗദത്തോടെ അയാൾ വിളിച്ചു...” അവളുടെ നെഞ്ചിൽ നിന്നു രക്തം കുത്തിയൊലിച്ചുകൊണ്ടിരുന്നു. മുറിവിൽ അമർത്തിപ്പിടിച്ചു അയാൾ വെപ്രാളത്തോടെ അവളെ ചേർത്ത് പിടിച്ചു. വിരലുകൾ നനച്ചു കൊണ്ടൊഴുകിയ രക്തത്തിന്റെ അളവിൽ നിന്നു മുറിവ് ആഴത്തിലാണെന്നും അവളെ തനിക്കു നഷ്ടപ്പെട്ടുമെന്നും അയാൾക്ക് ഉറപ്പായി. എങ്കിലും ആയുസിന്റെ വഴിയിൽ നിന്ന് അവളെ കൈ പിടിച്ചുയർത്താൻ അയാൾ വിളിച്ചു.

“സുന്ദരി...”

അയാൾ ഇത് വരെ അവളെ ഒന്നും തന്നെ വിളിച്ചിരുന്നില്ല. അവൾ അത് ഗൗനിച്ചിരുന്നുമില്ല. പക്ഷേ ആരും വിളിക്കാത്തതും വിളിക്കപ്പെടാൻ അവൾ കൊതിച്ചതുമായിരുന്ന ആ വിളി കേട്ട് അബോധാവസ്ഥയിലും അവൾ കണ്ണ് തുറന്നു.

“ശത്രുക്കളാരോ ഉണ്ട്. രക്ഷപ്പെട്ടു...”. നിറഞ്ഞ കണ്ണുകളോടെ അവൾ പറഞ്ഞു

“മംഗൾ ചതിച്ചു.” രോഷത്തോടെ, അതിനടിയിൽ നിന്നുയർന്നു വന്ന വേദനയോടെ അയാൾ പറഞ്ഞു.

“ഇല്ല. ഒരിക്കലും ചെയ്യില്ല.”

താൻ മറഞ്ഞു പോയാലും ഒരിക്കലും അനുജനെ സംശയിക്കരുതെന്ന് ഉറപ്പിക്കും വിധത്തിൽ അയാളുടെ വിരൽത്തുമ്പു ഞെരിച്ച് അവൾ പറഞ്ഞു.

“മംഗൾ സ്നേഹമാണ്.”

അത് വിശ്വസിക്കണോ എന്ന് ആലോചിച്ച് മനസിനെ പാകപ്പെടുത്തുന്ന തിനിടയിൽ ഇലച്ചാർത്തുകൾക്കിടയിൽ അയാൾ നിഴലനക്കങ്ങൾ കണ്ടു. അവ കൂടി കൂടി വരുന്നതും തങ്ങൾ രണ്ടു പേരും വലയം ചെയ്യപ്പെട്ടിരിക്കുന്നു എന്നും അയാൾക്ക് മനസിലായി. വാൾ വലിച്ചെടുത്ത്, അലറിക്കൊണ്ട് ദേവായുധൻ എണീറ്റു...

ഇലകൾക്കിടയിൽ നിന്ന് അവർ, മദമുഖന്റെ പടയാളികൾ പറന്നു വന്നു... അവരുടെ കയ്യിൽ നീളം കുറഞ്ഞതെങ്കിലും ആഴത്തിൽ മുറിവേൽപ്പിക്കാൻ പാകത്തിലുള്ള ചെറു കത്തികൾ ഉണ്ടായിരുന്നു. കൂട്ടം ചേർന്നുള്ള ആക്രമ ണമാണെന്നും മുന്നേ ആലോചിച്ച പദ്ധതിയുടെ ഭാഗമാണെന്നും അവരുടെ നീക്കത്തിൽ നിന്ന് അയാൾക്ക് വ്യക്തമായി. ഞൊടിയിൽ വാൾ വായുവിൽ ചുഴറ്റി കാൽ കൊണ്ട് കരിയിലകൾ വാരിയെറിഞ്ഞ് ഒരു മറ സൃഷ്ടിക്കാൻ ദേവായുധൻ ശ്രമിച്ചു. മദമുഖന്റെ പടയാളികൾക്ക് ഒരു നിമിഷം മറ വീണു. പാറി വീഴുന്ന ഇലകൾക്കും നിലാവിനും നിഴലുകൾക്കും ഇടയിൽ അവർ അയാളെ തിരഞ്ഞു.

“കൊല്ലവനെ...” മദമുഖൻ അലറി. ആ ശബ്ദം കേട്ട ദിക്കിലേക്ക് തന്റെ ശത്രുവിനെ കണ്ട് തിരിച്ചറിഞ്ഞ് ആക്രമണത്തിന്റെ ഊർജം കൂട്ടാൻ ദേവായുധൻ ആഞ്ഞു നീങ്ങവേ, തല തിരിച്ചു നോക്കവേ ഒരമ്പ് അയാളുടെ വലതു നെഞ്ചിൽ തറച്ചു കയറി.

അയാൾ അലറി വിളിച്ചു... അലർച്ചയോടെ അയാൾ അത് വലിച്ചൂരാൻ ശ്രമിക്കവേ, പല ഭാഗത്ത് നിന്ന് കടന്നു വന്ന് മദമുഖന്റെ പടയാളികൾ അയാളെ കത്തി കൊണ്ട് പോറി മുറിവുണ്ടാക്കി കൊണ്ടിരുന്നു. ഇലകളുടെ യും, നിഴലുകളുടെയും മറവിലേക്ക് തെന്നി മാറി ദേവായുധൻ ഓരോ തവണ പ്രതിരോധിക്കാൻ ശ്രമിക്കുമ്പോഴും മറ്റൊരു വശത്തു നിന്ന് മുറിവേറ്റ് അയാൾ നിലത്തേക്കിരുന്നു. തന്റെ സകല ശക്തിയും ആവാഹിച്ചെടുത്ത് അടുത്ത ആക്രമണം എവിടുന്നെന്ന് കണക്കു കൂട്ടി അയാൾ ഒന്ന് പതുങ്ങി നിവർന്നു. ഒരുവൻ അയാളുടെ പുറകിൽ വന്നു കുത്താൻ തുടങ്ങിയതും തിരിഞ്ഞു നോക്കാതെ അവന്റെ നെഞ്ചിൽ ദേവായുധൻ വാൾ കുത്തിയിറക്കി. അലർ ച്ചയോടെ പടയാളി മറിഞ്ഞു വീണു. ഇതിനിടയിൽ മുന്നിൽ നിന്നു വന്നവനെ ചാടിയെണീറ്റു ദേവായുധൻ ചവിട്ടി തെറിപ്പിച്ചു...

പക്ഷേ കാട്ടു പോത്തിനെ ചെന്നായ്ക്കൾ വീഴ്ത്തുന്നത് പോലെ അവർ അയാളെ തലങ്ങും വിലങ്ങും കുത്തി വായുവിലൂടെ മലക്കം മറിഞ്ഞ് കടന്നു പോയി. പെട്ടെന്ന് ഒരു കത്തി അയാളുടെ കാൽ മുട്ടിനു പിന്നിലെ മടക്കിൽ പതിച്ചു. ദേവായുധൻ കാൽ മടങ്ങി ഇരുന്നു പോയി. ആ ഇരുത്തത്തിനിടയിൽ ഒരുവന്റെ കത്തി അയാളുടെ നെഞ്ചിനെ കീറിക്കൊണ്ട് കടന്നു പോയി... ഞൊടിയിൽ അയാൾ വെട്ടിത്തിരിഞ്ഞ് വാൾ വീശുന്നതിനിടയിൽ പറന്നു വന്ന ഒരു കത്തി അയാളുടെ മുതുകിൽ കുത്തി കയറി.

അത് വലിച്ചൂരാൻ ശ്രമിക്കുന്നതിനിടയിൽ മലക്കം മറിഞ്ഞു വന്ന ഒരുവൻ ദേവായുധന്റെ പിൻ കാലിന്റെ നെരിയാണിക്ക് മുകളിൽ വലിയൊരു മുറി വുണ്ടാക്കി കടന്നു പോയി...അയാളുടെ ശരീരത്തിന്റെ പല ഭാഗത്തു നിന്നും ചോര കുത്തിയൊലിച്ചു കൊണ്ടിരുന്നു. അവർ ഒളിമുറ പഠിച്ച, പയറ്റി തെളിഞ്ഞ

യോദ്ധാക്കൾ തന്നെയാണെന്നും തനിക്ക് ഇനി രക്ഷയില്ലെന്നും അയാൾക്ക് തോന്നി. അയാൾ അംഗസുന്ദരിയെ നോക്കി. തനിക്കു വേണ്ടി അവളും അവളുടെ അച്ഛനെ പോലെ ബലിയാക്കപ്പെടുന്നത് അയാൾ കണ്ടു. രണ്ടും തന്റെ സ്വാർത്ഥതക്ക് വേണ്ടി. രണ്ടു പ്രദേശങ്ങൾ. രണ്ടു രാത്രികൾ. രണ്ടു കാരണങ്ങൾ. പക്ഷേ പ്രത്യക്ഷത്തിൽ രണ്ടും ഒന്ന് തന്നെ. തനിക്കു വേണ്ടി. അവളോട് ഒന്ന് മാപ്പു പറഞ്ഞ് കരയാൻ പോലുമാവില്ലെന്ന് അയാൾ വേദനയോടെ ഓർത്തു.

അംഗസുന്ദരിയും അയാളെ അവസാനമായി കാണുകയായിരുന്നു. രാജസിംഹാസനത്തിനുടമയാവേണ്ട വീര യോദ്ധാവ്, താൻ കാരണം ഒളിപ്പോരിന്റെ ആക്രമണത്തിൽ തകർന്നു വീഴുന്നത്, തളർന്നു പോകുന്നത് അവൾ മഞ്ഞു പോലെ മങ്ങിയ കാഴ്ചയിലൂടെ കണ്ടു...

തനിക്ക് നേരെ വരുന്ന ആക്രമണങ്ങളെ രണ്ടു മുട്ട് കാലിലും കുത്തിയിരുന്ന് വാൾ വീശിയും അലമുറയിട്ടും അകറ്റി നിർത്തിക്കൊണ്ടിരിക്കുന്ന ദേവായുധനരികിലേക്ക് മദമുഖൻ രാക്ഷസ നിഴൽ പോലെ നടന്നടുത്തു. മങ്ങി പോകുന്ന കാഴ്ചക്കിടയിലും ആ മുഖം ഓർമയിൽ പരതുകയായിരുന്നു ദേവായുധൻ. ആരാണിവൻ? എന്തിനാണ് ഇങ്ങനെ ഒരു ആക്രമണം? അയാൾ ആലോചിച്ചു. ശരീര ഭാഗങ്ങളിൽ നിന്നു കുതിച്ചു ചാടുന്ന രക്തം തന്റെ ശത്രുവിനെ തകർത്തത് കണ്ട് ഹർഷത്തോടെ മദമുഖൻ ദേവായുധനെ നോക്കവേ, തന്നെ ആക്രമിക്കുന്ന ശത്രുവിനെ അടുത്ത് കിട്ടുമ്പോൾ ചില യോദ്ധാക്കൾക്കു മാത്രം കൃഷ്ണമണിയിൽ ഒളി മിന്നുന്ന തുടിപ്പ്, അത്ഭുതപൂർവം ലഭ്യമാവുന്ന പുത്തനുണർവ്, മദമുഖൻ ദേവായുധന്റെ കണ്ണിനുള്ളിൽ കണ്ടു. വിജയിച്ചെന്നുറപ്പ് വരുത്തുന്ന നിമിഷത്തിൽ എതിരിൽ നിൽക്കുന്നവനെ വീഴ്ത്താൻ അത് മതി. ആ നിമിഷം തിരിച്ചറിഞ്ഞ്, ശത്രുവിന്റെ കണ്ണിൽ കൗശലം മിന്നുന്നതിന് മുൻപ് മദമുഖൻ കത്തി വലിച്ചെറിഞ്ഞു...ഞെട്ടി പിടഞ്ഞു മാറുന്നതിനവസരം കൊടുക്കാതെ ദേവായുധന്റെ കഴുത്തിൽ കത്തി കുത്തികയറി...അയാളുടെ അലറൽ തൊണ്ടയിൽ നിന്നു ചോരയായി പുറത്തേക്ക് ഒഴുകവേ കണ്ണ് തുറന്ന അംഗസുന്ദരി അടഞ്ഞു പോകുന്ന കാഴ്ചയി ലൂടെ അതും കൂടി കണ്ടു. അവളുടെ കണ്ണിൽ നിന്ന് കണ്ണുനീർ പതിയെ ചാലിട്ടൊഴുകി.

ഒരു മദയാനയെ പോലെ മദമുഖൻ ദേവായുധനരികിലെത്തി. താൻ ആരെന്നറിയാനുള്ള ദേവായുധന്റെ കണ്ണുകളിലെ വ്യഗ്രത കുടിലമായ ചിരിയോടെ നോക്കി നിന്നിട്ട് ദേവായുധന്റെ തലമുടിയിൽ പിടിച്ചുയർത്തി പിതാവ് ഓതി കൊടുത്ത വാക്കുകൾ മദമുഖൻ പറഞ്ഞു...

“നിന്റെ പിതാവ് ചതിച്ചു കൊന്ന ഉദ്ഘോഷന്റെ കുടുംബം...”

കഴുത്തിൽ തറച്ചു നിൽക്കുന്ന കത്തി ഊരിയെടുത്ത് മദമുഖൻ ഒന്ന് കൂടി കുത്തി കയറ്റവെ നിശബ്ദമായി ദേവായുധൻ വിളിച്ചു.

... മംഗൾ...

* * *

മംഗളസിംഹന്റെ മനസ് കലുഷിതമായിരുന്നു. ജേഷ്ഠനെ ഒറ്റക്കിട്ടു പോരാൻ ഹൃദയം മടിച്ചിരുന്നു. അറിയാത്ത ഒരു ഭാരം തന്റെ ഉള്ളിൽ രൂപപ്പെട്ടു തുടങ്ങിയത് അയാൾ സബോധനോട് പറഞ്ഞു.

“ഹേയ്... ഒന്നും വിഷമിക്കണ്ട. നമ്മൾ എല്ലാം ഒരുക്കിയിട്ടുണ്ടല്ലോ. അത്

മതി. പിന്നെ ഇപ്പോഴത്തെ വേദന, അത് എല്ലാ സഹോദൻമാരെ കണ്ടു പിരിയുമ്പോഴും നിനക്കുള്ളത് തന്നെ."

ശരിയാണ്. അവർ ചെറിയ യാത്ര പോയാൽ പോലും തനിക്ക് എന്നും വേവലാതി ആയിരുന്നു. തങ്ങൾ കൊട്ടാരത്തിൽ ജനിക്കേണ്ടതി ല്ലായിരുന്നു വെന്ന് പലപ്പോഴും തോന്നിയിട്ടുണ്ട്. സുരക്ഷിതമല്ലാത്ത, ഭയപ്പെട്ടു ജീവിക്കുന്ന ജീവിതം എന്തിനാണ്. ചുറ്റും കോട്ട. കാവൽക്കാർ. അനങ്ങുവാൻ അനുചരന്മാരും അനുവാദവും വേണ്ടി വരുന്ന അവസ്ഥ. അതിനൊക്കെ ഒടുവിലാണ് താൻ കൊട്ടാരം വിടാൻ തീരുമാനിച്ചത്. എന്നിട്ടോ? വീണ്ടും അവിടെത്തന്നെ. കർമങ്ങൾ പഴയ പന്ഥാവിലേക്ക് തന്നെയും തിരിച്ചെത്തിച്ചിരിക്കുന്നു. എന്തൊരു വിധിയാണ്...

കാറ്റ് ഒന്ന് ഗതി മാറി വീശി... നേരിയ തണുപ്പും കടന്നു വന്നു. പെട്ടെന്ന് ഒരു ആർത്ത നാദം കേട്ടു. അതും സ്ത്രീയുടെ. ഈ രാവിന്റെ അന്ത്യ യാമത്തിൽ, ആരും വരാൻ ഒരു സാധ്യതയുമില്ലാത്ത ഇവിടെ...മംഗളസിംഹന്റെ മനസ്സിൽ എന്തോ മിന്നിപ്പൊലിഞ്ഞു. നൊടിയിടയിൽ തിരിഞ്ഞു നോക്കിയ സബോധൻ കണ്ടത് ഒരു മിന്നായം പോലെ, ചാഞ്ഞു കിടക്കുന്ന മരച്ചില്ലകൾ താണ്ടി കുതിക്കുന്ന മംഗളസിംഹന്റെ കുതിരയെ ആണ്. സബോധൻ തന്റെ കുതിരയെ ദ്രുതഗതിയിൽ പിന്നാലെ പായിച്ചു...

മദമുഖന്റെ പടയാളികൾ വീണുകിടക്കുന്നവരെ തൂക്കിയെടുക്കുകയായിരുന്നു.

"വേഗം വേഗം..."

മംഗളസിംഹൻ അധിക ദൂരം പോകാനിടയില്ല എന്നുറപ്പിച്ചു കൊണ്ട് മദമുഖൻ അനുയായികൾക്ക് നേരെ കൈ കാണിച്ചു... മരിച്ചു വീണവരിൽ നിന്നു പോലും ഒരു തെളിവ് ലഭിക്കാൻ പാടില്ലായെന്നു മദമുഖന് നിർബന്ധമുണ്ടായിരുന്നു മദമുഖന്. ഇതിനിടയിൽ പിതാവിന് കൊടുത്ത വാക്ക് പാലിക്കാൻ, അദ്ദേഹത്തിന്റെ ആയുസ്സ് നീട്ടി കിട്ടാൻ, ദേവായുധന്റെ കഴുത്തിൽ നിന്ന് ഒലിച്ചു കൊണ്ടിരുന്ന രക്തം തന്റെ തൂവാലയിൽ മദമുഖൻ ഒപ്പിയെടുത്തു. ജീവന്റെ അവസാന കണികയും പിടി വിടാൻ മടിച്ച് ദേവായുധൻ കണ്ണ് അനക്കി കാത്തു കിടന്നു. തന്റെ അനുജൻ വന്നെത്തുമെന്നും, ഈ ശത്രുവിനെ തന്റെ മുന്നിലിട്ട് കൊന്നു കളയുന്നത് വരെയെങ്കിലും താൻ ജീവിച്ചിരിക്കുമെന്നും അയാൾ ആശിച്ചു കൊണ്ടിരുന്നു. ഏതൊരു യോദ്ധാവിനെയും പോലെ തന്റെ മരണത്തിന് കാരണക്കാരനായ ശത്രുവിനെ ഇല്ലാതാക്കാനുള്ള അഭിവാഞ്ജയായിരുന്നു ആ മരണ നിമിഷത്തിൽ പോലും അയാളെ ഭരിച്ചത്.

പടയാളികൾ അപകടം പറ്റിയവരെ തോളിൽ ചുമന്നെടുക്കാൻ ശ്രമിക്കവേ നിർദാക്ഷിണ്യം മദമുഖൻ പറഞ്ഞു.

"ആഴത്തിൽ മുറിവേറ്റവരെ ഉപേക്ഷിച്ചേക്കൂ"

പടയാളികൾ പരസ്പരം നോക്കി. അവരുടെ സംശയം കണ്ടു, പെട്ടെന്ന് പാതി മരണപ്പെട്ട ഒരു പടയാളിക്കടുത്തേക്ക് വന്ന് കഴുത്തിലെ ഞരമ്പ് മുറിച്ചു കൊല്ലുന്ന മദമുഖനെ പകപ്പോടെ പടയാളികൾ നോക്കി നിന്നു.

"ഒന്നിന് വേണ്ടി എല്ലാവരും കൂടി ഇല്ലാതാവണോ?" ഒരു കൂസലുമില്ലാതെ അയാൾ ചോദിച്ചു.

അത് ശരിയാണെന്നവർക്ക് തോന്നി.

“വസ്ത്രമൂരിയെടുത്ത് തെളിവുകൾ മറയ്ക്കൂ... എന്നിട്ട് രക്ഷപ്പെട്ടു...” അയാൾ അലറി.

പടയാളികൾ ശവശരീരത്തിൽ നിന്ന് വസ്ത്രങ്ങൾ ഊരിയെടുത്തു. ശേഷം ഗോത്ര അടയാളം പച്ച കുത്തിയ തൊലിപ്പുറം കത്തി കൊണ്ട് ചെത്തി വികൃതമാക്കി ഓടി...

മദമുഖൻ പതിയെ നടന്നു. ഉറച്ച കാൽവെപ്പുകളോടെ. മരച്ചില്ലകളുടെ നിഴലുകൾക്കിടയിലൂടെ...ശേഷം അയാളുടെ കാലുകൾ വേഗം പ്രാപിച്ചു... ഉടലിലും ഉയിരിലും നിറഞ്ഞ ഹർഷത്തോടെ അയാൾ ഓടി.

കാലിന് തീ പിടിച്ച പോലെ കുതിരകൾ പാഞ്ഞു...മരച്ചില്ലകളിലുരസി മംഗളസിംഹന്റെ മുഖത്തും ശരീരത്തും പോറലുകൾ വീണു. പക്ഷേ ഒന്നും അറിയാതെ അയാൾ പാഞ്ഞു പോയി... നിലാവിന് ഒളി മങ്ങിയത് പോലെയും, ആ ആർത്തനാദത്തിന് ശേഷം വല്ലാത്തൊരു നിശബ്ദത ആ മരക്കൂട്ടങ്ങൾക്കിടയിൽ ചൂഴ്ന്നു നിൽക്കുന്നതായും അയാൾക്ക് തോന്നി. തന്റെ തോന്നലാണോ...രാവിന്റെ അവസാന യാമത്തിൽ കേട്ട സ്ത്രീ ശബ്ദം അംഗസുന്ദരിയുടേതാണെന്ന് അയാൾക്ക് എങ്ങനെയോ തോന്നി. അല്ലാതെ ഈ സമയത്ത് ആര് വരാനാണ്...അയാൾ കുതിരയെ പറപ്പിച്ചു. അവർ കടന്നു പോകാൻ സാധ്യതയുള്ള വഴിയിലൂടെ...പെട്ടെന്ന് ഒരു ഞരക്കം കേട്ട് അയാൾ കുതിരയെ കടിഞ്ഞാണിട്ട് നിർത്തി... അവിടെ ഒറ്റപ്പെട്ട നിലയിൽ അംഗസുന്ദരിയുടെ കുതിര നിൽക്കുന്നു...ഒരു ഞടുക്കത്തോടെ അയാൾ അവളെ കണ്ടു. നെഞ്ചിൽ അമർന്നിരിക്കുന്ന കത്തിയുമായി ജീവന്റെ അവസാന നിമിഷത്തേക്ക് കടന്നിരുന്നു അവൾ. അയാൾ വിറക്കുന്ന ശരീരത്തോടെ ചാടിയിറങ്ങി അവൾക്കരികിലേക്ക് കുതിച്ചു...

“ജേഷ്ഠത്തി...” അയാൾ വിളിച്ചു. അവൾ കണ്ണ് നിറഞ്ഞ് ശബ്ദമില്ലാതെ പറഞ്ഞു.

“ദേവാ...”

കുതിര മേൽ പാഞ്ഞു വന്ന സബോധൻ ചാടിയിറങ്ങി അയാൾക്കരികിലെത്തി.

മംഗളസിംഹൻ ഞടുക്കത്തോടെ അംഗസുന്ദരിയെ മടിയിൽ കിടത്തി അവസാന ശ്രമമെന്ന നിലയിൽ നെഞ്ചിൽ തറച്ച കത്തി വലിച്ചൂരി. രക്തം കുതിച്ചു ചാടി. അയാൾ സബോധനെ നോക്കി വെപ്രാളത്തോടെ പറഞ്ഞു.

“...ജേഷ്ഠൻ...”

സബോധൻ ചുറ്റും നോക്കി. നിഴലുകൾക്കിടയിൽ അനക്കം കണ്ടു...

“മംഗൾ...”

സബോധൻ വിളിച്ചു...ആ വിളിയുടെ വിറയലിൽ ഞെട്ടി നോക്കിയ മംഗൾ ദേവായുധന്റെ ഒറ്റപ്പെട്ട കുതിരയെ കണ്ടു. സബോധൻ കുതിരക്കൂട്ടത്തേയ്ക്ക് പാഞ്ഞു. മംഗളസിംഹൻ അംഗസുന്ദരിയെ താഴേക്ക് കിടത്തി തന്റെ അംഗവസ്ത്രത്തിന്റെ ഒരു തുമ്പ് കീറി അവളുടെ മുറിവിൽ കെട്ടി വെക്കാനൊരുങ്ങവേ അത് തടഞ്ഞു കൊണ്ട് അംഗസുന്ദരി കൈ അനക്കി. അവളുടെ നിശ്ശബ്ദമായ ചുണ്ടുകൾ അനങ്ങി.

“... ദേവ...”

അംഗസുന്ദരി പതിയെ കണ്ണടച്ചു.

സബോധന്റെ അലർച്ച അയാൾ കേട്ടു.

ദേവായുധൻ കണ്ണ് തുറന്നു കിടക്കുകയായിരുന്നു. അവസാനമായി അനുജനെ ഒന്ന് കാണാൻ. ഒരു കുതിപ്പിൽ ദേവായുധനരികിലെത്തിയ മംഗളസിംഹൻ നടുങ്ങി നിന്നു. പകച്ചു പോയ സബോധനെ തള്ളി മാറ്റി അയാൾ അവസാന ശ്രമമെന്ന നിലയിൽ ദേവായുധന്റെ തൊണ്ടക്കുഴിയിൽ കുത്തി നിന്ന കത്തി വലിച്ചൂരി. രക്തം കുതിച്ചു ചാടി. ജീവൻ തിരിച്ചു പിടിക്കാനെന്ന പോലെ മംഗളസിംഹൻ അയാളെ തന്റെ നെഞ്ചോടു ചേർത്ത് പിടിച്ചു.

മംഗളന്റെ നെഞ്ചിടിപ്പ് വർഷങ്ങൾക്കിപ്പുറം ദേവായുധൻ അടുത്ത് കേട്ടു.

അയാൾ പതിയെ വിളിച്ചു. "മംഗൾ..." പക്ഷേ ശബ്ദം പുറത്തു വന്നില്ല. മനസ് തകർന്ന് മംഗളസിംഹൻ അയാളെ തന്റെ നെഞ്ചോടു കൂടുതൽ ചേർത്ത് പിടിച്ചു. അയാളുടെ കണ്ണുകൾ നിറഞ്ഞു കൊണ്ടിരുന്നു. പെട്ടെന്ന് സബോധൻ പറഞ്ഞു.

"മംഗൾ ശത്രുക്കളാരോ ഉണ്ട്... വരൂ..."

വിറയ്ക്കുന്ന ഹൃദയത്തോടെ വിറ കൊണ്ട ശബ്ദത്തോടെ മംഗളസിംഹൻ ചോദിച്ചു.

"ജേഷ്ഠനെ ഇങ്ങനെ ഇട്ടു ഞാൻ മടങ്ങണോ?"

"വേണം. അല്ലെങ്കിൽ ആരോപണം മറ്റു പലതുമാവും. വരൂ."

കൈ വിരൽ തുമ്പുയർത്തി മംഗളനോട് മടങ്ങാൻ പറയാൻ ശ്രമിക്കുകയായിരുന്നു ദേവായുധൻ.

തന്റെ പ്രിയപ്പെട്ട ജേഷ്ഠനെ ഉപേക്ഷിക്കാൻ മടിച്ച്, അയാൾ കണ്ണീരോടെ കൂടുതൽ ചേർത്ത് പിടിച്ചു. പെട്ടെന്ന് ദേവായുധൻ ഒന്ന് പിടഞ്ഞു. അയാളുടെ ജീവൻ തന്റെ നെഞ്ചിൻ കൂടിൽ തട്ടി പറന്നു കഴിഞ്ഞെന്ന് ഞെട്ടലോടെ ആ നിമിഷം മംഗളസിംഹൻ തിരിച്ചറിഞ്ഞു... പൊട്ടികരഞ്ഞു കൊണ്ട് അയാൾ ദേവായുധനെ ചേർത്ത് പിടിച്ചു.

ഒരു ജന്മത്തിന്റെ മോഹങ്ങളും, സ്വപ്നങ്ങളും എല്ലാം അവസാനിച്ചിരിക്കുന്നു. ബാല്യം മുതൽ ജേഷ്ഠന്റെ ഉള്ളിൽ കിരീടമായിരുന്നു. അതിന് വേണ്ടി ആയുധമുറകളും അഭ്യാസങ്ങളും പഠിച്ചു. ആഹാരത്തിൽ ചിട്ട പാലിച്ചു. അതിഥികളെ കണ്ടില്ലെന്നു നടിച്ചു. എല്ലാം, എല്ലാം ജേഷ്ഠൻ ഉപേക്ഷിച്ചത് ആ സിംഹാസനത്തിന് വേണ്ടിയായിരുന്നു. ഇനി അയാളില്ല. എല്ലാം വിട്ടു കൊടുക്കാമായിരുന്നു. അധികാരവും, രാജ്യവും എല്ലാം...ഇനി ഒരിക്കലും തന്നോട് പഴി പറയാൻ, പോരടിക്കാൻ അയാളില്ല. തന്നെ ചില നിമിഷങ്ങളിലെങ്കിലും വെറുക്കാൻ അയാളില്ല. ഒരു ജന്മമല്ല, ഒരായിരമോ, അനേകം രാജ്യങ്ങളോ കൊടുത്താലും ജേഷ്ഠനെ ഇനി കാലം തിരിച്ചു തരില്ല. ജീവിതത്തിന്റെ അർത്ഥശൂന്യമായ നിമിഷങ്ങളും അവ സൃഷ്ടിക്കുന്ന അർത്ഥശൂന്യമായ വാശികളെ കുറിച്ചും അഹങ്കാരങ്ങളെക്കുറിച്ചും അയാൾ ആലോചിച്ചു. എണ്ണിത്തീർക്കാവുന്ന ദിവസങ്ങൾ മാത്രം ഭൂമിയിൽ ജീവിച്ചിരിക്കുന്ന മനുഷ്യന്റെ ജീവിതം സ്നേഹിക്കാനായി കുറച്ചു സമയം മാത്രമേ ചിലവാക്കപ്പെടുന്നുള്ളൂ എന്ന അത്ഭുതം കലർന്ന സത്യം, കണ്ണീരോടെ, ഹൃദയ വേദനയോടെ അയാൾ ഓർത്തു.

ജീവിതത്തിൽ ആഗ്രഹിച്ച രണ്ടു സുപ്രധാന കാര്യങ്ങൾ നഷ്ടപ്പെട്ടു പോയ

ജേഷ്ഠന്റെ ദുർവിധിയോർത്ത് അതിന് കാരണക്കാരൻ താനാണല്ലോ എന്ന കുറ്റ ബോധം കൊണ്ട് ഉള്ളിൽ പിടഞ്ഞു കൊണ്ട് അയാളുടെ തണുത്ത, രക്തത്തിൽ കുതിർന്ന കഴുത്തിൽ മുഖം ചേർത്ത് മംഗളസിംഹൻ വിങ്ങിക്കരഞ്ഞു.

പൊറുക്കുക പ്രിയപ്പെട്ടവനേ... അങ്ങയോടൊത്ത് കൂടുതൽ നിമിഷങ്ങൾ ഈ ഭൂമിയിൽ ചിലവാക്കാൻ കഴിയാതിരുന്നതിൽ പൊറുക്കുക. അധികാരം വിട്ടു തരാത്തതിന് ശപിക്കാതിരിക്കുക. ബാല്യത്തിൽ നേരത്തെ ഉറങ്ങിയതിന്, കൗമാരത്തിൽ അങ്ങ് വിളിച്ചപ്പോൾ കൂടെ കളിയ്ക്കാൻ വരാതിരുന്ന നിമിഷത്തിന്, യൗവനത്തിൽ ഒറ്റപ്പെട്ട ജീവിതത്തിനായി അങ്ങയെ ഒറ്റപ്പെടുത്തിയതിന്, യുവത്വത്തിൽ അങ്ങയുടെ ആഗ്രഹത്തെ പിന്തുണക്കാതിരുന്നതിന്, ഒടുവിൽ അധികാരം അങ്ങും ഞാനുമറിയാതെ സ്വന്തമാക്കേണ്ടി വന്നതിന്, പൊറുക്കുക. എന്റെ പ്രിയമുള്ളവനെ, എന്റെ രക്തത്തിൻ പങ്കാളിയേ... എന്റെ ആത്മാവിന്റെ അംശമേ...പൊറുക്കുക...

12

ആത്മവ്യഥ

നിന്റെ വ്യഥകൾ കടലിലെ ഉപ്പുകണക്കെ
കല്ലിനെ പൊടിച്ചുകളയുന്നു.
നിന്റെ പ്രാർത്ഥനകൾ പാഴായും ശൂന്യമായും
ഇരിക്കുന്നത് അവർ കണ്ടിരിക്കുന്നു.
ശത്രുക്കൾക്കു തട്ടിയെടുക്കാൻ നീ മറന്നു വെച്ച പാനപാത്രത്തിൽ
ദുഷ്ടന്മാർ കുന്തങ്ങൾ കൊണ്ട് കുത്തിവരച്ചിരിക്കുന്നു.
പ്രിയനേ, കത്തിമുനയേൽക്കാത്തതാണ് നിന്റെ കണ്ണുകൾ.
എരിയുന്ന ചിതയിലേക്ക് വാളുമുട്ടിച്ചു നീ ശപഥം ചെയ്യുക.
കൊടിയ മഞ്ഞിൽ നിന്നും നീ വിട്ടുതിനായി
ഒരു ഗീതം ഞാൻ എഴുതിയിരിക്കുന്നു

(കൗർവകിയുടെ ഗീതങ്ങൾ: 12:14)

ദേവായുധന്റെയും അംഗസുന്ദരിയുടെയും ചിതയിലെ തീ കെട്ടടങ്ങിയിരുന്നു. പക്ഷേ അതോടൊപ്പം ഉയർന്ന ചോദ്യങ്ങളും സന്ദേഹങ്ങളും സംശയങ്ങളും രാജ്യമാകെ പടർന്നു പിടിച്ചു. ചിതയുടെ കനലിൽ നിന്നുയരുന്ന നീറുന്ന പുക പോലെ അത് മഗധയുടെ അന്തരീക്ഷമാകെ പതിയെ പതിയെ പുകഞ്ഞു പടർന്നു.

ഉള്ളിൽ പുകയുകയായിരുന്നു മംഗളസിംഹൻ. അനേകം അംഗങ്ങൾ ഉള്ള കൊട്ടാരത്തിനുള്ളിൽ ഒന്നുറക്കെ കരഞ്ഞാശ്വസിക്കാൻ പോലുമാവാതെ , അലകടൽ പോലെ ആർത്തിരമ്പുന്ന മനസുമായി, എന്നാൽ മൗനമായി അയാൾ നിന്നു. ഈ ദുഃഖത്തിന്റെ കടൽ ക്ഷോഭത്തിലേക്കാണോ കർമ്മപഥമെന്ന പേരും പറഞ്ഞ് ഗുരു തള്ളിയിട്ടത്. ഇതിനു വേണ്ടിയാണോ തപസ്സനുഷ്ഠിച്ചത്? യോഗ വിദ്യകൾ സ്വായത്തമാക്കിയത്? മനസിന്റെ ഭാരത്തെ, വേദനയെ, ഇല്ലാതാക്കാൻ ഒരു യോഗവിദ്യ കൊണ്ടും സാധ്യമല്ലെന്ന് അയാൾ ഓർത്തു.

ഭൂമിയിൽ ഒറ്റ യോഗവിദ്യയേ ഉള്ളൂ...

മോഹിക്കാതിരിക്കുക. സ്വന്തമാക്കാതിരിക്കുക.

ദൂരെ ചിത എരിഞ്ഞു തീർന്നു കഴിഞ്ഞു. പക്ഷേ വാർത്തകൾ തുടങ്ങിയിട്ടേ ഉള്ളൂ. അപഖ്യാതികൾ ആരംഭിച്ചു കഴിഞ്ഞു.

സ്വന്തം പടയാളികളെ കൊണ്ട് ജ്യേഷ്ഠനെ, അതിന് മറയിടാൻ പിതാവിന്റെ കന്യകയെ, സ്വന്തം അമ്മക്ക് തുല്യമായവളെ, ജ്യേഷ്ഠനൊപ്പം പോകാൻ സഹായിച്ചെന്ന് വരുത്തി തീർത്ത് കൊല ചെയ്തവൻ. അധികാരത്തിൽ നിന്നകറ്റി നിർത്താൻ കാടിനുള്ളിൽ കളമൊരുക്കി, അറിയപ്പെടാത്ത ഗോത്ര വർഗത്തെ കൊണ്ട് ഇല്ലാതാക്കിയവൻ.

സത്യം ആര് മനസ്സിലാക്കാനാണ്. ആരെ ബോധ്യപ്പെടുത്താനാണ്. അല്ലെങ്കിൽ തന്നെ ഒരു രാജാവ് എന്തിനാണ് ബോധ്യപ്പെടുത്തുന്നത്. അയാൾ ചെയ്യുന്ന നതാണ് ശരിയെന്ന് ഒരു രാജ്യം മുഴുവൻ അംഗീകരിക്കാൻ തയാറായി നിൽക്കുമ്പോൾ. അപസ്വരങ്ങൾ ഉയർന്നേക്കാം. അതിനെ ഒക്കെ അടിച്ചമർത്തി ഭരിക്കുന്നവനാണ് രാജാവ്. പക്ഷേ താൻ രാജാവല്ല.

ബോധ്യപെടുത്തലുകൾ തനിക്കു മനസമാധാനം തരുമെന്ന് തോന്നുന്നില്ല. പക്ഷേ ഒരാളെ അറിയിക്കണം. ഒരാളെ മാത്രം. ജേഷ്ഠന്റെ അമ്മയെ. പൗർണമി ദേവിയെ. ആദ്യമായി അമ്മേയെന്നു വിളിച്ചത് പൗർണമി ദേവിയെ ആണെന്ന് തമാശയായി അമ്മ പറയാറുണ്ടായിരുന്നു. സത്യമാവാം. മുതിർന്നപ്പോഴും തനിക്കു സ്നേഹമുണ്ടായിരുന്നു. പക്ഷേ സ്വന്തം ചോരയിൽ പിറന്നവർ പിൻ തലമുറക്കാരാവണം എന്ന ചിന്തയാവാം പിന്നീട് അമ്മ അധികം അടുക്കാൻ നിന്നിട്ടില്ല. എല്ലാം തട്ടിയെടുത്ത് പോകുന്ന അവകാശിയും, ശത്രുവുമായി അമ്മ തന്നെ കരുതിയിരുന്നുവെന്നു തോന്നുന്നു. കൊട്ടാരം വിട്ടു പോയ വേളയിൽ യാത്ര പറയാൻ ചെന്ന നിമിഷം. "ഇനി ഒരു മടങ്ങി വരവില്ലേ മംഗൾ?" എന്ന ചോദ്യത്തിന്റെ പിന്നിലെ നിഗൂഢമായ ആനന്ദവും ജിജ്ഞാസയും താൻ ശ്രദ്ധിച്ചതാണ്. കണ്ടില്ലെന്നു നടിച്ച് കാൽ തൊട്ടു വന്ദിച്ച യാത്ര പറഞ്ഞപ്പോൾ ആശ്വാസമായിക്കാണണം. പക്ഷേ മടങ്ങി വന്നപ്പോൾ കാണാൻ ശ്രമിച്ചിട്ടും അവസരം തന്നില്ല. സുഖമില്ല എന്ന് പറഞ്ഞ് ഒഴിഞ്ഞു കളഞ്ഞു. അധികാരം പിടിക്കാൻ അമ്മ കെട്ടിയിറക്കിയ പട്ടമായി അവർ തന്നെ കരുതിക്കാണണം. അറിയാതെയാണെങ്കിലും അത് സംഭവിക്കുകയും ചെയ്തു. എന്തായാലും കാണണം. കണ്ടു നിജ സ്ഥിതി പറയണം. വിശ്വസിക്കില്ല. എങ്കിലും അറിയിക്കണം. അമ്മയാണ്. അകം വിശാലമാണ്. മംഗളസിംഹൻ അന്തപുരത്തിൽ നിന്നിറങ്ങി നടന്നു. അംഗ രക്ഷകർ കൂടെ നടക്കാൻ തുനിഞ്ഞപ്പോൾ കൈ ഉയർത്തി തടഞ്ഞ് അയാൾ പടിക്കെട്ടുകൾ കയറി മുകളിലേക്ക് നീങ്ങി.

* * *

ചിത കത്തി അവശേഷിച്ച പട്ടട കൂടി തീർന്നിരിക്കുന്നത് പൗർണമി ദേവി നോക്കി നിന്നു. ദേവായുധൻ മനസ്സിൽ മാത്രമായി അവശേഷിച്ചു കഴിഞ്ഞിരിക്കുന്നു. അവൻ ഉണ്ടായിരുന്നെങ്കിൽ, അധികാരം കിട്ടിയില്ലെങ്കിലും ജീവിച്ചിരിപ്പുണ്ടായിരുന്നെങ്കിൽ, അത് മാത്രം മതിയായിരുന്നു. എങ്കിലും ആരാണ് അവനെ ഇങ്ങനെ നിഷ്ഠൂരമായി കൊലപ്പെടുത്തിയത്. പൊതിഞ്ഞു വെച്ച സുന്ദര ശരീരമാണ് താൻ കണ്ടത്, അവർ തനിക്കു കാണിച്ചു തന്നത്. പക്ഷേ കത്തി മുന ഏൽക്കാത്ത ഏക അവയവം കണ്ണുകൾ മാത്രമായിരുന്നു എന്നാണ് അടക്കം പറച്ചിലുകൾ. അങ്ങനെ ആവാതിരിക്കട്ടെ എന്ന് പ്രാർത്ഥിച്ച് അവസാനമായി അവനെ കണ്ടു,..

അവൻ ശാന്തനായിരുന്നു. ക്രൂരമായി വധിക്കപ്പെട്ടിട്ടും ആഗ്രഹം പറഞ്ഞ് മരണം വരിച്ച ഒരുവനെ പോലെ. ജീവിച്ചിരുന്നപ്പോൾ ഒരിക്കൽ പോലും ദർശിച്ചിട്ടില്ലാത്ത ശാന്തി അവന്റെ മുഖത്തു കണ്ടു... അതിനവന് എങ്ങനെ സാധിച്ചു.

പക്ഷേ മംഗൾ...എല്ലാം പറഞ്ഞുറപ്പിച്ചത് പോലെ ചെയ്തു തീർത്തു.... എന്തിനാണ് അവൻ അങ്ങനെ ചെയ്തത്. അധികാരം അവന്റെ തലക്ക് പിടിച്ചു തുടങ്ങിയിരിക്കുന്നു. ഇനി, അവകാശം ആവശ്യപ്പെടും എന്ന് തോന്നുന്ന ആരും കൊല്ലപ്പെടാം. കപട സ്നേഹമാണ് അവൻ പ്രകടിപ്പിക്കുന്നത്. അടിത്തട്ടിലെവിടെയോ സ്നേഹമുണ്ടായിരുന്നു. ആദ്യമായി അമ്മ എന്ന് തന്നെ വിളിച്ച അവനോട്. പക്ഷേ ആ വിളി പോലും കള്ളമായിരുന്നുവെന്നു തോന്നിപോകുന്നു.

പാദപതനം കേട്ട് അവർ തിരിഞ്ഞു നോക്കി.

മംഗളസിംഹൻ!!!

എന്താണ് അവൻ ഈ സമയത്ത്. അതും അനുവാദം പോലും ചോദിക്കാതെ. രാജാവല്ലേ. ആരുടെ അന്തപുരത്തിലും കടന്നു കയറാൻ അനുവാദം വേണ്ട. എല്ലാ ധിക്കാരവും അധികാരവുമാവാമല്ലോ. പകപ്പുണ്ടെങ്കിലും പുറത്തു കാണിക്കാതെ അവർ ചോദിച്ചു.

“എന്താണ് മംഗൾ അനുവാദം അറിയിക്കാതെ ഈ വരവ്...”

അയാൾ ഒരു നിമിഷം അവരുടെ കണ്ണുകളിൽ നോക്കി. അത് ക്ഷീണിതമാണ്. ഓർമ്മകളില്ലമാണ്. ആ ഓർമ്മകൾ എന്താണെന്ന് ഊഹിക്കാം. മകനെ നഷ്ടപ്പെട്ട ഒരമ്മയുടെ മുന്നിലാണ് താൻ. ദൈവമേ. എന്തൊരു നെഞ്ചിടിപ്പാണ്.

അയാൾ അവരെ സഹതാപത്തോടെ നോക്കി നിൽക്കെ പൗർണമി ദേവി ചോദിച്ചു.

“എന്നെ ആശ്വസിപ്പിക്കാനെത്തിയതാണോ നീ?”

“എന്നെ ആശ്വസിപ്പിക്കാൻ എനിക്ക് വേറെ മാർഗങ്ങളില്ല.” അയാൾ പറഞ്ഞു.

ഇവൻ എന്തിനാണ് സത്യം മറയ്ക്കുന്നത് എന്നാലോചിച്ചു കൊണ്ട് ഉള്ളിൽ നിറഞ്ഞ പരിഹാസത്തോടെ അവർ ചോദിച്ചു.

“എന്തിനാണ് മംഗൾ ഈ കപട മുഖം. മഗധയുടെ പ്രജകൾ ആവേശത്തോടെ വിളിച്ചു പറയുന്നത് നീ കേട്ടില്ലേ? അധികാര മോഹിയായ ജേഷ്ടനെ രാജാവ് കൊന്നെന്ന്.”

ശരിയാണ്. ജനം പറഞ്ഞു തുടങ്ങിയെന്ന് പ്രാദേശിക ദൂതുകൾ എത്തുന്നുണ്ട്. പറഞ്ഞിട്ടും ചിന്തിച്ചിട്ടും കാര്യമില്ല.

“അമ്മയും അത് വിശ്വസിക്കുന്നുണ്ടോ?” അയാൾ ഹൃദയത്തിന്റെ അഗാധതയിൽ നിന്നു ചോദിച്ചു.

“എന്ത് ന്യായീകരണമാണ് നീ മറുത്ത് പറയുക.” പുച്ഛത്തോടെ അയാളെ നോക്കി അവർ ചോദിച്ചു.

“അവൻ പ്രണയിച്ച പെണ്ണിനെ കൂട്ടി ദേവ പ്രദേശത്തേക്ക് അയക്കുക എന്നത് രാജാവായ നിന്റെ പദ്ധതിയായിരുന്നല്ലോ. സഹായിക്കുന്നു എന്ന മറ സൃഷ്ടിക്കാൻ ബോധപൂർവമായ ശ്രമം?”

മംഗളസിംഹൻ വാക്കുകൾ നഷ്ടപ്പെട്ടു നിൽക്കെ പൗർണമിദേവി തുടർന്നു.

“ഇഷ്ടപ്പെട്ടതിനെ നിലനിർത്താൻ ഒരു കുടുംബത്തെ മുഴുവൻ ഉന്മൂലനം ചെയ്തവനാണ് നിന്റെ പിതാവ്. അത് പോലെ നീയും. കഥ ഇനിയും വ്യക്തമല്ലെങ്കിൽ അമ്മയോട് ചോദിച്ചു നോക്ക്. മടിയുണ്ടാവും പറഞ്ഞു തരാൻ. അത്രക്ക് മ്ലേച്ഛതയുണ്ടതിന്.”

പറയാനുള്ളത് പറഞ്ഞെന്ന പോലെ അവർ ദീർഘനിശ്വാസമുതിർത്തു. മംഗളസിംഹൻ ഒരു നിമിഷം നെഞ്ച് പിടഞ്ഞ് നിന്നു. അയാൾ ദേവായുധനെ മനസ്സിൽ ഓർത്തു പറഞ്ഞു.

“വാഗ്വാദം കൊണ്ട് വീണ്ടെടുക്കാവുന്നതല്ല നഷ്ട ദുഃഖങ്ങൾ. ഒന്ന് മാത്രം അമ്മ അറിയുക.”

തൊണ്ടയിൽ ഗദ്ഗദം മുട്ടി തിരിയവേ അയാൾ പറഞ്ഞൊപ്പിച്ചു.

“ഞാൻ ജേഷ്ഠനെ ഇഷ്ടപ്പെട്ടിരുന്നു. അവസാന നിമിഷമെങ്കിലും ജേഷ്ഠൻ എന്നെയും. അത് മതി എനിക്ക്. ആ സത്യം അമ്മ മാത്രമെങ്കിലും അറിയണമെന്ന് എനിക്കുണ്ടായിരുന്നു.” പൗർണമി ദേവി എന്തോ പറയാൻ തുനിഞ്ഞു. പക്ഷേ അത് കേൾക്കാൻ നിൽക്കാതെ മംഗളസിംഹൻ തിരിഞ്ഞ് നടന്നു.

* * *

രാവേറെയായിരുന്നു. മംഗളസിംഹൻ കിടക്കയിൽ തിരിഞ്ഞും മറിഞ്ഞും കിടന്നു. ഇല്ല, ഉറക്കം വരുന്നില്ല. മനസ്സിൽ പ്രഹരങ്ങൾ പലതാണ്. അതൊക്കെ താങ്ങാൻ കരുത്തുള്ള ഒരു ഹൃദയം താൻ ഇനിയും സ്വായത്തമാക്കേണ്ടിയിരിക്കുന്നു. അമ്മ എന്താണ് പറയാനുദ്ദേശിച്ചത്. ബാല്യം മുതൽ എവിടെ ചെന്നാലും കേട്ട് മരവിച്ച കുത്തു വാക്കുകൾ. അതിനാണോ അമ്മ പൗർണമി ദേവിയും തുടക്കമിട്ടത്. അതെ എന്ന് തോന്നുന്നു. മധുരധാരിണി എന്ന തന്റെ അമ്മ അത്രയ്ക്ക് വൃത്തികെട്ട സ്ത്രീയാണോ? സ്വന്തം അമ്മയെക്കുറിച്ച് ഒരു മകനും കേൾക്കാൻ ആഗ്രഹിക്കാത്ത ചില വാക്കുകൾ ഒളിഞ്ഞും തെളിഞ്ഞും താൻ കേട്ടിട്ടുണ്ട്. ഇഷ്ടപെട്ടതിനെ നില നിർത്താൻ തന്റെ പിതാവ് ആളുകളെ കൂട്ടക്കൊല ചെയ്ത കഥയിൽ തന്റെ അമ്മയുടെ പങ്കെന്താണ്. അറിയണം. ഈ വൈകിയ വേളയിലെങ്കിലും അതിന്റെ നിജ സ്ഥിതി അറിയണം.

കേൾവിയുറച്ച അന്ന് മുതൽ കേട്ടു തുടങ്ങിയ അടക്കം പറച്ചിലുകൾ ഇന്ന് കൊണ്ട് തിരിച്ചറിയണം. ആർക്കു ജനിച്ചവനാണു താൻ. രാജ കൊട്ടാരത്തിന്റെ അവകാശങ്ങൾ അമ്മയുടെ വശ്യത കൊണ്ട് തനിക്കു കിട്ടിയതാണോ? ഒരിക്കലും അമ്മയോട് താൻ ചോദിച്ചിട്ടില്ല. ചോദിക്കാതെ, എല്ലാം പറയാതെ പറഞ്ഞു തരാൻ ശ്രമിക്കുകയായിരുന്നോ തന്റെ പിതാവ് മഹാപദ്മൻ. കാണിച്ച വാത്സല്യം ദത്ത് കിട്ടിയവന്റെ ഔദാര്യമല്ല മറിച്ച രക്തത്തിൽ പിറന്നവന്റെ അവകാശം തന്നെയാണെന്ന് ഓരോ നിമിഷത്തിലും, നോട്ടത്തിലും, വാക്കുകളിലും, തലോടലിലും, ഒടുവിൽ സിംഹാസനം വിട്ടു തന്ന് ഉറപ്പിച്ചതും തനിക്കു പിറന്ന മകനോടുള്ള വാത്സല്യം തന്നെയാണോ? അതോ?

ചില കാര്യങ്ങൾ മനസ്സിൽ മുട്ടി തിരിയുന്നു. ചോദിക്കാതെ വിട്ടു പോയ ചില കാര്യങ്ങൾ ഉണ്ട്. അമ്മയോടും, പിതാവിനോടുമുള്ള സ്നേഹാധിക്യം കൊണ്ട് സ്വയം അടക്കി പിടിച്ചത്. പക്ഷേ ഇനിയതറിയണം. ഇന്നതറിയണം.

* * *

“വെളുപ്പാൻ കാലത്ത് വിളിച്ചെണീൽപ്പിച്ചതിന് അങ്ങ് എന്നോട് ക്ഷമിക്കണം.” മംഗളസിംഹൻ താപസനാഥനോട് പറഞ്ഞു. ഉദ്യാനത്തിലെ കൽമണ്ഡപത്തിലായിരുന്നു അവർ... മഗധയിൽ വെളിച്ചം കടന്നു വരുന്നതേ ഉണ്ടായിരുന്നുള്ളൂ. തണുത്ത കാറ്റ് പതിയെ കടന്നു വന്ന് കൊണ്ടിരുന്നു. ഒരു കമ്പളം കൊണ്ട് മൂടിപ്പുതച്ച്, ശരീരവും മനസും ചൂട് പിടിപ്പിക്കാൻ കയ്യിലെ പാത്രത്തിൽ നിന്ന് മരുന്നും മധുരവുമിട്ട വെള്ളം മൊത്തി കുടിച്ച് താപസനാഥൻ ഇരുന്നു.

വെളുപ്പാൻ കാലത്ത് വിളിച്ചുണർത്തിയതിലല്ല. മറുപടി എങ്ങനെ പറയുമെന്നാണ്. എന്തിൽ തുടങ്ങുമെന്നാണ്. താപസനാഥൻ ആലോചിച്ചു. താപസനാഥന്റെ മൗനം ഓരോ നിമിഷം നീളുന്തോറും മംഗളസിംഹനിൽ അക്ഷമയും

ആകാംക്ഷയും കൂടി വന്നു.

“സദസ്സിനെ സാക്ഷിയാക്കി സൈന്യാധിപൻ ധൂതഗജൻ അന്ന് പറഞ്ഞപ്പോ ഞാൻ അതും വിട്ടു കളഞ്ഞു. അടക്കം പറച്ചിലുകൾ അലർച്ചകളായിരിക്കുന്നു. ഇന്ന് അമ്മ പൗർണമി ദേവി കൂടി പറഞ്ഞപ്പോ...” പാതിയിൽ മംഗളസിംഹൻ നിർത്തിയപ്പോൾ താപസനാഥൻ അയാളെ നോക്കി.

‘അങ്ങ് അത് പറയണം. എന്ത് മ്ലേച്ഛതയാണ് എന്റെ അമ്മയുടെ വിജയങ്ങൾക്കു പിന്നിലുള്ളത്? അക്കാര്യം എന്ത് തന്നെയാണെങ്കിലും അത് പറയാനുള്ള പ്രായവും അറിവും അങ്ങോളമാർക്കുമില്ല.”

‘ഇത് പ്രായത്തിന്റെയും അറിവിന്റെയും പ്രശ്നമല്ല മഹാരാജൻ.’

ഒരു നിമിഷന്റെ ഇടവേളക്ക് ശേഷം താപസനാഥൻ പറഞ്ഞു.

“ഒരു രാജ കുടുംബത്തെ, പ്രത്യേകിച്ച് അങ്ങയെ വ്യക്തിപരമായി ബാധിക്കുമെന്നുള്ളത് കൊണ്ടാണ്.”

“അത് കൊണ്ട് തന്നെയാണ് ഞാൻ ഉറപ്പിച്ചത്. ഒളിയമ്പ് പോലെ വന്നു പതിക്കുന്ന ആരോപണങ്ങൾക്ക് പിന്നിലെ സത്യം അതെത്ര വേദനിപ്പിക്കുന്നതും തല കുനിപ്പിക്കുന്നതുമായിക്കൊള്ളട്ടെ, ഈ വൈകിയ വേളയിലെങ്കിലും അറിഞ്ഞേ തീരൂ.” മംഗളസിംഹൻ പറഞ്ഞു.

താൻ അത് പറയേണ്ടി വരുമെന്ന് തന്നെ താപസനാഥന് തോന്നി. ഒഴിവാക്കാൻ ശ്രമിക്കുകയാണ്. ഇപ്പോൾ ഇതറിഞ്ഞത് കൊണ്ട് ഒരു പ്രയോജനവുമില്ല. ആർക്കും.പക്ഷേ രാജാവ് ഇങ്ങനെ നിർബന്ധിച്ചാൽ...അതെങ്ങനെ ഒഴിവാക്കാമെന്ന് അയാൾ ആലോചിച്ചു .

“താപസനാഥൻ...” മംഗളസിംഹൻ വിളിച്ചു. ആ വിളിയിലെ ഗൗരവം താപസനാഥൻ ശ്രദ്ധിച്ചു.

അങ്ങ് എന്ന വിളി മാറി, പേര് വിളിച്ചിരിക്കുന്നു.

“സത്യം പറയൂ. ഇത് മംഗള സിംഹന്റെ കല്പനയാണ്.”

താപസനാഥൻ ഒന്ന് ദീർഘമായി ശ്വസിച്ചു. ശേഷം മെല്ലെ പറഞ്ഞു. “അങ്ങയുടെ പിതാവിനെ ആദ്യമായി കണ്ടുമുട്ടുമ്പോൾ, വിവാഹം ചെയ്യുമ്പോൾ മധുരധാരിണി മഹാറാണിക്ക് മറ്റൊരു ഭർത്താവുണ്ടായിരുന്നു.”

മംഗളസിംഹന്റെ മുഖത്തേക്ക് രക്തമിരച്ചു കയറി. അമ്മ ആരെയോ ചതിച്ചിരിക്കുന്നു. അദ്ദേഹമാണോ തന്റെ പിതാവ്. മംഗളസിംഹന്റെ മുഖം ശ്രദ്ധിച്ച്, ഇനി തുടരണോ എന്ന് താപസനാഥൻ സംശയിച്ചു. അത് ശ്രദ്ധിച്ച മംഗളസിംഹൻ പറഞ്ഞു.

“തുടരൂ...”

താപസനാഥൻ തുടർന്നു.

“ഒരു യുദ്ധത്തിനിടയിൽ ഗ്രാമത്തിലെ വിശ്രമ കേന്ദ്രത്തിൽ വെച്ചാണ് മഹാറാണിയെ...”

“പേര് പറഞ്ഞാൽ മതി”. മംഗളസിംഹൻ പറഞ്ഞു.

“മധുരധാരിണിയെ ആദ്യമായി മഹാരാജാവ് കണ്ടത്. കണ്ട മാത്രയിൽ മോഹം കൊണ്ട രാജാവ് അവരെ സ്വന്തമാക്കാൻ ആഗ്രഹിച്ചു. അത്രക്ക്

സൗന്ദര്യവും വശ്യതയും അവർക്കുണ്ടായിരുന്നു. ആരെയും മയക്കുന്ന നൃത്ത പാടവവും ബുദ്ധിമതിയുമായിരുന്നു. യാത്ര കഴിഞ്ഞെത്തിയ മഹാരാജാവിന് ഊണും ഉറക്കവും നഷ്ടപ്പെട്ടു. അന്തപുരത്തിൽ അനേകം പേരുണ്ടായിരുന്നിട്ടും ഒരു കലാകാരിയുമായി അത് വരെ അദ്ദേഹം പരിചയപ്പെട്ടുണ്ടായിരുന്നില്ല. അത് തീർത്തും മറ്റൊരു അനുഭവമാണല്ലോ." അദ്ദേഹം മംഗളസിംഹനെ നോക്കി. മുറുകിയ മുഖവുമായി കേട്ടു നിൽക്കുകയാണ്. തുടങ്ങി വെച്ചു. ഇനി പറഞ്ഞു തീർത്തേ പറ്റൂ.

താപസനാഥൻ തുടർന്നു.

"മഹാരാജാവിന്റെ ഭരണ കാര്യത്തിലെ ശ്രദ്ധ കുറഞ്ഞു. പക്ഷേ കേവലം ഒരു നർത്തകിയുടെ മുന്നിൽ തന്റെ വില കുറയുന്നത് അദ്ദേഹത്തിന് ഇഷ്ടമില്ലായിരുന്നു. എങ്കിലും അദ്ദേഹം പലരെയും ദൂതുമായി അയച്ചു. കൊട്ടാരത്തിലേക്ക് ക്ഷണിച്ചു കൊണ്ട്... പക്ഷേ അദ്ദേഹത്തെ അത്ഭുത പെടുത്തികൊണ്ടു അവർ വരാൻ കൂട്ടാക്കിയില്ല. ബലമായി പിടിച്ചു കൊണ്ട് വരാൻ അദ്ദേഹത്തിന്റെ അഭിമാനം അനുവദിച്ചില്ല. കടന്നു കയറ്റമല്ല. കടന്നു വരവാണ് അദ്ദേഹം അവരിൽ നിന്നു പ്രതീക്ഷിച്ചത്. അതൊരു പ്രണയമായിരുന്നു. മധുരധാരിണിയെയും, തന്റെ സൈന്യത്തിലെ വെറും ഒരു സാധാരണ കുന്തപ്പടയാളി മാത്രമായിരുന്ന അവളുടെ ഭർത്താവ് ഉദ്ഘോഷനെയും മഹാപദ്മൻ കൊട്ടാരത്തിലേയ്ക്ക് ക്ഷണിച്ചു: ഉദ്ഘോഷന് സ്ഥാന കയറ്റം നൽകികൊണ്ട്. ആദ്യം മടിച്ചെങ്കിലും ഉദ്ഘോഷന്റെ നിർബന്ധം കൊണ്ട് അവർ കൊട്ടാരത്തിൽ എത്തി. പക്ഷേ മഹാറാണി മടി കാണിച്ചത് മനഃപൂർവമാണെന്നും രാജാവിനെ വരച്ച വരയിൽ കൊണ്ട് വരാനാണെന്നും പുറത്ത് സംസാരം ഇപ്പോഴുമുണ്ട്. അദ്ദേഹത്തിന്റെ ആഗ്രഹം വർദ്ധിപ്പിച്ച് ആവശ്യങ്ങൾ നേടിയെടുക്കുക എന്ന ഒരു തന്ത്രം മഹാറാണി നടത്തി എന്ന് ആക്ഷേപമുണ്ട്.

അവർ കൊട്ടാരത്തിലെത്തി അധിക നാൾ കഴിയും മുൻപ് ഒരു യുദ്ധം നടന്നു. മറ്റൊരു ഗോത്ര സമൂഹവുമായുള്ള ഒരു ചെറിയ യുദ്ധമായിരുന്നു അത്. ആ യുദ്ധത്തിൽ ഉദ്ഘോഷൻ കൊല്ലപ്പെട്ടു. തങ്ങളുടെ മകന്റേതു മനഃപൂർവമുള്ള കൊലയാണെന്നു വാദിച്ചു കൊണ്ട് ഉദ്ഘോഷന്റെ കുടുംബം രാജ സദസ്സിലെ പ്രമുഖർക്ക് ദൂതയച്ചു. അത്യാവശ്യം യോദ്ധാക്കൾ ഉള്ള ഒരു ചെറു ഗോത്രമായിരുന്നു അവർ. പക്ഷേ പിന്നീട് കച്ചവടത്തിനായുള്ള കപ്പൽ യാത്രക്കിടെ ആ കുടുംബത്തിലെ ഒട്ടു മിക്ക പേരും കൊല്ലപ്പെട്ടു."

മംഗളസിംഹൻ താപസനാഥനെ നോക്കി.

മടിയോടെയെങ്കിലും താപസനാഥൻ തുടർന്നു

"അവശേഷിച്ച ചിലർ പലായനം ചെയ്തു. പലായനത്തിനിടയിൽ മണൽച്ചുഴിയിൽ പെട്ടു എന്നും കേട്ടിരുന്നു."

മംഗളസിംഹൻ തലയിൽ കൈ താങ്ങി ഇരുന്നു. ദൈവമേ... മുൻ തലമുറയുടെ എത്ര പാപ ഭാരങ്ങളാണ് താൻ ചുമക്കേണ്ടത്. എത്ര ആത്മാക്കൾക്കാണ് ബലി അർപ്പിക്കേണ്ടത്.

"എല്ലാറ്റിനും കൂടെ നിന്നത് മഹാസൈന്യാധിപൻ ധൃതഗജനായിരുന്നു." പറഞ്ഞവസാനിപ്പിക്കാനെന്ന പോലെ, പക്ഷേ പറയാതെ അവസാനിപ്പിക്കാനാവില്ല എന്നത് പോലെ താപസനാഥൻ പറഞ്ഞു.

“സത്യമാണോയെന്നറിയില്ല. എന്നാൽ വിശ്വസിക്കാതിരിക്കാനും കഴിയു ന്നില്ല.”

ഇനി എന്ത് പ്രഹരമാണ് ഏൽക്കാൻ പോകുന്നത്. മംഗളസിംഹൻ കാത്തു നിന്നു.

താപസനാഥൻ അല്പം മടിയോടെ മെല്ലെ പറഞ്ഞു .

“ഭർത്താവിനെ യുദ്ധമുന്നണിയിലേക്ക് പറഞ്ഞയക്കാൻ രാജാവിനെ ഉപദേശിച്ചത് അങ്ങയുടെ അമ്മയാണെന്ന് ഇന്നും അടക്കം പറച്ചിലുണ്ട്.”

മംഗളസിംഹൻ ദൂരേക്ക് നോക്കി.

ദുഃഖം അയാളെ ഉലയ്ക്കുകയാണെന്ന് താപസനാഥൻ കണ്ടു.

കുറെ നേരം അങ്ങനെ കടന്നു പോയി. ഒടുവിൽ മനസൊന്നടങ്ങിയപ്പോൾ മംഗളസിംഹൻ പറഞ്ഞു. ഉള്ളിൽ നിറഞ്ഞ വ്യഥയോടെ.

“അധികാരവും ആർഭാടവും മോഹിച്ച് സ്വയം അന്ധരാവുമ്പോൾ ആർക്കും ആരെയും ചതിക്കാം അല്ലെ.”

അയാൾ തന്റെ അമ്മയെ ആണ് ഉദ്ദേശിച്ചതെന്ന് താപസനാഥന് മനസിലായി.

“ആരെയാണ് നാം ജീവിതത്തിൽ അകമഴിഞ്ഞ് വിശ്വസിക്കുക... ? തിരിഞ്ഞ് അയാളെ നോക്കി മംഗളസിംഹൻ ചോദിച്ചു.

താപസനാഥൻ മറുപടിയില്ലാതെ നിന്നു.

“അങ്ങ് പോയ്കൊള്ളൂ.” മംഗളസിംഹൻ പറഞ്ഞു.

തനിയെ വിടുന്നതാണ് നല്ലത്. മനസ് അടങ്ങട്ടെ. താപസനാഥൻ പതിയെ എണീറ്റ് നടന്നു.

‘അമ്മ... അമ്മയെക്കുറിച്ചുള്ള ചിന്തകൾ മാറുകയാണ്. എങ്കിലും ആശ്വസിക്കാം. താൻ കൊട്ടാരത്തിൽ ജനിച്ചവൻ തന്നെ. മഹാപദ്മന്റെ രക്തം. പക്ഷേ അമ്മയുടെ ചതിയുടെ പാപഭാരം തന്റെ മുകളിൽ അറിയാതെയെങ്കിലും വന്നു ഭവിക്കും. സന്തതി പരമ്പരകളിലൂടെ അത് കടന്നു പോവണം. ചതിക്കപ്പെട്ട ആത്മാക്കൾക്കു ശാന്തി ലഭിക്കും വരെ അറിയപ്പെടാത്ത ആത്മ വ്യഥകളായി അത് പിന്തുടരും.

മംഗളസിംഹൻ ആലോചനകളോടെ അവിടെ നിന്നു .

* * *

ആകാശം ചാര നിറം പൂണ്ടു കിടന്നു. വല്ലാത്തൊരു വിഷാദം പൂണ്ട ആകാശം. നിറം മങ്ങിയ പകലിൽ കിളികൾ വിദൂരതയിൽ വളരെ താഴ്ന്ന ശബ്ദത്തിൽ ചിലച്ചു. ഒരു കാറ്റ് പോലും കടന്നു വരാതെ, അതിനാൽ തന്നെ ഇലകൾ അനക്കാതെ ചെടികൾ മരവിച്ചു നിന്നു...ചലനം നടക്കുന്നുണ്ടെന്ന് തോന്നിപ്പിക്കാനെന്ന വണ്ണം ഇടയ്ക്ക് ഒന്ന് രണ്ടു ഇലകൾ വെള്ളത്തിലേക്ക് പൊഴിഞ്ഞു വീണു. മൽസ്യങ്ങൾ ഇടക്ക് വെള്ളത്തിന് മുകളിലേക്ക് വന്നു വെറുതെ പരതി നിന്നു. ചെറു ചെടികളാലും ചില മരങ്ങളാലും ചുറ്റപ്പെട്ട തടാകത്തിന്റെ കരയിൽ ഇരിക്കുകയായിരുന്നു മംഗളസിംഹനും സമ്പോധനും.

സന്ധ്യ കടന്നു വരാറായി എന്ന് മംഗളസിംഹന് തോന്നി.

മംഗളസിംഹന്റെ കുതിര പുൽമേട്ടിൽ മേയുന്നുണ്ടായിരുന്നു.

അംഗരക്ഷകരായ പടയാളികൾ അവർക്കു കുറച്ചു ദൂരെ പല ഭാഗങ്ങളിലായി കാവൽ നിൽക്കുന്നുണ്ട്. അവരിൽ ചിലർ കുതിര മേലും ചിലർ താഴെയുമായി റോന്തു ചുറ്റി സദാ ജാഗരൂകരായി നില കൊണ്ടു.

ചിന്തകളുടെ മേച്ചിൽ പുറങ്ങളിലൂടെ അലയുകയാണ് മംഗൾ എന്ന് സബോധന് മനസിലായി. എന്നും മംഗൾ അങ്ങനെയാണ്. മൗനിയായി. ചിലപ്പോൾ മഹാമൗനിയായി. മുനിയായി. എങ്ങനെയാണു സംസാരിക്കാതിരിക്കുക എന്ന് താൻ അത്ഭുതപെട്ടിട്ടുണ്ട്. തന്റെ വികാരങ്ങളെ, ചിന്തകളെ മുഴുവൻ ഇവൻ, തന്റെ പ്രിയ സുഹൃത്ത് ഉള്ളിൽ അടക്കിപിടിക്കുകയാണോ? അതോ അവന്റെ ഉള്ളം ഇത്രക്ക് ശൂന്യമാണോ? എന്നും തന്നെ കുഴപ്പിച്ച ചോദ്യങ്ങളാണത്. ഉള്ളു ശൂന്യമല്ല എന്ന് കാലക്രമേണ മനസിലായി.

പക്ഷേ ചിന്തകളെ ഉള്ളിൽ എത്ര നേരം, എത്ര കാലം ഇങ്ങനെ കൊണ്ട് നടക്കാനാവും. ഈ സമയത്ത് ഇത് അപകടമാണ്. സുഹൃത്തായ മംഗളനല്ല, രാജാവായ മംഗളസിംഹനാണ്. അത് നില നിർത്തി കൊണ്ട് പോവേണ്ടത് തോഴന്റെ, സന്തത സഹചാരിയുടെ, ബാല്യ കാല സുഹൃത്തിന്റെ ആവശ്യമാണ് .

“അങ്ങ് ഒന്നും പറഞ്ഞില്ല. ഭരണമേറ്റ അധിക നാളായില്ലല്ലോ, പെട്ടെന്ന് കൊട്ടാരം വിട്ടു നിൽക്കുകാന്നു പറഞ്ഞാൽ...”

അർധോക്തിയിൽ നിർത്തി സബോധൻ.

മംഗളസിംഹൻ സബോധനെ ഉറ്റു നോക്കി. ഇവനെന്താണ് ഇങ്ങനെ? താൻ തകർന്നു നില്ക്കയാണ്. ഒന്നടുത്ത് വന്ന് തോളത്തു കയ്യിട്ടു കൂടെ. എല്ലാം ശരിയാവും എന്ന് ഒരു വാക്ക് പറഞ്ഞു കൂടെ. താൻ എന്നാണ് ഇവർക്കന്യനായത്. എന്തിനാണ് ഈ അന്യഥാ ബോധം കാത്ത് സൂക്ഷിച്ച് അകന്നു നിൽക്കുന്നത്. കർമ്മ പഥം. അതെ. അത് തന്നെ. ദീർഘ നിശ്വാസമയച്ച് ചിന്തകളെ മായിച്ച ശേഷം മംഗളസിംഹൻ പറഞ്ഞു.

“എന്റെ മനോനില നിനക്ക് മനസിലാവുന്നില്ലേ സബോധൻ. ഒരു വിശ്രമം, ശാന്തി, മനസിന് വേണം... അത് കൊണ്ട് പോകണം...

ഒന്ന് നിർത്തി എന്തോ ആലോചിച്ചിട്ട് അയാൾ തുടർന്നു.

“ആഗ്രഹിച്ചതൊന്നും ലഭിക്കാത്തവനായിരുന്നു ജേഷ്ഠൻ. ആ മരണത്തേക്കാൾ എന്നെ വേദനിപ്പിക്കുന്നത് ജീവിച്ചിരിക്കുന്നവരുടെ മനോഭാവങ്ങളാണ്.”

മംഗൾ മധുരധാരിണിയെകുറിച്ചാണ് പറയുന്നതെന്ന് സബോധന് വ്യക്തമായി. കുറച്ചൊക്കെ കേട്ടിരുന്നു. പക്ഷേ ഇനി അതൊന്നും പറഞ്ഞിട്ടു കാര്യമില്ല. ഭരണത്തിൽ നിന്നു മാറി ശാന്തിക്കായി ഗ്രാമത്തിലേക്ക് തല്ക്കാലം പോവുകയാണെന്ന് പറഞ്ഞാൽ പിന്നെ കൊട്ടാരത്തിൽ എന്ത് സംഭവിക്കുമെന്ന് പറയാൻ കഴിയില്ല. താൽക്കാലികമായി കാര്യങ്ങളെല്ലാം സൈന്യാധിപനെ ഏൽപ്പിക്കാമെന്നത് ശരി തന്നെ. മേൽ നോട്ടത്തിന് മധുരധാരിണി മഹാറാണിയുമുണ്ടെന്നു പറയുമ്പോഴും... സബോധന് ആ തീരുമാനത്തിൽ അത്ര

വിശ്വാസം തോന്നിയില്ല.

“ജേഷ്ഠന്റെ കൊലപാതകികളെ കണ്ടെത്താതെ... ?” അയാളെ പറഞ്ഞു വിടാതിരിക്കാൻ അവസാന അടവ് സബോധൻ പുറത്തെടുത്തു.

“കണ്ടെത്തണം. ഉറപ്പായിട്ടും. രാജ്യത്തിനകത്തും പുറത്തും അന്വേഷണം വ്യാപിപ്പിക്കാൻ സൈന്യാധിപൻ ബാണാസുരനോട് പറഞ്ഞു കഴിഞ്ഞു. പക്ഷേ യാത്ര...അത് ഒഴിവാക്കാൻ പറ്റില്ല.”

തീരുമാനമെടുത്തു കഴിഞ്ഞു. മനസിന്റെ ശാന്തിക്ക് വേണ്ടി കൊട്ടാരം വിട്ട ആളാണ്. ഇനിയും നിർബന്ധിച്ചാൽ എങ്ങോട്ടെന്ന് പറയാതെ തന്നെ പോയിക്കളയും. പോകാനുള്ള എല്ലാ മാനസിക സമർദ്ദവുമുണ്ട്. കൂടെ നിന്നു സഹായിച്ചേ പറ്റൂ .

“എങ്കിൽ സൈന്യാധിപനോട് പറഞ്ഞ് സുരക്ഷക്കുള്ള ഏർപ്പാടുകൾ ചെയ്യാം. ഭരണ കാര്യം നിർവഹിക്കാൻ പ്രാപ്തരായ ആളുകളെയും കൂട്ടാം. ഒരു സംഘം, ദൂതുകൾ കൊട്ടാരത്തിലെത്തിക്കുകയും ചെയ്യട്ടെ.”

സബോധൻ നിർദ്ദേശിച്ചു.

“എന്തിന്... ?” ഇഷ്ടക്കേടോടെ മംഗൾ ചോദിച്ചു.

“പടപ്പുറപ്പാടും പരിവാരങ്ങളുമായി പോകാനാണെങ്കിൽ കൊട്ടാരത്തിൽ തന്നെ കഴിഞ്ഞാൽ പോരെ. വേണ്ട. കൂടെ നീ മാത്രമുണ്ടായാൽ മതി.”

ശത്രു സംഘം ഒന്നിനെ തീർത്തിട്ട് പൊടി പോലും തെളിവ് നൽകാതെ സുഖമായി ജീവിക്കുകയാണ്. അടുത്തതിനെ ഉന്നം വെക്കുകയാവും. അപ്പോഴാണ് ഒറ്റക്കുള്ള യാത്ര...അതും ഗ്രാമങ്ങളിലേക്ക്.

“അങ്ങയുടെ സുരക്ഷ?”

സംശയത്തോടെയും ആകാംക്ഷയോടെയും സബോധൻ ആരാഞ്ഞു.

“നിനക്ക് സന്ദേഹമുണ്ടെന്നറിയാം. എന്റെ രാജ്യത്തിൽ ഞാൻ സുരക്ഷിതനാണ് പക്ഷേ ശത്രുക്കൾ, അവർ അന്വേഷിക്കുന്നത് സർവ സന്നാഹങ്ങളോടും കൂടി കടന്നു പോകുന്ന മംഗളസിംഹൻ എന്ന മഹാരാജാവിനെയാണ്. പഴകിയ വസ്ത്രത്തിനുള്ളിൽ, ഉണക്ക പഴങ്ങളും ധാന്യ പൊടികളും തിന്നു നടക്കുന്ന ഒരു യാത്രക്കാരനെയാവില്ല.”

യാത്രയുടെ ഏകദേശ രൂപം സബോധിന് മനസിലായി. വേഷ പ്രച്ഛന്നനായി പോകാനാണ്.

“ഏർപ്പാടുകൾ ചെയ്യാം.”

“ബാണാസുരനോടു പറഞ്ഞേല്പിക്കുക, പ്രജാ താല്പര്യം നേരിട്ടറിയാൻ രാജാവ് സന്ദർശനത്തിന് പോയെന്ന്.

“അങ്ങയുടെ ഇഷ്ടം പോലെ...” സബോധൻ എണീറ്റു വണങ്ങി കുതിരയ്ക്കരികിലേക്ക് നടന്നു.

ശരിയാണ്. സബോധന്റെ ചോദ്യം കൃത്യമാണ്. ഒരു ഭരണാധികാരി, അതും അധികാരമേറ്റെടുത്ത് അധിക കാലം കഴിയും മുൻപേ കൊട്ടാരം വിട്ട ഭരണം നോക്കി നടത്താതെ മാറി നിൽക്കുന്നു എന്ന് പറഞ്ഞാൽ, അതൊരിക്കലും ഒരു രാജാവിന് ചേർന്നതല്ല. പക്ഷേ തനിക്ക്... തന്റെ മനസ്...കുറ്റപ്പെടുത്തലുകൾ തെളിഞ്ഞു കേൾക്കുന്നില്ല. പക്ഷേ അടിത്തട്ടിൽ അടിയൊഴുക്കുകൾ

കിടന്ന പതഞ്ഞുയരുന്നതിന്റെ പ്രതിഫലനങ്ങൾ ഓരോ മുഖത്തും ഉണ്ട്. പടയാളികൾ മുതൽ പരിചാരകരിൽ വരെ. കൊലയാണ് ആരോപണം. ഒരു ഭരണാധികാരി കൊലയാളി തന്നെയാണ്. ശരീരങ്ങളുടെ, ചിന്തകളുടെ, ഭാവിയുടെ, പ്രണയങ്ങളുടെ, സങ്കൽപ്പങ്ങളുടെ, ആശയങ്ങളുടെ സ്വപ്നങ്ങളുടെ കൊലയാളി. അയാൾ പലതിനെയും പലരെയും പല വിധത്തിൽ കൊന്നു കൊണ്ട് തന്നെയാണ് ഭരണത്തിൽ വിരാജിക്കുന്നത് . പക്ഷേ അതൊക്കെ മാറ്റണമെന്ന് ആഗ്രഹിച്ചാണ്, അല്ല... ആഗ്രഹമില്ലായിരുന്നു, പക്ഷേ ചിന്തിച്ചിരുന്നു. ജനസേവനം വേണമെന്ന്. നീതിയോടെ. പക്ഷേ വന്നു ഭവിച്ചതോ... ജ്യേഷ്ഠന്റെ കൊലപാതകം. പക്ഷേ ബോധ്യപ്പെടുത്താൻ പഴുതുകളില്ല. എത്രയേറെ പറയുന്നുവോ അത്രയേറെ ആഴത്തിലേക്ക് അവിശ്വനീയത കടന്നു ചെല്ലും. മൗനമായിരിക്കുക. മറഞ്ഞിരിക്കുക. എല്ലാറ്റിൽ നിന്നും. എല്ലാവരിൽ നിന്നും...

പക്ഷേ അതിന് പോകണം. ഒരു യാത്ര പോകണം. ജ്യേഷ്ഠന്റെ നെഞ്ചിൽ നിന്ന്, തന്റെ നെഞ്ചിലേക്ക് പടർന്ന ചുടുചോര ഉള്ളം പൊള്ളിച്ചിപ്പോഴും ഒഴുകുന്നുണ്ട്. ഒന്നുമറിയാത്ത, ജീവിതത്തിന്റെ ഒരു നാൾ വഴികളും താണ്ടാത്ത ഒരു കന്യകയുടെ വിലാപം കാതിൽ മുഴങ്ങുന്നുണ്ട്. അശാന്തിയുടെ കിരീടം അറിയാതെ തലയിൽ ചൂടി കഴിഞ്ഞു. ഇനി മോചനമില്ല. ശാന്തി കിട്ടുമോ എന്ന പ്രതീക്ഷയിൽ, അന്വേഷണത്തിൽ പോകണം. ഗുരുവിന്റെ വാക്കുകൾ... നീ നിന്റെ കർമ്മ പഥത്തിലൂടെ യാത്ര ചെയ്യുക. ഈ വേദനയും ആരോപണങ്ങളും ഒക്കെ കർമ്മ പഥങ്ങളാണ്. അതിലൂടെ തന്നെയാണ് പഥികൻ കടന്നു പോകേണ്ടത്. ഗുരുവേ നീ തന്നെ വഴി കാട്ടി. ഗുരുവേ നീ തന്നെ വിശ്വാസം.. നീ സദാ വിസ്മയം. അയാൾ പ്രാർത്ഥന പോലെ ഗുരുവിനെ ഓർത്തു.

ചെറു കാറ്റിൽ തടാകത്തിലേക്ക് ഇലകൾ പറന്നു വീണു.

13

പ്രണയ ഗീതം

പ്രിയൻ വന്നെത്തുമ്പോൾ വിളമ്പാനുള്ള മധുരവീഞ്ഞിനായി
നീ തളിർ മുന്തിരികൾ ഇറുക്കുകയാണോ.
ആ വീഞ്ഞിന്റെ മധുരം നുണയാൻ അവൻ വന്നിരിക്കും.
മേഘങ്ങൾ ഇണയെ തേടി അലഞ്ഞു നടക്കുന്ന പോലൊരു നാൾ
അവൻ വന്നെത്തും
കാത്തു വെച്ച സമ്മാനങ്ങളും എഴുതി വെച്ച പ്രണയകുറിപ്പുകളും
കൊടുത്തു വിടാൻ അവൾ കൊതിച്ചു.
ആട്ടിൻ നെയ് തേച്ച് കനലിൽ മൊരിച്ച അവളുടെ ഗോതമ്പു റൊട്ടിയും,
ഗ്രീഷ്മങ്ങളൊരുപാടായി പ്രിയനുവേണ്ടി കാത്തുവെച്ച
വീഞ്ഞിന്റെ കുടങ്ങളും ചാരുപലകയിൽ വീണു പൊട്ടിയിരിക്കുന്നു.
(കൗർവകിയുടെ ഗീതങ്ങൾ: 13:36)

കുന്നിൻ ചെരുവിൽ ആട്ടിൻ പറ്റം മേയുന്നുണ്ടായിരുന്നു. ഇടക്കിടെ അവയിൽ ചിലത് തല ഉയർത്തി നോക്കി കരഞ്ഞു. ആട്ടിൻ കുട്ടികൾ അമ്മയുടെ അകിടിൽ നിന്ന് ഇടയ്ക്കിടെ പാൽ കുടിച്ചു കൊണ്ടിരുന്നു.

നീണ്ടു നീണ്ടു പോയി, ആകാശത്തിനറ്റത്ത് ചെന്ന് തൊടുന്ന വഴിയുടെ മധ്യത്തിലൂടെ നടന്നു വരികയായിരുന്നു മഹിമ. അവളെ കണ്ട ആട്ടിൻ പറ്റം പരിചിതമെന്നോണം ഉറക്കെ കരഞ്ഞു. താഴ്വരയുടെ ഒരു വശത്ത് സമൃദ്ധമായി വളരുന്ന മുന്തിരിത്തോപ്പിന്റെ അരികിലെത്തി അകത്തേക്ക് കയറി കൊണ്ട് അവൾ ഉറക്കെ വിളിച്ചു...കൗർവകി... അനക്കമൊന്നുമില്ല. മല മുകളിൽ നിന്നുർന്നു വന്നൊരു കാറ്റ് മുന്തിരി തലപ്പുകളെയും കുലകളെയും മെല്ലെ തലോടി കടന്നു പോയി...

പഴുത്തു പാകമായ മുന്തിരിക്കുലകളിലൊന്ന് ഇറുത്തെടുത്തു കടിച്ചു കൊണ്ട് അതിന്റെ രുചി ആസ്വദിച്ചു അവൾ വീണ്ടും വിളിച്ചു.

"കൗർവകി... മംഗളസിംഹന്റെ പ്രിയ കാമുകി..."

തുടുത്തു നിൽക്കുന്ന മുന്തിരി ചെടികൾക്ക് പിന്നിൽ നിന്ന്, ആ വിളി കേട്ടതിന്റെ സുഖം ഉള്ളിലുണ്ടെങ്കിലും പുറമെ കാണിക്കാതെ കൗർവകി കടന്നു വന്നു.

"എന്താ മഹിമ നീ വിളിച്ചു കൂവുന്നത്...നിനക്കൊരു അടക്കമില്ലല്ലോ പെണ്ണേ"

"എന്തേ പറഞ്ഞത് ഇഷ്ടമായില്ല?" മുന്തിരി മധുരം നുണഞ്ഞു കൊണ്ട് കളിയായി ചിരിച്ച് മഹിമ ചോദിച്ചു.

അവൾ നാടകീയമായൊരു ചിരിയോടെ തുടർന്നു.

"എങ്കിൽ ഇങ്ങനെ ആയാലോ? പ്രിയൻ വന്നെത്തുമ്പോൾ വിളമ്പാനുള്ള മധുര വീഞ്ഞിനായി നീ തളിർ മുന്തിരികൾ ഇറുക്കുകയാണോ?..."

"മതി പരിഹാസം..." പരിഭവത്തോടെ കൗർവകി മറുപടി പറഞ്ഞു...

"നീ നോക്കിക്കോളൂ...ഉറപ്പായിട്ടും അത് സംഭവിച്ചിരിക്കും." നടന്നു കൊണ്ട് അവൾ തുടർന്നു.

"ആ വീഞ്ഞിന്റെ മധുരം നുണയാൻ വന്നിരിക്കും. തീർച്ച."

മലമുകളിൽ, തെളിഞ്ഞ ആകാശത്തിലൂടെ പറന്നു നീങ്ങുന്ന മേഘശകലങ്ങളേ നോക്കി അവൾ പറഞ്ഞു.

"മേഘങ്ങൾ ഇണയെ തേടി അലഞ്ഞു നടക്കുന്ന ഇതേ പോലൊരു നാൾ അവൻ വന്നെത്തും..."

"കൗർവകി..."

അവർ വിളി കേട്ട് തിരിഞ്ഞു നോക്കി. കയ്യിൽ വടിയും കുത്തി, തോപ്പിലെ വള്ളികൾക്കിടയിലൂടെ, പടർന്ന മുന്തിരി തളിരിന്റെ പന്തലിനു താഴെ കൂടി മധ്യവയസ്കനായ കൗർവകിയുടെ പിതാവ് സാത്യകൻ നടന്നു വന്നു...

സാത്യകൻ കൃഷിക്കാരൻ തന്നെയെന്ന് ഒറ്റ നോട്ടത്തിൽ തിരിച്ചറിയാമായിരുന്നു. മധ്യവയസാണെങ്കിലും അധ്വാനിച്ചുറച്ച കൈ കാലുകളും, ഒട്ടിയ കവിളുകളും, ഞരമ്പ് പിടയുന്ന കൈപ്പത്തികളുമായി അയാൾ ആരോഗ്യവാനുമായിരുന്നു.

അയാളുടെ കാലുകൾ അവൾക്കടുത്തെത്താൻ പ്രായത്തേക്കാൾ വ്യഗ്രത കാണിച്ചു. അയാൾ പരിഭ്രാന്തനാണെന്ന് അവൾ മനസിലാക്കി.

"എന്താ പിതാവേ..."

പറയാൻ വന്നത് ഉറക്കെ പറയാൻ സാധിക്കാതെ, കിതപ്പോടെ അയാൾ അവൾക്കരികിലെത്തി ഒരു നിമിഷം ദീർഘമായി ശ്വസിച്ചു.

"എന്താ പിതാവേ ഉണ്ടായത്... കഴുത വല്ലതും ഓടിപ്പോയോ. അതോ കൃഷിയിടത്തില് തീ പിടിച്ചോ..."

സാധാരണ ഇങ്ങനെയുള്ള അവസരങ്ങളിലാണ് അയാൾ ഇത്രയും വെപ്രാളം കാണിക്കാറുള്ളതെന്ന് അവൾ ഓർത്തു. കിതപ്പടങ്ങിയെങ്കിലും ഭയം കൊണ്ട് വിറച്ച് കൊണ്ട്, ആരെങ്കിലും തന്നെ പിന്തുടർന്ന് വരുന്നുണ്ടോ എന്ന് തിരിഞ്ഞു നോക്കി അയാൾ പറഞ്ഞു.

"മകളേ...മംഗളസിംഹ രാജാവിന്റെ പടയാളികൾ..."

അയാൾ അർദ്ധോക്തിയിൽ നിർത്തിയപ്പോൾ കൗർവകി മഹിമയെ നോക്കി.

പറഞ്ഞു വന്നത് സാത്യകൻ തുടർന്നു.

"...അവർ വീട്ടിലെത്തിയിരിക്കുന്നു കൗർവകി..."

"അതിനെന്താ പിതാവേ... കഴിഞ്ഞ തവണത്തെ പാട്ടം കൃത്യമായി കൊടുത്തതല്ലേ. പിന്നെന്തിനാ ഭയക്കുന്നത്?"

"ഞാൻ അവരോട് പറഞ്ഞു. തോട്ടങ്ങളും കൃഷിയും കണ്ടു മനസിലാക്കി കണക്കെടുക്കാൻ വന്നതാണെന്ന് മറുപടി. എനിക്കൊന്നും മനസിലാവുന്നില്ല കൗർവകി."

"ചിലപ്പോ പുതിയ രാജാവിന്റെ ഉത്തരവായിരിക്കും. പാട്ടത്തിന് കൊടുത്ത മുന്തിരിത്തോട്ടങ്ങളോ മറ്റും കൃഷിയിറക്കാതെ കിടക്കുന്നുണ്ടോ എന്നറിയാനുള്ള തന്ത്രമാവും. കൂട്ടത്തിൽ കൃഷിയുടെ കണക്കെടുപ്പും പാട്ട പിരിവും നടക്കും .പുതിയ രാജാവിന്റെ പരിഷ്കാരങ്ങൾ എന്തൊക്കെ ആവുമോ എന്തോ... കണ്ടറിയാം." ആലോചനയോടെ കൗർവകിയെ നോക്കി കൊണ്ട് മഹിമ പറഞ്ഞു.

ഇഷ്ടപ്പെടാത്ത മട്ടിൽ കൗർവകി മഹിമയെ നോക്കി.

"എന്ത് നാശമെങ്കിലുമാവട്ടെ. നീ അങ്ങോട്ട് വന്ന് എന്തെങ്കിലും ഒന്ന് പറഞ്ഞു മനസിലാക്കി അവരെ തിരിച്ചയയ്ക്കു." സാത്യകൻ നിലവിളി പോലെ പറഞ്ഞിട്ട് തിരിഞ്ഞു നടന്നു.

കൗർവകി ഒന്നാലോചിച്ചു നിന്നു. അപ്പോൾ രഹസ്യമായി മഹിമ പറഞ്ഞു.

"ഇതൊരു അവസരമാണ് കൗർവകി. പരിശോധന കഴിഞ്ഞു മടങ്ങുമ്പോ, രാജാവിനായി നീ കാത്തു വെച്ച സമ്മാനങ്ങളും എഴുതി വെച്ച പ്രണയകുറിപ്പുകളും കൊടുത്തു വിടാൻ ഉള്ള നല്ല അവസരം. അവരെ കൈയോടെ പാട്ടിലാക്കിയാൽ മതി."

അവളുടെ നിർദ്ദേശം ഇഷ്ടപ്പെട്ടെങ്കിലും അത് പുറത്തു കാണിക്കാതെ കൗർവകി തല്ലാനോങ്ങി. അതിൽ നിന്ന് രക്ഷപെടാനെന്ന പോലെ ചിരിച്ചു വെട്ടിച്ച് മഹിമ ഓടിപോയി.

കൗർവകി പതിയെ തോപ്പിന് പുറത്തേക്കിറങ്ങി...അവളെ കണ്ടതും ആട്ടിൻ പറ്റം കൂട്ടമായി കരഞ്ഞു. അവൾ വടിയെടുത്ത് അവയെ തെളിച്ചു കൊണ്ട് പതിയെ ഒച്ച വെച്ചു... ഒഹൊയ് ഓഓഓഓഓയ്യ്... ആട്ടിൻ പറ്റം ബഹളം കൂട്ടി തലങ്ങും വിലങ്ങും നീങ്ങി. അവയെ നേർവഴിക്കു നയിച്ച് കൊണ്ട് അവൾ പുൽത്തകിടിയിൽ മേഞ്ഞു കൊണ്ടിരുന്ന തന്റെ കുതിരയുടെ മുകളിലേക്ക് ചാടിക്കയറി. ശേഷം കൈയിലിരുന്ന വടി കൊണ്ട് ആട്ടിൻ പറ്റത്തെ തെളിച്ചു കൊണ്ട് നീങ്ങി.

നീണ്ടു പരന്നു കിടക്കുന്ന മുന്തിരിത്തോപ്പുകൾക്കരികിൽ തന്നെയായിരുന്നു സാത്യകന്റെ വീട്.

താഴ്‌വരയിൽ സ്ഥിതി ചെയ്യുന്ന വീട്ടിൽ നിന്നാൽ മലഞ്ചെരിവ് കാണാം. പ്രധാന വീടിന് ഇടതു വശത്തായി ഒരു ചെറിയ കുടിൽ കൂടി സാത്യകൻ പണിതിട്ടുണ്ട്. അതിശൈത്യ കാലത്ത് കിടക്കാനോ അതിഥികളോ ബന്ധുക്കളോ വന്നാൽ ഉപയോഗിക്കാൻ നിർമ്മിച്ചതായിരുന്നു ആ കുടിൽ. ഇപ്പോൾ ധാന്യങ്ങൾ സംഭരിക്കുവാൻ ഉപയോഗിക്കുന്നു. രണ്ടു വീടുകളും മണ്ണ് കൊണ്ടാണ് ഉണ്ടാക്കിയിരിക്കുന്നത്. പ്രധാന വീടിന്റെ കുറച്ചു മാറി ആട്ടിൻ പറ്റങ്ങളെ കെട്ടാനുള്ള അല്പം വെളിമ്പ്രദേശവും, മഴക്കാലത്ത് അവക്ക് കിടക്കാനായി വലിയ തൂണുകളിൽ ഉയരത്തിൽ ഉണ്ടാക്കിയ മേൽക്കൂരയോട് കൂടിയ ആട്ടിൻ കൂട്ടം ഉണ്ട്.

വീടിന് മുന്നിൽ ഉലാത്തുകയായിരുന്നു മംഗളസിംഹൻ. സ്ഥലം കൊള്ളാം. കാറ്റു കടന്നു വരുന്ന ദിശയിലാണു വീട്. മാത്രമല്ല ദർശനം കിഴക്കോട്ടാണ്. നോട്ടം മലയിലേക്ക് ചെന്നെത്തുന്ന, തടസമില്ലാത്ത കാഴ്ചയിലേക്ക് കണ്ണയക്കാൻ പറ്റിയ വീട് തന്നെ. മാത്രമല്ല വീടും പരിസരവും വളരെ വൃത്തിയായും ഭംഗിയായും സൂക്ഷിച്ചിട്ടുണ്ട്. എവിടെയോ ഒരു കലാ നൈപുണ്യമുള്ള കരസ്പർശം പതിഞ്ഞിട്ടുണ്ട്. താമസിക്കുവാൻ ഒന്ന് രണ്ടു വീടുകൾ നേരത്തെ നോക്കിയിരുന്നു. പക്ഷേ എല്ലാം മുന്നിൽ നോട്ടം കിട്ടാത്ത അധികം വൃത്തിയില്ലാത്ത ഗ്രാമീണ വീടുകൾ. താഴ്‌വരക്ക് അരികിലായി കിട്ടുമോയെന്ന അന്വേഷണം അവരെ സാത്യകന്റെ വീട്ടിലെത്തിക്കുകയായിരുന്നു.

ഒരു നനുത്ത കാറ്റ് അയാളെ തലോടി കടന്നു പോയി.

ളുകൽ പാത്രത്തിൽ വെള്ളവുമായി സബോധൻ അയാൾക്കരികിലെത്തി കൈ കുമ്പിളിൽ ഒഴിച്ച് കൊടുത്തു. അയാൾ ദാഹം തീരും വരെ കുടിച്ചു.

"വീട്ടുകാരനെ കാണുന്നില്ലല്ലോ?" സബോധൻ പറഞ്ഞു. "നമ്മളെ കണ്ടു പേടിച്ചിട്ടുണ്ടാവും."

മംഗളസിംഹൻ തലയനക്കി. സബോധൻ വീടിന് മുന്നിലെ, ചെളി കുഴച്ച് തേച്ച് മിനുക്കിയ തറയിലേക്ക് ഒരു പട്ടു തുണി വിരിച്ച് മംഗളസിംഹന് ഇരിപ്പിടം ഒരുക്കാൻ തയ്യാറാവുകയായിരുന്നു.

"വേണ്ട. അവർക്കു മുന്നിൽ ഒരു ഔപചാരികതയും കാണിച്ച് സംശയം ഉണ്ടാക്കേണ്ട." മംഗളസിംഹൻ പറഞ്ഞു.

ആടുകളുടെ കരച്ചിൽ കേട്ട് അവർ തിരിഞ്ഞു നോക്കി. വീട്ടുടമസ്ഥൻ സാത്യകൻ വെപ്രാളത്തോടെ അങ്ങോട്ട് നടന്നു വരുന്നുണ്ടായിരുന്നു. അയാൾക്ക് പിന്നിൽ അഴകും ആരോഗ്യവുമുള്ള ആട്ടിൻ പറ്റം കരഞ്ഞു കൊണ്ട് വരുന്നുണ്ടായിരുന്നു.

"നിങ്ങൾ എങ്ങോട്ടു പോയതാണ് സാത്യകൻ. ഒരിറ്റു വെള്ളം ചോദിക്കാൻ പോലും ഈ വീട്ടിൽ ആളിലല്ലോ."

"ക്ഷമിക്കണം അങ്ങുന്നേ. മകളെ വിളിക്കാൻ പോയതാണ്."

ആട്ടിൻ പറ്റങ്ങൾക്കു പിന്നിൽ കുതിരപ്പുറത്ത് വരുന്ന കൗർവകിയെ സബോധനും മംഗളസിംഹനും കണ്ടു. അവൾ അവരെ ശ്രദ്ധിക്കാതെ കുതിര മേലിരുന്ന് ആടുകളെ തെളിച്ചു കൊണ്ട് കടന്നു പോയി. അവളുടെ ബഹുമാനമില്ലാത്ത പ്രവർത്തി കണ്ട് പടയാളികളെ സമാശ്വസിപ്പിക്കാൻ സാത്യകൻ പറഞ്ഞു.

"അമ്മയില്ലാതെ വളർന്ന കൊച്ചാ യജമാനനെ. അതിന്റെയൊരു പ്രശ്നമുണ്ട്... പക്ഷേ മിടുക്കിയാ കണക്കും പണവും കൈ കാര്യം ചെയ്യുന്നതവളാണ്. അങ്ങേക്ക് എന്തെങ്കിലും ചോദിക്കാനുണ്ടെങ്കിൽ വിളിക്കാം."

"അതൊക്കെ പിന്നീട്. ആദ്യം ഈ വീട് ഒന്നു വൃത്തിയാക്കി തരണം. രണ്ടു മൂന്ന് ദിവസത്തേക്ക് ഇവിടെ തങ്ങാനാണ് ഞങ്ങൾ ഉദ്ദേശിക്കുന്നത്."

മുൻവശത്തെ കുടിൽ കാട്ടി സബോധൻ പറഞ്ഞു.

"അങ്ങയുടെ ഇഷ്ടം." സാത്യകൻ പറഞ്ഞു.

ആട്ടിൻ പറ്റത്തെ കൂട്ടിലാക്കിയിട്ടു കൗർവകി കുതിരയെ മരത്തിലേക്ക് കെട്ടിയിട്ടു. ശേഷം അവൾ പടയാളികളെ നോക്കി. മംഗളസിംഹൻ ഒരു ആട്ടിൻ കുട്ടിയെ താലോലിക്കുകയായിരുന്നു. അവൾ കൗതുകത്തോടെ അത് നോക്കി. പടയാളികൾ സാധാരണ ഇങ്ങനൊന്നും പെരുമാറുന്നവരല്ല. പക്ഷേ ഇവർ എന്തോ മനുഷ്യപ്പറ്റുള്ളവരാണെന്നു തോന്നുന്നു. വസ്ത്രങ്ങൾ സാധാരണമാണ്. അധികം വെച്ച് കെട്ടലുകൾ ഒന്നുമില്ല. യാത്രക്കാരെ പോലെ യുള്ള വേഷം മാത്രം.

മംഗളസിംഹൻ അവളെ നോക്കുകയായിരുന്നു. അയാളുടെ ഉള്ളിൽ അറിയാത്ത എന്തോ ഒരു അസ്വസ്ഥത തോന്നി. ആ അസ്വസ്ഥത ഒന്ന് കുറയാൻ അയാൾ പതിയെ മുന്തിരി തോപ്പിലേക്ക് കയറി. ആട്ടിൻ കുട്ടി കരഞ്ഞു കൊണ്ട് അതിന്റെ അമ്മക്കരികിലേക്ക് ഓടിപ്പോയി. മംഗളസിംഹൻ മുന്തിരി തോപ്പിലേക്ക് കയറുന്നതു കണ്ട് സാത്യകൻ വെപ്രാളത്തോടെ ഓടി

അയാൾക്കരികിലെത്തി.

"ഞങ്ങൾ എല്ലാം കൃത്യമായി കൊടുക്കാറുള്ളതാ യജമാനനെ..."

അയാൾ തൊഴു കൈയോടെ പറഞ്ഞു.

"എല്ലായിടത്തും കൃത്യമായി കൃഷി ചെയ്യുന്നുണ്ട്."

അയാളുടെ വെപ്രാളവും നിഷ്കളങ്കതയും കണ്ട് മംഗളസിംഹൻ പതിയെ പറഞ്ഞു.

"നിങ്ങളെ സംശയിച്ചിട്ടൊന്നുമല്ല. ഇത്തിരി കാറ്റ് കൊള്ളണം... രണ്ടു മൂന്ന് ദിവസമായി തുടങ്ങിയ യാത്രയാണ്. ഒരൽപം വിശ്രമിക്കണം. നന്നായി ഭക്ഷണം കഴിക്കണം."

സാത്യകൻ സമാധാനത്തോടെ ചിരിച്ചു പറഞ്ഞു.

"ഓ... സമാധാനമായി. ഞങ്ങൾക്ക് സന്തോഷമേയുള്ളൂ."

അങ്ങനെ അല്ലേ എന്ന അർത്ഥത്തിൽ അയാൾ മകളെ നോക്കി. അവൾ അവരെ തന്നെ സൂക്ഷിച്ചു നോക്കി നിൽക്കുകയാണ്. അവൾ തന്നെ ഉറ്റു നോക്കുന്നത് കണ്ട് അത് നേരിടാനാവാതെ മംഗളസിംഹൻ നോട്ടം മാറ്റി.

"ഇത്രയും വർഷത്തിനിടയിൽ ആദ്യമായിട്ടാ മഹാരാജാവിന്റെ പടയാളികൾ ഈ വീട്ടിൽ തങ്ങുന്നത്... മോളെ യജമാനന്മാർക്കു നല്ല ഭക്ഷണമൊരുക്കണം."

"ശരി പിതാവേ..." അവൾ പതിയെ തലയാട്ടി കൊണ്ട് പറഞ്ഞു.

അവൾ വീടിന് നേർക്കു നടന്നു. പക്ഷേ അവളുടെ ഉള്ളിൽ എന്തോ പിടച്ചിൽ അനുഭവപ്പെട്ടു കൊണ്ടിരുന്നു. തിരിച്ചറിയാനാവാത്ത ഒരു വേദന ഉള്ളിൽ രൂപപ്പെടുന്നതെന്തിനെന്ന് അത്ഭുതപ്പെട്ട് അവൾ വീട്ടിലേക്ക് കയറി.

"ആട്ടിൻ പറ്റത്തിൽ നിന്ന് മിടുക്കനൊന്നിനെ പിടിച്ചോളൂ മോളെ." സാത്യകൻ വിളിച്ചു പറഞ്ഞു.

അവൾ തിരിഞ്ഞു നോക്കി. മംഗളസിംഹൻ അവളുടെ കുതിരയോട് സംസാരിക്കുന്നത് അവൾ കണ്ടു. സാധാരണ അപരിചിതരെ അടുപ്പിക്കാത്ത അവൾ അയാൾക്കരികിൽ കുണുങ്ങി നിൽക്കുന്നത് അത്ഭുതത്തോടെ അവൾ നോക്കി. തന്നെ ആരോ ഉറ്റു നോക്കുന്നെന്നു തോന്നിയ മംഗളസിംഹൻ പെട്ടെന്ന് തിരിഞ്ഞു നോക്കി. അവൾ വീണ്ടും അയാളെ നോക്കി നിൽക്കുകയാണ്. അയാൾ തന്നെ നോക്കുന്നത് കണ്ട് അവൾ പെട്ടെന്ന് അകത്തേക്ക് കയറി പോയി.

സാത്യകൻ മുറ്റത്തു ചിതറിക്കിടക്കുന്ന മരക്കമ്പുകൾ പെറുക്കി ഒരു മൂലയിലേക്ക് അടുക്കി വെച്ചു.

ശേഷം കുടിനുള്ളിലേക്ക് കയറി കൊണ്ട് സബോധനോട് പറഞ്ഞു.

"കുളിച്ചു വൃത്തിയായി വരുമ്പോൾ ഒന്നാംതരം ഭക്ഷണം തയാറായിരിക്കും."

വീടിനുള്ളിൽ ഒന്ന് ചുറ്റി നോക്കുകയായിരുന്ന സബോധൻ പുറത്തേക്കിറങ്ങിക്കൊണ്ടു പറഞ്ഞു.

"സന്തോഷം."

സബോധൻ മംഗളസിംഹനെ നോക്കി. മംഗളസിംഹൻ സ്വയം

നഷ്ടപ്പെട്ടവനെ പോലെ മലയിലേക്ക്, അതിനുമപ്പുറത്ത് ഒഴുകി നീങ്ങുന്ന സായാഹ്ന മേഘങ്ങളിലേക്ക് നോക്കി നിൽക്കുന്നത് കാണാമായിരുന്നു.

* * *

വിഭവങ്ങൾ അത്യാവശ്യമൊക്കെ ഒരുക്കിയിരുന്നു. വീടിനുള്ളിൽ ഇരിക്കാമെന്നു സാത്യകൻ നിർബന്ധിച്ചു. പുറത്ത് തിണ്ണയിൽ തന്നെ ചാരു പലക ഒരുക്കിയാൽ മതിയെന്ന് മംഗളസിംഹൻ രഹസ്യമായി പറഞ്ഞതനുസരിച്ച് സബോധൻ അക്കാര്യം സാത്യകനോട് പറഞ്ഞു. ആദ്യം അയാൾ അത് സമ്മതിച്ചില്ല.

മാത്രമല്ല അതിഥികളെ തിണ്ണയിൽ ഇരുത്തി ഭക്ഷണം കൊടുക്കുന്ന ശീലം തങ്ങൾക്ക് ഇത് വരെ ഇല്ലെന്നും അത് സാധ്യമല്ലെന്നും അയാൾ തീർത്തു പറഞ്ഞു. ഒടുവിൽ തങ്ങൾ വീട് മാറി പോവും എന്ന് ഭീക്ഷണിപ്പെടുത്തിയപ്പോഴാണ് അയാൾ ഒന്ന് അടങ്ങിയത്.

ഗോതമ്പിന്റെ റൊട്ടി ആട്ടിൻ നെയ് തേച്ച് കനലിൽ മൊരിച്ചത്, അവർ ആട്ടിറച്ചി കൂട്ടി കഴിച്ചു.

പുറത്തൊരുക്കിയ തീയിൽ ചുട്ടെടുത്ത ആട്ടിൻ കാൽ അവർക്കു കൊണ്ട് വന്നു കൊടുത്തു കൊണ്ട് സാത്യകൻ പറഞ്ഞു.

“പടയാളികൾ എപ്പോഴും രാജാവിനെ സേവിക്കുന്നവരും സ്നേഹിക്കുന്നവരുമായിരിക്കണം. നന്നായി കഴിക്കണം. അവർ ആരോഗ്യത്തോടെ ഇരിക്കണം.”

അയാൾ തന്റെ വീഞ്ഞ് കുടത്തിൽ നിന്ന് ഒരിറ്റ് വീണ്ടും കുടിച്ചു. വിളമ്പുന്നതിനിടയിൽ വീഞ്ഞ് നന്നായി കുടിക്കുന്നുണ്ടെങ്കിലും സാത്യകന്റെ ആത്മാർത്ഥമായ പെരുമാറ്റം മംഗളസിംഹന് ഇഷ്ടമായി തുടങ്ങിയിരുന്നു.

“അങ്ങയുടെ സന്മനസിന് നന്ദി.” മംഗളസിംഹൻ പറഞ്ഞു.

“എന്റെ ദൈവമേ... ഒന്ന് തുറന്ന് സംസാരിച്ചുവല്ലോ.”

മംഗളസിംഹനെ അത്ഭുതത്തോടെ നോക്കി സാത്യകൻ പറഞ്ഞു.

“വന്നപ്പോ മുതൽ യജമാനൻ മാത്രം അത്ര മിണ്ടാതിരിക്കുന്നതെന്തെന്ന് മകളും ചോദിച്ചു.”

മുറിച്ചു വെച്ച പലതരം പഴങ്ങളിൽ തേൻ ഒഴിച്ച്, അതെടുത്തു കൊണ്ട് വന്നു തീൻ ചാരുപലകയിൽ വെക്കുകയായിരുന്നു കൗർവകി. കൗർവകി മടങ്ങുമ്പോൾ ബാക്കി ഇരിക്കുന്ന വീഞ്ഞിൻ കുടത്തിലൊന്നു നോക്കി സംശയത്തോടെ സാത്യകൻ രുചിച്ചു. ശേഷം ഉറക്കെ വിളിച്ചു.

“കൗർവകി...”

അവൾ വാതിൽക്കൽ തിരിഞ്ഞു നിന്നു നോക്കവേ അയാൾ പറഞ്ഞു.

“ഇതിൽ ഒന്ന് കുറവാണല്ലോ...”

അന്യരായ പടയാളികളുടെ മുന്നിൽ വെച്ച് ഉറക്കെയുള്ള ചോദ്യം ഇഷ്ടപ്പെടാതെ അവൾ പറഞ്ഞു..

“ഇത് തന്നെ മതിയാവുമല്ലോ. അത് ചോദിക്കാൻ നിൽക്കണ്ട...”

സബോധൻ മംഗളസിംഹനെ നോക്കി. അയാൾ ഒന്നും ശ്രദ്ധിക്കാതെ ആഹാരം കഴിക്കുകയാണ്.

“അത് ഇനിയും പൂട്ടി വെച്ച് നീയെന്തു ചെയ്യാനാണ്.” അല്പം പരിഹാസം കലർത്തി സാത്യകൻ ചോദിച്ചു.

അവളുടെ മുഖം ഞൊടിയിൽ ചുവക്കുന്നത് മിന്നായം പോലെ മംഗള സിംഹൻ കണ്ടു. മറുപടി പറയാതെ അവൾ അകത്തേക്ക് പോയി.

അത് കണ്ട് വീണ്ടും സാത്യകൻ ഉറക്കെ വിളിച്ചു...

“കൗർവകി.. ഇവിടെ വാ...”

“അഹ്...... വിട്ടു കളയൂ. നമ്മുക്ക് ഇത്രയും ഉണ്ടല്ലോ.”

രംഗം ശാന്തമാക്കാൻ സബോധൻ പറഞ്ഞു.

അകത്തേക്ക് പാളി നോക്കി സബോധനരികിലേക്ക് മുഖം അടുപ്പിച്ച് രഹസ്യം പോലെ സാത്യകൻ പറഞ്ഞു.

“അതല്ലങ്ങുന്നേ. എന്റെ മകളാണെങ്കിലും, പറയുന്നത് കൊണ്ട് ഒന്നും വിചാരിക്കരുത്.”

കുടിയുടെ കൂടുതൽ കൊണ്ട് കാര്യങ്ങൾ അയാളുടെ കൈവിട്ടു പോയെന്ന് ചെറു ചിരിയോടെ മംഗളസിംഹൻ ഓർത്തു.

“അവൾക്കു തലക്ക് അസുഖമുണ്ട്.” സാത്യകൻ പറഞ്ഞു.

മംഗളസിംഹൻ അയാളെ സൂക്ഷിച്ചു നോക്കി. അയാൾ ഈ രംഗം ആസ്വ ദിക്കുകയായിരുന്നു. ഒരച്ഛനും മകളും. അവരുടെ നിഷ്കളങ്കമായ ജീവിതവും. കൃഷിയും. അതിന്റെ കൊച്ചു കൊച്ചു ആകുലതകളും സന്തോഷങ്ങളും എല്ലാം മനസിലാക്കുകയായിരുന്നു.

“അതെന്തേ അങ്ങേക്ക് മകളെ കുറിച്ച് അങ്ങനെ ഒരഭിപ്രായം.” മംഗള സിംഹൻ ചോദിച്ചു.

അയാൾ പൊട്ടിച്ചിരിച്ചു. വീഞ്ഞ് അയാളിൽ നന്നായി പ്രവർത്തിച്ചു തുടങ്ങി യെന്ന് അവർക്കു മനസിലായി.

സബോധൻ നിശബ്ദമായി ചിരിച്ചു.

ചിരി ഒതുക്കിപിടിച്ച് സാത്യകൻ തുടർന്നു. “തലക്ക് വെളിവുള്ള പെണ്ണുങ്ങൾ കാണിക്കുന്നത് വല്ലതുമാണോ ഇത് ഏഹ്ഹ്ഹ്...”

അകത്തു നിന്നും താക്കീത് ചെയ്യുമ്പോലെ കൗർവകിയുടെ വിളി വന്നു.

“പിതാവേ...”

“നീ പോ പെണ്ണേ... പ്രായമുള്ളവർ അങ്ങനെ പലതും പറയും.”

ഒരു കൃത്രിമ ദേഷ്യത്തോടെ അയാൾ വിളിച്ചു പറഞ്ഞു.

ശേഷം സബോധിനും മംഗളസിംഹനും നേർക്കു തിരിഞ്ഞു തുടർന്നു.

“അഹ്..അങ്ങുന്നേ..ഒരു നല്ല പെണ്ണിന് കാണിക്കാവുന്ന വല്ലതുമാണോ ഇവൾ ഈ ചെയ്യുന്നത്. എന്തെങ്കിലും ഒരു വിശിഷ്ട വസ്തു ഉണ്ടാക്കിയാൽ അത് അതിഥികൾ വരുമ്പോഴെങ്കിലും കൊടുക്കണ്ടേ?”

അയാളുടെ സംസാരത്തിൽ രസം പിടിച്ച് സബോധൻ പറഞ്ഞു.

“കൊട്ടക്കാവുന്നതാണ്”.

“ഗ്രീഷ്മങ്ങളൊരുപാടായി ഇവൾ ഒരു നല്ല വീഞ്ഞുണ്ടാക്കി വെച്ചിട്ട്...ഒരു പാടെന്നു വെച്ചാൽ ഒരുപാട്. പക്ഷേ അതാർക്കും കൊട്ടക്കില്ലെന്നു വെച്ചാൽ... ഈ എനിക്ക് പോലും ഒരു തുള്ളി തരികില്ലെന്നാ തീരുമാനം...അത് ഒരു നല്ല പെണ്ണിന് കൊള്ളാവുന്നതാണോ? അങ്ങുന്നു പറ.”

“അങ്ങനെ കൊട്ടക്കാതിരിക്കാൻ മാത്രം എന്താ അതിന്റെ പ്രത്യേകത?” ചിരിയോടെ സബോധൻ ചോദിച്ചു.

“പ്രത്യേകത ചോദിച്ചാൽ അതൊരു രോഗത്തിന്റെ പേരിലുണ്ടാക്കുന്നതാണ് അങ്ങുന്നേ.”

“അപ്പൊ വീഞ്ഞല്ല. മരുന്നാണോ?” മംഗളസിംഹൻ ചോദിച്ചു .

“ഹെയ്യ് മരുന്നൊന്നുമല്ല... ഗ്രാമത്തിലെ എല്ലാ പെൺകുട്ടികൾക്കും ഈ പ്രായത്തിൽ തോന്നുന്ന രോഗം...അല്ലാതെന്താ..”

അവർക്കു കാര്യം മനസിലായി. പെണ്ണ് പ്രണയത്തിലാണ്. മംഗളസിംഹനും സബോധനും ചിരിച്ചു.

“അത് സാരമില്ല. കുറച്ചു കഴിയുമ്പോൾ മാറിക്കോളും.” ചിരിച്ചു കൊണ്ടു തന്നെ സബോധൻ മറുപടി പറഞ്ഞു.

“ഹെയ്യ്യ്...” കൈ ഉയർത്തി വിറപ്പിച്ചു കൊണ്ട് തല ആട്ടി ചിരിയോടെ അയാൾ പറഞ്ഞു.

“ഇതങ്ങനെ മാറണമെങ്കിൽ സാക്ഷാൽ മംഗളസിംഹ രാജാവ് വന്നു കുടിക്കണമെന്നാ പെണ്ണ് പറയുന്നത്.”

അകത്തു നിന്ന് എല്ലാം കേട്ടു നിൽക്കുകയായിരുന്നു കൗർവകി. പിതാവിത് എന്ത് ഭാവിച്ചാണ്. പുറത്തു പറയാവുന്ന കാര്യം വല്ലതുമാണോ ഇത്. അതും മഹാരാജാവിന്റെ പടയാളികളോട് തന്നെ. ഉള്ളത് മുഴുവൻ കുടിച്ചു കേറ്റി ഓരോന്ന് വിളിച്ചു പറഞ്ഞു കൊള്ളും .

അവൾ വീണ്ടും ചെവിയോർത്തു.

രഹസ്യമെന്നോണം സബോധന്റെയും മംഗളസിംഹന്റെയും അടുത്തേക്ക് നീങ്ങിയിരുന്നു കൊണ്ട് സാത്യകൻ പറഞ്ഞു.

“അവൾക്കു രാജാവിനോട് സ്നേഹമാണ് അങ്ങുന്നേ...”

മംഗളസിംഹന്റെ മുഖത്തെ ചിരി പെട്ടെന്ന് മാഞ്ഞു.

സബോധൻ സാത്യകനെ സൂക്ഷിച്ചു നോക്കി. പെട്ടെന്ന് അവിടെ ഒരു നിശബ്ദത പരന്നു ..

അത് ശ്രദ്ധിച്ച് സാത്യകൻ ഭയത്തോടെ പറഞ്ഞു.

“ക്ഷമിക്കണം. ഞാൻ വിവരക്കേട് വല്ലതും...”

മംഗളസിംഹൻ പെട്ടെന്ന് ഭക്ഷണം നിർത്തി എണീറ്റു. അത് കണ്ട് സാത്യകൻ സ്തബ്ധനായി. അയാൾ ബഹുമാനത്തോടെ വഴിയൊരുക്കി നിന്നു. സബോധൻ ഓട്ടു പാത്രത്തിൽ വെള്ളം മംഗളസിംഹന് ഒഴിച്ച് കൊടുത്തു. കൗർവകി പതിയെ പുറത്തെ നിശബ്ദത ശ്രദ്ധിച്ചു. അവിടെ മൗനം കനത്തത് തിരിച്ചറിഞ്ഞ് അവൾ ചെറു ജാലകത്തിലൂടെ പുറത്തേക്ക് നോക്കി. ഒരു

പടയാളി കൈ കഴുകിയിട്ട് മുഖം തുടക്കുകയാണ്. സാത്യകൻ പറഞ്ഞു പോയത് അബദ്ധമെന്ന മട്ടിൽ നിൽക്കുന്നുണ്ട്. അത് തന്നെ വേണം. കുടിച്ച കുന്തം മറിയുമ്പോൾ ആരോടാണ് പറയുന്നതെന്ന് ഓർമ്മ വേണമായിരുന്നു. എത്ര അടുത്ത് പെരുമാറിയാലും എന്ത് വെച്ച് വിളമ്പിയാലും പടയാളികൾ പടയാളികൾ തന്നെ.

മംഗളസിംഹൻ നിശബ്ദനായി പുറത്തേക്കിറങ്ങി. പിന്നാലെ സബോധനും.

"എന്നോട് ക്ഷമിക്കണം. എന്റെ മകളോടും."സാത്യകൻ അവരോടു രണ്ടു പേരോടുമായി പറഞ്ഞു.

"ആഹാരത്തിന് നന്ദി." മംഗളസിംഹൻ അത് പറഞ്ഞിട്ട് കുടിലിലേക്കു നടന്നു.

സാത്യകനെ ഗൗരവത്തിൽ ഒന്ന് നോക്കിയിട്ട് സബോധൻ പിന്നാലെ നീങ്ങി. അടുക്കളയുടെ കിളി വാതിലിലൂടെ കൗർവകി അത് നോക്കി നിന്നു.

* * *

അവൾ സുന്ദരിയാണ്. എന്ന് വെച്ചാൽ ഇടക്കിടെ മിന്നിപ്പൊലിയുന്ന നോട്ടത്തിനിടയിൽ കണ്ട കാഴ്ചയിൽ അവളുടെ കണ്ണുകളിൽ അവളുടെ ശരീര സൗന്ദര്യം മുഴുവനുണ്ട്. അതിനേക്കാൾ അവളുടെ കണ്ണുകളിൽ ഏതോ ഒരു ദൃഢ നിശ്ചയമുണ്ട്. അതിന്റെ ഊർജത്തിൽ തിളങ്ങുന്ന സൗന്ദര്യം അവൾക്കു മാറ്റു കൂട്ടുന്നുണ്ട്. ഒരു അസാധാരണത്വം, വല്ലാത്ത ഒരു പ്രഭാവം അവൾക്കു ചുറ്റും ഉണ്ട്. അതെന്താണെന്ന് മാത്രം പിടി കിട്ടുന്നില്ല. അതിന്റെ കാരണമറിയണമെങ്കിൽ അവളുടെ മനസ്സറിയണം. അതും അത്ര സാധാരണ മനോനില കൊണ്ടോ, ഇടപെടൽ കൊണ്ടോ അത് മനസിലാക്കാനും സാധിക്കില്ല.

"മംഗൾ ഉറങ്ങിയില്ലേ." സബോധൻ ചോദിച്ചു.

"ഇല്ല."

"ഈ വീട് ബുദ്ധിമുട്ടാവുകയാണെങ്കിൽ നമുക്ക് മറ്റൊരിടം നോക്കാം." സബോധൻ പറഞ്ഞു.

താൻ അസ്വസ്ഥനെന്ന് കരുതിയാണ് സബോധിന്റെ ചോദ്യം എന്ന് അയാൾക്ക് മനസിലായി.

"ഹേ... അതൊന്നും അത്ര പ്രശ്നമാക്കണ്ട..."

അയാൾ മറുപടി പറഞ്ഞു. ശേഷം ആദ്യമായി കണ്ട ഒരു പെണ്ണിന്റെ ഓർമ്മകൾ ഈ വൈകിയ രാത്രിയിലും തന്റെ മനസ്സിൽ തെളിയുന്നതെന്തിനെന്ന് അത്ഭുതത്തോടെ ഓർത്തു കൊണ്ട് അയാൾ കണ്ണടച്ചു.

* * *

മഞ്ഞ് മാഞ്ഞു തുടങ്ങിയിരുന്നു. തണുത്ത പുലരിയുടെ കുളിരിൽ മുന്തിരി തളിരുകൾ വിറച്ചു നിന്നു. രാവിലെ തന്നെ, ആ പ്രദേശം ചുറ്റി കാണാൻ ഇറങ്ങിയതായിരുന്നു മംഗളസിംഹനും സബോധനും. കുളിർ കാറ്റടിക്കുന്ന മലയടിവാരം പിന്നിട്ടു മുന്തിരി തോപ്പുകളും കടന്ന് അവർ ഒരു സമതലത്തിലൂടെ പതിയെ നീങ്ങി. അവിടെയും പല തരത്തിലുള്ള കൃഷി വളർന്നു

നിന്നിരുന്നു. കൃഷി ഭൂമിയുടെ അരികിലൂടെ ഉള്ള ചെറു പാതയിലൂടെ അവർ പതിയെ കുതിരയെ നടത്തിച്ചു കൊണ്ട് മുന്നോട്ടു പോയി. ചില കർഷകർ അവരെ കണ്ട് ബഹുമാനത്തോടെ വണങ്ങി .

ആ കൃഷി ഭൂമിയും പതിയെ കടന്ന് അവർ ഒരു വിശാല സമതലത്തിലേക്ക് എത്തിച്ചേർന്നു. ആ സമതലം താണ്ടി അവർ പതിയെ നീങ്ങവേ അവരെ അത്ഭുതപെടുത്തി കൊണ്ട് ഒരു പ്രദേശം കാഴ്ചയിൽ നിറഞ്ഞു. മറ്റു കാർഷിക ഭൂമിയിൽ നിന്നു വ്യത്യസ്തമായി അതൊരു ഉദ്യാനമായിരുന്നു. രണ്ടു ചെറു കുന്നുകൾ കടന്നു താഴ്‌വാരത്തിലേക്ക് പരന്നു കിടക്കുന്ന ഉദ്യാനം. അതിലെ ചെടികളിൽ നിന്നു നാനാജാതി പൂക്കളുടെ ഗന്ധം കാറ്റിനോടൊപ്പം കലർന്ന് വന്നു. നിറയെ പൂത്തു കായ്ച്ചു നിൽക്കുന്ന അത്തിമര തോട്ടവും, ഒരു ഭാഗത്ത് വിവിധ പൂച്ചെടികളും, വിവിധ നിറത്തിലുള്ള പൂക്കൾ നിറഞ്ഞ വൻ വൃക്ഷങ്ങളും അവർ കണ്ടു. അതിനേക്കാളൊക്കെ കൗതുകം, ആ മരങ്ങളിലും ചെടികളിലും ഭയമേതുമില്ലാതെ പാറി പറന്നു കളിക്കുന്ന വിവിധ വർണ്ണത്തിലും വലുപ്പത്തിലുമുള്ള ചിത്രശലഭങ്ങളും, കിളികളുമായിരുന്നു. എല്ലാ രീതിയിലും ഇതര ഭൂവിഭാഗത്തോട് വിട്ടു നിൽക്കുന്ന ഒരു മായിക പ്രപഞ്ചമാണതെന്ന് മംഗളസിംഹന് തോന്നി. മംഗളസിംഹൻ ആ കാഴ്ച്ചയിൽ മയങ്ങി നിൽക്കുകയാണെന്നും, അയാൾ എന്നും അത്തരം കാഴ്ചകളുടെ ആരാധകനാണെന്നും തിരിച്ചറിഞ്ഞ് ചെറു ചിരിയോടെ സബോധൻ ചോദിച്ചു.

“ഉടമസ്ഥനെ അറിയണോ?”

മംഗളസിംഹൻ ചിരിച്ചു. ആ ചിരിയിൽ എല്ലാമുണ്ടായിരുന്നു.

അവർ ആ ഉദ്യാനത്തിലെ വഴിയിലൂടെ കുതിരയെ തെളിച്ചു...അവരുടെ കാഴ്ചയിൽ ദൂരെ ഒരാൾ പണിയെടുക്കുന്നത് കാണാമായിരുന്നു. അവർ വഴിയിലൂടെ പതിയെ നീങ്ങവേ ആളിന്റെ രൂപം തെളിഞ്ഞു വന്നു.

“അത് സാത്യകൻ ആണല്ലോ.”

കൃഷിക്കിടയിൽ ഓടിക്കളിക്കുന്ന ഒരു ആട്ടിൻ കുട്ടിയെ അയാൾ പറമ്പിൽ നിന്നും ഓടിച്ചിറക്കുകയായിരുന്നു.

“ഹേയ് സാത്യകൻ...”

സബോധൻ ഉറക്കെ വിളിച്ചു...

അയാളിൽ ഒരു ഞെട്ടൽ പ്രകടമായി. പടയാളികൾ ആ പ്രദേശത്തേക്ക് കടന്നു വന്നതിലുള്ള എല്ലാ വെപ്രാളത്തോടെയും അയാൾ തന്റെ പ്രായം വകവെക്കാതെ കാൽ നീട്ടി വലിച്ച് അവർക്കടുത്തേക്ക് നടന്നു വന്നു.

മംഗളസിംഹൻ പല തരത്തിലും വർണത്തിലുമുള്ള ചെടികൾ നോക്കി നിൽക്കുകയാണ്. യാത്രകളിലൊന്നും തന്നെ കാണാത്ത നിറവൈവിധ്യമുള്ള ചിത്ര ശലഭങ്ങങ്ങൾ അയാളെ അത്ഭുതപ്പെടുത്തി. അവർക്കടുക്കത്തേക്ക് എത്തി സാത്യകൻ തല കുനിച്ചു കൊണ്ട് പറഞ്ഞു .

“...യജമാനന്മാരെ വന്ദനം...

“വന്ദനം.”സബോധൻ മറുപടി പറഞ്ഞു.”

മംഗളസിംഹൻ തല അനക്കി കൊണ്ട് താഴ്‌വരകൾ താണ്ടി പരന്നു വിസ്തൃതമായ, മനോഹരവും വിശാലവുമായ പൂന്തോട്ടം ഒന്ന് കൂടി ദൂരേക്ക് കണ്ണയച്ച് നോക്കി ചോദിച്ചു.

"സാത്യകൻ... ആരാണ് ഈ കൃഷി ഭൂമി ഇങ്ങനെയാക്കിയത്. ഇതൊരു പൂങ്കാവനമാക്കിയത്...?"

സാത്യകൻ ഈ ചോദ്യം പ്രതീക്ഷിച്ചിരുന്നു .

രാവിലെ എണീറ്റ് നോക്കിയപ്പോൾ പടയാളികളെ കുടിലിനുള്ളിൽ കാണാഞ്ഞപ്പോഴേ അയാൾ ഈ അപകടം മനസ്സിൽ കണ്ടിരുന്നു. ഈ ഒരു കൂടിക്കാഴ്ച ഇല്ലാതെ തന്നെ പടയാളികൾ മടങ്ങുമെന്നാണ് അയാൾ കരുതിയത്. അയാളുടെ ചിന്തകളെ തകിടം മറിച്ച് കൊണ്ട് അവർ രാവിലെ ചുറ്റാനിറങ്ങി, കൃഷി ഭൂമി കണ്ടെത്തുകയും ചെയ്തിരിക്കുന്നു. ഇനി ശിക്ഷ മാത്രം കേട്ടാൽ മതി. നെഞ്ചിൽ കൈ വെച്ച് വിറയലോടെ അയാൾ പറഞ്ഞു.

"ഞാനാണ് അങ്ങുന്നേ. എനിക്കറിയാം അങ്ങുന്നേ, ഞാൻ ചെയ്തത് തെറ്റാണെന്ന്. കൃഷിക്കുള്ള സ്ഥലം കൃഷിക്ക് തന്നെ ഉപയോഗിക്കാമെന്ന് ഞാൻ കാലു പിടിച്ചു പറഞ്ഞതാ. അപ്പൊ ആ തള്ളയില്ലാത്ത സന്തതി, എന്റെ മകൾ അവൾ ചെകുത്താന്റെ കൂടെ പോകട്ടെ...അവൾ പറയുകയാണ്...ഇത് ഇത്..."

സബോധനും മംഗളസിംഹനും പരസ്പരം നോക്കി. ഇയാൾ എന്തൊക്കെയാണ് പറഞ്ഞു വരുന്നത്.

"അതിന്... സബോധൻ എന്തോ പറയാൻ തുടങ്ങി. കൈ ഉയർത്തി മംഗളസിംഹൻ അയാളെ തടഞ്ഞു. കിളവൻ പറയാനുള്ളത് പറയട്ടെ എന്നർത്ഥത്തിൽ. മംഗളസിംഹൻ അയാളുടെ സംസാരം ആസ്വദിക്കുകയാണെന്ന് സബോധന് മനസിലായി.

"അഹ് പറയൂ... ഇത്..."

ഭയന്ന് കൊണ്ട് സാത്യകൻ തുടർന്നു.

"അവൾ പറയുകയാണ് അങ്ങുന്നേ...ഇത് മംഗളസിംഹ കുമാരന്, അന്ന് അവൾ അങ്ങനെയാണ് പറഞ്ഞത്. ഇപ്പോൾ പറയും രാജാവിനെന്ന്..."

സബോധൻ ഒളി കണ്ണിട്ടു മംഗളസിംഹനെ നോക്കി. അയാളുടെ ഉള്ളിൽ ഒരു ചെറു ചിരി വിടരുന്നത് മുഖത്തെ തുടിപ്പിൽ നിന്നും സബോധൻ മനസിലാക്കി.

"ഞാൻ പറഞ്ഞില്ലേ അങ്ങുന്നേ. അവൾക്ക് പ്രാന്താണ്..." സാത്യകൻ തുടർന്നു. എന്നെ വയസ്സാം കാലത്ത് തൂക്കി കൊല്ലിക്കാനുള്ള മുഴു ഭ്രാന്ത്."

മംഗളസിംഹന് കിളവന്റെ പരാതി പറയലും പരിഭവവും രസമായി തോന്നി. നിഷ്കളങ്കമാണ് ഹൃദയം. അതാണ് തടയില്ലാതെ പറഞ്ഞു പോകുന്നത്.

പെട്ടെന്ന് ശബ്ദത്തിൽ ഗൗരവം നിറച്ച് മംഗളസിംഹനോട് സബോധൻ ചോദിച്ചു...

"കൃഷി ഭൂമി അയോഗ്യമാക്കിയതിന് എന്താണ് ശിക്ഷ?"

ആ ഗൗരവം കണ്ട് മംഗളസിംഹന് ചിരി പൊട്ടി. എങ്കിലും ഈ പ്രഭാതം രസകരമാക്കുവാൻ അയാൾ ആലോചനയോടെ മറുപടി പറഞ്ഞു.

"തല്ക്കാലം ഇതിന്റെ ഉത്തരവാദിത്വപ്പെട്ടവൾ വരട്ടെ. ശിക്ഷ അവൾ തന്നെ തീരുമാനിക്കട്ടെ."

തന്റെ സുഹൃത്ത് കടന്നു വന്ന എല്ലാ വിഷമങ്ങളും ഈ നിമിഷങ്ങളിലെങ്കിലും മറന്ന്, ദിവസം രസകരമാക്കുന്നതു കണ്ടുള്ള സഹർഷത്തോടെ

സബോധൻ ഗൗരവത്തോടെ സാത്യകനോട് പറഞ്ഞു..

"സാത്യകൻ... താങ്കളുടെ മകളോട് വരാൻ പറയൂ..."

സാത്യകൻ കരച്ചിലിന്റെ വക്കത്തെത്തി നിൽക്കുകയാണെന്ന് മംഗളസിംഹൻ കണ്ടു. പക്ഷേ അയാൾക്ക് അവളെ, അതിന്റെ ഉടമസ്ഥയെ കാണാൻ തോന്നി. മറ്റേതു നിമിഷത്തിലായിരുന്നെങ്കിലും കളിയായി പോലും ഒരു കണ്ണീരു കാണാൻ മംഗളസിംഹൻ തയാറാവില്ലായിരുന്നു. അത് കൊണ്ട് മറുത്തു പറയാതെ നിശബ്ദമായി നിന്നു.

"സാത്യകൻ, മടിച്ചു നിൽക്കാതെ മകളെ വിളിക്കൂ..."

വരാൻ പോകുന്ന ശിക്ഷയുടെ കാഠിന്യമോർത്ത് മനസില്ലാ മനസ്സോടെ അയാൾ തിരിഞ്ഞു നടന്നു.

അയാളുടെ പോക്ക് നോക്കി നിൽക്കേ സബോധൻ ചെറു ചിരിയോടെ ചോദിച്ചു...

"എന്താണ് മംഗൾ ?"

"അഭിമാനം തോന്നുന്നു സബോധൻ. ഇങ്ങനെ ഒരു പ്രജയുടെ രാജ്യത്തെ ഭരണാധികാരിയാവാൻ കഴിഞ്ഞതിൽ."

"പെൺകൊടി വെറും പ്രജയല്ല. പ്രണയിനിയാണ്." ചെറു ചിരിയോടെ സബോധൻ പറഞ്ഞു.

"അതും മഗധയുടെ രാജാവിനെ മനസാ വരിച്ചവൾ. പ്രണയവും പ്രതീക്ഷയും വിയർപ്പിൽ ചാലിച്ച് അവൾ സൃഷ്ടിച്ച പ്രണയ സമ്മാനമാണിത്."

ആ പൂങ്കാവനത്തിന്റെ ആകാശത്തിന് താഴെ കൂടി ഒരു പറ്റം പൈങ്കിളികൾ പറന്നു നീങ്ങുന്നത് മംഗളസിംഹൻ കണ്ടു. അതിന്റെ മനോഹാരിതയിൽ സഹർഷം അയാൾ പറഞ്ഞു...

"ശരിയാണ് സബോധൻ. അവളുടെ ഉള്ളിൽ കന്മദം പോലെ കാത്തു വെച്ച പ്രണയമുണ്ട്."

പൈങ്കിളികൾ അടുത്ത് കണ്ട പൂമരത്തിലേക്ക് പറന്നിറങ്ങി ചിലക്കുമ്പോൾ തന്റെ ഹൃദയം ജീവിതത്തിലാദ്യമായി വല്ലാതെ മിടിക്കുന്നതെന്താണെന്ന് അയാൾ അത്ഭുതത്തോടെ ഓർത്തു.

* * *

നടന്നു പോകുന്ന വഴിയിൽ വേച്ചു വീണു പോകുമെന്നു സാത്യകന് തോന്നി . ശിക്ഷ കിട്ടിയാൽ അതും ചെറുതൊന്നുമായിരിക്കില്ല. പടയാളികൾ പ്രവിശ്യ പ്രമുഖനെ വിളിപ്പിക്കും. പിന്നെ നാട്ടുകാരുടെ മുന്നിൽ വെച്ച് ന്യായാന്യായം ചോദിച്ചാലായി. രാജാവ് നേരിട്ടയച്ച കൊട്ടാര ഉദ്യോഗസ്ഥരായതു കൊണ്ട് പ്രവിശ്യ പ്രമുഖന് പോലും ഒന്നും ചെയ്യാനാവില്ല. കൃഷിയിടം തിരിച്ചെടുക്കുമെന്നു മാത്രമല്ല തരിശു ഭൂമി വെടിപ്പാക്കാനുള്ള ഭാരവും ഏൽപ്പിച്ചേക്കാം. അങ്ങനാണെങ്കിൽ അടുത്ത രണ്ടു കൊല്ലം പട്ടിണി തന്നെ. മാപ്പു പറഞ്ഞ് കേണപേക്ഷിച്ചാൽ എന്തെങ്കിലും ഇളവ് കിട്ടിയാൽ മഹാ ഭാഗ്യം. അയാൾ വീടിന് മുന്നിലേക്ക് എത്തി.

"കൗർവകി... കൗർവകി..."

ഉറക്കെ വിളിച്ച കൊണ്ട് സാത്യകൻ വീടിന്റെ പിന്നാമ്പുറത്തേക്ക് പാഞ്ഞു.

"എന്താ അങ്ങു വിളിച്ച കൂവുന്നത്. ഞാനിവിടത്തെന്നെ ഉണ്ട്..." കഴിഞ്ഞ ശൈത്യത്തിൽ ചത്ത് പോയ ആടിന്റെ തോൽ ഉപ്പിട്ട് ഉണക്കിയത് വെയിലത്ത് വെച്ച് ചൂടാക്കുകയായിരുന്ന കൗർവകി.

"നീയെന്നെ കൊന്നു കൗർവകി... നീയെന്നെയും നിന്നെയും കൊന്നു."

അവൾ മനസിലാകാതെ അയാളെ നോക്കി കൊണ്ട് കലക്കി വെച്ച വെള്ളം ആടുകൾക്കായി എടുത്തു കൊണ്ട് നീങ്ങി. അവളെ കണ്ട ആട്ടിൻ പറ്റം അലമുറയിട്ടു കരഞ്ഞു...

"നാശം പിടിക്കാൻ നിനക്കൊക്കെ മിണ്ടാതിരുന്നൂടെ." സാത്യകൻ അവയെ നോക്കി ശപിക്കും പോലെ പറഞ്ഞു.

"നിങ്ങൾ എന്ത് ഭ്രാന്താ ഈ പറയുന്നത് പിതാവേ. നിങ്ങളുടെ കഴുത ചത്തോ അതോ കുഴിയിൽ വീണോ?..." ചിരിയോടെ അവൾ ചോദിച്ചു.

"നീ ചിരിക്കേണ്ട. ഓടി പോകേണ്ടത് ഞാനും നീയുമായിരിക്കും. അതും ഈ ഈ നാട് വിട്ട്."

അവൾ ധാന്യങ്ങൾ പൊടിച്ചിട്ട് തിളപ്പിച്ച വെള്ളം പതിയെ കലക്കി ആടുകൾക്ക് നീക്കി വെച്ച് കൊടുത്തു. അവ തിക്കും തിരക്കും കൂട്ടി ആർത്തിയോടെ അത് വലിച്ചു കുടിച്ചു കൊണ്ടിരുന്നു. ചില കുട്ടി ആടുകൾ അവളുടെ ദേഹത്തു മുട്ടിയുരുമ്മി നിന്നു.

"എല്ലാം രാജാവിന്റെ പടയാളികളോട് പറഞ്ഞാൽ മതി. എന്റെ ദൈവമേ ഞാൻ ഇനി എന്ത് ചെയ്യും..".

"നിങ്ങൾ വെറുതെ നിലവിളിക്കാതെ കാര്യം തെളിച്ചു പറ പിതാവെ."

...പറയുമ്പോൾ പോലും വിറയാർന്ന ശബ്ദത്തിൽ അയാൾ തുടർന്നു...

"അവര്... അവരത് കണ്ടു കൗർവകി, നിന്റെ ഉദ്യാനം അവർ കണ്ടു..."

അവൾ ഒന്ന് നടുങ്ങി. അതവൾ പ്രതീക്ഷിച്ചതല്ലായിരുന്നു. അങ്ങോട്ടു പടയാളികൾ പോകുമെന്ന്, മൂന്ന് തോട്ടങ്ങൾ താണ്ടി അവർ തന്റെ ഉദ്യാനം കണ്ടെത്താൻ സാധ്യതയുണ്ടെന്ന്, സ്വപ്നത്തിൽ പോലും അവൾ വിചാരിച്ചിട്ടില്ലായിരുന്നു. സാധാരണ പടയാളികൾ അധികം ചുറ്റിയടിക്കാതെ വന്ന അന്ന് തന്നെ മടങ്ങുകയാണ് പതിവ്.

അവൾ തളർച്ചയോടെ ആട്ടിൻ കുട്ടിന്റെ തറയിൽ കിടന്ന ഒരു മരത്തടിയിലേക്ക് ഇരുന്നു.

"ഞാനന്നേ പറഞ്ഞതാ...നമുക്ക് അവിടെ മുന്തിരി കൃഷി തന്നെ ചെയ്യാമെന്ന്. അപ്പൊ നീ പറഞ്ഞു സമ്മാനം കൊടുക്കാമെന്ന്. ചെല്ല്...സമ്മാനം തരാനായി അവർ നിന്നെ വിളിച്ചിട്ടുണ്ട്. എന്നെയും..."

അവൾക്ക് ആകെ ഭയമോ അമ്പരപ്പോ ദേഷ്യമോ, ഒക്കെ തോന്നി. തന്റെ സ്വപ്നങ്ങൾ, താൻ നട്ടു നനച്ചു വളർത്തിയ പൂങ്കാവനം തകർക്കപ്പെടുമോ എന്ന ആശങ്ക അവളെ പിടികൂടി. ഇല്ല. അങ്ങനെ തകർക്കാൻ സൃഷ്ടിച്ചതല്ല അത്. അതിന്റെ ഉടമസ്ഥൻ വരുന്നത് വരെ അത് താൻ കാത്തു സൂക്ഷിക്കും. എന്തോ തീരുമാനിച്ചുറപ്പിച്ചത് പോലെ അവൾ ചാടിയെണീറ്റു. ശേഷം ധൃതിയിൽ നടന്നു. സാത്യകൻ അവളെ വിളിച്ചു...

“കൗർവകി... കൗർവകി... നിക്കാൻ...”

അവൾ നിൽക്കാതെ നടന്നു നീങ്ങിയപ്പോൾ കാൽ വലിച്ചു വേച്ചു കൊണ്ട് അയാൾ പിന്നാലെ നടന്നു കൊണ്ട് പറഞ്ഞു...

“അവരോട്ട മാപ്പ പറഞ്ഞു കാലുപിടിച്ചോ കൗർവകി... അല്ലെങ്കിൽ നിന്നെ സഹായിക്കാൻ എന്നെ കൊണ്ട് പോലും കഴിഞ്ഞെന്നു വരില്ല.”

അവൾ മറുപടി പറയാതെ ധൃതിയിൽ മുന്നോട്ടു നടക്കവേ എന്തോ പിറുപിറുത്തു കൊണ്ട് അയാൾ അവൾക്കു പിന്നാലെ നടന്നു. ആട്ടിൻ പറ്റം കൂട്ടത്തോടെ കരഞ്ഞു.

അവൾ നടന്നു വരുന്നത് സബോധൻ കണ്ടു. അച്ഛൻ കാണിക്കുന്നത് പോലെയുള്ള വിധേയത്വമോ ഭയമോ മകൾക്കുണ്ടാവില്ലെന്ന് തലേന്ന് കണ്ടപ്പോൾ തന്നെ സബോധന് തോന്നിയിരുന്നു. ഉദ്യാന ഭൂമിയുടെ അറ്റത്ത് നിന്ന് അവൾ ഉറച്ച കാൽവെപ്പുകളോടെ നടന്നു വരുന്നത് കണ്ടപ്പോൾ അയാൾ അത്ഭുതപ്പെടുകയും ചെയ്തു. പല വർണ്ണത്തിലുള്ള പൂക്കൾ വിരിഞ്ഞിരിക്കുന്ന ഒരു മരം നോക്കി നിൽക്കുന്ന മംഗളസിംഹനെ സബോധൻ വിളിച്ചു.

“മംഗൾ...” അയാൾ തിരിഞ്ഞു നോക്കി. അയാൾ അവളെ കണ്ടു. ഒരു കൂസലുമില്ലാതെ നടന്നു വരുന്ന അവളെ അയാൾ സാകൂതം നോക്കി നിൽക്കെ അവൾ അവർക്കടുത്തേക്ക് എത്തി. അവൾ അവരെ കണ്ടു വന്ദനം പറഞ്ഞു.

“മംഗളസിംഹ രാജാവിന്റെ പടയാളികൾക്കു വന്ദനം.”

സബോധനും മംഗളസിംഹനും വന്ദനം പറഞ്ഞു.

മംഗളസിംഹൻ സബോധനെ ഒന്നു നോക്കി.

എന്താണ് ചോദിക്കേണ്ടതെന്ന് അയാൾക്ക് സംശയം തോന്നി. അയാളെ സഹായിക്കാനെന്ന വണ്ണം സബോധൻ പറഞ്ഞു .

“ഉദ്യാനം നിർമിതി ആരുടെ ആശയമാണെന്ന് ചോദിക്കു സഹോദരാ?”

അത് കേട്ട് മംഗളസിംഹൻ ചോദിച്ചു.

“നിങ്ങളാണോ ഈ ഉദ്യാനം നിർമ്മിച്ചത് ?”

സാത്യകൻ ഭയന്നു വിറച്ച് കൂനി കൂടി നിൽക്കുകയാണ്.

മംഗളസിംഹന്റെ കണ്ണുകളിലേക്ക് നോക്കി കൂസലില്ലാതെ കൗർവകി ഒന്ന് ആലോചിച്ചു. കള്ളം പറഞ്ഞിട്ട് കാര്യമില്ല. സത്യമാണ് നയിക്കേണ്ടത്. അറിയിക്കേണ്ടത്. സത്യം മാത്രമാണ് അവശേഷിക്കാൻ പോകുന്നത്. നില നിൽക്കുന്നത്.

അങ്ങനെ മതി... ഇതായിരിക്കും അവസരം. ഇങ്ങനെ ഒന്ന് സംഭവിച്ചില്ലെങ്കിൽ പിന്നെ എങ്ങനെയാണ് ഇതിനൊരു തുടക്കവും ഒരവസാനവും ഉണ്ടാവുക. അതോ താൻ ഇതറിയിക്കാൻ ഇനിയും കാത്തിരിക്കണോ? എത്ര നാൾ ?എങ്ങനെയാണു, ഇത് തന്റെ മനസാണെന്ന് മംഗളസിംഹൻ എന്ന തന്റെ പ്രിയപ്പെട്ടവൻ അറിയുക? ഇതായിരിക്കണം അതിന്റെ വിധി.

ആലോചനകൾ അവളുടെ ഉള്ളിൽ ചുഴലികൾ തീർത്തു കൊണ്ടിരുന്നു. ഒടുവിൽ ഇതാവും അതിന്റെ ശരിയായ സമയം എന്ന് അവൾക്കു തോന്നി.

അത് വരെ ജീവിതത്തിൽ സ്വാംശീകരിച്ച സകല ധൈര്യത്തോടെയും,

ഉള്ളിളകാത്ത, ഉടയാത്ത, ഉലയാത്ത പ്രണയത്തോടെയും അവൾ പറഞ്ഞു.

"അതെ...ഞാനാണ് ഇത് നിർമ്മിച്ചത്."

മംഗളസിംഹന്റെ ഹൃദയത്തിൽ ഒരു വേലിയേറ്റമുണ്ടായി. അവളുടെ അപാരമായ ധൈര്യം, എല്ലാം തുറന്നു പറയുന്ന സത്യസന്ധമായ ഹൃദയം ഒക്കെ അയാൾക്ക് സന്തോഷം നിറഞ്ഞ ഒരു അനുഭൂതി ഉണ്ടാക്കി.

"ഇത് കൃഷിക്ക് യോഗ്യമാക്കി രാജാവ് ഏൽപ്പിച്ച സ്ഥലമല്ലേ?" ഗൗരവത്തോടെ സബോധൻ ആരാഞ്ഞു.

"അത് പൂങ്കാവനം സൃഷ്ടിച്ച് പാഴാക്കി കളഞ്ഞാൽ ശിക്ഷയെന്തെന്നു വല്ല വിചാരവും ഉണ്ടോ?"

കൂസലേതുമില്ലാതെ ഞൊടിയിൽ അവൾ പറഞ്ഞു.

"ക്ഷമിക്കണം. പാഴാക്കി കളഞ്ഞുവെന്ന് അങ്ങേക്ക് തോന്നുന്നുവെങ്കിലും അങ്ങയുടെ രാജാവിന്, മംഗളസിംഹന് അത് തോന്നുമെന്ന് ഞാൻ വിശ്വസിക്കുന്നില്ല. കാരണം ഞാൻ കേട്ടറിഞ്ഞിടത്തോളം അദ്ദേഹം പ്രകൃതി സ്നേഹിയും നീതിമാനുമാണ്. മുന്തിരിത്തോപ്പുകളേക്കാൾ അദ്ദേഹം ഇഷ്ടപ്പെടുക ഈ ഉദ്യാനം തന്നെയായിരിക്കും."

സബോധൻ മംഗളസിംഹനെ നോക്കി. എന്ത് പറയണമെന്ന് അറിയില്ലെങ്കിലും സബോധനെ ബോധിപ്പിക്കാൻ മംഗളസിംഹൻ പറഞ്ഞു.

"ഹേ പെൺകിടാവേ. നിന്റെ വാക്കുകൾ അതിരു കടക്കുന്നു. രാജ്യ സമ്പത്തിലേക്ക് മുതൽ കൂട്ടാൻ കൃഷി ഭൂമിയായി പാട്ടത്തിന് വിട്ടു തന്ന പ്രദേശങ്ങൾ, അനുവാദമേതുമില്ലാതെ, അറിയിപ്പ് നൽകാതെ നീ ഈ തന്നിഷ്ടം കാണിച്ചിരിക്കുന്നത് എന്ത് ഗർവിന്റെ പേരിലാണ്?"

"അങ്ങയുടെ തെറ്റിദ്ധാരണയിൽ നിന്ന് അങ്ങയെ ഭൂമിയുടെ ദൈവം രക്ഷിക്കട്ടെ. അങ്ങേക്കിതാസ്വദിക്കാനാവാത്തതിൽ എനിക്കത്ഭുതമില്ല. കാരണം കാവൽ പടയാളികൾ കരളും കലയുമില്ലാത്തവരാണെന്ന് കഥാകാരൻ പറഞ്ഞു ഞാൻ കേട്ടിട്ടുണ്ട്."

"കൗർവകി..." ഒരു നിലവിളി എന്ന പോലെ സാത്യകൻ വിളിച്ചു.

എങ്ങനെയെങ്കിലും പറഞ്ഞു സമാധാനപ്പെടുത്തി, എന്തെങ്കിലും പുതിയ സമ്മാനങ്ങൾ കൊടുത്ത് ഒഴിവാക്കാൻ ശ്രമിക്കാനുള്ളതിന് പകരം പെണ്ണ് കൊലക്ക് കൊടുക്കാൻ ഒരുങ്ങുകയാണ്. അയാൾ നടുക്കത്തോടെ നെഞ്ചിൽ കൈ വെച്ചു.

അവളുടെ വാക്കുകൾ ഉള്ളിൽ അഭിനന്ദനം ഉണർത്തിയെങ്കിലും അത് ലവലേശം കാണിക്കാതെ അവളുമായുള്ള സംഭാഷണത്തിൽ രസം പിടിച്ച് മംഗളസിംഹൻ തുടർന്നു...

"നിന്റെ അഹങ്കാരം ധ്വനിപ്പിക്കുന്ന സംസാരം അലോസരമുണ്ടാക്കുന്നെങ്കിലും നീ ഈ ഗ്രാമത്തിലെ ഒരു സുന്ദരിയായ സ്ഥിതിക്ക് ഞാനൊരു പരിഹാരം നിർദ്ദേശിക്കാം."

സബോധൻ മംഗളസിംഹനെ കൗതുകത്തോടെ നോക്കി. എന്താണ് ഇവന്റെ ഉള്ളിൽ. ഇത് വരെ കാണാത്ത മംഗളനാണ് മുന്നിൽ. ഇത് വരെ കേൾക്കാത്ത വാക്കുകളാണ് നാവിൽ. ബാല്യ കാലം മുതൽ ഒരു പെണ്ണിനോടും

പറയാത്തതൊക്കെ പറഞ്ഞു തുടങ്ങുകയാണ് മംഗൾ. കൗതുകത്തോടെ അയാൾ മംഗളസിംഹന്റെ വാക്കുകൾക്കായി കാതോർത്തു നിന്നു.

"പാട്ട തുക കൂട്ടി നൽകണോ അതോ? അർധോക്തിയിൽ നിർത്തി കൗർവകി.

ഒരു നിമിഷം ആലോചിച്ച്, മംഗളസിംഹൻ തുടർന്നു.

"അല്ല. പകരം ഞങ്ങളുടെ കൂടെ കൊട്ടാരത്തിലേക്ക് വരിക." സബോധനെ ചൂണ്ടി അയാൾ പറഞ്ഞു. "ഈ പടയാളിയുടെ ഭാര്യയായി."

സാത്യകന് ആശ്വാസം തോന്നി.

ദൈവമേ. കൊലയുണ്ടാവില്ല. കഴുമരവും. മാത്രമല്ല, ഇതൊരു ന്യായമായ നിർദ്ദേശവുവുമാണ്. പോരാത്തതിന് കൊട്ടാരത്തിലേക്കാണ് ക്ഷണം. അയാൾ സബോധനെ നോക്കി. ആൾ കാണാൻ സുന്ദരൻ തന്നെയാണ്. കൗർവകിക്ക് ഇഷ്ടമായാൽ തങ്ങളുടെ ജീവിതം നന്നാവും.

മംഗളസിംഹന്റെ നിർദ്ദേശം സബോധൻ അമ്പരപ്പോടെ കേട്ടു. മംഗളസിംഹന്റെ വാക്ക് കേട്ട കൗർവകി സബോധനെ അടിമുടി നോക്കി. ആ നോട്ടത്തിൽ പെട്ട്, അയാൾ ഒന്ന് ചൂളി നിൽക്കെ അവൾ പറഞ്ഞു.

"അങ്ങ് ക്ഷമിക്കണം. കേവലം ഒരു പടയാളിയുടെ ഭാര്യയാകാനല്ല എന്റെ കാത്തിരിപ്പ്."

ദൈവമേ തുലച്ചു. ഇവളത് പറയാൻ പോവുകയാണോ ? ആ നട്ട പ്രാന്ത്?

സാത്യകൻ നടുക്കത്തോടെ ഓർത്തു നിൽക്കെ സബോധൻ അവളോട് ചോദിച്ചു. അല്പം പരിഹാസത്തോടെ.

"ഓ...വീഞ്ഞൊരുക്കി വെച്ചത് പോലെ ഉദ്യാനവുമൊരുക്കി മംഗളസിംഹ രാജാവിനെ കാത്തിരിക്കുകയാണ് നീയെന്ന് നിന്റെ പിതാവ് പറഞ്ഞു. അദ്ദേഹം പറഞ്ഞത് അത്ഭുതപെടുത്തുന്നെങ്കിലും ഞങ്ങളും ചോദിക്കുന്നു. നിനക്ക് ഭ്രാന്താണോ?"

ആ ചോദ്യം അവളുടെ ഉള്ളിൽ കൊണ്ടു.

അവൾ സാത്യകനെ നോക്കി. അയാൾ അവളുടെ നോട്ടം നേരിടാനാവാതെ തല കുനിച്ചു. ആ ചോദ്യത്തിൽ അവൾ ഒന്നുലഞ്ഞെന്നു മനസിലാക്കി, അവളുടെ ഉള്ളിന്റെ നേരറിയാൻ അതിലൊളിപ്പിച്ച രഹസ്യത്തിന്റെ അഗാധത തിരിച്ചറിയാൻ മംഗളസിംഹൻ പറഞ്ഞു.

"നീ എത്ര നാൾ കാത്തു വെച്ചാലും നിന്റെ ഉദ്യാനം അദ്ദേഹം കാണുമെന്നു നീ കരുതുന്നുണ്ടോ? ഒന്ന് ദൂരെ നിന്നു പോലും അദ്ദേഹത്തെ കാണാമെന്നു നിന്നെ പോലെ ഒരു ഗ്രാമ വാസിയായ പെണ്ണ് ആഗ്രഹിക്കാവുന്ന കാര്യമാണോ..."

കൗർവകി ഒന്നുലഞ്ഞു. അവൾ ആലോചിച്ചു. ശരിയാണ് ചോദ്യം. പക്ഷേ തന്റെ ഉള്ളിലെ സത്യം അതിനും മേലെയാണ്. അതെങ്ങനെയാണ് താൻ ബോധ്യപ്പെടുത്തുക. അല്ലെങ്കിൽ എന്ത് കാര്യത്തിനാണ് ബോധ്യപ്പെടുത്തേണ്ടത്. ഈ വില കുറഞ്ഞ പടയാളികൾക്കു തന്റെ മനസ് അറിയാനുള്ള വിവരമില്ല... ആ ചിന്ത ഉണർത്തിയ ഉത്സാഹത്തോടെ അവൾ പറഞ്ഞു.

"അങ്ങെന്നെ നിരുത്സാഹപ്പെടുത്തുകയാണോ? എങ്കിൽ വെറുതെയാണ്."

ശേഷം അവരിൽ നിന്നു നോട്ടം മാറ്റി തന്റെ പൂങ്കാവനത്തിന്റെ അങ്ങേയറ്റം പോയി തൊടുന്ന ആകാശത്തിലേക്ക് നോക്കി അവൾ ആരോടെന്നില്ലാതെ തുടർന്നു .

“ഞാൻ കാണുന്നുണ്ട്. എന്റെ അകക്കണ്ണ് കൊണ്ട്. എന്റെ നിശ്വാസങ്ങളെ കാറ്റിലയച്ച് ഞാൻ അദ്ദേഹത്തെ തൊടുന്നുണ്ട്.”

മംഗളസിംഹൻ ഞെട്ടിപോയി. എന്തൊരു പെണ്ണാണിവൾ. അതോ താൻ ഇത്തരം സ്ത്രീകളെ കാണാത്തതു കൊണ്ട് തോന്നുന്നതാണോ. എത്ര ശക്തമാണ് അവളുടെ വിശ്വാസം. ഇത്രയ്ക്ക് അചഞ്ചലത ഒരു യോദ്ധാവിൽ പോലും താൻ കണ്ടിട്ടില്ല.

അവളുടെ ഹൃദയം കൂടുതലറിയാൻ അയാൾ വീണ്ടും പറഞ്ഞു.

“വൃഥാവിലാണ് സോദരീ നിന്റെ സ്വപ്നങ്ങൾ. ഒരിക്കലും യാഥാർഥ്യമാവാത്തവ...”

“സാക്ഷാൽകരിക്കാനാവാത്ത ഒരു സ്വപ്നവും നമ്മുടെ മനസ്സിൽ ജനിക്കുന്നില്ല അങ്ങുന്നേ...” അവൾ ദൂരേയ്ക്ക് നോക്കി ഉറപ്പോടെ പറഞ്ഞു.

ആ വാക്കുകളുടെ നെഞ്ചുറപ്പ് കണ്ട് കൂടുതൽ ചൊടിപ്പിക്കാൻ അയാൾ പറഞ്ഞു.

“നിനക്കുറപ്പുണ്ടോ നീ അദ്ദേഹത്തെ ഒരു തവണയെങ്കിലും കാണുമെന്ന്... കണ്ടെത്തുമെന്ന്...”

“തീർച്ചയായും.”

ഒട്ടും മടിക്കാതെ ഒരു നിമിഷം പോലും കളയാതെ അവൾ മറുപടി പറഞ്ഞു.

“അദ്ദേഹത്തിന്റെ ഇണയെ കണ്ടെത്തുക എന്നത് എന്റെ ആഗ്രഹത്തെക്കാൾ അദ്ദേഹത്തിന്റെ ആവശ്യമാണ്... അതിനെ തടുത്തു നിർത്താൻ ഗംഗയുടെ ഒഴുക്കിനോ ഹിമവാന്റെ ഉയർച്ചക്കോ സാധ്യമല്ല...”

ഞൊടിയിടയിൽ വാൾ വലിച്ചൂരിയെടുത്ത് അവളുടെ കഴുത്തിൽ ചേർത്തു മംഗളസിംഹൻ. ഒരു നിമിഷം സമ്പോധനം ഞെട്ടി തരിച്ചു നിൽക്കെ അയാൾ പറഞ്ഞു.

“മരണപ്പെടാവുന്ന വാക്കുകളാണ് നിന്റേത്. നിനക്കദ്ദേഹത്തോടുള്ള പ്രണയത്തേക്കാൾ നിന്നെ അദ്ദേഹം പ്രണയിക്കുന്നത് അദ്ദേഹത്തിന്റെ ആവശ്യമാണെന്ന് പറയിപ്പിച്ച നിന്റെ അഹങ്കാരം ഈ നിമിഷം നിന്നെ മരണത്തിനർഹയാക്കും.”

ശീൽക്കാരമുയർത്തി നീണ്ടു വന്ന് കഴുത്തിൽ തൊട്ടു നിൽക്കുന്ന വാൾത്തുമ്പിൽ നിന്നു അണുവിട ചലിക്കാതെ അവൾ പറഞ്ഞു...

“വെറുതെ തലയറുത്ത് മണ്ണിലിട്ടു കളയരുത്. തളികയിലാക്കി രാജസമക്ഷമെത്തിക്കണം. എന്നിട്ടു പറയണം നിങ്ങളുടെ രാജാവിനോട്... ചന്ദ്രഭാഗ ഗ്രാമത്തിലെ ഉദ്യാനത്തോടൊപ്പം കൗർവകിയുടെ ജീവനും സമ്മാനമാണെന്ന്...”

മംഗളസിംഹൻ ഞെട്ടിത്തരിച്ചു നിന്നു. ഇത് പോലൊരു ധൈര്യം, ഇങ്ങനെയൊരു വാക് ചാരുത... ഇതെവിടുന്ന് ലഭിച്ചതാണ് ഇവൾക്ക്. ഒരു പാരമ്പര്യവുമില്ലാത്ത ഒരു ഗ്രാമീണ പെണ്ണ്. അയാൾ അവളെ സാകൂതം നോക്കി അത്ഭുതം നിറഞ്ഞ ശബ്ദത്തോടെ ചോദിച്ചു..

"കൗർവകി... നീ... നീയാരാണ്?"

ഉള്ളിൽ നിറഞ്ഞ വെളിച്ചത്തോടെ, പ്രണയത്തിന്റെ സത്യത്തോടെ ,ആ സത്യം നൽകിയ വിശ്വാസത്തോടെ അവൾ പറഞ്ഞു...

"മംഗളസിംഹ രാജാവിന്റെ പ്രേമ ഭാജനം."

ഒരാൾ, അതും ഒരു പെണ്ണ് മുഖത്തു നോക്കി ഇഷ്ടം പറയുമ്പോൾ, പ്രണയമാണെന്ന് വിളിച്ച് പറയുമ്പോൾ ആ വാക്കുകൾ ജനിപ്പിക്കുന്ന ഹർഷം എല്ലാ സന്തോഷങ്ങൾക്കും അതീതമാണെന്ന് അത്ഭുതത്തോടെ ആലോചിച്ച് കൊണ്ട് മംഗളസിംഹൻ നിന്നു.

കൂസലേതുമില്ലാതെ കഴുത്തിൽ തൊട്ടു നിൽക്കുന്ന വാൾ തുമ്പ് വിരൽ കൊണ്ട് മെല്ലെ നീക്കി കൗർവകി വിജയത്തിന്റെ മന്ദഹാസത്തോടെ പതിയെ പിന്തിരിഞ്ഞു നടന്നു...

ആ രംഗം കണ്ടിട്ട് വിശ്വാസം വരാത്തതു പോലെ സാത്യകൻ കണ്ണുകൾ കൂട്ടി തിരുമ്മി, മകൾക്കു പിന്നാലെ നടന്നു.

കൗർവകി നടന്നകലുന്നത് നോക്കി ഇതുവരെ അനുഭവിക്കാത്ത അനുഭൂതിയിൽ സ്വയം അലിഞ്ഞ് മംഗളസിംഹൻ നിൽക്കുന്നത് സബോധൻ കണ്ടു. ദൂരെ നിന്നു വരുന്ന കിളികൾ പറന്നിറങ്ങുന്നത് തന്റെ മനസിന്റെ ആകാശത്തിലേക്കാണെന്ന് മംഗളസിംഹന് തോന്നി.

* * *

കുളി കഴിഞ്ഞ് വസ്ത്രം മാറാൻ തുടങ്ങുകയായിരുന്നു മംഗളസിംഹൻ. കിളിവാതിലിലൂടെ അയാൾ സാത്യകന്റെ വീട്ടിലേക്ക് നോക്കി. തലേന്ന് നടന്ന വാഗ്വാദത്തിന് ശേഷം കൗർവകിയെ കണ്ടിട്ടില്ല. അത്താഴത്തിന് പോലും അവൾ വീടിന് പുറത്തേക്ക് വന്നില്ല. ഇത്ര ധൈര്യം കാണിച്ചൊരാൾ പെട്ടെന്ന് ഒതുങ്ങി പോയതെന്തു കൊണ്ടാണെന്ന് ആലോചിച്ചിരുന്നു. ഭക്ഷണം എന്നിട്ടും നന്നായിരുന്നു. സാത്യകന്റെ കുടിയും സംസാരവും നിലച്ചതായി തോന്നി. തങ്ങൾ എങ്ങിനെങ്കിലും ഇവിടുന്നു പോകണമെന്നാണ് സാത്യകൻ ആഗ്രഹിക്കുന്നത് എന്ന് അത്താഴം കഴിച്ചിറങ്ങുമ്പോൾ സബോധൻ പറഞ്ഞു. അതിന് താൻ മറുപടി പറഞ്ഞില്ല. തന്റെ മൗനം സബോധനിൽ സൃഷ്ടിച്ച കൗതുകം മുഖത്ത് നോക്കാതെ തന്നെ ഊഹിച്ചു.

ഉറക്കത്തിനിടയിൽ എണീറ്റപ്പോഴും കൗർവകിയെ ഓർമ്മ വന്നു. ഇത് വരെ ഉറക്കത്തിൽ താൻ ഓർത്തിരുന്നത് അമ്മയെയോ ഗുരുവിനെയോ ആയിരുന്നു. ഇന്നലെ രാത്രി മുതൽ ഒരു പെണ്ണിനെ ഓർമ്മ വരുന്നു. അവൾ ഉള്ളിൽ ചിന്തിക്കുന്നതെന്താണെന്ന് അറിയാനുള്ള കൗതുകം മനസ്സിൽ ഉണരുന്നു. അവളുടെ പ്രണയം പടയാളികളോട് പ്രഖ്യാപിച്ചതിന്റെ ഫലത്തെ കുറിച്ചോർത്തു ഭയപ്പെട്ടു കിടക്കുകയാണോ. ഭയം, അതവൾക്കു ലവലേശമുണ്ടെന്നു തോന്നുന്നില്ല. തോന്നലല്ല. ഇല്ല. മാത്രമല്ല ധൈര്യം ആവശ്യത്തിനധികമുണ്ട് താനും.

കണ്ടു മുട്ടിയ രാജ സദസുകളിലോ, പ്രമുഖ വേദികളിലോ, യാത്രകളിലോ ഇത്ര ശക്തമായ നിലപാടുള്ള ഒരു സ്ത്രീയെ താൻ കണ്ടിട്ടേയില്ലെന്ന് അയാൾ അത്ഭുതത്തോടെ ഓർത്തു. അതോ കാണാൻ താൻ ശ്രമിക്കാത്തത്

കൊണ്ടാണോ? കാണപ്പെടേണ്ടവർ കൺമുന്നിലേക്ക് എത്തപെടുകയാണോ? ജീവിതത്തിന്റെ നാൾ വഴികൾ എത്ര വിചിത്രമാണെന്ന് അയാൾ ഓർത്തു.

അവൾ തന്നെ തിരിച്ചറിയാതെ പോയത് മഹാത്ഭുതമാണ്. അവളിൽ നിന്നും ആ സത്യം ഏതു ശക്തിയാണ് മറച്ചു പിടിക്കുന്നത്. അവളുടെ പ്രണയം അത്ര ശക്തമായിട്ടും, താൻ പോലും തുറന്നു പറയാൻ തുനിയാത്തതെന്താണ്. ഏതോ കാരണമുണ്ട്. അല്ലെങ്കിൽ അവളുടെ പ്രണയം അവൾക്കു മുന്നിൽ സത്യത്തിന്റെ വഴികൾ തുറന്നു തന്നെ കൊടുക്കുമായിരുന്നു. ഏതായാലും ഈ യാത്ര കുറെ നല്ല ഓർമ്മകൾ സമ്മാനിക്കുന്നു. തിരക്കുകളിൽ പെട്ട്, ഉള്ളിൽ മങ്ങലേറ്റാലും ഓർമ്മകൾ എന്നും ഉണ്ടാവും. തന്റെ പേര് പോലും പറയാതെ അവളോട് യാത്ര പറയേണ്ടി വരുമോ. ചിന്തകൾ അവളിൽ കൊരുത്തു കിടക്കുന്നു. ഇന്നലെ മുതൽ ഈ നിമിഷം വരെ... എന്താണെങ്കിലും താമസം മാറ്റണം. മറ്റൊരു വീട്ടിലേക്ക്. വേണ്ടി വന്നാൽ അടുത്ത ഗ്രാമത്തിലേക്ക്. സന്തോഷമില്ലാത്ത സൽക്കാരം അധിക ദിനം കൊണ്ടു നടക്കാൻ കഴിയില്ല. കൗർവകിയുടെ ഓർമ്മകളോടെ മംഗളസിംഹൻ കണ്ണുകൾ അടച്ചു.

* * *

അംഗ വസ്ത്രം ചുറ്റുകയായിരുന്നു മംഗളസിംഹൻ. വാൾ അരയിലുറപ്പിച്ചു കഴിഞ്ഞു. ഇനി ഗോത്ര അടയാളം അണിയണം. രാജാവായി വാഴിക്കുമ്പോൾ പൂജിച്ച് നെഞ്ചിൽ ധരിക്കുന്നതാണത്. ഈ പടയാളി വേഷത്തിൽ അത് വേണ്ടെന്ന് താൻ സബോധനോട് പറഞ്ഞതാണ്.

"പുറമെ എന്തുമായിക്കൊള്ളൂ. പക്ഷേ നിങ്ങൾ മഗധാധിപനാണെന്നു മറക്കരുത്." അതൊരു സുഹൃത്തിന്റെ അവകാശത്തോട് കൂടിയ ഉപദേശമായിരുന്നു. അത് കൊണ്ടാണ് നെഞ്ചിനോടൊട്ടി കിടക്കുന്ന ഗോത്ര അടയാളം അണിയാൻ തീരുമാനിച്ചത്. കൈ എത്തി മാല കൈയിലെടുക്കാൻ തുനിഞ്ഞതും വാതിൽ പെട്ടെന്ന് തുറന്നു. സബോധൻ ധൃതിയോടെ അകത്തേയ്ക്ക് കടന്നു വന്നു അയാളെ നോക്കി തല കുനിച്ചു വന്ദിച്ചു.

ഇതെന്താണ് ഇവൻ കാണിക്കുന്നത്. ആ സാത്യകനെങ്ങാനും കണ്ടാൽ അത് മതി. മംഗളസിംഹൻ ആലോചിച്ചു.

"എന്താ സബോധൻ? ഞാൻ പറഞ്ഞിട്ടില്ലേ...ഇതൊക്കെ..."

"ഉടൻ പുറപ്പെടണം മഹാരാജൻ."

ഇവനിതെന്തിന്റെ പുറപ്പാടാണ്. ബഹുമാനം ഉയർത്തി കൊണ്ട് നടന്നു തല പൊക്കാനാവാത്ത അവസ്ഥ ഈ ഗ്രാമത്തിലും സൃഷ്ടിക്കുമോ? അയാൾ ആലോചിക്കവേ സബോധൻ തുടർന്നു .

"പുറപ്പെടണം രാജാവേ. ദൂതുമായി നമ്മുടെ പടയാളികൾ എത്തിക്കഴിഞ്ഞു."

ധൃതി പിടിച്ചു കടന്നു വന്നതിന്റെ ഈർഷ്യയും, അനവസരത്തിൽ ഉള്ള ബഹുമാനം കാണിക്കലും ഇഷ്ടപ്പെടാതെ ശാന്തമെങ്കിലും ഗൗരവത്തോടെ അയാൾ ചോദിച്ചു.

"ഈ താവളം നാം ഇരുവർക്കല്ലാതെ മറ്റാർക്കാണ് അറിയുക സബോധൻ?

"ക്ഷമിക്കണം മഹാരാജൻ. അങ്ങ് വലിയ ഒരു സാമ്രാജ്യത്തിന്റെ

അധിപനാണ്. അങ്ങയുടെ സുരക്ഷ പ്രജകളുടെയും, അങ്ങയെ സ്നേഹിക്കുന്ന കൊട്ടാരവാസികളുടെയും ആവശ്യമാണ്. ഞാൻ സൂചന നൽകിയിരുന്നു; സൈന്യാധിപൻ ബാണാസുരനോട്."

ആ കടന്ന കയറ്റം, സൂചന നൽകൽ ഇഷ്ടമായില്ലെങ്കിലും മംഗളസിംഹൻ ചോദിച്ചു...

"എന്താണ് ദൂത്?"

"അധികാരമേറ്റെടുത്ത അങ്ങയെ ആശംസിക്കാനുമാദരിക്കാനുമായി അയൽ രാജ്യത്തിലെ രാജ്ഞി സംയുക്തയും പ്രമുഖരും പുറപ്പെട്ടിരിക്കുന്നു. ഇപ്പോൾ പുറപ്പെട്ടാൽ പോലും എത്തി ചേരാൻ രണ്ടു നാളുകൾ കഴിഞ്ഞേക്കാം. അതിനിടയിൽ മണൽ കാറ്റോ മറ്റോ ഉണ്ടായാൽ മാർഗം തടസ്സപ്പെടാനുള്ള സാധ്യത ഉണ്ട്. അത് കൊണ്ട്..."

"ആർഭാടങ്ങൾ ചൊരിഞ്ഞ് ആഹ്ളാദവും ആദരവുമറിയിക്കാൻ വരുന്ന വർക്ക് ഉദ്ദേശ്യ ലക്ഷ്യങ്ങൾ ഒന്നേയുള്ളൂ. അയൽ രാജ്യങ്ങളോടുള്ള ശത്രുത തീർക്കാൻ കൂട്ടത്തിൽ പ്രബലനായവനെ മിത്രമാക്കുക. നമുക്കതിൽ ലവലേശം താല്പര്യമില്ല. ആരോടും ശത്രുതയോ, ശത്രുവിനെ സഹായിക്കാൻ മറ്റൊരാളുടെ മിത്രമാകാനോ മനസുമില്ല. മറ്റെന്തെങ്കിലും?"

മംഗളസിംഹൻ ചോദിച്ചു.

പറയണോ എന്ന് സംശയിച്ച സബോധൻ മടിച്ചു മടിച്ചു പറഞ്ഞു...

"ഒരു ഊഹമാണ്...ജേഷ്ടന്റെ മരണത്തിനിടയാക്കിയവർ..."

പാതി കേട്ടപ്പോൾ തന്നെ മംഗളസിംഹന്റെ മുഖം ചുവന്നു.

ആഴത്തിൽ നിന്ന് ഗൗരവമാർന്ന ശബ്ദത്തിൽ അയാൾ ചോദിച്ചു

"... ആരാണത്..."

"അതിർത്തിക്ക് അകത്തു നിന്നാണെന്നാണ് പ്രാഥമിക നിഗമനം. ഉപയോഗിച്ച ആയുധങ്ങൾ എവിടെ നിന്നെന്ന് കണ്ടു പിടിക്കാനായിട്ടില്ല. അമ്പിൽ തൊടുത്ത വിഷം ഗംഗയുടെ തീരത്തെ കാട്ടിൽ നിന്നു തന്നെ എന്ന് വിലയിരുത്തൽ."

മംഗളസിംഹൻ കേട്ട് നിൽക്കെ സബോധൻ തുടർന്നു.

"പടയാളികൾ രഹസ്യമായി നടത്തിയ തിരച്ചിലിൽ നിന്ന് യോദ്ധാക്കളി ലൊരാളെ പിടി കൂടിയിട്ടുണ്ട്. പക്ഷേ എത്ര മർദിച്ചിട്ടും..."

പാതിയിൽ നിർത്തി സബോധൻ.

"ഉടൻ പുറപ്പെടാം." ഒരു നിമിഷം പോലും ആലോചിക്കാതെ മംഗള സിംഹൻ പറഞ്ഞു.

പെട്ടെന്ന് പുറത്തേക്കിറങ്ങാൻ തുടങ്ങിയതും വീട്ടിലേക്കുള്ള വഴിയുടെ അറ്റത്ത് മരക്കൂട്ടങ്ങൾക്കിടയിൽ മഗധയുടെ കൊടി പറന്നു കളിക്കുന്നത് മംഗളസിംഹൻ കണ്ടു. കാവൽ ഭടന്മാർ എത്തി കഴിഞ്ഞെന്ന് അയാൾക്ക് മനസിലായി. തിരിഞ്ഞു നിന്ന് മംഗളസിംഹൻ പറഞ്ഞു.

"ആരവങ്ങളും അമ്പാരിയുമില്ലാതെ ആരുമറിയാതെ മതി മടക്കം." തിരിഞ്ഞു നിന്ന് മംഗളസിംഹൻ പറഞ്ഞു.

"ഒരു പാടൊന്നുമില്ല. സുരക്ഷക്ക് മാത്രം." സബോധൻ മറുപടി പറഞ്ഞു.

"കൊടികൾ ഒളിപ്പിക്കാൻ പറയൂ സബോധൻ. ഇത്തരം ആർഭാടങ്ങളാണ് സുരക്ഷകൾ ഇല്ലാതാക്കുന്നത്." മംഗളസിംഹൻ പുറത്തേക്ക് നടന്നു.

സബോധൻ കുടിലിനുള്ളിലേയ്ക്ക് കയറി പെട്ടെന്ന് തന്നെ വസ്ത്രങ്ങൾ മാറാപ്പിലാക്കി പൊടുന്നനെ വീടിന് പുറത്തേക്കിറങ്ങി.

മംഗളസിംഹനെ കണ്ട് പടയാളികൾ തല കുനിച്ച് വന്ദിച്ചു. അയാൾ തല അനക്കി പ്രത്യഭിവാദ്യം ചെയ്ത തന്റെ കുതിരക്കടുത്തേക്ക് എത്തി. ഒന്ന് തലോടി അതിനെ ദൂര യാത്രക്ക് സജ്ജമാക്കി.

ഓടി വരികയായിരുന്നു സാത്യകൻ. വഴിയിൽ കൂടുതൽ പടയാളികളെ കണ്ട് അയാൾ അമ്പരന്നു...

"എന്താ...എന്താ... ഞാൻ പണം കൊണ്ട് വന്നിട്ടുണ്ട്."

വെപ്രാളത്തോടെ അയാൾ കാവൽ പടയാളികളോട് പറഞ്ഞു. പടയാളികൾ ഒന്നും മനസിലാക്കാതെ അമ്പരപ്പോടെ പരസ്പരം നോക്കി. സാത്യകൻ നടപ്പിന്റെ വേഗത കൂട്ടി തനിയെ പിറു പിറുത്തു കൊണ്ട് ഇടറിയ കാലുകളോടെ വീടിനരികിലേക്ക് നടന്നെത്തുന്നത് മംഗളസിംഹൻ കണ്ടു.

"സാത്യകൻ...ഇവിടെ വരൂ..." മംഗളസിംഹൻ വിളിച്ചു പറഞ്ഞു.

ഇപ്പോൾ കരയുമെന്ന മട്ടിൽ ഭയ ബഹുമാനങ്ങളോടെ അയാൾ മംഗളസിംഹനരികിലേക്ക് എത്തി. കുതിരക്ക് ജീനി കെട്ടി തയാറാകുകയായിരുന്ന സബോധൻ അയാളെ നോക്കി.

തന്നെ ഈ വലിയ യജമാനനിൽ നിന്നു രക്ഷിക്കണേ എന്ന മുഖ ഭാവത്തോടെ സബോധനെ നോക്കിയിട്ട് വിറയാർന്ന ഹൃദയവുമായി സാത്യകൻ മംഗളസിംഹന്റെ അരികിലെത്തി തൊഴു കയ്യോടെ നിന്നു.

കണ്ണീരിന്റെ വക്കിലെത്തി അയാൾ പറഞ്ഞു..."ക്ഷമിക്കണം യജമാനനെ... എന്നോടും എന്റെ മകളോടും."

മംഗളസിംഹൻ അയാളെ നോക്കി നിന്നു. നിഷ്കളങ്കമായ ആ വാക്കുകൾ കേൾക്കാനുള്ള കൊതിയോടെ.

"ഇനി ഒരിക്കലും ആ തോട്ടങ്ങൾ ഉദ്യാനങ്ങളാക്കില്ല. അടുത്ത തവണ അങ്ങ് വരുമ്പോൾ എല്ലാം മുന്തിരി തന്നെയാവും കൃഷി..."

തന്റെ അരയിൽ തിരുകി വെച്ചിരുന്ന നാണയ കിഴി അയാൾ നീട്ടി.

"ഇതാ മുൻകൂറായി... ഒരുറപ്പിന് വേണ്ടി."

മംഗളസിംഹൻ ഒരു ചിരിയോടെ, അയാളുടെ സത്യസന്ധവും മാന്യവുമായ സ്വഭാവത്തിന് സാക്ഷ്യം വഹിക്കാനായതിന്റെ നിറവിൽ അയാൾക്കരികിലേക്ക് നടന്നടുത്തു. ശേഷം പതിയെ ഇരു തോളിലും പിടിച്ച് കൊണ്ട് തന്റെ നെഞ്ചിലേക്ക് അയാളെ ചേർത്ത് പിടിച്ചു. ഒരു നിമിഷം ഞെട്ടലോടെ നിൽക്കുന്ന സാത്യകന്റെ ഹൃദയമിടിപ്പിന്റെ വേഗമറിഞ്ഞു കൊണ്ട് അയാളുടെ ചുമലിൽ മംഗളസിംഹൻ ആശ്വസിപ്പിക്കും പോലെ തലോടി... സാത്യകൻ എന്താണ് സംഭവിക്കുന്നതെന്ന് മനസിലാവാതെ നിൽക്കെ അയാളെ തന്നിൽ നിന്നു പതിയെ വേർപെടുത്തി അയാളുടെ തോളിൽ തന്നെ കൈ ഉറപ്പിച്ച് മംഗളസിംഹൻ ചോദിച്ചു.

"അങ്ങയുടെ മകളെവിടെ?"

ആ ചോദ്യത്തിൽ സാത്യകൻ ഒരു നിമിഷം വല്ലാതായി. തന്നെ അങ്ങുന്ന് എന്ന് വിളിക്കുകയോ? ഇതിലെന്തോ തകരാറുണ്ട്. അതും കൂട്ടത്തിൽ പ്രമുഖനെന്ന മുഖ ഭാവം കൊണ്ട് വിളിച്ചു പറയുന്ന ഈ പടയാളി, ഒരു വാക്ക് പോലും ആലോചിച്ച മാത്രം പറയുന്ന ഈ പടയാളി തന്നെ കെട്ടിപിടിച്ച് അങ്ങുന്നേ എന്ന് വിളിക്കുന്നതിൽ ഒരു അപകടമുണ്ട്. മാത്രമല്ല, ഈ നേരം വെളുക്കുന്നതിന് മുൻപ് ഇത്രയും പടയാളികളെ എവിടുന്ന് വിളിച്ചു വരുത്തിയതാണ്. അയാൾ വിട്ടു മാറാത്ത അമ്പരപ്പ് നിറഞ്ഞ കണ്ണുകളോടെ മംഗളസിംഹനെ നോക്കി.

"പറയൂ സാത്യകൻ...അങ്ങയുടെ മകൾ കൗർവകി എവിടെ?

"ഈ പണം തികഞ്ഞില്ലെങ്കിലോ എന്ന ഭയത്തിൽ ഞാൻ അവളെ അടുത്ത ഗ്രാമത്തിൽ പറഞ്ഞയച്ചതാണ് യജമാനനേ. ഒരാളോട് ഇത്തിരി പണ്ടം പണയം വെച്ച് പണം വാങ്ങാൻ."

അപ്പോൾ ഇനി അവളെ കാണാനൊക്കില്ല. അവൾ കാണുവാൻ കാത്തിരുന്ന അവളുടെ പ്രണയമായ തന്നെ കാണാൻ അവൾക്കു കാലം അവസരമൊരുക്കില്ല. അവളെ ഒന്ന് കാണണമെന്ന് തോന്നുന്നുണ്ട്. ഇത് വരെ ആരോടും തോന്നാത്ത ഒന്ന്. അവളുടെ ഹൃദയത്തെ അഭിനന്ദിക്കണമായിരുന്നു. ഒരിക്കലും കാണില്ലെന്ന് കരുതുന്ന ഒരാളെ ഇത്ര അഗാധതയോടെ ദൂരെ ഇരുന്ന് പ്രണയിച്ചതിന്. ഇനി അതിന് അവസരം കിട്ടുമെന്ന തോന്നുന്നില്ല.

ഒരു നിമിഷം അയാളുടെ ഉള്ളിലൂടെ ചിന്തകൾ മിന്നി മറഞ്ഞു പോയി.

"സബോധൻ..." മംഗളസിംഹൻ ഉറക്കെ വിളിച്ചു. സബോധൻ അയാൾക്കരികിലേക്ക് ധൃതിയിൽ നടന്നു വന്നു. മംഗളസിംഹൻ കണ്ണ് കാണിച്ചു. സബോധൻ തന്റെ വസ്ത്രത്തിനുള്ളിൽ തിരുകി വെച്ചിരുന്ന ഒരു പണക്കിഴി സാത്യകന് നീട്ടി. എന്താണെന്ന അർത്ഥത്തിൽ അത് വാങ്ങാൻ മടിച്ച് നിൽക്കുന്ന സാത്യകനോട് മംഗളസിംഹൻ പറഞ്ഞു.

"അങ്ങിത് സ്വീകരിക്കണം. ഞങ്ങൾ ഉണ്ടുറങ്ങിയതിന്റെ പ്രതിഫലമല്ല. ഈ എളിയവന്റെ സമ്മാനവുമല്ല. അങ്ങയോടു മുൻകാലങ്ങളിൽ വാങ്ങിയ പാട്ടത്തിന് പകരം, അങ്ങയുടെ അധ്വാനത്തിന്റെ അവകാശം."

സാത്യകൻ ഒന്നും മനസിലാവാതെ അവിശ്വനീയതയോടെ നിൽക്കുകയാണ്.

"മാത്രമല്ല." മംഗളസിംഹൻ തുടർന്നു.

"അങ്ങയുടെ ഓമന മകളോട് പറയണം. തേനീച്ചകൾക്കും ശലഭങ്ങൾക്കും കൂടൊരുക്കുവാൻ, പാറി പറന്നു നടക്കുവാൻ, സൗരഭ്യം നിറയുന്ന പൂക്കൾ കൊണ്ട് ആ ഉദ്യാനം ഇനിയും വിസ്തൃതമാക്കുവാൻ. അവയിലേക്ക് പേരറിയാത്ത അനേകം കിളികൾ പറന്നെത്താൻ പഴങ്ങൾ കായ്ക്കുന്ന മരങ്ങൾ വെച്ച് പിടിപ്പിക്കുവാൻ. സ്വർഗ്ഗത്തിന്റെയും ഭൂമിയുടെയും പ്രണയത്തിന്റെ ഉത്തമ ദൃഷ്ടാന്തമായി, അതിന്റെ കാവൽക്കാരിയായി എന്നും കഴിയുവാൻ... പിന്നെ അത് കാണുവാൻ ഞാൻ, അല്ല... സബോധനെ ഒന്ന് നോക്കി മംഗളസിംഹൻ തുടർന്നു...ഞങ്ങൾ വരുമെന്ന് പറയണം."

മംഗളസിംഹന്റെ വാക്കുകൾ കേട്ട് അതിന്റെ ഗാംഭീര്യവും ആഴവും കേട്ട് അധികമൊന്നും മനസിലായില്ലെങ്കിലും സംശയത്തോടെ, നേരിയ വിറയലോടെ സാത്യകൻ ചോദിച്ചു.

"അങ്ങ്... അങ്ങ് ആരാണ്?"

അയാളുടെ നടുങ്ങി വിറക്കുന്ന കൈവിരലുകൾ കൂട്ടിപ്പിടിച്ച് മംഗളസിംഹൻ പറഞ്ഞു.

"മഗധയിൽ നീതി നടപ്പിലാക്കാൻ ആത്മാവ് കൊണ്ട് ശ്രമിക്കുന്ന ദൈവത്തിന്റെ ഒരു പ്രജ."

സാത്യകനൊന്നും മനസിലായില്ല. അയാളുടെ കൈ വിട്ടുകൊണ്ട് അയാളെ ഒന്ന് വണങ്ങി മംഗളസിംഹൻ തന്റെ കുതിരപ്പുറത്തേക്കു ചാടിക്കയറി.

കാവൽ പടയാളികളുടെ കുതിരകൾ മെല്ലെ ചലിച്ചു. സബോധൻ അവർക്കു അടയാളം കാണിച്ചു. പടയാളികൾ കൊടികൾ താഴ്ത്തി. മംഗളസിംഹൻ കുതിരപ്പുറത്ത് പതിയെ നീങ്ങി പടയാളികൾക്കരികിൽ എത്തിയതും അവർ ഒതുങ്ങി നിന്ന് തല കുനിച്ചു വന്ദിച്ചു. തല പതിയെ അനക്കി മറുപടി പറഞ്ഞു കൊണ്ട് മംഗളസിംഹൻ മുന്നോട്ടു നീങ്ങി. പിന്നിൽ സബോധൻ . അതിന് പിന്നിലായി പടയാളികൾ. ആ കാഴ്ച്ച കണ്ട്, ഒന്നും മനസിലാവാതെ സാത്യകൻ നിന്നു. വന്നു പോയ ആൾ പടയാളികളിലെ പ്രമുഖൻ തന്നെയാണെന്ന് അയാൾക്ക് തോന്നി. ഒരു വേള സൈന്യാധിപനാണോ? നെഞ്ചിടിപ്പോടെ ഓർത്തു കൊണ്ട് അയാൾ നോക്കി നിൽക്കെ, കുതിരകൾ വേഗമെടുത്തു. പിന്നെ നിമിഷങ്ങൾ കൊണ്ട് അവ പുലരി മഞ്ഞിലേക്ക് നേർത്തു പോകുന്നത് അയാൾ കണ്ടു.

* * *

അവൾ കുതിരയെ പറപ്പിക്കുക തന്നെ ആയിരുന്നു. മഞ്ഞു കാരണം വഴി അത്ര എളുപ്പത്തിൽ കാണാനാവുമായിരുന്നില്ല. ഗ്രാമത്തിലേക്ക് ദൂരം കുറെ ഉണ്ടായിരുന്നു താനും. വെളുപ്പിനുള്ള യാത്രകൾ സുഖമുള്ളതാണ്...പക്ഷേ കുതിരയെ പറപ്പിക്കരുത്...മഞ്ഞു തങ്ങി നിൽക്കുന്ന പുലരിയിൽ മഞ്ഞു പോലെ ഒഴുകി നീങ്ങണം. ആ തണുത്തു കുളിരുന്ന കാറ്റടിച്ചു, പതിയെ നീങ്ങണം. വാരിച്ചുറ്റിയ മേൽപുതപ്പിന്റെ ചെറു ചൂടിൽ കുതിരയുടെ ചൂടും ചേർത്ത് പതിയെ പോയ്ക്കൊണ്ടേ ഇരിക്കണം...പിന്നെ വഴി വക്കിൽ കാണുന്ന ഒരു സത്രത്തിന്റെ പുക ഉയരുന്ന പാത്രത്തിനരികിലിരുന്ന് ആവി പൊങ്ങുന്ന ആട്ടിൻ പാൽ മധുരത്തോടെ കുടിക്കണം.

പക്ഷേ ഇന്നത്തെ സാഹചര്യം അതല്ല. വഴി കാണും മുൻപേ ഇറങ്ങിയാലേ പണയക്കാരനെ കാണാനൊക്കുമായിരുന്നുള്ളൂ. മാത്രമല്ല പടയാളികൾ എന്താണ് തീരുമാനിച്ചിരിക്കുന്നതെന്ന് അറിയാൻ കഴിയില്ല. അത് കൊണ്ട് പണയം വെച്ച് പണവുമായി എത്രയും വേഗത്തിൽ എത്തണം എന്നാണ് പിതാവിന്റെ ആജ്ഞ. ഇന്നലെ രാത്രിയിൽ ചില്ലറയൊന്നുമല്ല ശകാരിച്ചത്. സാധാരണ മറുപടി പറയാറുള്ളതാണ്. സ്ഥിരമായി കിട്ടുന്ന തർക്കുത്തരം കിട്ടാതെ വന്നപ്പോൾ സാത്യകൻ ചോദിച്ചു.

"നിനക്കൊന്നും പറയാനില്ലേ."

അതിനും മറുപടി പറയാതെ താൻ തിരിഞ്ഞു കിടന്നപ്പോൾ അദ്ദേഹം

നിശബ്ദനായി. പിന്നെ കുറെ കഴിഞ്ഞപ്പോൾ പറയുന്നത് കേട്ടു..

"കൗർവകി നീ ഒരു നല്ല പെൺകുട്ടിയാണ്...നിന്റെ ഉള്ളിൽ സത്യവുമുണ്ട്... പക്ഷേ നിന്റെ സ്വപ്നം... അത് എങ്ങനെ യാഥാർത്ഥ്യമാകാനാണ്?"

നീറിപ്പിടിക്കുന്ന എന്തോ ഒന്ന് നെഞ്ചിലുണ്ടെന്ന് രണ്ടു നാളായി തോന്നിയിരുന്നു. തിരിച്ചറിയാനാവാതെ ഒരു കത്തൽ ഹൃദയത്തെ പുകച്ചു കളയുന്ന തോന്നൽ. പിതാവതു പറഞ്ഞു കേട്ടപ്പോൾ സന്തോഷം തോന്നി. അദ്ദേഹത്തിനെങ്കിലും ആ നിസ്സഹായത മനസ്സിലാവുന്നുണ്ട്.. രാജാവിനെ പ്രണയിക്കുന്ന ഒരു ഗ്രാമീണ പെൺകിടാവിന്റെ പിതാവ് അവൾക്കു ഭ്രാന്താണെന്ന് പറയുന്നത് തെറ്റല്ല. പക്ഷേ തന്റെ പിതാവിന് തന്റെ പ്രണയത്തിൽ സങ്കടമുണ്ട്. അതായത് തന്റെ ഹൃദയത്തെ, അതിന്റെ സത്യത്തെ പിതാവ് വിശ്വസിക്കുന്നു. അത് മതി. കണ്ണീർ തുളുമ്പി നിറയുന്നതെന്താണ്. അറിയില്ല. ആ പടയാളികൾ വീട്ടിൽ കാലെടുത്തു വെച്ച നിമിഷം മുതൽ തോന്നുന്നതാണത്. ഒരു വീർപ്പുമുട്ടൽ. ഇടനെഞ്ചിൽ പിടച്ചിൽ. ഭയമാകാം. പക്ഷേ ഇന്നലത്തെ സംസാരത്തോടെ അത് മാഞ്ഞു. തനിക്കു പറയാനുള്ളത് പറഞ്ഞു. ഇനി ശിക്ഷയാണ്. എന്തും ഏൽക്കുവാൻ താൻ തയ്യാറുമാണ്. പിന്നെ പിതാവ് പറഞ്ഞത് പോലെ പണക്കിഴി കൊടുത്ത് ഒഴിവാക്കാൻ പറ്റുന്ന ശിക്ഷയാണെങ്കിൽ ശ്രമിച്ചു നോക്കാം. ഇല്ലെങ്കിൽ പാട്ട ഭൂമി വിട്ടു കൊടുത്ത് പലായനം. ചിന്തകളിൽ നിന്നും സ്വപ്നങ്ങളിൽ നിന്നും തന്നെ ആരും ഓടിച്ചു വിടില്ല. സ്ഥലകാലങ്ങൾ മാറിയേക്കാം. പക്ഷേ തന്റെ ഹൃദയം ചലിക്കില്ല. അണുവിട ചാഞ്ചാടുകയുമില്ല. മുഖം മറച്ച ആവരണം കാറ്റിൽ മൂളി പറന്നു കൊണ്ടിരിക്കവേ അവൾ വേഗത കൂട്ടി വീടിന്റെ മുന്നിലേക്കു എത്തി കഴിഞ്ഞിരുന്നു.

അവൾ ധൃതിയിൽ കുതിരയിൽ നിന്നു ചാടിയിറങ്ങി തുറന്നു കിടക്കുന്ന വാതിലിൽ ഒന്ന് തട്ടി വിളിച്ചു.

"പടയാളികളെ...ഇറങ്ങി വരൂ..."

അനക്കം കേൾക്കാതെ അവൾ ഒന്ന് കൂടി വിളിച്ചു.

"...യജമാനന്മാരെ... പടയാളികളെ ഇറങ്ങി വരൂ.."

മറുപടിയില്ലാഞ്ഞ് സംശയത്തോടെ വീടിനകത്തേക്ക് കയറാൻ തുടങ്ങുമ്പോൾ അവൾ സാത്യകന്റെ വിളി കേട്ട് തിരിഞ്ഞു നോക്കി...

കിതച്ചു കൊണ്ട് വീടിന്റെ പിന്നാമ്പുറത്ത് നിന്നു വന്നു കൊണ്ട് അയാൾ പറഞ്ഞു...

"കൗർവകി... അവര് പോയി..."

പോവുകയോ അതും ഇത്ര വെളുപ്പിന്... അതും പാട്ട തുകയും ശിക്ഷയും വിധിക്കാതെ...

"പോയോ... എങ്ങോട്ട് ? അവൾ ചോദിച്ചു.

"ഒന്നും വാങ്ങിയില്ലെന്നു മാത്രമല്ല...ദാ ഇത് കണ്ടോ..."

അയാൾ പണക്കിഴി എടുത്തു നീട്ടി കൊണ്ട് പറഞ്ഞു.

"നോക്ക്..." അവൾ ആ പണക്കിഴി വാങ്ങി തുറന്നു നോക്കി. അവളുടെ കണ്ണ് മിഴിഞ്ഞു പോയി... അതിൽ അടുത്ത കൃഷിക്കും ആയിരം ആടുകളെയും വാങ്ങി വളർത്താനും മൂല്യമുള്ള സ്വർണ്ണ നാണയങ്ങൾ ഉണ്ടായിരുന്നു. അവൾ

അത്ഭുതത്തോടെ നോക്കി നിൽക്കെ സാത്യകൻ തുടർന്നു.

"... മാത്രമല്ല നിന്റെ ഉദ്യാനത്തെ കുറിച്ച് പ്രശംസിച്ച് സംസാരിക്കുകയും അത് കാണാൻ മടങ്ങി വരുമെന്ന് കൂടി പറഞ്ഞു..."

"ആര്?" അവൾ സംശയത്തോടെ അയാളെ നോക്കി ചോദിച്ചു.

"ആരാവും?" ചെറു ചിരിയോടെ സാത്യകൻ ചോദിച്ചു കൊണ്ട് തുടർന്ന് പറഞ്ഞു.

"കൂട്ടത്തിൽ നിശബ്ദനും സുന്ദരനും ഗൗരവക്കാരനുമായ പടയാളി."

അവൾ ആലോചനയോടെ നിന്നു. അയാളാണ് തന്നോട് പടയാളിയുടെ ഭാര്യയാകുന്നോ എന്ന് ചോദിച്ചത്. പിന്നെന്തിനാണ് കാണാൻ വരുമെന്ന് പറഞ്ഞത്. ആഗ്രഹം കൊള്ളാം.

കൗതുകത്തോടെ സാത്യകൻ തുടർന്നു. "അവർ പോകാനിറങ്ങിയപ്പോൾ വേറെ ചില പടയാളികൾ കൂടെ വന്നു കൗർവകി. അവരൊക്കെ സമീപത്ത് തന്നെ ഉണ്ടായിരുന്നിരിക്കണം. എന്തോ പ്രധാന കാര്യമുണ്ട്. അല്ലെങ്കിൽ ഇത്ര പടയാളികൾ ഇവിടെ വരുമോ. മാത്രമല്ല അവരൊക്കെ ആ പടയാളിയെ കണ്ട് വലിയ ബഹുമാനത്തോടെ നിൽക്കുന്നതും വന്ദിക്കുന്നതും കണ്ടു..."

"അപ്പൊ വന്നവർ വെറും കണക്കെടുപ്പുകാരല്ല പിതാവേ." കൗർവകി പറഞ്ഞു.

"ശരിയാ...ആ നടപ്പും ഭാവവും ഒക്കെ കണ്ടപ്പോൾ എനിക്കും തോന്നി. അയാൾ സൈന്യത്തലവനെന്നാണ് എന്റെ ബലമായ സംശയം മകളെ..."

ശരിയാണ്. ഓർത്തു നോക്കിയാൽ എല്ലായ്പോഴും കൂടെ നിന്നയാൾക്ക് ഒരു വിധേയത്വമുണ്ടായിരുന്നു...ആദ്യ ദിനത്തിൽ ഭക്ഷണത്തിന് ശേഷം കൈ കഴുകാൻ വെള്ളമൊഴിച്ചു കൊടുത്തതു മുതൽ... അവൾ ഓർത്തു.

പെട്ടെന്ന് അവൾ അവർ താമസിച്ചിരുന്ന വീടിനുള്ളിലേക്ക് പാഞ്ഞു കയറി. ഓരോ സ്ഥലവും അവൾ പതിയെ കണ്ണോടിച്ചു... ഒന്നുമില്ല. എല്ലാം കൊണ്ട് പോയിരിക്കുന്നു. പക്ഷേ ഇനി അവരെ എങ്ങനെ കണ്ടു പിടിക്കും. ഒരു കണക്കിന് നന്നായി. ഇനി ഏതായാലും കുറച്ചു നാളത്തേക്ക് ശല്യമുണ്ടാവില്ല എന്ന് പ്രതീക്ഷിക്കാം. പക്ഷേ തന്റെ ഉദ്യാനം ഇഷ്ടപ്പെട്ടെന്നു പറഞ്ഞതും ഇനി മടങ്ങി വരുമെന്ന് പറഞ്ഞതും സത്യമാണോ...അല്ലെങ്കിൽ തന്നെ ഈ രാജ കൊട്ടാരത്തിലെ ചില ഉദ്യോഗസ്ഥർ വഷളന്മാരാണ്... പക്ഷേ പണകിഴി പകരം നൽകി അഭിനന്ദിച്ചിട്ടു പോയെങ്കിൽ ഒരു സാധാരണ പടയാളിയല്ല. അത്യാവശ്യം മര്യാദയും മാന്യതയും ഉള്ള... പെട്ടെന്ന് ഒരു വശത്തെ തടിയിലെ ചെറിയ ഇരുമ്പു വളയത്തിൽ കൊളുത്തിയിട്ട ഗോത്ര മുദ്ര അവളുടെ കണ്ണിൽ പതിഞ്ഞു. അവൾ അതിനടുത്തേക്ക് എത്തി അത് കയ്യിലെടുത്ത് സൂക്ഷിച്ചു നോക്കി. കണ്ഠാഭരണമാണ്. നല്ല കനവും മൂല്യവുമുള്ളത്. കണ്ടിട്ടു കൂട്ടത്തിൽ പ്രമുഖന്റേതു തന്നെ എന്ന് തോന്നുന്നു. അവൾ അത് തിരിച്ചു നോക്കി.

അവൾ നടുങ്ങിപ്പോയി. അതിൽ മഗധയുടെ രാജ പരമ്പരയുടെ ചിഹ്നമുണ്ടായിരുന്നു. അതായത്, വന്നു പോയ ആൾ രാജ പരമ്പരയിൽ പെട്ട ആൾ തന്നെ. അവൾ ഒന്ന് കൂടി ശ്രദ്ധിച്ച് അതിലെ ഓരോ ലിപികളും നോക്കി. അവൾക്കു കണ്ണിൽ ഇരുട്ട് കയറുന്നതു പോലെ തോന്നി. ചിഹ്നത്തിനടിയിൽ ഒളിച്ചെന്ന പോലെ കോറിയിട്ട അക്ഷരങ്ങൾ അവളെ നടുക്കി കളഞ്ഞു.

മംഗളസിംഹന്റെ ചുരുക്ക നാമമായിരുന്ന മംഗൾ എന്നായിരുന്നത്. ഹൃദയം കുതിച്ചു പുറത്തു ചാടുമെന്നും രക്തം വാർന്നു താൻ നിമിഷങ്ങൾക്കകം മരണപ്പെട്ടുമെന്നും അവൾക്ക് തോന്നി. അടക്കി വെച്ച അവളുടെ കരച്ചിൽ അലറൽ പോലെ പുറത്തേക്ക് വന്നു...അവൾ അത് താങ്ങാനാവാതെ പാകി വെച്ച തടിയിലൊന്നിൽ പിടിച്ച് താഴെ വീഴാതെ നിന്നു കരഞ്ഞു... അവളുടെ അലർച്ച കേട്ട് സാത്യകൻ ഒരു കുതിപ്പിന് പാഞ്ഞു അകത്തേക്ക് വന്നു.

"... മകളേ..."

അലറി കരയാൻ ശ്രമിച്ച് വാക്കുകളും വേദനയും തൊണ്ടയിൽ കുടുങ്ങി അവൾ നിന്നു പിടക്കുന്നതു കണ്ട് അയാൾ അലറി വിളിച്ചു...

"മകളെ... എന്താ..എന്താ നിനക്ക് പറ്റിയത്..."

ഒരു വാക്ക് പോലും പറയാനാവാതെ അവൾ വിങ്ങിക്കരഞ്ഞു കൊണ്ട് അയാളുടെ കാൽ ചുവട്ടിലേക്ക് തളർന്നു വീണു. അയാൾ അവളുടെ ശ്വാസം നേരെയാവാൻ വെപ്രാളത്തോടെ പുറത്തു തടവി.

"എന്താ എന്റെ കുഞ്ഞേ... നിനക്കെന്താണ് പറ്റിയത്... ഈശ്വരാ...ഒരു കുഴപ്പവുമില്ലായിരുന്നല്ലോ..."

അയാൾ അവളെ കോരിയെടുക്കാൻ ശ്രമിച്ചു...അതിന് സമ്മതിക്കാതെ പിടിച്ച പിടിയാലേ അവൾ ആ കരച്ചിൽ തുടർന്നു...

"ദൈവമേ... ദൈവമേ...എന്നാലും നീ എന്നോടിത് ചെയ്തു കളഞ്ഞല്ലോ... എന്റെ കാത്തിരിപ്പ് നീ കണ്ടില്ലല്ലോ... എന്റെ മനസ് അറിഞ്ഞിട്ടും നീ എന്നെ സഹായിച്ചില്ലല്ലോ..." അവൾ ഉള്ളിൽ അലമുറയിട്ടു കരഞ്ഞു കൊണ്ടിരുന്നു.

പെട്ടെന്ന്, തന്നെ ഇത്ര അടുത്തറിഞ്ഞിട്ടും മംഗൾ ഒന്ന് മിണ്ടാതെ, പറയാതെ പോയതിൽ അവൾക്ക് അത്ഭുതം തോന്നി. ഒരു കൊട്ടാരവാസിയായിട്ടെങ്കിലും തന്നെ സ്വീകരിക്കാമായിരുന്നില്ലേ? ദാസിയായിട്ടെങ്കിലും... ഞാൻ വരില്ലായിരുന്നു. പക്ഷേ ഒന്ന് ക്ഷണിച്ചു കൂടായിരുന്നോ. ഒരു വാക്കു പറഞ്ഞു കൂടായിരുന്നോ... എത്ര സത്യമായി ഞാൻ അങ്ങയോടു എന്റെ മനസ് പറഞ്ഞിരുന്നു. അങ്ങത് കണ്ടറിഞ്ഞതുമല്ലേ. എന്നിട്ടും...എന്നിട്ടും... രാജാവിനെ സ്വന്തമാക്കാനൊന്നും എനിക്ക് മോഹമില്ല. എങ്കിലും എന്നോടൊരു വാക്കു പറഞ്ഞിട്ട്...

കൗർവകി... നിന്റെ ഹൃദയം ഞാൻ അംഗീകരിക്കുന്നു. മനസിലാക്കുന്നു. പക്ഷേ എന്റെ ജീവിതത്തിൽ പാരമ്പര്യം നിലനിർത്താനാവാത്ത ഒന്നും എനിക്ക് സ്വീകരിക്കാൻ കഴിയില്ലെന്ന് പറഞ്ഞു പോയ്ക്കൂടായിരുന്നോ... എനിക്കൊന്നും വേണ്ടായിരുന്നു. എന്നെ അറിഞ്ഞാൽ മതിയായിരുന്നു. അല്ല അറിഞ്ഞെന്ന്, തിരിച്ചറിഞ്ഞെന്ന് എന്നോടൊന്നു പറഞ്ഞിട്ട് പോകാമായിരുന്നു. പക്ഷേ... ഞാനും എന്റെ പ്രണയവും അങ്ങേക്ക് ഒന്നുമല്ലേ..... ദൈവമേ...

അവൾ പെട്ടെന്ന് സാത്യകന്റെ വാക്കുകൾ ഓർത്തു.

... ഉദ്യാനം കാണാൻ ഞങ്ങൾ മടങ്ങി വരും...

വരുമെന്ന് പറഞ്ഞാണ് പോയത്. അപ്പോൾ ഉള്ളിലെവിടെയോ ഒരു ഇഷ്ടമുണ്ട്.. മടങ്ങി വരണമെന്ന ആഗ്രഹമുണ്ട്. അതെ...അതു തന്നെ...അങ്ങനെയെങ്കിൽ എനിക്കൊന്നു കാണണം. ഇനി ഒരിക്കലും കാണാനാവാത്ത നിലയിൽ അകന്നു പോകുന്നതിന് മുൻപ് ഒന്ന് കാണണം. ഇനി ഒരിക്കലും

വന്നില്ലെങ്കിലും താൻ കാത്തിരിക്കുമെന്നു പറയണം...

അവൾ കൊടുങ്കാറ്റു പോലെ ചാടിയെണീൽക്കുന്നതും പുറത്തേക്ക് പായുന്നതും കണ്ട് സാത്യകൻ ചോദിച്ചു.

"...മോളെ...എന്താ....എന്താ ഉണ്ടായത്..."

കരച്ചിലിനിടയിലൂടെ അവൾ തന്റെ വീടിനുള്ളിലേക്ക് പാഞ്ഞു. പിന്നാലെ സാത്യകനും. അവൾ തന്റെ കിടപ്പു മുറിയിലേക്ക് പാഞ്ഞു കയറി. പലക കട്ടിലിന്റെ അടിയിൽ നിന്ന് പാഴ് തടി കൊണ്ടുള്ള പഴകിയ ഒരു പെട്ടി വലിച്ചെടുത്ത് തുറന്നു. അതിനുള്ളിൽ അവളുടെ ആഭരണങ്ങളും കല്ലുകളും, കഴുത്തിൽ ചുറ്റുന്ന നിറമുള്ള തുവാലകളും ഒക്കെ ഉണ്ടായിരുന്നു. അവയൊക്കെ വാരി നിലത്തേക്കിട്ട് അതിനൊക്കെ താഴെ നിന്ന് തുകൽ ചട്ടയിട്ട ഒരു പുസ്തകം പോലെ ഒന്ന് വലിച്ചെടുത്ത് അത് ശരീരത്തിനുള്ളിൽ മറച്ചു വെച്ച് പുറത്തേക്ക് നീങ്ങുന്ന അവളുടെ ചെയ്തികൾ കണ്ട് അമ്പരന്നു നിൽക്കുന്ന സാത്യകനോട് വെപ്രാളത്തോടെ അവൾ ചോദിച്ചു.

"പിതാവേ അവർ ഏതു ദിശയിലേക്കാണ് നീങ്ങിയത്?"

"അത്... അത്..." അയാൾ വിക്കി പറയുന്നതിനിടയിൽ അവൾ കുതിര മേൽ ചാടിക്കയറി കഴിഞ്ഞിരുന്നു.

"ദിശ വെച്ച് നോക്കിയാൽ വടക്കോട്ട്...കൊട്ടാരത്തിലേക്കാവും...എന്താ കൗർവകി... നീ എന്താ കാണിക്കുന്നത്." അയാൾ വിളിച്ചു ചോദിച്ചു...

അവൾ മറുപടി പറയാതെ ഉള്ളിലടക്കിയ കണ്ണീരോടെ, ഈ അവസരം താൻ നഷ്ടപ്പെടുത്തിയാൽ ഇനി ഒരിക്കലും അയാളെ കാണാനാവില്ല എന്ന വ്യഥയോടെ, തന്റെ കുതിരയെ വടക്കോട്ട് ഓടിച്ചു നീങ്ങി. ഇല്ല ഈ വഴി പോയാൽ അവർ ദൂരേക്ക് പോവുകയേ ഉള്ളൂ. അവർ പോവുന്ന വഴിയെ ത്തണമെങ്കിൽ കുറുക്കു വഴിയെടുത്തേ പറ്റൂ. ആ വഴി കുറച്ചു ദുർഘടമാണ്. വെട്ടിത്തെളിക്കാത്ത, കാടും പടലും പിടിച്ച വഴിയാണെങ്കിലും ഒരു കുന്നു കയറി ഇറങ്ങിയാൽ ഏകദേശം അടുത്തെത്താമെന്ന പ്രതീക്ഷയുണ്ട്. അവൾ പെട്ടെന്ന് വെട്ടിത്തിരിഞ്ഞ്, കുറുക്കു വഴിയെന്ന് തോന്നുന്ന ആ ഒറ്റയടി പാതയിലൂടെ തന്റെ കുതിരയെ പറപ്പിച്ചു...

* * *

കൃഷി ഭൂമികൾ താണ്ടി കഴിഞ്ഞു. ഇനി സമതലങ്ങളാണ്. അതങ്ങനെ നീണ്ടു പരന്നു കിടക്കുന്നു. നദികൾക്കു പാത കണ്ടെത്തി ജലം എത്തിച്ചാൽ ഫലഭൂയിഷ്ഠമാകുന്ന മണ്ണുള്ള പ്രദേശമാണ്. മാത്രമല്ല കർഷകരെ സംരക്ഷിക്കണം. അവർക്കായി പുതിയ ആനുകൂല്യങ്ങളും പദ്ധതികളും തുടങ്ങി വെക്കണം. ഒരു രാജ്യത്തിന്റെ ജീവനെ, ആരോഗ്യത്തെ, സമൂഹത്തെ ആകമാനം നില നിർത്തുന്നത് തന്നെ കർഷകരാണ്. അത് കൊണ്ട് അവരെ പരിപോഷിപ്പിക്കണം. ഓരോ നേരം ആഹാരം കഴിക്കുമ്പോഴും താൻ അവരെ, അത് നിർമിച്ച, അതിന് പിന്നിൽ അധ്വാനിച്ച കർഷകരുടെ കൈകളെ ഓർക്കാറുണ്ട്. ഓരോ പ്രജയും നന്ദി കാണിക്കേണ്ടത് അന്നം സൃഷ്ടിക്കുന്നവനോടാണ്. മഹാസൗധങ്ങളല്ല, മര്യാദയുള്ള ഭരണാധികാരി കെട്ടിപ്പൊക്കേണ്ടത്. മറിച്ച് കർഷകർക്ക് വേണ്ടിയുള്ള മാനസിക നിലവാരമാണ്, നിലപാടുകളാണ്. ബഹുമാനം കാത്തു

വെച്ച് സ്വീകരിക്കേണ്ടത്, സുരക്ഷയൊരുക്കേണ്ടത്, കൊട്ടാര നഗരത്തിൽ ആളുകളെ കൂട്ടി നിർത്തി ഉയർത്തി പറയേണ്ടത്, സുഭിക്ഷത അനുഭവിക്കാൻ കടന്നു വരുന്ന അയൽ നാട്ടുകളിലെ അധികാരികളോടല്ല, അന്നം മുട്ടാതിരിക്കാൻ ആയാസത്തോടെ പണിയെടുക്കുന്ന മണ്ണിന്റെ മക്കളോടാണ്, മാറണം. മാറ്റണം. സർവവും.

അതിനുള്ള പുതിയ വഴികൾ കർഷക പ്രമുഖരുമായി ആലോചിക്കണം എന്ന ചിന്തകളോടെ മംഗളസിംഹൻ കുതിരപ്പുറത്തിരുന്ന് പാഞ്ഞു പോയി...

എന്തോ വെച്ച് മറന്നത് പോലെ തോന്നുന്നു. എന്താണെന്ന് ഓർമ്മ കിട്ടുന്നില്ല. കൗർവകിയെ ഒന്ന് കാണാൻ കഴിഞ്ഞില്ല. അവൾ പ്രണയിക്കുന്ന ആൾ അവളുടെ മുന്നിൽ വന്നു കടന്നു പോയ കാര്യം അവൾ എന്നെങ്കിലും തിരിച്ചറിയുമോ? അറിഞ്ഞാൽ അവൾക്കത് താങ്ങാനാവുമോ? അവളെ കാണാതെ, ഒരു വാക്ക് പറയാതെ വന്നത് നീതിയല്ല. കള്ളത്തരമാണ് കാട്ടിയത്. കാരണങ്ങൾ ആയിരമുണ്ടെങ്കിലും ന്യായീകരിക്കാനാവില്ല.

പിന്നിലും വശങ്ങളിലുമായി സുരക്ഷാ കവചം തീർത്ത പടയാളികളുടെ നടുവിൽ, ആ സമതലത്തിലൂടെ യാത്ര ചെയ്തു പോകവേ മംഗളസിംഹൻ ദീർഘമായ ആലോചനയിലാണെന്നും ഹൃദയം അസ്വസ്ഥമാണെന്നും സബോധൻ ശ്രദ്ധിച്ചു. അതെന്താണെന്ന് ഊഹം തോന്നിയെങ്കിലും എങ്ങനെ ചോദിക്കും എന്ന് സബോധൻ ഓർത്തു കൊണ്ടിരിക്കെ പെട്ടെന്ന് അവർക്കു പിന്നിൽ നിന്നെന്നവണ്ണം യുദ്ധ ഭൂമിയിലെ ആകാശത്തിന് താഴെ കൂടി മൂളിപ്പറക്കുന്ന അനേകം അമ്പുകളുടെ ശബ്ദം പോലെ ഒരു ഹുങ്കാര ശബ്ദം കേട്ടു. അവർ തിരിഞ്ഞ് നോക്കി. ഒരു പറ്റം കുരുവികൾ, അടക്കയെക്കാൾ ചെറുതായവ, അവരെ കടന്ന് മുന്നോട്ടു പറന്നു പോയി.

മംഗളസിംഹൻ ഒരു നിമിഷം ശ്രദ്ധിച്ചു.

അവയുടെ പറക്കലല്ല, വർണ്ണ വൈവിധ്യം നിറഞ്ഞ അവയുടെ കുഞ്ഞി ചിറകുകളുമല്ല, പകരം അവയുടെ അപാരമായ നിശബ്ദത. ഒരു കിളി പോലും ചിലക്കാതെ പറക്കുന്ന ഒരു പറ്റത്തെ ആദ്യമായി കാണുകയായിരുന്നു മംഗളസിംഹൻ. അതെന്തു കൊണ്ടാവും എന്ന ചിന്തയോടെ അയാൾ മുന്നോട്ടു നീങ്ങവേ അത്ഭുതകരമായ ഒരു കാഴ്ച്ച അയാൾ കണ്ടു. മുന്നോട്ടു വേഗതയിൽ പറന്നു പോയ കിളികൾ പറന്നു ചെന്ന് ഒരു ഭാഗത്ത് വെച്ച് പെട്ടെന്ന് തിരിഞ്ഞ് അന്തരീക്ഷത്തിൽ അവർ വരുന്നതിനഭിമുഖമായി പറന്നു നിൽക്കുകയാണ്.

കുതിരകൾ നിർത്താതെ മുൻപോട്ട് പായവേ ആ കിളിക്കൂട്ടം ഒന്നായി അവരിലേക്ക് പറന്നടുത്തു വന്നു കൊണ്ട്, തല മറയ്ക്കുന്ന അവരുടെ തുണിയിലും ചെവികളിലും ഉരസി കടന്ന് പിന്നിലേക്ക് പോയി... മംഗളസിംഹൻ തിരിഞ്ഞു നോക്കി. അതാ അവ കുറെ ദൂരം ചെന്നിട്ട് അവർക്കു നേരെ വീണ്ടും തിരിച്ചു പറക്കുകയാണ്. അവ അവരെ കടന്നു പോയി, വീണ്ടും നിശബ്ദമായി.

മുന്നോട്ടു പോയ കിളികൾ പഴയ കാര്യം ആവർത്തിച്ച് അന്തരീക്ഷത്തിൽ പറന്നു നിന്നു. പാഞ്ഞു വരുന്ന മംഗളസിംഹനും കൂട്ടർക്കും നേരെ കുറെ നേരം നിന്നിട്ട് വീണ്ടും അവരെ കടന്നു പോകാൻ പക്ഷികൾ കാത്തു നിൽക്കെ , വെളിപാട് പോലെ ഒന്ന് മംഗളസിംഹന്റെ മനസ്സിൽ തോന്നി. അയാൾ കടിഞ്ഞാൺ മെല്ലെ മുറുക്കി... കുതിരകൾ വേഗം കുറച്ചു.

സബോദിനോട് മംഗളസിംഹൻ ചോദിച്ചു.

"സബോധൻ ഞാൻ നീതിയാണോ ചെയ്തത് ?

സബോധൻ എന്ത് പറയണമെന്നറിയാതെ മൗനത്തിൽ തുടരവെ മംഗളസിംഹൻ തുടർന്നു.

"ഒരു ഗ്രാമീണ കന്യക. അവളുടെ ഹൃദയവും ജീവനും സമ്മാനവും സമർപ്പിച്ച ആൾ അവൾക്കു തൊട്ടു മുന്നിൽ നിന്നിട്ടും അവൾ അത് അറിയാതെയിരിക്കുക. അവളെ ഒന്ന് അറിയിക്കാതെ ഒരു ഭീരുവിനെ പോലെ മറഞ്ഞു കളയുക."

"അങ്ങ് ഒളിച്ചോടിയില്ലല്ലോ ? മാത്രമല്ല, അവൾ കുറച്ചു കാലത്തേക്കെങ്കിലും അറിയാൻ പോകുന്നില്ല അങ്ങായിരുന്നു മംഗളസിംഹനെന്ന്."

നിഷേധാർത്ഥത്തിൽ തല കുലുക്കി അയാൾ പറഞ്ഞു.

"അത് തെറ്റ് തന്നെയാണ് സബോധൻ. കൂടാതെ അവൾക്കു മനസിലാവും ഞാൻ ആരായിരുന്നുവെന്ന്. ആ സത്യം മനസിലാകുന്ന എന്തോ ഒരു അടയാളം, അവൾക്ക് അവളുടെ പ്രണയം കാട്ടി കൊടുക്കും. ദാ ഈ കുരുവികൾ പോലും അതിലേക്കാണ് അടയാളം കാട്ടുന്നത്."

സബോധൻ കിളികളെ നോക്കി.

അവ അവരെ കടന്നു പിന്നോട്ടു പോയി വീണ്ടും ചുറ്റി പറന്നു വന്നു. അവരെ പിന്നോട്ടു നയിക്കുന്നത് പോലെ.

ആലോചനയോടെ മംഗളസിംഹൻ പറഞ്ഞു.

"ഒരു വാക്ക്, ഒരു വാക്കെങ്കിലും പറഞ്ഞു മടങ്ങണം സബോധൻ."

"പക്ഷേ ആ ഒരു വാക്കു മോഹവും സ്വപ്നവുമായി അവശേഷിപ്പിക്കരുത്." താക്കീതെന്ന പോലെ സബോധൻ പറഞ്ഞു.

ഏതോ ഓർമയിൽ, ചിരിയോടെ മംഗളസിംഹൻ പറഞ്ഞു.

"നടക്കാനാവാത്ത സ്വപ്നങ്ങൾ നമ്മുടെ മനസ്സിൽ ഉണ്ടാവാറില്ല സബോധൻ."

സബോധൻ ആ വാക്കുകൾ ഓർമിച്ചു. കൗർവകിയുടെ വാക്കുകൾ.

"അങ്ങയുടെ ഇഷ്ടം." ചെറു ചിരിയോടെ സബോധൻ മംഗളസിംഹനോട് പറഞ്ഞു.

കിളികൾ ഒരു തവണ കൂടി അവരെ കടന്നു തലക്ക് മുകളിലൂടെ പറന്നു നീങ്ങിയപ്പോൾ മംഗളസിംഹൻ പറഞ്ഞു.

"ഇവിടെ കാത്തു നിൽക്കൂ."

മംഗളസിംഹൻ പെട്ടെന്ന് തന്റെ കുതിരയെ വെട്ടിച്ചു തിരിച്ച് കിളികൾക്ക് പിന്നാലെ കുതിരയെ ഓടിച്ചു നീങ്ങി. കിളികൾ ഇത്തവണ തിരിഞ്ഞു പറക്കാതെ അയാളെക്കാൾ വേഗതയിൽ മുന്നോട്ടു പോയി കൊണ്ടേയിരുന്നു. അവ കൊണ്ട് വന്ന ഏതോ പ്രിയപ്പെട്ട ഒന്നിനെ എത്തിപ്പിടിക്കാനെന്ന വണ്ണം.

അയാളും കുതിരയും അവയെ പിന്തുടർന്നു.

മല മുകളിൽ നിന്ന് കൊച്ചരുവികൾ ചാലിട്ടൊഴുകുന്നുണ്ടായിരുന്നു. അവയുടെ നനഞ്ഞ തീരത്ത് പലയിടത്തും ചെറു മരങ്ങൾ തഴച്ചു നിൽക്കുന്നു. അവയൊക്കെ ചാടിക്കടന്ന് സമതലങ്ങളും കടന്ന്, അവൾ കുതിര മേൽ

പാഞ്ഞു നീങ്ങിക്കൊണ്ടിരുന്നു.

എത്തിച്ചേരുമെന്നോ, എടുത്തു കൊണ്ട് വന്ന സമ്മാനം ഏൽപ്പിക്കാനാവു മെന്നോ എന്ന ഉറപ്പേതുമില്ലാതെ അവൾ ആ പ്രയാണം തുടർന്നു...

അവൾ കഥാകാരന്റെ വാക്കുകൾ ഓർത്തു.

അദ്ദേഹത്തിന്റെ വാക്കുകൾ പോലെ ആഗ്രഹം അരികിൽ എത്തിച്ചേർ ന്നിരുന്നു. പക്ഷേ തനിക്കു തിരിച്ചറിയാനാവാതെ പോയി. എന്ത് കൊണ്ടാണ് ഇത്ര അടുത്ത് വന്നിട്ടും അത് കാഴ്ചയിൽ നിന്നു മറഞ്ഞു പോയത്...കാണാ ദൂരത്തേക്ക് അകന്നു പോയത്. ഏതു വിധിയാണ് തനിക്ക് ആ ദുർനിമിഷം സമ്മാനിച്ചത്. ആകുലതകളും ആയിരം ചോദ്യങ്ങൾ നിറഞ്ഞ ഹൃദയവുമായി, എന്നാൽ ആത്മവിശ്വാസം ഒട്ടും ചോരാതെ അവൾ കുതിരയെ ഓടിച്ചു.

ആകസ്മികവും അത്ഭുതകരവുമായ ഒന്ന് തങ്ങൾക്കിടയിലുണ്ട് എന്ന് ആ വേദനക്കിടയിലും അവൾ പുഞ്ചിരിയോടെ ഓർത്തു.

തന്റെ സ്വപ്നങ്ങൾ തന്നെ സഹായിച്ചിരുന്നു. തന്റെ ഹൃദയത്തിന്റെ ഇച്ഛയനുസരിച്ച് ലോകം തന്റെ കൂടെ നിന്നിരുന്നു. താൻ ആഗ്രഹിച്ച ആൾ തന്റെ ഭക്ഷണമുണ്ട്, തനിക്കരികിൽ കിടന്നുറങ്ങി, തന്റെ പൂങ്കാവനത്തിൽ കാഴ്ചകൾ കണ്ട് പോയിരിക്കുന്നു. അത് സംഭവിച്ചിരിക്കുന്നു. അത് കൊണ്ട് ഇനിയും അതെല്ലാം സംഭവിക്കും. പക്ഷേ അതെങ്ങനെയാണ് സംഭവിക്കാൻ പോകുന്നത് എന്ന് അത്ഭുതത്തോടെ അതിലേറെ കൗതുകത്തോടെ അവൾ ഓർത്തു. ആ സ്വപ്നം സംഭവിക്കുമ്പോൾ ആ സ്വപ്നത്തെ അടുത്ത് നിന്ന് അറിഞ്ഞു കൊണ്ട്, അനുഭവിച്ചു കൊണ്ട് കൂടുതൽ മനോഹാരിതയോടെ അതിനെ നെഞ്ചിൽ ചേർത്ത് നിർത്തി, സ്വപ്നമായിരുന്നത് നടക്കുന്നതി ന്റെ പരിമളം കൂടുതൽ തിരിച്ചറിഞ്ഞു കൊണ്ട്, ആ സ്വപ്നം അനുഭവിക്കണം എന്ന ആലോചനയോടെ അവൾ കുതിരയെ കൂടുതൽ ഉത്സാഹത്തോടെ പായിച്ചു. കുതിരകൾ കൂടുതൽ വേഗമാർജിക്കെ, അവളുടെ കാഴ്ചകളിൽ നിന്ന് ആകാശത്തെ മറച്ചു കൊണ്ട് നിറങ്ങളുടെ മേഘശകലങ്ങൾ കടന്നു വരുന്നത് പോലെ എന്തോ അടുത്ത് വരുന്നത് അവൾ കണ്ടു. കൂടുതൽ അടുത്ത് വന്ന പ്പോൾ ആ നിറങ്ങൾ അനേകം കിളികൾ ആണെന്ന് അവൾ തിരിച്ചറിഞ്ഞു. അവയുടെ കൂടിചേരലിന്റെ രഹസ്യം മനസിലാവാതെ അത്ഭുതപ്പെട്ട്, അവ തന്നിലേക്ക് വരുന്നതിന്റെ കൗതുകം ഓർത്തു കൊണ്ട് അവൾ അവക്ക് നേരെ തന്നെ കുതിരയെ പായിച്ചു.

ആയിരം മഴവില്ലുകൾ ഒന്നിച്ചു ചേർന്ന് ആ പുലരിയിൽ ഭൂമിയിലേക്കിറങ്ങി തനിക്കടുത്തേക്ക്, തനിക്കും ആകാശത്തിനുമിടക്കുള്ള ആ സമതലത്തിന്റെ നെടുങ്കൻ പാതയിലൂടെ മുന്നോട്ടു വരുന്നത് അവൾ കണ്ടു. ആ മഴവിൽ കാട്ടുകൾക്കപ്പുറം അവൾക്കു ജീവിതലേറ്റവും വിലയേറിയതും, ആത്മാവിനെ ആനന്ദത്താൽ വിറ കൊള്ളിക്കുന്നതും, ഹൃദയത്തിന് സമൃദ്ധവുമായ ആ കാഴ്ച് അവളെ തൊട്ടു. അത് മംഗളസിംഹനായിരുന്നു. കിളികൾ ആ നീണ്ട പാതയുടെ, അവർക്കിടയിലെ അന്തരീക്ഷത്തിൽ ഒരു ദൂതെന്ന പോലെ, അവരെ കൂട്ടിയിണക്കാനുള്ള ചരട് പോലെ പറന്നു വരികയാണ്... കിളികളുടെ മഴവിൽ ചാരുതയുള്ള മഹാ നിറങ്ങൾക്കിടയിലൂടെ, ആ ഉദ്യാന പാലികയെ, ഉള്ളു പൊള്ളിക്കുന്ന പ്രണയമുള്ള അവളെ, കൗർവകിയെ, മംഗളസിംഹൻ കണ്ടു. അവർ പരസ്പരം കണ്ട ആ മാത്രയിൽ, ആകാശത്തിൽ നിന്നുതിർന്ന

സംഗീത വർഷം പോലെ അനേകം വരുന്ന ആ കിളികൾ ഒന്നാകെ ചിലച്ചു. അവരുടെ അത് വരെയുണ്ടായിരുന്ന നിശബ്ദത രണ്ടു പ്രണയ സാഗരങ്ങൾ ഒന്നിച്ചു ചേരുമ്പോഴുള്ള പ്രണയ വിസ്ഫോടനത്തിന് മുന്നോടിയായുള്ളതാണെന്ന് പറവയുടെ ശബ്ദ ശാസ്ത്രമറിയുന്ന, പ്രണയ ഭാവത്തിന്റെ ആദ്യ പടികൾ ഹൃദയത്തിലേറ്റിയ അയാളിലെ കാമുകൻ തിരിച്ചറിഞ്ഞു. അവയുടെ ചിലക്കൽ പക്ഷി ഭാഷയുടെ മംഗളധ്വനിയാണെന്ന് മംഗളസിംഹൻ അത്ഭുതത്തോടെ ശ്രദ്ധിച്ചു.

അവരെ രണ്ടു പേരെയും ഹൃദയത്തിന്റെ നേർ രേഖയിലെത്തിച്ചു എന്ന് ബോധ്യം വന്നത് പോലെ ആ പക്ഷിക്കൂട്ടം അവർക്കിടയിൽ നിന്നും ദിശ മാറി പറന്നകന്നു...

കുതിരകളുടെ ഗതി വേഗം കൊണ്ട്, മനസിന്റെ കൈവിടൽ കൊണ്ട് അവരുടെ കുതിരകൾ പരസ്പരം കടന്നു പോയി...

* * *

മംഗളസിംഹൻ അവളെ നോക്കി. അവൾ ഇതുവരെയുണ്ടായിരുന്ന എല്ലാ ധൈര്യവും ചോർന്ന്, അയാൾക്കു മുന്നിൽ നിസ്സഹയായി നിന്നു. അവളുടെ ഹൃദയം ഇതുവരെയില്ലാത്ത വേപഥുവോടെ വിറയലോടെ തുടിച്ചുണർന്നു കൊണ്ടിരുന്നു.

താൻ തേടി വന്നതെന്തിനാണെന്നോ, ആരെയാണെന്നോ പറയാനാവാതെ മിടിക്കുന്ന ഹൃദയത്തോടെ അയാളെ നോക്കുവാൻ പോലുമാവാതെ അവൾ തന്റെ കുതിരയെ അടുത്തുള്ള ഒരു തണൽ മരത്തിന് പിന്നിലേക്ക് നയിച്ചു.

"കൗർവകി..." മംഗളസിംഹൻ വിളിച്ചു.

കേൾക്കാനൊരുപാടാഗ്രഹിച്ചതാണെങ്കിലും അവൾ അതിന് മറുപടി പറയാതെ കുതിരപ്പുറത്തു നിന്നിറങ്ങി ആ മരത്തിന് പിന്നിൽ നിന്നു. മണൽ കാറ്റിൽ നിന്ന് സ്വയം സംരക്ഷിക്കുന്ന ശിരോ വസ്ത്രത്തിൻന്റെ മറവിലൂടെ, അവൾ അയാളെ നോക്കി നിന്നു .

താൻ എന്തിനാണ് മടങ്ങി വന്നത്. അയാൾ ആലോചിച്ചു.

ഒരു പെണ്ണിനോടുള്ള സഹതാപം കൊണ്ടോ. അതോ അവളോട് പറയാതെ പോയതിലുള്ള കുറ്റബോധം കൊണ്ടോ? അങ്ങനെ കുറ്റബോധം തോന്നാൻ മാത്രം അവൾ തനിക്കാരാണ് ? രണ്ടു നാൾ മുൻപ് കണ്ട വെറും ഒരു ഗ്രാമീണ പെൺകൊടി. ഒരു കൃഷിക്കാരന്റെ മകൾ. അവളോട് പറയാതെ പോയാലും പറഞ്ഞിട്ടു പോയാലും ഒന്നും പ്രത്യേകിച്ച് സംഭവിക്കാനില്ല. ആ ചിന്തയിൽ മംഗളസിംഹന്റെ ഉള്ളൊന്നു വിറച്ചു. ഇല്ല അവളോട് പറയാതെ ഇനി ഒരിക്കലും ഒരിടത്തും പോകാൻ കഴിയില്ല. അവളില്ലാതെ ഇനി തുടക്കങ്ങളും ഒടുക്കങ്ങളും ഇല്ല എന്ന് ഒരു ഞെട്ടലോടെ അയാൾ മനസിലാക്കി. എന്ത് കൊണ്ടാണ് അവൾ തനിക്കു പ്രിയപ്പെട്ടതാകുന്നത്. അവളെ കാണാൻ തോന്നുന്നതും, പറഞ്ഞിട്ട് പോകാൻ, മടങ്ങി വരുവാൻ കാരണങ്ങൾ കണ്ടെത്തുന്നതും എന്ത് കൊണ്ടാണ്? സ്വയം അംഗീകരിക്കാൻ മടിയുണ്ടെങ്കിലും മംഗളസിംഹന് ഒന്ന് മനസിലായി. താൻ ആദ്യമായി പ്രണയത്തിലായിരിക്കുന്നു.

അതിന്റെ സഹർഷം, അറിയാതെ ഒരു മധുരമായി ഉള്ളിലേക്ക് കിനിഞ്ഞിറങ്ങുന്നതും അയാൾ തിരിച്ചറിഞ്ഞു.

നേരം കുറെ കടന്നു പോയി... ചില്ലകളിൽ ചേക്കേറിയ കുരുവിക്കൂട്ടം ദൂരേക്ക് പറന്നു പോയി. അവർ പരസ്പരം നോക്കിയിരുന്നു. പറയാൻ ബാല്യം മുതലുള്ള കഥകളുണ്ടായിരുന്നിട്ടും അവളും നിശബ്ദയായി തന്നെ ഇരുന്നു.

ഒടുവിൽ മംഗളസിംഹൻ പറഞ്ഞു. "ഞാൻ പോയി വരട്ടെ."

അവൾ അയാളെ നോക്കി. അവളുടെ ഉള്ളിലെ വിഷാദം അയാൾക്കു മനസിലായി. അയാൾ അവളുടെ കൈ വിരൽത്തുമ്പിൽ പതിയെ തൊട്ടു. അതൊരു അപേക്ഷയായിരുന്നു. കരയരുതേ എന്നുള്ള ഒരു അപേക്ഷ. പക്ഷേ അത് മനസ്സിലായിട്ടും അവളുടെ കണ്ണുകൾ അറിയാതെ നിറഞ്ഞു. ഇനി എന്ന് കാണും? എന്നെങ്കിലും കാണുമോ? അങ്ങ് മടങ്ങി വരുമോ? മറന്നു പോകുമോ എന്ന് തുടങ്ങുന്ന അവസാനിക്കാത്ത അനേകായിരം ചോദ്യങ്ങളോടെ അവളുടെ കണ്ണുകൾ മിന്നിപ്പിടയുന്നത് അയാൾ കണ്ടു. അയാൾ അവളെ ഇറുകെ പുണർന്നു കൊണ്ട് പറഞ്ഞു.

"വരും. നിനക്കായി മടങ്ങി വരിക തന്നെ ചെയ്യും. ഈ സുഗന്ധം വീശുന്ന കാറ്റു സാക്ഷിയായി നിനക്ക് ഞാൻ എന്റെ പ്രേമം സമ്മാനിക്കുന്നു."

അവളുടെ മനസ് പിടച്ചുയർന്നു... നെഞ്ചിൽ ചേർത്ത് നിൽക്കെ അവളുടെ നെഞ്ചിടിപ്പിന്റെ വാക്കുകൾ അയാൾ കേട്ടു.

"പ്രിയപ്പെട്ട ഗ്രാമീണ തോഴികളെ...ഇലച്ചാർത്തുകളെ...

കടന്നു വന്നു തഴുകുന്ന തെന്നലേ...

മധുരം പടർത്തുന്ന ശലഭങ്ങളെ ദാ കണ്ടു കൊള്ളൂ...

ഇതാണ് എന്റെ പ്രിയൻ...

ഇവനാണ് എന്റെ തോഴൻ...

എന്റെ മാത്രം..."

അവളുടെ ഹൃദയം അയാളോട് സംസാരിച്ചു കൊണ്ടിരുന്നു...

"നിന്റെ പിതാവിന്റെ സമ്മതത്തോടെ കൊണ്ട് പോകട്ടെ ഞാൻ? അതോ നിന്റെ പ്രണയത്തിന്റെ താഴ്വാരത്തിൽ ഞാനും കൂടി താമസിക്കട്ടെ."

അവളിൽ നിന്നു പിരിയാൻ മനസ്സില്ലാതെ അയാൾ ഒരു കൗമാരക്കാരനെപോലെ ചോദിച്ചു.

"വേണ്ട..." അയാളെ അത്ഭുതപ്പെടുത്തിക്കൊണ്ട് അവൾ പറഞ്ഞു.

"അന്തപുരങ്ങളിൽ നിറഞ്ഞു കവിയുന്ന റാണിമാർക്കും ഉപനാരികൾക്കും ഇടയിൽ ഒരുവളായി മാറാൻ എനിക്കാവില്ല. അങ്ങെന്നോടു ക്ഷമിക്കണം. സ്വാർത്ഥത കൊണ്ടല്ല."

അയാൾ അവളെന്താണ് പറഞ്ഞു വരുന്നതെന്നറിയാനുള്ള കൗതുകത്തോടെ അയാൾ അവളെ നോക്കി ഇരുന്നു.

"പ്രണയിക്കാൻ. അങ്ങയെ കൂടുതൽ പ്രണയിക്കാനുള്ള സ്വാതന്ത്ര്യം മോഹിച്ച്, പ്രണയിച്ച് ഞാനിവിടുണ്ടാവും. ഇവിടെ കഴിയും."

അവൾ പറയുന്നത് പോലെ ചെയ്യുമെന്ന് അയാൾക്ക് തോന്നി.

കൊട്ടാര മോഹങ്ങൾ കൊണ്ടും സമ്പന്നത കൊണ്ടും അവളെ വിലക്ക് വാങ്ങാൻ കഴിയില്ല. കാണാമറയത്തിരുന്ന പ്രണയിച്ചവളാണവൾ. പ്രതീക്ഷ യുടെ നേരിയ ഉറപ്പ് കൊണ്ട് ലാഭേച്ഛയില്ലാതെ പ്രണയിച്ചവളാണവൾ..

"ഈ ഹിരണ്യ മലയെ തഴുകി വരുന്ന കാറ്റ് പോലെ ഞാൻ നിന്റെ അരി കിലുണ്ടാവും." അയാൾ അവളെ ആശ്വസിപ്പിക്കാൻ പറഞ്ഞു.

"മംഗളസിംഹ രാജാവിൽ നിന്ന് മംഗളസിംഹൻ എന്ന മനുഷ്യനിലേക്കു ള്ള ദൂരം ഭൂമിയിൽ നിന്നു സ്വർഗ്ഗത്തേക്കാൾ കൂടുതലാണ്. എങ്കിലും ഞാൻ കാത്തിരിക്കാം."

ഉറപ്പോടെ പറയുന്ന അവളുടെ വാക്കുകൾ അത്ഭുതത്തോടെ അയാൾ കേട്ടു. ഇവളെ ആരാണ് ഇതെല്ലാം ഇത്ര കൃത്യമായി പഠിപ്പിച്ചത്.അവളുടെ അനുഭവങ്ങളോ. അതോ ഉള്ളിലെ അണയാത്ത പ്രണയമോ? അൽപ നേരം ആലോചിച്ചിട്ട്, എണീറ്റ് കൊണ്ട് അയാൾ പറഞ്ഞു.

"പോയി വരാം." അവൾ അയാളുടെ ഗോത്ര അടയാളമുള്ള മാല നീട്ടി.

"നിനക്ക് സ്വന്തം. നിനക്ക് മാത്രം സ്വന്തമാണ് ഞാനെന്ന് നിനക്കുറപ്പി ക്കാൻ." മംഗളസിംഹൻ പറഞ്ഞു.

അവൾ പെട്ടെന്നു തന്റെ കുതിരയുടെ അരികിലേക്ക് നടന്നു ചെന്ന് ജീനിയുടെ വശത്തു നിന്ന് ആ തുകൽ ഗ്രന്ഥം എടുത്ത് അയാൾക്ക് നീട്ടി പറഞ്ഞു.

"കൈവിരൽ തുമ്പിലൂടെ ഇറ്റു വീണ എന്റെ കരൾ. ഞാൻ അങ്ങേയ്ക്ക് വേണ്ടി എഴുതി സൂക്ഷിച്ചത്... അങ്ങയെ കൊണ്ട് എന്നെങ്കിലും എഴുതി മുഴുമിപ്പിക്കാൻ കാത്തു വെച്ചത്..."

അയാൾ അത് വാങ്ങി.

അവളിൽ നിന്ന് കണ്ഠാഭരണം വാങ്ങി അയാൾ അവളുടെ കഴുത്തിൽ അണിയിച്ചു കൊടുത്തു ശേഷം അവളെ ചേർത്ത് പിടിച്ച് ദീർഘമായി ചുംബിച്ചു. അവൾ അതിന്റെ നിർവൃതിയിൽ അലിഞ്ഞു നിൽക്കെ അയാൾ കുതിരപ്പുറ ത്തേക്ക് കയറി.

അവൾ നിറകണ്ണുകളാൽ കാഴ്ച മങ്ങി നിൽകേ അയാൾ തന്റെ കുതിര മേൽ കൊടുങ്കാറ്റു പോൽ പാഞ്ഞു പോയി. എന്തോ ഓർമിച്ചു കൊണ്ട് അവൾ തന്റെ കുതിരപ്പുറത്തേക്ക് ചാടിക്കയറി. അവർ നിന്നിരുന്ന താഴ്വാരത്തിന്റെ ഉയരങ്ങളിലേക്ക്, മലയിലേക്ക് അവൾ കുതിരയെ ഓടിച്ചു കയറ്റി... അയാൾ പോകുന്നത് കാണാനെന്ന വണ്ണം അവൾ ആ കുതിരയെ മലയുടെ മുകളിലേ ക്ക്, കൂടുതൽ ഉയരത്തിലേക്ക് തെളിച്ചു കൊണ്ട് പോയി...

* * *

സുബോധൻ അയാളെ കാത്തു നിന്നു, വഴിയോരത്തെ വൻ മരത്തിന് കീഴിൽ. ഒന്നും മനസിലായില്ലെങ്കിലും പടയാളികളും. വെയിൽ ചൂട് പിടിച്ചു തുടങ്ങിയിരുന്നു. കുതിരകൾ തണലിൽ നിന്നു മാറി പുല്ലിൽ മേഞ്ഞു.

താൻ കൂടെ പോകേണ്ടതായിരുന്നുവെന്നു സുബോധന് തോന്നി. രാജാവാണ്. ഏകനാണ്. ശത്രു ആരാണ്, എവിടുന്നാണ് എങ്ങനെയാണു

വരിക എന്ന് ഊഹിക്കാൻ പോലുമാവില്ല. പോകാതിരുന്ന നിമിഷത്തെ സബോധൻ സ്വയം ശപിച്ച കൊണ്ടിരിക്കെ അവർ കണ്ടു...

സമതലത്തിന്റെ അങ്ങേയറ്റത്തു നിന്ന് മംഗളസിംഹന്റെ കുതിര ചീറിപ്പാഞ്ഞു വരുന്നുണ്ടായിരുന്നു.

പടയാളികൾ തങ്ങളുടെ കുതിരകൾക്കടുത്തേക്ക് പാഞ്ഞു ചെന്ന് അവയിലേക്ക് ചാടിക്കയറി. ശേഷം അയാളുടെ വരവിനായി കളമൊരുക്കി കാത്തു നിന്നു.

മംഗളസിംഹൻ അവരെ കണ്ട് കൈ ഉയർത്തി. ആ അടയാളം അത്ഭുതത്തോടെ നോക്കി നിന്നു സബോധൻ. കൊടികൾ ഉയർത്താനുള്ള അടയാളമായിരുന്നത്. ഏതോ സന്തോഷ പാരമ്യത്തിലേക്കാണ് ആ കൊടികൾ ഉയരുന്നതെന്ന് സബോധന് മനസിലായി. അതിനകം അടുത്ത് വന്നെത്തിയ മംഗളസിംഹന്റെ മനസിലെ സമാധാനത്തിന്റെയും സന്തോഷത്തിന്റെയും നിറഞ്ഞ ചിരിയുടെ പ്രതിഫലനം മംഗളസിംഹന്റെ മുഖത്ത് സബോധൻ കണ്ടു. അയാൾ പതിയെ ചിരിച്ചു. അതിന് മറുപടി പറയാതെ പുൽമേട് കണ്ടാൽ തുള്ളികളിക്കുന്ന ഒരു കുതിരക്കുട്ടിയെ പോലെ, വായുവിൽ ഉയർന്നു കാറ്റിൽ പരിലസിക്കുന്ന കൊടികൾ നോക്കി മംഗളസിംഹൻ ഉത്സാഹത്തോടെ, തന്റെ സുഹൃത്തിന് മാത്രം മനസിലാവുന്ന, ഹൃദയ രഹസ്യമൊളിപ്പിക്കുന്നവന്റെ ചെറുചിരിയോടെ പറഞ്ഞു.

"ഇനിയും ഉയരട്ടെ...ആകാശത്തിന്റെ അങ്ങേച്ചെരുവിലേക്ക് ഞാൻ മറയുന്നതു കാണാനായി കുന്നിൻ മുകളിൽ കാവൽ നിൽക്കുന്നവൾക്കായി... മംഗളസിംഹന്റെ മനസിന്റെ ഉടമക്കായി ഉയരട്ടെ."

പടയാളികൾ പതിയെ സുരക്ഷാ കളമൊരുക്കിയ കുതിരകളെ മുന്നോട്ടു ചലിപ്പിക്കവേ സബോധൻ തിരിഞ്ഞു നോക്കി. ദൂരെ അവർക്കു പിന്നിലെ ഹിരണ്യമലയിൽ ഒരാൾ രൂപമുണ്ടായിരുന്നു.

അത് കൗർവകി ആയിരുന്നു...

കൊടികൾ കാറ്റിൽ ഇളകി... കുതിരകൾ ചുവടുയർത്തി ഓട്ടം തുടങ്ങി. കാവൽ പടയാളികളുടെ കവചത്തിലേക്ക്, സുരക്ഷാ കളത്തിലേക്ക് മംഗളസിംഹന്റെ കുതിര ഓടിക്കയറി...അതിന് പിന്നിലായി സബോധനും .

കാലുകൾക്കു തീപിടിച്ച പോൽ കുതിരകൾ വേഗം കൂട്ടി.

ദൂരെ മലയുടെ മുകളിൽ നിന്നും അവൾ അത് കണ്ടു...തന്റെ അംഗരക്ഷകരോടൊത്ത് അയാൾ ചേർന്നതും, കൊടിക്കൂറകൾ ആകാശത്തിലുയരുന്നതും കുതിരകൾ പാഞ്ഞ് തുടങ്ങുന്നതും അവൾ കണ്ടു.

അവൾ അത് നോക്കി നിന്നു. ഹൃദയം അകന്നു പോകുന്ന വേദനയോടെ...

ഒരു പൊട്ടു പോലെ കുതിരകളും തന്റെ ഹൃദയത്തിനുടമയും, ആകാശത്തിന്റെ അങ്ങേ ചെരുവിലേക്ക് മാഞ്ഞു മറഞ്ഞു പോകുന്നത് അവൾ നോക്കി നിന്നു. അനാദി കാലം മുതൽ നർമ്മദയിലൂടൊഴുകിയ ജലം പോലെ പ്രണയവുമായി അവൾ അയാളെ കാത്തു നിന്നു.

എന്റെ പ്രാണനാഥനായി ഞാൻ ഹൃദയത്തിന്റെ വാതിൽ തുറന്നു;

പക്ഷേ അപ്പോഴേക്കും അവൻ പോയി കഴിഞ്ഞിരുന്നു...

14

ഇന്ദ്രരൂപൻ

അവൾ അവനോടു ഒരു അനുഗ്രഹം എനിക്കു തരേണമേ;
നീ എന്നെ തെക്കൻ നാട്ടിലേക്കല്ലോ കൊടുത്തത്;
നീരുറവുകളും എനിക്കു തരേണമേ എന്നു പറഞ്ഞു;
അവൻ അവളുടെ പ്രാണനായകനെ കൂട്ടിച്ചേർത്ത്
മലയിലും താഴ്വരയിലും നീരുറവുകൾ കൊടുത്തു.
അവന്റെ ജ്യേഷ്ഠൻ തരിശുഭൂമി കടന്നും
മാതംഗമരതോട്ടങ്ങൾ കടന്നും   ചെന്നു ജനത്തോടുകൂടെ പാർത്തു.
അടുപ്പുകളും, വലിയ പാത്രങ്ങളും, കൂട്ടിയിട്ട പച്ചക്കറികളും,
ധാന്യങ്ങളും, വേവിച്ച നാട്ടുകോഴികളും,
കാട്ടു മാനുകളുമായി അവർ അവന്റെ കാരുണ്യത്താൽ കഴിയപ്പെട്ടു.
ചിലർ വേട്ടക്കാരനായും, കുതിരക്കാരനായും,
എന്ന് വേണ്ട ആനക്കാരനും, പടയാളിയും,
ജ്യോതിഷനും, പൂജാരിയും, യോദ്ധാവും,
മന്ത്രിയുമായി നിന്നപ്പോൾ രാജാവ് എന്ന മറുപടി
നെഞ്ചിൽ കൈ വെച്ച് പറഞ്ഞുറപ്പിച്ചിരുന്നയാൾ നീയാണ്.

(കൗർവകിയുടെ ഗീതങ്ങൾ: 14:11)

സ്നേഹം... എക്കാലവും അവസാനിക്കാത്ത വേദനയാണതെന്ന് മംഗള സിംഹന് തോന്നി. ജേഷ്ഠനോട് സ്നേഹമായിരുന്നു. എല്ലാവരോടും എന്നും സ്നേഹം തന്നെയായിരുന്നു. അതൊരിക്കലും ജേഷ്ഠന് മനസിലായില്ല. എന്തിന്, താഴെയുള്ള ആർക്കും തന്നെ, അതിപ്പോഴും മനസിലാവുന്നില്ല. സ്നേഹത്തിന്റെ പ്രകൃതം അത് തന്നെയാണ്. കൊടുക്കുന്നതത്രയും ലഭിക്കാതിരിക്കുക. കൊടുക്കുന്നിടത്തു നിന്ന് തിരിച്ച് അനുഭവിക്കാതിരിക്കുക...തെറ്റിദ്ധരിക്കാൻ വിധിക്കപ്പെട്ട പ്രതിഭാസമാണ് സ്നേഹം എന്നയാൾക്ക് തോന്നി. ജേഷ്ഠനോടുള്ള സ്നേഹം അറിയിക്കാൻ, അനുഭവിപ്പിക്കാൻ ശ്രമിച്ചിട്ട് എന്നും പരാജയപ്പെടുകയായിരുന്നു. എന്നും, എല്ലായ്പ്പോഴും, സ്നേഹത്തേക്കാൾ വേദന, അത് മനസിലാക്കാതെ പോകുന്നതിന്റെ വിങ്ങലായിരുന്നു. ഇനി ഒരിക്കലും മനസിലാകാത്ത ലോകത്തേക്ക് ജേഷ്ഠൻ പോയിക്കഴിഞ്ഞിരിക്കുന്നു.

ഒരിടത്തു മാത്രമേ അത് കൃത്യമായി ലഭിച്ചുള്ളൂ. എന്നാൽ കൊടുക്കാൻ ഉദ്ദേശിച്ചതു പോലെ കൊടുക്കാൻ സാധിച്ചിട്ടില്ല. കൊടുത്തു തീരുകയുമില്ല... ഗുരുവിന്...

പക്ഷേ ഗുരുവിന് മാത്രമേ സ്നേഹം മനസിലായിട്ടുള്ളൂ.

ഇപ്പോൾ സ്നേഹത്തിന്റെ പുതിയ പട്ടികയിൽ ഒരാൾ കൂടി കടന്നു വന്നിരിക്കുന്നു. അതും മുൻ പരിചയമില്ലാത്ത ഒരു ഗ്രാമീണ പെൺകിടാവ്.... അവളും തെറ്റിദ്ധരിക്കുന്നുണ്ടാവും. വർഷങ്ങളോളം, അവളുടെ വാക്കുകളിൽ പറഞ്ഞാൽ, കേട്ടറിഞ്ഞ അന്ന് മുതൽ തോന്നിയ ആരാധന, സൗഹൃദ ബന്ധം, പ്രണയം ഒക്കെ കഴിഞ്ഞ്, ഒടുവിൽ ഇഷ്ടപ്പെട്ട ആൾ ഒരു പ്രവചനം പോലെ മുന്നിൽ വന്നു നിൽക്കുന്ന നിമിഷം. ആ നിമിഷത്തിൽ, നിമിഷങ്ങളുടെ ആയുസ്സു പോലെ, ആരാധിക്കപെട്ട ആൾ അനന്തതയിലേക്ക് അകന്നു പോവുക. ആകാശ ശൂന്യതയിലേക്ക് എന്ന പോലെ മറഞ്ഞു പോവുക, അതും അധികാരത്തിന്റെ കാരണം പറഞ്ഞു കൊണ്ട്... അവളെ സംബന്ധിച്ചത് തന്നെ കുറിച്ച് തെറ്റായ ധാരണ തന്നെയാണ് ഉണ്ടാവുക. എത്രത്തോളം മനസിനെ പറഞ്ഞു പഠിപ്പിച്ചാലും ഒരിക്കലും വരാതിരിക്കാൻ, വരുമെന്ന് വാക്ക് പറഞ്ഞു പോയ കള്ളവാണ് എന്ന്, അവൾ ധരിക്കാൻ പോകുന്ന ധാരണ. അതും സ്നേഹം തന്നെയാണ്. തന്റെയും അവളുടെയും, പരസ്പരം മനസിലാകാതെ പോകുന്ന

സ്നേഹത്തിന്റെ തെറ്റായ ധാരണകൾ, ധരിച്ച വെക്കലുകൾ.

ജേഷ്ടനോടുള്ള അടക്കാനാവാത്ത സ്നേഹമാണ്, പിതാവിനാൽ വരിച്ച വാഴിക്കപ്പെട്ട്, വാഴ്ച് കൊടുക്കാൻ വന്നവളെ, കടത്തി കൊണ്ട് പോയി ജേഷ്ടന്റെ ഭാര്യയായി വിട്ടു കൊടുത്തതിന് കാരണമായത്.

രാജ സദസ്യരോടും പൂജാരികളോടും ആലോചിക്കാതെ കൈക്കൊണ്ട തീരുമാനമായിരുന്നു. അവർക്കെല്ലാം അത് രാജതന്ത്രവും ഭരണവുമായി ബന്ധപ്പെട്ട കാര്യങ്ങളാണ്. തനിക്കു തന്റെ ജേഷ്ടനോടുള്ള സ്നേഹമാണത്. എത്ര പറഞ്ഞാലും അവർക്കു മനസിലാകാത്ത പ്രതിഭാസം. അധികാരം വിട്ടു തരേണ്ടി വന്ന എന്റെ ജേഷ്ടനോടുള്ള എന്റെ ക്ഷമാപണം കൂടിയാണത്.

അവിടെയും തെറ്റിധാരണകളാണ്. ജനത്തിനും കൊട്ടാര വാസികൾക്കും. പിന്നെ അമ്മക്കും.

അമ്മ അധികാരത്തെ ഇത്ര മോഹിക്കുന്നതെന്തിനാണ്? അതോ അധികാരം നൽകുന്ന സൗകര്യങ്ങളെയും ആർഭാടങ്ങളെയുമോ? അവ മറ്റുള്ളവരിൽ സൃഷ്ടിക്കുമെന്നു കരുതുന്ന ബഹുമാനത്തെയോ? അധികാരത്തിലിരിക്കുന്നവനോടുള്ള ബഹുമാനം, പിന്നിലോ ഇടത്തോ വലത്തോ നിൽക്കുന്നവന്റെ ഉള്ളിലെ അടിച്ചമർത്തലിനോടുള്ള വിദ്വേഷമാണെന്ന് ഒരമ്മക്ക് മനസിലാകാത്തതെന്തുകൊണ്ടാണ്?

മറ്റുള്ളവരെ പോലെയല്ല അമ്മ.

രാജ പാരമ്പര്യമോ, രാജ്യമോ, രാജകുമാരിയോ, എന്തിന്, കൊട്ടാരവുമായി ഒരു വിദൂര ബന്ധം പോലുമില്ലാത്ത ആൾ കൊട്ടാരത്തിൽ അമ്മ മാത്രമാണ്. ഉപനാരികളെ വിട്ടൊഴിച്ചാൽ. (അവർ പിന്നെ പിതാവിന്റെ കാമപൂർത്തീകരണത്തിന്റെ ഇരകളായിരുന്നു)

അമ്മക്ക് അധികാരം ഇഷ്ടമായിരുന്നു. എന്നും. അക്ഷരം കേട്ടു പഠിക്കാൻ തുടങ്ങിയപ്പോൾ മുതൽ താൻ സിംഹാസനം എന്നാണ് ആദ്യം ഉച്ചരിച്ചത്. പിന്നത്തെ പദം രാജാവെന്നായിരുന്നു. രാജകുമാരൻ എന്ന് പോലുമായിരുന്നില്ല. നിരത്തി നിർത്തി പഠിപ്പു ചൊല്ലി തരുന്ന സമയത്ത് വൈകുന്നേരങ്ങളിൽ കൊട്ടാര അധ്യാപകന്റെ അവസാന ചോദ്യം ആരാകണമെന്നായിരുന്നു. പറയിപ്പിക്കണം എന്ന് നിർബന്ധമുള്ളതു പോലെ രണ്ടാവർത്തി ചോദിക്കുമായിരുന്ന ചോദ്യത്തിന് തന്റെ ഉത്തരം എന്നും ഒന്ന് തന്നെയായിരുന്നു. രാജാവ്.

ചിലർ വേട്ടക്കാരനായും, കുതിരക്കാരനായും, എന്ന് വേണ്ട ആനക്കാരനും, പടയാളിയും, ജ്യോതിഷനും, പൂജാരിയും, യോദ്ധാവും, മന്ത്രിയും, അങ്ങനെ കണ്ണിൽ കണ്ടവരെയെല്ലാം മാതൃകകളായപ്പോൾ രാജാവ് എന്ന മറുപടി നെഞ്ചിൽ കൈ വെച്ച് പറഞ്ഞുറപ്പിച്ചിരുന്നയാൾ താനാണ്.

അത് മുടക്കിയ ചുരുക്കം ദിനങ്ങളിൽ അത്താഴം മുടങ്ങുകയും, പറഞ്ഞ ദിവസങ്ങളിലെല്ലാം അമ്മയുടെ വക കുതിര സവാരിയുമുണ്ടായിരുന്നു.

അമ്മ തന്നെയും മുന്നിലിരുത്തി ഓടിച്ചു പോകും.

പിന്നെ തങ്ങൾ നിലാവിലൂടെ കുറെ ദൂരം താണ്ടും.

നീണ്ടു പരന്നു കിടക്കുന്ന വിശാലമായ ഒരു പാറക്കെട്ടിൽ ഇരുന്നു കൊണ്ട് നിലാവും നോക്കിയിരിക്കും. അപ്പോൾ ദൂരെ കൊട്ടാരം അതിന്റെ എല്ലാ പ്രഭയോടും കൂടി മനോഹരമായി കാണാം. കാവൽ പടയാളികൾ

ചതുരംഗപ്പലകയിലെ കരുക്കൾ പോലെ നീങ്ങുന്നത് നോക്കിയിരിക്കുമ്പോൾ അമ്മയുടെ പതിവ് വാചകമെത്തും.

"നീ അതിന്റെ ഉടമയാവണം മംഗൾ." അത് കേട്ട് കേട്ട് മടുത്തിട്ട താൻ ആ യാത്രകളെ മടുത്തു. രാത്രികളെയും നിലാവിനെയും കുതിരകളെയും വെറുത്തു.

നിലാവും ഏകാന്തതയും ഇഷ്ടമായിരുന്നിട്ടും അമ്മയുടെ കുതിര സവാരികൾ താൻ വേണ്ടെന്ന പറഞ്ഞു.

"നിനക്കെന്തു പറ്റി മംഗൾ?"

അമ്മ ദേഷ്യമൊളിപ്പിച്ച ചോദിച്ചു.

മൗനമായിരുന്ന മറുപടി. മൗനമാണ് ഏറ്റവും വലിയ ആയുധമെന്ന് അന്ന് തോന്നി തുടങ്ങി. മൗനം തെറ്റിദ്ധരിക്കപ്പെട്ടു. മംഗൾ മടിയനാണ്, മായനാണ്, അങ്ങനെ പോയി കല്പിത മുദ്രകൾ. കാത്തു വെച്ച വാക്കുകൾ. തെറ്റിദ്ധാരണകൾ പെരുകി വന്നു. സഹോദരങ്ങൾക്കിടയിൽ നിന്ന മാറി ഒറ്റക്കിരുന്ന കൊട്ടാരത്തിലേക്കുറ്റ നോക്കി. താമസിക്കാൻ എന്തിനാണ് ഇത്ര വലിയ വീട് എന്ന് ആലോചിച്ചു. സംശയങ്ങൾ പടയാളികളോടും, സേവകരോടും പങ്കു വെച്ചു. പക്ഷേ അവർ മറുപടി തരാതെ ഒഴിഞ്ഞു മാറി. ഒറ്റക്കിരിക്കാൻ പോലും കൂട്ടു വന്നത് സബോധൻ ആണ്. കൊട്ടാരം പാചകക്കാരിലെ കൈക്കാരന്റെ മകൻ. കൃത്യമായി പറഞ്ഞാൽ സാധനങ്ങൾ അടുക്കി വെക്കാനും പച്ചക്കറികൾ അരിയാനും, വിറകു കൂട്ടാനും, കുശിനിയിൽ സഹായിയായ നിന്ന, പാലിയുടെ മകൻ.

കൊട്ടാരത്തിന് ചുറ്റും നടന്ന പൂന്തോട്ടത്തിലെ ശലഭങ്ങളെ കാണാനും, കിളികളെ നോക്കി അവയ്ക്കുള്ള ഭക്ഷണമെടുത്ത് വെക്കാനും നടന്ന് ചെന്ന് കുശിനിയിൽ കയറിയപ്പോഴാണ് ഇത്രയധികം പേർ അവിടെ ജോലിയെടുക്കുന്നുണ്ടെന്ന് മനസിലായത്. ഇത്ര വലിയ പാത്രങ്ങൾ എവിടുന്ന കൊണ്ട് വന്നു? എങ്ങനെയാണിത് ഉണ്ടാക്കിയത്? ഉള്ളിൽ ചോദ്യങ്ങൾ നിറഞ്ഞപ്പോൾ ചോദ്യം പുറത്തു നിന്ന വന്നു.

"അയ്യോ കുമാരൻ എന്താ ഇവിടെ നില്ക്കുന്നത്? എന്റെ ദൈവമേ എന്തിനാ ഇങ്ങോട്ടിപ്പോ വന്നത്?

താനിവിടെ വന്നാലും നിന്നാലും എന്താ കുഴപ്പം? ഇതൊക്കെ കാണേണ്ടതല്ലേ? അമ്മ എന്താണ് തന്നെ ഇങ്ങോട്ടു കൊണ്ട് വന്ന് ഇതൊക്കെ കാണിച്ചു തരാത്തത്? ചിന്തകൾ യാത്ര തുടങ്ങിയപ്പോൾ പ്രധാന കുശിനിക്കാരൻ ഓടി വരുന്നത് കണ്ടു. ആരോ പറഞ്ഞ് അറിഞ്ഞിട്ടുണ്ടാവണം. നല്ല വസ്ത്രം ധരിച്ചിട്ടുണ്ട്. കൂടാതെ കഴിഞ്ഞ രാജ ദിനോത്സവത്തിന് പിതാവ് കൊടുത്ത വലിയ മാലയും അണിഞ്ഞിട്ടുണ്ട്. പത്തു ദിവസം നീണ്ടു നിൽക്കുന്ന മഹാമേളയാണ് രാജ ദിനോത്സവം. പല പ്രവിശ്യകളിൽ നിന്ന് വരുന്ന കലാകാരന്മാരുടെയും കായിക പ്രതിഭകളുടെയും പരിപാടികൾ അരങ്ങേറും. സാഹിത്യ സദസ്സും ചർച്ചകളും തർക്ക ശാസ്ത്രവും ഉണ്ടാവും. അതിനൊടുവിലത്തെ ദിനങ്ങളിൽ വന്നവരിൽ നിന്ന് തിരഞ്ഞെടുക്കുന്നവർക്ക് രാജാവിന്റെ വക സമ്മാനങ്ങൾ നൽകപ്പെടും. കൊട്ടാര വിദ്വാന്മാരെയും ആദരിക്കാറുണ്ട്. അങ്ങനെ കിട്ടിയ മാലയാണ് പ്രധാന കുശിനിക്കാരന്റെ കഴുത്തിൽ കിടക്കുന്നത്. പട്ടു വസ്ത്രം വിയർപ്പിൽ മുങ്ങി മറ്റൊരു നിറത്തിലായിട്ടുണ്ട്.

“എന്താ കുമാരാ ഈ കാണിക്കുന്നത്?

എന്ത്? താനൊന്നും കാണിച്ചിട്ടില്ല. ഇവർ ചെയ്യുന്നത് കാണാനാണ് നിൽക്കുന്നത്. അതിനും സമ്മതിക്കില്ലേ?

പല ഭാഗത്ത് നിന്നു ചോദ്യങ്ങളും ആശ്ചര്യങ്ങളും ഉയർന്നു വരുന്നത് കേൾക്കാം. താൻ മൗനമായി നിന്നു. അപ്പോൾ സംശയമായി. സംശയം ഭയമായി.

“ഇനി കുമാരന് വല്ല അസുഖവുമാണോ?”

“അല്ലെങ്കിലും ഇതിങ്ങനാ.”

“ഇതെന്താ ഇത് മാത്രം ഇങ്ങനെ ആയി പോയതു?”

“അമ്മയുടേതല്ലെ മകൻ.”

വിശദീകരണങ്ങളും വിശകലനങ്ങളും നീണ്ടപ്പോൾ പറഞ്ഞു.

“കിളികൾക്കു കൊടുക്കാൻ തീറ്റ വേണം.”

ഇപ്പോൾ ശബ്ദം നിലച്ചത് കൂടി നിന്നവരുടെയാണ്. ഇതിനാണോ ഇത്ര നീണ്ട മൗനം എന്ന ആശ്ചര്യം നിറഞ്ഞ അവരുടെ ചോദ്യങ്ങൾ കണ്ണുകളിൽ കണ്ടു. ഒറ്റ ചോദ്യത്തിന് ഒരായിരം ഉത്തരം കേട്ടത് പോലെ അവർ പരസ്പരം നോക്കി പിരിഞ്ഞു പോയി. മൗനത്തിന് ശക്തിയുണ്ടെന്ന് വീണ്ടും മനസിലായ നിമിഷം. കൊട്ടാരം പാചകക്കാരൻ പല്ലു മുഴുവൻ കാട്ടി ചിരിച്ചു. മുറുക്കാൻ കറയുള്ള പല്ലുകൾ.

“അത്രേയുള്ളോ? എത്ര വേണം?” അയാൾ ചോദിച്ചു.

മറുപടി പറഞ്ഞില്ല.

“പാലി...” അയാൾ വിളിച്ചു പറഞ്ഞിട്ട് അകത്തേക്ക് പോയി...

രണ്ടാൾ പൊക്കമുള്ള വലിയ പാത്രങ്ങൾ. അതിൽ പതിനഞ്ചു പേർക്കെങ്കിലും പതുങ്ങി കിടക്കാമെന്നോർത്തു നിൽക്കെ, ഉയരുന്ന പുകക്കുള്ളിൽ പ്രധാന പാചകക്കാരൻ മറഞ്ഞു.

പാലി വന്നു. അരക്ക് താഴെ മാത്രം വസ്ത്രമുടുത്ത മെല്ലിച്ച ആൾ. മേലാസകലം വിയർത്തു നിൽക്കുകയാണ്. തന്റെ മുന്നിൽ നിൽക്കുമ്പോൾ ഇത്ര ഭയഭക്തി ബഹുമാനമെന്തിനാണ്?

“എന്താ കുമാരന് വേണ്ടത്?”

ഉത്തരം പറഞ്ഞത് വിറകു കൊണ്ടിടുന്ന ആളാണ്.

“അതൊന്നും മിണ്ടില്ല. കിളിക്കു കൊടുക്കാൻ തീറ്റക്ക് വന്നതാ.”

കേട്ട പാതി പാലി ഓടുന്നത് കണ്ടു. ചൂട് വമിക്കുന്ന കൂറ്റൻ അടുപ്പുകളും, വലിയ പാത്രങ്ങളും, കൂട്ടിയിട്ട പച്ചക്കറികളും, ധാന്യങ്ങളും, വേവിച്ചു വെച്ച മാംസ കഷണങ്ങളും, ഒരു ഭാഗത്ത് ജീവനോടെ പിടിച്ചു കഴുത്തു വെട്ടി മാറ്റപ്പെടുന്ന നാട്ടു കോഴികളും, പിന്നെ അവിടെന്താ...അതൊരു മാനാണ്... മാനെന്തിനാണ് കുശിനി പുരയിൽ...

ആകാശത്തെ മറക്കുന്ന പുക ഉയരുന്നുണ്ട്. താൻ നന്നായി വിയർക്കുന്നുണ്ട്.

“കുമാരാ...”

തിരിഞ്ഞു നോക്കി. പാലിയാണ്. ഒരു ചെറിയ പാത്രത്തിൽ ധാന്യങ്ങൾ ഉണ്ട്.

"ഇനി വേണമെങ്കിൽ തനിയെ ഇങ്ങോട്ടു വരണ്ട. ആളെ പറഞ്ഞു വിട്ടാൽ മതി."

ഇത്രയും ധാന്യം വാങ്ങാൻ താൻ ഒറ്റക്ക് വന്നാൽ പോരേ? അതിനെന്തി നാണ് വേറെ ഒരാൾ?

"വളരെ നന്ദി പ്രഭോ..." ധാന്യം വാങ്ങിക്കൊണ്ടു പറഞ്ഞു.

ഇടി വെട്ടിയ പോലെ പാലി നിൽക്കുന്നത് കണ്ടു.

ശേഷം വെപ്രാളത്തിൽ പെട്ടെന്ന് പറഞ്ഞു.

"എന്നോടിങ്ങനെ പറഞ്ഞത് കുമാരൻ ആരോടും പറയരുത്. എന്റെ തല പോവും."

അതെന്തിനാണ്? ഒന്നും മനസിലാകാതെ തിരിഞ്ഞു നടന്നു.

* * *

നക്ഷത്രങ്ങൾ ദൂരെയാണോ? അതോ ആകാശത്ത് ഒട്ടിച്ച നിർത്തിയിരിക്കു കയാണോ? പടയാളികളുടെ പടച്ചട്ടയിലെ പതക്കങ്ങൾ പോലെ... ഭക്ഷണം കഴിഞ്ഞ് മട്ടുപ്പാവിലിരിക്കുകയായിരുന്നു.

"വാ പോകാം..."

അമ്മയാണ്. തിരിഞ്ഞു നോക്കി. പതിവ് സവാരിക്കായി വസ്ത്രം മാറി വന്നിരിക്കുന്നു. മിണ്ടിയില്ല.

"നിനക്കെന്താ മംഗളസിംഹൻ?"

ആഹാ ദേഷ്യത്തിലാണ്. അതാണ് പേരിന്റെ പൂർണ രൂപം. അത് കേൾക്കാൻ ഒരു സുഖമില്ല. താൻ അമ്മയിൽ നിന്നും അകന്നു നിൽക്കുന്നത് പോലെ.

"നീ കുശിനിയിൽ ചെന്ന വിവരമറിയാഞ്ഞല്ല. ഞാൻ ചോദിക്കാത്ത താണ്."

ചോദിച്ചോളൂ. മിണ്ടില്ല. അവൻ നക്ഷത്രങ്ങളിൽ കണ്ണ് നട്ടിരുന്നു.

"എന്തിനും നിന്റെ മൗനം. നാളെ മുതൽ ആ ഭാഗത്ത് പോയേക്കരുത്."

മൗനം ആയുധമാണ്. ഉറയിൽ നിന്നൂരാതെ, ഉലച്ചിൽ തട്ടാതെ, രക്തം കിനിയാതെ, മുറിവേൽപ്പിക്കാനുള്ള ആയുധം. മനസ്സിൽ പറഞ്ഞു.

അമ്മ തിരിഞ്ഞു നടക്കുന്നതിന്റെ ശബ്ദം കേട്ടു.

* * *

ഉച്ച കഴിഞ്ഞ് കൊട്ടാരം ഒന്ന് മയങ്ങും. അന്നേരം മുതൽ സായാഹ്നം വരെ കൊട്ടാരത്തിനകത്തും പുറത്തും വലിയ തിരക്കുകളില്ല. നേരമ്പോക്കിന്റെയും, കഴിച്ച ആഹാരത്തിന്റെയും, ഉറക്കത്തിന്റെയും ആലസ്യത്തിൽ കൊട്ടാരവും പരിസരവും പരിചാരകരും മയങ്ങി കിടക്കും. അന്നേരമാകുമ്പോൾ അധികം ആരും ശ്രദ്ധിക്കില്ല. പതിയെ നടന്നു. പൂന്തോട്ടത്തിലൂടെ നടന്നു കുറെ ദൂരം

ചെന്നാൽ കുശിനിയുടെ പിന്നാമ്പുറത്തെത്താം. ഒരാഴ്ചയായി ഇങ്ങോട്ടു വന്നിട്ട്. തത്വം പഠിക്കലായിരുന്നു. ഒന്നും മനസിലായില്ല.

വെറുതെ പുറത്തേക്ക് നോക്കി ഇരുന്നു. പ്രകൃതിയും, കിളികളും, മരച്ചില്ലകളും, ശലഭങ്ങളും, വേനൽ തുമ്പികളും, ആകാശവും, സൂര്യനും. സൂര്യൻ ചരിക്കുന്ന തനുസരിച്ച് നിഴലുകൾ വീഴുന്നതും, നീളുന്നതും കുറുകുന്നതും നോക്കി ഇരുന്നു. എല്ലാവരും എന്തൊക്കെയോ എഴുതിയെടുക്കുന്നുണ്ട്. തനിക്കിളയവർ പോലും. ഒടുവിൽ ഗുരുപറഞ്ഞു.

"എനിക്ക് സന്ധ്യക്ക് മുന്നേ വീട്ടിലെത്തിയാൽ കൊള്ളാമെന്നുണ്ട്. കുമാരൻ കൂടി പോയാൽ..." ചുറ്റും നോക്കി. ആരുമില്ല. ഒന്നും മിണ്ടാതെ ഗുരുവിനെ നോക്കിയപ്പോൾ മടിയോടെ അദ്ദേഹം പറഞ്ഞു... "അവർ പോയി നാഴിക ഒന്ന് കഴിഞ്ഞു."

ശരിയാണ്. സൂര്യൻ ചാഞ്ഞു തുടങ്ങുന്നു... ഇലകളിൽ സായാഹ്നത്തിന്റെ ചുവപ്പ രാശി പടരുന്നു. അതോടൊപ്പം ഒരു മയക്കുന്ന കാറ്റും മരച്ചാർത്തുകളെ തഴുകുന്നുണ്ട്. കിളികൾ എന്തൊരു രസമാണ്. അവയെന്താണ് ഇപ്പോഴും പറയുന്നത്? അവക്ക് മൗനമേയില്ല. ഗുരുവിനെ നോക്കി. അദ്ദേഹം തന്നെ നോക്കിയിരിക്കുകയാണ്. നേരെ നടന്നു ചെന്നു കണ്ണിൽ നോക്കിയിട്ടു കാലുകളിൽ തൊട്ടു. അദ്ദേഹം ഞെട്ടിപിടഞ്ഞു മാറുന്നത് കണ്ടു. "ഹേ കുമാരാ..." എന്ന നിലവിളിയോടെ...ഒന്നും മനസിലാവാതെ നോക്കിയപ്പോൾ അദ്ദേഹം പെട്ടെന്നു കുനിഞ്ഞു കവിളുകളിൽ തലോടി, തലയിൽ തടവി പറഞ്ഞു.

"നന്നാവും. എന്തിനേക്കാളും, എല്ലാറ്റിനേക്കാളും."

ചോദിച്ചു ഒന്ന് കൂടി.

"അങ്ങേക്ക് പക്ഷി ഭാഷയറിയുമോ?" അദ്ദേഹം മൗനിയായി തിരിഞ്ഞു നടന്നു. പിറ്റേന്നു പഠിക്കാൻ പോകണ്ട എന്ന് അമ്മ പറഞ്ഞു. ഗുരു ഇനി വരില്ലത്രേ.

"നിനക്കൊന്നു മിണ്ടാതിരുന്നു കൂടെ മംഗൾ? നീ എവിടെച്ചെന്നാലും പ്രശ്നങ്ങളാണ്."

ജ്യേഷ്ഠനാണു കൂടുതൽ വഴക്കു പറഞ്ഞത്. വജ്രായുധൻ. കൂട്ടു പിടിക്കാൻ അനുജന്മാരിൽ ചിലരും.

"നീ ഒറ്റ ഒരുത്തനാ. അല്ലെങ്കിൽ അവിടെ ചെന്നിരുന്ന് ഉറക്കം തൂങ്ങാമായിരുന്നു. ഇപ്പൊ കുതിര സവാരിയും, ആയുധ പരിശീലനവും...കൊടുക്ക് ദേവായുധാ അവന്റെ തലക്ക് ഒന്ന്..."

ജ്യേഷ്ഠൻ ചിരിച്ചു. അത്ര തന്നെ. കൂട്ടത്തിൽ രണ്ടാമനെങ്കിലും മൗനിക്കു കിട്ടുന്ന ബഹുമാനമോ സഹതാപമോ ആവാം കാരണമെന്നോർത്ത് നിൽക്കെ മറുപടി വന്നു.

"മംഗൾ പറഞ്ഞാലും മൗനിയായിരുന്നാലും കാരണമുണ്ടാവും..."

ജ്യേഷ്ഠനാണോ ഇത് പറഞ്ഞത്. എപ്പോഴും, തല്ലു പിടിക്കുന്നതിന് തല്ലു വാങ്ങുന്ന, ഒച്ചപ്പാടിന്റെയും, ഒഴിവു കഴിവിന്റേയും ആൾ. മല്ലിടുന്നതിന്റെയും മത്സര ബുദ്ധിയുടെയും ആൾ...സ്നേഹം തോന്നി. അറിഞ്ഞതിന്...ആദ്യമായി ജ്യേഷ്ഠനോട്.

പുല്ലിൽ കിടക്കുകയായിരുന്നു. പൂക്കൾ വിരിഞ്ഞു നിൽക്കുന്ന ചെടികൾക്കിടയിൽ...

കുശിനി വിലക്കപ്പെട്ടിരുന്നു. പകരം, കിളികൾക്കു തീറ്റ കൊടുക്കാൻ പ്രത്യേക ഇടം കണ്ടെത്തിയിരുന്നു. ജലവും ഭക്ഷണവും നിറയ്ക്കുന്ന ഒരു കൽപാത്രം ശില്പികൾ കൊത്തി ഉണ്ടാക്കി. പക്ഷേ ജലവും ഭക്ഷണവും വെറുതെയായി. കിളികൾ വന്നില്ല. വരാറില്ല...വരും വന്നിട്ടു കുറേ നേരമിരുന്നിട്ട് തെക്കും വടക്കും നോക്കിയിട്ടു കാഷ്ഠിച്ചിട്ടു പോവും.

അവ എന്താണ് തീറ്റയെടുക്കാത്തത്? ദിശ മാറ്റണം. അവക്ക് എന്തോ ഭയമുണ്ടെന്നു തോന്നുന്നു. ഇപ്പോൾ കൽപാത്രം പടയാളികളുടെ വിശ്രമ സ്ഥലത്തിന് തൊട്ടരികിലാണ്. അവർ പറന്നു വന്നിരിക്കുമ്പോൾ ഏതെങ്കിലും പടയാളി കടന്നു വരും. അവർ പറന്നു പോവും. പ്രക്രിയ ആവർത്തിച്ച് കൊണ്ടിരിക്കുന്നു. കൽപാത്രം വെയ്ക്കേണ്ടത് ഇവിടെയാണ്. താൻ കിടക്കുന്ന ഇവിടെ. ആ മരത്തിന്റെ ചില്ലയിൽ നിന്ന് അവ സ്വച്ഛന്ദം പാറി വരും. ഇവിടെ ആരും അവയെ ശ്രദ്ധിക്കാനില്ല. താനൊഴികെ. താൻ കൈ കുമ്പിളിൽ നിന്നെറിയുന്ന ധാന്യങ്ങൾ അവ ഭയമില്ലാതെ വന്നു കൊത്തി തിന്നാറുണ്ട്. പക്ഷേ ധാന്യമില്ല. കുശിനി വിലക്കപ്പെട്ടിരിക്കുന്നു.

"കുമാരാ..."

ആരാണെന്നു തിരിഞ്ഞു നോക്കി. ചെടികൾക്കിടയിൽ നിന്നാണ്.

കിടന്ന കിടപ്പിൽ കണ്ടത് രണ്ടു കറുത്ത കാല്പാദങ്ങളാണ്. തല പൊക്കി നോക്കി. ചിരി നിറച്ച മുഖവുമായി ഒരു ബാലൻ. തന്റെ തന്നെ പ്രായമുണ്ട്.

പക്ഷേ ആട അരയിൽ കെട്ടിയ തുണി മാത്രം. മേൽ ഭാഗം സ്വതന്ത്രം. ആഭരണങ്ങളുമില്ല. ഭാഗ്യവാൻ. ചൂടെടുത്ത് മുഷിയില്ല. ഉള്ള തുണിയാണെങ്കിൽ നെരിയാണിവരെ മാത്രം. മനസ് ആലോചിച്ചു കൊണ്ടിരിക്കെ ബാലൻ കൈയിൽ കരുതിയിരുന്ന കൊച്ചു പാത്രം നീട്ടി.

"ധാന്യങ്ങളാണ്. പിതാവ് തന്നു വിട്ടത്."

ഓ!! പാലിയുടെ മകനാണ്.

"കിളികൾ വരുന്നിടത്ത് കുമാരനുണ്ടാവും എന്ന് പറഞ്ഞു..."

ഉള്ളു നിറഞ്ഞു ചിരിച്ചു. അന്ന് മുതൽ മൗനമുടയ്ക്കാൻ ആളെ കിട്ടി. സബോധൻ. സുബോധമുള്ളവൻ. കുശിനിക്കാരന്റെ മകൻ കൂട്ടുകാരനായി. കൂട്ടുകാരൻ സ്നേഹമായി. സ്നേഹം ബഹുമാനമാകുന്നതെവിടെ വെച്ചാണ്? അറിയില്ല. ഒന്നിച്ച് പുല്ലിൽ കിടന്ന്, പുഴയിൽ കിടന്ന്, കല്ലേലൊട്ടി മീനെ കണ്ട്, മലർന്നു കിടന്ന് ആകാശം കണ്ട്, കുതിരപ്പുറത്തിരുന്ന് ഒന്നിച്ച് പാഞ്ഞ്, കാടും മലയും കണ്ട്, കൗമാരത്തിലെ വാൾപയറ്റു കളരിയിൽ മറുഭാഗം നിന്ന് മത്സരിച്ച്, ഒടുവിൽ എല്ലാം ഉപേക്ഷിച്ചു പോവുകയാണെന്ന് പറഞ്ഞ് കൊട്ടാരം വിട്ടിറങ്ങുമ്പോൾ കൂട്ടിന് വന്ന്, കൂടെ വരാമെന്നു പറഞ്ഞു ചേർത്തണച്ചു കരഞ്ഞ കൂട്ടുകാരൻ എന്തിനാണ് സ്നേഹത്തെ ബഹുമാനമാക്കുന്നത്...

സ്നേഹം പലരിലും പല ഭാവങ്ങളിൽ പ്രത്യക്ഷപ്പെടുന്ന പ്രതിഭാസമാണെന്ന് അത്ഭുതത്തോടെ ഓർത്തു കൊണ്ട് കോട്ട വാതിലിലൂടെ, ഉയർന്നു പറക്കുന്ന മഗധയുടെ കൊടിക്കീഴിലൂടെ സബോധന്റെയും കാവൽ പടയാളികയുടെയും അകമ്പടിയോടെ മംഗളസിംഹൻ തന്റെ കുതിര മേൽ പാഞ്ഞു പോയി.

* * *

കൊട്ടാരത്തിന്റെ ഇടനാഴിയിലൂടെ ധ്രുത ഗതിയിൽ അയാൾ നടന്നു. പിന്നാലെ സബോധനും ബാണാസുരനും. യാത്ര കഴിഞ്ഞതിന്റെ ക്ഷീണമുണ്ടായിരുന്നെങ്കിലും അന്തപുരത്തിലേക്ക് പോകാതെ മംഗളസിംഹൻ നേരെ ആ മുറിയിലേക്ക് നടക്കുകയായിരുന്നു. ഇടനാഴി കടന്ന് അവർ വലതു വശത്തേക്ക് തിരിഞ്ഞ് നീളൻ വരാന്തയിലൂടെ കുറച്ചു കൂടി ചെന്ന് ഒരു വിശാലമായ മണ്ഡപത്തിനടുത്തേക്ക് നീങ്ങി. കാവൽ പടയാളികൾ മംഗളസിംഹനെ കണ്ടു വണങ്ങി.

അവർ മണ്ഡപത്തിനകത്തേക്ക് നടന്നു കയറി. ഒരു ദുർഗന്ധം കടന്നു വന്നു. മംഗളസിംഹൻ സബോധനെ നോക്കി.

“ഇത്ര ദിവസമായില്ലേ? മരുന്നിട്ടു കിടത്തിയിരിക്കുകയാണ്. എന്നിട്ടും...” അർധോക്തിയിൽ നിർത്തി സബോധൻ. മംഗളസിംഹൻ മുന്നോട്ടു നടന്നു.

അധികം വെളിച്ചം കടന്നു വരാത്ത ഒരു മുറിയായിരുന്നത്. അതിന്റെ ഒത്ത നടുക്ക് ഒരു വലിയ ചാരു പലകയിൽ ഒരു മൃത ശരീരം കിടത്തിയിരുന്നു. അതിന് രണ്ടു വശത്തായി കുറച്ചു മാറി രണ്ടു പേർ കാവൽ നിൽക്കുന്നുണ്ടായിരുന്നു.

ശരീരത്തിനരികിൽ കൊട്ടാരം വൈദ്യന്റെ ശിഷ്യനായ വിഷ്ണു നിൽക്കുന്നുണ്ട്.

മംഗളസിംഹൻ തുണി കൊണ്ട് മൂടിയിട്ട ശവശരീരത്തിനടുത്ത് ചെന്ന് നിന്നു. വിഷ്ണു പതിയെ തുണി മാറ്റി. അത് മദമുഖന്റെ പടയാളിയുടെ മൃത ശരീരം ആയിരുന്നു. മുഖം അടിയേറ്റു വികൃതമായിട്ടുണ്ട്. മംഗളസിംഹൻ കൈ കാട്ടിയപ്പോൾ വിഷ്ണു ശരീരം മറിച്ചിട്ടു. നഗ്നമായ ശരീരത്തിന്റെ പിൻഭാഗത്തും അടിയേറ്റ പാടുണ്ടായിരുന്നു.

“വസ്ത്രങ്ങളും മറ്റടയാളങ്ങളും?” മംഗളസിംഹൻ ചോദിച്ചു.

ബാണാസുരൻ ഒരു ഭാഗത്തേക്ക് കൈ കാട്ടി. മംഗളസിംഹൻ അങ്ങോട്ടേക്ക് നടന്നെത്തി. അവിടെ മറ്റൊരു ചാരു പലകയിൽ തുണി കൊണ്ട് മൂടിയിരിക്കുന്ന വസ്ത്രങ്ങളും മറ്റും ഒരു പടയാളി തുറന്നു കാട്ടി. തുകൽ ചെരുപ്പ്, അരപ്പട്ട, ആയുധം വെച്ചിരുന്ന തുകൽ ഉറ, അതൊരു പ്രത്യേക രൂപത്തിലുള്ളതാണെന്ന് മംഗളസിംഹൻ ശ്രദ്ധിച്ചു.

“ആയുധങ്ങളുടെ രൂപം കണ്ടിട്ട് അതിർത്തി ഗ്രാമത്തിലേതാണെന്നു തോന്നുന്നു അല്ലെ ബാണാസുരൻ?”

“സംശയം ഉണ്ട് മഹാരാജൻ.”

“എങ്ങനെയാണ് പിടി കിട്ടിയത്...”

“അതിർത്തി പടയാളികളുടെ പിടിയിൽ വീണതാണ്. അന്വേഷണത്തിനിടയിൽ സംശയാസ്പദമായി തോന്നി. കുറെ ചോദ്യം ചെയ്തപ്പോൾ ആക്രമണത്തിന് കൂട്ട് വന്നെന്നു പറഞ്ഞു. പക്ഷേ ഉടമ ആരെന്നു മാത്രം...”

ഉം... ആലോചനയോടെ ഒന്ന് മൂളിയിട്ടു മംഗളസിംഹൻ തുടർന്നു.

“മർദിച്ചവശനാക്കാതെ അനുനയിപ്പിക്കണമായിരുന്നു.”

“പലതും പറഞ്ഞു നോക്കി. പ്രലോഭനങ്ങളും, പാരിതോഷികങ്ങളും വെച്ചു നീട്ടി. ഒന്നിനും കൂട്ടാക്കാതെ വന്നപ്പോൾ പട്ടിണിക്കിട്ടു. അതും നടക്കാതെ

വന്നപ്പോഴാണ് എന്തെങ്കിലും ഒരു..."

"ഉം... വിശ്വസ്ഥനാണവൻ. ഉടമയോട് സത്യസന്ധത പുലർത്തിയ യോദ്ധാവ്. ഇവനെ സ്വാധീനിക്കാൻ കഴിഞ്ഞ ഇവന്റെ ഉടമ ഒരു രാജാവി നേക്കാൾ യോഗ്യനാണ് ബാണാസുരാ. അവനെയാണ് നാം തിരയേണ്ടതും കണ്ടു പിടിക്കേണ്ടതും."

"ഉറപ്പായും മഹാരാജൻ." ബാണാസുരൻ പറഞ്ഞു.

"ഒരു യോദ്ധാവിനുള്ള മര്യാദയോടെ മറവു ചെയ്തേക്കൂ..." മംഗളസിംഹൻ തിരിഞ്ഞു നടന്നു.

കാവൽക്കാർ വെള്ളത്തുണി കൊണ്ട് മൃതദേഹം മൂടി.

* * *

രാത്രി വൈകിയിരുന്നു. കൊട്ടാര നഗരം ഉറങ്ങിക്കഴിഞ്ഞിരുന്നു. നഗരതിർത്തിക്ക് പുറത്തേക്ക് ഇന്ദ്രരൂപൻ കുതിരയെ ഓടിച്ചു പോയി. അൻപതിനടുത്ത് പ്രായവും പറ്റെ വെട്ടി നിർത്തിയ നരച്ചു തുടങ്ങിയ കുറ്റി മുടിയുമായി ചുണ്ടിൽ സദാ കാണുന്ന പുച്ഛത്തിലുള്ള ചിരിയും, കുശാഗ്ര ബുദ്ധിയും ഉള്ള അയാൾ, മഹാറാണി പൗർണമി ദേവിയുടെ സഹോദരനായിരുന്നു. വർഷങ്ങളോളമായി കൊട്ടാരത്തിലാണ് താമസം.

കടന്നു പോകുന്ന വഴികളിൽ ചില വീടുകളിൽ മുനിഞ്ഞു കത്തുന്ന വിളക്കുകൾ കാണാമായിരുന്നു. വീടുകളുടെ എണ്ണം കുറഞ്ഞു കുറഞ്ഞു വന്നു. മരങ്ങൾ നിറഞ്ഞ ഗ്രാമത്തിന്റെ വഴിയിലൂടെ കുറച്ചു ദൂരം ഓടിയിട്ടു അയാൾ കുതിരയുടെ വേഗം കുറച്ചു. ശേഷം പ്രധാന വഴിയിൽ നിന്നും ഇട വഴിയിലേക്ക് തിരിയുന്നതിന്റെ മൂലയിൽ സ്ഥിതി ചെയ്യുന്ന ഒരു വീടിന്റെ മുന്നിലേക്ക് അയാൾ കുതിരയെ പതിയെ നടത്തി, പിന്നിലുള്ള മരത്തിന്റെ ഇരുട്ടിൽ കെട്ടിയിട്ടു അയാൾ വീടിന് നേർക്കു നടന്നെത്തി. അയാൾ വാതിൽക്കൽ പതിയെ തട്ടി.

"നേരം വൈകി പൊയ്കൊള്ളൂ." അകത്തു നിന്ന് ഒരു സ്ത്രീ ശബ്ദം കേട്ടു.

വാതിലിനടുപ്പിച്ച് മുഖം ചേർത്ത് അയാൾ പതിയെ പറഞ്ഞു.

"ഹരിണി, ഞാൻ ഇന്ദ്രരൂപനാണ്."

അകത്ത് ആരോ എണീൽക്കുന്നതിന്റെ ശബ്ദം കേട്ട് അയാൾ കാത്തു നിന്നു. പലക മേൽ നടന്നു വരുന്നതിന്റെ ശബ്ദം ആസ്വദിച്ച് അയാൾ നിന്നപ്പോൾ വാതിലിന്റെ ഒരു ഭാഗം മാത്രം തുറന്നു പിടിച്ച് വശ്യഭാവത്തോടെ ഹരിണി അയാളെ നോക്കി... അവൾ അയാളെ കാത്തിരിക്കുകയായിരുന്നെന്ന് അവളുടെ ഒരുക്കത്തിൽ നിന്നു വ്യക്തമായിരുന്നു... അവൾക്ക് ഏകദേശം മുപ്പത്തഞ്ചിനോടടുത്ത് പ്രായം ഉണ്ട്. എങ്കിലും ഉടവ് തട്ടാത്ത ചിരിയും ശരീരവുമായി അയാളെ ആകെ ഉഴിഞ്ഞു നോക്കി അവൾ സന്തോഷത്തോടെ നിന്നു.

"ഞാൻ കരുതി മറ്റാരെങ്കിലുമാണെന്ന്..." അവൾ ചിരിയോടെ പറഞ്ഞു.

"മനസിലായി..." അയാൾ കള്ളച്ചിരിയോടെ പറഞ്ഞു കൊണ്ട് അവൾ തുറന്നു പിടിച്ച വാതിൽ പാളിയിലൂടെ അകത്തേക്ക് കയറി.

അവൾ വേഗം ഇരുട്ടിലേക്ക് ഒന്നെത്തി നോക്കിയിട്ടു വാതിലടച്ചു തഴുതിട്ടു.

അയാൾ മുറിയുടെ മൂലയിലുള്ള തടിയിൽ പണിത കസേരയിൽ

ഇരുന്നപ്പോൾ അവൾ നടന്നു ചെന്ന് ത്രൂക്ക വിളക്കിന്റെ നാളമുയർത്തി. മുറി കൂടുതൽ പ്രകാശമാനമായി. ഇടുങ്ങിയ മുറിയാണെങ്കിലും വളരെ ഭംഗിയായി സൂക്ഷിച്ചിട്ടുണ്ട്. ചുവരുകളിൽ ഏതോ കലാകാരന്റെ വില കുറഞ്ഞതെങ്കിലും, മനോഹര ചിത്രങ്ങൾ കാണാം. ഭംഗിയായി അടുക്കി വെച്ചിരിക്കുന്ന ഒന്ന് രണ്ടു മൺ കൂജയിൽ വെളിച്ചം വീണു തിളങ്ങുന്നു. വൃത്തിയായും സൂക്ഷ്മമായും അടുക്കി വെച്ച മുറി ഇന്നത്തെ അതിഥിക്ക് വേണ്ടിയാണെന്ന് പറയാതെ പറഞ്ഞു. ആ ഓർമയിൽ അയാൾ ഊറിച്ചിരിച്ചു. മുറിയുടെ മറ്റൊരു മൂലയിൽ വെച്ചിരിക്കുന്ന തടിയുടെ വീപ്പയിലെ വീഞ്ഞ് എല്ലാത്തരത്തിലും വീര്യമുള്ളതു തന്നെയായിരിക്കുമെന്ന് ഒരു ദുഷിച്ച ചിരിയോടെ അയാൾ ഓർത്തു. അയാൾ ഹരിണിയുടെ സന്ദർശകനായിരുന്നു. സ്ഥിരമല്ലെങ്കിലും അവൾക്കേറെ പ്രിയപ്പെട്ടവനും. ഒന്നോ രണ്ടോ മാസംകൂടുമ്പോൾ അയാൾ അവൾക്കടുത്തെത്തും. അതും ദൂത് പറഞ്ഞു വിട്ട്, സമയം നിശ്ചയിച്ച കണ്ടുമുട്ടലുകൾ.

മുറിയിൽ സുഗന്ധം നിറഞ്ഞു. അയാൾ തിരിഞ്ഞു നോക്കി. അവൾ ഏതോ സുഗന്ധദ്രവ്യങ്ങൾ നിറച്ച മൺ പാത്രത്തിൽ കനലുകൾ ഇട്ടു കൊണ്ട് മുറിയുടെ മൂലയിൽ വെക്കുകയാണ്. മുറിയാകെയും തന്നെയും അയാൾ നോക്കുന്നത് കണ്ട് വശ്യമായി ചിരിച്ചു കൊണ്ട് അവൾ ചോദിച്ചു.

"എന്താ?"

"നിനക്ക് പുരോഗതിയുണ്ട്." അയാൾ ചെറു ചിരിയോടെ പറഞ്ഞു.

അതിന് മറുപടിയായി ചിരിച്ചു കൊണ്ട് അയാൾക്കൊരുക്കി വെച്ച ആഹാരം മുന്നിലേക്ക് എടുത്തു വെച്ച് അവൾ പറഞ്ഞു.

"ദാ കഴിക്കൂ..."

പാത്രത്തിൽ ഉണക്ക മുന്തിരി നിറച്ച അട, തേൻ, ഗോതമ്പിന്റെ പലഹാരം, പഴങ്ങൾ, അത്തിപ്പഴം ഉണക്കി മധുരം ചേർത്തത് എല്ലാമുണ്ടായിരുന്നു.

"ഇതെല്ലാം കൂടി തിന്നാൽ പിന്നെ കിടന്നുറങ്ങി പോകും."

അയാൾ ചിരിച്ചു കൊണ്ട് പറഞ്ഞു.

"എഴുന്നേല്പിക്കാനുള്ള വിദ്യ ഒക്കെ എനിക്കറിയാം."

ഹരിണി പറഞ്ഞപ്പോൾ അയാൾ പൊട്ടിച്ചിരിച്ചു.

അവൾ കൊടുത്ത ആഹാരം എടുത്തു കൊണ്ട് അയാൾ പറഞ്ഞു

"നീ സ്നേഹമുള്ളവളാണ്."

ആ അംഗീകാരം അവൾക്കിഷ്ടപ്പെട്ടു. "നാരികളായിരവും, ദാസിമാരതില്പ്പുമേറെയുണ്ടായിട്ടും ഈ പാവം ഹാരിണിയെ തേടി വരുന്നുണ്ടല്ലോ...ഇഷ്ടപ്പെടാതെ പിന്നെന്തു ചെയ്യും."

അവൾ കൊഞ്ചലോടെ പറഞ്ഞു.

ഉണക്ക മുന്തിരിയും ഗോതമ്പും ചേർത്ത അട അടർത്തി തിന്നു കൊണ്ട് കുസൃതി ചിരിയോടെ അയാൾ പറഞ്ഞു.

"കാണാനായിരം ദാസിമാരുണ്ടെങ്കിലും കാര്യമില്ല പെണ്ണേ. കണ്ണെത്താത്തിടത്ത് മച്ചമുണ്ടാവണം."

"ആഹാ...പറഞ്ഞു കേട്ടിട്ടുണ്ട്." അവൾ കൗതുകത്തോടെ പറഞ്ഞു.

"നിനക്ക് പിന്നെ മച്ചമല്ലേയുള്ളൂ..." അയാൾ കുസൃതിയോടെ പറഞ്ഞപ്പോൾ അവൾ നാണത്തോടെ അതാസ്വദിച്ചു കൊണ്ട് ചിരിച്ച ശേഷം പറഞ്ഞു.

"മച്ചത്തിന്റേതൊന്നുമല്ല. മറ്റു വഴിയില്ലാഞ്ഞിട്ടാ. പിന്നെ എല്ലാവരെയും സന്തോഷിപ്പിക്കുന്നത് സന്തോഷമുള്ള കാര്യമാണ്."

അവൾ അയാൾക്ക് വീഞ്ഞ് പകർന്നു കൊടുത്തു. അത് പതിയെ ഒന്ന് മൊത്തി കുടിച്ചപ്പോൾ അവൾ അയാൾക്കരികിലേക്ക് നീങ്ങിയിരുന്ന് ചുണ്ടുകളിൽ ചുംബിച്ചു. അയാൾ ചുണ്ടുകളിൽ നിന്ന് വീഞ്ഞ് അവളുടെ ചുണ്ടുകളിലേക്ക് പകർന്നു കൊണ്ട് അവളെ അടക്കി പിടിച്ച് ദീർഘമായി ചുംബിച്ചു.

"ഇതിനാണോ കാണണമെന്ന് ആളയച്ചത്?" അയാൾ ചോദിച്ചു.

"ഇതിനും കൂടിയാണ്." അവൾ ചിരിയോടെ പറഞ്ഞു. "മാത്രമല്ല ഇങ്ങോട്ടിപ്പോൾ കാണാറേയില്ലല്ലോ... ഞാൻ കരുതി..." അവൾ അർദ്ധോക്തിയിൽ നിർത്തി.

"ദേവായുധന്റെ മരണ ശേഷം ജേഷ്ടത്തി അത്ര മനോസുഖത്തിലല്ല. അത് കൊണ്ട് പുറത്തേക്കിറങ്ങുന്നത് കുറവാണ്."

"എന്തെങ്കിലും വിവരമുണ്ടോ?" അവൾ എഴുന്നേറ്റു കൊണ്ട് ചോദിച്ചു.

"എന്ത് കിട്ടാൻ? കൊന്നത് ആരെന്ന് എല്ലാവർക്കുമറിയാം..." അയാൾ വീഞ്ഞു മൊത്തി.

അവൾ നടന്നു ചെന്ന് തടിയിൽ തീർത്ത തുണി പെട്ടി തുറന്നു.

"നാടൊട്ടുക്ക് അന്വേഷിക്കുന്നുണ്ടല്ലോ രാജാവിന്റെ പട..."

"പുകമറ." സ്വതവേയുള്ള പുച്ഛം ഇത്തിരി കൂടി വെളിവാക്കി അയാൾ പറഞ്ഞു. "പടയാളികളെ അന്വേഷണമേല്പിച്ച് രാജാവ് പ്രജാ ക്ഷേമത്തിനിറങ്ങിയെന്നാണ് പറഞ്ഞു പരത്തിയത്. സത്യം അങ്ങനെ അല്ലെങ്കിലും..."

പെട്ടിക്കുള്ളിലെ ഒരു തുണിപൊതിയിൽ നിന്ന് പതക്കം പോലെ ഒന്നെടുത്ത് ഇന്ദ്രരൂപന് നീട്ടികൊണ്ടു അവൾ പറഞ്ഞു.

"ദാ കള്ളൻ ധൈര്യൻ സമ്മാനമായി നൽകിയതാണ്... നല്ല തൂക്കം വരുന്ന ഒന്ന്."

അയാൾ അത് വാങ്ങി തിരിച്ചും മറിച്ചും നോക്കി.

"കണ്ടപ്പോ ഏതോ രാജമുദ്രയോ കൊട്ടാരത്തിലേതാണെന്നോ ആണ് കരുതിയത്. ഒരു പാട് ചുഴിഞ്ഞു ചോദിച്ചപ്പോൾ സത്യം പറഞ്ഞു."

അയാൾ കൗതുകത്തോടെ അവളെ നോക്കി.

"ദേവായുധകുമാരൻ കൊല്ലപ്പെട്ട സ്ഥലത്തു നിന്നു കിട്ടിയതാണെന്ന്. അത് കൊണ്ട് വിൽക്കാനൊരു ഭയം പോലും. തക്കത്തിൽ ഞാനതു വാങ്ങി ച്ചെടുത്തു. അതാണ് ഞാൻ അങ്ങയോടു വരാൻ പറഞ്ഞത്."

അയാൾ ഉള്ളു കൊണ്ട് തുള്ളിച്ചാടി. തെളിവുകളേതുമില്ലാതെ നട്ടം തിരിയുകയാണ് പടയാളികൾ. തെളിവെടുപ്പെന്നും പറഞ്ഞു കൊണ്ട് വന്നവനെ അടിച്ച് കൊന്നു മൂടി കഴിഞ്ഞു. മംഗളസിംഹനെതിരെ നീങ്ങാൻ സഹോദരിക്ക് കിട്ടിയ ആയുധം. അയാൾ നന്ദി പൂർവം അവളെ നോക്കി. ആ പതക്കം അയാൾ തിരിച്ചും മറിച്ചും നോക്കി അയാൾ പറഞ്ഞു.

“രാജമുദ്രയല്ല. വെളിയിൽ വിലയും കിട്ടാനുള്ളതില്ല. പക്ഷേ കൊട്ടാരത്തിനുള്ളിൽ ഇതിന്റെ വില നീ ഊഹിക്കുന്നതിനുമപ്പുറം...”

അയാൾ അവളെ വലിച്ചടുപ്പിച്ച് അവളുടെ ചുണ്ടിൽ ആഞ്ഞു ചുംബിച്ചു; നന്ദിയോടെ.

* * *

മംഗളസിംഹൻ ഗോത്രമുദ്ര തിരിച്ചും മറിച്ചും നോക്കി.

“ഹരിണി എന്ന സ്ത്രീയുടെ വീട്ടിൽ നിന്ന് ഇന്ദ്രരൂപന് ലഭിച്ചത്.”

ബാണാസുരൻ അയാളോട് പറഞ്ഞു.

മംഗളസിംഹൻ ബാണാസുരനെ നോക്കി. എങ്ങനെ എന്ന അർത്ഥത്തിൽ.

“ഹരിണി അല്പം...” അർധോക്തിയിൽ നിർത്തി ബാണാസുരൻ.

മംഗളസിംഹൻ മൂളി. ഇന്ദ്രരൂപൻ ഒരു തല തിരിഞ്ഞ സാധനമാണ്. അമ്മയുടെ പേരും പറഞ്ഞു കൊട്ടാരത്തിൽ കാട്ടി കൂട്ടിയിട്ടുള്ള പ്രശ്നങ്ങൾ ചില്ലറയല്ല. എന്നും പരാതികൾ ഉണ്ടായിരുന്നു. പിതാവിന്റെ കാലത്ത് ഒന്ന് രണ്ടു തവണ കൊട്ടാരത്തിൽ നിന്ന് പുറത്താക്കിയതാണ്. പക്ഷേ എങ്ങനെയും അയാൾ സഹോദരിയുടെ ശുപാർശ കൊണ്ട് കടന്നു കയറും. അതിന് കാരണമായി ഏതെങ്കിലും ആഘോഷമോ ഒത്തു കൂടലോ വന്നു ഭവിക്കും. ദൂത് പോകുന്ന കുതിര വണ്ടി പൗർണമി ദേവിയുടെ നാട്ടിൽ നിന്നു മടങ്ങുമ്പോൾ മുന്നിൽ തന്നെ ഉണ്ടാകും ഇന്ദ്രരൂപൻ. കൊട്ടാരത്തിലേക്ക് മടങ്ങിയെത്താൻ അയാൾക്ക് കാലം കാരണങ്ങളൊരുക്കാറുണ്ടായിരുന്നു എന്ന് അത്ഭുതത്തോടെ മംഗളസിംഹൻ ഓർത്തു. ഇതിപ്പോ കൊട്ടാരത്തിന് പുറത്തെ ബാന്ധവമാണ്. നന്നായി. ദാസിപ്പെണ്ണുങ്ങൾക്കു തട്ടും തലോടലു മേൽക്കാതെ നടക്കാം.

“സല്ലപിക്കാൻ ചെന്നതാവണം. അയാളോടുള്ള സ്നേഹം കൊണ്ട് അവൾ അതിയാൾക്കു കൊടുത്തു.” സബോധൻ പറഞ്ഞു.

സ്ത്രീകൾ, അവർ എത്തരത്തിലുള്ളവരെയും സ്നേഹിക്കും. ആരുടെ കൂടെയും ജീവിക്കും. ആരെയും നേരിടാൻ അവർ പ്രാപ്തരാണ്. കൗതുകത്തോടെ മംഗളസിംഹൻ ഓർത്തു

“ഇന്ദ്രരൂപന് മാനസാന്തരം വന്നോ?” മംഗളസിംഹൻ ബാണാസുരനോട് ചോദിച്ചു.

“മാനസാന്തരമൊന്നുമല്ല. ദേവയായുധ കുമാരനെക്കൊല്ലാൻ അങ്ങ് അജ്ഞാത ഗോത്രത്തെ ഉപയോഗിച്ചു എന്ന കാരണം ഉറപ്പിച്ചിരിക്കുന്നു”

“അവർ നന്നാവില്ല.” മംഗളസിംഹൻ നിരാശയോടെ പറഞ്ഞു.

“ശരി ഏതാണ് ഗോത്രം. എന്തെങ്കിലും അനുമാനം...?”

മടിച്ച് മടിച്ച് ബാണാസുരൻ പറഞ്ഞു. “മണൽ ഭൂമിക്കടുത്തുള്ള ഗോത്രമെന്നു നിഗമനം.”

“അവിടെ ആരാണ് ബാണാസുരൻ നമുക്ക് ശത്രുക്കൾ? ആലോചനയോടെ മംഗളസിംഹൻ ചോദിച്ചു.

"കശ്യപരും അഗസ്ത്യരും തൈത്തിരിയും, മാണ്ഡവ്യരുമടക്കമുള്ള ഗോത്ര വർഗങ്ങൾക്ക് ക്ഷേമം തന്നെ അല്ലേ പിതാവും നമ്മുടെ രാജ്യവും ചെയ്തു പോന്നിട്ടുള്ളത്? പിന്നെ ആരാണ്?"

"ഗോത്ര സമൂഹത്തിന് നമ്മോടുള്ള പകക്ക് കാരണമറിയില്ല. പക്ഷേ ഒരു ഊഹമുണ്ട്..." ബാണാസുരൻ അല്പം മടിയോടെ പറഞ്ഞു.

മംഗളസിംഹൻ അയാളെ നോക്കി. എന്താണ് സൈന്യാധിപൻ ഉദ്ദേശിക്കുന്നത്...

"അത് അഗസ്ത്യ ഗോത്രമാണെന്നാണ്..." മടിയോടെ പറഞ്ഞു തുടങ്ങി ബാണാസുരൻ.

ആരെയാണ് ഉദ്ദേശിച്ചതെന്ന് മംഗളസിംഹന് മനസിലായി. ഉദ്ഘോഷന്റെ ഗോത്രമാണ്. അമ്മയുടെ ആദ്യ ഭർത്താവിന്റെ ഗോത്ര വർഗം പ്രതികാരം തുടങ്ങിയിരിക്കുന്നു. ബാണാസുരൻ തുടരാൻ ശ്രമിച്ചപ്പോൾ കൈ ഉയർത്തി മംഗളസിംഹൻ തടഞ്ഞു.

"ഊഹം മനസിലായി." കടുത്ത മുഖത്തോടെ മംഗളസിംഹൻ തുടർന്നു.

"അതങ്ങനെ തന്നെയെങ്കിൽ എനിക്ക് ലഭിക്കണം. കുടുംബത്തിലവശേഷിച്ചവരുടെ മുഴുവൻ വിവരങ്ങളും. ജ്യേഷ്ഠന്റെ കൊലക്ക് പിന്നിലുള്ളതാരാണെങ്കിലും, മഹാറാണി മധുരധാരിണിയുടെ പിന്തുണ കൊണ്ട് പോലും ശിക്ഷ ഇളവില്ല."

"ഉത്തരവ് പോലെ..." ബാണാസുരൻ പറഞ്ഞു.

അമ്മയുടെ ചിന്തകളിൽ പഴയ കുറ്റബോധം അവശേഷിപ്പിക്കുന്ന സഹതാപമുണ്ടെങ്കിൽ, ആ സഹതാപം കൊണ്ട് പോലും ജ്യേഷ്ഠന്റെ കൊലയാളി, അതൊരു കുടുംബം മുഴുവനായാലും ഇല്ലാതാക്കണം. അതാണ് എടുത്തു പറഞ്ഞത്. തെറ്റിദ്ധാരണകൾ വെച്ച് പുലർത്തി ആളുകൾ കുറ്റവാളികളെ, കൊലയാളികളെ വിട്ടു കളയാൻ പാടില്ല.

താൻ അധികാരത്തിന്റെ ഇടനാഴികളിൽ കൂടി അതിവേഗം സഞ്ചരിക്കുന്നുവെന്നും തനിക്കു കൊലയും പ്രതികാരവും പരിചിതമായി തുടങ്ങുന്നുവെന്നും അത്ഭുതത്തോടെ മംഗളസിംഹൻ ഓർത്തു. എന്തൊക്കെ മാറ്റങ്ങളാണ് മനസ്സിൽ നടക്കുന്നത്. ഓരോ ഭരണാധികാരിയും ഇങ്ങനെ തന്നെയാണ് രൂപപ്പെടുന്നത്. അയാൾ പോലും അറിയാതെ.

... ദൈവമേ...ഗുരുവേ... എന്നെക്കുറിച്ചുള്ള നിന്റെ തീരുമാനം എന്തൊക്കെയാണ്. മംഗളസിംഹൻ അസ്വസ്ഥതയോടെ നെറ്റിയിൽ തടവി.

സബോധൻ അയാളെ നോക്കി.

മംഗളസിംഹൻ മനസ് മടുത്ത് നിൽക്കുകയാണെന്ന് അയാൾക്ക് തോന്നി.

"മഹാരാജാവ് ദീർഘായുസായിരിക്കട്ടെ..."

ഇനിയുമോ...എന്ന ചിന്തയോടെ അയാൾ തിരിഞ്ഞു നോക്കി. കൊട്ടാരം കാര്യ വിചാരകൻ പ്രദലനാണ്.

പ്രദലൻ മംഗളസിംഹനെ വണങ്ങി. അയാൾ പതിയെ തല അനക്കി.

"അങ്ങയെയും രാജ്യത്തെയും സന്ദർശിക്കാനായി, സമ്മാനങ്ങളും പരിവാരങ്ങളുമായി സംയുക്ത രാജ്ഞി ഉടൻ പുറപ്പെടുമെന്നു ദൂത്."

എന്തിനാണ് സംയുക്ത ഇപ്പോൾ വരുന്നത്...മംഗളസിംഹൻ ഒരു നിമിഷം ആലോചിച്ചു.

"ആശിർവാദങ്ങളും ആർഭാടങ്ങളും സ്വീകരിക്കേണ്ട സമയമാണോ സൈന്യാധിപൻ നമുക്ക്?"

"മടക്കി അയക്കാനാവില്ലല്ലോ? പിതാവിന്റെ കാലത്ത് ഒരു പാട് സഹായങ്ങൾ ചെയ്യുകയും പിന്തുണക്കുകയും ചെയ്ത കാനോജ് രാജാവിന്റെ പുത്രിയും കൂടിയല്ലേ?"

"സ്മരണയില്ലാഞ്ഞല്ല. ജ്യേഷ്ഠന്റെ ഓർമ്മ കുറച്ചാഴത്തിൽ പതിച്ചത് കൊണ്ടുള്ള കുഴപ്പമാണ്. ശരി...തയാറെടുപ്പുകൾ നടക്കട്ടെ. ഒരു സംഘം പടയാളികളെ കാവലിനായും പരിചാരകരെ സഹായത്തിനായും തയാറാക്കൂ."

അയാൾ നിർദ്ദേശിച്ചു.

"തീർച്ച മഹാരാജൻ." ബാണാസുരൻ മറുപടി പറഞ്ഞു.

"കൊട്ടാരം മോടി പിടിപ്പിക്കണം. ക്ഷേമാന്വേഷണത്തിനപ്പുറം സ്ഥാനമേറ്റ രാജാവിന്റെ പ്രൗഢി അളക്കാനും കൂടിയാവണം ഈ സന്ദർശനം." മംഗള സിംഹൻ പറഞ്ഞു.

"അറിവിനോടുള്ള ആർത്തിയുണ്ട് രാജ്ഞിക്ക്. അങ്ങയോടൊത്ത് ഒരു വാഗ്വാദത്തിനും കൂടിയാവണം വരവ്." സബോധൻ ചെറു ചിരിയോടെ പറഞ്ഞു.

മംഗളസിംഹൻ ചിരിച്ചു. അയാൾ സംയുക്തയെ കുറിച്ചാലോചിച്ചു. ബാല്യ കാലത്തെ സന്ദർശന വേളയിലും അതിന് ശേഷമുള്ള ഒരു പഠന മേളയിലും കണ്ടിട്ടുണ്ട്... മുതിർന്നപ്പോൾ വന്ന ചേർന്ന ദൂതുകളിൽ ചില സൂചനകൾ താൻ ശ്രദ്ധിച്ചിട്ടുണ്ട്. വരവിന്റെ ഉദ്ദേശം തനിക്കു വ്യക്തമായി അറിയാം.

"വരട്ടെ. സംവാദങ്ങളിലൂടെയാണല്ലോ വിജ്ഞാനത്തിന്റെ വളർച്ച." മംഗ ളസിംഹൻ പറഞ്ഞു.

പ്രദലൻ അയാളെ വണങ്ങിയശേഷം തിരിഞ്ഞു നടന്നു.

"ബാണാസുരൻ, ആഘോഷങ്ങൾക്കിടെ അന്വേഷണം വഴി മുടങ്ങി പോകേണ്ട." മംഗളസിംഹൻ ഗൗരവത്തോടെ പറഞ്ഞു.

"ഉത്തരവ് മഹാരാജൻ..."

ബാണാസുരൻ മറുപടി പറഞ്ഞു വണങ്ങി നടന്നു നീങ്ങി.

പിന്നാലെ സബോധനും.

* * *

പിന്നിലെ മല നിരകളിൽ നിന്നു സദാ കാറ്റ് വീശിക്കൊണ്ടേയിരുന്നു. പരന്നു കിടക്കുന്ന ഗോതമ്പു വയലുകളിൽ ആ കാറ്റ് തിരകൾ തീർത്തു. കാറ്റിന്, ഉണങ്ങി പൊടിഞ്ഞ പൂഴി മണ്ണിന്റെ മണമായിരുന്നു. വയലിനരികിലായിരുന്നു ധൃതഗജന്റെ വീട്. ഒരു ഭാഗത്ത് വെളിമ്പ്രദേശമാണ്. രാജാവിന്റെ പക്കൽ നിന്നും കിട്ടിയ ആടുകളെ അവിടെയാണ് മേയ്ക്കാൻ വിട്ടു കൊണ്ടിരുന്നത്. അവയുടെ ചിനക്കലും കരച്ചിലും കാറ്റിനോടൊപ്പം കലർന്ന് താഴ്വാരത്തിലേക്ക് പറന്നു പോയിക്കൊണ്ടിരുന്നു.

ഗ്രാമത്തിന്റെ പ്രധാന വഴിയിൽ നിന്നു വിട്ടു മാറി ഒറ്റപ്പെട്ട ആ വീട്ടിലേക്കുള്ള മൺ പാതയിലൂടെ ധൃതിയിൽ കുതിരയെ ഓടിച്ചു വരികയായിരുന്നു ധീരഗജൻ. അയാൾ വീടിന്റെ മുറ്റത്തേക്ക് എത്തിയതും ധൃതഗജന്റെ അഞ്ചു വയസുകാരൻ മകൻ വീരഗജൻ ഓടി അയാൾക്കടുത്തെത്തി. കുതിരയിൽ നിന്നു ചാടിയിറങ്ങിയ അയാൾ, അവനെ വാരിയെടുത്തുമ്മ വെച്ചു. ശേഷം അവനെ തോളത്തെടുത്തിരുത്തി വയറ്റിൽ ഇക്കിളിയിട്ടു കൊണ്ട് അയാൾ അവനെ കളിപ്പിച്ചു. ചിരിച്ചു മറിഞ്ഞു കൊണ്ട് അവൻ പറഞ്ഞു... "വിട് കൊച്ചച്ഛാ..." അയാൾ അവനെ ഉമ്മകൾ കൊടുത്ത് നിലത്തേക്ക് നിർത്തിയശേഷം കുതിരയുടെ ജീനിയുടെ ഒരു വശത്ത് കെട്ടിയിട്ട ചെറിയ ഒരു തുണി സഞ്ചിയിൽ നിന്നും ഉണക്ക പഴങ്ങൾ എടുത്ത് കൊടുത്തു.

"എനിക്കിതു വേണ്ട..." അവൻ ചിണുങ്ങി പറഞ്ഞു.

"പിന്നെ...?" അയാൾ കുസൃതിയോടെ ചോദിച്ചു.

"എനിക്ക് വാൾ പിടിക്കുന്ന പടയാളി മതി."

അവനെപ്പോഴും പടയാളികളുടെ, യോദ്ധാക്കളുടെ, മണ്ണിലോ തടിയിലോ തീർത്ത കൊച്ചു ശില്പങ്ങളാണ് ആവശ്യപ്പെടാറ്.

"അത് കുറെ ഉണ്ടല്ലോ. ഇനിയും എന്തിനാ? അയാൾ ചിരിയോടെ ചോദിച്ചു.

"രാജാവിന് കുറെ പടയാളികൾ വേണ്ടേ കൊച്ചച്ഛാ..." അവൻ നിഷ്കളങ്കമായി ചോദിച്ചത് കേട്ട് സന്തോഷത്തോടെ ധീരഗജൻ അവനെ നോക്കി.

"നിന്നെ കൊച്ചച്ഛൻ ഒരു രാജാവാക്കും നോക്കിക്കോ."

അവൻ നിറഞ്ഞു ചിരിച്ചു.

"എവിടെ നിന്റെ പിതാവ്..."

"അവിടുണ്ട്..." അവൻ പിന്നാമ്പുറത്തേക്ക് വിരൽ ചൂണ്ടി...

"പോയി കളിച്ചോളൂ..." അവന്റെ നെറുകയിൽ ഉമ്മ വെച്ച് അയാൾ പറഞ്ഞു.

ശേഷം അയാൾ വീടിനുള്ളിലേക്ക് കയറി കൊണ്ട് കൃത്രിമ ഗൗരവത്തിൽ ഉച്ചത്തിൽ ചോദിച്ചു.

"എവിടെ സൈന്യാധിപന്റെ ഭാര്യ?"

അകത്ത് മാവു കുഴച്ചു കൊണ്ട് നില്ക്കുകയായിരുന്ന ധൃതഗജന്റെ ഭാര്യ പദ്മിനി ധീരഗജനെ കണ്ട് സന്തോഷത്തോടെ പറഞ്ഞു...

"ആഹാ...ധീരൻ കൃത്യ സമയത്തു തന്നെ വന്നെത്തിയല്ലോ."

"വേണ്ട കഴിക്കാൻ നിൽക്കുന്നില്ല. ജേഷ്ഠനെ കണ്ട് ഒരതാവശ്യ കാര്യം ബോധിപ്പിക്കണം."

"അതൊക്കെ ശരി...നീ എന്തിനാണ് ആ പുതിയ പിള്ളേരുടെ കൂടെ താമസിക്കുന്നത്. നിനക്ക് ഇവിടെ തന്നെ താമസിച്ചു കൂടെ? കൊട്ടാരത്തിലേതു പോലെ അല്ല ഇവിടെ. അത്ര സുഭിക്ഷതയില്ലെങ്കിലും നല്ല കാറ്റും വെളിച്ചവും സമാധാനവുമുണ്ട്."

"ഞാൻ വരാം ജേഷ്ഠത്തി. അവിടെ കുറച്ചു യുവാക്കൾക്ക് പരിശീലനം കൊടുക്കാമെന്നേറ്റു പോയി."

“വെറുതെ രാജാവിനെയും കൂട്ടരെയും വെറുപ്പിക്കാൻ നിൽക്കണ്ട.” അവർ താക്കീതോടെ പറഞ്ഞു.

അയാൾ ആലോചിച്ചു. ശരിയാണ്. കൊട്ടാരത്തിൽ നിന്നിറങ്ങിയപ്പോൾ പരിശീലനം കൊടുക്കാൻ ആവശ്യപ്പെട്ടു വന്നത് ഒരു കൂട്ടം യുവാക്കളാണ്. പിടിച്ചു നില്ക്കാനുള്ള വരുമാനത്തിന് വേണ്ടി ചെയ്തതാണ്. വാക്ക് കൊടുത്തും പോയി. പരിശീലന തട്ടിന്റെ പണികൾ പുരോഗമിക്കുകയും ചെയ്യുന്നു. അതൊന്നു തീർപ്പാക്കിയിട്ടു ജേഷ്ഠത്തി പറയും പോലെ ഇങ്ങോട്ടു വരണം. കുടുംബത്തിലുണ്ടാവണം. അതായിരിക്കും ജേഷ്ഠനും ഇഷ്ടം. ഇപ്പോൾ എതിർപ്പൊന്നും പറഞ്ഞിട്ടില്ല. പക്ഷേ മനസ്സിൽ, താൻ നിഴല് പോലെ കൂടെ ഉണ്ടാവുന്നതാണ് ഇഷ്ടം.

“ഞാൻ വരാം ജേഷ്ഠത്തി.” പറഞ്ഞിട്ട് അയാൾ പിന്നാമ്പുറത്തേക്കിറങ്ങി.

വീടിന് പിന്നാമ്പുറത്ത് ഉയരം കുറഞ്ഞ മരത്തിന്റെ തണലിൽ കമ്പുകൾ പാകി, പുല്ലു കൊണ്ട് മേഞ്ഞ, ചെറിയ ആലയിൽ ആയുധങ്ങൾക്ക് മൂർച്ച കൂട്ടുകയായിരുന്നു ധൃതഗജൻ.

ചാരു പലക പോലെ ഒന്നിൽ നിരത്തി വെച്ച അനേകം ആയുധങ്ങൾ. പഴയതും പുതിയതുമുണ്ട്. അടിച്ചു പരത്തി മൂർച്ച കൂട്ടി മിനുസപ്പെടുത്തിയ ആയുധങ്ങൾ വെള്ളത്തിൽ മുക്കി വെച്ചിട്ടുണ്ട്.

ഒരു വാൾ എടുത്ത് കണ്ണിനോടു ചേർത്ത് വെച്ച് മിനുക്കവും മൂർച്ചയും നോക്കുന്ന ധൃതഗജനരികിലേക്ക് നടന്നു ചെന്നു ധീരഗജൻ പറഞ്ഞു.

“മൂർച്ച കൂട്ടപെടുന്ന ആയുധങ്ങൾ ഇവിടെ മാത്രമല്ല, പലയിടത്തുമുണ്ടെന്നു പുതിയ വിവരം.”

“ഉണ്ടാവും... പറഞ്ഞു വിട്ടവരും പലായനം ചെയിച്ചവരുമായ അനേകം പേരുണ്ടല്ലോ. നന്ദി കേടിന്റെ ഫലം ഏതു രാജാവായാലും അനുഭവിച്ചേ പറ്റൂ...” ഗൗരവം വിടാതെ, മൂർച്ച വരുത്തുന്നതിൽ ശ്രദ്ധിച്ച് ധൃതഗജൻ പറഞ്ഞു.

“ഇതും അങ്ങനെയൊന്നാണെന്നു രഹസ്യ വിവരം.”

ധൃതഗജൻ അനുജനെ നോക്കി.

ധീരഗജൻ തുടർന്നു.

“ദേവായുധന്റെ കൊലപാതകത്തിന് പിന്നിൽ അഗസ്ത്യ ഗോത്രമെന്ന് സംശയം. അന്വേഷണം തുടങ്ങിക്കഴിഞ്ഞു.”

അർഥം വെച്ചെന്ന പോലെ ധീരഗജൻ പറഞ്ഞു.

“രാജ കുടുംബത്തോട് പ്രതികാരമുള്ള അഗസ്ത്യ ഗോത്രക്കാർ ആരെന്നു രാജാവിനും അങ്ങേക്കും സ്പഷ്ടം.”

ഏതോ ഓർമയിൽ പെട്ട് ധൃതഗജൻ ദൂരേക്ക് നോക്കി.

അത് ശ്രദ്ധിച്ച് പദങ്ങൾ പെറുക്കി വെച്ച് ജാഗ്രതയോടെ ധീരഗജൻ പറഞ്ഞു. “രാജാവിന്റെ ശത്രു ഒരു വശത്ത് ശക്തി പ്രാപിക്കുന്നുണ്ടാവണം. ഒരു സഹായ ഹസ്തം നീട്ടിയാലോ എന്ന് ആലോചന. അങ്ങയുടെ അഭിപ്രായമറിഞ്ഞിട്ടു...” പാതിയിൽ നിർത്തി അയാൾ ധൃതഗജന്റെ മറുപടിക്കായി കാത്തു.

“മനസിലായില്ല.” അനുജനെ ചുഴിഞ്ഞു നോക്കി ധൃതഗജൻ പറഞ്ഞു.

“കുടുംബത്തോടെ പിടിച്ചു കൊണ്ട് വരാനാണ് കൽപന. ആ കല്പനയും പടയാളികളും ചെല്ലും മുന്നേ വിവരമറിയിച്ച് രക്ഷപെടാൻ ദൂത് കൊടുക്കുക.”

അനുജന്റെ മനസ്സിൽ രാജാവിനോടുള്ള ശത്രുത ആഴത്തിലുള്ളതാണെന്ന് ധൃതഗജന് മനസിലായി. സത്യമാണ്. ആർക്കും സംഭവിക്കാം. കാലമായ കാലമത്രയും രാജ്യ സേവനവും പുകഴ്ത്തി പറച്ചിലുകളും നടത്തിയിട്ടും ഒരു പുലർച്ചയിൽ എല്ലാറ്റിൽ നിന്നും അടർത്തി മാറ്റുക. വേദന തന്നെയാണത്. ആ വേദന തീർക്കാവുന്ന എല്ലാ വഴികളും ഒരു ധീര യോദ്ധാവ് ആഗ്രഹിച്ചു പോകും. എന്തും ചെയ്യും.

ധൃതഗജൻ ഒരു നിമിഷം ആലോചിച്ചിട്ട് പറഞ്ഞു. “നമ്മളും അവർക്കൊരു പോലെ ശത്രുക്കളാണ്.”

ശരിയാണ്. താൻ കേട്ടിട്ടുണ്ട്. എല്ലാറ്റിന്റെയും പിന്നിലെ സൈനിക ബുദ്ധി ജേഷ്ഠന്റേത് തന്നെയായിരുന്നു എന്ന്. കല്പന രാജാവിന്റേതായിരുന്നെങ്കിലും കളമൊരുക്കി തീർത്തു കൊടുത്തത് കൊല്ലപ്പെട്ടവന്റെ കുടുംബം അത്ര പെട്ടെന്ന് മറക്കില്ല. പൊറുക്കില്ല.

“ശരിയാണ്.” ധീരഗജൻ പറഞ്ഞു. “പക്ഷേ ജീവൻ രക്ഷപ്പെടുത്താനുള്ള ഒരു ചെറിയ ദൂത് എല്ലാം ക്ഷമിക്കാൻ വഴി വെച്ചേക്കും.”

അത് ശരിയായിരിക്കുമെന്ന് ധൃതഗജന് തോന്നി. എങ്കിലും അയാൾ പറഞ്ഞു.

“എന്നിട്ടെന്ത് നേടാനാണ് ധീര?”

“തള്ളപ്പെട്ടവർക്ക് ഒരു അഭയ സ്ഥാനം വേണ്ടേ ജേഷ്ഠാ?” ധീരഗജൻ ചോദിച്ചു.

തിരസ്കരണം വേദനയാണ്. വേദന ശത്രുതയായി അനുജന്റെ ഉള്ളിൽ വളർന്നു കഴിഞ്ഞെന്ന് അയാൾക്ക് മനസിലായി.

“ശത്രുവിന്റെ ശത്രുവിനെ മിത്രമാക്കാൻ അല്ലേ?” അയാൾ ചോദിച്ചു.

ധീരഗജൻ മിണ്ടിയില്ല. ആ മൗനം ശ്രദ്ധിച്ച് ആലോചനയോടെ ധൃതഗജൻ പറഞ്ഞു.

“ശരി. സഹായമായിക്കൊള്ളൂ. പക്ഷേ ആത്മ സൗഹൃദം വേണ്ട.” താക്കീതിന്റെ സ്വരത്തിൽ അയാൾ പറഞ്ഞുനിർത്തി.

ധീരഗജൻ ജേഷ്ഠനെ തല കുനിച്ചു വണങ്ങി.

അനുഗ്രഹം പോലെ കൈ ഉയർത്തി അയാൾ പറഞ്ഞു. “സ്വയം രക്ഷിച്ചു പോയി മടങ്ങൂ.”

തല കുനിച്ച് വന്ദിച്ച് ധീരഗജൻ തിരിഞ്ഞു നടന്നു.

പഴയ ശത്രുവിനടുത്തേക്ക് പുതിയ സൗഹൃദം തേടിയുള്ള യാത്രയാണ്. കളമൊരുക്കി കളിച്ച്, കുലത്തിലെ ഭൂരി ഭാഗം പേരെയും മുടിച്ച ശത്രുവിന്റെ അനുജനാണ് പോകുന്നത്. അവർ അവനെ സ്വീകരിക്കുമോ? അതോ...

ഇല്ല അപകടപ്പെടുത്തില്ല. അതിനുള്ള ഒരു പട അവർക്കുണ്ടായാൽ പോലും ജീവനുമായി തിരിച്ചു വരാൻ പ്രാപ്തിയുള്ളവനാണ് ധീരഗജൻ. പക്ഷേ അവൻ സ്വീകരിക്കപ്പെട്ടാൽ, സൗഹൃദ ഹസ്തം പിടിക്കാൻ തയാറായാൽ പിന്നെ ജ്വലിക്കും. കത്തും. ശ്രമിച്ചാൽ ചാമ്പലാവും മഗധ. നിഷ്കാസനം

ചെയ്യപ്പെട്ടവന്റെ, നിരാകരിക്കപ്പെട്ടവന്റെ വ്യഥ, അവന്റെ ഉള്ളിലെ കനൽച്ചൂട് എത്ര മാത്രമാണെന്ന് മഗധ അറിയും. ആ ഓർമ്മകളോടെ ഒരു പഴയ വാൾ എടുത്ത് ധൃതഗജൻ ജ്വലിച്ച കനലിലേക്ക് വെച്ചു.

ഇരുമ്പ്, കനലിൽ പൂണ്ടു ചുട്ടുപഴുത്ത് അഗ്നി സ്ഫുലിംഗങ്ങൾ ചിതറിച്ചു.

15

പ്രേമസംയുക്തം

സ്ത്രീകളിൽ അതി സുന്ദരിയായുള്ളവളെ,
ന്റെ പ്രിയന് മറ്റു പ്രിയന്മാരെക്കാൾ എന്തു വിശേഷതയാണുള്ളത്...
എന്റെ പ്രിയൻ വെണ്മയും ചുവപ്പും ഉള്ളവൻ,
അവന്റെ ശിരസ്സു അതിവിശേഷമായ തങ്കം.
അവന്റെ കവിൾ സുഗന്ധസസ്യങ്ങളുടെ തടവും നറുമ്പൈകളുടെ വാരവും,
അവന്റെ അധരം താമരപ്പൂവുംപോലെ ഇരിക്കുന്നു;
അവന്റെ കൈകൾ ഗോമേദകം പതിച്ചിരിക്കുന്ന സ്വർണ്ണനാളങ്ങൾ;
അവന്റെ ഉദരം നീലരത്നം പതിച്ച ദന്ത നിർമ്മിതം.
അവന്റെ തുട തങ്കച്ചുവട്ടിൽ നിർത്തിയ വെൺകൽത്തൂൺ;
ഇവനത്രേ എന്റെ പ്രിയൻ; ഇവനത്രേ എന്റെ സ്നേഹിതൻ.

(കൗർവകിയുടെ ഗീതങ്ങൾ: 15:26)

സംയുക്ത എന്തിനാണ് വരുന്നത്. ഉദ്ദേശം കൊട്ടാര സന്ദർശനമോ സൗഹൃദമോ അല്ല. അതിനൊക്കെ അപ്പുറം പ്രിയമാണ്. പ്രേമമാണ്. കൽ കുളിത്തൊട്ടിയിൽ ഇലഞ്ഞിപ്പൂക്കൾ വിതറിയ ചെറു ചൂടുള്ള വെള്ളത്തിൽ കിടക്കുകയായിരുന്നു മംഗളസിംഹൻ. നീളൻ തിരിയിട്ടു കത്തിച്ചു വെച്ച വിളക്കുകളുടെ മഞ്ഞ കലർന്ന വെളിച്ചം ജലത്തിൽ വീണു പ്രതിഫലിച്ചു.

സംയുക്തയുടെ ഈ വരവ് അതും, ഒറ്റക്കുള്ള ഈ വരവ്, കേട്ടറിവ് ശരിയാണെങ്കിൽ, അത്ഭുതപ്പെടുത്തുന്ന അനേകം സമ്മാനങ്ങളുമായുള്ള വരവ്, പരിചിതയും അയൽ രാജ്യത്തെ രാജ്ഞിയുമായ സംയുക്തയുടേതല്ല. ഉള്ളിന്റെ ഉള്ളിൽ എന്നും തന്നെ ആരാധനയോടെ കണ്ടു കൊണ്ടിരുന്ന കാമിനിയുടെ വരവാണ്.

ചൂട് വെള്ളത്തിന് ചൂട് കൂടുന്നുണ്ടോ? ഹൃദയം ചൂട് പിടിക്കുകയാണ്. ഒരാളെ മാത്രം ഓർത്ത്... വന്നെത്തി ദിവസങ്ങൾ അനവധി കഴിഞ്ഞിരിക്കുന്നു. ഭരണ കാര്യത്തിന്റെ എന്ത് തിരക്കിനിടയിലും വന്നു തെളിയുന്നത് ഒരു മുഖമാണ്. സമ്മാനമൊരുക്കാൻ വെയിലേറ്റ്, കരുവാളിപ്പ് പടർന്ന ആ മുഖത്തിനപ്പുറം ഏതു മുഖമാണ് ഇനി മനസ്സിൽ സൂക്ഷിക്കാനാവുക. ഏത് അപ്സര തുല്യമായ മുഖം വന്നു മറയ്ക്കാനും മായ്ക്കാനും ശ്രമിച്ചാലും, അതിനൊന്നും കഴിയാത്ത രീതിയിൽ ഒരു പ്രിയ മുഖം തെളിഞ്ഞു നിൽക്കുമ്പോൾ മനസ് മറച്ച് പിടിച്ച് എങ്ങനെയാണു പിടിച്ചു നിൽക്കുക...

സംയുക്ത രാജ്ഞിയുടെ ബുദ്ധിപരമായ വാഗ്വാദങ്ങൾക്കല്ല, വ്യക്തിപരമായ ചോദ്യങ്ങൾക്കാവും താൻ മറുപടി പറയേണ്ടി വരുക. മംഗളസിംഹൻ ജലത്തിന്റെ ചെറുചൂടിലേക്ക് മുങ്ങി...

* * *

പടയാളികൾ കാഹളമൂതി. കോട്ട വാതിലിന്റെ മുകളിലെ സ്വർണം പൂശിയ കൊടി മരത്തിലേക്ക് പുതിയ കൊടി ഉയർന്നു പൊങ്ങി. പിന്നെ അത് മഗധയുടെ കാറ്റിൽ പാറിക്കളിച്ചു.

കൊട്ടാരം മോടി പിടിപ്പിക്കലിന്റെ അവസാന ഭാഗമായിരുന്നു അത്.

കൊട്ടാരത്തിൽ എല്ലാ ഒരുക്കങ്ങളും പൂർത്തിയായിരുന്നു. അതിർത്തി കടന്നു രാജ്ഞിയും സംഘവും മഗധയിലേക്ക് കടന്നതിന്റെ ദൂത് രണ്ടു നാൾ മുന്നേ എത്തിയിരുന്നു. അവർ ഏതു നിമിഷവും കോട്ട വാതിലിന്റെ മുകളിൽ നിന്നു വീക്ഷിക്കുന്ന പടയാളിയുടെ കാഴ്ചയിൽ പ്രത്യക്ഷപ്പെടുന്നത് കാത്ത് കൊട്ടാര വാസികളും പരിചാരകരും തയാറായി നിന്നു.

സായന്തനത്തോടടുത്തപ്പോൾ ഭൂമിയുടെ അറ്റത്ത് നിന്നെന്ന പോലെ കൊടികൾ കണ്ടു. കോട്ട മുകളിലെ പടയാളി കുഴലൂതി...

കൊട്ടാരമുണർന്നു...

കാത്തിരുന്ന് മുഷിഞ്ഞ പരിചാരക സംഘവും സേവകരും ഉണർന്നെണീറ്റു തയാറായി.

കൊടികൾ കൂടുതൽ ദൃശ്യമാവുകയും, കുതിരകളും ഒട്ടകങ്ങളും പരിവാരങ്ങളു മായി സംയുക്ത രാജ്ഞിയുടെ സംഘം വരുന്നത് പതിയെ പതിയെ കൊട്ടാര മുകളിൽ നിന്ന പടയാളിയുടെ കാഴ്ചയിൽ മിഴിവോടെ തെളിഞ്ഞു.

മോടി പിടിപ്പിച്ച രാജസദസ്സിൽ, ചർച്ചയിലായിരുന്നു മംഗളസിംഹൻ. സംയുക്തയുമായി ചർച്ച ചെയ്യേണ്ട തന്ത്ര പ്രധാനമായ കാര്യങ്ങളും സൈനികരുടെ ഒന്നിച്ചുള്ള പരിശീലനവും പലരും മുന്നോട്ടു വെച്ചു.

എല്ലാവരുടെയും അഭിപ്രായം മംഗളസിംഹൻ ശാന്തമായി കേട്ടു.

"വരട്ടെ...അവരുമായി എന്തൊക്കെ ചർച്ച ചെയ്യാനാകുമെന്ന് നോക്കാം. രാജ്ഞിയുടെ അഭിപ്രായം കൂടി കണക്കിലെടുത്ത് പരിശീലന പരിപാടികൾ ആസൂത്രണം ചെയ്യാം." അയാൾ ഉറപ്പോടെ രാജ സദസ്സിനോട് പറഞ്ഞു.

ആയുധങ്ങളേന്തിയ കാലാൾപടയും കാവൽപടയും, ആനപ്പടയുടെയും ഒട്ടക പടയുടെയും പ്രതിനിധികളായ മുപ്പതോളം പേരും പടച്ചട്ടയണിഞ്ഞ് സംയുക്തയെ സ്വീകരിക്കാൻ തയാറായി നിന്നു. ഉപനാരികളും അവരുടെ പെൺമക്കളും മുതിർന്നവരും ചെറു പ്രായത്തിലുള്ളവരുമായ ബാലികമാരും പൂചൂടി പൂത്താലമേന്തി നിന്നു. കോട്ടക്ക് ചുറ്റും കൂടുതൽ കാവൽക്കാർ ജാഗരൂക രായി നിന്നു. ഇന്നത്തേക്ക് മാത്രം കോട്ട വാതിലിന്റെ ആയിരം അടി അകലെ വരെ പൊതുജനങ്ങൾക്ക് അനുവദിക്കപ്പെട്ടിരുന്നു. അനുവദിക്കപ്പെട്ട സ്ഥ ലത്തിന് ചുറ്റും, കാവൽക്കാർ റോന്തു ചുറ്റിക്കൊണ്ടിരുന്നു. ജനം സംയുക്തയെ ഒരു നോക്ക് കാണാൻ ആർപ്പുവിളികളോടെ കാത്തു നിന്നു. ഇടയ്ക്കിടെ അവർ മംഗളസിംഹനും ജയ് വിളിച്ചു.

കൊട്ടാരത്തിന്റെ വാതിൽ കടന്നു കാൽ വെക്കുന്ന പ്രധാന മണ്ഡപത്തിൽ, തുമ്പ വീണ, ശൃംഗ, ജലരി, തുടങ്ങിയ വാദ്യോപകരണങ്ങളിൽ നിന്ന് സംഗീതം തുടങ്ങി കഴിഞ്ഞു. കൊട്ടാര വാസികളും അന്തപുര നാരികളും, അവരുടെ മക്കളും, ദാസികളും തോഴിമാരും ആ സംഗീതം ആസ്വദിച്ചു നിന്നു.

കുശിനിയിൽ വിഭവങ്ങൾ വെന്തു തയാറായിക്കൊണ്ടിരുന്നു. മുയൽ, പന്നി, കലമാൻ, കാട്ടു കോഴി, കാട്ടു പോത്ത്, തുടങ്ങിയ മാംസാഹാരങ്ങളും മറ്റും കമ്പിയിൽ കോർത്തും, കനലിൽ ചുട്ടും വേവിച്ചെടുക്കുന്നതിന്റെ ഗന്ധം അന്തരീക്ഷമാകെ നിറഞ്ഞു നിന്നു. കാടെരിയുന്നതു പോലെ ആകാശത്തേക്ക് പുക ഉയർന്നു പൊങ്ങുന്നത് ദൂരെ നിന്നേ കാണാമായിരുന്നു.

സംയുക്തയുടെ സംഘം കോട്ടവാതിൽ കടന്ന കുഴലൂത്തുയർന്നു.

രാജസദസ്സിന്റെ ആകാംക്ഷക്കിടയിലേക്ക് പ്രദലൻ നടന്നു വന്ന് മംഗള സിംഹനെ വണങ്ങി.

"അങ്ങയുടെ ആതിഥ്യം സ്വീകരിക്കാൻ സംയുക്ത രാജ്ഞിയും പരിവാര ങ്ങളും സന്നിഹിതരായിരിക്കുന്നു, മഹാരാജൻ."

"സ്വീകരിക്കാൻ നാമും രാജസദസ്സും തയാർ." ചെറു ചിരിയോടെ പറഞ്ഞു കൊണ്ട് മംഗളസിംഹൻ എണീറ്റു. അയാൾക്ക് പിന്നാലെ രാജസദസ്സും.

മംഗളസിംഹ മഹാരാജാവ്...നീണാൾ വാഴട്ടെ

സംയുക്ത രാജ്ഞി നീണാൾ വാഴട്ടെ...

കോട്ടക്ക് പുറത്തു കൂടിയ ജനക്കൂട്ടം ഉച്ചത്തിൽ ഉത്സാഹത്തിൽ വിളി തുടങ്ങി...അതിന്റെ അലയൊലികൾ കോട്ടയിൽ തട്ടി പ്രതിധ്വനിച്ചു...

കോട്ട വാതിൽ കടന്നു സംയുക്തയും സംഘവും അകത്തേക്ക് വന്നു കൊണ്ടിരുന്നു. മോടി പിടിപ്പിച്ച രഥങ്ങളും അലങ്കാരം ചാർത്തിയ കുതിരകളും, ഒട്ടകങ്ങളും വലിക്കുന്ന വണ്ടികളിൽ, പരിവാരങ്ങളും പൗര പ്രമുഖരും, സമ്മാ നങ്ങളും നിറഞ്ഞിരുന്നു.

കുരവയും കുഴലൂത്തുമുണർന്നു.

തുകൽ വാദ്യങ്ങൾ ശബ്ദത്തോടെ സംയുക്ത രാജ്ഞിയുടെ വരവിനെ അറിയിച്ചു കൊണ്ട് മുഴങ്ങി. അവയുടെ പെരുക്കത്തിൽ കൂടുതൽ ഉത്സാഹ ത്തോടെ കുതിരകൾ താളാത്മതകമായി ചലിച്ചു കൊണ്ട് കൊട്ടാര വാതിൽ ക്കലേക്ക് മെല്ലെ എത്തി ചേർന്നു. സംയുക്തയുടെ രഥം കൊട്ടാരത്തിന്റെ പ്രധാന വാതിലിന് താഴെ വന്നു നിന്നു. പരിവാരങ്ങളും മറ്റു സംഘങ്ങളും കുതിര വണ്ടികളിൽ നിന്നും ഒട്ടക വണ്ടികളിൽ നിന്നും ഇറങ്ങി സമ്മാനങ്ങളും കാഴ്ച വസ്തുക്കളും നിരത്തി വെച്ചു കൊണ്ടിരുന്നു...

കൊട്ടാര പരിചാരകർ അതിഥികൾക്കായി മധുരവും സുഗന്ധവും കലർ ത്തിയ പാനീയം വിളമ്പി തുടങ്ങി.

നീണ്ട യാത്രയുടെ ക്ഷീണം തീർക്കാൻ അതിഥികൾ ആവോളം പാനീയം കുടിച്ചു.

മധുര ധാരിണിയും, പൗർണമി ദേവിയും, ഉപനാരികളും അവരുടെ തോഴിമാരും മറ്റു കൊട്ടാര വാസികളും, സർവഭാരണങ്ങളും അണിഞ്ഞ് തയാറായി നിന്നു.

അന്തപുരത്തിന്റെ ചെറു ജാലകങ്ങളിലൂടെയും മറ്റും ദാസികളും തോഴികളും ആ കാഴ്ച കണ്ട് നിന്നു. രാജ സദസ്സിലെ പ്രമുഖരും, താപസനാഥനും, ബാണാസുരനും, സബോധനും, മന്ത്രിമാരും അടങ്ങുന്ന കൊട്ടാര സംഘവുമായി മംഗളസിംഹൻ കൊട്ടാര വാതിൽക്കലേക്ക് എത്തി. അയാൾക്ക് പിന്നിലും വശത്തുമായി കിന്നരിയും കുഴൽ വാദ്യവും തപ്പും കൊട്ടി ഒരു ഗായക സംഘം സംയുക്തയെ എതിരേൽക്കാനുള്ള ഗാനവും പാടി നിന്നു. വായ്പ്പാട്ടും വാദ്യവു മായി ആകെ ഉത്സാഹവും ബഹളവുമായി അന്തരീക്ഷം നിറഞ്ഞു നിൽക്കെ നാലു കുതിരകളെ പൂട്ടിയ രണ്ടു രഥങ്ങളിൽ ഒന്നിൽ നിന്ന് തിരശീല മാറ്റി കൊണ്ട് സംയുക്ത ഇറങ്ങുന്നതും കാത്ത്, എല്ലാവരും ശ്വാസമടക്കി നിന്നു. സംയുക്തയുടെ സൗന്ദര്യത്തെപ്പറ്റി എല്ലാവർക്കും കേട്ടറിവുണ്ടായിരുന്നു. അപ്സര തുല്യമായ സൗന്ദര്യമുള്ള അവരെ ഒന്ന് നേരിൽ കാണാൻ അവരെല്ലാവരും

ആകാംഷയോടെ കാത്തു നിന്നു.

മംഗളസിംഹൻ രഥത്തിന്റെ തിരശീലയിലേക്ക് നോക്കി. പതിയെ തിരശീല നീക്കി സംയുക്ത പുറത്തേക്ക് വന്നു.

കേൾവിയിലുള്ളത് പോലെ അവർ ഒരു അപ്സരസ്സ് തന്നെയായിരുന്നു.

കൊട്ടാര പരവതാനിയിലേക്ക് സംയുക്ത കാൽ വെച്ചതും കൊട്ടാരത്തിന്റെ ചെറു ജാലകങ്ങളിലൂടെ പുഷ്പങ്ങൾ താഴേക്ക് വർഷിക്കപ്പെട്ടു. ചെറു കാറ്റിൽ തെന്നി ഉലഞ്ഞു പൂക്കൾ സംയുക്തയുടെ സൗന്ദര്യ ഭ്രൂവിലേക്ക് പറന്നു വീണു.

സംയുക്ത തല കുനിച്ച് മംഗളസിംഹനെയും രാജ സദസ്സിനെയും മറ്റു കൊട്ടാര വാസികളെയും വണങ്ങി. ശേഷം കൊട്ടാരത്തിന്റെ മുകൾ നിലയിലേക്ക് കൈ വീശി...അത് കണ്ട് സഹർഷത്തോടെ കൊട്ടാര ദാസികളും തോഴികളും ചിരിച്ചു.

"സംയുക്ത രാജ്ഞി വിജയിക്കട്ടെ..."

കൊട്ടാര പരിചാരകരും പടയാളികളും ഉറക്കെ ഉത്സാഹത്തോടെ വിളിച്ചു പറഞ്ഞു... അതൊരു അല പോലെ കൊട്ടാരത്തിനുള്ളിൽ പ്രതിധ്വനി തീർക്കവേ മംഗളസിംഹൻ സംയുക്തയെ വണങ്ങി അകത്തേക്കാനയിച്ചു. അവർ മംഗള സിംഹനരികിലേക്ക് നടന്നടുത്തു. സംയുക്ത തല അനക്കി. ഒരു നിർദ്ദേശം പോലെ. ഒരു ദാസി രത്നങ്ങൾ നിറച്ച സ്വർണ്ണ താലവുമായി അവർക്കൊപ്പം നടന്നെത്തി. ദാസി താലം രാജ്ഞിക്കു കൈ മാറി.

ആ താലം സംയുക്ത രാജ്ഞി മംഗളസിംഹന് നേരെ നീട്ടി.

"മഗധയുടെ അധിപന് സംയുക്തയുടെ സ്നേഹോപഹാരം."

അവരുടെ കണ്ണുകളിലേക്ക്, ഉള്ളിലൊളിപ്പിച്ച കുസൃതി ചിരിയോടെ ഒരു നിമിഷം സൂക്ഷിച്ചു നോക്കി മംഗളസിംഹൻ. ആ നോട്ടം താങ്ങാനാവാതെ സംയുക്ത കണ്ണുകൾ പതിയെ താഴ്ത്തി. നോട്ടം ഒരു ഞൊടി പോലും മാറ്റാതെ താലത്തിനായി മംഗളസിംഹൻ കൈ നീട്ടി. സംയുക്ത താലം മംഗളസിംഹന്റെ കയ്യിലേക്ക് വെച്ചതും മംഗളസിംഹൻ കൈ പിന്നോട്ടു വലിച്ചു... താലം താഴേക്ക് വീണു. പളുങ്കു പോലുള്ള കൊട്ടാരത്തിന്റെ തറയിൽ പവിഴവും രത്നങ്ങളും വീണു തെറിച്ചു...

എല്ലാവരും സ്തബ്ധരായി നിന്നു. ഒരു നിമിഷം വാദ്യ സംഗീതം നിശ്ചലമായി.

ശ്വാസമടക്കി രാജ സദസ്സും കൊട്ടാരവാസികളും, റാണിമാരും പകച്ചു നിൽക്കെ സംയുക്തയെ അളക്കുന്ന മട്ടിൽ നോക്കി ചുണ്ടിൽ ചെറു മന്ദഹാസവുമായി മംഗളസിംഹൻ നിന്നു. ഒരു ഞൊടിയിൽ താഴേക്ക് കുനിഞ്ഞിരുന്നു ചിതറി വീണ പവിഴങ്ങൾ പെറുക്കി തുടങ്ങി സംയുക്ത. മംഗളസിംഹന്റെ കൊട്ടാര ദാസികൾ ഓടി വന്ന് അവരെ സഹായിക്കാൻ തുനിയവെ അവരെ കൈ ഉയർത്തി മംഗളസിംഹൻ തടഞ്ഞു. പിടിച്ചു കെട്ടിയതു പോൽ അവർ അവിടെ നിന്നു.

"ബുദ്ധിമുട്ടാതെ എണീൽക്കൂ..." മംഗളസിംഹൻ സംയുക്തയോട് പറഞ്ഞു.

തല കുനിച്ച് സംയുക്ത പതിയെ എണീൽക്കവേ അവരുടെ സംഘങ്ങളെ ആകെ ഒന്ന് നോക്കി, രഥത്തിലേക്ക് കണ്ണയച്ച് മംഗളസിംഹൻ ഉറക്കെ പറഞ്ഞു...

"സംയുക്ത രാജ്ഞി... ഇനി പുറത്തേക്ക് വരാം."

മംഗളസിംഹന്റെ ആ വാക്കുകൾ കേട്ട് കൊട്ടാര വാസികളും രാജ സദസ്സും മധുരധാരിണിയും പൗർണമി ദേവിയും അടക്കം എല്ലാവരും സ്തബ്ധരായി നിൽക്കെ രഥത്തിന്റെ നിറമുള്ള തിരശീല നീക്കി സംയുക്ത രാജ്ഞി പുറത്തേക്കിറങ്ങി. അവരുടെ സൗന്ദര്യം കണ്ട് മിന്നലേറ്റവരെപോലെ അത്ഭുത സ്തബ്ധരായി കൊട്ടാര വാസികൾ നിൽക്കെ മഴവില്ലുദിച്ച പോലെ ചിരിയുമായി സംയുക്ത എല്ലാവരെയും വന്ദിച്ചു. ശേഷം കൈ വീശി... അവശേഷിച്ച പൂക്കൾ അന്തരീക്ഷത്തിലൂടെ പറന്നു വീണു... വാദ്യമേളം കൂടുതൽ മിഴിവോടെ പുതിയ ഉത്സാഹത്തോടെ ഉണർവോടെ ഉയർന്നു.

"മംഗളസിംഹൻ നീണാൾ വാഴട്ടെ..."

"സംയുക്ത രാജ്ഞി നീണാൾ വാഴട്ടെ..."

കൂടി നിന്ന ജനം ആർത്തു വിളിച്ചു...

ഗായക സംഘം മധുരമായി പാടി തുടങ്ങിയപ്പോൾ സംയുക്ത പതിയെ മംഗള സിംഹനരികിലേക്ക് എത്തി. ചെറുപ്പത്തിൽ കണ്ടതിനേക്കാൾ സൗന്ദര്യവും ഇരുത്തവും നിറഞ്ഞ ഒരു സ്ത്രീയായി അവർ മാറിയിരിക്കുന്നുവെന്ന് മംഗള സിംഹൻ ഓർത്തു. പണ്ട് കണ്ട സംയുക്തയല്ല. ആൾക്കൂട്ടത്തിൽ ആടയാഭരണങ്ങളില്ലാതെ കണ്ടാൽ താൻ അവരെ തിരിച്ചറിയുകയേ ഇല്ലായിരുന്നുവെന്നും അയാൾ ഓർത്തു. അഴകിന്റെ ആകാശമായി അവർ മാറിക്കഴിഞ്ഞിരിക്കുന്നു.

"മഗധാധിപന്റെ സ്വീകരണത്തിന് നന്ദി. ബുദ്ധികൂർമതക്ക് അഭിവാദ്യം."

മംഗളസിംഹനരികിലേയ്ക്ക് വന്ന്, അവർ നെഞ്ചിൽ കൈ വെച്ച് അയാളെ നോക്കി തല ഒന്ന് കൂടി കുനിച്ചു വണങ്ങി. അവളുടെ കണ്ണുകളിൽ പ്രണയത്തിന്റെ തിരയിളക്കം അയാൾ കണ്ടു.

"സംയുക്ത രാജ്ഞി അമ്പരപ്പിക്കലിന്റെ ചെപ്പു കുടമാണ് എന്നു കേട്ടറിവുണ്ട്. ഒരു രാജാവിന്റെ മുന്നിലിരുന്ന് രത്നങ്ങൾ പെറുക്കിയെടുക്കാൻ മാത്രം ബുദ്ധിമോശവും ആഢ്യത്തമില്ലായ്മയും രാജ്ഞിക്കുണ്ടാവില്ല എന്ന ഉറപ്പിലാണ് ചെപ്പു കുടം പൊട്ടിയത്."

ചെറു ചിരിയോടെ മംഗളസിംഹൻ പറഞ്ഞതു കേട്ട സംയുക്ത ചിരിച്ചു.

"സംയുക്ത രാജ്ഞിക്കു മഗധ അധിപന്റെ സുസ്വാഗതം." മംഗളസിംഹൻ നിറഞ്ഞ ചിരിയോടെ പറഞ്ഞു.

വാദ്യങ്ങൾ ഉച്ചത്തിലായി...സംയുക്ത മംഗളസിംഹന്റെ കൂടെ കൊട്ടാരത്തിനകത്തേക്ക് നടന്നു.

നിരന്നു നിൽക്കുന്ന രാജസദസ്സിനെയും, റാണിമാരെയും വണങ്ങിക്കൊണ്ടു അവർ മുന്നോട്ടു നീങ്ങി.

"ഭക്ഷണവും വിശ്രമവും കഴിഞ്ഞ് എല്ലാവരെയും വിശദമായി പരിചയപ്പെടാം."

"അങ്ങയുടെ ഇഷ്ടം." അയാളെ ചേർന്ന് നടക്കവേ അവർ പറഞ്ഞു.

"വിശ്രമം കഴിയുമ്പോൾ കൊട്ടാരവും പരിസരവും രാജ്ഞിയെ ചുറ്റി കാണിക്കൂ."

പിന്തുടരുന്ന പ്രദലനെ നോക്കി അയാൾ പറഞ്ഞു. ആജ്ഞ ശിരസ്സാവഹിച്ച്

പ്രദലൻ തല കുനിച്ചു.

"നമുക്ക് സായന്തനം കാണാം." സംയുക്തക്ക് വിശ്രമത്തിനായി ഒരുക്കിയ അറയിലേക്ക് നീളുന്ന ഇടനാഴിയിൽ നിന്നു കൊണ്ട് മംഗളസിംഹൻ പറഞ്ഞു.

"അങ്ങയുടെ ഇഷ്ടം..." അവർ ബഹുമാനത്തോടെ പറഞ്ഞു തല കുനിച്ചു.

അവരെ വണങ്ങി മംഗളസിംഹൻ പിന്തിരിഞ്ഞു നടക്കവേ ദാസിമാർ സംയുക്തയെ അറയിലേക്ക് വഴി കാണിച്ചു നയിച്ചു...

16

ഗോത്രധർമ്മം

നീളൻ പുല്ല് മേഞ്ഞതും, കാട്ടുകഴകൾ പാകിയതും,
പനയുടെ ഓലകളാൽ മറച്ചതും,
പൂഴിമണ്ണ് അടിച്ചുറപ്പിച്ചതുമായ മണ്ണിൽ നിന്നവർ വാളിൻ തുമ്പിനാൽ വെട്ടി.
അവരെ അവകാശദേശത്തു യുദ്ധംചെയ്‌വാൻ വിട്ടിരിക്കുന്നു.
അമ്പ് കൊണ്ട് ചോരയും, ഭൂമികൊണ്ട് ചതിവും അവരൊഴുക്കി.
കാൽ ഞരമ്പിനെ മുറിച്ചു ആയുധത്തിന്റെ പുളിപ്പിനാലും,
മുഖത്തെ ചവർപ്പിനാലും നല്ലത് എന്നവർ കണ്ടു.
കാലിൽ നിന്നു പോരാടാൻ കാൽ കുത്താനിടം കിട്ടാതെ
മിത്രങ്ങളാക്കി വെച്ചുതന്നെ അവർ ശത്രുവിനോട് പകരം വീട്ടി.

(കൗർവകിയുടെ ഗീതങ്ങൾ: 16:28)

ഒരു പൊടിക്കാറ്റടിച്ചു. ചെറു മരങ്ങളിലെ ഇലകൾ ചെരിഞ്ഞു നിന്നു വിറകൊണ്ടു. ചൂടേറ്റു വിണ്ടു കിടക്കുന്ന ഭൂമിയിലൂടെ കാറ്റു കടന്നു പോയി...

അകലേക്ക് നോട്ടമയച്ച് മദമുഖൻ നിന്നു. അയാളുടെ മുഖം പഴപ്പിച്ചു കൊണ്ട് ജാലകത്തിലൂടെ കാറ്റു കടന്നു വന്നു. ഉള്ളും പഴുത്തു നിൽക്കുകയാണ്. ധീര ഗജൻ പുറത്തു കാത്തു നിൽക്കുകയാണ്. സന്ധിക്കു വന്നെത്തിയ ശത്രു. മറ്റൊരു പ്രബല ശത്രുവിന്റെ അനുജൻ. മറക്കാനാവില്ല. ഒരെണ്ണത്തിനോടും പൊറുക്കാനുമാവില്ല. ധൃതഗജനെയാണ് വേണ്ടത്. അവനെ കിട്ടിയില്ലെങ്കിൽ കിട്ടുന്നന്നിടത്തോളം കാലം മനസിനെ സമാശ്വസിപ്പിക്കാൻ കിട്ടുന്ന അവസരമാണ്. ഒരിക്കലും പ്രതീക്ഷിക്കാത്ത അതിഥിയായി വന്നെത്തിയ ധീരഗജന്റെ രക്തമുണങ്ങിയ തല ലഭിക്കുമ്പോൾ അവന്റെ ജ്യേഷ്ഠൻ ധൃതഗജൻ കളത്തിലിറങ്ങും. പടയും പത്മവ്യൂഹങ്ങളുമില്ലാതെ. ഒറ്റക്ക്.

സുവർണാവസരമാണ്.

യോദ്ധാവാണ് ധീരഗജൻ. അംഗബലത്തെയും ആയുധങ്ങളെയും ആളിനെയും തിരിച്ചറിയുന്നവൻ. പക്ഷേ അത്രത്തോളമെത്തിയിട്ടില്ലെങ്കിലും താനും നേടിയിട്ടുണ്ട്, അടവുകൾ അധികം. ഒന്നും നടന്നില്ലെങ്കിൽ അഥവാ എന്ത് തന്നെ നടന്നാലും മരണം നേരിട്ടല്ല. ചതിയിലൂടെ. അങ്ങനെ ചെയ്താലേ അവന്റെ ജേഷ്ഠന്, ധൃതഗജന് വേദനിക്കൂ... ആഴത്തിൽ കുത്തികയറുകയോ, നെടുകെ പിളർക്കുകയോ ചെയ്യപ്പെടുന്ന വാളിനേക്കാൾ മൂർച്ചയാണ്, ജയിക്കുമെന്ന് തോന്നുന്നിടത്ത് വെച്ച്, വെട്ടി വെട്ടി കയറുമ്പോൾ ഉന്മാദത്തിന്റെ തികട്ടലിൽ ഉള്ളിൽ നിന്ന് അറിയാതെ പൊട്ടി പടരുന്ന ചെറു ചിരി. ചുണ്ടിന്റെ കോണിൽ അത് പൊട്ടി തുടങ്ങുന്ന നിമിഷത്തിൽ വാൾ എതിരാളിയുടെ കഴുത്തിന് നേരെ വീശിയടുക്കുന്ന നിമിഷത്തിന്റെ ആ അർദ്ധ മുഹൂർത്തത്തിൽ, എവിടുന്നോ വരുന്നൊരു അമ്പ്, അല്ലെങ്കിൽ നിൽക്കുന്ന ഭൂമിയുടെ ചതിവ്, കാൽ ഞരമ്പിനെ മുറിച്ചു വിടുന്ന ആ ആയുധത്തിന്റെ പുളിപ്പ്, മുഖത്തെ ചവർപ്പ്, എന്തെന്ന് തിരിച്ചറിയാനാവാതെ മറിഞ്ഞു വീഴുമ്പോൾ പകപ്പോടെ നോക്കും മുൻപേ എതിരാളിയുടെ പുരികക്കൊടിക്കിടയിൽ വെട്ടി കാഴ്ചക്ക് മുന്നിൽ രക്തം നിറക്കുന്നതിന്റെ സുഖം... സർവവും പയറ്റിത്തെളിഞ്ഞ ഒരു യോദ്ധാവ് ചുറ്റും

ആർത്തു വിളിക്കുന്ന പടയുടെ മുന്നിൽ പകച്ച് നിൽക്കാതെ മുന്നോട്ടു കുതിക്കുമ്പോൾ അവനെ ഒരു സൈന്യത്തിന് ഒറ്റക്ക് വിട്ടു കൊടുത്ത് പിൻ വാങ്ങുന്ന ചതിയുടെ ചൂട്. ആ ചതി തിരിച്ചറിയാനുള്ള സമയം ശത്രുവിന് കൊടുത്ത്, അവന്റെ തല വെട്ടിയെടുക്കുമ്പോൾ പോലും പകരമാവാത്ത ചതിയുടെ ചൂട്... ചതിച്ച ശത്രുവിനോട് ചതി തന്നെ ചെയ്യുന്നത് ഓർക്കുമ്പോൾ എന്തൊരാനന്ദമാണ്. അതൊക്കെയാണ് ആ ശത്രുവിനെ തന്നെ കൂടെ കൂട്ടുമ്പോൾ ഇല്ലാതാവുന്നത്. മുഖ പേശികൾ വലിഞ്ഞു മുറുകി പല്ലുകൾ പൊടിഞ്ഞു പോകുമോയെന്ന ഭയം കൊണ്ട് അത് പിതാവിനോടുള്ള ബഹുമാനക്കുറവാകുമല്ലോ എന്ന് ചിന്തിച്ചു കൊണ്ട് മദമുഖൻ ചോദിച്ചു.

"ദേവായുധന്റെ രക്തമുണങ്ങാത്ത ഉവാല നെഞ്ചിൽ ചേർത്ത് അടുത്തത് മംഗളസിംഹന്റേയല്ല, ധൃതഗജന്റേയാണെന്ന് വീര്യത്തോടെ പറഞ്ഞ പിതാവിനെന്താണ് സംഭവിച്ചത്?"

കിടക്കയിൽ കിടന്ന് അയാളെ നോക്കി പാണ്ഡുകൻ പറഞ്ഞു.

"പറഞ്ഞുറപ്പിച്ച തന്നെ പറയുന്നു. പക്ഷേ ഇപ്പോൾ ശത്രു പക്ഷത്തല്ല അയാൾ. എന്തിനും കളമൊരുക്കാൻ നമുക്കൊരിടം വേണം. ആളുകളും. കാലിൽ നിന്നു പോരാടാൻ കാൽ കുത്താനിടം കിട്ടാതെങ്ങിനെ? ഇവിടുന്ന് പലായനം ചെയ്ത് മറ്റൊരിടത്ത് അഭയം കണ്ടെത്തി ആക്രമിക്കണം. നമ്മെ ഇല്ലാതാക്കാൻ പുറപ്പെട്ട പടയാളികൾ വന്നെത്തുന്നതിന് മുൻപേ ഇവിടെത്തി ദൂതറിയിച്ച ധീരഗജന്റെ ഉദ്ദേശമെന്താണ്?"

മദമുഖൻ പിതാവിനെ സൂക്ഷിച്ചു നോക്കി നിന്നു.

"മംഗളസിംഹൻ, ധൃതഗജന്റെയും ശത്രുവായിരിക്കുന്നു. നിഷ്കാസനം ചെയ്യപ്പെട്ട ധൃതഗജൻ അപകടകാരി തന്നെയാണ്. നമുക്ക് അയാൾ ആയുധവും. നമുക്കിപ്പോൾ വേണ്ടത് ശത്രുക്കളായ മിത്രങ്ങളെയാണ്."

ഒരു നിമിഷം മനസ്സിലെന്തോ ഓർത്ത് കണക്കു കൂട്ടി പാണ്ഡുകൻ തുടർന്നു.

"മിത്രങ്ങളാക്കി വെച്ചും നമുക്ക് ശത്രുവിനോട് പകരം വീട്ടാം."

ആ വാക്കുകളുടെ പൊരുൾ മദമുഖന് മനസിലായി.

ആജ്ഞ പോലെ പാണ്ഡുകൻ പറഞ്ഞു.

"അകത്തേക്കാനയിച്ച് സൗഹൃദമുറപ്പിച്ച് അയാളെ മടക്കൂ മദമുഖൻ. ശേഷം നമുക്കിവിടം വിടാം. മഹാപദ്മൻ പലായനം ചെയ്യിച്ച തസ്കരൻ രണച്ചൂഡൻ രാഷ്ട്ര കൂടത്തിലെ രാജാവാണ്. അവിടെ മഗധയുടെ ശത്രുക്കൾക്കഭയം ലഭിക്കും."

വാതിൽക്കലേയ്ക്ക് നോക്കി മദമുഖൻ വിളിച്ചു. "ദർശാ..."

നേരിയ തുണിയാൽ മറച്ച വാതിൽക്കൽ ഒരു യുവാവ് മുഖം കാണിച്ചു.

"അതിഥിയെ വിളിക്കൂ..." മദമുഖൻ പറഞ്ഞു.

യുവാവ് പിന്തിരിഞ്ഞു നടന്നു.

* * *

ചുട്ടു പൊള്ളിക്കുന്ന കാറ്റടിച്ചു കൊണ്ടിരുന്നു. ഇടക്കിടെ ഉയർന്നു പൊങ്ങുന്ന പൊടിയും... വരുമ്പോൾ പല തവണ വഴി മാറിപ്പോയി. മണൽക്കാറ്റടിച്ച വഴി

മൂടപ്പെട്ടിരുന്നു. എന്തിനാണ് ഇത്രയധികം സ്ഥലം ഈ രാജ്യത്തുണ്ടായിട്ടും ഈ മണൽക്കാടിനടുത്ത് മരു ചൂട്ടും പൊടിക്കാറ്റുമേറ്റ് ഇവർ താമസിക്കുന്നത്. അതിഥികൾക്കായി ഒരുക്കിയ ചെറുമുറിയുടെ വരാന്തയിൽ, പീഠത്തിൽ ഇരുന്ന് ധീരഗജൻ ആലോചിച്ചു. ആ ചോദ്യത്തിന് മറുപടി സ്വന്തം മനഃസാക്ഷിയിൽ നിന്ന് ചോദിക്കാതെ തന്നെ ധീരഗജന് ലഭിച്ചു.

"ചുടണം... ചുട്ടു പൊള്ളണം. അടിമുടി നീറികൊണ്ടിരിക്കണം. സുഖ സൗക ര്യങ്ങളിൽ നാം ജീവിതം മറക്കും. മയങ്ങും. കടന്നതിനെയും, കടന്നു വരുന്ന തിനെയും മറക്കും. പാടില്ല. മനസ്സിൽ തിളക്കണം. അതിന് ഉള്ളിലും പുറത്തും ചുട്ടു പഴുത്ത മരുഭൂമിയുണ്ടാവണം. പ്രതികാരത്തിന്റെ മണൽ ചൂടുണ്ടാവണം."

ജേഷ്ഠന്റെ ശത്രുവായിരുന്നിട്ടും പാണ്ഡുകനോട് ധീരഗജന് ബഹുമാനം തോന്നി. ആദരവും. ശരിയാണ്, കൂടെ നിന്നു ചതിച്ചതിന്, കൂറ് കാണിക്കാതെ നിന്നവനെതിരെ പ്രതികാരത്തിന്റെ മണൽച്ചൂടും, പോരിന്റെ പൊടികാറ്റുമുയർ ത്തണം. ധീരഗജൻ മനസ്സിലുറപ്പിച്ചു.

കുതിര വെള്ളം കുടിക്കുകയാണ്. അതിഥികളുടെ കുതിരകൾക്കുള്ള താത്കാലിക ലായമാണ്. വീട്ടുകാരുടെ കുതിരകൾക്കു പ്രത്യേക ലായമുണ്ട്. അത് കുറച്ചു മാറിയാണ് ഉള്ളത്. ദാഹം ശമിപ്പിക്കാൻ ലഭിച്ച പഴച്ചാർ കുടിച്ച് ധീരഗജൻ ദൂരേക്ക് നോക്കി. എപ്പോൾ തുടങ്ങിയ യാത്രയാണ്. ആഴ്ചകൾ പലതായി. ഇവരെയെല്ലാം കണ്ടു പിടിക്കാൻ കൂടുതൽ ബുദ്ധിമുട്ടേണ്ടി വന്നില്ലെന്ന് മാത്രം.

എല്ലാവർക്കും സുപരിചിതനായിരുന്ന ഉദ്ഘോഷൻ. ശത്രു പാളയത്തിലേ ക്ക് ഒറ്റക്ക് ചെന്ന്, സാഹസികമായി രക്തസാക്ഷിത്വം വരിച്ച വീരത്വം. അരച നോടുള്ള കൂറിന്റെ അളക്കപ്പെടാനാവാത്ത ആൾ രൂപം. ഗ്രാമവാസികൾ പല കഥകൾ മെനയുന്നുണ്ട്. എങ്കിലും സത്യമായ കഥ കൊട്ടാരവുമായി ബന്ധപ്പെ ട്ടത് തന്നെ. മഹാപദ്മന്റെ മഹാപരാധമായി പല നാവുകളിലെങ്കിലും കഥ തുടരുന്നു. കൂടാതെ ഭർത്താവിനെ രക്ത സാക്ഷിത്വം വഹിപ്പിച്ചതിന്, നാടിന് സമർപ്പിച്ചതിന്, മഹാറാണിപ്പട്ടം കിട്ടിയ മധുരധാരിണിയെ വാനോളം വാഴ്ത്തു ന്നു. മഹാപദ്മന്റെ മഹാറാണിയായി അലങ്കരിക്കപ്പെട്ടതിനെ മഹാഭാഗ്യമായി കരുതുന്നവരുമുണ്ട്. അങ്ങനൊരു ഭർത്താവുണ്ടായിരുന്നെങ്കിൽ പടസ്ക്ക് പറഞ്ഞു വിട്ട് പട്ട മഹിഷിയാവാമായിരുന്നെന്ന് അടക്കം പറയുന്ന നാട്ടിലൂടെയാണ് യാത്ര ചെയ്തത്. പക്ഷേ എല്ലാറ്റിന്റെയും സത്യം തന്റെ ജേഷ്ഠൻ ധൃത ഗജൻപറ ഞ്ഞിട്ടുണ്ട്. രാജ്യ രഹസ്യമാണ്. അതി തീവ്ര സ്വഭാവമുള്ളത്. എങ്കിലും പറഞ്ഞു.

കാണും ദൂരത്തോളം രാജാവ് പതിച്ചു നൽകിയ കാടു പിടിച്ച കുന്നിലെ കാട്ടാടുകൾക്കിടയിൽ നിന്ന് പറഞ്ഞു

"യോദ്ധാവായിരുന്നവൻ. പക്ഷേ വേറെ വഴിയില്ലായിരുന്നു അനുജാ. രാജ കല്പനയാണ്. ദൈവമാണ് നമുക്ക് രാജാവ്. കാരണം അവൻ പോയാൽ ആയിരം യോദ്ധാക്കൾ. പക്ഷേ മധുരധാരിണി ഒന്നേയുള്ളൂ. അവരെ വിട്ടു കൊടുക്കാൻ..." അനുജനോടെങ്ങനെ പറയണമെന്നാലോചിച്ച് ധൃതഗജൻ ഒരു നിമിഷം നിർത്തി. ശേഷം തുടർന്നു. "അവരെ വിട്ടു കൊടുക്കാൻ ആരെകൊണ്ടും സാധിക്കുമായിരുന്നില്ല." ഒരു യോദ്ധാവിനും. ഒരു രാജാവിനും." ജേഷ്ഠന്റെ കണ്ണിൽ എന്തോ (ഒരു കൊതി;ഈ പ്രായത്തിലും) മിന്നിപ്പൊലിയുന്നതു കണ്ടു.

"അകത്തേക്ക് വരാം."

ധീരഗജനരികിലെത്തി ദർശൻ പറഞ്ഞു.

അയാൾ അകലേക്ക് നോക്കി. സൂര്യൻ മറയുന്നു. പുതിയ ഉദയങ്ങൾക്കായി. ധീരഗജൻ വീടിനുള്ളിലേക്ക് കടന്നു ചെന്നു.

നരച്ചു തുടങ്ങിയ കാഴ്ച കൊണ്ട് ആഗതനെ അളന്ന് നോക്കി പാണ്ഡുകൻ. യോദ്ധാവാണ്. നെഞ്ച് വിരിവും കൈകളുടെ ബലവും അത് വിളിച്ചു പറയുന്നു. അസാമാന്യമായ ചങ്കുറ്റമുള്ളയാൾ. പകയോടെ കാത്തിരിക്കുന്ന ശത്രുവിന്റെ വീട് തേടി സൗഹൃദത്തിന് വന്നപ്പോൾ തന്നെ, അതുറപ്പിച്ചതാണ്. മുറിയുടെ ഇരുട്ടു വീണു തുടങ്ങിയ മൂലയിൽ നിൽക്കുകയായിരുന്നു മദമുഖൻ.

പാണ്ഡുകനരികിലെത്തി കിടക്കയിലേക്ക് കുനിഞ്ഞു കൊണ്ട് അയാളുടെ ഞരമ്പ് തെളിഞ്ഞ കൈത്തലത്തിൽ ധീരഗജൻ ചുംബിച്ചു.

അത് പാണ്ഡുകനിഷ്ടമായി. വെറും സൗഹൃദമല്ല. ആത്മാർത്ഥതയോടെയാണ് വരവ്.

“സ്വാഗതം യോദ്ധാവേ.”

ചിലമ്പിച്ച സ്വരമെങ്കിലും സ്ഫുടമായി അയാൾ പറഞ്ഞു. ശേഷം മദമുഖനെ നോക്കി തുടർന്നു.

“എന്റെ നാലാമൻ. ഉദ്ഘോഷന്റെ അനുജന്മാരിൽ അവശേഷിക്കുന്നവൻ.”

ആ വാക്കുകൾ കേട്ട് ധീരഗജൻ ഒന്നു ചൂളി.

മദമുഖനെ തല കുനിച്ച് വണങ്ങി ധീരഗജൻ.

കട്ടിലിനരികിൽ ഇട്ടിരിക്കുന്ന പീഠം കാട്ടി പാണ്ഡുകൻ പറഞ്ഞു. “ഇരിക്കൂ.”

ധീരഗജൻ ഇരുന്നു. മുറിയുടെ മൂലയിലെ മറ്റൊരു പീഠത്തിൽ മദമുഖനും.

“പറയൂ വീര യോദ്ധാവേ, എന്ത് വിലപ്പെട്ട വിവരമാണ് ഞങ്ങൾക്കു കൈമാറാനുള്ളത്.”

“സ്വീകരിച്ചിരുത്തിയ യുവാവിനോട് ഒരു സൂചന നൽകിയിരുന്നത് അറിഞ്ഞെന്നു വിശ്വസിക്കുന്നു. ധീരഗജൻ പറഞ്ഞു. “രാജാവിന്റെ പടയാളികൾ കൗശ്യ പ്രദേശം വഴി പുറപ്പെട്ടു കഴിഞ്ഞിരിക്കണം എന്ന് അനുമാനിക്കുന്നു. ഒൻപതു പേരടങ്ങുന്ന നാലു സംഘങ്ങളായി ആയുധ ധാരികളായ കുതിരപ്പടയാളികൾ.”

പാണ്ഡുകൻ മദമുഖനെ നോക്കി. അയാളുടെ മുഖം മുറുകി.

“വന്നു കൈയ്യാമം വെച്ച് കുടുംബാംഗങ്ങളെയെല്ലാം കൊണ്ട് പോകാൻ രാജ കൽപ്പന.”

പാണ്ഡുകൻ ദീർഘമായി ശ്വസിച്ചു. സ്വർണ്ണനദിയുടെ വനാതിർത്തി കടന്നു രക്ഷപ്പെടാം.

“രാജ കൽപ്പനയുമായി എത്തുന്ന കുതിരപ്പടയാളികൾക്കു ഞങ്ങളെ കീഴ്പ്പെടുത്തി കൊണ്ട് പോകാമെന്നു കരുതുന്നുണ്ടോ?” പോരാട്ട വീര്യത്തോടെ മദമുഖൻ ചോദിച്ചു.

“അതെന്നോടുള്ള ചോദ്യമാവുന്നതിന് പകരം പടയാളികളോടുള്ള ഉത്തരമായാൽ നന്ന്.” ചെറു ചിരിയോടെ ധീരഗജൻ പറഞ്ഞു.

“ദൂരങ്ങളിത്ര യാത്ര ചെയ്തു പടയാളികൾക്കു മുന്നേയെത്തി

വിവരമറിയിച്ചതിന് എന്ത് പ്രതിഫലമാണ് കാംക്ഷിക്കുന്നത്."

മദമുഖന്റെ പോരാട്ട വാക്കുകൾക്ക് കാതു കൊടുക്കാതെ പാണ്ഡുകൻ ചോദിച്ചു.

"പ്രതിഫലം സൗഹൃദമായാൽ സ്വീകാര്യം." ധീരഗജൻ മറുപടി പറഞ്ഞു.

"രാജ്യദ്രോഹക്കുറ്റമാണ് നീ ചെയ്യുന്നത്. എന്നിട്ടും ഈ കുടുംബത്തിനോട് കാണിച്ച സഹതാപത്തിന് ഞാനും എന്റെ അവശേഷിക്കുന്ന കുടുംബാംഗങ്ങളും സൗഹൃദം പകരം നൽകിയിരിക്കുന്നു."

പാണ്ഡുകൻ തന്റെ മെല്ലിച്ചതെങ്കിലും ബലമുള്ള കൈ ധീരഗജന് നേരെ നീട്ടി. ധീരഗജൻ അയാളുടെ കൈയ്യിൽ മുറുകെ പിടിച്ചു. പാണ്ഡുകൻ മദമുഖനെ നോക്കി. അയാൾ എണീറ്റ് വന്ന് തന്റെ കൈ കൂടി അവരുടെ കൈകളുടെ മേൽ വെച്ചു. അതൊരു പുതിയ ബന്ധത്തിന്റെ കെട്ടുറപ്പുള്ള തുടക്കമാണെന്ന് മദമുഖന് തോന്നി.

* * *

നീളൻ പുല്ല് മേഞ്ഞ, കാട്ടുകഴകൾ പാകി, പനയുടെ ഓലകൾ കൊണ്ട് മറച്ച, പൂഴിമണ്ണ് അടിച്ചുറപ്പിച്ച ആയുധ പരിശീലന, ശരീര പരിപാലന കേന്ദ്രം ഗ്രാമത്തിന്റെ തിരക്കുകളിൽ നിന്നൊഴിഞ്ഞു നിൽക്കുന്ന പ്രദേശത്തായിരുന്നു. യുവാക്കളും, എണ്ണത്തിൽ കുറവെങ്കിലും യുവതികളും, ആയോധന കലയിൽ പരിശീലനം നേടുന്നത് ഗ്രാമത്തിലെ കീഴ്വഴക്കമായിരുന്നു.

വിശാലമായ പഠന പ്രദേശത്ത് പല ഭാഗത്തായി പയറ്റിലേർപ്പെട്ടിരിക്കുകയായിരുന്നു യുവതീ യുവാക്കൾ. ചിലർ വാൾപ്പയറ്റിലും ചിലർ മൽപിടിത്തവും പരിശീലിക്കുന്നുണ്ട്.

കൗർവകി, നമോബലൻ എന്ന് പേരുള്ള യുവാവുമായി വാൾ പയറ്റിലായിരുന്നു. അവൾ വെട്ടി വെട്ടി കയറിയപ്പോൾ പ്രദർശന പീഠങ്ങളിൽ ഇരുന്ന വിദ്യാർത്ഥി സംഘം ആർപ്പ വിളിച്ച് പ്രോത്സാഹിപ്പിച്ചു കൊണ്ടിരുന്നു. അവൾ പിന്നോട്ടമർന്ന്, ഒരു ഞൊടിയിൽ മുന്നോട്ടു കുതിച്ച് വാൾ ഉയർത്തി വീശി, പെട്ടെന്ന് ഗതി മാറ്റി പരിച കൊണ്ട് വാൾ തട്ടിത്തെറിപ്പിച്ചു. അതെ നിമിഷം തന്നെ നമോബലനെ തന്റെ ചുമലു കൊണ്ട് തള്ളി താഴേക്കിട്ടു. വേച്ചു വീണു പോയ നമോബലൻ നിലത്തു കിടന്നു ചിരിച്ചു. വീണു കിടക്കുന്ന അവന്റെ കഴുത്തിന് നേരെ വാൾ നീട്ടി വീറോടെ അവൾ ചോദിച്ചു.

"മതിയോ നമോബലൻ?"

പരാജയം സമ്മതത്തോടെ ചിരിച്ച് തല കുലുക്കി അവൻ പറഞ്ഞു.

"...മതിയേ..."

അതുവരെ മുഖത്തുണ്ടായിരുന്ന മത്സര ബുദ്ധിയുടെ ഭാവം എടുത്തു മാറ്റി, ചിരിയോടെ അവനെ തല കുനിച്ച് വണങ്ങി, അവൾ തിരിഞ്ഞു നടന്നു. ആശാന്റെ അരികിലെത്തി ആയുധം താഴ്ത്തി വെച്ച്, അയാളുടെ കാൽക്കൽ തൊട്ടു വന്ദിച്ച് അവൾ പരിശീലന കേന്ദ്രത്തിന് പുറത്തേക്ക് നടന്നു.

തന്റെ കഴുതയെയും കൊണ്ട് പരിശീലന കേന്ദ്രത്തിന് പുറത്ത് കാത്തു നിൽക്കുകയായിരുന്നു മഹിമ. പരിശീലനത്തിനായി വരികയും പോവുകയും

ചെയ്യുന്ന യുവാക്കളെ നോക്കി ഒരു കള്ള ചിരിയോടെ അവൾ നിന്നു. ഇടയ്ക്കിടെ അരയിൽ കെട്ടിയിട്ട ചെറിയ തുണി സഞ്ചിയിൽ നിന്ന് അത്തിപ്പഴങ്ങൾ കടിച്ചു കൊണ്ട് ഉള്ളിലൊളിപ്പിച്ച ശൃംഗാര ചിരിയോടെ അവൾ യുവാക്കളെ നോക്കി നിന്നു.

"എന്താ പെണ്ണേ നിനക്ക് ഒരു കായികാഭ്യാസിയെ വേണോ?" ചിരി നിറച്ച ചോദ്യവുമായി കൗർവകി അവൾക്കടുത്തെത്തി.

"ആരെ തിരഞ്ഞെടുക്കും. അതാണ് പ്രശ്നം..." ചിരിയോടെ അവൾ പറഞ്ഞപ്പോൾ കൗർവകി അവളെ തല്ലാനായി കൈ ഓങ്ങി. അതിൽ നിന്നൊഴിഞ്ഞു മാറി അവൾ തന്റെ കഴുതയെ കൂട്ടി നടന്നു.

കൗർവകി തന്റെ കുതിരയെ അഴിച്ചു കൊണ്ട് അവൾക്കു പിന്നാലെയെത്തി.

"മഗധയുടെ മഹാറാണി ഇന്നെന്തൊക്കെ അടവുകളാണ് പഠിച്ചത്?" ചിരിച്ചു കൊണ്ട് മഹിമ ചോദിച്ചു.

ആ വിളി കൗർവകിക്കിഷ്ടപ്പെട്ടു. അതിന്റെ മധുരിമയിൽ നിറഞ്ഞ് അവൾ പറഞ്ഞു.

"അടവുകളൊന്നുമില്ല. കൈ വേഗത്തിനും മെയ് വഴക്കത്തിനുമുള്ളതു മാത്രം. അത്യാവശ്യം വന്നാൽ ഒരു യുദ്ധത്തിനും."

അത് പറഞ്ഞിട്ട് അവർ രണ്ടു പേരും ചിരിച്ചു.

ധാന്യ ചാക്കുകൾ ചുമക്കുന്ന കഴുതകളെയും കൊണ്ട് കർഷകരും, പണി ആയുധങ്ങളുമായി ചില സ്ത്രീകളും അവരെ കടന്നു പോയി.

"നീ വേഗം പഠിച്ചു തീർത്തു കൊള്ളണം."

മഹിമ പറഞ്ഞപ്പോൾ അവൾ നോക്കി.

താക്കീതെന്ന പോലെ എന്നാൽ ഗൗരവമില്ലാതെ അവൾ തുടർന്നു പറഞ്ഞു.

"നിന്റെ മംഗളസിംഹനെ കാണാൻ അതിർത്തി കടന്ന് പലരും എത്തുന്നുണ്ട്..."

കൗർവകി സംശയത്തോടെ മഹിമയെ നോക്കിയപ്പോൾ അവൾ തുടർന്നു.

"സമ്മാനങ്ങളും സുഗന്ധ ദ്രവ്യങ്ങളും പരിചാരകരും പൗര പ്രമുഖരുമായി സംയുക്ത രാജ്ഞി കൊട്ടാരത്തിലെത്തിയെന്ന് കഥാകാരന്റെ വിശേഷം. രാജ്ഞി അത്ര മോശമല്ലാത്ത സുന്ദരിയാണെന്നാണ് കേട്ടത്." കൗർവകിയെ പാളി നോക്കി കൊണ്ട് അവൾ പറഞ്ഞു.

കൗർവകി ഒരു നിമിഷം നിശ്ചലയായി. സംയുക്ത,മോശമില്ലാത്ത സുന്ദരിയെന്നല്ല... അതിസുന്ദരിയും അപ്സര തുല്യയും ആണെന്നാണ് കേട്ടറിവ്... അപ്പോൾ...ഈശ്വരാ... ഏയ്..അങ്ങനെ ഒന്നും മംഗളസിംഹൻ വീണു പോവില്ല. മംഗളസിംഹൻ എന്ന മനുഷ്യന് സത്യവും നീതിയുമല്ലാതെ ഒന്നും ചെയ്യാനാവില്ല... അല്ല അങ്ങനെ ചെയ്യാൻ ഇത് രാജ്യ തന്ത്രജ്ഞതയുടെ കാര്യമൊന്നുമല്ല... എങ്കിലും...വ്യക്തി എന്ന നിലയിൽ... ഇല്ല, ആ മനസ്സ്... പറയാൻ മറന്നതല്ല, കിളികൾ അടയാളം കാണിച്ചുവെങ്കിലും പ്രവർത്തിക്കാൻ മടങ്ങി വന്ന മനസാണ്... മംഗളസിംഹന്റെ വാക്കുകൾ അവൾ ഓർത്തെടുത്തു.

* * *

“കിളികൾ വന്നില്ലായിരുന്നുവെങ്കിലും ഞാൻ വരുമായിരുന്നു കൗർവകി...”

മംഗളസിംഹൻ അവളോട് പറഞ്ഞു. അവർ ആ തണൽ മരത്തിന് കീഴിൽ കൈ കോർത്തിരിക്കുകയായിരുന്നു

“അവ നിമിത്തമായി എന്ന് മാത്രം.” അയാൾ തുടർന്നു. “അവ എന്റെ മനസായിരുന്നു.”

“നിന്നെ വിട്ടു പോയതിൽ ഞാൻ ചിന്തിച്ചു കൂട്ടിയ വിഷാദ പറവകളായിരുന്നു. നീ ഇല്ലാതെ കുതിര മേൽ യാത്ര ചെയ്തത് എന്റെ ശരീരം മാത്രമായിരുന്നു.”

അവളെ ചേർത്ത് പിടിച്ചു മംഗളസിംഹൻ പറഞ്ഞു.

അയാളുടെ നെഞ്ചിലെ ചെറു താളം, കൂടണഞ്ഞ പറവകളുടെ സ്വച്ഛമായ ആശ്വാസ നിശ്വാസങ്ങൾ താൻ ഏറ്റു വാങ്ങിയതാണ്.

ചെറു വഴിയിലേക്ക് അവർ കടന്നു. പ്രശാന്തമായിരുന്നു സായാഹ്നം. വെളിച്ചം ഓരോ ഇല തുമ്പിലും വീണു തിളങ്ങി നിന്നു. ദൂരെ കർഷക സംഘങ്ങൾ പാട്ടു പാടി പണിയിടത്തു നിന്നും മെല്ലെ കയറി പോകുന്നത് കാണാമായിരുന്നു. നനുത്ത നീല ആകാശത്തിന് താഴെ കൂടി നിരയായി നീങ്ങുന്ന വെള്ളി മേഘങ്ങൾ മലക്ക് പിന്നിലേക്ക് പോയി മറഞ്ഞു കൊണ്ടിരുന്നു. വഴിയുടെ ഓരത്തെ മുള്ളു കമ്പുകൾ കൊണ്ട് അതിർത്തി തിരിച്ച കൊച്ചു വീടിന്റെ തിണ്ണയിലിരുന്ന് ചെറുപ്പത്തിലേ തളർന്നു പോയ കാലുകളുമായി ഒരു യുവാവ് ഒരു നാടൻ ശീല്, ഈണത്തോടെയല്ലെങ്കിലും നീട്ടി ചൊല്ലുന്നത് അവർ കേട്ടു.

അയാൾ ഗ്രാമത്തിന്റെ ഗായകനായിരുന്നു. എപ്പോഴും പാടിക്കൊണ്ടിരിക്കുന്ന ഒരാൾ.

“മൃദു ചുംബനങ്ങൾ നിനക്കുള്ളതല്ല...

എന്റെ ഓർമ്മയിലെ കവിൾത്തടത്തിനുള്ളത് പ്രിയേ...”

... മഹിമ അവളെ നോക്കി. ഒരു നെടുവീർപ്പോടെ, മംഗളസിംഹന്റെ പ്രണയ പ്രതിജ്ഞ ഒരിക്കൽ കൂടി മനസ്സിൽ ഉരുവിട്ട് കൊണ്ട്, സ്വയം സമാശ്വസിച്ച് കൗർവകി പറഞ്ഞു.

“ആര് വന്നാലും എന്ത് പ്രലോഭനം കാഴ്ച വെച്ചാലും മംഗൾ എന്നെ മറക്കില്ല മഹിമ...”

പറയണോ എന്ന് ഒന്നാലോചിച്ച്, ശേഷം പറയാതിരുന്നാൽ തെറ്റാകുമെന്നു ചിന്തിച്ച്, എന്തെങ്കിലുമൊന്ന് സംഭവിച്ചു പോയാൽ അവൾക്കു പിടിച്ചു നില്ക്കാൻ സൂചന കൊടുത്ത് മനസിനെ പാകപ്പെടുത്താൻ സമയം നല്കാൻ ഉദ്ദേശിച്ചു കൊണ്ട് മഹിമ പറഞ്ഞു.

“... മറക്കില്ലായിരിക്കാം... പക്ഷേ ഓർമയിൽ സൂക്ഷിച്ചു കൊണ്ട് മറ്റൊരാളെ സ്വന്തമാക്കാമല്ലോ?”

കൗർവകിയുടെ കരൾ ഒന്ന് വിറച്ചു. ആ വിറയലിന്റെ ചെറു പ്രകമ്പനത്തിൽ അവളുടെ കണ്ണുകൾ നിറഞ്ഞു.

ആ നിറഞ്ഞ കണ്ണിന്റെ മങ്ങിയ കാഴ്ചയോടെ അവൾ പറഞ്ഞു.

“അങ്ങനെ സംഭവിച്ചാൽ എന്റെ പ്രണയം അദ്ദേഹത്തിന്റെ ആത്മാവിൽ

തൊടാനാവാത്ത വില കുറഞ്ഞ ഒന്നാണെന്ന് സ്വയം മനസിലാക്കി ഞാൻ സമാധാനിക്കും. അല്ലാതെ കൗർവകിയ്ക്ക് പരിഭവങ്ങളും പരാതികളും ഉണ്ടാവില്ല."

"അദ്ദേഹത്തെ നഷ്ടപ്പെട്ടാൽ നിനക്കങ്ങനെ ആശ്വസിക്കാനാവുമോ കൗർവകി?"

നെഞ്ചിൽ തറയ്ക്കുന്ന ചോദ്യമാണ്. അങ്ങനെ സംഭവിച്ചാൽ എന്ത് ചെയ്യും. അവൾ ഒരു നിമിഷം ആലോചിച്ചു. ആ ആലോചനയോടെ നിറകണ്ണുകളോടെ നടന്നു കൊണ്ടു മഹിമയ്ക്കു മുഖം കൊടുക്കാതെ അവൾ പറഞ്ഞു.

"എന്റെ സ്നേഹം ഞാൻ ബോധ്യപ്പെടുത്തി കഴിഞ്ഞു. ഇനിയും ഒരു വിശദീകരണം ആവശ്യമായി വന്നാൽ എന്റെ ജീവൻ നഷ്ടപ്പെട്ടു പോയാലും അതൊരു നിർവൃതിയായി ഞാൻ കരുതും"

കൂടുതൽ പറയാനുള്ള ശക്തിയില്ലാതെ, പറഞ്ഞാൽ താൻ കരഞ്ഞു പോകുമെന്ന ഭയത്തോടെ അവൾ തന്റെ കുതിര മേൽ ചാടിക്കയറി ഓടിച്ചു പോയി.

കൗർവകിയുടെ പെട്ടെന്നുള്ള നീക്കം കണ്ടു മഹിമ അന്തിച്ചു നിന്നു.

ബാല്യം മുതൽ താൻ അനുഭവിക്കുന്ന, അടുത്തറിയുന്ന അവളുടെ പ്രണയം നഷ്ടപ്പെട്ടാൽ അത് തനിക്കു പോലും താങ്ങാനാവില്ല എന്ന് ഓർത്തു കൊണ്ട് മഹിമ തന്റെ വീട്ടിലേക്ക് തിരിയുന്ന വഴിയിലേക്ക് നടന്നു...

ദൂരെ നിന്നെന്ന വണ്ണം മുടന്തനായ ഗായകന്റെ പാട്ട് അവ്യക്തമായി കേൾക്കാമായിരുന്നു.

"നീ വന്നെത്തുന്നതല്ല പ്രിയേ, വരുമെന്ന ദിനമോർത്ത്

കാത്തിരിക്കുന്നതാണ് ഏറെ പ്രിയം..."

17

പ്രണയഭംഗം

എന്റെ അങ്കി ഞാൻ ഊരിയിരിക്കുന്നു;
അതു വീണ്ടും ധരിക്കുന്നതു എങ്ങനെ?
ഞാൻ കാലുകളെ കഴുകിയിരിക്കുന്നു;
അവയെ മലിനമാക്കുന്നതു എങ്ങനെ?
എന്റെ പ്രിയൻ വാതിൽ തുറക്കാത്തതിനാൽ
അവനുവേണ്ടി തുടുത്ത എന്റെ മുലക്കണ്ണിൽ
കിനിഞ്ഞ പാൽത്തുള്ളി ഉണങ്ങിപ്പോയിരിക്കുന്നു.
എന്റെ നാഭിയിലെ താമരക്കുളത്തിൽ
അവന്റെ വിരൽതൊട്ടുമ്പോൾ മൊട്ടുകൾ വിരിയും.
എന്റെ തുടകളിലെ മലയടിവാരത്തിൽ
അവൻ ചുണ്ടുകളാൽ പ്രേമപരവശനായി പരതി നടക്കും.
എന്റെ ജംഘനത്തിലെ കാട്ടുപൂക്കളിൽ നിന്നും
അവൻ സ്വർഗം കണ്ടെത്തും
എന്റെ പ്രിയന് തുറക്കേണ്ടതിന്നു ഞാൻ എഴുന്നേറ്റു;
എന്റെ തുടകളിലെ   കൈതപ്പൂച്ചാറും നിതംബത്തിൽ പുരട്ടിയ
തേൻ തുള്ളികളും അവന് പാനം ചെയ്യാനുള്ളത്.
അവൻ സംസാരിച്ചപ്പോൾ ഞാൻ വിവശയായിരുന്നു;
ഞാൻ എന്റെ പ്രിയന് വേണ്ടി പട്ടുമെത്ത വിരിച്ചു.
എന്റെ പ്രിയനോ പൊയ്ക്കളഞ്ഞിരുന്നു;

(കൗർവകിയുടെ ഗീതങ്ങൾ: 17:14)

ചെമ്മാനമാണ്. തുടുത്ത ആകാശത്തിന്റെ ചോട്ടിൽ ചുവപ്പ് പടർത്തി മേഘലങ്ങൾക്കിടയിൽ സൂര്യൻ മറഞ്ഞു നിൽക്കുന്നു. കൊട്ടാര വീഥി ആകാശത്തിന്റെ അങ്ങേയറ്റത്തേക്ക് എന്ന രീതിയിൽ നീണ്ടു പോകുന്നുണ്ട്. എല്ലാ ദിക്കിലേക്കും നോട്ടമെത്തുന്ന പ്രദേശത്താണ് കൊട്ടാരം. നിലം തൊടുന്ന ഞൊറിവു വീണ തിരശ്ശീലകളിൽ ചോപ്പ് പടർന്നു കിടക്കുന്നു. പഴങ്ങളും പൂക്കളും സുഗന്ധ ദ്രവ്യങ്ങളും ചേർത്ത് തയാറാക്കിയ പാനീയത്തിലും, സ്വർണ്ണ തളികയിലും ചുവപ്പ് പടരുന്നു.

ഒരു ചെറു കാറ്റിൽ സംയുക്തയുടെ മുടിയിളകി. വിശ്രമ വേളയാണ്. അതോ മനസിന്റെ പിടപ്പ് മാറ്റാൻ കിട്ടിയ ഇടവേളയോ? യാത്രാ ക്ഷീണം കൊണ്ട് മയങ്ങി പോയി. രാത്രി വൈകിയാണ് ഉണർന്നത്... നാളെ സായന്തനത്തിൽ കാണാമെന്ന് മംഗൾ കുറിപ്പ് കൊടുത്തു വിട്ടിരുന്നു... പകൽ തിരക്കൊഴിഞ്ഞു കാണുന്നതാണ് നല്ലത്... അത് കൊണ്ട് നേരത്തെ എണീറ്റിട്ടും തിരിച്ചറിയാനാവാത്ത ഏതോ ആലസ്യത്തിൽ പതുങ്ങി കിടന്നു.

പറയാനുള്ളത് പറയാൻ പരിവാരങ്ങളോടെ വരേണ്ടി വന്ന ഒരു ഗതികേട്. ബാല്യത്തിൽ പഠന കേന്ദ്രത്തിൽ കുറെ ദിവസങ്ങൾ ഒന്നിച്ചുണ്ടായിരുന്നിട്ടും, ദൂതുകൾ വഴി ഇടയിൽ ബന്ധം സ്ഥാപിച്ചിട്ടും മംഗളന്റെ മുഖത്തു നോക്കാൻ എന്തൊരു പരുങ്ങലാണ് തനിക്ക്. കണ്ണിൽ കണ്ണ് തട്ടി നിൽക്കുമ്പോൾ കാഴ്ച പോലും ഒരു നിമിഷം മരവിച്ചുറഞ്ഞു പോകുന്ന വശ്യതയാണ് മംഗളന്റെ കണ്ണുകൾക്ക്. അത് ശരിക്കുമുള്ളതാണോ? അതോ തനിക്കു മാത്രം തോന്നുന്നതാണോ? അല്ല. അതുള്ളതു തന്നെയാണ്. ഉള്ളിലെ നന്മയുടെ നിറവാണ്. നേർക്കാഴ്ചയാണ്. ആ നിറവാണ് മംഗൾ എന്ന രാജകുമാരനെ മനുഷ്യനാക്കിയത്. അതുതന്നെയാണ് രാജാവിന്റെ പകിട്ടിനിടയിലും വെറും പ്രജയുടെ നിസ്സാര ഭാവത്തിലേക്ക് അദ്ദേഹത്തിനെ എത്തിക്കുന്നത്. ഇക്കാലമത്രയും കണ്ടു മുട്ടിയ, സന്ദർശിച്ചു പോയ, കൂടെ കൂടാൻ ശ്രമിച്ച ഒരു രാജകുമാരനിലും കണ്ടെത്താത്ത, അസാധാരണ സൗമ്യ ഭാവം. അതിന്റെ ഉജ്ജ്വലതയും മനോഹാരിതയും, അത് മംഗളസിംഹന് മാത്രം സ്വന്തമായുള്ളതാണ്. അത് കൊണ്ടാണ് ആഗ്രഹിച്ചത്. ആവശ്യപ്പെടാൻ ധൈര്യമില്ലാതെ നീണ്ടു പോയത്...

ഇതെല്ലാം തുറന്നു പറയണമോ? അതോ പറയാതെ അറിയില്ലേ. ഇത് വരെ മനസിലായിട്ടില്ലേ? പരിവാരങ്ങളും സമ്മാനങ്ങളുമായി വന്നാൽ മാത്രമേ അത് മനസിലാവുകയുള്ളൂ എന്നുണ്ടോ? എത്ര ദൂതയച്ചു?

ഒരുപാട് കഴിഞ്ഞാണ് അറിഞ്ഞത്, കൊട്ടാരം വിട്ടെന്ന്. അപ്പോഴൊക്കെ പ്രതീക്ഷയോടെ കാത്തിരുന്നു. തിരിച്ചെത്തിയെന്നും രാജാവായെന്നും അറിഞ്ഞപ്പോൾ മാത്രമാണ് ജീവൻ തിരിച്ചു കിട്ടിയത്. പക്ഷേ തന്നെ തിരിച്ചറിയപ്പെടാതെ പോകുമോ എന്നാണ് ഉള്ളിലെ വിങ്ങൽ.

കൊട്ടാരം നന്നായി മോടി കൂടിയിട്ടുണ്ട്. എല്ലാറ്റിനും ഒരു അടുക്കും ചിട്ടയും കൈ വന്നത് പോലെ തോന്നുന്നു. ഈ ചായുന്ന വെയിലിൽ തിളങ്ങുന്ന ആ സ്തംഭത്തിൽ, പറന്നു കളിക്കുന്ന രാജമുദ്ര പതിപ്പിച്ച കൊടിക്ക് പോലും എന്തൊരു പകിട്ടാണ്.

സംഗീത സംഘവും നൃത്ത കലാകാരന്മാരും പോകുന്നുണ്ട്. വേഷമണിഞ്ഞൊരുങ്ങാനുള്ള പോക്കാണ്. ഇന്ന് പ്രത്യേക വിരുന്നാണ്. ഭക്ഷണത്തിന് മുൻപ് നൃത്തം. ശേഷം ഭക്ഷണം, രാജാവും പ്രമുഖ സദസ്യരും ഒന്നിച്ച്... ശേഷം കൊട്ടാര സംഘത്തിന്റെ മധുര ഗാനാലാപം. നൃത്ത സംഘം പരിശീലനത്തിനായി താഴെ കൂടി നടന്ന് കലാമണ്ഡപത്തിലേക്ക് കയറുന്നതവൾ കണ്ടു. ഈ തിരക്കെല്ലാം കഴിഞ്ഞ് എപ്പോഴാണ് മംഗളനോട് ഒന്ന് സ്വസ്ഥമായി സംസാരിക്കാനാവുക.

സായന്തനം കാണാമെന്നാണ് പറഞ്ഞത്. അറിയിപ്പ് ലഭിക്കാതെ അനുവാദം ചോദിക്കാതെ അങ്ങോട്ടു ചെല്ലാൻ കഴിയില്ലലോ. ബാല്യ കാല സുഹൃത്തായിരുന്ന മംഗൾ അല്ല, മഗധാ സാമ്രാജ്യത്തിന്റെ അധിപനായ മംഗളസിംഹനാണ്.

ആലോചനയോടെ അവൾ തന്റെ ഇരിപ്പിടത്തിലേക്ക് ചാഞ്ഞു.

തളികയിൽ ഇരുന്ന പഴച്ചാർ എടുത്ത് അവൾ പതിയെ മൊത്തി കുടിച്ചു. വാതിൽക്കൽ ചെറുതായി തട്ട് കേൾക്കുന്നു. "വന്നോളൂ." പറഞ്ഞിട്ട് അവൾ തിരിഞ്ഞു നോക്കി. അവളുടെ അനുവാദം ലഭിച്ച ദാസി ചെന്ന് വാതിൽ തുറന്നു. ഒരു പരിചാരകൻ അവളെ വണങ്ങി. അവൾ പ്രത്യഭിവാദ്യം ചെയ്തു.

"രാജ്ഞി തയ്യാറാണെങ്കിൽ വിശ്രമ സ്ഥലത്തേക്ക് വരാം എന്ന് മഹാരാജാവിന്റെ കൽപ്പന."

മനസ്സിൽ അലയടിച്ച സന്തോഷം പുറത്തു കാണിക്കാതിരിക്കാൻ ബദ്ധപ്പെട്ട്, ആകാംക്ഷയുടെയും ആഹ്ളാദത്തിന്റെയും ചോപ്പ് പടർന്ന കവിൾത്തടം മറയ്ക്കാൻ ശ്രമിച്ച്, കൃത്രിമ ഗൗരവത്തോടെ അവൾ പറഞ്ഞു.

"ഞാനെത്തുമെന്ന് അറിയിച്ചു കൊള്ളൂ."

പരിചാരകൻ വണങ്ങി മടങ്ങി.

അവൾ ചെമ്മാനത്തേക്ക് നോക്കി. മാനം പോലെ മനം ചുവക്കുന്നു.

* * *

കൊട്ടാരത്തിന്റെ പിൻ ഭാഗമാണ്. കൊത്തു പണികളും ചിത്രങ്ങളും നിറഞ്ഞ വലിയ തൂണുകളിൽ താങ്ങി നിർത്തിയിരിക്കുന്ന വിശാലമായ

മണ്ഡപം. ആ മണ്ഡപമാണ് രാജാവ് ചില സായാഹ്നങ്ങളിൽ സംഗീതം കേൾക്കാനും, ഗ്രന്ഥങ്ങൾ വായിക്കാനുമായി ചിലവഴിക്കുന്ന ഇടം. അവിടെ നിന്ന് ഒരു വാതിൽ ഉദ്യാനത്തിലേക്ക് വഴി തുറക്കുന്നു. നീണ്ട വരാന്തയുടെ തുടക്ക ഭാഗത്ത് ഒരു നീല ജലാശയം കാണാം. അതിലൂടെ നടന്നാൽ മാത്രമേ രാജാവിന്റെ വിശ്രമ ഇരിപ്പിടത്തിലേക്ക് എത്താനാവൂ. ഒരു ഗായക സംഘം മണ്ഡപത്തിന്റെ ഒരു ഭാഗത്തിരുന്ന് ഗാനം ആലപിക്കുന്നുണ്ട്.

സംയുക്ത പതിയെ മണ്ഡപത്തിന്റെ വാതിൽക്കൽ വന്നു നിന്ന് നോക്കി. ജലാശയത്തിനപ്പുറത്ത് ഉദ്യാനത്തിലേക്ക് കണ്ണുയച്ച് ഇരിക്കുന്ന മംഗളസിംഹനെ അവൾ കണ്ടു. അയാൾ അവളെയും. അവൾ ഒരു നിമിഷം ആലോചിച്ചു. നീണ്ട, നിലത്തിഴയുന്ന വസ്ത്രം നനക്കാതെ, വെള്ളത്തിൽ ചവിട്ടാതെ മംഗളന്റെ അരികിലെത്താനാവില്ല എന്നവൾ മനസിലാക്കി. അവൾ പകപ്പോടെ നിന്നപ്പോൾ "വന്നോളൂ" എന്ന അർത്ഥത്തിൽ മംഗളസിംഹൻ കൈ കാണിച്ചു. പതിയെ വസ്ത്രം ഉയർത്തി സംയുക്ത ഒന്ന് കൂടി ആലോചിച്ചു നിന്നു, "കാൽപാദങ്ങൾ നനച്ച് മുന്നോട്ടു വന്നോളൂ, ആഴമില്ല." മംഗളസിംഹൻ വിളിച്ചു പറഞ്ഞു.

അവൾ വസ്ത്രത്തിന്റെ തുമ്പുയർത്തി. അവളുടെ അഴകുറ്റ പാദങ്ങളും കണങ്കാലും അനാവൃതമായി. അവൾ തന്റെ പാദങ്ങൾ പതിയെ വെള്ളത്തിലേക്ക് വെച്ചു. പക്ഷേ ജലം താഴ്ന്നില്ല എന്ന് മാത്രമല്ല, അവളുടെ കാൽ നനഞ്ഞുമില്ല. ആ നിലം ജലമാണെന്ന തോന്നലാണെന്ന് അല്പം അമ്പരപ്പോടെയും ലജ്ജയോടെയും അവൾ തിരിച്ചറിഞ്ഞു...മംഗളസിംഹൻ അവളുടെ ആ മുഖം കണ്ട് ചിരിച്ചു. അത്ഭുതത്തോടെ നിൽക്കുന്ന രാജ്ഞിയോട് മംഗളസിംഹൻ പറഞ്ഞു.

"സ്ഫടികം. ജലാശയം പോലെ നിർമ്മിച്ചെടുത്തത്."

വിശ്വാസം വരാതെ തന്റെ നീളൻ വസ്ത്രത്തിന്റെ മുന്താണി പിടിച്ചു താഴ്ത്താൻ മടിച്ചു നിൽക്കുന്ന സംയുക്തയോട് മംഗളസിംഹൻ പറഞ്ഞു.

"അതിഥികളായെത്തുന്ന സുന്ദരികളായ രാജ്ഞിമാരോട് രാജാക്കന്മാർ കളവു പറയാറില്ല. വരൂ..."

സംയുക്ത ലേശം സംശയത്തോടെയും പരിഭ്രമത്തോടെയും കാൽ പതിയെ പതിയെ വെച്ചു. മംഗളസിംഹൻ കൗതുകത്തോടെ അത് നോക്കി നിന്നു. അവൾ നിലത്തു കാലുറപ്പിച്ച്, അത് ജലാശയമില്ലെന്നുറപ്പ് വരുത്തി പതിയെ മംഗളസിംഹനരികിലെത്തിയതും അയാൾ കൈ നീട്ടി. അവൾ ഒന്ന് പരിഭ്രമിച്ചെങ്കിലും ആ കൈ നീട്ടലിൽ ആനന്ദം നിറഞ്ഞ്, അവൾ ആ കൈകളിൽ തൊട്ടു...

ഇങ്ങനെ ജീവിത കാലം മുഴുവൻ കൈ പിടിച്ചു കൂടെ നടത്തണമെന്ന് പറയാനാണ് താൻ ഇത്രയും ദൂരം വന്നത് എന്ന് അപ്പോൾ തന്നെ പറയാൻ അവൾക്കു തോന്നി.

"നമുക്ക് ഉദ്യാനത്തിലേക്ക് പോകാം..." മംഗളസിംഹൻ അവളുടെ കൈ വിടാതെ പറഞ്ഞു.

അവൾ ഒരു മയക്കത്തിലെന്ന പോലെ പറഞ്ഞു..." അങ്ങയുടെ ഇഷ്ടം."

ഉദ്യാനത്തിലേക്കിറങ്ങുന്ന പടിക്കെട്ടുകളിലെയും കമാനത്തിലെയും ചിത്രവേലകളും, ഉദ്യാനത്തിന്റെ പല ഭാഗങ്ങളിലായി അവിടവിടെയായി നിലകൊള്ളുന്ന ശില്പങ്ങൾ കണ്ടും അവയുടെ കലാ ചാരുത കണ്ടും സംയുക്ത

അഭിമാനത്തോടെ മംഗളസിംഹനെ നോക്കി. ആൾ കലാ ആസ്വാദകൻ തന്നെ. ഒരു കൊട്ടാരത്തിന്റെ ആർഭാടത്തേക്കാൾ, കലാകാരന്റെ, ചിത്രകാരന്റെ ശില്പിയുടെ, സംഗീതജ്ഞന്റെ സ്പർശം ഉള്ള കലാശാല പോലെ.

"അങ്ങയുടെ കൊട്ടാരം മനോഹരവും അത്ഭുതങ്ങൾ നിറഞ്ഞതും..." അവൾ പറഞ്ഞു.

മംഗളസിംഹൻ ചിരിച്ചു. "രാജ്ഞിയുടെ സന്മനസ്സിനു നന്ദി."

"അങ്ങ് രാജാവായാൽ ഈ കൊട്ടാരം കലയും സംഗീതവും നിറങ്ങളും കൊണ്ട് നിറയുമെന്ന് മുൻപേ ഞാൻ ഊഹിച്ചിരുന്നു. പക്ഷേ പ്രതീക്ഷകളെ തകർത്തു കൊണ്ട് അങ്ങ് നാട് വിട്ടു പോയെന്നാണ് അറിഞ്ഞത്."

"അയച്ച ദൂതുകൾ ഇവിടെ തിരിച്ചെത്തിയപ്പോഴാണ് കിട്ടിയത്." നേരിയ കുറ്റബോധത്തോടെ മംഗളസിംഹൻ പറഞ്ഞു. അയാളുടെ വാക്കുകളിൽ ക്ഷമാപണം നിറഞ്ഞിരുന്നു.

ഈശ്വരാ...അതൊക്കെ ഒടുവിൽ കിട്ടിയോ. കാലപ്പഴക്കം കൊണ്ട് അവ കത്തിക്കപ്പെട്ടു എന്നായിരുന്നു കരുതിയത്. അപ്പോൾ എല്ലാം കണ്ടിട്ടും അറിഞ്ഞിട്ടും അറിയില്ലെന്ന് നടിക്കുന്ന ഈ ഭാവമെന്തിനാണ്? അവൾ ആലോചിക്കെ മംഗളസിംഹൻ തുടർന്നു.

"മറുപടികൾ അയക്കാനുള്ള മാനസികാവസ്ഥയിൽ ആയിരുന്നില്ല. അതൊക്കെ ഒന്ന് ശരിയായെന്നു കരുതിയപ്പോൾ രാജ്ഞി ഇവിടെ എത്തിക്കഴിഞ്ഞു." ചിരിയോടെ മംഗളസിംഹൻ പറഞ്ഞു.

ഓ... ഓർമ്മയിലുണ്ടായിരുന്നു... അവൾ അയാളോട് ഇത്തിരി കൂടി ചേർന്ന് നടന്നു. ഇത്തരം നടത്തങ്ങൾ എത്ര കാലമായി ആഗ്രഹിച്ചതാണ്... ഇനി ഇത് ജീവിത കാലം മുഴുവൻ തുടർന്നിരുന്നെങ്കിൽ. എന്തിനാണ് ഈ രാജ്ഞി വിളി. എന്ന് തുടങ്ങിയത്? സംയുക്തയായിരുന്നല്ലോ പ്രിയം. എല്ലാം അവസാനിപ്പിക്കണം. പഴയത് തുടരുകയും പുതിയത് തുടങ്ങുകയും വേണം. മടങ്ങി പോകാതെ ഇവിടെ തന്നെ ജീവിക്കാൻ തോന്നുന്നു. അങ്ങനെ സംഭവിക്കുമെന്ന് മനസ് പറയുന്നു. ഒരു പറ്റം കിളികൾ മരക്കൊമ്പിലേക്ക് പറന്നിറങ്ങി. അവ ചിലച്ച കൊക്കരുമ്മവേ അവൾ കൗതുകത്തോടെ ചോദിച്ചു.

"എന്താണ് അവ പറയുന്നത്? സ്വരങ്ങൾ അങ്ങേക്ക് അറിയാമല്ലോ?"

മംഗളസിംഹൻ ഉദ്യാന പാലകനെ പതിയെ വിളിച്ചു...

"പവൻ..."

ഉദ്യാന പാലകൻ പവൻ ചെടികൾ പരിപാലിക്കുന്നതിനിടയിൽ വിളി കേട്ട് ഓടി വന്നു വണങ്ങി.

"കിളിത്തട്ടിൽ പഴങ്ങൾ വെച്ചിട്ടില്ലേ?"

"വെച്ചിരുന്നു മഹാരാജൻ. ദേശാടന കിളികൾ എത്തിയിട്ടുണ്ട്. അത് കൊണ്ടാവാം... ഞാൻ നോക്കി വരാം..." ധൃതിയിൽ വണങ്ങി പവൻ നടന്നു നീങ്ങി.

"വിശപ്പ് മാറാത്ത പരിഭവമാണ്. ദിനം അവസാനിക്കുന്നതിന്റെ ചില ആവലാതികളും..." അയാൾ പക്ഷികളുടെ സംസാരം പറഞ്ഞപ്പോൾ അവൾ കൗതുകത്തോടെ നോക്കി.

“മനുഷ്യ സഹവാസമേറ്റ് വളർന്നതിന്റെ മടിയാണ്.” ചിരിയോടെ മംഗള സിംഹൻ പറഞ്ഞു.

കൗതുകമവസാനിക്കാത്ത കണ്ണുകളോടെ അവൾ ചോദിച്ചു.

“എങ്ങനെയാണ് അങ്ങിത് പഠിച്ചെടുത്തത്. എനിക്കോർമ്മയുണ്ട്. ആ പഠന സമയത്ത് നമ്മൾ നടക്കാൻ പോയിരുന്ന പുലരികളിലും സായാഹ്ന ങ്ങളിലും അങ്ങ് ഇവറ്റകളുടെ പിറകെ നടന്നിരുന്നത്...”

ഓർമ്മകളിലേക്ക് അയാളെ തിരിച്ചു നടത്തിക്കാനുള്ള ഒരു ശ്രമം കൂടി ആവട്ടെ എന്ന് കൂടി കരുതി അവൾ പറഞ്ഞു.

മംഗളസിംഹൻ അവളെ ഒന്ന് നോക്കി. ബാല്യത്തിലേതാണെങ്കിലും എല്ലാം ഇവൾ ഓർത്തു വെച്ചിരിക്കുന്നു. ഓരോ ചലനങ്ങളും. ഓർമിക്കാതിരി ക്കാൻ കഴിയില്ല. മനസ് തുറന്നില്ലെങ്കിലും തനിക്കറിയാം ചിന്തകൾ. കുമിഞ്ഞു കൂടി കിടന്ന ദൂതുകൾ അക്കാര്യം നിശബ്ദമായെങ്കിലും പറഞ്ഞിരുന്നു. പിന്നെ സന്ദർശനത്തിന്റെ ദൂത് എത്തിയപ്പോൾ ഉറപ്പിച്ചു.

“അങ്ങ് എന്താണ് ആലോചിക്കുന്നത്?” അവൾ ചെറു ചിരിയോടെ ചോദിച്ചു .

“ഒന്നുമില്ല.” അയാൾ പറഞ്ഞു “പക്ഷി ഭാഷ, ഗുരുവിന്റെ അനുഗ്രഹം.”

ചിന്തകൾ അല്ല. മറുപടികൾ മാത്രമാണ് പറയുന്നത്. അവൾ ഓർത്തു.

“രക്ഷപെടലിന്റെ ഒഴുക്കൻ മറുപടിയാണ് ഗുരുവിന്റെ മേൽ ചാരി അങ്ങ് പറഞ്ഞവസാനിപ്പിക്കുന്നത്. എനിക്ക് പക്ഷി ഭാഷയുടെ ശാസ്ത്രമാണ് അറി യേണ്ടത്.”

അയാൾ അവളെ നോക്കി. അറിവിനോട് അടങ്ങാത്ത കൊതിയുള്ള മനസാണ് സംയുക്തയുടേത്. പക്ഷേ ഇപ്പോഴത്തെ ഹൃദയ ചലനങ്ങളും ചോദ്യ ങ്ങളും മറ്റൊന്നാണ്. പ്രതീക്ഷിക്കുന്ന മറുപടി പക്ഷി ഭാഷയുടേതല്ല. തന്റെ ഹൃദ യത്തിന്റേതാണ്. പക്ഷേ കാര്യങ്ങൾ അനുകൂലമല്ല. മറുപടികൾ ബുദ്ധിയിൽ നിന്നു തന്നെ പറയണം. ഹൃദയത്തിൽ നിന്നു പറഞ്ഞാൽ ചിലപ്പോൾ തെറ്റിദ്ധ രിക്കപ്പെടാം. മനസിൽ മോഹങ്ങൾ നിറഞ്ഞ ആത്മാവാണ് മുന്നിൽ നിൽക്കു ന്നത്. തെറ്റല്ല. എന്നേ ബോധ്യപ്പെട്ട മോഹമാണ്. പക്ഷേ അന്നൊക്കെ അത് പറയാറായിരുന്നില്ല. സൗഹൃദം നിറച്ച രാജകുമാരിയുടെ അടുപ്പം മനസിലാ വാതിരുന്നതല്ല. എപ്പഴോ ഒരു അടുപ്പം തോന്നിയിരുന്നു. പിന്നെ ചിന്തകളും മനസും മാറി. ആ മാറ്റം കഴിഞ്ഞ് തിരിച്ചെത്തിയപ്പോൾ ജീവിതവും ഹൃദയവും മാറി. ഉടമ മറ്റൊരാളായി.

ആലോചനയോടെ മംഗളസിംഹൻ പറഞ്ഞു.

“മനുഷ്യ ശരീരത്തിൽ നാലു ശബ്ദങ്ങൾ ഉണ്ട്. പര, പശ്യന്തി, മധ്യമ, വൈഖരി. ഇതിൽ വൈഖരി മനുഷ്യൻ ഭാഷയായി ഉപയോഗിക്കുന്നു.

ഭാഷയുടെ ജാഗ്രദവസ്ഥയാണ് വൈഖരി. ഉച്ചസ്വരത്തിൽ പുറത്തുവരുന്ന ചിന്ത അഥവാ ചിന്തയുടെ ശബ്ദരൂപമാണ് വൈഖരി. ധ്വനിരൂപത്തിലുള്ള ഭാഷാവ്യവഹാരത്തെയാണ് വൈഖരി എന്നതു കൊണ്ട് അർത്ഥമാക്കു ന്നത്...

യോഗശാസ്ത്ര പ്രകാരം ഒരു ചിന്ത വാക്കായി മാറുന്നതിനെ നാലായി

തിരിച്ചിരിക്കുന്നു.

പരാ, ചിന്തയുടെ ഏറ്റവും ആദ്യത്തെ പ്രകടമല്ലാത്ത അവസ്ഥയെയാണ് ഇതു കൊണ്ട് ഉദ്ദേശിക്കുന്നത്.

പശ്യന്തി എന്ന വാക്കിനർത്ഥം, കാണുന്നു എന്നാണ്. മനസ്സിലങ്കുരിച്ച ചിന്തയെ തിരിച്ചറിയുന്നതിനെയാണ് ഇവിടെ ഈ വാക്കു കൊണ്ട് ഉദ്ദേശിക്കുന്നത്.

മധ്യമ, മനസ്സിലങ്കുരിച്ച ചിന്ത ഈ അവസരത്തിൽ ഒരു മാധ്യമം അവലംബിക്കുന്നു.

വൈഖരി, നാലാമതായി ഈ ചിന്ത വാക്കായി പുറത്തുവരുന്നു.

പരാവാങ്മൂലചക്രസ്ഥാ

പശ്യന്തീ നാഭിസംസ്ഥിതാ

ഹൃദിസ്ഥാ മധ്യമാ ജ്ഞേയാ

വൈഖരീ കണ്ഠദേശഗാ

ഭാഷയ്ക്ക്, പരാ, മൂലാധാരത്തിൽ ശബ്ദശക്തി കേന്ദ്രീകൃതമാവുമ്പോൾ ഉള്ള അവസ്ഥ, പശ്യന്തീ, നാഭിദേശത്തിൽ ശ്രദ്ധ കേന്ദ്രീകരിക്കാൻ സാധിക്കുമ്പോൾ തെളിയുന്ന അവസ്ഥ, മധ്യമാ അവനവന് മനസ്സിൽ ശ്രദ്ധ കേന്ദ്രീകരിച്ചാൽ തെളിയുന്ന ഭാഷയുടെ അവസ്ഥ, വൈഖരീ, പരശ്രവണഗോചരമായ ശബ്ദം - പറയാനും കേൾക്കാനും സാധിക്കുന്ന ഭാഷയുടെ അവസ്ഥ, എന്നീ നാല് അവസ്ഥകൾ നിർവ്വചിക്കപ്പെട്ടിരിക്കുന്നു.

മാണ്ഡൂക്യോപനിഷത് അനുസരിച്ച് 'വൈഖരി' ജാഗരിതസ്ഥാനവും 'മധ്യമ' സ്വപ്നസ്ഥാനവും 'പശ്യന്തി' സുഷുപ്തിസ്ഥാനവും 'പരാ' അനന്തതയിൽ ലയിക്കുന്ന തുരീയസ്ഥാനവുമത്രേ. ഓം എന്ന ശബ്ദം കൊണ്ടാണ് ഇവ പ്രതിനിധാനം ചെയ്യപ്പെടുന്നത്. "അ" ജാഗരിതസ്ഥാനമായ വൈഖരി, "ഉ" സ്വപ്നസ്ഥാനമായ മാധ്യമ, "മ" സുഷുപ്തിസ്ഥാനമായ പശ്യന്തി. അവസാനത്തെ അനിർവചനീയമായ മുഴക്കം പരാതത്വം.

പര, പശ്യന്തി, മധ്യമ, വൈഖരി എന്നീ ഭാഷയുടെ നാല് തലങ്ങളും കരഗതമാക്കിയാൽ പക്ഷികളുടെയും മൃഗങ്ങളുടെയും സംഭാഷണങ്ങൾ നമുക്ക് തിരിച്ചറിയാനാകും."

മംഗളസിംഹന്റെ അറിവിൽ, അത്ഭുതപ്പെട്ട് അവൾ അയാളെ ആരാധനയോടെ നോക്കി. അവർ നടന്ന് ഉദ്യാനത്തിന്റെ മറുവശത്തെത്തിയിരുന്നു. തടാകത്തിന്റെ കരയിലേക്ക് ദേശാടന കിളികൾ പറന്നിറങ്ങുന്നത് കാണാമായിരുന്നു.

അവളുടെ അളകങ്ങൾ ചെറു കാറ്റിൽ പാറി കളിക്കുന്നുണ്ടായിരുന്നു. അറിവിന്റെ നിറകുടമായ മംഗളസിംഹനെ അവൾ പ്രണയ ഭാവത്തോടെ നോക്കി. അവൾ എന്തോ പറയാൻ തുടങ്ങുന്നതു മനസിലാക്കി അയാൾ പറഞ്ഞു.

"മടങ്ങാം...നമുക്കായി കലാ സംഘം കാത്തിരിക്കും."

അതിന് മറുപടി പറയാതെ അവൾ തടാകത്തിനപ്പുറത്തെ ആകാശം നോക്കി ഒരു നിമിഷം നിന്നു...പറയാൻ, ഒരുപാടു കാലം മുൻപു പറയാൻ

ആഗ്രഹിച്ചത് പറയാൻ തുടങ്ങുമ്പോഴുള്ള എല്ലാ വിറയലോടെയും അവൾ പറഞ്ഞു...

"അന്നുണ്ടായിരുന്നതിനെക്കാൾ അറിവിന്റെ ആഴം അങ്ങയിൽ കൂടിയിരിക്കുന്നു. സ്വാഭാവികം. ആ രാജകുമാരൻ രാജാവായെങ്കിലും കൂടുതൽ വിനീതനും സ്നേഹിതനുമായിരിക്കുന്നു." ഒന്ന് നിർത്തി അവൾ തുടർന്നു.

"ഈ അറിവിന്റെയും വ്യക്തിത്വത്തിന്റെയും ഇരട്ടിമധുരം സ്വന്തമാക്കാൻ ഞാൻ എന്താണ് ചെയ്യേണ്ടത്?"

കണ്ടു മുട്ടിയ കാലം മുതൽ, ഉള്ളിൽ തിളച്ചു കൊണ്ടിരുന്ന അവളുടെ ഇഷ്ടം, ദൂതിലൂടെ വളർന്ന അവളുടെ പ്രണയം... പ്രായത്തിലൂടെ വളർന്ന കാത്തിരിപ്പ്, സ്നേഹം, ആദരവ്, ഒക്കെ മനസിലാവുന്നുണ്ട്. അറിയുന്നുണ്ട്. പക്ഷേ മറ്റു പലതും സംഭവിച്ചിരിക്കുന്നു. മാറ്റപ്പെടാനാവാത്ത രീതിയിൽ മനസ് സമർപ്പിക്കപ്പെട്ടിരിക്കുന്നു. അവളെ തിരസ്കരിക്കുന്നതിലുള്ള വേദനയോടെ അയാൾ പതിയെ പറഞ്ഞു...

"ക്ഷമിക്കണം സംയുക്ത..."

ദൈവമേ പേര് വിളിച്ചല്ലോ. സമാധാനം. പക്ഷേ എന്തിനാണ് ഈ ക്ഷമാപണം. ഇത്രയധികം താമസിച്ചതിനോ? തന്നോട് പറയാൻ വൈകിയതിനോ?

അവൾ ആലോചനയുടെ ആകാശത്തിൽ പറന്നു നീങ്ങവേ, അവളുടെ ഉള്ളിൽ തന്റെ വാക്കുകൾ സൃഷ്ടിക്കാൻ പോകുന്ന വേദനയുടെയും, അമ്പരപ്പിന്റെയും ആഴം തിരിച്ചറിഞ്ഞ്, നിസ്സഹായതയോടെ അയാൾ തുടർന്നു.

"ക്ഷമിക്കണം. ആത്മീയമായ എന്റെ അറിവും പ്രണയവും, എന്റെ എല്ലാം..." അയാൾ അർധോക്തിയിൽ നിർത്തി.

എല്ലാം... ? എന്താണ് മംഗൾ പറഞ്ഞു കൊണ്ട് വരുന്നത്? അവൾ അടുത്ത വാക്കുകൾക്കായി ആകാംക്ഷയോടെ കാത്തു.

"എല്ലാം മറ്റൊരാൾക്ക് സ്വന്തമാണ്..." മംഗളസിംഹൻ പറഞ്ഞു.

കിളിയൊച്ചകൾ ശീൽക്കാരങ്ങളും അലമുറകളുമായി. മഞ്ഞു പോലെ വെണ്മയുള്ള തുവലുകൾ കറുക്കുന്നതും ആകാശം ചുവന്നു പഴുക്കുന്നതും അവൾ കണ്ടു... ചിറകടികൾ കൊടുങ്കാറ്റിന്റെ ഹുങ്കാര ശബ്ദത്തോടെ കാതിൽ തുളച്ചു കയറവെ ചെവി പൊത്തി കണ്ണ് പൊത്തി അവൾ നിന്നു. ഒരു കാറ്റ് പതിവിൽ കൂടുതൽ വേഗതയോടെ ചുറ്റി കടന്നു പോയി... ഹൃദയം വല്ലാതെ മിടിച്ചുയരവെ അമ്പരപ്പോടെ, അങ്ങനെ ഒരാൾ ഉണ്ടാവരുതേ എന്ന പ്രാർത്ഥനയോടെ, വ്യഥയോടെ അവൾ ചോദിച്ചു.

"എനിക്കസൂയ ജനിപ്പിക്കുന്ന അങ്ങയുടെ ആ ഉടമസ്ഥ ആരാണ്?"

ഏതോ പ്രിയപ്പെട്ട ഓർമയിൽ ഹൃദയം നിറഞ്ഞ പോലെ മംഗളസിംഹൻ പറഞ്ഞു.

"... കൗർവകി... പ്രണയത്തിന്റെ താഴ്വാരങ്ങൾ സമ്മാനമായി സമർപ്പിച്ച കൃഷിക്കാരി പെണ്ണ്..."

സംയുക്തയുടെ മനസ്സ് ഒന്നുലഞ്ഞു... കൃഷിക്കാരിയോ... എന്താണ് സംഭവിക്കുന്നത്. കേവലം ഒരു കൃഷിക്കാരിക്ക് മുന്നിൽ വീണു പോയോ മംഗൾ എന്ന

വ്യക്തി. ജ്ഞാനമുള്ള യോഗി. അധികാരമുള്ള രാജാവ്. മഗധയുടെ അധിപൻ അത്രക്ക് അധഃപതിച്ചോ? അവൾ അപ്സര തുല്യയായിരിക്കണം. ആഡംബരങ്ങളും അണിഞ്ഞൊരുങ്ങലുമുള്ള തന്നെ വരെ ഒറ്റവാക്കിന്റെ ബലത്തിൽ ഒഴിവാക്കാൻ മംഗളസിംഹനെന്ന മഹാരാജാവിനെ പ്രേരിപ്പിച്ചെങ്കിൽ, പ്രണയത്തിലാക്കിയെങ്കിൽ അവൾ അപ്സരസ്സിനും മേലെ ആയിരിക്കണം. അതും മുഷിഞ്ഞു നാറിയ, വിയർത്തൊട്ടിയ, നിറം മങ്ങിയ ചേലയുടെ മങ്ങിയ നിറത്തിനുള്ളിൽ അവൾ മംഗളനെ മയക്കിയിട്ടുണ്ടെങ്കിൽ, അവൾ ഏതെങ്കിലും തരത്തിൽ അപ്സരസ്സ തന്നെയാവണം. വശ്യതയോ, വശീകരണ മന്ത്രമോ, വാക്‌സാമർത്ഥ്യമോ...? പക്ഷേ തോറ്റ് കൊടുക്കാനും വിട്ടു കൊടുക്കാനുമാവില്ല. മോഹമാണ്. കേട്ടറിഞ്ഞ അന്ന് മുതൽ. സ്വാർത്ഥമാണ്. കണ്ടു മുട്ടിയ ദിനം മുതൽ സ്വന്തമാക്കാൻ. ഒന്നിച്ചിരുന്ന നിമിഷം മുതൽ അവകാശമാണ് ഈ രാജകുമാരൻ. രാജാവ്. ജ്ഞാനി. കലാകാരൻ. ഇത് തനിക്കു തന്നെ വേണം. അതിനാണ് ഈ വേഷം കെട്ടലും, യാത്രയും, സമ്മാനങ്ങളും, കാഴ്ചകളും, എല്ലാം.

"എനിക്കുള്ളതെല്ലാം, ആത്മാവും ശരീരവും ഹൃദയവും പ്രണയവും, രാജ്യവും ജനങ്ങളും എല്ലാം ഞാൻ അങ്ങേക്കായി സമർപ്പിക്കട്ടെ. അങ്ങേക്ക് മാത്രം..."

ഉള്ളിൽ നിറഞ്ഞ നിരാശയിൽ നിന്നും പ്രതീക്ഷയുടെ കടവിലേക്കടുക്കാൻ ശ്രമിച്ച് അവൾ ചോദിച്ചു.

ഉള്ളിലെ ഏതോ ഓർമകളുടെ സഹർഷത്തിൽ ജനിച്ച ഒരു ചിരിയോടെ മംഗളസിംഹൻ പറഞ്ഞു.

"ബഹുമാനമുണ്ട്. നിന്റെ പ്രണയത്തിനോട്. നിന്റെ കാത്തിരിപ്പിനോട്, കണ്ടു മുട്ടിയ അന്ന് മുതൽ കാണിച്ച ആരാധനയോട്, രാത്രിയുടെ വൈകിയ വേളയിൽ ഏകയായിരുന്നു തയാറാക്കി അയച്ച ദൂതുകൾക്ക്, അവയുടെ മറുപടിക്കായി ആകാംഷയോടെ കാത്തിരുന്ന നിമിഷങ്ങൾക്ക്...പക്ഷേ ഞാൻ പ്രണയത്തിലാണ്. അതിനേക്കാൾ ഒരു പ്രണയത്തിന്റെ അടിമത്തത്തിലാണ്. നീ കൊണ്ട് വന്ന സമ്മാനങ്ങളും, ഇപ്പോൾ കാഴ്ച വെക്കാമെന്നു പറഞ്ഞ മനസും, രാജ്യവും, ജനങ്ങളും, അവയുടെ വിലയും നിലനിർത്തികൊണ്ട് പറയട്ടെ, ആ കൃഷിക്കാരി പെണ്ണിന്റെ ഉദ്യാനത്തിലെ ഒരു ശലഭച്ചിറകു പോലും ആ സ്വത്തുക്കൾക്കു തുല്യമാവില്ല. അവളുടെ പ്രണയം, എല്ലാം ത്യജിച്ചുള്ള, ഒന്നും പകരം ആവശ്യപ്പെടാതെയുള്ള പ്രണയമാണ്. മംഗളസിംഹൻ രാജപദവി ഉപേക്ഷിക്കുന്ന കാലം വരെ എന്നെ കാത്തിരിക്കാമെന്നു പറഞ്ഞ, രാജകൊട്ടാരത്തിലെ പകിട്ടും അന്തപുരത്തിന്റെ അലങ്കാരങ്ങളും തിരസ്കരിച്ച പ്രണയമാണ് അവളുടേത്."

"ഞാനും ത്യജിക്കാം."

ഒരു നിമിഷം പോലും ഇട നൽകാതെ സംയുക്ത വികാരാധീനയായി പറഞ്ഞു.

"അങ്ങ് പറയുന്നതെന്തും, കൊട്ടാരവും ആർഭാടങ്ങളും പരിചാരകരെയും ഉപേക്ഷിച്ച് പരദേശികളാകാം. അങ്ങയോടൊത്ത് അറിവിന്റെ ലോകത്തേക്ക് നടന്നു നീങ്ങാം."

അവളിലെ സ്ത്രീ, തന്നിലെ വ്യക്തിയെ ഏറെ സ്നേഹിക്കുന്നുവെന്ന്,

ആഗ്രഹിക്കുന്നുവെന്ന് മംഗളസിംഹന് തോന്നി. എങ്കിലും നിസ്സഹായനായി അയാൾ പറഞ്ഞു.

"ത്യാഗം മാത്രമല്ല. ജീവന്റെ അഞ്ചു തത്വങ്ങളിലൊന്നായ പ്രാണന്റെ, ഇണയെ തേടിയുള്ള അനന്തമായ യാത്രക്കൊടുവിലെ കണ്ടെത്തലും, കൂടി യിരുത്തലുമാണ് പ്രണയം. ഇണയായി പിറന്നവർക്കു മാത്രം പരസ്പരം മനസി ലാവുന്ന പ്രണയം. ഈശ്വര ചൈതന്യമായ പ്രണയം... ഞങ്ങൾക്കിടയിൽ അത് സംഭവിച്ചിരിക്കുന്നു..."

എന്ത് തത്വം പറഞ്ഞാലും തനിക്കിത് അംഗീകരിച്ചു കൊടുക്കാനാവില്ല. ഈ പ്രണയത്തെയും അതിൽ മംഗളസിംഹൻ അനുഭവിക്കുന്ന ആനന്ദത്തെയും സമ്മതിച്ചു കൊടുക്കാനാവില്ല. മനസ് അനുവദിക്കുന്നില്ല. തനിക്ക് കിട്ടാത്തത് തന്നെക്കാൾ എത്രയോ താഴെ നിൽക്കുന്ന ഒരു പെണ്ണിന് കിട്ടുന്നത് അംഗീക രിക്കാനാവില്ല. അത്രക്ക് സഹാനുഭൂതിയുള്ള മനസൊന്നും തനിക്കില്ല. വേണ്ട.

"അങ്ങയുടെ പ്രണയ സാഫല്യത്തെക്കുറിച്ച് എനിക്ക് സംശയമുണ്ട്." ഒരിക്കലും നടക്കരുതേ എന്ന ഗൂഢ പ്രാർത്ഥനയോടെ അവൾ തുടർന്നു.

"സ്വാർത്ഥതയാവാം. പക്ഷേ ഞാൻ കാത്തിരിക്കും."

പറഞ്ഞിട്ട് അവൾ തിരിഞ്ഞു നടന്നു.

"സംയുക്ത..."

അയാൾ വിളിച്ചു. അവൾ തിരിഞ്ഞു നിന്നു. താൻ നിസ്സഹായനാണെന്നും താൻ പ്രണയിക്കുന്നവൾ നിഷ്കളങ്കമായ മനസ്സിനുടമയാണെന്നും അയാൾ പറയാൻ ആഗ്രഹിച്ചു. പക്ഷേ അതൊക്കെ പറയുന്നതിന് മുൻപ് സംയുക്ത പറഞ്ഞു.

"ഞാൻ അങ്ങയുടെ അമ്മയെ കാണുന്നുണ്ട്. എല്ലാ വിവരങ്ങളും പറഞ്ഞേ ഞാൻ മടങ്ങൂ." അവൾ തിരിഞ്ഞു നടന്നു.

സ്ത്രീകൾ എല്ലാം ഇങ്ങനെയാണോ? ഇഷ്ടപ്പെട്ടതിന് വേണ്ടി കൊച്ചു കൊച്ചു വഴക്കുകളിൽ, പരിഭവങ്ങളിൽ ജീവിക്കുന്നവർ. അമ്മയും ചെറിയ കാര്യങ്ങൾ ക്കു ശാഠ്യ പിടിക്കുന്നത് കണ്ടിട്ടുണ്ട്. ഒരു പഴച്ചാറിന് വേണ്ടി. സായാഹ്നങ്ങളിൽ പിതാവിന്റെ കൂടെ നടക്കാൻ പോകുന്നതിന് വേണ്ടി. കൊച്ചു കാര്യങ്ങളുടെ ദൈവങ്ങളാണ് സ്ത്രീകൾ എന്നയാൾക്ക് തോന്നി. കൗർവകി, അവളും അങ്ങനെ തന്നെ ആയിരിക്കാം. അവൾ എണ്ണിട്ടുകയാവും. തന്നെ ഓർമിച്ച്, താൻ വരുന്നതും കാത്ത് ദിവസങ്ങളെണ്ണി കഴിയുകയാവും. അധികാരത്തി ന്റെ ഒരു ആകാശം ഉണ്ടായിട്ടും വിരഹത്തിന്റെ വിഹായസ്സിലേക്ക് അവളെ തള്ളി വിടാനാണ് തന്റെ വിധി. അവളെ ഇനി എന്നാണ് കാണാനാവുക. കൂട്ടികൊണ്ടു വരണം അവളെ. ശേഷം അവളുടെ പ്രണയത്തിൽ ഉണർന്ന്, അതിൽ ഉറങ്ങണം. അവളുടെ പ്രണയത്തിന്റെ താഴ്വരയിൽ താമസിക്കണം. അയാൾ കൗർവകിയെ കാണാൻ എന്ന വണ്ണം ദിശ നോക്കി തിരിഞ്ഞു. അവിടെയാവണം, ആകാശത്തിന്റെ ആ ചെരിവിലാവണം, വടക്കു കിഴക്കൻ ചെരിവിലാവണം അവളുടെ വീട്. അവിടെ, തന്നെ ഓർമ്മയിൽ കണ്ടു കൊണ്ട് അവൾ ഇരിപ്പുണ്ടാവണം. നിറഞ്ഞ കണ്ണുകളും നീണ്ട മൗനവുമായി. അവളുടെ ഓർമ്മയാൽ നിറഞ്ഞു വന്ന കണ്ണീർ മംഗളസിംഹൻ കണ്ണടച്ചൊതുക്കി.

***

ദീപങ്ങൾ തെളിഞ്ഞു. അവയുടെ വർണ്ണ പ്രഭയിൽ, മണ്ഡപവും സദസ്യരും മുങ്ങി. സംയുക്ത രാജ്ഞിയുടെ അത്താഴ വിരുന്നിന് മുൻപുള്ള നൃത്ത സന്ധ്യയായിരുന്നു. സദസ്യരെ തൊഴുതു കൊണ്ട് സംഘം നൃത്തം തുടങ്ങി... സംയുക്ത മംഗളസിംഹനെ നോക്കി. അയാൾക്ക് എതിരിൽ ഇരുന്ന അവൾക്കരികിൽ, മധുരധാരിണിയുമുണ്ടായിരുന്നു. അവർ കുശലം പറഞ്ഞ് പരസ്പരം അടുപ്പത്തിലായിരിക്കുന്നു എന്ന് മംഗളസിംഹന് തോന്നി. താൻ തിരസ്കരിച്ച കാര്യം സംയുക്ത അമ്മയോട് പറഞ്ഞോ. ഇരിപ്പ് കണ്ടിട്ട് എല്ലാം പറയാനുള്ള ലക്ഷണമുണ്ട്. അമ്മ പൗർണമി ദേവി രണ്ടുപേരെയും സൂക്ഷിച്ചുനോക്കുന്നുണ്ട്. പുതിയ ഈ ബാന്ധവം അമ്മക്കത്ര പിടിച്ച മട്ടില്ല. പക്ഷേ ഒന്നും ചെയ്യാനാവാതെ ഇരിക്കുന്നു. നൃത്തം ആസ്വദിക്കുന്നു എന്ന് അഭിനയിക്കുന്നു. രാജാവിന്റെ അതിഥിക്ക് നൽകുന്ന വിരുന്നിൽ എല്ലാവരും പങ്കെടുക്കണമെന്ന് പ്രത്യേകം അറിയിച്ചിരുന്നു.

സംയുക്ത മംഗളസിംഹനെ നോക്കി. തന്നെ സഹതാപത്തോടെ പോലും ഒന്ന് നോക്കാത്തതെന്താണ്. താൻ ഒന്നുമല്ലെങ്കിലും ഒരു രാജ്ഞി അല്ലെ. ഒരു രാജ്യത്തിന്റെ അധികാരി തന്നെയല്ലേ. തനിക്കെന്താണ് കുറവ്. യാത്ര പോകുമ്പോൾ രാജാക്കന്മാർ സ്ത്രീകളെ കണ്ടു മുട്ടുന്നതും ഒക്കെ സ്വാഭാവികമാണ്. പക്ഷേ അവരെയൊക്കെ എഴുന്നള്ളിച്ചു കൊണ്ട് വന്നു താമസിപ്പിക്കുന്നത് പോട്ടെ. പട്ടമഹിഷിയാക്കണോ? നിലമുഴുതവൾ എങ്ങനെയാണ് രാജ പത്നിയാവുന്നത്. രാജ്ഞിയാവുന്നത്. പാരമ്പര്യവും പകിട്ടും വേണ്ടേ? അവൾ മധുരധാരിണിയെ നോക്കി. മംഗളസിംഹന് അത് വേണ്ടി വരില്ല. പിന്നാമ്പുറത്ത് അവിശുദ്ധമായ ഒരു പാരമ്പര്യം അയാൾക്കുണ്ട്. ദാ തൊട്ടരികിൽ ഇരിക്കുന്ന അമ്മ തന്നെ. പിന്നെ എങ്ങനെ രാജകുമാരിമാരെ വേൾക്കും. പക്ഷേ, രാജപരമ്പര്യവും രാജ്യവുമുള്ള തന്നെ സ്വന്തമാക്കിയിട്ട് വേണമെങ്കിൽ അവളെ വരിച്ചു കൊള്ളട്ടെ. ഈ നിഷേധിക്കലാണ് വേദന. നെഞ്ച് പൊടിഞ്ഞ് കണ്ണുകൾ കലങ്ങി ഇരിക്കേണ്ടി വരുന്നതാണ് അസഹ്യം. അതി കഠിനം. ഹൃദയം നുറുങ്ങുന്നു. ഓരോ പേശിയിലും വേദന പടരുന്നു. പുറം തള്ളപ്പെട്ടവളുടെ വേദന...ആ വേദന തീ പിടിപ്പിച്ച തന്റെ ഹൃദയത്തെ ആരാണ് ആശ്വസിപ്പിക്കുക..... അവൾ ചുറ്റും നോക്കി. എല്ലാവരും നൃത്ത ചാതുര്യത്തിൽ ലയിച്ചിരിക്കുകയാണ്. അവിടെ കാവൽ നിൽക്കുന്ന പടയാളികൾ പോലും തന്നെക്കാൾ സന്തോഷമുണ്ട്. തനിക്കായി, തന്റെ സന്തോഷത്തിനായി ഒരുക്കിയ വിരുന്നിൽ താൻ മാത്രം കരയുകയാണ്. നിറഞ്ഞ കണ്ണുകൾ കാഴ്ചയെ മറയ്ക്കുന്നു. നിറങ്ങളെ പടർത്തുന്നു.

"രാജ്ഞിയെ കാണണമെന്ന് മഹാറാണി ആഗ്രഹിക്കുന്നു."

അവൾ തല ഉയർത്തി നോക്കി. അംബാലയാണ്. തനിക്കായി ഒരുക്കി നിർത്തിയ സേവക. അവൾ മധുരറാണിയുടെ ഇരിപ്പിടത്തിലേക്ക് നോക്കി. അവിടെ മധുരധാരിണി മഹാറാണിയെ കാണുന്നില്ല. അവളുടെ നോട്ടം കണ്ട് അംബാല പറഞ്ഞു.

"അന്തപുരത്തിൽ രാജ്ഞിക്കായി കാത്തിരിക്കുന്നു."

എന്താണ് പെട്ടെന്ന്. അതും ഈ വിരുന്നിനിടയിൽ. എന്തെങ്കിലും കാണും. ഇനി തന്റെ മുഖത്തെ നിരാശ മനസ്സിലാക്കിയിട്ടുണ്ടോ? പറയാനാവില്ല. താൻ

വന്നു കയറിയ നിമിഷം മുതൽ ക്ഷേമമന്വേഷിച്ചും മറ്റും ഓടി നടക്കുകയായിരുന്നു. തനിക്കു വേണ്ടി. തന്റെ സന്തോഷത്തിന് വേണ്ടി. അവൾ എണീറ്റു.

സദസ്സ് ഒന്നിളകി.

മംഗളസിംഹൻ അവളെ നോക്കി.

ആസ്വദിച്ചോളൂ, അങ്ങേക്ക് അതാണല്ലോ വലുത്. അവൾ മനസ്സിൽ പറഞ്ഞു.

ശേഷം വേച്ചു പോകുന്ന കാലടികളോടെ, വേവുന്ന ഹൃദയത്തോടെ അവൾ മണ്ഡപത്തിൽ നിന്നു നടന്നു നീങ്ങി.

മംഗളസിംഹൻ എല്ലാം കാണുന്നുണ്ടായിരുന്നു.

"സംയുക്ത രാജ്ഞി അസ്വസ്ഥയാണ്."

നൃത്തം തുടങ്ങുന്നതിന് തൊട്ടു മുൻപ് സബോധൻ മംഗളസിംഹന്റെ ചെവിയിൽ പറഞ്ഞു. അയാൾ നോക്കി. ശരിയാണ്. താൻ പറഞ്ഞതിന്റെ പൊരുൾ സംയുക്തക്ക് മനസിലായിട്ടില്ല. ആ മുഖത്തു നിന്നു വെറുപ്പോ ദേഷ്യമോ അസ്വസ്ഥതയോ, അമർഷമോ ഒക്കെ ഊഹിക്കാം.

അത് തന്നോടും, സംയുക്ത നേരിൽ കാണാത്ത കൗർവകിയോട് വരെ ആവാം. തെറ്റല്ല. മനുഷ്യന് വെറുപ്പു തോന്നാനും അവകാശമുണ്ട്. പക്ഷേ വിവേക പൂർവ്വം കാര്യങ്ങളെ കാണാൻ വിശാലമായ അറിവുള്ള ഒരാൾക്ക് സാധിക്കണം. പ്രത്യേകിച്ചും അത്യാവശ്യം തത്വവും, തർക്ക ശാസ്ത്രവും പഠിച്ചൊരാൾ.

തനിക്കു മനസിലാവും സംയുക്തയുടെ മനസ്. പക്ഷേ പ്രണയത്തിലാവാൻ തോന്നിയിട്ടില്ല. സംയുക്തക്ക് എല്ലാമുണ്ട്. സൗന്ദര്യം ദൈവം ആവോളം നൽകിയിട്ടുണ്ട്. തന്നെക്കാൾ രാജ പാരമ്പര്യവും രാജ്യവുമുണ്ട്. ആയിരം വർഷങ്ങളായി അധികാരത്തിലുള്ള കനൗജ് രാജ പരമ്പരയിലെ പുതു കണ്ണിയാണ്. പക്ഷേ എന്തുണ്ടായാലും ഒരാൾ വ്യത്യസ്ഥനാവണം. പാരമ്പര്യം നൽകുന്ന പകിട്ട് കൊണ്ടല്ല. സ്വന്തം വ്യക്തിത്വം കൊണ്ട്. തനിയെ ആർജിക്കുന്ന, അറിവും സമ്പാദ്യവും സൗന്ദര്യവും മാത്രമേ നില നിൽക്കുകയുള്ളൂ. ഏതു പ്രശ്നത്തെയും പ്രളയത്തെയും നേരിടാനുള്ള കരുത്ത് തനിയെ നേടുന്നൊരാളാണ് യഥാർത്ഥ വ്യക്തി. അതില്ല എന്ന തോന്നലിലാണ് താൻ കൊട്ടാരം വിട്ടത്. രാജപരമ്പര്യത്തിന്റെ സുഖവും സുരക്ഷിതത്വവും ഇല്ലാതെ ഒരാൾക്ക് ഭൂമിയിൽ ജീവിക്കാനാവുമോ എന്ന് തിരിച്ചറിയാൻ.

പ്രജകളെയും, പ്രകൃതിയെയും, അവനവനെ തന്നെയും തിരിച്ചറിയാൻ, ആ യാത്രയിൽ, ആ നീണ്ടു പോയ യാത്രയിൽ, ഗുരു, ശിഷ്യനെ, തന്നെ കണ്ടെത്തുകയായിരുന്നു.

അന്ന് മുതലാണ് താൻ തന്നെത്തന്നെ അറിഞ്ഞു തുടങ്ങിയത്.

അവനവനെ കണ്ടെത്താൻ എല്ലാവരും യാത്ര പോകണമെന്നില്ല. അതും താൻ കണ്ടിട്ടുണ്ട്. എന്ത് കൊടുത്താലും, ഒന്നും നൽകിയില്ലെങ്കിലും, തൃപ്തിയോടെ ജീവിക്കുന്ന ഒരു ആത്മാവിനെ. അവൾക്കു കൊട്ടാര പാരമ്പര്യങ്ങളും ഗുരുവുമില്ല. ഒരു പടയാളിയുടെ പോലും പകിട്ടോ പദവിയോ പാരമ്പര്യമോ പണമോ ഇല്ല. പക്ഷേ ആത്മാവ് കൊണ്ട് അവൾ മഹാറാണിയും സ്വന്തമായി

സൃഷ്ടിച്ചെടുത്ത സ്വർഗ്ഗത്തിന്റെ രാജ്ഞിയുമാണ്. അതും ഫലം ഇച്ഛിക്കാതെ കർമ്മം ചെയ്യൊരാൾ. അവൾ നിസ്വാർത്ഥ പ്രണയത്തിന്റെ, സ്മാരകത്തിന്റെ, ഉടമയാണ്. അവളുടെ പ്രണയത്തിലായതിൽ ലേശവുമില്ല കുറ്റബോധം. പ്രാണൻ അതിന്റെ ഇണയെ കണ്ടെത്തി കഴിഞ്ഞു. അതിൽ നിന്നു മാറാനാവില്ല. മഹാറാണിമാർ വന്നു മനസ്സിളക്കാൻ ശ്രമിച്ചാലും അത് സാധ്യമല്ല. കാരണം അത് പ്രകൃതിയുടെ തീരുമാനമാണ്. അതിനെ മറികടക്കാനാവില്ല. ഒരു ഹൃദയവും വേദനിക്കുന്നത് തനിക്കു പ്രിയമല്ല. ആഗ്രഹവുമല്ല. പക്ഷേ അതൊക്കെ മനഃപൂർവ്വമല്ലാതെ സംഭവിച്ചു പോകുന്നതാണ്.

നൃത്തം ചുവടുകൾ മാറുമ്പോൾ, മുദ്രകൾ ധ്രുത ഗതിയിലാവുകയാണ്. താളം മുറുകുകയാണ്. മനസ് കലുഷിതമാണ്. അയാൾ കണ്ണടച്ചു വിളിച്ചു.

ഗുരുവേ...

“മഹാറാണിയുടെ അറയിലുണ്ട്.” സംബോധൻ അരികിൽ വന്നു പതിയെ മംഗളസിംഹനോട് പറഞ്ഞു. മംഗളസിംഹൻ നോക്കി. അമ്മ ഇരുന്നിടം ശൂന്യമാണ്. അമ്മ എപ്പോൾ പോയി. രണ്ടു പേരും കൂടി എന്താവും ചർച്ച. അതും സംയുക്തക്കായി ഒരുക്കിയ വിരുന്നിൽ അവൾ ഇല്ലാതെ... മംഗളസിംഹൻ പതിയെ എണീറ്റു. അത് ശ്രദ്ധിച്ച് ബാണാസുരൻ എണീൽക്കാൻ തുടങ്ങിയതും മംഗളസിംഹൻ കൈ കാട്ടി വിലക്കി. ശേഷം പതിയെ നടന്നു.

കൊട്ടാരം ശാന്തമാണ്. തെളിഞ്ഞു കത്തുന്ന വിളക്കുകളുടെ നാളങ്ങളിൽ കാറ്റു വന്ന് തൊടുമ്പോൾ കേൾക്കുന്ന നേരിയ ശബ്ദം മാത്രം. രാത്രി വൈകിയിരിക്കുന്നു. മൂന്നാം ഘട്ട പാറാവുകാർ ജോലിക്കെത്തിയിരിക്കുന്നു. മിക്കവരും നൃത്ത മണ്ഡപത്തിലാണ്. കുറച്ചു നേരം ഒറ്റക്കിരിക്കണം. ഓർമകളിൽ ഇരിക്കണം. നീണ്ട ഇടനാഴിയിലൂടെ മംഗളസിംഹൻ ഒറ്റക്ക് നടന്നു. പിന്നിൽ പാദശബ്ദം കേട്ടു. സംബോധനും പടയാളികളുമാണ്. താൻ ചലിച്ചാൽ സംബോധൻ കൂടെ എത്തും. എന്തൊരു സ്നേഹമാണിവന്. കരുതലാണ്. ഇവന്റെ സൗഹൃദം ഗുരുവിന്റെ അനുഗ്രഹമാണ്. അവർ തന്നെ പിന്തുടരുകയാണ്. അയാൾ പതിയെ കൈ കാട്ടി അവരെ തടഞ്ഞു. സംബോധൻ നിന്നു. കാവൽ പടയാളികളും. മംഗൾ അസ്വസ്ഥനാണ് എന്ന് സംബോധന് തോന്നി. അയാൾ കാവൽ പടയാളികൾക്ക് അടയാളം നൽകി. അവർ പിന്തിരിഞ്ഞു നടന്നു. സംബോധൻ മംഗളനെ നോക്കി. നിലാവിന്റെ നേരിയ ചീളുകൾ പതിക്കുന്ന നീണ്ടു പോകുന്ന ഇടനാഴിയിലൂടെ തന്റെ ആത്മ സ്നേഹിതൻ ഒരു സന്യാസിയെപ്പോലെ നടന്നു പോകുന്നത് സംബോധൻ നോക്കി നിന്നു.

* * *

സംയുക്ത മദ്യം വലിച്ചു കുടിക്കുകയാണ്. ആദ്യമായി കുടിക്കുന്ന ഒരാളുടെ എല്ലാ ചവർപ്പും ആ മുഖത്ത് പ്രകടമാണ്. അവളുടെ കണ്ണുകൾ കലങ്ങിയിരിക്കുന്നു. കരഞ്ഞിട്ടോ? കണ്ണെരിഞ്ഞിട്ടോ? മധുരധാരിണി മഞ്ചത്തിൽ കിടന്ന് അവളെ നോക്കി. അവൾ ആകെ തകർന്നിരിക്കുന്നു. ആദ്യം കണ്ടപ്പോൾ കുശലം പറഞ്ഞപ്പോൾ കുസൃതിയോടെ നിന്ന പെൺകുട്ടിയല്ലിവൾ. ആ ധീരതയും തന്റേടവും സൗന്ദര്യവും ആകർഷണീയതയും ഒരു സായാഹ്നം കൊണ്ട് ഒളി മങ്ങിയത് പോലെ തോന്നുന്നു. ആടയാഭരണങ്ങൾക്കും ആഢ്യത്തിനുമപ്പുറം ഒരു സാധാരണ സ്ത്രീയായി അവൾ മാറിയിരിക്കുന്നു. വേദനയിൽ

എല്ലാവരും ഇങ്ങനെ തന്നെയാണ്. കാറ്റു പിടിച്ച മരം പോലെ. താനും ഒരിക്കൽ ഇങ്ങനെ ഇരുന്നിട്ടുണ്ട്. ഒരു യഥാർത്ഥ സ്ത്രീയായി. ഉദ്ഘോഷൻ മരണപ്പെട്ടു എന്നറിഞ്ഞ അന്ന്. ഇവൾക്കെന്താണ് സംഭവിച്ചത്. മംഗളനു മായി ഉദ്യാനത്തിൽ നിൽക്കുന്നത് അറിഞ്ഞിരുന്നു. ഒരു സൂചന അംബാല തന്നിരുന്നു. മംഗളനുമായുള്ള സായാഹ്ന ചർച്ചക്കൊടുവിൽ വരെ ഇവൾ സന്തോഷത്തിലായിരുന്നു എന്ന് അംബാല രഹസ്യമായി പറഞ്ഞിരുന്നു. അവർ സംയുക്തയെ നോക്കി.

"മദ്യം ഒന്നിനും പരിഹാരമല്ല സംയുക്ത..."

അവർ സൗമ്യമായി, ആശ്വസിപ്പിക്കും പോലെ പറഞ്ഞു. സംയുക്ത നിറഞ്ഞ കണ്ണുകളോടെ അവരെ തിരിഞ്ഞു നോക്കി.

"എന്താ സംഭവിച്ചത്? നീ എന്നോട് പറയൂ. ഈ കൊട്ടാരത്തിനകത്തോ മഗധയുടെ അതിർത്തിക്കുള്ളിലോ എന്ത് കാര്യത്തിനും ഒരു പരിഹാരം ഉണ്ടാക്കാൻ എനിക്ക് സാധിക്കും. വിഷമിക്കാതെ തുറന്നു പറയൂ."

പറയണം. ഇതിന് പോംവഴി ഇവർ മാത്രമാണ്. ഇവർക്ക് മാത്രമേ അത് സാധിക്കുകയുള്ളൂ. കേട്ടിട്ടുണ്ട്. മഹാപദ്മൻ പോലും മഹാറാണിയുടെ സ്വാധീനത്തിലായിരുന്നെന്ന്. മംഗളന്റെ അധികാരം പോലും മധുരധാരിണിയുടെ മിടുക്കാണെന്ന്.

നേർവഴിയില്ലെങ്കിൽ വളഞ്ഞ വഴി. അധികാരവും ആഗ്രഹങ്ങളും രാജകുടുംബത്തിൽ പെട്ടവർ നേടുന്നതങ്ങനെ തന്നെയാണ്. നേടണം. എങ്ങനെയെങ്കിലും മംഗളനെ സ്വന്തമാക്കണം. അതിപ്പോൾ വെറും ആഗ്രഹമല്ല. വാശിയാണ്. തിരസ്കരിക്കപ്പെട്ടപ്പോൾ തീവ്രമായത്. കൂടുതൽ ഒന്നും പറയണ്ട. മനസും മനോവ്യാപാരങ്ങളും മാത്രം. നേടിയെടുക്കാനുള്ള കാര്യം മാത്രം. അല്ലെങ്കിൽ അത് നാളെ അപകടമാവും. മദ്യത്തിലും കുഴഞ്ഞു പോവാത്ത നാവോടെ, അതിലും ഉറപ്പുള്ള തീരുമാനത്തോടെ സംയുക്ത മധുരധാരിണിയോട് പറഞ്ഞു.

"എനിക്ക് മംഗളസിംഹനെ വേണം."

മധുരധാരിണി ഉള്ളിൽ ചിരിച്ചു. രാജ്ഞി പ്രണയത്തിലാണ്. അവർക്കു മതിപ്പു തോന്നി. ഇവൾ കൊള്ളാമെന്നു പണ്ടേ അറിയാമായിരുന്നു. പക്ഷേ ഇത്ര ധീരമായി, ഉറപ്പോടെ,ആവശ്യമുള്ളവനെ, അവന്റെ മാതാവ് വിളമ്പിക്കൊടുത്ത മദ്യത്തിന്റെ ലഹരിയിൽ മാതാവിനോട് തന്നെ ചോദിക്കാനുള്ള ധീരത. അതും ഒരു മുഖവുരയുമില്ലാതെ ആവശ്യപ്പെടുന്നത്. അതിന് പിന്നിൽ ഒളിഞ്ഞിരിക്കുന്ന ആജ്ഞയുടെ അന്തസത്ത ആവശ്യത്തിന്റെ ആഴം സൂചിപ്പിക്കുന്നതാണ്. അതിന് ലജ്ജയുടെ മേമ്പൊടി ചേർക്കാതെ അധികാരത്തിന്റെ സ്വരം അളവിൽ മാത്രം ഉപയോഗിച്ച് രാജ്ഞിയുടെ താൻ പോരിമ വിളിച്ചു പറയുന്നു. കൊള്ളാം...തനിക്കു തന്നെത്തന്നെ ഓർമ്മ വരുന്നു. പക്ഷേ എന്താണിങ്ങനെ ചോദിക്കുന്നതിന്റെ പൊരുൾ. മനസ്സ് തകർന്നു മദ്യത്തിൽ പെട്ട് മംഗളനെ ചോദിക്കണമെങ്കിൽ നഷ്ടപ്പെട്ടുമെന്ന് തോന്നിയത് കൊണ്ടാവുമല്ലോ. പക്ഷേ എങ്ങനെ? എന്ത് കൊണ്ട്?

"മംഗളസിംഹൻ നിന്റേതു തന്നെയല്ലേ സംയുക്ത."

അമ്മയുടെ അവകാശത്തോടെ പേര് വിളിക്കുകയാണ് താൻ. അവൾക്കുറപ്പു കിട്ടാൻ.

“ഇനി സന്ദേഹമെന്തിന്? സങ്കടമെന്തിന്?” മധുരധാരിണി ചോദിച്ചു

“അമ്മ മഹാറാണിക്ക് അതുറപ്പിക്കാൻ സാധിക്കുമോ?”

അമ്മ മഹാറാണി. വിളി കേൾക്കാൻ സുഖമുണ്ട്. അവൾ തന്നെ മനസ് കൊണ്ട് അംഗീകരിച്ചിരിക്കുന്നു. മനസ്സ് കൊണ്ട് ഇവിടെ താമസമാരംഭിച്ചിരിക്കുന്നു. പക്ഷേ അതിന് തടയിടുന്നതാരാണ്? മംഗൾ. അവനെന്താണ് ചെയ്യുക? എതിർപ്പ് പറഞ്ഞിരിക്കുമോ? തിരസ്കരിച്ചോ ഈ സൗഹൃദത്തെ. സൗന്ദര്യത്തെ? അവൾക്കു പിന്നാലെയെത്തുന്ന രാജ്യത്തെ, സമ്പത്തിനെ, പ്രജകളെ... മറയാനാണവൻ. പക്ഷേ അറിയണം തനിക്ക്. അതിന്റെ കാര്യകാരണങ്ങൾ...അതിന് മുൻപ് ആശ്വസിപ്പിക്കേണ്ടതുണ്ട്. കണ്ണ് കലങ്ങി നിൽക്കുന്ന കാമിനിയെ.

“ഞാൻ ഉറപ്പിക്കുന്നു സംയുക്ത. മംഗളസിംഹൻ നിന്റേതാണ്. നിനക്കുള്ളതാണ്. കാരണം നിന്നെ എനിക്കിഷ്ടമാണ്. പക്ഷേ ഈ സന്ദേഹത്തിന്റെ കാരണമെന്താണ്?”

സംയുക്ത പറയാൻ മടിച്ചു നിന്നു. മംഗളനെ ഇഷ്ടമാണ്. അദ്ദേഹം പറഞ്ഞ ഒരു രഹസ്യം താനായിട്ടു പറഞ്ഞാൽ. ഇനി മനസ്സ് മാറിയോ, അമ്മയുടെ വാക്കുകൾ കൊണ്ടോ അദ്ദേഹം തന്നെ സ്വീകരിച്ചാൽ ഒരു രഹസ്യം പോലും സൂക്ഷിക്കാൻ കെല്പില്ലാത്തവളായി താൻ മാറുമോ? എങ്കിൽ അങ്ങനെ തന്നെയാവട്ടെ. ഈ രഹസ്യം പറയാതെ തനിക്ക് അദ്ദേഹത്തെ കിട്ടാൻ പോകുന്നില്ല. അത് കൊണ്ട് അതിന് ന്യായീകരണമുണ്ട്.

ഹൃദയം പൊടിയുന്ന വേദനയോടെ സംയുക്ത മറുപടി പറഞ്ഞു.

“മംഗൾ മറ്റൊരാൾക്കു സ്വന്തമാണമ്മേ.”

അവളുടെ അമ്മ വിളിയുടെ സന്തോഷത്തിനിടയിലും മധുരധാരിണി നടുങ്ങിപ്പോയി. മംഗളനോ? എപ്പോൾ. എങ്ങനെ സംഭവിച്ചു. ആരാണ് അവന്റെ ഹൃദയത്തെ ഈ കൊട്ടാര കെട്ടിനുള്ളിൽ നിന്ന് സ്വന്തമാക്കിയത്? അതോ പുറത്തു വെച്ചോ? എവിടെ വെച്ച്? ചോദ്യങ്ങളുടെ പെരുമഴ മനസിലേക്ക് കുത്തിയൊലിക്കവേ മനസ് ഉലഞ്ഞു മധുരധാരിണി നിന്നു.

“വെറും ഒരു കൃഷിക്കാരിയാണ്.” അർദ്ധ പുച്ഛത്തിലും അതിനിടയിൽ നിസ്സഹായതയും ചേർത്ത് സംയുക്ത പറഞ്ഞു.

മ്ലേച്ഛം. അതാണ് അവർക്കു ആദ്യം തോന്നിയത്. അതിനപ്പുറത്ത് അത്ഭുതത്തിന്റെ, കൗതുകത്തിന്റെ, കുശാഗ്രതയുടെ ചിന്ത അവരെ പൊതിഞ്ഞു. ആരാണവൾ. ഇത്ര നാളും കടന്നു വരാത്തവൾ. ആനപ്പടയും, ആളുകളും അർത്ഥവും, അതിവിശിഷ്ട രത്നങ്ങളുമായി കടന്നു വന്ന് സ്വയം കാഴ്ച വെച്ച ഒരു സുരലോക സുന്ദരിയുടെ പ്രണയപാരവശ്യങ്ങളെ തള്ളിക്കളയാൻ, അവളുടെ പരമാധികാരത്തിന്റെ പകിട്ടും അന്തസ്സിന്റെയും ആഭിജാത്യത്തിന്റെയും, അൽപ്പമെങ്കിലും അവശേഷിച്ചിട്ടുണ്ടെങ്കിൽ അഹന്തയുടെയും, ഒക്കെ മുനയൊടിച്ചു കളഞ്ഞ്, മുച്ചൂടും തകർത്തെറിഞ്ഞ്, കപോലങ്ങളിൽ കണ്ണീരും, കരളിൽ കനലുമെരിയിക്കാൻ മാത്രം അപാര സിദ്ധിയുള്ളതാർക്കാണ്...ഏതു സ്ത്രീയാണവൾ. ആലോചിച്ചു നോക്കിയാൽ തന്നെക്കാൾ മിടുക്കി. തന്റേടി. പക്ഷേ തന്റെ നിരീക്ഷണ പാടവത്തിനപ്പുറത്ത് ആരുടെ മനക്കരുത്തിലാണ് മംഗൾ മൗനമുരുക്കിയത്. മനസ്സുടച്ചത്. ചോദ്യങ്ങളും സന്ദേഹങ്ങളും അതിരു

വിട്ടു പ്രവഹിക്കവെ, കൂടുതൽ നേരത്തെ മൗനം തന്റെ കൂടി പരാജയമാകുമെന്ന് തിരിച്ചറിഞ്ഞ് മധുരധാരിണി ഉറപ്പോടെ പറഞ്ഞു.

"മംഗളസിംഹൻ എന്റെ മകനാണ് സംയുക്ത. എന്റെ തീരുമാനങ്ങൾ അനുസരിക്കുന്നവൻ. ഉത്തമ പുത്രൻ. ഞാൻ മരണപ്പെട്ടു പോയാൽ പോലും മംഗൾ നിനക്കുള്ളതാണ്. ഇത് മധുരധാരിണിയുടെ വാക്ക്."

സംയുക്ത അവരെ നോക്കി. വാക്കു പാലിക്കുന്നതിലല്ല. വാക്ക് പറഞ്ഞത് പ്രവർത്തിപ്പിക്കുന്നതിന്റെ ഉദാഹരണമായി മംഗളസിംഹൻ മുന്നിലുണ്ട്. മഹാപദ്മൻ കൊടുത്ത വാക്ക് അദ്ദേഹത്തെ കൊണ്ട് പ്രാവർത്തികമാക്കി കാണിച്ച മഹതിയാണ്. ആ വാക്കുകളിൽ വിശ്വാസവും ആശ്വാസവും തോന്നി സംയുക്തക്ക്. എങ്കിലും അവൾ അവരെ നോക്കി.

സ്വന്തം ചിന്തകളുടെ ആകാശത്ത് സ്വയം നഷ്ടപെട്ട് നിൽക്കുമ്പോഴും സന്ദേഹത്തോടെ മകന്റെ അജ്ഞാത കാമുകിയെക്കുറിച്ചു കാട് കയറിയാലോചിക്കുന്നതിനിടയിലും സംയുക്തയുടെ ജിജ്ഞാസ നിറഞ്ഞ നോട്ടത്തിന് മധുരധാരിണി മറുപടി പറഞ്ഞു.

"ഉറപ്പിച്ചോളൂ. ഇനി മഗധയുടെ അളവ് കനൗജിന്റെ അതിർത്തിയിലാണ് അവസാനിക്കുന്നത്."

മധുരധാരിണി ഒന്ന് കടത്തി പറഞ്ഞതാണ്. രാജ്യം നൽകാതെ, ഒരു രാജ്ഞിയായി വന്ന് തന്റെ അന്തപുരത്തിന്റെ അകത്തളങ്ങളിൽ അധികാരത്തിന്റെ ദണ്ഡ് പിടിക്കാമെന്ന് സംയുക്ത വിചാരിക്കുന്നുവെങ്കിൽ, ആ ധാരണകളെ തിരുത്താൻ, തിരുത്തലുകളോടെ തീരുമാനമെടുക്കാൻ, മധുരധാരിണി കൊടുത്ത അവസരമാണ്.

ഒഴിഞ്ഞ ചഷകത്തിലേക്ക് മദ്യം പകർന്നു കൊണ്ട് ഒറ്റ വാക്കിൽ സംയുക്ത ഉത്തരം പറഞ്ഞു.

"ഇനി ഒരു രാജ്യമേയുള്ളൂ. മഗധ."

* * *

സ്വർണ ചഷകത്തിലേക്ക് പാനീയമോഴിച്ചു കൊണ്ടു അംബാല മട്ടുപ്പാവിലേക്ക് നടന്നു. മഹാറാണിക്കരികിലെത്തി അവൾ അത് നീട്ടി. മധുരധാരിണി അത് വാങ്ങി കുടിക്കാൻ തുടങ്ങി. മദ്ധ്യാഹ്നം കഴിഞ്ഞിരിക്കുന്നു. ആഹാരം കഴിക്കാൻ തോന്നിയില്ല. പ്രഭാത ഭക്ഷണത്തിന് ശേഷം മടങ്ങിയ സംയുക്തയെ യാത്രയാക്കിയത് മുതൽ വല്ലാത്ത ഒരു വിഷമം ഉള്ളിൽ നിറയുന്നു. അവൾ രഥത്തിൽ കയറി പോകുന്നത് കാണാൻ താഴേക്ക് പോയില്ല. ഇവിടെ വെച്ച് യാത്ര പറഞ്ഞു പിരിഞ്ഞു. അത് കൊണ്ടാണ് ആഹാരം ഒഴിവാക്കി ഈ പഴച്ചാർ കുടിക്കാമെന്ന് വെച്ചത്.

"മഹാറാണി..."

അംബാല പഴത്തട്ടുമായി എത്തിയിരിക്കുന്നു. കള്ളികൾ തിരിച്ചു വെച്ചിരിക്കുന്ന അത്തിപ്പഴവും, തേൻ പുരട്ടിയ മാതളവും. പിന്നെ വിദേശത്ത് നിന്ന് കൊണ്ട് വന്നു സൂക്ഷിക്കുന്ന ഈന്തപഴവും ഉണ്ട്. അവർ ഈന്തപ്പഴം എടുത്തു കൊണ്ട് അംബാലയോടു പറഞ്ഞു.

"പൊയ്ക്കോളൂ."

അംബാല തട്ടുമായി മടങ്ങി.

കലങ്ങിയ ഹൃദയവുമായാണ് സംയുക്ത മടങ്ങിയത്. താൻ എത്ര ഉറപ്പു കൊടുത്തിട്ടും വിശ്വാസമില്ലാതെ. മംഗളന്റെ തീരുമാനങ്ങൾ തനിക്കു മാറ്റാനാവുമോ എന്ന സന്ദേഹം അവളുടെ ഉള്ളിലുണ്ടാവണം. ശരിയാണ്. മംഗളസിംഹൻ തീരുമാനങ്ങൾ മാറ്റാത്ത ആളാണ്. പക്ഷേ അതു തിരുത്താൻ മധുരധാരിണിക്ക് കഴിയും. അത് കൊണ്ടാണ് ഉറപ്പു നൽകിയത്. മാത്രമല്ല തനിക്കും സംയുക്തയെ ഇഷ്ടമായിരിക്കുന്നു. അവൾ തന്നെയാണ് മംഗളസിംഹന്റെ പട്ടമഹിഷി എന്ന് താൻ ഉറപ്പിക്കുന്നു. മനസിൽ.

പാദ പതനം കേട്ടു തിരിഞ്ഞു നോക്കാതെ അവർ നിന്നു. മംഗൾ ആണ്. വിളിപ്പിച്ചിട്ടു വന്നതാണ്. അവർക്കടുത്തെത്തി കവിളിൽ ചുംബിച്ച് മംഗളസിംഹൻ ആദരവ് പ്രകടിപ്പിച്ചു.

“ഇരിക്കു മംഗളസിംഹൻ”

അമ്മ ഗൗരവത്തിലാണ്. കാര്യമായതെന്തോ പറയാനുള്ള തയാറെടുപ്പിലാണ്. അതാണ് ഈ വിളി. അയാൾ ചെറു ചിരിയോടെ അവിടെ കിടക്കുന്ന തടിയുടെ ഇരിപ്പിടത്തിലേക്ക് ചാഞ്ഞു.

“സംയുക്ത മടങ്ങി അല്ലെ?” അമ്മയുടെ സ്വരത്തിൽ ദുഖത്തിന്റെ ലാഞ്ഛന അയാൾ ശ്രദ്ധിച്ചു.

“സന്തോഷത്തോടെ. പക്ഷേ അമ്മയെ കണ്ടില്ല.”

“ദുഖത്തോടെ അവൾ യാത്ര പറയുന്നത് കാണാൻ താല്പര്യമില്ലാത്തതു കൊണ്ട്.” അർത്ഥം വെച്ചെന്ന പോലെ മധുരധാരിണി പറഞ്ഞു.

“അവൾക്കു ദുഃഖമാണെന്ന് അമ്മയോട് ആരാണ് പറഞ്ഞത്?”

“എനിക്ക് ഒരു പെണ്ണിന്റെ മനസ്സറിയാം മംഗൾ.”

ആ വാക്കിന്റെ പൊരുൾ മനസ്സിലാവുന്നുണ്ട്. പക്ഷേ, അത്ര വേഗത്തിൽ സംയുക്ത എല്ലാം അമ്മയോട് പറഞ്ഞു കഴിഞ്ഞോ? അവർ അത്രക്ക് അടുക്കാൻ സാധ്യതയില്ല. എങ്കിലും രാത്രിയിലെ കൂടിക്കാഴ്ച എന്തിനാണെന്ന് അറിയേണ്ടിയിരിക്കുന്നു.

“സംയുക്ത അത്ര വേഗത്തിൽ അമ്മക്ക് പ്രിയപ്പെട്ടവളായോ?” ചോദ്യമുന്നയിച്ചു മംഗളസിംഹൻ.

“പ്രിയപ്പെട്ടതാക്കാൻ എന്താണ് യോഗ്യതക്കുറവ്? പഠനവും, പാരമ്പര്യവും സമ്പത്തും രാജ്യവുമില്ലേ?”

അമ്മ കൽപ്പിച്ചാണ്. ഒരു വാഗ്വാദം ഒഴിവാക്കിയേ പറ്റൂ.

“ശരിയാണ്. അവർ നല്ല സ്ത്രീയാണ്. കഴിവുള്ള രാജ്ഞിയുമാണ്.”

“പക്ഷേ നീ അവളെ തള്ളിപ്പറഞ്ഞു മംഗൾ.” മധുരധാരിണി കുറ്റപ്പെടുത്തി തന്നെ പറഞ്ഞു.

സംയുക്ത എല്ലാം പറഞ്ഞിരിക്കുന്നു. യാത്രയയപ്പിൽ നിന്നൊഴിവായതും, ഈ ദുഖവും വെറുതെയല്ല.

“തള്ളിപ്പറഞ്ഞതല്ല. ഒരു മോഹം പറഞ്ഞപ്പോൾ എന്റെ നിലപാട് പറഞ്ഞു.” മംഗളസിംഹൻ ശാന്തമായി പറഞ്ഞു.

“കേവലം ഒരു കൃഷിക്കാരി പെണ്ണിന് വേണ്ടി.”

മംഗളസിംഹന്റെ മുഖം ചുവന്നു. കൗർവകിയെ കുറിച്ചാണ്. ക്രോധത്താൽ മറുപടികൾ നിറയുന്നുണ്ട്. തത്കാലം നിയന്ത്രിക്കണം.

“ചുഴിഞ്ഞു കഥകൾ അറിഞ്ഞതോ അവൾ തന്നെ പറഞ്ഞതോ?” ഉള്ളിലെ ക്രോധമടക്കി അയാൾ ചോദിച്ചു.

അധികാര സ്വരത്തിൽ കടുപ്പിച്ച് മധുരധാരിണി പറഞ്ഞു.

“ഞാൻ നിന്റെ മാതാവാണ് മംഗൾ. അമ്മ മഹാറാണി. അമ്മക്ക് രാജാവിന്റെ മേലില്ലെങ്കിലും മകന്റെ മേൽ കുറച്ചധികാരമുണ്ട്.”

“ആവാം. പക്ഷേ എല്ലാറ്റിന്റെയും...” മംഗളസിംഹൻ പറഞ്ഞു തുടങ്ങിയതും കൈ ഉയർത്തി തടഞ്ഞു കൊണ്ട് മധുരധാരിണി ഒരു പ്രഖ്യാപനം പോലെ പറഞ്ഞു.

“മംഗളസിംഹൻ വിവാഹം ചെയ്യുന്നത് തത്തുല്യമായ യോഗ്യതയുള്ളവരെയായിരിക്കണമെന്ന് അവന്റെ അമ്മയായ എനിക്ക് നിർബന്ധമുണ്ട്.”

അമ്മ തീരുമാനിച്ചിരിക്കുന്നു. സംയുക്ത തന്നോടുള്ള സ്നേഹം അമ്മ വഴി പൂർത്തിയാകാൻ നോക്കുകയാണ്. പക്ഷേ...

“യോഗ്യത എന്ന വാക്കിന് സമ്പത്തെന്നായിരിക്കും അമ്മയുടെ അർഥം. പക്ഷേ മംഗൾ എന്ന വ്യക്തിക്ക് അതിന് മറ്റു പല അർത്ഥങ്ങളുമുണ്ട്.”

പുച്ഛത്തോടെ അയാളെ നോക്കി, ഗർവോടെ മധുരധാരിണി പറഞ്ഞു.

“അർത്ഥങ്ങളെന്തും കല്പിക്കാം. രാജാവിന്റെ അധികാരമുപയോഗിച്ച് എത്ര പേരെ വേണമെങ്കിലും വെച്ച് വാഴിക്കുകയും ചെയ്യാം. പക്ഷേ മഗധയുടെ മഹാറാണിയായി വാഴിക്കാൻ, രാജ്ഞിയായി മഗധയിൽ അവരോധിക്കാൻ ഒരു കൃഷിക്കാരന്റെ മകൾ. മ്ലേച്ഛത തോന്നുന്നില്ലേ മംഗൾ നിനക്ക്?”

അടക്കി പിടിച്ചിട്ടും മംഗളസിംഹന്റെ വാക്കുകൾ പുറത്തേക്ക് വന്നു. പുച്ഛത്തോടെ അയാൾ ചോദിച്ചു.

“മ്ലേച്ഛതയുടെ കഥകൾ ഞാൻ തന്നെ അമ്മക്ക് പറഞ്ഞു തരണോ?”

“പണ്ട് ചെയ്തതിന്റെ പ്രതികാരമൊടുക്കാൻ ഗോത്രമൊരുങ്ങിക്കഴിഞ്ഞതിന്റെ ആദ്യ ഇര ജേഷ്ഠനാണ്. ഇനി ആരൊക്കെ എങ്ങനെയൊക്കെയായി ത്തീരുമെന്ന് കണ്ട് തന്നെ അറിയണം. പല ബന്ധങ്ങളിൽ നിന്നാണെങ്കിലും അച്ഛന്റെ മക്കൾ ഒരു വശത്ത് നിന്ന് മരിച്ചു വീണു തുടങ്ങിയാൽ അമ്മ മഹാറാണിമാർക്കു നോവില്ലായിരിക്കാം.പക്ഷേ ഒരേ രക്തത്തിൽ പിറന്നവർക്കു നെഞ്ച് പൊടിയും. കരളിൽ ചോര കിനിയും. അതൊന്നും നിങ്ങൾക്കു മനസിലാവില്ല.” കത്തിക്കയറുന്ന ക്രോധത്തോടെ മംഗളസിംഹൻ തുടർന്നു.

“അധികാരത്തിന്റെ വ്യാപ്തി കൂട്ടാനായുന്ന മനസ് കൊണ്ട് പ്രാർത്ഥിക്ക്. മക്കൾക്കും രാജ്യത്തിനും ജനത്തിനും സമാധാനമുണ്ടാവണമെന്ന്. ശത്രുക്കളെ ഭയന്നിട്ടല്ല. ആര് മരിച്ചാലും ആത്യന്തികമായി നഷ്ടങ്ങളാണുണ്ടാവുക എന്ന ഉത്തമ ബോധ്യമുള്ളതു കൊണ്ട്.”

വർഷങ്ങളോളം അമ്മയോടുള്ള ക്രോധം, അമ്മയുടെ ചെയ്തികളോടുള്ള മനസിലെ വെറുപ്പ്, പറഞ്ഞു തീർത്തെന്ന വണ്ണം അയാൾ വെട്ടിത്തിരിഞ്ഞു നടന്നു.

മധുരധാരിണി മരവിച്ചെന്ന പോലെ നിന്നു. മനസു വേദനിച്ചത് കൊണ്ടല്ല. അമ്പരപ്പ് കൊണ്ട്. മംഗൾ തന്നോട് ശബ്ദമുയർത്തി സംസാരിച്ചിരിക്കുന്നു. തന്റെ കുറ്റങ്ങളെ വിളിച്ചു പറഞ്ഞിരിക്കുന്നു. ഒരിക്കലും പ്രതീക്ഷിച്ചതല്ല. ആരാണ് അവനെ ഇത്തരത്തിൽ പ്രാപ്തനാക്കിയത്. ജീവിതത്തിൽ പലതും ത്യജിച്ച് താൻ കൈ വെള്ളയിൽ വെച്ച് കൊടുത്ത അധികാരത്തിന്റെ അഹങ്കാരമാണോ ഇത്? അതോ പുതിയ ബാന്ധവങ്ങൾ കൊടുത്ത ബലമോ? കോപത്താൽ തുടുത്ത മുഖത്തോടെ അവർ അടുത്ത നീക്കങ്ങളെ കുറിച്ച് ആലോചിച്ചു.

18

അപഹരണം

വസന്ത കാലത്ത് നിലാവ് കാണാനും,
പൂക്കളുടെ ഗന്ധം വീട്ടിലേക്കടിച്ചു കയറാനും അവർ ജാലകപ്പാളി വെച്ചു.
തണുപ്പും കാറ്റും കൂടിയിട്ട് ആടുകൾ കര ഞ്ഞ സന്ദർഭം.
മണ്ണിലേക്ക് ചാഞ്ഞ ഒരു ചെടി തുമ്പു അവർ
മരത്തിന്റെ തടിയിലേക്ക് ചായ്ച്ചു വെച്ചു.
റാന്തലിന്റെ തിരി നീട്ടി അവർ വാതിൽ തുറന്നു.
എന്നാൽ അവരോ ദൈവം ഉരിയാടാതെ
കാട്ടുപന്നിക്കു വെക്കുന്ന തീമരുന്ന്   കടിച്ചു കളഞ്ഞു.
കരുവാളിച്ച കർഷകപ്പെണ്ണിന്റെ കരുത്തുറ്റ അഴക്
അനുവാദമില്ലാതെ അവർ തൊട്ടു.
കോഴിക്കുഞ്ഞിനെപോലെ കൂട്ടത്തിലൊരുവന്റെ
കാലിൽ ശത്രുക്കൾ വാൾ കുത്തിയിറക്കി.
പ്രിയനേ, വീശിയടിക്കുന്ന തണുത്ത കാറ്റിലും അവളെ
മഞ്ഞുകാറ്റ് വിയർപ്പിക്കുകയും ആടകൾ ഉലഞ്ഞു കീറുകയും ചെയ്തത് നീയറിഞ്ഞോ?
വേട്ടക്കാരന് ഇര മടുക്കുമ്പോൾ കിട്ടുന്ന ആനന്ദം
അവർ അപ്പോൾ അനുഭവിച്ചു.
അവളുടെ അഴകുള്ള അംഗവടിവിന്റെ കൊഴുത്ത കയറ്റങ്ങൾ
യജമാനൻ തന്നെ വീഴ്ത്തുന്ന അനീതി അവർ കണ്ടു.

(കൗർവകിയുടെ ഗീതങ്ങൾ: 18:35)

മൺ കുടിലിന്റെ ചെറു ജാലകത്തിലൂടെ തണുപ്പ് അകത്തേക്കടിച്ചു കയറി. രണ്ടു കരിമ്പടം കൊണ്ടും തീരാത്ത തണുപ്പാണ്. അയാൾ തല വഴി മൂടിപ്പുതച്ച് തിരിഞ്ഞു കിടന്നു. കാറ്റ് ജാലകത്തിലൂടെ ഹുങ്കാരമിടുന്നുണ്ട്. ചെവിക്കുള്ളിൽ കയറി ഇരുന്നു ഊതുന്നത് പോലെ. ഉറക്കം ഇടക്ക് മുറിഞ്ഞാൽ പാടാണ്. പിന്നെ തിരിഞ്ഞും മറിഞ്ഞും കിടക്കണം. മണിക്കൂറുകൾ കിടന്നാലേ പിന്നെ ഉറങ്ങാൻ പറ്റുകയുള്ളൂ. ഇത്തിരി മദ്യം എടുത്ത് കുടിച്ചാലോ. സാത്യകൻ തല പൊന്തിച്ചു നോക്കി. തൊട്ടടുത്ത മുറിയിൽ കൗർവകി മൂടിപ്പുതച്ചുറങ്ങുന്നതു കാണാം. പക്ഷേ കാൽ നിലത്തു തൊടണ്ട, പുതപ്പു മാറ്റിയാൽ അപ്പൊൾ അവളറിയും. അയാൾ തലയിൽ നിന്ന് പുതപ്പു മാറ്റി ജാലകത്തിലൂടെ പുറത്തേക്ക് നോക്കി. ഇരുട്ട് മാത്രമേ കാണാനുള്ളൂ.

വസന്ത കാലത്ത് നിലാവ് കാണാനും, പൂക്കളുടെ ഗന്ധം വീട്ടിലേക്കടിച്ചു കയറാനും വേണ്ടിയാണ് ചെറു ജാലകമാണെങ്കിലും പാളി വെക്കാത്തത്.

ആടുകൾ കരയുന്നുണ്ട്. തീറ്റ പറ്റാഞ്ഞിട്ടാണോ? അതോ തണുപ്പും കാറ്റും കൂടിയിട്ടോ? അവയ്ക്കെന്തു തണുപ്പ്. ഒന്നിച്ചു കൂടി നിൽക്കുന്നത് കണ്ടാൽ ഒറ്റ പുതപ്പു വിരിച്ചതാണെന്നേ തോന്നുകയുള്ളൂ. ഒട്ടി പിടിച്ചു കിടന്നുറങ്ങിക്കൊള്ളും.

കൗർവകി ചുമച്ചു. അവൾക്കു സുഖമില്ലേ. അവളുടെ പ്രസരിപ്പും ചുണയും ഒക്കെ പതിയെ മാഞ്ഞു തുടങ്ങുന്നത് പോലെ. അവൾ എന്തിനാണ് പ്രതീക്ഷിക്കുന്നത്.

“ഈ പ്രതീക്ഷകൾ വെറുതെയാണ് കൗർവകി, ഈ കഷ്ടപ്പാടും.” അയാൾ പറഞ്ഞു.

സന്ധ്യ കഴിഞ്ഞിരുന്നു. അവൾ സമയം പോലും മറന്ന്, സന്ധ്യക്കു ശേഷവും ചെടികളെ പരിപാലിച്ച് നിൽക്കുകയായിരുന്നു. മൺവെട്ടി കൊണ്ട് ചെടിയുടെ ചുവട്ടിലേക്ക് മണ്ണ് കോരിയിട്ടതിന് ശേഷം ഒരു കമ്പെടുത്ത് മൺവെട്ടിയിലെ ചെളി ചുരണ്ടുകയായിരുന്നു.

“ഏതു പ്രതീക്ഷകൾക്കാണ് ഉറപ്പുള്ളത് പിതാവേ...” അവൾ പതിഞ്ഞ ശബ്ദത്തോടെ ചോദിച്ചു ചോദിച്ചു.

അയാൾ ഒന്നും മിണ്ടിയില്ല. മണ്ണിലേക്ക് ചാഞ്ഞു കിടന്ന ഒരു ചെടി

തുമ്പെടുത്ത് അടുത്തുള്ള മരത്തിന്റെ തടിയിലേക്ക് ചായ്ച്ച് വെച്ചു. തളിരാണ്. സൂക്ഷിച്ചില്ലെങ്കിൽ ചവിട്ടി പോകും. അയാൾ പതിയെ പറമ്പിൽ നിന്നിറങ്ങി വീട്ടിലേക്ക് നടന്നു.

പല തവണ പറഞ്ഞു നോക്കി. പല തരത്തിൽ. ബാല്യം മുതൽ കൊണ്ട് നട ക്കുന്ന ഭ്രാന്ത്. അതിന് ഒറ്റയടിക്ക് ഒരു ചികിത്സ നടക്കില്ല. പക്ഷേ കൊണ്ട് നടന്നു നടന്ന് അത് തീവ്രമായിരിക്കുന്നു. അന്ന് പടയാളികൾ വന്നു പോയതിന് ശേഷം പറയുകയാണ്; വന്നു പോയതിലൊരാൾ രാജാവാണെന്ന്. ഇതിൽ കൂടുതൽ ഭ്രാന്ത് വേറെ എന്ത് പറയാനാണ്. എങ്കിലും, എന്തെങ്കിലും പോംവഴി കണ്ടെത്തണം. ഒരു വിവാഹം കഴിപ്പിച്ചയക്കാമെന്നു വെച്ചാൽ ആൾ വരു ന്നതിന് മുൻപേ അവൾ ചെറുക്കന്റെ വീട്ടിലെത്തും. അവളായിട്ടു തന്നെ ആലോചന ഇല്ലാതാക്കും. ഉറക്കം വരാതെ ആലോചിച്ചു കൊണ്ട് അയാൾ പതിയെ എണീറ്റു. മുടിഞ്ഞ തണുപ്പ്.

“എന്താ പിതാവേ... വെള്ളം വല്ലതും വേണോ? കൗർവകി വിളിച്ചു ചോദിച്ചു.

ഈ പെണ്ണിന് ഉറക്കവുമില്ലേ? എത്ര തണുപ്പാണെന്നു പറഞ്ഞാലും ഈ സമയം മദ്യമെടുത്താൽ അവൾ തന്നെ പുറത്താക്കി കതകടക്കും. അയാൾ കൈകൾ കൂട്ടി തിരുമ്മി കിടക്കയിലേക്ക് ചാഞ്ഞു.

ഒന്ന് കൂടി മൂടിപ്പുതച്ചു കിടന്നതും ആടുകൾ കൂട്ടത്തോടെ കരഞ്ഞു...

ഇവറ്റക്ക് കീറാതെ കിടന്നുറങ്ങിക്കൂടെ...

അയാൾ പിറുപിറുത്തു കൊണ്ട് തിരിഞ്ഞു കിടന്നു. അവ വീണ്ടും കരഞ്ഞു. “എന്താ പിതാവേ അവ കരയുന്നത്?” കൗർവകി വിളിച്ചു ചോദിച്ചു.

“അതിന്റെയൊക്കെ ഉടമ ചത്ത് കാണും.” അയാൾ ദേഷ്യത്തോടെ പറഞ്ഞു.

“പോയി നോക്ക്. വല്ല ചെന്നായയേയോ കുറുക്കനെയോ കണ്ടു പേടിച്ചു കാണും.”

“ഒഹ്ഹ്ഹ്ഹ് നാശം...” ഈ പെണ്ണിന് മിണ്ടാതെ കിടന്നുറങ്ങിയാലെന്താ... സാത്യകൻ മുഷിച്ചിലോടെ എണീറ്റു. അയാൾ പുതപ്പമെടുത്തു ചുറ്റി, കട്ടിലിന് താഴെ തിരി താഴ്ത്തി വെച്ചിരുന്ന റാന്തൽ എടുത്തു. ആടുകൾ ഉള്ളത് കൊണ്ട് എപ്പോഴാണ് ആവശ്യം വരുന്നതെന്നറിയില്ല. അതിനാൽ റാന്തൽ തിരി താഴ്ത്തി വെക്കുന്നത് പതിവാണ്. റാന്തലിന്റെ തിരി നീട്ടിയ ശേഷം അയാൾ വാതിൽ തുറന്നു. തണുപ്പ് അകത്തു കയറാതിരിക്കാൻ വാതിൽ ചാരി പുറത്തേക്കിറങ്ങി നടന്നു.

ആടുകൾ വിളറി പിടിച്ചെന്ന പോലെ കൂട്ടത്തോടെ കരഞ്ഞു. കാറ്റു വീശി യടിക്കുന്നുണ്ട്. അയാൾ റാന്തൽ ഉയർത്തി പിടിച്ചു കൊണ്ട് ഒച്ചയിട്ടു.

... ഒഹൊായ്...ഹോയ്...

ചെന്നായയോ, മലമ്പൂച്ചയോ ആണെങ്കിൽ ഓടിപൊക്കോളും... അയാൾ പതിയെ ആട്ടിൻ കൂട്ടിനരികിലേക്ക് നടന്നു ചെന്നു.

“എന്താ... എന്തിനാ ഇത്ര ബഹളം... ങേ...” അയാൾ അവറ്റകളോട് ചോദിച്ചു.

ആട്ടിൻ കൂട്ടം അയാളെ കണ്ട് പരിചയ ഭാവത്തിൽ കരഞ്ഞു... അയാൾ റാന്തൽ ഉയർത്തിപ്പിടിച്ചു കൂടിന്റെ എല്ലാ മൂലയിലേക്കും വെളിച്ചം വീശി

നോക്കി. ഒന്നും കാണുന്നില്ല. അയാൾ തിരിഞ്ഞു നടന്നു.

ആടുകൾ ഒന്നടങ്ങിയത് പോലെ തോന്നി. ചില ദിവസങ്ങളിൽ അങ്ങനെയാണ്. അവക്ക് രാത്രികളിൽ ആരെയെങ്കിലും കാണണം. ഒന്ന് വന്നു നോക്കി പോയാൽ പിന്നെ മിണ്ടാതെ, ചെറു കരച്ചിലുകളും കൊണ്ട് കിടന്നുറങ്ങിക്കൊള്ളും. ഒരു നായ ഉണ്ടായിരുന്നതാണ്. അവനുണ്ടെങ്കിൽ എഴുന്നേൽക്കുക പോലും വേണ്ട. അവൻ നോക്കികൊള്ളുമായിരുന്നു. അവറ്റകൾക്കും സന്തോഷമാണ്. പക്ഷേ കർഷകർ കാട്ടു പന്നിക്കു വെക്കുന്ന തീമരുന്ന് അവൻ കടിച്ചു കളഞ്ഞു. ആകെ കഷ്ടപ്പെട്ടാണ് അവൻ ചത്തത്. അന്ന് കൗർവകി ഒരുപാടു കരഞ്ഞു. അവളുടെ അടുത്ത കൂട്ടായിരുന്നവൻ. എന്തൊരു സ്നേഹമാണ് നായ്ക്കുട്ടികൾക്ക്. അവ സ്നേഹിക്കാനായി പിറന്നവരാണെന്നു തോന്നുന്നു. ഏതായാലും അവൻ പോയതോടെ നായ്ക്കുട്ടിയെ വളർത്താൻ തോന്നിയില്ല. വളർത്തുന്നതിലല്ല. നഷ്ടപ്പെടുമ്പോൾ ഉള്ള വേദന അത് താങ്ങാനാവുന്നില്ല. അത് കൊണ്ട് വേണ്ടെന്നു വെച്ചു.

അയാൾ പതിയെ റാന്തലിന്റെ തിരി താഴ്ത്തി. വെളിച്ചം മങ്ങിയതും ഇരുട്ട് കനത്തു. സാത്യകൻ പതിയെ വീടിന്റെ ഇറയത്തേക്ക് കയറിയതും ആരോ അയാളുടെ റാന്തൽ തട്ടി തെറിപ്പിച്ചു. നടുക്കത്തോടെ അലറി വിളിക്കാൻ തിരിയുന്നതിന് മുൻപേ അയാളുടെ തലയിൽ കറുത്ത തുണി വന്നു പൊതിഞ്ഞു. അയാൾ കുതറി കൊണ്ട് അലറി ചോദിച്ചു. "ആരാ...ആരാ..." അയാളുടെ ശബ്ദം അടച്ചു പതറി, അമർച്ച മാത്രം പുറത്തു വന്നു.

ശബ്ദം കേട്ടു കൗർവകി എണീറ്റ് കഴിഞ്ഞിരുന്നു. ആരോ വീടിന്റെ പിന്നാമ്പുറത്ത് കൂടി ഓടുന്നത് കേട്ട് അവൾ ചാടി എണീറ്റ് കിളി വാതിലിലൂടെ നോക്കി.

"പിതാവേ..." അവൾ ഉറക്കെ വിളിച്ചു.

പുറത്ത് പന്തങ്ങൾ കത്തി. വെളിച്ചത്തിൽ ജാലകത്തിലൂടെ സാത്യകനെ ആരോ പിടിച്ചു മറിക്കുന്നത് അവൾ കണ്ടു. അവൾ കട്ടിലിന്റെ അടിയിൽ നിന്നു വാൾ വലിച്ചെടുത്തു.

നിലത്തു വീണു കിടന്ന സാത്യകൻ ഉറക്കെ നിലവിളിച്ചു. പക്ഷേ അയാളുടെ ശബ്ദം ചിതറിപ്പോയി.

"അവളെ പിടിക്ക്..." ഇന്ദ്രരൂപൻ അലറി കൊണ്ട് വീട്ടിലേക്ക് കൈ കാണിച്ചു. പരമ വീരൻ കുതിരപ്പുറത്തു നിന്ന് ചാടിയിറങ്ങി വാതിൽ ചവിട്ടി ത്തള്ളി അകത്തേക്ക് കടന്നതും, നെഞ്ചിൽ ചവിട്ടേറ്റ് പുറത്തേക്ക് തെറിച്ചു മലർന്നടിച്ചു വീണു.

കത്തിജ്വലിക്കുന്ന പന്തങ്ങളുടെ ചുവന്ന വെളിച്ചത്തിൽ, വാതിൽക്കൽ വീറോടെ വാളുമായി നിൽക്കുന്ന അവളെ ഇന്ദ്രരൂപൻ കണ്ടു. സൗന്ദര്യം അല്ല, വശ്യത, വെയിലേറ്റു കരുവാളിച്ച കർഷകപ്പെണ്ണിന്റെ കരുത്തുറ്റ അഴക്. അനുവാദമില്ലാതെ ആര് തൊട്ടാലും കഴുത്തറുത്തിടുമെന്നു പറയാതെ പറയുന്ന ഉൾക്കാമ്പിലെ ധീരതയും കൂടി ചേർത്ത് വെച്ചാലേ അവളുടെ സൗന്ദര്യം പൂർത്തിയാവുകയുള്ളൂ എന്ന് ആ ഇരുട്ടിലും അയാൾക്ക് തോന്നി. നിലത്തു കിടന്ന് അലറാൻ ശ്രമിച്ച്, കൈകളെ സ്വതന്ത്രമാക്കാൻ ശ്രമിക്കുന്ന സാത്യകനെ നോക്കിയിട്ട്, വാൾ വീശി തന്റെ ശിങ്കിടികളെ നേരിടുന്ന അവളെ നോക്കി ഒരു അലർച്ചയോടെ അയാൾ വിളിച്ചു പറഞ്ഞു

"പിടിക്കവളെ..."

കൗർവകി ഒറ്റ കുതിപ്പിന് പുറത്തെത്തി, തന്നിലേക്ക് അടുത്ത് വരുന്ന മുഖം മൂടികളായ ആൾക്കാരെ വാൾ വീശി അകറ്റി കൊണ്ടിരുന്നു. ഇടയിൽ ഒരുവൻ അവളുടെ കയ്യിൽ പിടിച്ച് വാൾ പിടിച്ചു വാങ്ങാൻ ശ്രമിച്ചതും അവൾ കാൽ ഉയർത്തി അവന്റെ നെഞ്ചിൽ ചവിട്ടി നിലത്തേക്ക് മറിച്ചിട്ടു. മറ്റൊരുവന്റെ മുട്ടിലേക്ക് ചാടിക്കയറി ഒരുവന്റെ നെഞ്ചിൽ ഊക്കോടെ കാൽ വെച്ചിടിച്ചിട്ടതും കണ്ട് ഇന്ദ്രരൂപൻ ഒരു നിമിഷം അമ്പരന്നു. കൃഷിക്കാരി മാത്രമല്ല, യോദ്ധാവും കൂടിയാണ്. അവളെ തെറ്റിദ്ധരിച്ചതാണ് തെറ്റ്. മംഗളസിംഹൻ തിരഞ്ഞെടുത്ത പെണ്ണ് ഒരു സാധാരണക്കാരിയാവില്ലെന്ന് ചിന്തിക്കാനുള്ള വിവേകം അല്പം കുറഞ്ഞു പോയി. വെറും ചപലതയോ, ആകർഷണമോ ആണെന്നാണ് കരുതിയത്. നാട് കാണാനിറങ്ങിയ രാജാവിന്റെ താത്കാലിക നേരമ്പോക്കല്ല. രാജാവ് പ്രണയത്തിലാവാൻ തക്ക മിടുക്കിയായിരിക്കണം അവൾ എന്ന് മനസിലാക്കേണ്ടിയിരുന്നു. ഇനി പറഞ്ഞിട്ട് കാര്യമില്ല. എങ്ങനെയും കീഴ്പ്പെടുത്തി കൊണ്ട് പോകണം. ഇരുട്ടിൽ തള്ളുകയോ,ഇല്ലാതാക്കുകയോ ചെയ്യണം എന്നാണ് കൽപ്പന. അത് നടത്തിയേ തീരൂ.

ഒരുവന്റെ അലർച്ച കേട്ട് ഇന്ദ്രരൂപൻ നോക്കിയപ്പോൾ അവൾ തന്റെ കൂട്ടത്തിലൊരുവന്റെ കാലിൽ വാൾ കുത്തിയിറക്കുകയാണ്. ജീവനോടെ എളുപ്പത്തിൽ പിടിക്കാനുള്ള ചിന്തയിൽ വാൾ വേണ്ടെന്നു താനാണ് നിർദ്ദേശിച്ചത്. കൊല്ലാനല്ല. കടത്താനാണ് പോകുന്നത്. പക്ഷേ ഇത്രയും പ്രതീക്ഷിച്ചില്ല. കൂടെ വന്ന ശിങ്കിടികൾ വാളിന്റെ വെട്ടേറ്റു വീഴുന്നതും, ചിലർ പന്തവും കൊണ്ട് മറിഞ്ഞു വീഴുന്നതും കണ്ട്, കുതിര പുറത്തു നിന്നു ചാടിയിറങ്ങി ഊരിപ്പിടിച്ച വാളുമായി ഇന്ദ്രരൂപൻ അവൾക്കരികിലേക്ക് പാഞ്ഞെത്തി. അയാൾ ദേഷ്യം കൊണ്ട് അടിമുടി വിറക്കുന്നുണ്ടായിരുന്നു. ഒരു കോഴിക്കുഞ്ഞിനെപോലെ നിസ്സാരമായി കൊണ്ട് പോകാമെന്നു കരുതി വന്നതാണ്. അപ്പോഴാണ് അവളുടെ കടുത്ത പോരാട്ടം. ഇതിനിടയിൽ കൊല്ലേണ്ടി വന്നാലും ശരി അവളെയും കൊണ്ടേ താൻ ഇവിടുന്നു പോകൂ. അയാൾ അവളുടെ നേർക്ക് വാൾ വീശി. തലങ്ങും വിലങ്ങും വെട്ടിക്കയറി... ഇത്രയും പേരോട് പോരടിച്ച് കൗർവകി തളർന്നു തുടങ്ങിയിരുന്നു. മാത്രമല്ല, പന്തങ്ങൾ കെട്ടു തുടങ്ങിയതിന്റെ ഇരുട്ടും കൂടി അവളെ തളർത്തിയിരുന്നു. ഒന്നും കൃത്യമായി കാണാൻ പറ്റുന്നില്ല. എല്ലാവരും കൂടി വട്ടം പിടിക്കാൻ ശ്രമിക്കുകയാണ്. വീശിയടിക്കുന്ന തണുത്ത കാറ്റിലും അവൾ വിയർത്തു. ആടകൾ ഉലഞ്ഞു കീറിയിരുന്നു. ശരീരത്തിൽ അവിടവിടെ നീറുന്നു. പന്തങ്ങളുടെ തുമ്പു കൊണ്ട് പൊള്ളിയിടത്ത് പുകയുന്നു. അവൾ തളർന്നു തുടങ്ങിയെന്നു ആദ്യത്തെ വെട്ട് അവൾ ചെറുത്തപ്പോൾ തന്നെ ഇന്ദ്രരൂപന് മനസിലായി. പിന്നെ അയാൾ മനഃപൂർവം ഒന്നയഞ്ഞു. രസമാണ്. സുന്ദരിയായ ഇവളെ ഇങ്ങനെ വെട്ടി വിയർപ്പിച്ചു കളിയ്ക്കാൻ. അവളുടെ അഴകും ആരോഗ്യവും കൂടി സമന്വയിച്ച് വാളിന്റെ പിടിയിലേക്ക് വന്നെത്തുന്ന അവശേഷിക്കുന്ന ബലം ചെറുത്ത് നിൽപ്പായി മാറുമ്പോൾ കിട്ടുന്ന ഒരു സുഖം. ഇര മടുക്കുമ്പോൾ കിട്ടുന്ന ആനന്ദം...

മറച്ചിട്ടുണ്ടെങ്കിലും അഴകുള്ള അംഗ വടിവിന്റെ കൊഴുത്തു കയറ്റങ്ങൾ. ഉലയുന്ന നെഞ്ചിന്റെ നിശ്വാസ വേഗങ്ങൾ... കൂടാതെ ഇരുട്ടും തെളിച്ചവും ഇടകലർന്ന ഒളിച്ചു കളികൾ. ഒടുവിൽ തളർന്നവൾ വീഴുമ്പോൾ വിയർപ്പിന്റെ ഉപ്പും, തണുപ്പിന്റെ വിറയലും ചേർത്ത് അവളെ ചേർത്ത് പിടിച്ച് കുതിര മേൽ ഇട്ടു പായുന്നത് ഉള്ളിൽ കണ്ട് നിറഞ്ഞ ചിരിയോടെ അയാൾ അവളോട്

പൊരുതികൊണ്ടിരുന്നു. അവളുടെ ഓരോ വെട്ടും വീശലും ആസ്വദിച്ചൊഴിഞ്ഞു മാറി, അവളെ തളർത്തികൊണ്ട് അയാൾ മുന്നോട്ടു പോയി.

വീഴാതെ പിടിച്ചു നിന്ന ഇന്ദ്രരൂപന്റെ ശിങ്കിടികളിൽ ചിലർ വീടിനുള്ളിൽ നിന്നു കിട്ടിയ സാധനങ്ങളുമായി പുറത്തേക്ക് വന്നു. അവർക്കു മുന്നിലായി പരമവീരനും. നെഞ്ചിൽ ചവിട്ടേറ്റ് വീണെങ്കിലും ഇന്ദ്രരൂപൻ പൊരുതാൻ വന്നപ്പോൾ പരമവീരൻ പിന്മാറി കൊടുത്തിരുന്നു. പെണ്ണ് എന്താണെങ്കിലും വീഴും. അതിപ്പോൾ യജമാനൻ തന്നെ വീഴ്ത്തുന്നതാണ് അതിന്റെ ഒരു നീതി. യജമാനന്റെ പ്രീതി സമ്പാദിച്ചാൽ ഇത്തരം പോരാട്ട യാത്രകളിൽ സ്ഥിരം ക്ഷണിതാവാവാൻ ഗുണം ചെയ്യും.

"യജമാനനെ" പടയാളികൾ ഇന്ദ്രരൂപനെ വിളിച്ചു.

അയാളുടെ നോട്ടം പാളിയതും അവൾ അയാളെ ആഞ്ഞു വെട്ടി. അയാൾ അതിൽ നിന്നൊഴിഞ്ഞു മാറിയതും അവൾ വേച്ചു പോയി. അതിനിടയിൽ അവളുടെ പിന്നിലെത്തി പരമവീരൻ ആഞ്ഞു ചവിട്ടി. അവൾക്കെന്തെങ്കിലും സംഭവിക്കുമോ എന്ന ദേഷ്യത്തോടെ ഇന്ദ്രരൂപൻ അലറി "വേണ്ടാ..." പക്ഷേ അതിനകം തന്നെ കൗർവകി കമിഴ്ന്നടിച്ചു വീണിരുന്നു. അവളുടെ വാൾ ദൂരേക്ക് തെറിച്ചു. ഒരു കുതിപ്പിൽ വാളുമായി അവൾക്കരികിലേക്ക് കുതിച്ചെത്തി അവളുടെ കഴുത്തിൽ വാൾ ചേർത്ത്, അവളെ വാൾ മുനയിൽ നിർത്തി വലിച്ചുയർത്തി തന്റെ ശരീരത്തിലേക്ക് ഇന്ദ്രരൂപൻ ചേർത്ത് നിർത്തി. കിതപ്പോടെ നിൽക്കുന്ന അവളുടെ ചെവിയിൽ ഒരു വഷളച്ചിരിയും വിജയവും അയാൾ കലർത്തി പറഞ്ഞു.

"നീ സുന്ദരിയാണെന്ന് ഞാൻ കേട്ടിരുന്നു. പക്ഷേ നല്ല യോദ്ധാവും കൂടിയാണ്. ഇനി എന്തിലൊക്കെ പ്രാഗൽഭ്യം ഉണ്ടെന്ന് എനിക്ക് അറിയണം."

അയാളുടെ പിടിയിൽ നിന്നു കുതറാൻ അവൾ ശ്രമിച്ചു. പക്ഷേ കാണുന്നതിനേക്കാൾ കരുത്ത് അയാൾക്കുണ്ടെന്ന് ബോധ്യപ്പെട്ട് അടുത്ത ഒരു പഴുത് അവൾ ആ ഇരുട്ടിൽ തേടവേ പാഞ്ഞ് വന്ന ഒരു ചെറു കത്തി ഇന്ദ്രരൂപന്റെ കൈത്തണ്ട തുളച്ചു. അലറികൊണ്ട് അയാൾ പിന്നിലേക്ക് മാറിയതും കാൽ ഉയർത്തി അയാളെ അവൾ പിന്നോട്ടു ചവിട്ടിയിട്ടു. ഇന്ദ്രരൂപൻ വീണതും കുതിരമേൽ സാധനങ്ങൾ കെട്ടി വെച്ച് കൊണ്ടിരുന്ന ഇന്ദ്രരൂപന്റെ യോദ്ധാക്കൾ ഓടി അവൾക്കടുത്തേക്ക് എത്തി. അതിനിടയിൽ ഇരുട്ടിൽ പന്തങ്ങൾ കൊളുത്തപ്പെട്ടു. ഒരു പറ്റം പടയാളികൾ, ഇരുട്ടിൽ നിന്ന് അവർക്കടുത്തേക്ക് കുതിര മേൽ പാഞ്ഞു വന്നു. ഒരാളുടെ കയ്യിൽ മഗധയുടെ, മംഗളസിംഹന്റെ കൊടി പറന്നു കളിച്ചു. അവരെ കണ്ടതും ഇന്ദ്രരൂപന്റെ യോദ്ധാക്കളിൽ ചിലർ കുതിര മേൽ കയറി ഇരുട്ടിലേക്ക് പാഞ്ഞു. അവശേഷിച്ചവർ ആയുധങ്ങളില്ലാതെ കുഴങ്ങി നിൽക്കെ കടന്നു വന്ന പടയാളികളിലെ തലവനായ ആൾ ഇന്ദ്രരൂപനരികിലെത്തി.

"പൗർണമി ദേവിയുടെ സഹോദരൻ കവർച്ചയും കടത്തലും കൂടി തുടങ്ങിയോ..." എന്ന് ചോദിച്ചു കൊണ്ട് ഗരുഡമുഖൻ കുതിരയുടെ മുകളിൽ നിന്നു ചാടിയിറങ്ങി. തന്നെ കൃത്യമായി ആ നേരത്ത് തിരിച്ചറിഞ്ഞ ആൾ ആരെന്ന് അത്ഭുതത്തോടെ ഇന്ദ്രരൂപൻ ആലോചിച്ചു. അയാൾക്ക് ആളെ മനസിലായില്ല. ആരാണെന്ന് ഓർത്തെടുക്കാൻ ശ്രമിക്കവേ ഗരുഡമുഖൻ കൗർവകിയെ നോക്കി പറഞ്ഞു.

"അപകടം മുൻകൂട്ടി കണ്ട് രാജാവ് അയച്ചതാണ്. ഞാൻ ഗരുഡമുഖൻ. താമസിച്ചതിൽ ക്ഷമ ചോദിക്കുന്നു."

അവൾക്കാശ്വാസം തോന്നി. തന്നെ ഓർമ്മയുണ്ടല്ലോ... താമസിച്ചെങ്കിലും കരുതലും കാവലും ഉണ്ട്. അവൾ ആശ്വാസത്തോടെ സാത്യകനരികിലേക്ക് നീങ്ങി.

ഇന്ദ്രരൂപൻ ഗരുഡമുഖനെ സൂക്ഷിച്ചു നോക്കി. കണ്ട ഓർമ്മയില്ല. പേര് കേട്ടിട്ടുമില്ല. പേര് വ്യാജമായിരിക്കണം. രാജാവിന്റെ ചാര പടയിലെ ആരെങ്കിലുമാവാനാണ് സാധ്യത. തന്നെ അത്ര സൂക്ഷമമായി അറിയാവുന്നയാളാണ്.

കൗർവകി സാത്യകന്റെ മുഖത്തെ തുണി എടുത്തു മാറ്റി. ദീർഘമായി ശ്വസിച്ചു കൊണ്ട് വെപ്രാളത്തോടെ അയാൾ ചുറ്റും നോക്കി, തന്റെ മകളെ കണ്ട അയാൾ ശബ്ദമില്ലാതെ കരഞ്ഞു...

"കൗർവകി...

ഗരുഡമുഖന്റെ സംഘം പരമവീരനെയും ഇന്ദ്രരൂപനെയും, അയാളുടെ സംഘത്തിൽ അവശേഷിച്ചവരെയും വീടിനുള്ളിലേക്ക് ബലമായി പിടിച്ചു കൂട്ടി കൊണ്ട് പോകുന്നത് സാത്യകൻ കണ്ടു. കൗർവകി അയാളുടെ കൈകളുടെ കെട്ട് അഴിക്കാൻ തുടങ്ങുകയായിരുന്നു. പെട്ടെന്ന് എന്തോ കണ്ട് അയാൾ കൗർവകി, എന്നലറി വിളിച്ചതും കൗർവകിയുടെ മുഖത്തേക്ക് തുണി വന്നു വീണു. കുതറി തെറിക്കുന്ന അവളെ ഗരുഡമുഖൻ തൂക്കിയെടുത്തു. അവളെ ബലമായി പിടിച്ചു നിർത്തിയപ്പോൾ ഒരു പടയാളി അവളുടെ പിന്നിൽ കൈ ചേർത്ത് കെട്ടി. അവളുടെ അലർച്ച തുണിക്കുള്ളിൽ പെട്ട് പതറി.

"യജമാനനേ...എന്റെ മകളെ ഒന്നും ചെയ്യല്ലേ." സാത്യകൻ നിലത്തു കിടന്ന് നിരങ്ങി നീങ്ങി കൊണ്ട് നിലവിളിച്ചു കൊണ്ടിരുന്നു.

ഗരുഡമുഖന്റെ സംഘം ഇന്ദ്രരൂപനെയും സംഘത്തെയും വീടിനുള്ളിൽ അടച്ച് പുറത്തു തഴുതിട്ടു. ഗരുഡമുഖൻ തന്റെ കുതിരയിലേക്കു കൗർവകിയെ കുറുകെ കിടത്തി, കുതിര മേൽ ചാടിക്കയറി കൈ ഉയർത്തിയതും സംഘത്തിലൊരുവൻ പന്തം കുടിലിന്റെ മേലേക്ക് വലിച്ചെറിഞ്ഞു. കുടിലിന്റെ മേലേക്ക് പല ഭാഗത്തു നിന്ന് പന്തങ്ങൾ വന്നു വീണു. മഞ്ഞു വീണു നനഞ്ഞു കിടന്നിരുന്നെങ്കിലും തീ പതിയെ പടർന്നു തുടങ്ങി.

വീടിനുള്ളിൽ അസ്വസ്ഥതയോടെയും കോപത്തോടെയും ഇന്ദ്രരൂപൻ പുറത്തു കടക്കാൻ പഴുത് നോക്കികൊണ്ടിരുന്നു....

ഗരുഡമുഖനും സംഘവും കൗർവകിയെയും കൊണ്ട് പതിയെ നീങ്ങി. കുടിലിന്റെ മേലേക്ക് തീ പടർന്നു പിടിക്കുന്നത് സാത്യകൻ കണ്ടു...

ആടുകൾ കൂട്ടമായി കരഞ്ഞു തുടങ്ങി. പുറത്തു കടക്കാൻ പഴുത് നോക്കി കൊണ്ടിരുന്ന ഇന്ദ്രരൂപൻ ഒരു ചെറു ജാലകം കണ്ടു. അയാൾ പുറത്തേക്ക് നോക്കി. കത്തുന്ന പന്തത്തിന്റെ മഞ്ഞ കലർന്ന വെളിച്ചത്തിൽ ഗരുഡമുഖനും സംഘവും കൗർവകിയെയും കൊണ്ട് നീങ്ങുന്നത് കാണാമായിരുന്നു. ഒടുവിൽ നീങ്ങിയ പടയാളി ഉയർത്തി പിടിച്ചിരുന്ന മഗധയുടെ ചിഹ്നമുള്ള കൊടി ഇരുട്ടിലേക്ക് വലിച്ചെറിയുന്നത് ഞടുക്കത്തോടെ അയാൾ കണ്ടു.

തീ പടർന്നു പിടിച്ചു കൊണ്ടിരുന്നു.

കൊടിയിലേയ്ക്കും കുടിലിലേയ്ക്കും...

19

പലായനം

അന്നേരം ചാഞ്ഞു നിൽക്കുന്ന ശിഖരങ്ങളെ തൊട്ട്
കല്ലിൽപോറി സ്വർണനദി ഒഴുകുന്നതവർ കണ്ടു.
ഭൂമിയിൽ അത് ദൈവത്തിന്റെ ദൂതിൽ തന്നെ എന്നും അവർ അറിഞ്ഞു.
വനപ്രദേശവും,
വഴിത്താരകളും കടന്നിട്ട് യോദ്ധാക്കൾ യാത്രപോയ
തരിശുഭൂമികടന്നിട്ടു അവർക്കു വെളിപാട് നൽകപ്പെട്ടു.
കുട്ടികളും സ്ത്രീകളും യോദ്ധാക്കൾ നൂറുപേർ മുന്നിലും കുടുംബങ്ങളെ കാക്കും, അവർ വാളിൻ തലപ്പിൽ നിങ്ങളോട് പ്രതികാരം ചെയ്യും,
പടയാളികൾ കൊടിയുമായി അവനുമുന്നിൽ പ്രത്യക്ഷപ്പെട്ടു.
അവർ വാളിന്മേൽ പിടി മുറുക്കി.
ഇരുമ്പിൽ തുളവീഴിക്കും തുരുമ്പ് പോലെ അവർ കാൽ വഴുതി വീണു.

(കൗർവകിയുടെ ഗീതങ്ങൾ: 19:4)

ചാഞ്ഞു നിൽക്കുന്ന ശിഖരങ്ങളെ തൊട്ട് നനച്ച്, മണ്ണ് കുത്തിയിളക്കി കല്ലിൽ തട്ടി, പതഞ്ഞ് തിമിർത്ത് സ്വർണനദി ഒഴുകിക്കൊണ്ടിരുന്നു. ചില ഭൂമികകളിൽ അത് ശാന്തവുമായിരുന്നു. നദിക്കു സമാന്തരമായ ചെങ്കുത്തായ കാട്ടു വഴികളിലൂടെ, വനഭൂമിയിലൂടെ ആ സംഘം പതിയെ നീങ്ങി. പലായനം, അതും ജനിച്ച മണ്ണും, വീടും ഭൂമിയും വിട്ട്, കണ്ടു ശീലിച്ച ആകാശകാഴ്ചകളും, ആഞ്ഞടിക്കുന്ന മരുഭൂവിലെ മണൽക്കാറ്റും വിട്ട്, ഏതു സ്വർഗ്ഗത്തിലേക്കാണെങ്കിലും അത് ദുഃഖം തന്നെയാണ് എന്ന്, നാലു പേർ കൂടി ചുമക്കുന്ന തന്റെ പല്ലക്കിൽ കിടന്നു കൊണ്ട് പാണ്ഡുകൻ ഓർത്തു. കുട്ടികളും സ്ത്രീകളുമടങ്ങുന്ന നൂറു പേരുള്ള സംഘത്തെയും കൊണ്ട് ഉള്ളതെല്ലാം പെറുക്കി വനപ്രദേശവും, വഴിത്താരകളും കടന്നുള്ള യാത്ര അത്ര നല്ല തീരുമാനമല്ല. പക്ഷേ ആ തീരുമാനത്തിലെത്താനുള്ളത്രയും കാരണമായി ഉദ്ഘോഷനെ കുറിച്ചുള്ള ഓർമ്മ അവർക്കുണ്ടായിരുന്നു. അയാളോടുള്ള സ്നേഹത്തിന് വേണ്ടി അവർ ഒന്നിക്കുകയായിരുന്നു. ഒരു പ്രതികാരത്തിന് വേണ്ടി. ഒരു സാമ്രാജ്യത്തിനെതിരായി.

ആയുധധാരികളായ, കുടുംബങ്ങളിൽ പെട്ട യോദ്ധാക്കൾ മുന്നിലും പിന്നിലുമായി നിന്നു. അവർക്കിടയിൽ കുട്ടികളും സ്ത്രീകളും അടങ്ങുന്ന സംഘം പതിയെ നീങ്ങി. കൈക്കുഞ്ഞുങ്ങൾക്കു പാലു കൊടുക്കാനും, ആഹാരത്തിനുമായി ചില നേരത്ത് അവർ വിശ്രമിച്ചു.

നദി അവർക്കരികിലൂടെ ഹുങ്കാരത്തോടെ ഒഴുകി കൊണ്ടിരുന്നു. നദിയിലേക്ക് ചാഞ്ഞു നിൽക്കുന്ന വലിയ മുളങ്കാടുകളും, വൻ മരങ്ങളും കടന്ന് അവർ നീങ്ങവേ പെട്ടെന്ന് ഒരു കുഴൽ വിളി കേട്ടു. ആദ്യം പാണ്ഡുകൻ ഒന്ന് ശ്രദ്ധിച്ചു. വീണ്ടും ആ വിളി കേട്ടു. കിളികളല്ല. അവ ചിലച്ചാൽ എതിർ സ്വരം ഉണ്ടാവേണ്ടതാണ്. അയാൾ ഒന്ന് കൂടി കാത്തു... അതിനിടയിൽ കുറച്ചു മാറി നടക്കുന്ന മദമുഖനെ കൈ ഉയർത്തി ആംഗ്യം കാണിച്ചു. ആ സംജ്ഞ മനസിലാക്കി മദമുഖൻ കൂടെയുള്ളവർക്ക് അടയാളം കാട്ടി. എല്ലാവരും നടത്തം പതുക്കെയാക്കി. സ്ത്രീകളെയും കുട്ടികളെയും ശ്രദ്ധിക്കാൻ മദമുഖൻ തന്റെ കുടുംബങ്ങൾക്ക് സംജ്ഞ കാണിച്ചു. ശേഷം ചുറ്റും നോക്കി കൊണ്ട് പതിയെ, മുൻപുണ്ടായിരുന്ന ചെറിയ സംസാരം പോലും ഇല്ലാതെ നടക്കുവാൻ അയാൾ എല്ലാവർക്കും

നിർദ്ദേശം നൽകി. പാദങ്ങൾ പെറുക്കി വെച്ച് സൂക്ഷ്മമായി സ്ത്രീകളും കുട്ടികളും നടന്നു നീങ്ങവേ, അവർക്കു കുറെ മുൻപിലായി വൻ മരങ്ങളുടെ മറവിൽ നിന്ന് മഗധയുടെ കൊടിയേന്തിയ പടയാളികൾ പ്രത്യക്ഷപ്പെട്ടു. വാളിന്മേൽ പിടി മുറുക്കി മദമുഖൻ പരിസരം പഠിച്ചു. ഒരു പോരാട്ടമാണെങ്കിൽ കുഞ്ഞുങ്ങളെയും പെണ്ണുങ്ങളെയും സംരക്ഷിക്കണം. അവരാണ് ഭാവി. തങ്ങൾ തോറ്റു പോയാലും പ്രതികാരം കൈമാറേണ്ടതുണ്ട്. തന്റെ സംഘത്തിന്റെ നീക്കം മെല്ലെ ആവുന്നത് പാണ്ഡുകൻ തിരിച്ചറിഞ്ഞു. അയാൾ പല്ലക്കിൽ കിടന്നു കൊണ്ടു തല ഉയർത്തി നോക്കി. അയാൾ മംഗളസിംഹന്റെ കൊടിയും പടയും കണ്ടു. ധീരഗജൻ പറഞ്ഞത് സത്യം തന്നെ. എല്ലാം അറിഞ്ഞുള്ള വരവാണ്. പാണ്ഡുകന്റെ മുഖം മുറുകി. അടുത്ത നീക്കമെന്തെന്നാലോചിച്ചു കൊണ്ട് അയാൾ മദമുഖനെ നോക്കി. മദമുഖൻ പിതാവിന്റെ ആജ്ഞക്കായി കാത്തു നിന്നപ്പോൾ കഴുത്ത് അറുത്തേക്ക് എന്നർത്ഥത്തിൽ പാണ്ഡുകൻ കൈ കഴുത്തിൽ വെച്ച് ഓടിച്ചു കാണിച്ചു. ഈ സന്ദിഗ്ദ്ധ ഘട്ടത്തിലും പിതാവിന്റെ പകയുടെ ചൂടും, പോരാട്ട വെറിയും കണ്ട് ഉള്ളാലെ ചിരിച്ചു കൊണ്ട് മദമുഖൻ യോദ്ധാക്കൾക്ക് അടയാളം കാണിച്ചു. അവരെല്ലാവരും തന്നെ വാൾ ഉറയിൽ നിന്നൂരിയെടുത്ത് തയ്യാറായി.

മംഗളസിംഹന്റെ പടയാളികളുടെ തലവൻ ഋഷഭവീരൻ മുന്നിലേക്ക് വന്നു. അയാൾക്ക് പിന്നാലെ മരത്തിന്റെ മറവിൽ നിന്ന് കൂടുതൽ പടയാളികളും പ്രത്യക്ഷപ്പെട്ടു. പാണ്ഡുകൻ കണ്ണ് ചുരുക്കി നോക്കി. അവർ നാല്പതോളം പേരുണ്ടെന്ന് അയാൾ മദമുഖന് വിരൽ മടക്കി കാണിച്ചു. തങ്ങളുടെ കാരണവരുടെ അപാര കാഴ്ച ശക്തി കണ്ട് അവർ ഒരിക്കൽ കൂടി അമ്പരന്നു. മദമുഖനും പടയാളികളും ഒരു പോരാട്ടത്തിനായി തയാറെടുത്ത് നിന്നപ്പോൾ ഋഷഭവീരനും പടയാളികളും അവർക്ക് കുറച്ചു ദൂരത്തിൽ വന്നു നിന്നു. പടയാളികളിലെ വിളംബരക്കാരൻ തുകൽ ചുരുൾ നിവർത്തി വായിച്ചു.

"മഗധാധിപനായ മംഗളസിംഹന്റെ കൽപ്പന..."

"മഗധാധിപനായി നിങ്ങൾ അംഗീകരിച്ചാൽ മതി."

മദമുഖൻ വീര്യം വിടാതെ ഉച്ചത്തിൽ പറഞ്ഞതും അയാളുടെ യോദ്ധാക്കൾ ചിരിച്ചു. യോദ്ധാക്കൾ താഴ്ത്തി വെച്ച പല്ലക്കിൽ കിടന്ന് പാണ്ഡുകൻ അഭിമാനത്തോടെ മദമുഖനെ നോക്കി... അവന്റെ വീരം അയാൾക്കിഷ്ടപ്പെട്ടു. സ്ത്രീകൾ പരിഭ്രാന്തിയോടെ അവരവരുടെ ഭർത്താക്കന്മാരെ നോക്കി. ഒന്നും ഭയക്കേണ്ടതില്ല ശാന്തമായിരിക്കുക എന്ന അർത്ഥത്തിൽ കണ്ണടച്ചു കാണിച്ചു കൊണ്ട് മദമുഖൻ തുടർന്നു.

"ചതിച്ചു പോയ, കുല മഹിമയില്ലാത്ത ഒരുവളുടെ മകനെന്നതിനപ്പുറം ഞങ്ങൾക്കവൻ ആരുമല്ല."

ഋഷഭവീരൻ ഒരു നിമിഷം ആലോചിച്ചു. ശത്രുത അത്ര ശക്തിയില്ലാത്തതല്ല. ഉറച്ചുറഞ്ഞു പോയതു്. എങ്കിലും രാജശാസനം അറിയിച്ചേ പറ്റൂ.

"രാജ്യദ്രോഹമാണ് നിങ്ങൾ മൊഴിയുന്നത്. നിങ്ങളെ മാത്രമല്ല, ഈ കുടുംബത്തെ മുഴുവനായും ബാധിക്കുന്ന ദ്രോഹം. കൊട്ടാരത്തിലേക്ക് വന്നു രാജസമക്ഷം കീഴടങ്ങി മാപ്പു പറഞ്ഞാൽ ഈ ശിക്ഷയിൽ നിന്ന് ഒഴിവാകാം." ഋഷഭവീരൻ പറഞ്ഞു.

"പോകട്ടെ മുന്നോട്ട്..."

പ്രായത്താൽ പതർച്ചയുള്ളതെങ്കിലും, ചോർന്നു പോകാത്ത വീര്യത്തോടെ പാണ്ഡുകൻ അലറി. അത് കേട്ടതും അയാളുടെ യോദ്ധാക്കളും കുടുംബവും പതിയെ നീങ്ങിത്തുടങ്ങിയതും, ഋഷഭവീരൻ വാൾ വലിച്ചൂരി പടയാളികളോട് പ്രഖ്യാപിച്ചു.

"പിടിച്ചു കെട്ടവരെ..."

ഒറ്റ കുതിപ്പിൽ കുതിരകളുമായി പടയാളികൾ പാഞ്ഞു.

ആ വരവിൽ സ്ത്രീകളെയും കുട്ടികളെയും തടുത്തു കൊണ്ട് മദമുഖന്റെ സംഘം ഒരു ഭാഗത്തേക്ക് മാറി. യോദ്ധാക്കൾ മുന്നോട്ടു കുതിച്ചു. പല്ലക്ക് ചുമന്നവർ പാണ്ഡുകനെയും കൊണ്ട് ഒരു സുരക്ഷിതമായ ഭാഗത്തേക്ക് നീങ്ങി, അയാളെ ഒരു വൻ മരത്തിന്റെ പിന്നിൽ വെച്ച് തങ്ങളുടെ വാളുകൾ ഊരി പടനിലത്തേക്ക് കുതിച്ചു. പാണ്ഡുകൻ തന്റെ മടിയിൽ ഒളിപ്പിച്ച ചെറിയ കത്തി ഊരിപ്പിടിച്ച് ആ പടനിലത്തേക്ക് നോക്കി അലറി...

"കൊന്നു തള്ളടാ മക്കളെ..."

ശേഷം കടിച്ചു പിടിച്ച പല്ലിറുമ്മി മുരണ്ടു കൊണ്ട് അയാൾ ഋഷഭവീരനെ നോക്കി. അവൻ വീണാൽ മറ്റുള്ളവർ തനിയെ വീഴും. ആ ഓർമയുടെ സഹർഷത്തിൽ വിജ്രുംഭിച്ച് അയാൾ വിളിച്ചു പറഞ്ഞു

"... തലവന്റെ തല... അത് വീഴട്ടെ..."

വെറും കച്ചവടക്കാരനായിരുന്ന അയാളുടെ പോരാട്ട വീര്യം ഈ പ്രായത്തിലും കണ്ട ആവേശത്തോടെ അയാളുടെ യോദ്ധാക്കൾ കുതിച്ചു. അവർ രണ്ടു പേർ ചേർന്ന് ഓരോ പടയാളികളെ നേരിട്ടു. ഒന്ന് രണ്ടു പടയാളികൾ കമിഞ്ഞു മൂടിയ കരിയിലകളുടെ ഉണക്ക വഴക്കലിൽ പിടിച്ചു നില്ക്കാനാവാതെ കാൽ വഴുതി വീഴവേ, ജയം സാധ്യമല്ലെന്ന് ഓർത്തു കൊണ്ട് പരമാവധി പിടിച്ചു നിന്നു തിരിച്ചു പോവുക എന്ന ചിന്തയോടെ ഋഷഭവീരൻ അലറി...

"വെട്ടിയിടടാ രാജ്യദ്രോഹികളെ..."

അയാളുടെ അലർച്ച സൃഷ്ടിച്ച ആവേശത്തിൽ പടയാളികൾ കൂടുതൽ കരുത്തോടെ ആഞ്ഞടിച്ചു. പക്ഷേ മദമുഖൻ തന്റെ യോദ്ധാക്കളെയും കൊണ്ട് ഋഷഭവീരനെ ചുറ്റി ചെന്നു. മദമുഖന്റെ യോദ്ധാക്കൾ പടയാളികളെ പല ഭാഗത്തു നിന്നും ആക്രമിച്ചു കൊണ്ടിരുന്നു. അറുപതോളം യോദ്ധാക്കൾ എന്നതിൽ കവിഞ്ഞ്, അവരുടെ കരുത്തും നീക്കവും രാജാവിന്റെ പടയാളികളേക്കാൾ ശക്തവും ചടുലവുമായിരുന്നു. മാത്രമല്ല കാടിന്റെ മർമം അറിയാഞ്ഞതിനാൽ പല പടയാളികളും കീഴ്ക്കാം തൂക്കായ ഭാഗത്ത് കുതിരകളെ ഉപേക്ഷിച്ച് നിലത്തിറങ്ങവേ വഴുതി. വെട്ടു തടയാനുള്ള അവരുടെ ശ്രമങ്ങൾ പലപ്പോഴും വേച്ചു പോവുകയും പലരും താഴ്ചയിലേക്ക് തെന്നി നീങ്ങുകയും ചെയ്തു. പടയാളികൾ ഓരോന്നായി വെട്ടു കൊള്ളുകയും ചിലർ വഴുതി പോവുകയും ചെയ്യുന്നത് കണ്ട്, ഋഷഭവീരൻ ഇത്തിരി കൂടി സുരക്ഷയുള്ള സ്ഥലത്തിലേക്ക് പിൻവാങ്ങി തിരിച്ചെത്താൻ പടയാളികളെ പ്രേരിപ്പിച്ചു. പക്ഷേ ഇടം മാറ്റാൻ സമയമില്ലാതെ, കാൽ കുത്താൻ നേരമില്ലാതെ മദമുഖന്റെ പടയാളികൾ അവരെ തലങ്ങും വിലങ്ങും ആക്രമിച്ചു. ആ മുന്നേറ്റത്തിൽ രസം പിടിച്ച് കൈകൾ പാണ്ഡുകൻ കൂട്ടിത്തിരുമ്മി. കാലങ്ങളായി യുദ്ധം ചെയ്തിട്ടും മതിയാവാതെ,

രക്തമിറ്റു വീഴുന്നതും കബന്ധങ്ങൾ മണ്ണിലുരുണ്ടു വീഴാൻ കൊതിക്കുന്നതുമായ ഒരു സൈന്യാധിപനെ പോലെ അയാൾ ആർത്തട്ടഹസിച്ചു യോദ്ധാക്കളെ പ്രോത്സാഹിപ്പിച്ച് കൊണ്ടിരുന്നു.

സ്ത്രീകളും കുട്ടികളെയും യോദ്ധാക്കൾ സുരക്ഷിതമായ ഒരു സ്ഥലത്തേക്ക് നടത്തിക്കൊണ്ടു ചെന്ന്, മറച്ചിരുത്തിയിരുന്നു.

ഒന്ന് രണ്ടു പടയാളികൾ അവർക്കടുത്തേക്ക് പതുങ്ങി വന്നു.

പാണ്ഡുകൻ ഒച്ച വെച്ചു.

"വെട്ടിയിടടാ ആ നായിന്റെ മക്കളെ..."

ഋഷഭവീരനുമായി പോരാട്ടത്തിലായിരുന്ന മദമുഖൻ അത് കേട്ട് വെട്ടി ത്തിരിഞ്ഞ് ഒരു നിമിഷം നോക്കിയതും ഋഷഭവീരൻ അയാളെ ആഞ്ഞു വെട്ടി. കൈയിൽ വെട്ടു കൊണ്ട് അമറികൊണ്ട്, ഋഷഭവീരന് നേരെ പാഞ്ഞടുത്ത് മദമുഖൻ തലങ്ങും വിലങ്ങും വെട്ടി... ആക്രമണത്തിൽ അയാൾ ഒരു കാട്ടാന യാണെന്ന് ഋഷഭവീരന് തോന്നി. ആറടി പൊക്കത്തിൽ നൂറ്റമ്പതു കിലോ തൂക്കത്തിലെ ആയോധനം കൊണ്ട് മെഴുകി മെരുക്കിയെടുത്ത തടിയുമായി, വെട്ടു കൊണ്ട കൈയിലെ ഒഴുകുന്ന ചോര മുഖം കൊണ്ട് തുടച്ച്, അയാൾ ചീറി അടുക്കുന്നത് കണ്ട് ഋഷഭവീരൻ ഒരു നിമിഷം പതറി. ആ പതർച്ച പുറത്തു കാണിക്കാതെ വാൾ ഒന്ന് കൂടി മുറുകെ പിടിച്ച് ഇങ്ങോട്ടാക്രമിക്കുന്നതിന് മുൻപ് അങ്ങോട്ടാക്രമിക്കാൻ ആലോചിച്ച് വാൾ ഉയർത്തി അലറി വിളിച്ചു ഋഷഭവീരൻ മദമുഖനിലേക്ക് അടുത്തതും, വഴക്കി വേച്ചു ചുവടുറക്കാതെ നീങ്ങി. മദമുഖൻ വലത്തേക്ക് തെന്നി മാറി. പാണ്ഡുകൻ അത് കണ്ട് അലറിച്ചിരിച്ചു. ആ ചിരി കേട്ടു മംഗളസിംഹന്റെ പടയാളികൾ പകച്ചു നോക്കവേ മദമുഖൻ വെട്ടിത്തിരിഞ്ഞ് ഋഷഭവീരന്റെ മുതുകിൽ ആഞ്ഞ് വെട്ടി. അലർച്ചയോടെ മുന്നോട്ട് വീഴുന്ന ഋഷഭവീരന്റെ അടുത്തേക്ക് മദമുഖൻ കുതിച്ചു ചാടി. മദമുഖ ന്റെ വെട്ടു കൊണ്ട് ഋഷഭവീരൻ വീണതും ഉണ്ടായിരുന്നതിനേക്കാൾ വീര്യ ത്തോടെ പാഞ്ഞു കയറി മദമുഖന്റെ യോദ്ധാക്കൾ പടയാളികളെ ആക്രമിച്ചു. പാണ്ഡുകൻ അലറിച്ചിരിച്ചു നോക്കി ഇരിക്കെ, മുഖമടിച്ചു വീണ ഋഷഭവീരൻ എഴുന്നേൽക്കാനുള്ള സമയം ലഭിക്കുന്നതിന് മുൻപേ മദമുഖൻ, അയാളുടെ കഴുത്തിലാഞ്ഞു വെട്ടി. അയാളുടെ തലയും ഉടലും വേർപിരിഞ്ഞു. തല രക്ത മൊലിപ്പിച്ച് കരിയിലകളുടെ മുകളിലൂടെ താഴേക്കുരുണ്ടു പോയി.

അത് കണ്ടതും പടയാളികളിൽ ചിലർ കുതിരകളുടെ മുകളിലേക്ക് ഓടി ക്കയറാൻ ശ്രമിച്ചു. കുതിരകൾ വിരണ്ടു താഴേക്ക് ഓടി. അവയ്ക്ക് പിന്നാലെ രക്ഷപെടാനെന്ന വണ്ണം പടയാളികൾ കരിയിലകളിൽ കൂടി തെന്നി നീങ്ങി. മദമുഖന്റെ യോദ്ധാക്കൾ അവർക്കു പിന്നാലെ ചെന്ന് തുരത്തി. കുതിരയുടെ കടിഞ്ഞാണിൻ മേൽ തൂങ്ങി രക്ഷപെടാൻ ശ്രമിച്ച ഒരു പടയാളിയെ കത്തി കൊണ്ട് പാണ്ഡുകൻ എറിഞ്ഞു വീഴ്ത്തി. പിടി വിട്ട് അവൻ താഴേക്ക് ഉരുണ്ടു പോയി. അവന്റെ കുതിര വിളറി പിടിച്ചു നിൽക്കേ, മദമുഖന്റെ യോദ്ധാക്കളിൽ ഒരുവൻ കുതിരയുടെ മേലേക്ക് ചാടിക്കയറി അവനെ പിടിക്കാൻ കുതിച്ചു പാഞ്ഞു...

മദമുഖനും കൂട്ടരും ഒന്നൊന്നായി പടയാളികളെ വീഴ്ത്തികൊണ്ട് മുന്നേറി. അവശേഷിച്ച പടയാളികളെ ഒന്നൊന്നായി അവർ ചുറ്റും നിന്നു വെട്ടി വീഴ്ത്തി. ഒടുവിൽ ഒരുവൻ മാത്രം ശേഷിക്കെ, കിതപ്പോടെ പടയാളിയെ കൊല്ലാൻ

വാളുയർത്തിയ തന്റെ യോദ്ധാവിനെ തടഞ്ഞു കൊണ്ട് മദമുഖൻ പറഞ്ഞു.

"ഒരുവൻ വേണം...ദൂത് കൊടുക്കാൻ..."

"എന്നെ കൊല്ലല്ലേ യജമാനനേ." പടയാളി വെട്ടു കൊണ്ട് രക്തമൊഴുകു ന്ന കൈ കൂപ്പി കേണുകൊണ്ട് പറഞ്ഞു.

അവനരികിലേക്ക് നീങ്ങി നിന്നു കൊണ്ട് കഴുത്തിൽ വാൾ ചേർത്ത് കൊണ്ട് മദമുഖൻ പറഞ്ഞു.

"കൊല്ലുന്നില്ല. നിന്നോടുള്ള സഹതാപം കൊണ്ടല്ല. ചെന്ന് പറയണം നിന്റെ രാജാവിനോട്...മഗധയുടെ കപ്പലിൽ പ്രതികാരത്തിന്റെ തുള വീണു കഴിഞ്ഞെന്ന്."

മദമുഖൻ അവന്റെ കുതിരയെ തൊഴിച്ചു. അത് വെകിളി പിടിച്ചെന്ന പോലെ ഓടി...പറഞ്ഞത് സത്യം തന്നെയോ എന്ന് ഒരു നിമിഷം സംശയിച്ചിട്ട് ആ പടയാളി ഭയത്തോടെ പിൻതിരിഞ്ഞ്, കുതിര പോയ ഭാഗം ലക്ഷ്യമാക്കി പതിയെ വേച്ചു നടന്നു. ശേഷം ഒന്ന് തിരിഞ്ഞു നോക്കിയിട്ട് വേഗത്തിൽ ഓടി... ഉള്ള ജീവനും കൊണ്ടെന്ന പോലെ...

മദമുഖനും യോദ്ധാക്കളും കൊല്ലപ്പെട്ടവരുടെ കുതിരകളുടെ കടിഞ്ഞാൺ പിടിച്ചു കൊണ്ട്, തങ്ങളുടെ സ്ത്രീകൾ ഇരിക്കുന്ന ഭാഗത്തേക്ക് നടന്നു വരുന്നത് പാണ്ഡുകൻ കണ്ടു.

പ്രതികാരത്തിന്റെ ആദ്യ ധ്വനി മുഴങ്ങിക്കഴിഞ്ഞു. വിണ്ടു കീറിയ ശരീരവും ചോരക്കറ വീണ വസ്ത്രങ്ങളും ഭയം പിടിച്ചരണ്ട കരളും കണ്ണുമായി, വിറയലുള്ള വാക്കുകളുമായി മംഗളസിംഹന്റെ പടയാളി രാജ സമക്ഷം ചെന്നെത്തു മ്പോൾ നടക്കാൻ പോകുന്ന നടുക്കങ്ങളോർത്ത് ആകാശം മറച്ചു നിൽക്കുന്ന മരക്കൂട്ടങ്ങളിലേക്ക് മലർന്നു കിടന്നു നോക്കി, പാണ്ഡുകൻ സന്തോഷത്തോടെ കണ്ണടച്ചു.

* * *

അർദ്ധ വൃത്താകൃതിയിൽ ഉള്ള മണ്ഡപത്തിന്റെ ഒരു ഭാഗത്ത്, ഉയർത്തി ക്കെട്ടിയ കല്ലുകൾ കൊണ്ടുള്ള ഇരിപ്പിടങ്ങളിൽ മംഗളസിംഹന്റെ പടയാളികൾ താഴെയും മുകളിലുമായി ഇരുന്നു. തെരെഞ്ഞെടുത്ത ഇരുനൂറോളം വരുന്ന പടയാളികളായിരുന്നു അവർ. അവർക്കെതിരെ നിന്ന്, ഒരു ഗുരുവിന്റെ ഭാവ ങ്ങളോടെ മംഗളസിംഹൻ, തന്ത്രജ്ഞതയുടെയും ആയോധന കലയുടെയും അറിയാവുന്ന എല്ലാ വിവരങ്ങളും അവർക്കു വിശദീകരിച്ചു കൊടുത്തു കൊണ്ടി രുന്നു. ആയോധന കലയുടെ സാധ്യതയെ കുറിച്ചു വിവരിക്കുന്ന സമയത്താണ് ഒരു പടയാളി കേട്ടറിവ് മാത്രമുള്ള ഒന്നിനെക്കുറിച്ച്, സ്വയ രക്ഷയ്ക്ക്, ഏറ്റവും അത്യാവശ്യ സമയത്തു പോലും വെളിവാക്കാൻ മടിക്കുന്ന, ശരീര ഭാരം കുറച്ച് സ്വയം പറക്കാൻ പരിശീലിക്കുന്ന യോഗ വിദ്യയെക്കുറിച്ചു ചോദിച്ചത്.

"പക്ഷിയെപ്പോലെ ഒരു മനുഷ്യന് പറക്കാനാവുമെന്നു കേട്ടിട്ടുണ്ട്. അങ്ങ് എന്ത് പറയുന്നു?"

"ഞാൻ എന്ത് പറയാൻ." ചിരിയോടെ മംഗളസിംഹൻ ചോദിച്ചു. ശേഷം പറഞ്ഞു.

"ഞാൻ പറയുന്നതല്ല. ഹംസ യോഗം ആ പ്രക്രിയയാണ്

പരിശീലിപ്പിക്കുന്നത്."

"എങ്കിൽ എങ്ങനെയാണ് അതിന്റെ രീതികൾ. ഞങ്ങൾക്കെല്ലാം അതിന്റെ ശാസ്ത്രം അറിയണമെന്ന് ആഗ്രഹമുണ്ട്."

മറ്റൊരു യുവ പടയാളി ഉത്സാഹത്തോടെ ചോദിച്ചു.

"മരണപ്പെട്ട ഒരു ശരീരത്തെ ഒന്ന് മാറ്റി വെക്കുവാൻ നാലു പേരെങ്കിലും വേണ്ടി വരുന്നു. ജീവിച്ചിരുന്നപ്പോൾ ഒരാൾ ഒറ്റക്ക് കൊണ്ട് നടന്ന ശരീരമാണത്. അപ്പോൾ നാലു പേർ കൊണ്ട് പോകത്തക്ക രീതിയിൽ ഒരു ശക്തി ആ ശരീരത്തിനുള്ളിൽ ഉണ്ടായിരുന്നു. ആ ശക്തി നിശ്ചിത ദൂരത്തിൽ ഓടാനും ചാടാനും ഒക്കെ നമ്മളെ സഹായിച്ചിരുന്നു. ആ ശക്തിയെ പുറത്തെടുത്ത് ആവശ്യമായ പരിശീലനം കൊടുത്താൽ ഇപ്പോൾ ചെയ്തു കൊണ്ടിരിക്കുന്ന പ്രവർത്തിയുടെ ആക്കം കൂട്ടാം. കൂടുതൽ ഉയരത്തിൽ ചാടുകയും കൂടുതൽ വേഗതയിൽ ഓടുകയും ചെയ്യാം. അപ്പോൾ കുടി കൊള്ളുന്ന ശക്തിയെ വേർപെടുത്തി ആ ശക്തിക്ക് ആവശ്യമായ പരിശീലനം കൊടുത്ത് ആവശ്യം പോലെ അതിനെ മാറ്റിയെടുക്കാം. ശരീരത്തിന്റെ കൂട്ടിൽ നിന്ന് ശക്തിയെ മാറ്റണമെന്നു സാരം. ഹംസ യോഗത്തിന്റെ ആമുഖം മാത്രമാണിത്."

പടയാളികൾ ആ വിവരണം കേട്ട് തരിച്ചിരുന്നു.

"കൽപയോഗത്തിലെന്ന പോലെ ഹംസയോഗത്തിലും പ്രാവീണ്യമുള്ള അങ്ങേക്ക് ഞങ്ങളെ ആ വിദ്യ കാണിച്ചു തരാൻ സാധിക്കുമോ?" ചെറു ചിരിയോടെ ഒരു പടയാളി ചോദിച്ചു.

"യോഗ ശക്തി ഒരു പ്രദർശനത്തിനുള്ളതല്ല. ഒരവസരം വരുമ്പോൾ അത് ഞാൻ നിങ്ങൾക്ക് ഞാൻ വെളിവാക്കാം."

പെട്ടെന്ന് അവിടേക്ക് വന്നു സബോധൻ മംഗളസിംഹനെ വണങ്ങി അനുവാദത്തിന് വേണ്ടി കാത്തു. മംഗളസിംഹൻ അരികിൽ വരാൻ അനുവാദം കൊടുത്തു. സബോധൻ ധൃതിയിൽ മംഗളസിംഹനരികിലേക്ക് എത്തി രഹസ്യമായി എന്തോ പറഞ്ഞു. മംഗളസിംഹന്റെ മുഖം ഗൗരവപൂർണമാകുന്നത് പടയാളികൾ കണ്ടു.

"ബാണാസുരൻ എവിടെ?" മംഗളസിംഹൻ ഗൗരവത്തോടെ സബോധനോട് ചോദിച്ചു.

പാഠശാലക്കടുത്തേക്ക് നടന്നു വരുന്നുണ്ടായിരുന്നു ബാണാസുരൻ. മുഖത്ത് ഏതോ തോൽവിയുടെ തളർച്ചയുണ്ട്.

മംഗളസിംഹൻ കൈ കാട്ടി. വിദ്യാർത്ഥികളായ പടയാളികൾ പുറത്തേക്ക് നടന്നു. ആ ചർച്ച ഇടയിൽ മുറിഞ്ഞു പോയതിന്റെ മുഷിവുമായി അവർ പുറത്തേക്ക് നടന്നു നീങ്ങവേ ബാണാസുരൻ അവരെ കടന്നു നീങ്ങി. ചില പടയാളികൾ അയാളെ കണ്ട് ബഹുമാനത്തോടെ വന്ദിച്ചു. പക്ഷേ അവരെയൊന്നും ശ്രദ്ധിക്കാനാവാത്ത മനസോടെ ധൃതിയോടെ ബാണാസുരൻ മംഗളസിംഹനരികിലേക്ക് എത്തി വണങ്ങി.

മംഗളസിംഹന്റെ മുഖം ഗൗരവത്തിലാണെന്ന് ബാണാസുരൻ ശ്രദ്ധിച്ചു.

"മഗധയുടെ മുപ്പത്തിയൊൻപതു വീരയോദ്ധാക്കളെ കൊലക്ക് കൊടുത്തിട്ട് മഹാസൈന്യാധിപൻ എന്റെ മുന്നിൽ വന്നതെന്തിനാണ്?"

ബാണാസുരൻ ഉത്തരമില്ലാതെ നിന്നു.

"പടയാളികളെ അയക്കുന്നതിന് മുൻപ് എതിരാളിയുടെ, അവർ എത്ര ചെറിയവനായാലും, നീക്കവും ആൾബലവും അറിയണമായിരുന്നു. ആ തന്ത്രം കൂടി പറഞ്ഞു തരേണ്ടതുണ്ടോ സേനാനായകന്? അവർ ജേഷ്ഠനെ എത്ര ആസൂത്രിതവും നികൃഷ്ടവുമായുമാണ് കൊലപ്പെടുത്തിയതെന്ന് ഞാൻ ഇനിയും അങ്ങയെ ഓർമ്മിപ്പിക്കണോ?"

ഉച്ഛ്വാസവായുപോലുമില്ലാതെ നിശബ്ദമായി ബാണാസുരൻ നിന്നു.

ആ നിശബ്ദത കടന്ന് മനസ്സൊന്നടക്കി മംഗളസിംഹൻ തുടർന്നു.

"ഉം... ഇത്ര ദൂരം ചെന്ന് ദൂത് പറഞ്ഞു പലായനത്തിന് സഹായിച്ച്, പടനീക്കത്തെക്കുറിച്ച് പറഞ്ഞതാരെന്നെങ്കിലും ഊഹമോ ഉറപ്പോ, എന്തെങ്കിലുമുണ്ടോ?"

ബാണാസുരൻ ഒന്ന് നിവർന്നു. ശേഷം, നഷ്ടപ്പെട്ടു എന്ന് കരുതിയ വീര്യത്തോടെ പറഞ്ഞു.

"ഊഹമല്ല മഹാരാജൻ, ഉറപ്പുണ്ട്."

മംഗളസിംഹൻ ആ ഉറപ്പ് ശ്രദ്ധിച്ചു. ചെയ്ത പോയ തെറ്റിന്റെ പശ്ചാതാപത്തിൽ പ്രതിയെയും കൊണ്ടാണ് വരുന്നത്. പക്ഷേ ഈ രാജ്യത്തിന്റെ സുരക്ഷക്ക് തുരങ്കം വെക്കുന്നവൻ ആരാണ്. മംഗളസിംഹൻ ആലോചിക്കവേ ബാണാസുരൻ പറഞ്ഞു.

"സൈന്യത്തിന്റെ കാവൽ ഒരിക്കൽ കയ്യടക്കി വെച്ചിരുന്ന ആളുടെ സഹോദരൻ."

ഒരു നിമിഷം മംഗളസിംഹൻ അമ്പരന്നു പോയി. ആ അമ്പരപ്പ് മറയ്ക്കാൻ ശ്രമിക്കാതെ ചോദിച്ചു.

"ധീരഗജനോ?"

അയാൾക്ക് വിശ്വസിക്കാനായില്ല. ധൃതഗജന്റെ പിന്നിൽ എന്നുമുണ്ടായിരുന്ന അനുജൻ. യോദ്ധാവ്. കൊട്ടാരത്തിലേക്ക് മുഖം കുനിച്ച് നാണത്തോടെ കടന്നു വന്ന, യോദ്ധാക്കളുടെ കുടുംബത്തിലെ രണ്ടാമൻ. പഠിച്ചെടുത്ത് പട നയിക്കാൻ ജേഷ്ഠന് പിന്നിൽ അണി നിന്നവൻ. കടന്നു വന്ന അന്ന് മുതൽ തനിക്കവനെ അറിയാം. ആൾ അത്ര കുശാഗ്ര ബുദ്ധിയൊന്നുമല്ല. പക്ഷേ പിതാവിനെ ചതിച്ച് രാജ്യം പിടിക്കാൻ ദേവായുധന് കൂട്ടു പോയവരിൽ പ്രധാനിയെന്ന് അറിഞ്ഞിട്ടും അവനെ വിട്ടു കളഞ്ഞു. സംശയത്തിന്റെ നിഴലിൽ നിർത്തി വീക്ഷിക്കണമായിരുന്നു. പ്രത്യേകിച്ചും ധൃതഗജന്റെ സ്ഥാന ഭ്രഷ്ടിന് ശേഷം. മറയത്തരമായിപ്പോയി. തന്റെ കഴിവ് കേട്. രാജ്യ സുരക്ഷയുടെ പാഠങ്ങൾ താൻ ഇനിയുമേറെ പഠിക്കേണ്ടിയിരിക്കുന്നു എന്ന് അയാൾക്കു തോന്നി.

"അതെ. ധീരഗജൻ തന്നെ." ബാണാസുരൻ തുടർന്നു.

"ധൃതഗജന്റെ സ്ഥാനഭ്രഷ്ടിന് ശേഷം പിരിഞ്ഞു പോയവരിൽ പ്രധാനി ധീരഗജനായിരുന്നു. കാരണം പലതും പറഞ്ഞെങ്കിലും അത് സ്വാഭാവികമാണല്ലോ എന്ന് കരുതി. പക്ഷേ കാവൽ ഏർപ്പെടുത്താനും നിരീക്ഷിക്കാനും മറന്നു. മാത്രമല്ല അങ്ങനെ ഒരു ചതി നാം പ്രതീക്ഷിക്കുന്നില്ലല്ലോ."

ശരിയാണ്. മംഗളസിംഹൻ ആലോചിച്ചു. പിതാവിന്റെ തെറ്റിന് കടിഞ്ഞാൺ പിടിച്ചവരിൽ മുഖ്യനായിരുന്ന ഒരാളുടെ അനുജൻ ഇങ്ങനെ ഒരു ബാന്ധവത്തിന് മുതിരുമെന്ന്, അതും ശത്രുക്കളോട്, പുതിയ ബന്ധം സ്ഥാപിക്കുമെന്ന് സ്വപ്നത്തിന്റെ ആകാശങ്ങളിൽ പോലും ചിന്തിക്കാൻ ആവില്ല. പക്ഷേ എങ്ങനെ അത് സാധിച്ചു. എന്ത് കൊണ്ടങ്ങനെ സംഭവിച്ചു. അതിന്റെ ആഴത്തിലെ കാരണമെന്താണ്? അത്ഭുതത്തോടെ അമ്പരപ്പോടെ മംഗളസിംഹൻ ആലോചിച്ചു... അത്രക്ക് ശത്രുത ഉണ്ടോ തന്നോടും ഈ രാജ്യത്തോടും. പറഞ്ഞു വരുമ്പോൾ ശരിയാണ്. ആർക്കും തോന്നാം. ജേഷ്ഠനെ സ്ഥാന ഭ്രഷ്ടനാക്കിയത് തന്നെയാണ് കാരണം. പക്ഷേ അവരെ അത് ഇത്രക്ക് വേദനിപ്പിച്ചോ? കാണണം. എല്ലാ സുഖ സൗകര്യങ്ങളും, സ്ഥാന മാനങ്ങളും ഇല്ലാതാകുമ്പോൾ ദശകങ്ങളുടെ ജീവിതം കൂടിയാണ് നഷ്ടപ്പെടുന്നത്. അത് ചെറിയ കാര്യമല്ല. പോരാഞ്ഞ് നൽകപ്പെട്ടത് തുലോം തുച്ഛമാണ്. താഴ്വരയിലെ പാടങ്ങളും ആടുകളും ഒരു സൈന്യാധിപന് തികയില്ല. അതും വർഷങ്ങളോളം കൊട്ടാരത്തിന്റെ സുഖ സൗകാര്യങ്ങളിൽ ജീവിച്ചു പരിചയിച്ച ഒരാൾക്ക്.

പക്ഷേ ചില തീരുമാനങ്ങൾ പിതാവിന്റെ ആഗ്രഹം കൊണ്ട് സംഭവിച്ചു പോയി. അതിനു താൻ ഉത്തരവാദിയല്ല. അവനവന്റെ കർമങ്ങൾ. അതിന്റെ തിക്തഫലങ്ങൾ. അതിൽ തനിക്കു പങ്കില്ല. മാത്രമല്ല രാജ്യ താല്പര്യവും മുഖ്യമാണ്. മംഗളസിംഹന്റെ വാക്കുകൾക്കായി ബാണാസുരൻ കാത്തു നിന്നു. നിശബ്ദനായി സബോധനും.

"മനസ്സിലാവുന്നു ബാണാസുരൻ."

മറ്റെന്തോ ഉറപ്പിച്ച് മംഗളസിംഹൻ തുടർന്നു.

"ഇനി ധൃതഗജനും എന്തെങ്കിലും കുസൃതി തോന്നുന്നതിന് മുൻപ് താക്കീതു നൽകണം."

ഒന്ന് കൂടി ഉറപ്പിച്ചു കൊണ്ട്, മംഗളസിംഹൻ പറഞ്ഞു.

"വാക്കാൽ അല്ല. പ്രവൃത്തിയാൽ."

ഉത്തരവ് ശിരസ്സാ വഹിച്ചന്ന പോലെ ബാണാസുരൻ വന്ദിച്ച് തിരിഞ്ഞു നടന്നു.

മംഗളസിംഹൻ സബോധനെ ഒന്ന് നോക്കി. ആ നോട്ടം താക്കീതാണ്. എല്ലാം ശ്രദ്ധിച്ചു കൊള്ളണം എന്ന താക്കീത്. സബോധൻ അത് ശിരസ്സാ വഹിച്ചെന്ന പോലെ മെല്ലെ തല അനക്കി വന്ദിച്ചു.

* * *

ഞാൺ വലിഞ്ഞു മുറുകി. എല്ലാം ഒരേ ചിന്തയിലേക്ക്, ലക്ഷ്യത്തിലേക്കു ഏകീകരിച്ചു കൊണ്ട്, എല്ലാ പ്രതികാരങ്ങളും, പ്രതിരോധങ്ങളും മനസ്സിൽ നിറച്ച്, കടന്നു വന്ന സകല യുദ്ധമുഖങ്ങളും, പടനിലങ്ങളും മനസ്സിൽ ആലോചിച്ച്, സർവ ശക്തിയുമെടുത്ത് ധീരഗജൻ അമ്പ് തൊടുത്തു. വായുവിനെ തുളച്ച് കുതിച്ച് അമ്പു കോലത്തിൽ കുത്തിക്കയറി നിന്നു വിറച്ചു. ആൾ പൊക്കത്തിൽ വളർന്നു നിൽക്കുന്ന പുല്ലിനുള്ളിലെ ഇത്തിരി പ്രദേശം വെട്ടിതെളിച്ച് ആയുധ പരിശീലനത്തിന് ഉപയോഗിക്കുകയായിരുന്നു ധീരഗജൻ. അതിന് നടുവിൽ, ഒരു മരത്തിനരികിൽ ഉയരമുള്ള ഉൾക്കാമ്പുള്ള ഒരു കഴയിൽ

ഉറപ്പിച്ച് നിർത്തിയ തുണിക്കോലങ്ങൾ. അവയിലേക്കാണ് അസ്ത്രം പായിച്ചു കൊണ്ടിരുന്നത്. താഴ്വരയിൽ നിന്നു വിട്ട നിൽക്കുന്ന ആരും ശ്രദ്ധിക്കാത്ത പ്രദേശത്ത് പരിശീലനം തുടരുകയായിരുന്നു അയാൾ.

എത്ര പെട്ടെന്നാണ് എല്ലാം മാറി മറിയുന്നത്. ജേഷ്ഠന്റെ സ്ഥാനം രാജാവിന്റെ പ്രധാന ഉപദേശകനിലേക്ക് മാറുമെന്ന് കരുതി. താൻ സൈന്യാധിപനായി അവരോധിക്കപ്പെടുമെന്ന് മനസ്സിൽ ഉറപ്പിച്ചു. അതിനുള്ള സൂചനകളായിരുന്നു ഭാവി രാജാവിനോടൊത്തുള്ള യാത്രകൾ. ദേവായുധൻ മരണപെട്ടപ്പോഴേ എല്ലാം മാറ്റപ്പെടുമെന്ന് മനസിൽ തോന്നിയിരുന്നു. അത് ഉറപ്പിക്കുന്നതിന് മുൻപേ ജേഷ്ഠന്റെ സ്ഥാനചലനം സംഭവിച്ചു.

താൻ പതറി പോയി.

ഒരു യോദ്ധാവിന് ഏറ്റവും ഇഷ്ടപ്പെട്ട ഇടം യുദ്ധക്കളമാണ്. അത് കഴിഞ്ഞാൽ പിന്നെ കൊട്ടാരമാണ്. ആയുധങ്ങളെ മൂർച്ച കൂട്ടി അനുയായി കളോടൊപ്പം പരിശീലനം നടത്തി... അതൊരു സുഖമാണ്. പക്ഷേ എത്ര പെട്ടെന്നാണ് തങ്ങൾ പിറന്ന രാജ്യത്തിന് അന്യരായത്. ഇനി ജേഷ്ഠനെയും കൂട്ടി പുതിയ പാളയം കണ്ടെത്തണം. അല്ലാതെ താഴ്വരയിൽ ആടിനെയും വളർത്തി തണുത്ത കാറ്റുമേറ്റ് ശിഷ്ടകാലം കഴിക്കാൻ തനിക്കാവില്ല. ഇരുമ്പ് ഇരുമ്പിൽ ഉരയുന്ന ശബ്ദങ്ങളും, ആക്രോശങ്ങളും അലറലുകളും വെട്ടിപ്പിടിക്കാനുള്ള, വെട്ടി വീഴ്ത്താനുള്ള യുദ്ധവെറിയും, എതിരാളികളുടെ ജീവന് വേണ്ടിയുള്ള പിടച്ചിലും, അതിന് വേണ്ടി വാൾ ഉയരുമ്പോൾ ലഭിക്കുന്ന അനിർവചനീയമായ ആനന്ദവും, അതൊക്കെ തന്നെയാണ് ഒരു യോദ്ധാവിനെ നയിക്കുന്നത്. ഇനി ആ നിലവിളികൾ ജീവന് വേണ്ടിയുള്ള അപേക്ഷകൾ ഈ ഭൂമികയിലുണ്ടാവണം. മഗധയിൽ. തോളോട് ചേർന്ന് പൊരുതിയവരോട് വാൾ ഉയർത്തി പോരാടേണ്ടി വരും. അതും, ഒരു യോദ്ധാവിന്റെ വിചിത്ര വിധികളിലൊന്ന്.

പാളയം മാറണം. പട നയിക്കണം. പുതിയ ബാന്ധവങ്ങൾ സൃഷ്ടിക്കാനുള്ള വഴികൾ തുടങ്ങി കഴിഞ്ഞു. ഇനി ദൂതിനായി കാത്തിരിപ്പാണ്. പാണ്ഡുകൻ തന്റെ കുടുംബവുമായി പലായനം ചെയ്തു കാണണം. ചുവടുറപ്പിച്ചാൽ ദൂത് വരും. പിന്നെ പടപ്പുറപ്പാട്. സ്വന്തം മണ്ണിലെ എതിരാളികൾ ആ പടയിൽ നിലവിളിച്ചലറണം. സ്വന്തം രാജ്യത്തിൽ നിന്ന്, സ്വന്തം പാളയത്തിൽ നിന്ന് തിരസ്കൃതനാവുന്നവന്റെ വേദന പ്രതികാരമാവുമ്പോൾ, അതിന്റെ കഠിനതയെന്തെന്ന് പഴയ മിത്രങ്ങൾക്കു കാട്ടണം.

മനസ്സിൽ മുറുകുന്ന പ്രതികാരത്തിന്റെ പ്രതീകമായി ഞാൺ വലിച്ച് ധീരഗജൻ വീണ്ടും അമ്പ് തൊടുത്തു.

ആ നിമിഷം മറ്റൊരമ്പ് അയാളുടെ ചെവിയിൽ തൊട്ടു തൊട്ടില്ല എന്ന മട്ടിൽ മൂളിപ്പറന്നു പോയി.

പിന്നിൽ നിന്ന് പാഞ്ഞു വന്ന അമ്പ് കോലത്തിൽ തറച്ചു കയറിയപ്പോൾ അയാൾ അമ്പരപ്പോടെ തിരിഞ്ഞു നോക്കി. ആൾപൊക്കത്തിൽ വളർന്ന പുല്ലുകൾക്കിടയിൽ ആരുമില്ല. അയാൾ ഒരു നിമിഷം കാതോർത്തു...

കുതിരക്കുളമ്പടികളുടെ നേരിയ ശബ്ദം. പിന്നാലെ, മെല്ലെ പുല്ലുകൾ വകഞ്ഞു മാറ്റി സൈന്യാധിപൻ ബാണാസുരൻ പ്രത്യക്ഷപ്പെട്ടു. ധീരഗജൻ ഒന്ന് പകച്ചു. ഒരു പടയാളിയെ പ്രതീക്ഷിച്ചു. പക്ഷേ സൈന്യാധിപൻ നേരിട്ട്

വന്നിരിക്കുന്നു. പതർച്ച പുറത്തു കാണിക്കാതെ ധീരഗജൻ ചിരിച്ചു. ശേഷം ചോദിച്ചു.

"മഗധയുടെ സൈന്യാധിപൻ... അങ്ങ് അറിയിച്ചിരുന്നെങ്കിൽ ഞാൻ അങ്ങോട്ടു വരുമായിരുന്നു."

ആ സൈന്യാധിപൻ വിളിയിലെ പരിഹാസ ധ്വനി മനസ്സിലായിട്ടും മറച്ചു കൊണ്ട് ബാണാസുരൻ പറഞ്ഞു.

"രാജ്യദ്രോഹത്തിന്റെ പരിശീലന കളരി നേരിൽ കാണാമെന്നു വിചാരിച്ചു. സൂത്രധാരനെ കൂടെ കൂട്ടാമെന്നും."

ധീരഗജന് കാര്യം മനസിലായി. കൊണ്ട് പോവാനുള്ള വരവാണ്. രഹസ്യ നീക്കം ചോർന്നോ. ഇല്ല; വഴിയില്ല. ഒറ്റക്കാണ് എല്ലാം നടത്തിയത്. തീരുമാനങ്ങളും യാത്രയും. പിന്നെ എങ്ങനെ...?

ഇനി തിരിച്ചു വിളിക്കാനാണോ? മഹാരാജാവിന്റെ മനസ് മാറിയോ?

"ക്ഷണിച്ചു ബുദ്ധിമുട്ടണമെന്നില്ല സൈന്യാധിപൻ. കളം വിട്ടിറങ്ങിയവന് കനവ് കൊണ്ട് പോലുമില്ല മടക്കം."

ബാണാസുരന്റെ മുഖവും സ്വരവും മുറുകി.

"പക്ഷേ ഞങ്ങൾക്ക് ധീരഗജനെ കൊണ്ട് പോകണം. മഹാരാജാവിന്റെ കൽപ്പന."

എന്തോ സംഭവിച്ചിരിക്കുന്നു. എന്താണത്. എന്തോ പാളിയിരിക്കുന്നു. എങ്ങനെയാണ്? ആലോചനയോടെ, തനിക്കെതിരെയുള്ള നീക്കം ഇഷ്ടപ്പെടാതെ, പുച്ഛത്തോടെ ധീരഗജൻ പറഞ്ഞു.

"വരും, വന്നെത്തും, ഒറ്റക്ക്. കല്പനകൾ അനുസരിച്ചു കൂടെ വരാൻ ധീരഗജൻ മരിക്കണം."

"അങ്ങനെ മതി..."

തണുത്ത കാറ്റിന്റെ മരവിച്ച മൂളൽ പോലെ, കൊല്ലുന്ന ചിരിയോടെ ബാണാസുരൻ പറഞ്ഞു. ശേഷം ഗൗരവഭാവം പൂണ്ടു കൈ ഉയർത്തി.

പുല്ലുകൾക്കിടയിൽ പുതിയ അനക്കങ്ങൾ. കൂടുതൽ പടയാളികൾ. അയാൾ ചുറ്റും നോക്കി. താൻ വളയപ്പെട്ടിരിക്കുന്നു. പുല്ലുകൾ വകഞ്ഞു മാറ്റി കുതിരകൾ വന്നു. അവർ അയാളിലേക്ക് അടുത്തു. വാൾ പിടിയിൽ പിടി മുറുക്കി ഒരു പോരിനെന്നവണ്ണം അയാൾ തയാറെടുത്തു. പക്ഷേ അയാളുടെ പ്രതീക്ഷകൾക്ക് വിപരീതമായി അന്തരീക്ഷത്തിലൂടെ കുരുക്കിട്ട കയറുകൾ പറന്നു വന്നു. അവയെ വാൾ വീശി വെട്ടി മുറിക്കുമ്പോൾ ചുറ്റും കൂടുതൽ പടയാളികളും അന്തരീക്ഷത്തിൽ കൂടുതൽ കയർ തുമ്പുകളും പറക്കുന്നത് ധീരഗജൻ കണ്ടു. കയർ വെട്ടി വീഴ്ത്തുന്ന അയാളുടെ അപാരമായ കൈ വേഗത്തെ അത്ഭുതത്തോടെ ബാണാസുരൻ നോക്കി നിന്നു. ആൾ ചില്ലറക്കാരനല്ല എന്നറിയാമായിരുന്നു. ഗതിവേഗങ്ങളിൽ മിന്നലുള്ളവൻ. അതാണ് പുതിയ, പ്രതീക്ഷിക്കാത്ത ഒരു തന്ത്രം നടത്താമെന്നു തീരുമാനിച്ചത്. നേരിട്ടൊരു ഏറ്റുമുട്ടൽ ഒഴിവാക്കിയത്. അതാ...കുരുക്ക് വീണു കഴിഞ്ഞു. ബാണാസുരൻ അടയാളം കാട്ടി... പടയാളികൾ കുരുക്ക് വലിച്ചു മുറുക്കി വലിച്ചു. കഴുത്തിൽ മുറുകിയ കുരുക്കഴിക്കാൻ ധീരഗജൻ വ്യഗ്രതയിൽ വെട്ടി.

പക്ഷേ അപ്പോഴേക്കും സമയം വൈകിപ്പോയിരുന്നു. ശ്വാസം പിടച്ചു തുടങ്ങിയപ്പോൾ അടുത്ത കുരുക്ക കൈത്തണ്ടയിൽ ചുറ്റി കഴിഞ്ഞു. കാലിലും കുരുക്ക വീണു. ചുറ്റപ്പെട്ട കയറിനൊപ്പം ധീരഗജൻ നിലത്തേക്ക് വീണു.

ബാണാസുരൻ ഉറക്കെ പറഞ്ഞു.

"നീങ്ങുക."

പടയാളികൾ കുതിരയിൽ ഇരുന്നു കൊണ്ട് പിന്നോക്കം നീങ്ങി.

കൈ കാലുകളും കഴുത്തും കുരുക്കിൽ പെട്ട്, നിലത്ത് കൂടി അയാളെ അവർ കുറച്ചു ദൂരം വലിച്ചു കൊണ്ട് പോയി. അയാളുടെ വാൾ കയ്യിൽ നിന്നൂർന്നു പോയി.

പടയാളികളുടെ കുതിരകൾ പുല്ലുകൾ കടന്ന് വരണ്ട ഭൂമിയിലേക്ക് കയറിയപ്പോൾ ധീരഗജന്റെ ശരീരം മണ്ണിലുരഞ്ഞു നീങ്ങി. പതിയെ പതിയെ കുതിരകൾ വേഗമാർജിച്ചപ്പോൾ അയാളുടെ വസ്ത്രങ്ങൾ നിലത്ത് ഉരഞ്ഞു കീറിത്തുടങ്ങി...

കുരുക്ക് വീണെങ്കിലും തന്റെ കൈ കൊണ്ട് ആയാസപ്പെട്ട് കുതിരകളെ വലിച്ചു നിർത്താനും പിരിഞ്ഞു മുറുകുന്ന കുരുക്കിന്റെ ആയാസം കുറയ്ക്കാനും അയാൾ ശ്രമിച്ചു കൊണ്ടിരുന്നു.

അയാളുടെ ചുണ്ടും മുഖവും ഉരഞ്ഞ് മുറിഞ്ഞു. നാവും ചുണ്ടും വറ്റി വരണ്ടു. അപ്പോൾ പോലും അയാൾ ഒന്നലറി വിളിക്കാത്തതിൽ അത്ഭുതപെട്ട്, ബാണാസുരൻ കുതിരകൾക്കു സമാന്തരമായി നീങ്ങി കൊണ്ടിരുന്നു.

ഒരേ ദിശയിലേക്ക് നീങ്ങിയ പടയാളികളുടെ കുതിരകൾ പതിയെ പല ഭാഗത്തേക്ക് നീങ്ങി... ചുളിവുകൾ നിവർന്നു. കയർ വലിഞ്ഞു. കുതിരകൾ വേഗമാർജിച്ചു. അതിനനുസരിച്ച് ധീരഗജന്റെ ശരീര ഭാഗങ്ങൾ വലിഞ്ഞു മുറുകി.

കുതിരകൾ കൂടുതൽ വേഗമെടുത്തു. ബാണാസുരൻ കൈ ഉയർത്തി. കുതിരകൾ പെട്ടെന്ന് വെട്ടിത്തിരിഞ്ഞ് കൂടുതൽ ആർജവത്തോടെ പല ഭാഗത്തേക്കും ഓടിയതും ധീരഗജന്റെ ശരീരം വലിഞ്ഞു മുറുകി നൊടിയിടയിൽ പല ഭാഗങ്ങളായി ചിതറി തെറിച്ചു...

* * *

ഗോതമ്പു പാടങ്ങൾക്കിടയിലൂടെ നീണ്ടു പോകുന്ന പൊടിപറക്കുന്ന വഴിത്താരയിലൂടെ കുതിരകൾ പാഞ്ഞു പോയി. ചെളിയും, പൊടിയുമടിച്ചു ചിതറിത്തെറിച്ച ധീരഗജന്റെ ശരീരത്തിന്റെ തുണ്ടുകൾ കയറിൽ കുരുങ്ങിക്കിടന്നു. മണ്ണിൽ ഉരഞ്ഞു വിണ്ട ശരീരഭാഗത്തിൽ മജ്ജ കാണാമായിരുന്നു...

മുറ്റത്തു വിരിച്ച വീതിയുള്ള പനമ്പിൽ അത്തിപ്പഴങ്ങൾ ഉണക്കുകയായിരുന്ന ധൃതഗജന്റെ ഭാര്യ പദ്മിനി പൊടി പറത്തി വരുന്ന കുതിരകളെ കണ്ടു.

രാജാവിന്റെ പടയാളികളാണല്ലോ. ദൈവമേ ഒരു തിരിച്ചു പോക്ക് എന്നുണ്ടാകുമെന്നു കരുതി കാത്തിരിക്കുകയാണ് അദ്ദേഹം. ഇപ്പൊ വരാമെന്നു പറഞ്ഞ് പാടത്തേക്ക് പോയതാണ്. സന്തോഷ വർത്തമാനമെങ്കിൽ നേരിട്ടു കേൾക്കാൻ അദ്ദേഹം വരും വരെ കാത്തിരിക്കാൻ വരുന്നവരിൽ പ്രമുഖനോട് പറയണം. കൊട്ടാരത്തിലെ കൂട്ടുകാരികൾക്കും സഹായികൾക്കും സുഖം തന്നെയാവും. പെട്ടെന്ന് പിരിഞ്ഞ് പോന്നപ്പോൾ പലരും കരഞ്ഞു.

അപ്പോഴൊക്കെ അവരോട് പറഞ്ഞു. തിരിച്ച വരും. ഉറപ്പ്. വർഷമെത്രയാണ് അവിടെ കഴിഞ്ഞത്. ഇനി സൈന്യാധിപനായില്ലെങ്കിലും, രാജ സദസ്സിലെ മറ്റേതെങ്കിലും പദവി രാജാവ് ഇന്നല്ലെങ്കിൽ നാളെ കൊടുക്കുമെന്ന് കരുതി കാത്തിരിക്കുകയാണ് അദ്ദേഹം. അത് നടക്കുമെന്ന് താൻ ഇന്നലെയും പറഞ്ഞിരുന്നു. അതിനിടയിലും മനസിനെ എന്തോ അലട്ടുന്നുണ്ട്. അതും ധീരഗജൻ ഏതോ യാത്ര കഴിഞ്ഞു മടങ്ങിയ അന്ന് മുതൽ. രാജാവ് വിളിച്ചാൽ അദ്ദേഹം പോവും. എല്ലാ വ്യഥകളും തീരും. ഇതിപ്പോൾ അങ്ങനെ വല്ലതുമാണെങ്കിൽ...

അവർ സന്തോഷത്തോടെ അകത്തേക്ക് പോയി. വരുന്നവർ വെയിലത്ത് തളർന്നാവും വരുന്നത്. കൊട്ടാരത്തിൽ നിന്ന് അത്ര അടുത്തൊന്നുമല്ല ഈ പ്രദേശം. പടയാളികൾ അദ്ദേഹത്തിന്റെ ബന്ധുക്കളെ പോലെയാണ്. അവർക്കെല്ലാം വെച്ച് വിളമ്പാൻ പറയുന്നൊരാൾ. കുടിക്കാൻ പഴച്ചാറും അത്തിപ്പഴങ്ങളും എടുക്കാം. സന്തോഷത്തോടെ അവർ അടുക്കളയിലേക്ക് ചെന്നു.

മുറ്റത്ത് ചെത്തി മിനുക്കി നാട്ടിയ കഴയിൽ മഗധയുടെ കൊടി പറന്നു കളിച്ചു. കൊടിയുടെ കീഴെ കുതിരകൾ കൂട്ടമായി വന്നു നിന്നപ്പോൾ, പടയാളികളുടെ കൊച്ചു ശില്പങ്ങൾ കൊണ്ട് യുദ്ധം കളിച്ചു കൊണ്ടിരുന്ന ധൃതഗജന്റെ മകൻ വീരഗജൻ ഓടി പുറത്തേക്ക് വന്നു. പദ്മിനി പഴച്ചാറും അത്തിപ്പഴങ്ങളും എടുത്ത് കഴിഞ്ഞിരുന്നു. അക്കാര്യം പറയാനായി അവർ ഓടി പുറത്തേക്ക് വന്നപ്പോൾ കുതിരകളെ കണ്ട് കൊണ്ട് വീരഗജൻ കൈ കൊട്ടി ചിരിക്കുകയായിരുന്നു. ബാണാസുരനാണ്. പുതിയ സൈന്യാധിപൻ. കഷ്ടപെട്ടവനാണ്. കാലം അവന് അവസരം കൊടുത്തിരിക്കുന്നു. പദ്മിനി ബാണാസുരനെ നോക്കി ചിരിച്ചു.

"കുടിക്കാനും തിന്നാനുമുണ്ട്. വിശ്രമിച്ചു മടങ്ങാം. ഇറങ്ങൂ."

സ്നേഹത്തിന്റെ അധികാര സ്വരമുയർത്തി അവർ ബാണാസുരനോടും പടയാളികളോടും പറഞ്ഞു.

പെട്ടെന്ന് വീടിന്റെ പിന്നാമ്പുറത്തു നിന്ന് ധൃതഗജൻ വന്നു. അയാളുടെ ദേഹമാകെ ചെളിയായിരുന്നു, വിയർപ്പും. ബാണാസുരൻ തന്റെ മുൻ സൈന്യാധിപനെ നോക്കി. ആ പ്രൗഢിക്ക് കുറവൊന്നുമില്ല.

ഇത്തിരി തളർച്ചയുണ്ട്. അത്ര മാത്രം.

ധൃതഗജൻ മുറ്റത്തേക്ക് വന്നതും പദ്മിനി പറഞ്ഞു.

"വിശ്രമിച്ചിട്ടു പോകാമെന്നു പറയുകയായിരുന്നു ഞാൻ."

ധൃതഗജൻ മൗനമായി നിന്നപ്പോൾ ബാണാസുരൻ പറഞ്ഞു.

"വിശ്രമിക്കാനും, വിളമ്പുന്നത് ഉണ്ണാനുമുള്ള വരവല്ല. മഹാസൈന്യാധിപനായിരുന്ന ധൃതഗജന്റെ അനുജൻ ധീരഗജന്റെ രാജ്യ ദ്രോഹത്തിന് രാജാവിന്റെ ശിക്ഷ."

ബാണാസുരൻ പറഞ്ഞതും, പടയാളികൾ കൂട്ടി പിടിച്ച ഒരു തുണി രണ്ടു വശങ്ങളിൽ നിന്ന് വലിച്ചെറിഞ്ഞു. മണ്ണിലും മരത്തിലും പെട്ട് പിഞ്ചി പോയ ധീരഗജന്റെ ശരീരം ചിതറി തെറിച്ചു വീണു. ധൃതഗജന്റെ മുന്നിലേക്ക് ഒരു കണ്ണ് മാത്രം ശേഷിച്ച അനുജന്റെ തല ഉരുണ്ടു ചെന്ന് അനക്കമറ്റ് നിന്നപ്പോൾ പദ്മിനി നടുങ്ങി നിന്നു. ആ കാഴ്ച കണ്ടു കൊണ്ടിരുന്ന മകനെ കണ്ണിൽ കൈ

ചേർത്ത് കാഴ്ച മറച്ച് മകനെയും വാരി എടുത്തു പൊട്ടിക്കരഞ്ഞു കൊണ്ട് പദ്മിനി അകത്തേക്കോടി.

ധൃതഗജൻ ആ ചിതറിത്തെറിച്ച ശരീരത്തിലേക്കും വിറങ്ങലിച്ച, തുറന്നു പിടിച്ച കണ്ണുകളുള്ള ശിരസ്സിലേക്കും നോക്കി. കണ്ണിൽ ഇരുട്ട് കയറുന്നത് പോലെ അയാൾക്ക് തോന്നി. മനസ്സ് മരവിച്ച അയാൾ അതിനടുത്തേക്ക് മുട്ടു കുത്തിയിരുന്നു.

ദൃഢഗാത്രനും, സുന്ദരനുമായിരുന്ന, മകനെ പോലെ താൻ വളർത്തി വലുതാക്കിയ തന്റെ അനുജനെ അയാൾ നോക്കി.

ആ ശിരസ്സു മടിയിലേക്ക് വാരി എടുത്തു വെച്ച്, “എന്റെ കുഞ്ഞേ...എന്റെ ദൈവമേ...”എന്ന് വിളിച്ച് ധൃതഗജൻ അലറി കരഞ്ഞു.

ബാണാസുരനും പടയാളികളും പിന്തിരിഞ്ഞു പോയി.

അനുജനെ കുറിച്ചുള്ള ഓർമകളും വേദനയും, നെഞ്ചോടു ചേർത്ത്, വിങ്ങിക്കരഞ്ഞു കൊണ്ട് ധൃതഗജൻ ബോധരഹിതനായി പിന്നിലേക്ക് മറിഞ്ഞു വീണു.

* * *

ചിത്ര വേലകളും ശില്പ ചാരുതയുമുള്ള അകത്തളങ്ങളുമായി രണചൂഢന്റെ കൊട്ടാരം മനോഹരമാണെന്ന് നീണ്ട ഇടനാഴിയിലൂടെ പല്ലക്കിൽ കിടന്നു നീങ്ങുമ്പോൾ പാണ്ഡുകന് തോന്നി. കള്ളനായിരുന്നെങ്കിലും കഴിവുള്ളവൻ തന്നെ. അല്ല, അത് കൊണ്ടാണല്ലോ വെറും കവർച്ചക്കാരന്റെ ജീവിതത്തിൽ നിന്ന് കര കയറി അവൻ സ്വന്തം രാജ്യം സൃഷ്ടിച്ചത്. രാജാവായത്.

ഏതായാലും അഭയം അപേക്ഷിച്ചപ്പോൾ മടി കൂടാതെ അനുവദിച്ചു. കൊട്ടാരത്തിലെ അന്തേവാസിയാക്കാമെന്നും യുദ്ധത്തിൽ കൂടെ നിൽക്കാമെന്നും പറഞ്ഞു. അത് കൊണ്ടാണ് പുറപ്പെട്ടത്.

നേരത്തെ, കൊട്ടാര വാതിലുകൾക്ക് മുന്നിൽ വാദ്യഘോഷങ്ങളോടെ സ്വീകരിക്കപ്പെട്ട കുടുംബത്തെ, വിശ്രമിക്കാനും ആഹാരത്തിനുമായി അകത്തേക്ക് പറഞ്ഞു വിട്ടിരുന്നു പാണ്ഡുകൻ. കാണാൻ എപ്പോ വേണമെങ്കിലും കടന്നു ചെല്ലാൻ അനുവാദമുണ്ടായിരുന്നെങ്കിലും അവർ രാജാവിന്റെ സമയത്തിനായി കാത്തു നിന്നപ്പോഴാണ് ക്ഷണമെത്തിയത്. മദമുഖനും രണ്ടു കുടുംബ യോദ്ധാക്കളുമായി രണചൂഢന്റെ അരികിലേക്ക് അവർ കടന്നു ചെന്നു.

ഉദ്ഘോഷനെ കുറിച്ച് രണചൂഢൻ കേട്ടിരുന്നു.

കവർച്ചയ്ക്ക് പോയ ഗ്രാമത്തിലെ വീടിന്റെ മേൽക്കൂരയിൽ, രാത്രിയിൽ വൈകി കിടന്നുറങ്ങാൻ തുടങ്ങുമ്പോഴായിരുന്നു ആ കൊലയെക്കുറിച്ച്, അന്നാട്ടുകാരുടെ ഭാഷയിൽ, വീരമൃത്യുവിനെ കുറിച്ച് ആദ്യമായി രണചൂഢൻ കേട്ടത്. പിന്നീട് ദിവസങ്ങൾക്കു ശേഷം കളവു മുതലൊളിപ്പിക്കാനും വിശ്രമത്തിനുമായി കൊട്ടാര നഗരത്തിലെ അഭിസാരികകളൊന്നിന്റെ മടിയിൽ കിടന്ന സമയത്തും കേട്ടു.

“പടയാളിയുടെ ഭാര്യയാണെങ്കിലും വിശ്വസുന്ദരിയെന്നാണ് നാട്ടു വർത്തമാനം. ഇന്നാട്ടിൽ സുന്ദരികൾ ഇല്ലാത്തതു പോലെയാണ് നമ്മുടെ രാജാവിന്റെ വിവശതയെന്ന് കൊട്ടാര ദാസികളിലൊന്ന് എന്നോട് പറഞ്ഞു.”

അവൾ, ആത്മജ എന്ന അഭിസാരിക അസൂയ കൊണ്ട് ചങ്കുപൊട്ടി മരിച്ചു പോകുമെന്ന് കണ്ട് അയാൾ മൃദുവായി ചിരിച്ചു.

സമ്മാനങ്ങളും പരദൂഷണവുമാണ് സ്ത്രീകളുടെ ഇഷ്ടവിഭവങ്ങൾ എന്ന് ചിരിയോടെ അയാൾ ഓർത്തു.

പക്ഷേ അസൂയ സത്യമാണെന്ന് പിന്നീട് മനസിലായി. ആനയിച്ചു കൊണ്ട് വന്ന സുന്ദരി, വിശ്വ സുന്ദരി തന്നെയെന്ന് തിരിച്ചറിഞ്ഞപ്പോൾ. കണ്ടത് കടത്തപ്പെടുന്നതിന് തൊട്ടു മുൻപ്. പിന്നെ ഓർത്തു, ഇത്തിരി കൂടി നേരത്തെ കൊട്ടാരത്തിലെത്തണമായിരുന്നെന്ന്. കടന്നു പോകുന്ന ഇടവഴികളിൽ, ഇടവേളകളിൽ വെച്ച് കാണാൻ അവസരം കിട്ടിയിരുന്നെങ്കിൽ എന്ന്. അത്രക്ക് സുന്ദരി ആയിരുന്നവർ. പേര് പോലെ തന്നെ. മധുരധാരിണി. മധുരം ധരിക്കുന്നവൾ. അതോ. മധുരത്തിൽ പൊതിയപ്പെട്ട ഒരു ഭൂമി തന്നെയോ?

ചെറു കളവുകൾ കൊണ്ട് പണമുണ്ടാക്കുന്ന രാത്രികൾ മടുത്തു തുടങ്ങിയിരുന്നു. കളവുകൾ എളുപ്പമായപ്പോൾ താൻ അത്ഭുതപ്പെട്ടു. ഇത്ര എളുപ്പമാണോ ഈ പണി. അതോ നാട്ടുകാർക്ക് തീരെ ശ്രദ്ധയില്ലാത്തതോ. എന്തൊരു ഭോഷ്കന്മാർ. കളവു പോയ മുതലിനെ കുറിച്ച് ഒരു പരാതിയുമില്ല. അതെങ്ങനെ? സ്വർണം കടത്തുന്നവന് ഇത്തിരി സ്വർണം പോയാലെന്ത്. രാജാവിൽ നിന്നു കരം കൊടുക്കാതെ പിടിച്ചു വെക്കുന്നതാണ് താൻ മോഷ്ടിക്കുന്നത്. അതാവും ഒരു കാരണം. പരാതിപെടാൻ കാരണമറിയാതെ ഉഴറുകയാണ് മുതലുള്ളവർ. മുതലാളുന്നവർ. മുതലാളിമാർ.

കൊട്ടാരമൊന്നാകെ കളവു ചെയ്യാമെന്ന് മോഹം തോന്നിയത് ഒരു വെളുപ്പാൻ കാലത്ത്, പൗർണമി നാളിൽ, വെറുതെ ആകാശം നോക്കി കിടന്നപ്പോഴാണ്. കാരണം പ്രത്യേകിച്ച് ഒന്നുമില്ല. പേരില്ല. പ്രശസ്തിയില്ല. പണമുണ്ടായാൽ മാത്രം പോരാ. തന്റെ പേര് കേട്ടു നാടിളകണം... തനിക്കു വേണ്ടി ആളുണ്ടാവണം. അവരെ പോറ്റാൻ, പരിപോഷിപ്പിക്കാൻ, തന്റെ അപദാനങ്ങൾ പാടി നടക്കാൻ അർത്ഥമുണ്ടാകണം. ആർഭാടങ്ങളും ആഡംബരങ്ങളുമുണ്ടാവണം. സ്വന്തം രാജ്യമുണ്ടാകണം, രാജാവാകണം. മോഹം കൂടി കൂടി വന്നു. രാജാവാകണം എന്ന മോഹം തുടങ്ങിയപ്പോൾ പടയാളിയായി, പടത്തലവനായി പടി കയറി കയറി രാജ്യം പിടിക്കുന്നതിനേക്കാൾ എളുപ്പമാണ് പണമുണ്ടാക്കുന്നത് എന്ന് മനസ്സിലായി. പണമാണ് അധികാരം. പിന്നെ വേണ്ടത് ഭയമാണ്. രണ്ടുമുള്ള കലയാണ് മോഷണം. കലാകാരനാണ് താൻ. അങ്ങനെ തീരുമാനിച്ചു. കൊട്ടാരത്തിൽ കയറണം. കയറിപ്പറ്റണം. പിന്നത്തേത് ചരിത്രം. ആ ചരിത്രം അറിയാവുന്നവരാണ് തന്റെ അതിഥികൾ. പോരാതെ തന്റെ ശത്രുവായ, തന്നെ നാട് കടത്തിയ, രാജ കുടുംബത്തിന്റെ ശത്രു.

പല്ലക്ക് മുന്നിൽ കൊണ്ട് വെച്ച് പടയാളികൾ രണചൂഢനെ വണങ്ങി. യോദ്ധാക്കൾ തന്നെ. പാണ്ഡുകൻ അവരെ നന്നായി വാർത്തെടുത്തിരിക്കുന്നു. കുടുംബാംഗങ്ങൾ ആണെങ്കിലും കൂടെ നിൽക്കുന്നവർ. ഒരു പ്രതികാരത്തിനായി ജീവൻ പണയപെടുത്താൻ നിൽക്കുന്നവർ. രണചൂഢന് അവരോടു ബഹുമാനം തോന്നി. സ്വസ്ഥമായി കഴിയുന്നതിന് പകരം ഇറങ്ങി തിരിച്ചിരിക്കുകയാണ്. മോശക്കാരല്ല. ദേവായുധൻ എന്ന മഹാപദ്മന്റെ മകനെ തലങ്ങും വിലങ്ങും വെട്ടി തകർത്ത വീര യോദ്ധാക്കൾ. ഒരു രാജ്യവും സ്വന്തമില്ലാഞ്ഞിട്ടും

രാജാവ് തന്നെയാണ് പാണ്ഡുകൻ എന്ന് അയാൾക്ക് തോന്നി. ഇതാണ് പക. ഇതാണ് കാത്തിരിപ്പ്. കാലം കടന്നു പോകും തോറും പഴകുന്ന വീര്യം. കൺപോള വരെ നരച്ചുണങ്ങിയിട്ടും കത്തിജ്ജ്വലിക്കുന്ന പക രണചൂഢൻ കണ്ടു. ആ ബഹുമാനം കൊണ്ടാണ് കൈ പൊക്കി, കിടന്ന കിടപ്പിൽ നിന്ന് പാതി എണീറ്റ് വണങ്ങിയ അയാളെ, സിംഹാസനത്തിൽ നിന്ന് എണീറ്റ് രണചൂഢൻ വണങ്ങിയത്.

"വന്ദ്യ വയോധികന് രണചൂഢന്റെയും രാഷ്ട്രകൂട രാജ്യത്തിന്റെയും പ്രണാമം."

പാണ്ഡുകൻ അത്ഭുതപ്പെട്ടു പോയി. തുടക്കം ഗംഭീരം. കേട്ടിട്ടുണ്ട്. ഖജനാവ് കാലിയാക്കാൻ ചെന്നവൻ കൽത്തുറുങ്കിലടക്കപ്പെട്ടു, കഴുമരത്തിൽ നിന്നു രക്ഷപ്പെട്ട കഥ. അഹങ്കാരിയാണെന്നാണ് ധരിച്ചത്. അതും കൊള്ളക്കാരന്റെ എല്ലാ കഥകളും വെച്ച് ചാർത്തപ്പെട്ട ഒരുവൻ. പക്ഷേ പ്രതീക്ഷ തെറ്റിക്കുന്നു. പ്രിയമായി തോന്നി തുടങ്ങുന്നു.

പാണ്ഡുകൻ തൃപ്തിയോടെ ചിരിച്ചു. "ഞങ്ങളെ അഭയാർത്ഥികളായി സ്വീകരിക്കാൻ അങ്ങ് കാണിച്ച മഹാമനസ്സിന് നന്ദി."

"ആദ്യ ജാതന്റെ കഥ അങ്ങേയ്ക്കറിയാമല്ലോ." ഉദ്ഘോഷനെ ഉദ്ദേശിച്ചു കൊണ്ട് പാണ്ഡുകൻ പറഞ്ഞു. "അതിനു താഴെയുണ്ടായിരുന്ന രണ്ടും...

പാണ്ഡുകൻ പറഞ്ഞു തുടങ്ങിയപ്പോൾ രണചൂഢൻ കൈ ഉയർത്തി തടഞ്ഞു. കേട്ടിട്ടുണ്ട് താൻ. കപ്പൽ തകർന്നു മരണപ്പെട്ട കുടുംബാംഗങ്ങളെ കുറിച്ച്. ഇനി കൂടുതൽ പറയിപ്പിച്ച് വൃദ്ധനെ കരയിക്കേണ്ട.

"ഇത് നാലാമൻ, മദമുഖൻ." മനസ്സടക്കി പാണ്ഡുകൻ തുടർന്നു.

മദമുഖൻ രണചൂഢനെ വണങ്ങി. മനസ്സോടെ തന്നെ. പിതാവിനെ ബഹുമാനിച്ചിരിക്കുന്നു. അതും സിംഹാസനം വിട്ടെണീറ്റു കൊണ്ട്. പിതാവിന് ഇതിൽ പരം ബഹുമാനം, അംഗീകാരം, വേറെ എവിടുന്നു കിട്ടാൻ. തന്റെ രാജാവ് രണചൂഢൻ തന്നെ. രാജ്യം രാഷ്ട്ര കൂടവും.

"അറിയാം പാണ്ഡുകൻ."

മദമുഖന്റെ വന്ദനം സ്വീകരിച്ചു മടക്കി കൊണ്ട് രണചൂഢൻ പറഞ്ഞു.

"നമുക്ക് ഇവിടിരുന്നു സംസാരിക്കാമോ?" രാജ സദസ്സിലെ അവശേഷിക്കുന്ന കാവൽക്കാരേയും സഭാംഗങ്ങളെയും നോക്കി പാണ്ഡുകൻ ചോദിച്ചു.

രണചൂഢൻ ചുറ്റും നോക്കി. അടുപ്പക്കാരായ സദസ്സാണ്. എങ്കിലും വേണ്ട, പരീക്ഷണങ്ങൾ. അയാൾ കൈ കാണിച്ചു. അത്യാവശ്യം കാവൽ പടയാളികൾ ഒഴിച്ചുള്ളവർ മണ്ഡപം വിട്ടു.

പാണ്ഡുകൻ തൃപ്തിയോടെ നോക്കി. ബഹുമാനം മാത്രമല്ല സ്വീകാര്യതയും സൃഷ്ടിക്കുന്നു. തന്റെ രാജ്യം ഇനി ഇതു തന്നെ. രാജാവും. മനസ്സിൽ ഉറപ്പിച്ചു കൊണ്ട് പാണ്ഡുകൻ കാത്തു.

സിംഹാസനത്തിൽ ഇളകിയിരുന്നു കൊണ്ട് രണചൂഢൻ പറഞ്ഞു.

"ഒരു വിധമുള്ള സൂചനകൾ അങ്ങയുടെ ദൂതനിൽ നിന്നും ലഭിച്ചിരുന്നു. ദേവായുധന്റെ കൊലപാതകം മുതലിങ്ങോട്ട്. ഇന്ന് മറ്റൊരു ദൂത് കൂടി ഉണ്ട്. യാത്രയിലായിരുന്നത് കൊണ്ട് അറിയാൻ വഴിയില്ല. അങ്ങേക്ക് പ്രിയപ്പെട്ടതല്ല..."

രണചൂഡൻ പറഞ്ഞു.

മദമുഖനും പാണ്ഡുകനും അയാളെ നോക്കി.

"ധീരഗജൻ കൊല്ലപ്പെട്ടിരിക്കുന്നു. അതും കഴുകൻ കൊത്തി പറിച്ച ശവം പോലെ."

ഒരു നിമിഷം പാണ്ഡുകൻ സ്തബ്ധനായി. മദമുഖനും.

കാര്യം ശത്രുവായിരുന്നു. വന്നു ദൂത് തരുന്നത് വരെ. എന്നിട്ടും പ്രതികാരം ഉള്ളിലുണ്ടായിരുന്നു. ഒന്നിച്ച് നീങ്ങുന്ന യാത്രയിൽ എവിടെങ്കിലും വെച്ച് കണക്കു തീർക്കാൻ മനസ്സും ബുദ്ധിയും തയ്യാറാക്കി വെച്ചിരുന്നു. കാത്തത് ശരിക്കുള്ള ആൾക്ക് വേണ്ടിയാണ്. ധൃതഗജന് വേണ്ടി. അവനെ മുന്നിലെത്തിക്കാനുള്ള ഇരയാണ് വന്നെത്തിയതെന്ന് തോന്നിയിരുന്നു. കാലം തങ്ങൾക്കു വേണ്ടി കളമൊരുക്കുകയാണെന്നു കരുതി. പക്ഷേ... അവൻ ഇല്ലാതായിരിക്കുന്നു.

"രാജ്യ ദ്രോഹമാണ് കുറ്റം. അങ്ങേക്കും കുടുംബത്തിനും വേണ്ടിയെന്ന് എന്റെ ഊഹം."

രണചൂഡൻ പറഞ്ഞു.

രക്തസാക്ഷിത്വം. ഒരു യോദ്ധാവിന്റെ ഏറ്റവും വലിയ വിജയ പ്രഖ്യാപനം. ജീവിച്ചിരിക്കുന്ന അവൻ അപകടകാരിയെന്ന് ഭരണകൂടം വിലയിരുത്തുമ്പോൾ ഭാഗ്യമുള്ളവർക്കു മാത്രം കിട്ടുന്ന കിരീട ധാരണം. മരണവും കടന്നുള്ള തങ്ങളുടെപ്രിയപ്പെട്ടവരുടെ, പിന്തുണയ്ക്കുന്നവരുടെ, ജനമനസുകളിലെ അവന്റെ ജീവിതം. പാണ്ഡുകൻ ഓർത്തു.

തന്റെ ശത്രു തനിക്കു വേണ്ടി മരണപ്പെട്ടിരിക്കുന്നു. സന്തോഷമാണ് തോന്നേണ്ടത്. പക്ഷേ തന്റെ മകനെ നഷ്ടപ്പെട്ടപ്പോഴുള്ള വേദന പാണ്ഡുകന് തോന്നി. മിടുക്കനായിരുന്നവൻ. ശരീര ഭാഷ കൊണ്ട് അവന്റെ കായിക ബലം തിരിച്ചറിയാമായിരുന്നു. കാട്ടും മലയും താണ്ടി വരാൻ കാണിച്ച ചങ്കൂറ്റം. രാജപാളയത്തിൽ ഉള്ളവരിലും കാണാത്ത വീര്യം.

"തുണ്ടം തുണ്ടമായി ധൃതഗജന്റെ മുന്നിലേക്കെറിഞ്ഞു എന്ന് ദൂതിന്റെ ബാക്കി."

രണചൂഡൻ പറഞ്ഞു നിർത്തി.

അവൻ മരണപ്പെട്ടിരിക്കുന്നു. അതും നിഷ്ഠൂരമായി.

പാണ്ഡുകൻ ഒന്നും മിണ്ടാനാവാതെ, ആലോചനയോടെ ഇരുന്നു. ശേഷം പതിയെ സ്വരത്തിലെ ഇടർച്ച ഒതുക്കി, മദമുഖനെ ഒന്ന് നോക്കി. മനസ്സിൽ ഓർത്തതിന് മൗനമായി അനുവാദം ചോദിക്കുന്നത് പോലെ. ശേഷം സ്വരം താഴ്ത്തി പറഞ്ഞു.

"ധൃതഗജന്റെ ചെയ്തികൾ ഞങ്ങൾ ക്ഷമിക്കുന്നു."

മദമുഖൻ പിതാവിനെ നോക്കി.

പിതാവ് ഇത്ര ലോല ഹൃദയനാണോ. ജേഷ്ഠന്റെ മരണം ഇത്ര പെട്ടെന്ന് അദ്ദേഹം മറന്നോ. രക്തസാക്ഷികളെ അത്രക്ക് ബഹുമാനമാണോ. ജേഷ്ഠന്റെ മരണത്തേക്കാൾ പിതാവിനെ ദുഖത്തിലാഴ്ത്തുന്നത് അദ്ദേഹത്തിന്റെ കൊലപാതകിയുടെ അനുജന്റെ രക്തസാക്ഷിത്വമാണോ? മനസിലാവാതെ മദമുഖൻ

പിതാവിനെ നോക്കി.

പിതാവിന്റെ തീരുമാനമതാണെങ്കിൽ അത് തന്നെ തന്റേതും. അയാൾ മനസ്സിൽ ഉറപ്പിച്ചു.

“അഭയം മാത്രമല്ല. അങ്ങ് കൂടെ ഉണ്ടാവണം.” പാണ്ഡുകൻ രണചൂഢനെ നോക്കി പറഞ്ഞു.

“ഉണ്ടാവും. പാട്ടത്തിന്റെയും നികുതിയുടെയും പേരിൽ എന്റെ യജമാനനെ മഹാപദ്മൻ ഇല്ലാതാക്കിയപ്പോൾ, അടിമയായി നാട് വിട്ടലയേണ്ടി വന്ന എന്റെ ഗതികേടിന്. വയറൊട്ടി വാരിയെല്ലുകൾ വെളിയിൽ വരും വരെ പട്ടിണി കാർന്നു തിന്നപ്പോൾ കളവു തുടങ്ങാൻ കാരണക്കാരനായതിന്. പിന്നെ ലഹരിയായി മാറിയ കളവ് എന്നെ മുഴു സമയ കവർച്ചക്കാരനാക്കിയതിന്, കാലങ്ങളോളം കൽത്തുറുങ്കിലടച്ചു പീഡിപ്പിച്ചതിന്. എന്റെ ഉള്ളിൽ കാലങ്ങളായുള്ള പ്രതികാരമുണ്ട്.”

ഏതോ പഴയ ഓർമകളിൽ സ്വയം നഷ്ടപ്പെട്ടെന്ന പോലെ, ആ ഓർമകളുടെ തീക്ഷ്ണതയോടെ അയാൾ തുടർന്നു.

“എന്റെ സൈന്യവും വേണ്ടി വന്നാൽ അയൽ രാജ്യമായ കുശലത്തിലെ ഗോത്ര വർഗത്തെ മുഴുവൻ പേരെയും അണി നിരത്തി ഒരു യുദ്ധമൊരുക്കാനും ഞാൻ തയ്യാർ. വെറും കള്ളനായിരുന്ന എനിക്ക് രാഷ്ട്രകൂടത്തിലെ രാജാവാകാമെങ്കിൽ, മഗധ ഭരിക്കാനും ആ യോഗ്യത ധാരാളം.”

ഒരു ചെറു ചിരിയോടെ രണചൂഢൻ കൂട്ടിച്ചേർത്തു.

മോഹം മോശമല്ല. പക്ഷേ പടയിലും പടക്കോപ്പിലും രാഷ്ട്രകൂടത്തെക്കാൾ മുകളിലാണ് മഗധ. ഈ വീര വാദങ്ങളൊന്നും പോരാ യുദ്ധം ജയിക്കാൻ. ആലോചനയോടെ മദമുഖൻ പാണ്ഡുകനെ നോക്കിയിട്ട് രണചൂഢനോട് പറഞ്ഞു.

“അതിന് സുസജ്ജമായ സൈന്യവും, ആയുധ ശേഷിയും, വീര്യവും വിജയ പ്രതീക്ഷയുമുളവാക്കുന്ന യോദ്ധാക്കളെയും അണിനിരത്തണം.”

പാണ്ഡുകന്റെ ബുദ്ധിയിൽ എന്തോ ഒന്ന് മിന്നിപ്പൊലിഞ്ഞു.

“മഗധയുടെ മർമ്മമറിയാവുന്ന ഒരു സൈന്യാധിപനും.”

കുശാഗ്ര ബുദ്ധിയോടെ പാണ്ഡുകൻ പറഞ്ഞു.

“പടത്തലവന്മാർ നമുക്കുണ്ട്. കഴിവും വീരവുമുള്ളവർ. യുദ്ധവെറിയുള്ളവർ.” രണചൂഢൻ പറഞ്ഞു.

“ആയുധ വേഗവും അതിവേഗവും പോരാ രാജാവേ...തന്ത്രവും മർമ്മവും അറിയുന്നൊരാൾ.”

എന്തോ മനസ്സിൽ കണക്കു കൂട്ടി അതിന്റെ എല്ലാ ഭാവവും മുഖത്തു പ്രകടിപ്പിച്ച് പാണ്ഡുകൻ പറഞ്ഞപ്പോൾ മദമുഖനും രണചൂഢനും പരസ്പരം നോക്കി. അവർക്ക് അയാളുടെ മനസ് കിട്ടിയില്ല.

“ഇപ്പോൾ എല്ലാം കൊണ്ടും നല്ല അവസരമാണ്. നമുക്കും അയാൾക്കും വേണ്ടത് ഒരേ ശത്രുവിനെ.” പാണ്ഡുകൻ പറഞ്ഞു

മനസിലായതു പോലെ, എന്നാൽ നേരിയ സംശയത്തോടെ രണചൂഢൻ ചോദിച്ചു.

"ധൃതഗജൻ?"

"അങ്ങേക്ക് ദീർഘ വീക്ഷണമുണ്ട്." പാണ്ഡുകൻ മറുപടി പറഞ്ഞു.

ആ വാക്കുകൾ രണചൂഢന് ഇഷ്ടപ്പെട്ടു.

ആ സുഖത്തിൽ അയാൾ ആവേശത്തോടെ ചോദിച്ചു.

"ഇതില്പരം ഒരു പടനായകൻ വേറെയാരുമില്ല. പക്ഷേ ധൃതഗജൻ സമ്മതിക്കുമോ?"

"എന്റെ ഊഹം ശരിയാണെങ്കിൽ അങ്ങേക്ക് കിട്ടിയ ദൂത് സത്യമാണെങ്കിൽ ആദ്യം ഒന്ന് മടിച്ചാലും ധൃതഗജൻ സമ്മതിക്കും."

ദീർഘ വീക്ഷണം തനിക്കല്ല ഈ പടുകിഴവനാണ്. രണചൂഢൻ ഓർത്തു. ശേഷം ആവേശത്തോടെ അലറി പറഞ്ഞു.

"എങ്കിൽ ഇന്ന് തന്നെ ദൂത് പോകും."

തന്റെ ചിന്തകൾ വ്യക്തമായി, ശരിയായ ദിശയിൽ നീങ്ങുന്നത് കണ്ട് ചുഴിഞ്ഞ നോട്ടത്തോടെ പാണ്ഡുകൻ പറഞ്ഞു.

"അങ്ങേക്ക് നന്ദി."

രണചൂഢൻ ആ നന്ദി സന്തോഷത്തോടെ തല കുനിച്ചു സ്വീകരിച്ചു.

* * *

ഗോതമ്പു പാടങ്ങൾക്കു മേലെ കൂടി ഒരു പറ്റം കിളികൾ പറന്നു പോയി. പിന്നാലെ വന്ന കാറ്റ്, കതിരുകളുടെ തുമ്പത്ത് തൊട്ടുരുമ്മി കൊണ്ടിരുന്നു. ഒരു കുളിർകാറ്റും തണുപ്പിക്കാത്ത, കൊടുങ്കാറ്റടങ്ങാത്ത ഉൾകടലുമായി ധൃതഗജൻ തന്റെ പ്രിയപ്പെട്ട അനുജൻ ധീരഗജന്റെ പട്ടടക്കരികിൽ നിന്നു.

അടുക്കളയുടെ ചെറു ജാലകത്തിലൂടെ പദ്മിനി അയാളെ നോക്കി. ഒരു രാജ്യത്തിന്റെ കാവൽ സ്തംഭമായിരുന്നയാൾ. അയാൾ ഒരു കൊച്ചു പാഴ്ച്ചെടി പോലെ തളർന്നു തകർന്നു കഴിഞ്ഞിരിക്കുന്നുവെന്ന് അവൾക്കു തോന്നി. ആകെ ചെറുതായതു പോലെ. അവളുടെ കണ്ണിൽ നിറഞ്ഞു വന്ന കണ്ണീർ രണ്ടു പേർക്കും കൂടിയുള്ളതായിരുന്നു. ഒന്ന്, ചിതറി തെറിച്ചു പോയ അവളുടെ അനുജന്. മറ്റൊന്ന് അവളുടെ ഭർത്താവിന്.

ധൃതഗജനരികിലേക്ക് നടന്നെത്തുന്ന പരമവീരനെ പദ്മിനി കണ്ടു. പിന്നിൽ ദൂരെ മാറി നിൽക്കുന്ന ചതുർമുഖനെയും. വന്ന അന്ന് മുതൽ അറിയാവുന്ന പടയാളികളാണ്. പടയാളികളേക്കാൾ ഉപരി ദേവായുധ കുമാരനുമായി ഏറെ അടുപ്പമുണ്ടായിരുന്നവർ. എന്താണ് ഇവരെല്ലാരും കൂടി. അനുജൻ കൊല്ലപ്പെട്ടിരിക്കുന്നു. അതിന്റെ കണ്ണീർ ഉള്ളിൽ അടങ്ങിയിട്ടില്ല. ഇനി എന്ത് പദ്ധതിയാണ്.

പരമവീരന്റെ കൂടെ വന്നിരിക്കുന്നത് ഈ നാട്ടുകാരനല്ല. പക്ഷേ എന്തോ കാര്യമാത്ര പ്രസക്തമായ കാരണം തന്നെ. എന്താണ് അദ്ദേഹത്തിന്റെ മനസ്സിൽ. എന്താണ് ചർച്ചകൾ? ഒന്നും മനസിലാവുന്നില്ല. അവർ ആലോചനയോടെ അകത്തേക്ക് നീങ്ങി.

ഹൃദയം അടങ്ങുന്നില്ല. അവന്റെ ആത്മാവ് ഈ ഭൂമി വിട്ടിട്ടില്ല. പതിനാറു ദിവസങ്ങൾ അവൻ ഇവിടുണ്ടാവും...എവിടെ...തന്റെ അരികിൽ... തന്റെ

മുന്നിൽ...തനിക്കു പിന്നിൽ... ധൃതഗജൻ തിരിഞ്ഞു നോക്കി; ധീരഗജനെ തിരയും പോലെ... അനുജനല്ല. മകനായിരുന്നു തനിക്കവൻ. മൂത്ത മകൻ. പിന്നെ കാലം കടന്നു പോയപ്പോൾ കൂട്ടുകാരൻ. കൈ പിടിച്ചു വളർത്തി കൂട്ടി കൊണ്ടു നടന്നവൻ. ഒന്നാന്തരം യോദ്ധാവ്... അയാളുടെ കണ്ണുകൾ നിറഞ്ഞു. വേദന ഒഴിയുന്നില്ല. നെഞ്ചകം ചുട്ടു പൊള്ളുന്നു. വിങ്ങിക്കത്തുന്നു. ചിതയിൽ കത്തുന്ന വിറകു പോലെ...

തന്റെ മൗനനാനുവാദത്തോടെ അനുജൻ ചെയ്തത് തെറ്റായിരുന്നില്ല... പടനിലങ്ങളും യുദ്ധഭേരികളും പരിശീലനകാഴ്ചകളും ഒറ്റ ദിനം കൊണ്ട് നഷ്ട പ്പെട്ടു പോകുന്ന ഏതു യോദ്ധാവിനും തോന്നുന്ന വികാരമാണത്. സ്ഥാന ഭ്രഷ്ടനാകുന്നതിലല്ല. യുദ്ധ ഭൂമികൾ നഷ്ടപ്പെടുന്നത്, പട നിലത്തിൽ ആരുമ ല്ലാതാവുന്നത്, അസഹനീയമാണ്.

നീണ്ട മൗനത്തിനും ആലോചനക്കുമൊടുവിൽ അയാൾ തിരിഞ്ഞു നോക്കി. പരമവീരനും, രാഷ്ട്രകൂട രാജാവ് രണചൂഡന്റെ ദൂതൻ രക്ഷകനും, അയാൾക്ക രികിൽ ചതുർമുഖനും ധൃതഗജന്റെ മറുപടി കാത്തു നിൽക്കുക യായിരുന്നു.

രണചൂഡന്റെ ദൂതൻ വന്നു രണ്ടു നാൾ കഴിഞ്ഞാണ് കാണാൻ സമ്മതം കൊടുത്തത്. മനസ്സടങ്ങിയിരുന്നില്ല. വർഷങ്ങൾ സേവിച്ച രാജ്യം. പാറാ വുകാരനായി തുടങ്ങി പടയാളിയായി പടി കയറി, പരിചയ സമ്പത്ത് കൊണ്ട് പടത്തലവനായി മാറിയ രാജാവിന്റെ മനസാക്ഷി സൂക്ഷിപ്പുകാരന്, സുഹൃത്തിന്, പകരമായി കിട്ടിയത് പരന്നു കിടക്കുന്ന പാടങ്ങളും, അഞ്ഞൂറ് ആടുകളും. ദീർഘ നിശ്വാസത്തോടെ അയാൾ ഓർത്തു നിന്നു.

അനുജനില്ലാത്ത ഈ മാതൃഭൂമി തനിക്കു വെറും മണ്ണാണ്. അവന്റെ ഓർമ കളുടെ ചാരമേന്തി എതിരാളിയുടെ തല ചിതറി ചോര ചിന്നി തെറിക്കുമ്പോൾ അതിന്റെ കൂടെ മലമുകളിൽ നിന്ന് പറത്തി വിടണം അവന്റെ ചിതാഭസ്മവും തന്റെ വേദനയും... ആത്മാവിന് നിത്യ ശാന്തി ലഭിക്കുവാൻ ധീരന് ആത്മാക്കൾ കൂട്ടു പോകാൻ പാളയം മാറണം. പട നയിക്കണം. അയാൾ തിരിഞ്ഞു നോക്കി.

രണചൂഡന്റെ ദൂതൻ ക്ഷമാ പൂർവം കാത്തു നിൽക്കുകയാണ്. മംഗള സിം ഹനോടുള്ള പ്രതികാരവുമായി പാണ്ഡുകനും കൂട്ടരും രണചൂഡന്റെ കൊട്ടാ രത്തിൽ എത്തിക്കഴിഞ്ഞിരിക്കുന്നു. അവർക്കു സൈന്യാധിപൻ വേണം. പ്രതികാരമുള്ളവനെ തന്നെ.

പരമവീരൻ അയാൾക്കടുത്തേക്ക് നടന്നെത്തി.

“ഈ ഒരു അവസ്ഥയിൽ മറുപടി പറയാതെ അവരെ മടക്കി അയയ്ക്കാം. പക്ഷേ ക്ഷണം സ്വീകരിക്കുന്നതല്ലേ നല്ലത്.” ശാന്തമായി പരമവീരൻ ചോദിച്ചു.

ധൃതഗജൻ ആലോചനയോടെ നിന്നു.

“അങ്ങ് ഒറ്റക്കല്ല. കൊട്ടാരത്തിനകത്തും പടയാളികളിലും ദേവായുധന് പ്രിയപ്പെട്ടവർ ഉണ്ട്. അങ്ങേക്ക് വേണ്ടപ്പെട്ട ചിലരും. അവർ ഒരുമിക്കും.”

ധൃതഗജൻ അയാളെ നോക്കി.

ആ നോട്ടം കണ്ട് ഉത്സാഹത്തോടെ പരമവീരൻ തുടർന്നു. “മഹാസൈന്യ ത്തോടേറ്റു മുട്ടി മരിക്കാനാണെങ്കിൽ അതിനും തയാറാവും.”

“മരണ ഭയം കൊണ്ടല്ല, പരമവീരൻ. ഒരു തവണ, ഒരു തവണയെങ്കിലും മംഗള സിംഹനെ ജയിക്കാനാവുമെന്ന് ഉറപ്പുണ്ടോ?”

പരമവീരൻ ഒന്ന് പകച്ചു. ചോദ്യം പ്രസക്തമാണ്. ചോദിക്കുന്നത് സ്പന്ദനങ്ങളറിയാവുന്ന സൈന്യാധിപനാണ് പക്ഷേ പിന്മാറാനാവില്ല. ദേവായുധന്റെ രക്തത്തിന് പകരം ചോദിച്ചേ പറ്റൂ.

"അങ്ങ് മുന്നിലുണ്ടെങ്കിൽ ജയിക്കാം. ഇല്ലെങ്കിൽ പോരാടി മരിക്കാം. കൂടെ മരിക്കാൻ തയാറുള്ളവരെ ഞാൻ കണ്ടെത്തിക്കൊള്ളാം.

ആവേശത്തോടെ അയാൾ പറഞ്ഞു. ആ വാക്കുകൾ ധൃതഗജനിൽ ഒരു വിശ്വാസം ജനിപ്പിച്ചു. പരമവീരനോട് കൂടുതൽ ഇഷ്ടവും.

"പുറപ്പെടാമെന്നു പറയൂ."

ധൃതഗജൻ പറഞ്ഞു.

ഒരു രാജ്യം സ്വന്തമായി കിട്ടിയത് പോലെ ഉള്ള ആവേശവുമായി പരമവീരൻ രക്ഷകനരികിലേക്ക് നടന്നു.

20

കൗർവകിയുടെ ഗീതങ്ങൾ

എന്റെ പ്രിയനേ...

വെയിൽ ചാഞ്ഞ് നിഴലുകൾ നീളും മുൻപ് നീ വരിക ...

എന്റെ ആത്മാവിന്റെ ഉടമ എന്റേതാണ്,

ഞാൻ അവനുള്ളതും...അവൻ താമരകളുടെ ഇടയിൽ മേയ്ക്കുന്നു.

നീ എന്റെ മാകന്ദ പൂന്തോട്ടത്തിൽ വരിക ആയിരുന്നുവെങ്കിൽ

ഞാൻ നിന്നെ വെളിയിൽ കണ്ടു ചുംബിക്കുമായിരുന്നു;

നീ എനിക്കു ഉപദേശം തരേണ്ടതിന്നു ഞാൻ നിന്നെ വള്ളികുടിലിലെ ഇലച്ചാർത്തിൽ കൊണ്ടുപോയി ഇരുത്തുമായിരുന്നു.

സുഗന്ധവർഗ്ഗം ചേർത്ത വീഞ്ഞും മാതളപ്പഴത്തിൻ ചാറും

ഞാൻ നിനക്കു കുടിപ്പാൻ തരുമായിരുന്നു.

എന്റെ മാമ്പൂ മണക്കുന്ന കാൽവിരലുകൾ വെള്ളികൊലുസുകൾ കിലുക്കി നിനക്ക് ചുംബിക്കാൻ നിന്റെ മടിയിലേക്കു നീട്ടിത്തരുമായിരുന്നു.

എന്നെ ഒരു മുദ്രമോതിരമായി നിന്റെ ഹൃദയത്തിന്മേലും ഒരു മുദ്രമോതിരമായി നിന്റെ ഭുജത്തിന്മേലും വെച്ചുകൊള്ളേണമേ;

ഏറിയ വെള്ളങ്ങൾ പ്രേമത്തെ കെടുപ്പാൻ പോരാ;

നദികൾ അതിനെ മുക്കിക്കളകയില്ല.

എൻ പ്രിയനേ, പ്രേമഭോഗങ്ങളിൽ നീ എത്ര സുന്ദരൻ,

എത്ര മനോഹരൻ!
നിന്റെ കാമം ചന്ദനത്തിൻ കൊമ്പുപോലെ ഇരിക്കുമ്പോൾ
ഞാനതിൽ കയറി ഇരിക്കും എന്നു ഞാൻ പറഞ്ഞു
നിന്റെ സ്തനങ്ങൾ മുന്തിരിക്കുലപോലെയും
നിന്റെ മൂക്കിന്റെ വാസന നാരങ്ങയുടെ വാസനപോലെയും ആകട്ടെ.
നിന്റെ നനഞ്ഞ നാക്കിലോ   മേത്തരമായ മധുരിക്കും വീഞ്ഞു.
അവൻ പറഞ്ഞു.
അതു എന്റെ പ്രിയന്നു മൃദുപാനമായി അധരത്തിലും
പല്ലിലും കൂടി കടക്കുന്നതും ആകുന്നു.
ഞാൻ എന്റെ പ്രിയന്നുള്ളവൾ; അവന്റെ ആഗ്രഹം എന്നോടാകുന്നു.
പ്രിയാ, വരിക; നാം മാകന്ദ പൂന്തോട്ടത്തിലേക്കു പോക,
മാന്തോപ്പിൻ തണലിലെ കുളിരിൽ ചൂടുതേടാൻ പോക...
അതികാലത്തു എഴുന്നേറ്റു നാം ചില്ലകൾ തളിർത്തു
മാമ്പൂ വിടർന്നുവോ ചെന്തൊണ്ടിപ്പഴം പഴുത്തുവോ എന്നും നോക്കാം;
അവിടെവെച്ചു ഞാൻ നിനക്കു എന്റെ പ്രേമം തരും. എന്നും നോക്കാം; അവിടെ വെച്ചു ഞാൻ നിനക്കു എന്റെ പ്രേമം തരും.

(കൗർവകിയുടെ ഗീതങ്ങൾ: 20:32)

കൊട്ടാരമുറങ്ങിയിരുന്നു. വിളക്കുകൾ മുനിഞ്ഞു കത്തികൊണ്ടിരുന്നു. മട്ടുപ്പാവിൽ നിൽക്കുകയായിരുന്നു മംഗളസിംഹൻ. രാവിന്റെ ഏറ്റവും ഗാഢമായ യാമം കടന്നു പോവുകയാണ് എന്ന് മംഗളസിംഹൻ ഓർത്തു. കോട്ട മതിലിന്റെ കാവൽക്കാർ, മൂന്നാം തവണക്കാർ, ജോലിക്കു വന്നെത്തിയിരിക്കുന്നു. അവർക്ക് ഇനി നേരം പുലർന്നു കഴിയും വരെ ജോലിയുണ്ട്. വെളുപ്പാൻ കാലത്തിന്റെ തണുപ്പ് പതിയെ കടന്നു വരുന്നു. നിലാവ് മാഞ്ഞു തുടങ്ങുന്നു. കമ്പിളി ഒന്ന് കൂടി ചുറ്റി പുതച്ച് കൊണ്ട് നിലാവിനെ നോക്കി അയാൾ നിന്നു. ഈ നിലാവിനപ്പുറത്ത്, നീണ്ടു പോകുന്ന, നിലാവും നിഴലും ഇടചേർന്നിരിക്കുന്ന ആ വഴിത്താരകൾക്കപ്പുറത്ത്, മരച്ചാർത്തുകൾക്കപ്പുറത്ത്, അങ്ങേ മലകൾക്കും, നദികൾക്കും അപ്പുറത്ത് അവളുണ്ട്. എന്നാണ് ഇനി അവളെ ഒന്ന് കാണാനാവുക. ഇനി എത്ര ദിവസങ്ങൾ. എല്ലാ തിരക്കുകൾക്കുമിടയിൽ അവളെക്കുറിച്ചുള്ള ഓർമ്മകൾ തന്നെ ഉലക്കുന്നു. ഉള്ളിൽ കുത്തികയറുന്ന വേദനയായി അവളുടെ മുഖം. അവൾ തന്നെ ഓർക്കുന്നുണ്ടാവുമോ? അതോ, കണ്ടു കഴിഞ്ഞതോടെ കൗതുകം മാഞ്ഞു കാണുമോ. രാജാവായ മംഗളസിംഹൻ അവളെ പ്രണയിക്കില്ലെന്നും, ഒരിക്കലും നിറവേറ്റാനാവാത്ത വാക്കുമായി അയാൾ കടന്നു കളഞ്ഞെന്ന് വിശ്വസിക്കാൻ ആദ്യം മടിച്ച് കുറെ കാത്തിരുന്ന്, ഉള്ളും ഉയിരും നൊന്ത്, മടങ്ങി വരില്ലെന്നു വിശ്വസിച്ച്, മനസിനെ പഠിപ്പിച്ച്, അവൾ തന്റെ ചെറിയ ജീവിതത്തിലേക്ക് മടങ്ങിക്കാണുമോ? തന്നെ ഒരിക്കലും സ്വന്തമാക്കാനാവില്ലെന്ന വിശ്വാസം കൊണ്ട്, അതിനേക്കാളേറെ അത് നടക്കില്ലെന്ന പ്രായോഗിക ബുദ്ധി കൊണ്ട്, തന്റെ പ്രണയത്തിൽ നിന്നും അവൾ പിന്നോക്കം പോയിക്കാണുമോ? ആ ഓർമ്മ പോലും മംഗളസിംഹനെ നടുക്കം കൊള്ളിച്ചു. അവൾ തനിക്ക് എത്ര പ്രിയപെട്ടതാണെന്നും എന്തിനേക്കാളും വിലപ്പെട്ടതാണെന്നും അയാൾ ഓർത്തു. തിരിച്ചറിഞ്ഞു.

കൗർവകി...പ്രിയേ...എന്നാണ് നിന്നെ ഒന്ന് കാണുന്നത്. എല്ലാ രാജഭരണ കാര്യങ്ങളും ഒഴിവാക്കി ഒരു സാധാരണ മനുഷ്യന്റെ എല്ലാ വികാരങ്ങളോടും കൂടി നിന്റെ പൂന്തോട്ടത്തിന്റെ തണലിൽ, നിന്നരികിൽ എന്നാണ് ഒന്നിച്ചിരിക്കുക? നിന്റെ പൂക്കളുടെ ഭംഗിയും, പഴങ്ങളുടെ രുചിയും ആസ്വദിക്കുക?

ഓർമകളുടെ തിരതള്ളലിൽ കണ്ണ് നിറഞ്ഞ് അയാൾ നിന്നു. ശേഷം പതിയെ തന്റെ അന്തപുരത്തിലേക്ക് കയറി. അവിടെ കൊത്തു പണികൾ അലങ്കാരം തീർത്ത കാലുകൾ ഉള്ള ചാരു പലക യിൽ, ഭംഗിയായി അടുക്കി വെച്ച അനേകം പുസ്തകങ്ങൾക്ക് അരികിൽ, ഒരു ഭാഗത്ത്, കൗർവകി കൊടുത്ത തുകൽ ചട്ടയിട്ട ആ പുസ്തകം അയാൾ കണ്ടു.

ഈ നിമിഷം വരെ അത് തുറന്നു നോക്കിയിട്ടില്ല. മനപൂർവ്വമാണ്. മനസ്സ് ഒന്ന് ശാന്തമായി, സ്വസ്ഥമായി തൊടാമെന്നു കരുതി കാത്തു വെച്ചതാണ്. മാത്രമല്ല, അത് തനിക്കു കിട്ടിയ ആദ്യത്തെ പ്രണയ സമ്മാനമാണ്. എന്നും നോട്ടം കൊണ്ട് ഉഴിഞ്ഞ് അതിനുള്ളിലെ ഹൃദയം, അതേ പോലെ കാത്തു വെക്കുകയായിരുന്നു. തുറന്നു കഴിഞ്ഞാൽ അവസാനിക്കാൻ പോകുന്ന ജിജ്ഞാസ നില നിർത്തിക്കൊണ്ട്, അവളുടെ പ്രണയവും സമ്മാനവും,അതിന്റെ വേദനയും സുഖവും അനുഭവിക്കാൻ, അത് താൻ കാത്തു വെക്കുകയായിരുന്നു.

മംഗളസിംഹൻ പീഠത്തിലേക്ക് ഇരുന്നു. ശേഷം ആ പുസ്തകമെടുത്ത് പതിയെ തലോടി. കൗർവകിയുടെ കവിളിനെയെന്ന പോലെ. ഹൃദയം പ്രണയാർദ്രമാകുന്നത് അയാൾ അറിഞ്ഞു.

അവളുടേതായി ഭൗതികമായി അയാൾക്ക് മുന്നിലുണ്ടായിരുന്ന ഏക വസ്തു തുകൽ പുറം ചട്ടയുള്ള ആ പുസ്തകമായിരുന്നു. അതിനുള്ളിൽ എന്താണെന്നറിയാനുള്ള ആവേശത്തോടെ വിളക്കിന്റെ തിരി നീട്ടിയിട്ട്, മിടിക്കുന്ന ഹൃദയത്തോടെ മംഗളസിംഹൻ അത് തുറന്നു. അവളുടെ വിരൽ തുമ്പിൽ തൊടും പോലെ, മൃദുവായി തൊട്ട് താളുകൾ പതിയെ മറിച്ചു. ഉണങ്ങിയ ബിർച് മരത്തിന്റെ ഇലയിൽ കോറിയിട്ട അക്ഷരങ്ങൾ, കവിത പോലെ കോറിയിട്ട വരികൾ മംഗളസിംഹൻ പതിയെ വായിച്ചു.

കാമുകി: എന്റെ ആത്മാവിന്റെ ഉടമ എന്റേതാണ്,

ഞാൻ അവനുള്ളതും...

കാമുകൻ:

വരികൾക്ക് നേരെ ഉള്ള ഇടം ശൂന്യമായിരുന്നു...

സംശയത്തോടെ അയാൾ ഒരു പുറം കൂടി മറിച്ചു.

കാമുകി: എന്റെ പ്രിയനേ... വെയിൽ ചാഞ്ഞ് നിഴലുകൾ നീളും മുൻപ് നീ വരിക...

കാമുകൻ:

ആർക്കോ എഴുതാൻ ബാക്കി വെച്ചത് പോലെയാണ് അവൾ അത് എഴുതി തുടങ്ങിയിരിക്കുന്നത്. മറുപടി ആഗ്രഹിക്കുന്ന ഒരു കത്ത് പോലെ, കാമുകൻ എന്ന ഭാഗം എല്ലായിടത്തും ഒഴിഞ്ഞു കിടക്കുന്നു.

ആ വരികൾ അവളുടെ ശബ്ദത്തിൽ തന്റെ അന്തപുരത്തിൽ മുഴങ്ങിയത് പോലെ മംഗളസിംഹൻ തരിച്ചിരുന്നു.

തനിക്കു വേണ്ടി, തന്റെ മറുപടിക്കു വേണ്ടിയാണു വരികൾക്ക് താഴെ അവശേഷിപ്പിച്ച ഇടം എന്ന് അയാൾക്ക് തോന്നി. ആ വാക്കുകളുടെ, വരികളുടെ ലഹരിയിൽ മയങ്ങി, മംഗളസിംഹൻ, പരുന്തിൻ തൂവൽ കൊണ്ട്

നിർമിച്ച പേന എടുത്തു. ശേഷം കാമുകൻ എന്ന ഭാഗത്തേയ്ക്ക് തന്റെ ചിന്തകൾ പതിയെ പകർത്തി... ഒരു മറുപടി പോലെ...

കാമുകൻ: എന്റെ പ്രിയപ്പെട്ടവളെ, നിന്റെ ഒറ്റ നോട്ടത്താൽ എന്റെ ഹൃദയം നീ സ്വന്തമാക്കിയിരിക്കുന്നു.

കൗതുകത്തോടെ കുറച്ചപ്പുറത്തെ മറ്റൊരു പുറം മംഗളസിംഹൻ മറിച്ചു നോക്കി.

"കാവൽക്കാർ കൊട്ടാര നഗരത്തിലൂടെ ചുറ്റി കറങ്ങുമ്പോൾ എന്നെ കണ്ടു. അവരെന്നെ ഉപദ്രവിച്ചു. എന്നെ മുറിവേൽപ്പിച്ചു."

പാദപതനം കേട്ട് മംഗളസിംഹൻ ഒരു നിമിഷം ശ്രദ്ധിച്ചു. വാതിൽക്കൽ തട്ടു കേട്ടു. കാവൽക്കാരല്ല. സബോധനാണ്.

"അകത്തേക്ക് വരൂ..."

സബോധൻ അകത്തേക്ക് വന്നു. ഇവനുറക്കമില്ലേ. ഇത്ര രാവിലെ എന്ത് പറയാനാണ്. ചിരിയോടെ അയാളെ നോക്കി മംഗളസിംഹൻ പറഞ്ഞു.

"ഞാൻ കൗർവകിയുടെ സമ്മാനം തുറന്നു നോക്കുകയായിരുന്നു. കുറിപ്പുകളാണ്. എനിക്കുള്ളത്."

സബോധൻ ആ കുറിപ്പുകളിലേക്ക് നോക്കി.

അത് കണ്ട് ചമ്മലോടെ മുഖം ചുവന്നു മംഗളസിംഹൻ പറഞ്ഞു.

"ഞാൻ അത് പൂർത്തീകരിക്കാൻ ശ്രമിക്കുകയായിരുന്നു. വെറുതെ..."

പ്രണയം അയാളെ ഒരു സാധാരണ മനുഷ്യനാക്കിയത് കണ്ട് സബോധൻ ചിരിച്ചു. പക്ഷേ സബോധന്റെ മുഖ ഭാവം പെട്ടെന്ന് മാറി ഗൗരവമായി.

"എന്താണ് സബോധൻ, വിശേഷങ്ങൾ വിഷമിപ്പിക്കുന്നതാണോ?"

ഈ അവസരത്തിൽ പറയണോ എന്നാലോചിച്ചു കൊണ്ട്, ലേശം ഭയന്ന് കൊണ്ട് സബോധൻ പറഞ്ഞു.

"അങ്ങ് ക്ഷമിക്കണം. അവരെ കണ്ടെത്താനായില്ല."

"മനസിലായില്ല." ഗൗരവത്തോടെ മംഗളസിംഹൻ പറഞ്ഞു.

"അങ്ങയുടെ പ്രിയപെട്ടവളും പിതാവും... അവരെ,കണ്ടെത്താനായില്ല. അവരുടെ വീട് അഗ്നിക്കിരയാക്കിയിരിക്കുന്നു. കവർച്ചക്കാരോ മറ്റോ അപകടപ്പെടുത്തിയതാകുമോ..." സബോധൻ പാതിയിൽ നിർത്തി

മംഗളസിംഹന്റെ മുഖം ചുവന്നു.

ജീവിതം ഇന്നിന്റെ, ഈ നിമിഷത്തിന്റെ സംഭാവനയാണ് എന്ന് മനസിലായത് ജേഷ്ഠന്റെ മരണത്തോടെയാണ്. ജീവിച്ചു തുടങ്ങണം. ഇന്നിന്റെ നിമിഷങ്ങളിലൂടെ. നഷ്ടപ്പെട്ടെന്ന് തോന്നിയ ഒരു ആഗ്രഹവും, ചിന്തയും ഇനി ഒരിക്കലും ഒന്നിനെക്കുറിച്ചും ഭരിക്കാൻ ഇട വരരുത് എന്ന് ഉറപ്പിച്ചു കൊണ്ട് സമയം നഷ്ടപ്പെടുത്താതെ ആളെ അയക്കുകയായിരുന്നു... സബോധനും ബാണാസുരനും മാത്രമറിഞ്ഞു കൊണ്ട്.

അങ്ങനെ പോയതാണ്. പക്ഷേ ഇപ്പോൾ അവളെ കാണുന്നില്ലെന്നും പറഞ്ഞു മടങ്ങി വന്നിരിക്കുന്നു...

ഉള്ളിലെ ക്രോധം അടക്കി, മാനസികവ്യഥയോടെ കൈ ഉയർത്തി

തടഞ്ഞു കൊണ്ട് മംഗളസിംഹൻ പറഞ്ഞു.

"ഒരു വാക്ക്, ഒരു വാക്ക് പോലും ഉച്ചരിക്കരുത് സബോധൻ. കണ്ടെത്തണം. മഗധയുടെ ഓരോ മൂലയിലും അന്വേഷിച്ച് കൗർവകിയെ കണ്ടെത്തണം. അവർ അപകടപ്പെട്ടതാണെങ്കിൽ പിന്നിലാരാണെങ്കിലും വിചാരണയില്ല... വിധി നടപ്പാക്കിയിട്ടേ എന്നെ കാണാവൂ. പൊയ്ക്കൊള്ളൂ." പെട്ടെന്ന് പുറത്ത് ആരവം കേട്ടു, കുഴൽ വിളിയും. യുദ്ധമുറപ്പിക്കുന്ന കാഹളമാണ്. പ്രഭാതമുണരുമ്പോൾ എന്താണ് സംഭവിക്കുന്നത്? മംഗളസിംഹൻ സബോധനെ ആശങ്കയോടെ നോക്കി. സബോധൻ വെട്ടിത്തിരിഞ്ഞു കൊണ്ട് മട്ടുപ്പാവിലേക്കോടി. താഴെ മങ്ങി കത്തുന്ന വെളിച്ചത്തിൽ പടയാളികൾ കുതിരകളുമായി തയ്യാറാവുന്നത് അയാൾ കണ്ടു. മംഗളനരികിലേക്ക് ഓടി എത്തി അയാൾ എന്തോ പറഞ്ഞു തുടങ്ങിയതും വാതിൽക്കൽ ബാണാസുരൻ പ്രത്യക്ഷപ്പെട്ടു. മംഗളസിംഹൻ ഒന്നും മനസ്സിലാകാതെ നോക്കി നിൽക്കെ ബാണാസുരൻ തീ പിടിച്ചെന്ന പോലെ നടന്ന് അരികിലെത്തി വന്ദിച്ചു.

"അതിർത്തിയിലുള്ള പടയാളികളെക്കൊന്ന് രാഷ്ട്രകൂടത്തിലെ രണചൂഢനും സംഘവും മഗധയിലേക്ക് കടന്നിരിക്കുന്നു മഹാരാജൻ. അതിർത്തി ഗ്രാമങ്ങൾ പിടിച്ചെടുത്തു എന്നും അടിയന്തിര ദൂത്..."

ഒരു നിമിഷം നിശ്ചലനായി മംഗളസിംഹൻ നിന്നു. എന്താണ് സംഭവിക്കുന്നത്. യുദ്ധമോ? അതും തന്റെ മഗധയിൽ. സമാധാനം കാംക്ഷിക്കുന്ന തനിക്കും രാജ്യത്തിനുമെതിരെ യുദ്ധമോ? എന്ത് പ്രവർത്തനമാണ് യുദ്ധത്തിലേക്ക് നയിക്കുന്നത്. രാഷ്ട്ര കൂടത്തിൽ രണചൂഢനാണ് രാജാവ്.

"രണചൂഢൻ, അവനുമായി നമുക്കെന്താണ്?" പൊരുൾ അറിയാതെ മംഗളസിംഹൻ ചോദിച്ചു.

"പിതാവിന്റെ കാലം മുതലുള്ളത് മഹാരാജൻ. പലായനം ചെയ്യിച്ചതിന്റെ പ്രതികരമാവണം. പിന്നെ രാജ്യ ദ്രോഹികളും കൂടെ അണി ചേർന്നിരിക്കുന്നു..."

"ആര്?" അത്ഭുതത്തോടെ അയാൾ ബാണാസുരനെ നോക്കി.

"പാണ്ഡുകനും കുടുംബവും.

പിന്നെ... മടിയോടെ ബാണാസുരൻ ഒന്ന് നിർത്തി.

"മടിക്കാതെ പറയണം. ആരാണ്?" ഗൗരവത്തോടെ മംഗളസിംഹൻ ചോദിച്ചു.

"ധൂതഗജനും." ബാണാസുരൻ മറുപടി പറഞ്ഞു.

"ധീരഗജനോടുള്ള സ്നേഹം, രാജ്യത്തോടുള്ളതിനേക്കാൾ കൂടുതൽ. സ്വാഭാവികം." മംഗളസിംഹൻ പറഞ്ഞു. ശേഷം തുടർന്നു.

"ചതിയനാണവൻ. എന്നും കൂടെ നിൽക്കുന്നവരെയും തന്നെത്തന്നേയും ചതിക്കുന്നവൻ. ജേഷ്ഠനുജന്മാർ എല്ലാവരും കൊട്ടാരത്തിലുണ്ടോ? അതോ യാത്രയിലാണോ? ചർച്ച വിളിക്കണം അടിയന്തിരമായി."

"അറിയിപ്പ് കൊടുക്കാം. സുന്ദരസിംഹ കുമാരൻ കപ്പലിൽ നിന്നു ചരക്കെടുക്കാൻ പോയിട്ട് മടങ്ങിയിട്ടില്ല."

എല്ലാവർക്കും ഓരോ പ്രവിശ്യയുടെ ഭരണമോ, കൊട്ടാര നടത്തിപ്പിന്റെ ചുമതലയോ കൊടുത്തിരിക്കുകയാണ്. ഏറ്റവും താഴെയുള്ളവർക്ക്

വിദ്യാഭ്യാസവും കൊടുക്കണം എന്ന ആഗ്രഹത്തോടെ ചിലരെ പഠന കേന്ദ്രങ്ങളിൽ അയച്ചിട്ടുണ്ട്. ആയോധനത്തിനും അറിവിനും. പക്ഷേ വിളിച്ച വരുത്തണം. യുദ്ധം നടക്കുമ്പോൾ ശത്രുവിന്റെ കണ്ണ് കുടുംബത്തിലെ കുമാരന്മാരിലാവും. ഉറപ്പ്. പക്ഷേ ധൂതഗജൻ... വെറുപ്പുണ്ടാവുമെന്ന് അറിയാമായിരുന്നു. പക്ഷേ സൈന്യാധിപനായിരുന്നത് കൊണ്ട് സഹോദരന്റെ മരണം പോലും ബാധിക്കുമെന്നോർത്തില്ല. അതും ധീരഗജന്റെ ചാര പ്രവർത്തിക്ക് നൽകിയ ശിക്ഷക്കുള്ള പ്രതികാരം, ചതിയും യുദ്ധവുമാണെന്ന് കരുതിയില്ല.

"ബാണാസുരൻ, ഒരുങ്ങിക്കൊള്ളൂ." ആലോചനയോടെ മംഗളസിംഹൻ പറഞ്ഞു.

"മംഗളസിംഹന്റെ ആദ്യത്തെ യുദ്ധം ചതിയൻമാർക്കെതിരെയാവട്ടെ."

"ഉത്തരവ് പോലെ..." ബാണാസുരൻ മറുപടി പറഞ്ഞ് തിരിഞ്ഞു നടന്നു. വണങ്ങി കൊണ്ട് സബോധനം.

ആരവം കേട്ടു. യുദ്ധത്തിന് വേണ്ടിയുള്ള ആരവം. ശത്രുവിനെ തുരത്താനുള്ള ആർജവം.

പടയാളികൾ തയ്യാറായിക്കഴിഞ്ഞു.

മംഗളസിംഹൻ എന്ന മഗധയുടെ രാജാവിന്റെ ആദ്യ യുദ്ധം. അയാൾ ഓർത്തു.

പടച്ചട്ടകൾ ഇരിക്കുന്ന അറയിലേക്ക് മംഗളസിംഹൻ നടന്നു.

* * *

വായുവിലൂടെ അമ്പുകൾ പറന്നു നീങ്ങി. ഏറ്റുമുട്ടൽ ആരംഭിച്ച കഴിഞ്ഞിരുന്നു.

രണചൂഢന്റെ പടയെ, പിടിച്ചെടുത്ത ഗ്രാമത്തിൽ നിന്നു തുരത്തുക, തിരിച്ച പിടിക്കുക, പരമാവധി കൊലകൾ ഒഴിവാക്കിക്കൊണ്ട് തന്നെ. അത് നടക്കാതിരിക്കാൻ സാധ്യതയില്ല എന്ന ചിന്തയോടെ ആ നിർദ്ദേശമാണ് മംഗളസിംഹൻ ബാണാസുരന് കൊടുത്തത്.

അമ്പുകൾ വാരി വിതറിയതിന് തൊട്ടു പിന്നാലെ കുതിരപ്പട കുതിച്ച വരുന്നത് ധൂതഗജൻ കണ്ടു.

ആവേശത്തോടെ മുന്നിൽ നിന്നും പടയെ നയിച്ച് കൊണ്ട് ബാണാസുരൻ പടനിലത്തു കൂടി പാഞ്ഞു പോയി. ആദ്യത്തെ അവസരമാണ്. സൈന്യാധിപൻ എന്ന നിലയിൽ സുരക്ഷ ഒരുക്കി ഗ്രാമങ്ങൾ സംരക്ഷിക്കപെടാത്തതിൽ രാജാവിനുള്ള അതൃപ്തി സബോധൻ അയാളെ അറിയിച്ച കഴിഞ്ഞിരുന്നു. ഈ യുദ്ധം അനാവശ്യമാണ് എന്നാണ് മംഗളസിംഹൻ അയാളോട് പറഞ്ഞത്. എതിരാളിക്ക് കടന്നു വരാൻ പഴുതില്ലാതാക്കുക എന്നതാവണം ഒരു പടനായകന്റെ സുരക്ഷാ പദ്ധതികൾ എന്നും കൂടി മഹാരാജാവ് ബാണാസുരനോട് പറഞ്ഞിരുന്നു.

ആനപ്പടയെ ഒഴിവാക്കി കുതിരയും തേരും കാലാൾപ്പടയും അണിനിരന്നു. പക്ഷേ ഒരു കരുതൽ പോലെ ആനപ്പട യുദ്ധഭൂമിയുടെ പിന്നിൽ തയാറായി നിന്നു.

രാജകുമാരന്മാരായ അനുജന്മാരെ മംഗളസിംഹൻ തിരിച്ചു വിളിച്ചിരുന്നു. ജ്യേഷ്ഠനെ സത്രത്തിൽ നിന്നും കണ്ടു പിടിച്ച് കൊട്ടാരത്തിൽ താമസിപ്പിച്ചു. യുദ്ധം കഴിയും വരെ സന്ദർശനമൊഴിവാക്കണമെന്ന് നേരിട്ട് പറഞ്ഞു.

"നിന്റെ ആദ്യ യുദ്ധമാണ്." അനുഗ്രഹം വാങ്ങിക്കാൻ അമ്മയുടെ അരികിലെത്തിയ അയാളോട് മധുരധാരിണി പറഞ്ഞു.

മംഗളസിംഹൻ മിണ്ടാതെ നിന്നു. സംയുക്തയുടെ മടക്ക ശേഷം അമ്മയുമായി അധികം കാണാറില്ല. ഇതിപ്പോൾ ഒഴിവാക്കാനാവാത്തത് കൊണ്ടാണ് വന്നത്.

"സിംഹാസനത്തിൽ ഇരിക്കുന്നത് കൊണ്ട് മാത്രം ഒരാൾ രാജാവാകുന്നില്ല. സ്വന്തം രാജ്യത്ത് അംഗീകരിക്കപ്പെടുന്നു എന്ന് മാത്രം. യുദ്ധം ജയിക്കുമ്പോൾ മാത്രമാണ് മറ്റു രാജ്യക്കാർക്ക് അയാൾ രാജാവാകുന്നത്. തന്റെ അപ്രമാദിത്വം ഉറപ്പിക്കുന്നത്."

മധുരധാരിണി പറഞ്ഞു.

യുദ്ധം കൊണ്ടുണ്ടാവുന്ന ഭീകരതയേക്കാൾ അമ്മക്ക് താല്പര്യം അത് നാട്ടുകാരിലും അന്യരാജ്യക്കാരിലും ജനിപ്പിക്കുന്ന ബഹുമാനമാണ് എന്ന് അത്ഭുതത്തോടെ ഓർത്തു കൊണ്ട് വണങ്ങി, മടങ്ങാനൊരുങ്ങി മംഗള സിംഹൻ.

"വിജയിച്ചു വരൂ മംഗൾ." വാത്സല്യത്തോടെ അവർ പറഞ്ഞപ്പോൾ ഒന്ന് തല കുനിച്ചു വണങ്ങി അയാൾ തിരിഞ്ഞു നടന്നു

21

യുദ്ധാനർത്ഥം

മരണത്തിനു പ്രതികാരവും ചതിക്ക് ശിക്ഷയും ആയി
നീ അവരെ വാളിൻ തലപ്പിൽ വെട്ടുക.
ശത്രു ആയിരുന്നവൻ നിന്നെ മിത്രമാക്കിയാൽ
അവനെകൊണ്ടുതന്നെ നീ കൊല്ലിക്ക.
എൻ പ്രിയ മകനെ! നിന്നെ ഒറ്റിയവനെ നീ ആദ്യം തന്നെ കൊല്ലിക്ക.
അവനെ നീ പിരടികളിൽ വെട്ടിയെക്ക.
മകനേ, പാപികൾ നിന്നെ വശീകരിച്ചാൽ വഴിപ്പെട്ടുപോകരുതു.
ഞങ്ങളോടുകൂടെ വരിക, നാം രക്തത്തിന്നായി പതിയിരിക്ക;
നിർദ്ദോഷിയെ കാരണം കൂടാതെ പിടിപ്പാൻ ഒളിച്ചിരിക്ക.
പാതാളംപോലെ അവരെ ജീവനോടെയും
കുഴിയിൽ ഇറങ്ങുന്നവരെപ്പോലെ അവരെ സർവ്വാംഗമായും വിഴുങ്ങിക്കളക.
നമുക്കു വലിയേറിയ സമ്പത്തൊക്കെയും കിട്ടും;
നമ്മുടെ വീടുകളെ കൊള്ളകൊണ്ടു നിറെക്കാം.
അവരുടെ സ്ത്രീജനങ്ങളെയും പൊന്നുപ്പണ്ടങ്ങളെയും നമുക്കെടുപ്പാം.
നിനക്കു ഞങ്ങളോടുകൂടെ സമാംശം കിട്ടും;
നമുക്കു എല്ലാവർക്കും സഞ്ചി ഒന്നായിരിക്കും;
എന്നിങ്ങനെ അവർ പറഞ്ഞാൽ;
മകനേ, നീ അവരുടെ വഴിക്കു പോകരുതു;
നിന്റെ കാൽ അവരുടെ പാതയിൽ വെക്കയുമരുതു.
അവരുടെ കാൽ ദോഷം ചെയ്‌വാൻ ഓടുന്നു;
രക്തം ചൊരിയിപ്പാൻ അവർ ബദ്ധപ്പെടുന്നു.

(കൗർവകിയുടെ ഗീതങ്ങൾ: 21:9)

പാണ്ഡുകൻ മഗധയുടെ സർവ്വസൈന്യാധിപനായിരുന്ന ധൃതഗജനെ നോക്കി. മദം പൊട്ടാനൊരുങ്ങി നിൽക്കുന്ന ആനയെപ്പോലെ തോന്നിച്ച അയാളെ കണ്ടപ്പോൾ. നേരത്തെ തന്നെ ധൃതഗജനെ കുടുംബ ത്തോടൊപ്പം സ്വീകരിക്കാൻ കാത്തു നിന്നിരുന്നു... അയാൾ വന്നപ്പോൾ ആദ്യം മുഖം കൊടുക്കാൻ തോന്നിയില്ല. തന്റെ മകനായ ഉദ്ഘോഷന്റെ മുഖം ഓർമയിൽ എത്തിയിരുന്നു. ഒരിക്കൽ പ്രധാന ശത്രു ആയിരുന്നയാൾ മിത്രമാകേണ്ടി വരുന്ന യാഥാർഥ്യം തനിക്കത്ര എളുപ്പം സാധിക്കില്ലെന്ന് അയാൾ വീണ്ടും മനസിലാക്കി. മദമുഖൻ കല്ലിച്ച മുഖവുമായി അയാൾക്ക് കൈ കൊടുക്കുന്നത് കണ്ടു. പക്ഷേ,അനുജനെ പോലെ അത്ഭുതപെടുത്തിയത് വീണ്ടും ധൃതഗജനാണ്. ഒന്നും സംഭവിക്കാത്തതു പോലെ അയാൾ തന്നെ വണങ്ങി. ശേഷം കൈ പിടിച്ച് പറഞ്ഞു...

"പൊറുക്കണം. രാജ നീതിയെ ഞാൻ ചെയ്തിട്ടുള്ളൂ. എന്നും യോദ്ധാവിന്റെ വിധി അതാണ്."

സത്യമാണ് സംസാരവും ബഹുമാനവും എന്ന് തോന്നി. പടയാളികളെ പരിശീലിപ്പിക്കുന്നത് കണ്ടപ്പോൾ മതിപ്പ വർദ്ധിച്ചു. വെറുതെയല്ല മഗധ മഹാ രാജ്യമായത്. മഹാപദ്മന്റെ പിന്നിൽ ഈ മഹത്തായ കരങ്ങൾ ഉണ്ടായിരുന്നു.

"ഈ യുദ്ധം കൊണ്ട് തന്നെ മഗധ പിടിക്കാനുള്ള ആഗ്രഹം നടപ്പിലാകില്ല."

പരിശീലനത്തിനിടയിൽ കിട്ടിയ ഇടവേളയിൽ രണചൂഡനോട് ധൃതഗജൻ തീർത്തു പറഞ്ഞു. ആദ്യം അയാൾ ഒന്നമ്പരന്നു. ജയ സാധ്യതയില്ലാത്ത യുദ്ധം ചെയ്യുക ആത്മഹത്യാപരമാണ്. അതിലും ഭേദം കൃത്യ സമയം നോക്കി കാത്തിരിക്കുക എന്നതാണ്.

"ഈ യുദ്ധം കടന്നാക്രമണമാണ്. സുഖമായി വാഴാൻ അനുവദിക്കില്ല എന്ന മുന്നറിയിപ്പ്. പക്ഷേ ഈ യുദ്ധം കഴിയുന്ന വേളയിൽ അവർ ഒന്ന് വിശ്രമിക്കും. ജാഗ്രത കുറയും... പക്ഷേ അടിത്തട്ടിൽ സുരക്ഷേയേക്കാൾ ഭയം ജനിക്കും. ആ ഭയത്തിൽ ജീവിക്കേ നാം തിരിച്ചടിക്കും. സമയവും സാവകാശവും

നോക്കി."

സൈന്യാധിപന്റെ ന്യായം പാണ്ഡുകനും മദമുഖനും ഇഷ്ടപെട്ടു.

നിലവിലെ പടത്തലവനെ മാറ്റി ധൂതഗജനെ ആ സ്ഥാനത്തേക്ക് കൊണ്ട് വന്നതിൽ എതിർപ്പുണ്ടായിട്ടും, ആ തീരുമാനം തെറ്റല്ലായിരുന്നു എന്ന് രണചൂഢന് തോന്നി. പടയിൽ മാത്രമല്ല തന്ത്രങ്ങളിലും ധൂതഗജൻ ബുദ്ധിശാലി തന്നെ. അയാൾ തൃപ്തിയോടെ കുതിരയെ ഓടിച്ച്, പരിശീലന കേന്ദ്രത്തിൽ നിന്നും കൊട്ടാരത്തിലേക്ക് പോയി.

രാത്രിയിൽ മിന്നലാക്രമണം നടത്തി ഗ്രാമം പിടിച്ചടക്കാമെന്നത് ധൂതഗജൻ അവസാനമെടുത്ത തീരുമാനമായിരുന്നു. പട നയിച്ച് കഴിഞ്ഞപ്പോൾ മാത്രമാണ് പടയാളികൾ പോലും ആ കാര്യം അറിഞ്ഞത്. അതിർത്തി കാവലിന്റെ ബലവും ബലഹീനതകളും ഒക്കെ നന്നായി അറിയാവുന്ന സർവ്വ സൈന്യാധിപന് കാര്യങ്ങൾ വരുതിയിലാക്കാൻ നിമിഷങ്ങൾ മാത്രമേ വേണ്ടി വന്നുള്ളു.

രാത്രിയുടെ മൂന്നാം യാമത്തിൽ മഗധയുടെ അതിർത്തി കാവൽക്കാർ ഉറങ്ങിക്കിടക്കെ അവർ ആക്രമിച്ച കയറി. ആദ്യം വീണ തീകുണ്ഡം എരിഞ്ഞടങ്ങുന്നതിന് മുൻപ് രണചൂഢന്റെ പടയാളികൾ അതിർത്തി ഭേദിച്ച കഴിഞ്ഞിരുന്നു. ഉറക്കമുണർന്നു വന്ന മഗധയുടെ പടയാളികൾ എതിർ ഭാഗത്ത് തങ്ങളുടെ മുൻ സൈന്യാധിപനെ കണ്ട് അമ്പരന്നു. ആരുടെ കൂടെ നിൽക്കണം എന്നാലോചിക്കുന്നതിനിടയിൽ അവരുടെ തലകൾ വീണു.

തിരിച്ചറിഞ്ഞ് ആക്രമിക്കാൻ തയാറെടുത്തപ്പോൾ മല വെള്ളം പോലെ മദമുഖന്റെ യോദ്ധാക്കളും രണചൂഢന്റെ പടയും കടന്നു കയറി കഴിഞ്ഞിരുന്നു.

* * *

വാളുയർത്തി പിടിച്ച്, പട നയിച്ച് കൊണ്ട് മംഗളസിംഹൻ പായുന്നത് സബോധൻ കണ്ടു. അതൊഴിവാക്കാമായിരുന്നു എന്ന് അയാൾക്കു തോന്നി. ആദ്യ യുദ്ധമാണ്. പരിചയമില്ലാത്ത ഭൂമിക. പടനിലമറിയാത്ത രാജാവ്. പരിശീലന പയറ്റു പോലെയല്ല, പടയാളികളുടെ ഭൂമി. പടക്കളം, അതൊരു പോർക്കളമാണ്. അവിടെ വെട്ടി കയറാൻ കുറച്ചു കൂടി കഴിയണമായിരുന്നു. പ്രത്യേകിച്ചും എതിരിൽ ധൂതഗജനെ പോലെ, മഗധയുടെ മർമ്മമറിയാവുന്ന ഒരാൾ ശത്രുക്കളുടെ കൂടെ ഉള്ളപ്പോൾ. കൂടാതെ കവർച്ചക്കാരൻ രണചൂഢന്റെ കുടില തന്ത്രങ്ങളും, രാജ്യവും പടയും ഇല്ലാഞ്ഞിട്ടും പ്രതികാരത്തിൽ ഒന്നാം ഘട്ടത്തിൽ വിജയിച്ച ഉദ്ഘോഷന്റെ കുടുംബവും. സൂക്ഷിക്കണം. ചതിയന്മാരുടെ വിള നിലമാണ് ഈ യുദ്ധ ഭൂമി.

അയാൾ കുതിരയെ മംഗളനരികിലേക്ക് പായിച്ചു. വിലക്കണം. മുൻനിരയിൽ നിന്ന് സുരക്ഷിത ഇടത്തേക്ക് മാറ്റണം. ആർത്തു വിളിച്ചലറി വരുന്ന ധൂതഗജനെ മിന്നായം പോലെ സബോധൻ ദൂരെ നിന്നു കണ്ടു. ഈ നേരത്ത് താൻ പറഞ്ഞാൽ മംഗൾ കേൾക്കണമെന്നില്ല. അയാൾ കുതിരയെ പെട്ടെന്നു വെട്ടി തിരിച്ച് ബാണാസുരനരികിലേക്ക് വിട്ടു.

ധൂതഗജൻ, മദമുഖന്റെ വലതു വശത്തു കൂടി മുന്നേറി കൊണ്ടിരുന്നു. മദമുഖൻ അയാൾക്കായി വഴി എളുപ്പമാക്കുകയായിരുന്നു. തങ്ങളിൽ ആരെ

കാണുന്നതിലും കൂടുതൽ, ഒരു പക്ഷേ കവർച്ചക്കാരന്റെ സകല രൂപ ഭാവങ്ങളും, പണ്ടെങ്ങോ വെട്ടു കൊണ്ട് മുറിഞ്ഞ നെറ്റിയിലെ പാടും, തടിച്ചുരുണ്ട ശരീരവും ഉള്ള രണചൂഡൻ സൃഷ്ടിക്കുന്നതിലും ഭീതി, മഗധയുടെ പടയാളികൾക്ക് ധൂതഗജൻന്റെ കാഴ്ച സൃഷ്ടിക്കുമെന്ന് മദമുഖന് അറിയാമായിരുന്നു.

മുൻ സൈന്യാധിപനെ ഓരോ വശത്തു നിന്നും എതിർത്ത് കടന്ന് വന്നവരുടെ മുഖത്ത് നടുക്കം വിട്ടു മാറാത്ത ഭയത്തിന്റെ ഒളിമിന്നൽ മദമുഖൻ കണ്ടു. എങ്കിലും മുൻ സൈന്യാധിപനെ, തങ്ങളുടെ പുതിയ ശത്രുവിനെ, വെട്ടി വീഴ്ത്തി പവിഴവും വീര പതക്കവും മംഗളസിംഹനിൽ നിന്നു വാങ്ങാൻ കൊതിച്ചു കൊണ്ട് പടയാളികളിലെ പ്രമുഖർ ധൂതഗജനെ ലക്ഷ്യം വെച്ച് നീങ്ങിയപ്പോൾ മദമുഖൻ അവരെ ഒക്കെ വെട്ടി ഒതുക്കി കൊടുത്തു കൊണ്ടിരുന്നു. പടയാളികളുടെ അടിത്തട്ടിൽ ധൂതഗജനോടുള്ള ഭയം ആനുകൂല്യമാവുന്നത് മദമുഖൻ തിരിച്ചറിഞ്ഞു.

പടയാളികൾ മുൻ സൈന്യാധിപനെ കണ്ട് പകച്ചത് നിമിഷത്തിനുളിൽ ബാണാസുരൻ അറിഞ്ഞു. സ്വാഭാവികമാണ്. ധൂതഗജന്റെ ആയോധന പാടവത്തിൽ ഉത്തമ ബോധ്യമുള്ളവരാണ് പടയാളികൾ. പക്ഷേ അതപകടമാണ്. അവരുടെ മനസ്സ് മാറ്റണം. ബാണാസുരൻ ആക്രോശങ്ങൾക്കിടയിലൂടെ, അലറലുകൾക്കിടയിലൂടെ കുതിച്ചു പാഞ്ഞു. അയാളെ കണ്ട് പടയാളികൾ വഴി മാറി...

“മഗധാധിപൻ ആര്...” അയാൾ അലറി ചോദിച്ചു.

“മംഗളസിംഹൻ...” അലകടൽ പോലെ പടയാളികൾ വിളിച്ചു പറഞ്ഞു.

“മംഗളസിംഹനിഷ്ടമില്ലാത്തതെന്ത്?” അയാൾ കൂടുതൽ ഉച്ചത്തിൽ അലറി.

ഉത്തരമില്ലാതെ, ഉത്തരം അറിയാതെ പടയാളികൾ കുഴങ്ങി നിന്നു.

കടൽ പോലെ, തലക്ക് മീതെ ഉയരുന്ന തിര പോലെ വരുന്ന ധൂതഗജനെ ദൂരെ നിന്നു കണ്ടു കൊണ്ട് യുദ്ധക്കളമാകെ കേൾക്കത്തക്ക രീതിയിൽ അയാൾ വിളിച്ചു പറഞ്ഞു.

“... വഞ്ചകരെ...”

“...രാജ്യ ദ്രോഹികളെ...”

“...കള്ളന്മാരെ...”

ഉദ്ദേശം കൃത്യമായി കൊള്ളുന്നത് ബാണാസുരൻ കണ്ടു...പടയാളികൾ ആർത്തു വിളിച്ചലറി.

“വഞ്ചകരെ കൊന്നു വിടുക...”

“രാജ്യദ്രോഹികളെ തകർക്കുക...”

“കൊള്ളക്കാരെ നാടുകടത്തുക...”

ഏറ്റു വിളിക്കപ്പെട്ട വിജയ വാക്യങ്ങൾ ആവർത്തിച്ചലറി കൊണ്ട് ബാണാസുരൻ പടയുടെ മുന്നിലേക്ക് കടന്നു ചെന്ന്, ആവേശം പകർന്നു കൊണ്ട്, ശത്രു സൈന്യത്തെ വെട്ടി വീഴ്ത്തിയതും പുതിയ ആരവത്തോടെ, ആർജവത്തോടെ പട പാഞ്ഞു പോയി...

പടയാളികൾ കൂടുതൽ കരുത്തോടെ വെട്ടി കയറി പോകുന്നത് കണ്ട്

കുതിരയെ വഴി തിരിച്ച് ബാണാസുരൻ മംഗളസിംഹനരികിലേക്ക് നീങ്ങി. ഒരുവനെ കുന്തം കൊണ്ടെറിഞ്ഞു വീഴ്ത്തി സബോധൻ ബാണാസുരനരികിലേക്ക് കുതിച്ചു. ബാണാസുരൻ തനിക്കെതിരെ വന്ന ഒരു എതിരാളിയെ വാൾ കൊണ്ട് പുറത്തു വെട്ടി. പരിച കൊണ്ട് തടുത്തു വെട്ടി തിരിഞ്ഞ അവന്റെ നെഞ്ചിലേക്ക് വാൾ കുത്തിയിറക്കവേ സബോധൻ വിളിച്ചു പറഞ്ഞു.

"സൈന്യാധിപൻ..."

വാൾ വലിച്ചൂരി ബാണാസുരൻ നോക്കി.

"രാജാവിനെ സുരക്ഷിതനാക്കണം."

ബാണാസുരൻ തിരിഞ്ഞു നോക്കി. മലക്കം മറിഞ്ഞും കടിഞ്ഞാണിൽ തൂങ്ങി കിടന്നും പടയാളികളെ വെട്ടി തകർത്തു മംഗളസിംഹനരികിലേക്ക് വന്നെത്തുകയാണ് ധൃതഗജൻ. കൂട്ടിനു മറ്റൊരു മല്ലനും കൂടിയുണ്ട്. ബാണാസുരൻ കുതിച്ചു. പിന്നാലെ സബോധനും.

മംഗളസിംഹൻ വെട്ടി വെട്ടി കയറുകയായിരുന്നു. ഓരോ തല അരിയുമ്പോഴും, ഓരോ പടയാളി കേഴുമ്പോഴും അയാൾ തന്റെ കർമ്മ പദം ആലോചിച്ചു. ചോരയുടെ രൂക്ഷ ഗന്ധവും തെറിച്ചു വീണ ചിതറുന്ന ചുവപ്പു നിറവും കണ്ട് അയാൾക്ക് തല ചുറ്റി.

ചുറ്റും ബാണാസുരന്റെ നിർദ്ദേശ പ്രകാരം മംഗളസിംഹന്റെ സഹോദരന്മാർ തീർത്ത വലയമുണ്ടായിട്ടും, അയാൾ തളർന്നു തുടങ്ങിയിരുന്നു. ശരീരം കൊണ്ടല്ല. മനസ് കൊണ്ട്...

വീഴുന്ന ഓരോ പടയാളിയും അയാൾക്ക് മുന്നിൽ ഒരു കുടുംബത്തിന്റെ രോദനം നിറച്ച ചിത്രം സൃഷ്ടിച്ചു.

പത്മ രൂപം... ബാണാസുരൻ അലറി പറഞ്ഞു. പട പിന്നോക്കം വലിഞ്ഞു വിരിഞ്ഞു. നിമിഷം കൊണ്ട് താമര രൂപത്തിൽ വിരിഞ്ഞു വിന്യസിക്കപ്പെട്ട മഗധയുടെ പടയാളികളുടെ നീക്കത്തിൽ രണചൂഡന്റെ പടയാളികൾ പെട്ടു പോയി. വ്യൂഹത്തിന് ചുറ്റും നിന്ന് ഒരു പറ്റം പടയാളികൾ വ്യൂഹം ഭേദിക്കാൻ അനുവദിക്കാതെ ആക്രമിക്കുകയും വെട്ടി കയറുകയും ചെയ്തു...പടയാളികൾ പത്മ വ്യൂഹത്തിൽ പെട്ടത് ധൃതഗജൻ കണ്ടു. വ്യൂഹം ഭേദിച്ചകത്തു കടക്കുക പ്രയാസമാണെന്നും അയാൾ തിരിച്ചറിഞ്ഞു. എങ്കിലും ഒരു പഴുതിനായി വാൾ വീശി മുന്നിൽ വന്നവരെ വെറി പിടിച്ചവനെ പോലെ അയാൾ കൊന്നു തള്ളികൊണ്ടിരുന്നു.

ബാണാസുരൻ മംഗളസിംഹനരികിലെത്തി.

"അങ്ങ് പിൻവാങ്ങിക്കൊള്ളൂ. താൽകാലികമായി..."

സംശയത്തോടെ മംഗളസിംഹൻ നോക്കി.

"ഉറപ്പ്. വ്യൂഹം അവർ ഭേദിക്കില്ല."

മംഗളസിംഹൻ നോക്കി. വ്യൂഹം ശക്തമാണ്. മാത്രമല്ല, രണചൂഡന്റെ പടയാളികളിലെ വീര്യം കുറഞ്ഞിട്ടുണ്ട്. ആൾ ബലവും. അനേകം പേർ വീണു കിടക്കുന്നു. ആവേശം അവരെ അനാവശ്യ മരണത്തിലെത്തിച്ചിരിക്കുന്നു എന്ന ചിന്തയോടെ അയാൾ കുതിരയെ നയിച്ചു...

പത്മ വ്യൂഹത്തിനുള്ളിലൂടെ മംഗളസിംഹൻ കുതിരയുമായി കടന്നു പോയി...

മംഗളസിംഹൻ വ്യൂഹത്തിന് പുറത്തേക്ക് കടന്നതും ബാണാസുരൻ അലറി.

"കൊന്നു തള്ളു ആ വഞ്ചകരെ..."

മദമുഖൻ വെട്ടി കയറി വരികയായിരുന്നു. അപ്പോഴാണ് തന്റെ തൊട്ടു മുന്നിലെന്ന വണ്ണം പടയാളികൾ പിൻവലിയുന്നതും പത്മ രൂപമെടുത്തു ചുറ്റുന്നതും തനിക്കു മുന്നിലുള്ള തന്റെ സൈന്യം മുഴുവനായി അതിനുള്ളിൽ കിടന്നു വെട്ടു കൊള്ളുന്നതും, മരിക്കുന്നതും അയാൾ കണ്ടത്... ഒരു നിമിഷം മദമുഖൻ പകച്ചു നിന്നു. കളം കൈ വിട്ടു പോവുകയാണെന്ന് അയാൾക്ക് തോന്നി. ധൃതഗജൻ അവസരം കാത്ത് വ്യൂഹം ഭേദിക്കാൻ ശ്രമിക്കുന്നത് അയാൾ കണ്ടു.

വ്യൂഹത്തിൽ പെട്ട പടയാളികളെ കൊല്ലാൻ വിട്ടു കൊടുത്തു കൊണ്ട് രണചൂഢന്റെ പടയിലെ പ്രമുഖർ പിന്നോട്ട് മാറുന്നത് സബോധൻ കണ്ടു. അയാൾ പടനിലത്തു കൂടെ പിന്തിരിഞ്ഞു പാഞ്ഞു പോയി.

മംഗളസിംഹൻ യുദ്ധ ഭൂമി കാണുകയായിരുന്നു. കരളുലയ്ക്കുന്ന കാഴ്ചകൾ. ആർത്ത നാദങ്ങളും ആക്രോശങ്ങളും അയാളുടെ കർണപുടങ്ങളെ തകർത്തിരുന്നു. വീഴുന്ന ഓരോ പടയാളിയും താൻ തന്നെയാണെന്ന് അയാൾക്ക് തോന്നി.

സബോധൻ അയാൾക്കരികിലേക്ക് എത്തി.

"പടയാളികളെ കൊല്ലാൻ വിട്ടു പ്രധാനികൾ പിൻവാങ്ങി തുടങ്ങി. ധൃതഗജൻ മാത്രം വിട്ടു കൊടുക്കുന്നില്ല." സബോധൻ പറഞ്ഞു

"ഞാനൂഹിച്ചു." ദുഃഖം കലർന്ന ശബ്ദത്തോടെ മംഗളസിംഹൻ പറഞ്ഞു.

ഒരു പടയാളിയെ ഒന്ന് രണ്ടു പേർ ചേർന്ന് കുന്തത്തിൽ പൊക്കി നിർത്തുന്നത് അവർ കണ്ടു...

ആ കാഴ്ച കണ്ട് മനസ് മരവിച്ചെന്ന പോലെ മംഗളസിംഹൻ പറഞ്ഞു.

"ഈ മരണക്കളി വേണ്ടിയിരുന്നില്ല സബോധൻ."

"നമ്മളായിട്ട് സൃഷ്ടിച്ചതല്ലല്ലോ."

"ശരിയാണ്. അപ്രതീക്ഷിതമാണ്. അനാവശ്യമായതും."

"പക്ഷേ അവർക്കിത് അനിവാര്യമാണ്. ആവശ്യമാണ്."

ഇതൊന്ന് അവസാനിച്ചിരുന്നെങ്കിൽ. മംഗളസിംഹൻ ദുഖത്തോടെ ആലോചിച്ചു.

പത്മ വ്യൂഹത്തിൽ പെട്ട ഒട്ടു മിക്ക പേരും കൊല്ലപ്പെട്ടു കഴിഞ്ഞെന്നു ബാണാസുരൻ മനസിലാക്കി. ഇനി പിൻ വാങ്ങാൻ അനുവദിക്കേണ്ട സമയമാണ്, ഭീതി നില നിൽക്കേ വ്യൂഹം മാറുമ്പോൾ അതിലൂടെ രക്ഷപ്പെട്ടോടുന്നവരുടെ പിറകെ ഓടുക. ഓടിക്കുക. അവരുടെ തിരിച്ചു വരവ് കണ്ട്, നിന്നു പോരാടുന്ന ശത്രു സൈന്യത്തിലെ മറ്റുളവരും പ്രാണ ഭയത്താൽ ഓടിക്കൊള്ളും...

"പിരിഞ്ഞ് മുന്നേറുക." വിളിച്ചു പറഞ്ഞു ബാണാസുരൻ. നിമിഷങ്ങൾ കൊണ്ട്... പത്മ രൂപം വേർപിരിഞ്ഞു. അമ്പെയ്ത്തുകാർ, കുന്തപ്പടയാളികൾ, കുതിരപ്പടയാളികൾ വേറെ വേറെ ആക്രമണ സ്ഥാനങ്ങളിലേക്ക് അതിവേഗം നീങ്ങി.

രണചൂഡന്റെ പട, വേർപിരിഞ്ഞ വ്യൂഹത്തിന്റെ പഴുതിലൂടെ വെട്ടു കൊണ്ട് ചാവാതിരിക്കാൻ പിന്തിരിഞ്ഞോടി...

പടയാളികൾ ജീവൻ രക്ഷിക്കാൻ ഓടി വരുന്നത് മദമുഖൻ കണ്ടു. അവർക്കു പിറകെ ജയം തിരിച്ചറിഞ്ഞ് തലക്ക് പിടിച്ച ലഹരിയുമായി മംഗളസിംഹന്റെ സൈന്യവും...അയാൾ ധൂതഗജൻ നിൽക്കുന്ന ഭാഗത്തേക്ക് നോക്കി. പൊളിഞ്ഞ പത്മ വ്യൂഹത്തിനുള്ളിലൂടെ, ഓടി വരുന്ന സ്വന്തം പടയാളികൾക്കിടയിലൂടെ ശത്രു സൈന്യത്തെ തിരഞ്ഞു പിടിച്ച് ധൂതഗജൻ വെട്ടി വെട്ടി കയറുന്നത് അയാൾ കണ്ടു. പിന്നിലാരും കൂട്ടില്ലാതെ അയാൾ തന്റെ പഴയ പാളയത്തിനുള്ളിൽ വെട്ടി മരിക്കുമെന്നു മദമുഖന് തോന്നി. മദമുഖൻ അങ്ങോട്ടേക്ക് കുതിരയെ തിരിച്ചു. അലറി വിളിച്ചോടി വരുന്ന തങ്ങളുടെ പടയാളികളെയും അവരെ തുരത്താൻ ശ്രമിച്ച് പിന്നാലെ വരുന്ന മംഗളസിംഹന്റെ സൈന്യത്തെയും അയാൾ കണ്ടു. സൈന്യത്തെ കണ്ട് മദമുഖന്റെ കുതിര വിളറി പൂണ്ടു ചിനച്ചു. അത് മുൻകാലുയർത്തി പിന്നോട്ട് മാറിയപ്പോൾ മദമുഖൻ കുതിരയെ അടക്കി മുന്നോട്ടു കുതിപ്പിച്ചു. പരിഭ്രാന്തരായ പടയാളികൾക്കിടയിലൂടെ അയാൾ കുതിരയെ ഓടിച്ചപ്പോൾ ഒരു പടയാളി കുതിരയിൽത്തട്ടി താഴേക്ക് മറിഞ്ഞ് വീണ് കുതിരയുടെ കാലിനടിയിൽ പെട്ട് നിലവിളിച്ചു. അവനെ ചവിട്ടി തെറിപ്പിച്ച് മദമുഖൻ ധൂതഗജനരികിലേക്ക് കുതിച്ചെത്തി വിളിച്ചു പറഞ്ഞു.

“സൈന്യാധിപൻ പിന്മാറാം...”

അത് കേൾക്കാത്ത ഭാവത്തിൽ മല വെള്ളത്തിനെതിരെ നീന്തി കയറുന്ന ഒരു കാട്ടു മൃഗത്തെപ്പോലെ അയാൾ കുതിക്കുന്നത് കണ്ട് മദമുഖൻ അടുത്തെത്തി പറഞ്ഞു

“... നിന്നാൽ ഞാനും നിങ്ങളും, അവശേഷിക്കുന്ന പടയാളികളെയും നഷ്ടപ്പെടും...മടങ്ങൂ...”

പറയുന്നതിനിടയിൽ നോട്ടം പാളിയ നിമിഷത്തിൽ ധൂതഗജനരികിലേക്ക് കുതിച്ചെത്തി വെട്ടാൻ ശ്രമിച്ച പടയാളിയെ തന്റെ കയ്യിലെ ചെറു കത്തി കൊണ്ട് മദമുഖൻ എറിഞ്ഞു വീഴ്ത്തി.

അത് കണ്ട് അയാളെ നോക്കി കൂടുതൽ കരുത്തോടെ മുന്നോട്ടു കുതിക്കാൻ ധൂതഗജൻ ശ്രമിച്ചു.

“കൂടുതൽ കരുത്തോടെ നമുക്ക് തിരിച്ചു വരാം...ദയവു ചെയ്തു പിന്മാറൂ സൈന്യാധിപൻ...”

മദമുഖൻ ഉറക്കെ പറഞ്ഞു.

ധൂതഗജന്റെ മനസ്സ് ഇളകിയില്ല. മംഗളസിംഹൻ വിജയമുറപ്പിച്ച് പിൻവാങ്ങിയെന്ന് അയാൾ മനസിലാക്കിയിരുന്നു. എങ്കിലും ഓരോ പടയാളിയും മംഗളസിംഹന്റെ നെഞ്ചിലെ ചോരയാണെന്ന് അയാൾക്കറിയാമായിരുന്നു. അതു കൊണ്ടാണ് വെട്ടി കയറുന്നത്, എത്താനാവില്ല എന്നുറപ്പിക്കുമ്പോഴും പിന്മാറാനാവാത്തത്.

ഒരുവൻ കുതിര മേൽ പാഞ്ഞ് വന്നതും ധൂതഗജൻ കുതിരയിൽ നിന്ന് കുതിച്ചിറങ്ങി അവന്റെ കുതിരയെ കഴുത്തിന് വെട്ടി വീഴ്ത്തി. നിലത്തു വീണ പടയാളിയെ വലിച്ചിഴച്ചു അയാൾ ദയാരഹിതമായി വെട്ടി മുറിച്ചു. യുദ്ധം കൈ

വിട്ടു പോകുന്നത്, ആ ഭൂമി വിട്ടു മടങ്ങുന്നത് അയാൾക്ക് തോൽവിയേക്കാൾ വേദനയായിരുന്നു. അതിന്റെ എല്ലാ കോപവും ആ പടയാളിയോട് കാട്ടി ധൃതഗജൻ അലറി...

മദമുഖൻ അയാളെ പിന്നിൽ നിന്നു പിടിച്ചു വലിച്ചു കൊണ്ട് വന്ന് കുതിര മേൽ തള്ളി കയറ്റി...

തുറന്നു വിട്ട ജലം പോലെ മഗധയുടെ സൈന്യം വരുന്നത് കണ്ട്, മദമുഖൻ കുതിരയെ തിരിച്ചു വിട്ടു. പിന്നാലെ മടിയോടെയെങ്കിലും ധൃതഗജനും.

വിജയ സൂചകമായി മഗധയുടെ കൊടി ഉയരുന്നത് രണചൂഢൻ കുതിരപ്പുറത്തിരുന്നു കണ്ടു. അയാൾ അംഗരക്ഷകരോടൊപ്പം പതിയെ കൊട്ടാരത്തിലേക്ക് നീങ്ങി. ധൃതഗജൻ വിട്ടു കൊടുക്കാതെ പടക്കളത്തിൽ പോരാടുന്നതും മദമുഖൻ മുന്നേറുന്നതും അയാൾ അറിഞ്ഞിരുന്നു.

തോൽവിയാണെങ്കിലും മഗധയുടെ കോട്ടയിൽ ഭയത്തിന്റെ ചലനമുണ്ടാക്കിയെന്ന് ആശ്വസിച്ചു കൊണ്ട് അയാൾ കുതിരയെ ഓടിച്ചു.

കൊടി ഉയരുന്നത് കണ്ട് സബോധൻ മംഗളസിംഹനെ നോക്കി. യുദ്ധം അവസാനിച്ചിരിക്കുന്നു. ആശ്വാസത്തോടെ മംഗളസിംഹൻ ചിരിച്ചു. അയാൾ കൂട്ടത്തേക്ക് വന്ന് ബാണാസുരൻ വിളിച്ചു പറഞ്ഞു.

“മംഗളസിംഹൻ വിജയിക്കട്ടെ...”

പടയാളികൾ അതേറ്റു പറഞ്ഞു.

“മംഗളസിംഹൻ വിജയിക്കട്ടെ.”

“മഗധ വിജയിക്കട്ടെ.”

അവരുടെ സ്വരത്തിലെ ആവേശം കേട്ട് ആ വിജയം സ്വന്തം വിജയം പോലെയാണ് അവർക്കെന്ന് അയാൾക്കു തോന്നി.

ആ വിജയ ഘോഷത്തിനിടയിൽ സബോധനെ നോക്കി മംഗളസിംഹൻ പറഞ്ഞു.

“മരണപ്പെട്ട പടയാളികളുടെ ഭാര്യ, മക്കൾ, ആശ്രയമില്ലാത്ത ബന്ധുക്കൾ, അവരുടെ ജീവിതം ഇന്ന് മുതൽ കൊട്ടാരത്തിന്റെ ചിലവിലായിരിക്കണം. അന്തപ്പുരത്തിലെ നാരികൾക്കു തുല്യമായി പാർപ്പിച്ച് അവരെ മാനിക്കണം.”

സബോധന് മംഗളന്റെ മനസിലെ ദുഃഖം മനസിലായി.

“അങ്ങയുടെ ഇഷ്ടം പോലെ.” സബോധൻ പതിയെ പറഞ്ഞു.

പടയാളികൾ ആവേശത്തോടെ ബാണാസുരന് പിന്നിൽ വിജയമാഘോഷി ക്കാൻ കൂടി നിൽക്കുന്നത് മംഗളസിംഹൻ കണ്ടു. അവർ തന്റെ അംഗീകാരം, ആവേശം, ആരവം, വിജയ പ്രതീകം പ്രതീക്ഷിക്കുകയാണെന്ന് അയാൾക്ക് മനസിലായി.

മംഗളസിംഹൻ തന്റെ വാൾ ഉറയിൽ നിന്നൂരി അന്തരീക്ഷത്തിലേക്കുയർത്തി പറഞ്ഞു.

“മഗധ വിജയിക്കട്ടെ...” ആരവത്തോടെ പടയാളികളും അതേറ്റു പറഞ്ഞു.

“മഗധ വിജയിക്കട്ടെ.”

“മംഗളസിംഹൻ വിജയിക്കട്ടെ.”

ആ ആരവം ഒരു കടൽ പോലെ അന്തരീക്ഷത്തെ പ്രകമ്പനം കൊള്ളിച്ചു.

* * *

ആകാശം നിർമ്മലവും പ്രകാശമേറിയതുമായി കാണപ്പെട്ടു. നീലാകാശത്തിലൂടെ പ്രശാന്ത മേഘങ്ങൾ പതിയെ നീങ്ങി. തെരുവുകൾ ജനനിബിഢമായിരുന്നു. എങ്ങും ആഘോഷം. മഗധയുടെ ചരിത്രത്തിലാദ്യമായി അനാഥ കുടുംബങ്ങളുടെ എണ്ണം ഏറ്റവും കുറഞ്ഞ യുദ്ധമായിരുന്നു കടന്നു പോയത്.

ജനം വഴിയോരങ്ങളിൽ പൂക്കളും വാദ്യങ്ങളുമായി തടിച്ചു കൂടി നിന്നു.

എല്ലാ വീടുകളിലും മഗധയുടെ കൊടി പാറിപ്പറന്നു കൊണ്ടിരുന്നു.

കുഴലൂത്തുയർന്നു. കൂടെ തുകൽ വാദ്യത്തിന്റെ മുഴക്കങ്ങളും. ജനം ആരവത്തോടെ വിളിച്ചു.

"മംഗളസിംഹൻ എന്നും വാഴട്ടെ."

"മഗധ വിജയിക്കട്ടെ."

നൃത്തവും പാട്ടുമായി തെരുവുകൾ ആറാടി നിൽക്കെ, ആദ്യം കാലാളും, ശേഷം കുതിരപ്പടയാളികളും കടന്നു വന്നു. അതിന് പിന്നിൽ അംഗരക്ഷകരുടെ മഹാ വലയത്തിനുള്ളിൽ അശ്വാരൂഢനായി മംഗളസിംഹനും. പ്രധാന വീഥിയിൽ ജനം തിങ്ങി നിറഞ്ഞതിനാൽ ചിലർ മരത്തിന് മുകളിൽ ഇരുന്നാണ് തങ്ങളുടെ പ്രിയങ്കരനായ രാജാവിനെ കണ്ടത്.

ഇരുവശത്തും നിന്ന ജനക്കൂട്ടം പടയാളികൾക്ക് നേരെ പൂക്കൾ എറിഞ്ഞു കൊണ്ടിരുന്നു.

അഭിനന്ദനത്തിലും ആഹ്ളാദത്തിലും മുങ്ങി പടയാളികൾ നീങ്ങി.

മംഗളസിംഹനും സംഘവും കടന്നു വന്നു. മുന്നിലായി എല്ലാം വീക്ഷിച്ച് ബാണാസുരൻ, അതിന് പിന്നിൽ, സബോധനരികിൽ മംഗളസിംഹൻ, അതിന് പിന്നിൽ സഹോദരന്മാർ. മംഗളസിംഹൻ തന്റെ പ്രജകളെ കൈ വീശി കാണിച്ചു കൊണ്ട് നീങ്ങി.

"മംഗളസിംഹൻ വിജയിക്കട്ടെ..." ആവേശത്തിൽ പ്രജകൾ വിളിച്ചു പറഞ്ഞു.

ജനക്കൂട്ടത്തിന്റെ ശബ്ദഘോഷങ്ങൾ ഉയർന്നു കൊണ്ടിരിക്കെ, ആ ശബ്ദത്തിനും മേലെയായി തന്റെ ശബ്ദമുയർത്തി, കീറിപ്പറിഞ്ഞ വസ്ത്രങ്ങളും നീണ്ട യാത്രയുടെ അലച്ചിലിനും അന്വേഷണത്തിന്റെ ആധിയും കൊണ്ട് കരുവാളിച്ച മുഖവുമായി, വരണ്ടുണങ്ങിയ ചുണ്ടുകളും,കുഴിഞ്ഞ കണ്ണുകളുമായി, സാത്യകൻ, കുതിരപ്പുറത്തു കടന്നു പോകുന്ന സബോധനെയും മംഗളസിംഹനെയും നോക്കി ഉറക്കെ വിളിച്ചു.

"...അങ്ങുന്നേ...അങ്ങുന്നേ..."

ശബ്ദ ഘോഷങ്ങൾക്കിടയിൽ അയാളുടെ സ്വരം മുങ്ങിപ്പോയി...

* * *

സാത്യകൻ കൊട്ടാര നഗരത്തിലെത്തിയിട്ടു ദിവസങ്ങൾ ഒരുപാടായിരുന്നു. അന്നത്തെ രാത്രിയിൽ തന്റെ വീട്ടിൽ നിന്നു കടത്തപ്പെട്ട മകളെ

അന്വേഷിച്ച് അയാൾ നേരെ വന്നെത്തിയത് കൊട്ടാര നഗരത്തിലേക്ക് തന്നെയായിരുന്നു. കോട്ടവാതിലിന്റെ വശങ്ങളിൽ ചുറ്റി നടന്ന അയാളെ കാവൽക്കാർ പല തവണ താക്കീതു ചെയ്തുവിട്ടിരുന്നു.

"അങ്ങുന്നേ കഴിക്കാനെന്തെങ്കിലും തരുമോ?"

റൊട്ടികൾ അടുക്കി വെച്ച് വിൽക്കുന്ന ഒരു പീടികയുടെ മുമ്പിൽ നിൽക്കുകയായിരുന്നു സാത്യകൻ. കടക്കാരൻ അയാളെ സൂക്ഷിച്ചു നോക്കി.

"പണമുണ്ടോ?" കടയുടമ ചോദിച്ചു. സാത്യകൻ മിഴിച്ചു നോക്കി. ഒരു നേരത്തെ ആഹാരം ചോദിച്ചു വന്നാൽ മൂന്ന് നേരത്തെ ആഹാരവും താമസിക്കാനുള്ള സ്ഥലവും കൊടുത്ത്, മടങ്ങുമ്പോൾ വഴിയാത്രക്കുള്ള പൊതിയും, തോട്ടത്തിൽ വിളഞ്ഞ പഴങ്ങളോ ധാന്യങ്ങളോ ഒക്കെ ഉണ്ടെങ്കിൽ അതും കൊടുത്തു ശീലിച്ച അയാൾക്ക് ആ ചോദ്യം അമ്പരപ്പാണുണ്ടാക്കിയത്. അയാൾ ഉത്തരം പറയാതെ തിരിഞ്ഞു നടന്നു.

കൊട്ടാരത്തിനടുത്തേക്ക് തന്നെയാണ് അയാൾ നടന്നു നീങ്ങിയത്. വിശന്നു വയർ കത്തുകയാണ്. ഇങ്ങനെയുള്ളവൻമാരുള്ള സ്ഥലത്ത് പട്ടിണി കിടന്നു മരിക്കുന്നതാണ് നല്ലതെന്ന് അയാൾക്ക് തോന്നി. നീതിമാനെന്ന് പറയുന്ന രാജാവ് ഒന്നും അറിയുന്നില്ലേ? അദ്ദേഹം താമസിക്കുന്ന നഗരത്തിന്റെ പീടികയിൽ ഒരു യാത്രക്കാരന്, ഒരു നേരത്തെ ആഹാരത്തിന് പണം കൊടുക്കണമെന്നോ? അല്ലെങ്കിലും രാജാവ് എന്തറിയാൻ? എങ്ങനെ അറിയാൻ? അതാ ഒരു പടയാളി കുതിരപ്പുറത്തു വരുന്നുണ്ട്. റോന്തു ചുറ്റി നടക്കുന്നവരാവും. കാവൽ പടയാളികൾ.

"അങ്ങുന്നേ...അങ്ങുന്നേ..." അയാൾ നീട്ടി വിളിച്ചു.

പടയാളി വിളി കേട്ട് കുതിരയെ നിർത്തി. "എന്താ, എന്ത് വേണം?"

"അങ്ങുന്നേ വിശന്നിട്ടാണ്... പണമോ ആഹാരമോ വല്ലതും കിട്ടിയാൽ..."

അയാൾ എന്തെങ്കിലും ആലോചിക്കുന്നതിന് മുൻപ് സാത്യകൻ കൈ കൂപ്പി പറഞ്ഞു.

"ഞാനൊരു ഗ്രാമീണനാണ് അങ്ങുന്നേ. ഇവിടെ പരിചയങ്ങളുമില്ല. ആഹാരം ഒന്നും..." അർധോക്തിയിൽ അയാൾ നിർത്തി.

കാവൽ പടയാളി ശ്രദ്ധിക്കുന്നത് മനസ്സിലാക്കി സത്യകൻ തുടർന്നു "അങ്ങയെ പോലൊരാൾ എന്തെങ്കിലും പറഞ്ഞാൽ..."

പടയാളി സാത്യകനെ അടിമുടി നോക്കി പഠിച്ചു...

"വരൂ..."

പടയാളി കുതിരയെ പതിയെ ഓടിച്ചു നീങ്ങി.

ക്ഷീണമുണ്ടെങ്കിലും സാത്യകൻ കുതിരക്ക് പിന്നാലെ ഏന്തിയേന്തി നടന്നു.

കനലിൽ ചുട്ടെടുത്ത റൊട്ടിയും ചൂടുവെള്ളവും അയാൾ ആർത്തിയോടെ കഴിക്കുന്നത് പടയാളി നോക്കി നിന്നു. കൊട്ടാര നഗരത്തിൽ റോന്ത് ചുറ്റുന്നതിനിടയിൽ ചെറുതായി എന്തെങ്കിലും കഴിക്കുന്നത് എല്ലാ കാവൽ പടയാളികൾക്കും പതിവാണ്. കത്തിക്കരിയുന്ന വെയിലത്ത് ഇത്തിരി ദാഹ ശമനിയുടെ വേരുകൾ മധുര പാനീയത്തിൽ തിളപ്പിച്ച് കുറുക്കി, മൺ പാത്രത്തിൽ വെച്ചു തണുപ്പിച്ച വെള്ളത്തിൽ കലക്കി കിട്ടുന്ന പാനീയത്തിന് പ്രത്യേക രുചിയാണ്.

വഴിയാത്രക്കാരൻ പറഞ്ഞത് സത്യമാണെന്ന് അയാളുടെ ആർത്തി കണ്ട പ്പോൾ പടയാളിക്ക ബോധ്യമായി. കാവൽ പടയാളി കുതിര മേൽ കയറി പോകുന്നതിന് മുൻപ് കഴിച്ച തീർക്കാൻ സാത്യകൻ പാട് പെട്ടു. ഒരു വശത്ത് കത്തി കാളുന്ന വിശപ്പ്. ദാഹം. അതുള്ളിലേക്ക് ചെന്ന് തുടങ്ങിയപ്പോൾ താൻ തേടി വന്നതിനെ അന്വേഷിക്കാൻ പറ്റിയ ആൾ ഇത് തന്നെയെന്ന് സാത്യകന് തോന്നി. പടയാളി നീങ്ങിത്തുടങ്ങിയിരുന്നു. പാത്രത്തിലവശേഷി ച്ച റൊട്ടി കൈയിൽ ചുരുട്ടി പിടിച്ച്, വെള്ളമെടുത്തു വലിച്ച കുടിച്ച് അയാൾ പടയാളിയുടെ കുതിരക്ക് പിന്നാലെ പാഞ്ഞു.

"ഇനി തനിക്കെന്താണ് വേണ്ടത്..." അല്പം കടുപ്പിച്ച തന്നെ പടയാളി ചോദിച്ച.

"അങ്ങുന്നിനെ പോലുള്ള വലിയ മനുഷ്യരാണ് ഈ രാജ്യം ഇങ്ങനെ നിലനിർത്തിക്കൊണ്ടു പോകുന്നത്..." കൊച്ച വായിലെ വലിയ വർത്തമാനം പോലെ അയാൾ തട്ടി വിട്ടു. ചുറ്റും കേൾക്കാൻ ആരുമില്ലെങ്കിലും പടയാളിക്ക് അത് സുഖിച്ച.

"ഞാനെന്റെ കഴിവ് കൊണ്ട് എന്താണ് ചെയ്യേണ്ടത്." കുതിരയെ മെല്ലെ നിയന്ത്രിച്ച് അയാൾ ചോദിച്ച.

"എനിക്ക് ഒരു പടയാളിയുടെ വിവരമറിയണം അങ്ങുന്നേ...അതും എന്റെ മകളെ കടത്തിക്കൊണ്ടു പോയ ആളുടെ."

കയ്യെടുത്ത് കുമ്പിട്ടു കൊണ്ട് സാത്യകൻ പറഞ്ഞു.

അത് കേട്ടതും കാവൽ പടയാളി ഉത്സാഹത്തോടെ സാത്യകനെ നോക്കി. ഏതോ പടയാളി നടത്തിയ കടത്തിക്കൊണ്ടു പോകലിനെ കുറിച്ചാണ് പരാതി യെന്ന് തോന്നുന്നു. എന്തെങ്കിലും സൂചന ലഭിച്ചാൽ, തനിക്ക മുകളിലുള്ളവരോട് പറഞ്ഞ് ഒരു സമ്മാനം തരപ്പെടുത്താം. കഴിയുമെങ്കിൽ ഒരു സ്ഥാന കയറ്റവും ചിലപ്പോൾ ആ പടയാളിയുടെ സ്ഥാനത്തു തന്നെ അവരോധിക്കപെടാനും സാധ്യതയുണ്ട് എന്ന ആത്മാർത്ഥമായ ആർത്തിയോടെ അയാൾ ആ രഹസ്യം അറിയാൻ കുതിരപ്പുറത്തു നിന്ന് ചാടിയിറങ്ങി.

പാട്ടപ്പിരിവുകാരായ പടയാളികളുടെ വരവും അതിന് ദിവസങ്ങൾക്ക ശേഷം തന്റെ മകളെ ബലമായി കൊണ്ട് പോയ രാജാവിന്റെ മറ്റ പടയാ ളികളെ കുറിച്ചും കണ്ണീരോടെ സാത്യകൻ കാവൽ പടയാളിയോട് പറഞ്ഞു. അവർ ഒരു മരത്തണലിൽ ഇരിക്കുകയായിരുന്നു.

തന്റെ മകൾ ഒരു അഴിഞ്ഞാട്ടക്കാരിയാണോ എന്ന് പടയാളി സംശയി ക്കുമെന്നുള്ളത് കൊണ്ട് അവളുടെ ഭ്രാന്തമായ പ്രണയം മാത്രം അയാൾ മറച്ച പിടിച്ച.

എല്ലാം കേട്ടു കഴിഞ്ഞ് ആലോചനയോടെ ഇരുന്നിട്ട് പടയാളി പറഞ്ഞു.

"കേട്ടിടത്തോളം, അങ്ങനെ ഒരു പാട്ടപ്പിരിവിനായി കൊട്ടാരത്തിൽ നിന്ന് പടയാളികൾ പോയതായി അറിവില്ല. ഉള്ളത് പറയണമല്ലോ. മാത്രമല്ല പാട്ട പ്പിരിവിന് പോകുന്ന മാസമിതല്ല."

അതു കേട്ടപ്പോൾ സാത്യകന്റെ മുഖത്തുണ്ടായ അമ്പരപ്പ് മനസിലായിട്ടും കാവൽ പടയാളി തുടർന്നു.

"നിങ്ങളെ ആരോ നന്നായി കബളിപ്പിച്ചിരിക്കുന്നു."

“അല്ലങ്ങുന്നേ. പിരിവുകാരുടെ പിന്നാലെ വന്ന പടയാളികളുടെ കയ്യിൽ കൊട്ടാരത്തിന്റെ കൊടിയും ഉണ്ടായിരുന്നു.”

“അതിപ്പോ മകളെ തട്ടി കൊണ്ട് പോകാൻ വന്നവർക്കും ഉണ്ടായിരുന്നല്ലോ.”

സാത്യകൻ ഒന്ന് സംശയിച്ചു.

“ഇനി അങ്ങയുടെ മകൾ വല്ല കുഴപ്പക്കാരിയുമാണോ?” സാത്യകനെ ചുഴിഞ്ഞു നോക്കി പടയാളി ചോദിച്ചു.

ചോദിച്ചതിന്റെ പിന്നിലെ ഉദ്ദേശം മനസിലാക്കി ഉള്ളിൽ വേദനയോടെ അയാൾ മറുപടി പറഞ്ഞു.

“ഇല്ലങ്ങുന്നേ...അങ്ങുന്നിന് അവളെ കുറിച്ചറിയാഞ്ഞിട്ടാണ്. അവൾ ഒരു ജനുവരി മാസ ആകാശം പോലെ പ്രശാന്തയും, ഗംഗാ ജലം പോലെ പരിശുദ്ധയുമാണ്.”

അത് പറഞ്ഞപ്പോൾ അയാളുടെ തൊണ്ടയിടറി.

“എന്റെ കുഞ്ഞ്... അവളെവിടെ ഉണ്ടെന്ന് കണ്ടെത്താൻ അങ്ങ് സഹായിക്കണം.”

കണ്ണീർ അയാളുടെ കവിളിലൂടെ ഒഴുകി.

പടയാളിക്ക് വിശ്വാസം തോന്നി.

“ഏതായാലും നിങ്ങൾ ഈ നഗരത്തിൽ തന്നെ കറങ്ങി നടക്കു. രാജാവും കൂട്ടരും യുദ്ധത്തിന് പോയി മടങ്ങിയെത്താറായിട്ടുണ്ട്. അവർ വന്നു കഴിഞ്ഞാൽ... ഞാൻ ഉറപ്പൊന്നും പറയുന്നില്ല.”

അയാളുടെ പ്രതീക്ഷ കൂടാതിരിക്കാൻ വാക്കുകളെ ഒന്ന് നിർത്തി പടയാളി തുടർന്നു.

“എങ്കിലും പടത്തലവനോട് സംസാരിക്കാൻ ഒരവസരം കിട്ടുമോയെന്ന് ഞാൻ ശ്രമിക്കാം.”

“അങ്ങേക്ക് പുണ്യം മാത്രം കിട്ടും.” കൈ കൂപ്പി നിറകണ്ണുകളോടെ സാത്യകൻ പറഞ്ഞു.

“അങ്ങ് എന്റെ ഗ്രാമത്തിലായിരുന്നെങ്കിൽ ഒരു വർഷക്കാലം കഴിയാനുള്ള ധാന്യം ഞാൻ അങ്ങേക്ക് സമ്മാനമായി നൽകുമായിരുന്നു.”

ആ വാക്കുകളിലെ ആത്മാർത്ഥത മനസിലാക്കി എഴുന്നേറ്റു കൊണ്ട് തന്റെ പടച്ചട്ടക്കടിയിൽ, അരയിൽ കെട്ടിയിട്ട നാണയ പൊതിയെടുത്ത്, ഒന്ന് നീട്ടി അയാൾ പറഞ്ഞു.

“സമയത്ത് വല്ലതും കഴിക്കു.”

സാത്യകൻ ആ നാണയം കണ്ണിൽ ചേർത്ത് അയാളെ നമസ്കരിച്ചു.

എവിടുന്നോ ആരവം കേട്ടു.

അവർ തിരിഞ്ഞു നോക്കി. ഒരു സംഘം പടയാളികൾ തെരുവിന്റെ തിരക്കുകളിലൂടെ കുഴലൂത്തും മഗധയുടെ കൊടിയുമായി പാഞ്ഞു പോവുന്നത് അവർ കണ്ടു.

“മംഗളസിംഹൻ വിജയിക്കട്ടെ.”

“മഗധ ഉയരട്ടെ.”

അവർ വിളിച്ചു പറഞ്ഞു കൊണ്ടിരുന്നു. അവർക്കു പിന്നാലെ തെരുവിലെ കുട്ടികൾ ആവേശത്തോടെ ഓടി പോകുന്നത് കാണാമായിരുന്നു...

തെരുവോരത്തെ പീടികകളിൽ നിന്നും നാട്ടുകാർ ഇറങ്ങി നോക്കി നിൽക്കവേ, കാവൽ പടയാളി തന്റെ കുതിര മേൽ ചാടികയറി ആവേശത്തോടെ വിളിച്ചു പറഞ്ഞു.

“മഗധ ഉയരട്ടെ...”

നാട്ടുകാർ അതേറ്റു പറഞ്ഞു.

“മംഗളസിംഹൻ വിജയിക്കട്ടെ...”

കടന്നു പോയ പടയാളികളുടെ കൂടെ ചേരാനെന്ന വണ്ണം അയാൾ കുതിരയെ തിരക്കുകളിലൂടെ പറപ്പിച്ചു വിട്ടു.

സാത്യകൻ ആ ആരവത്തിനിടയിൽ തരിച്ചു നിന്നു. ജനങ്ങൾ കൂടിക്കൂടി വരുന്നതും അവർ കൂട്ടമായി വഴിയോരങ്ങളിൽ നിറയുന്നതും അയാൾ കണ്ടു... തെരുവോരത്ത് കൂടിയ ജനം ഒരു താളത്തിൽ മഗധ...മംഗള സിംഹൻ... എന്ന് വിളിച്ചു പറഞ്ഞു കൊണ്ട് നൃത്തം വെക്കുവാൻ തുടങ്ങി.

ഒരു സംഘം പടയാളികൾ കൂടി കടന്നു വരുന്നത് അയാൾ കണ്ടു. അവരുടെ കയ്യിലും മഗധയുടെ കൊടി ഉയർന്നു പറക്കുന്നുണ്ടായിരുന്നു. മറ്റൊരു കൂട്ടം പടയാളികൾ താള വാദ്യത്തോടെ വന്നു. കൊമ്പും കുഴലുമായി അവർ കടന്നു പോയിക്കൊണ്ടിരുന്നു...

അതിന് പിന്നാലെ എവിടുന്നോ ഒക്കെ പുറകെ കൂടിയ ജനവും...

യുദ്ധത്തിൽ ജയം പ്രഖ്യാപിച്ച മംഗളസിംഹന്റെ വരവിന്റെ മുന്നോടിയായിരുന്നത്.

അയാൾ അടുത്ത് കണ്ട മരത്തിന്റെ ചുവട്ടിലെ കൽകെട്ടിലേക്ക് ഇരുന്നു. പ്രായമുള്ള ഒരു വൃദ്ധ കൂനിക്കൂനി അയാൾക്കടുത്തു വന്നിരുന്നു കൊണ്ട് പറഞ്ഞു.

“ഇപ്പൊ ഇരുന്നില്ലെങ്കിൽ കാണാൻ പറ്റില്ല.” അയാൾ അവരെ നോക്കി.

ഇവിടെന്തു കാണാനാണ്. അതും ചുക്കി ചുളിഞ്ഞ ഈ കണ്ണിലൂടെ. അതും ഈ കൊടും വെയിലത്ത്...

“എന്ത് കാണാനാ... ?” സംശയത്തോടെ അയാൾ ചോദിച്ചു...

വൃദ്ധ അയാളെ സൂക്ഷിച്ചു നോക്കി, ചെറു ചിരിയോടെ പറഞ്ഞു. “ഗ്രാമീണനാ അല്ലെ... അതാ...”

“മഗധ വിജയിച്ചു കുഞ്ഞേ...മംഗളസിംഹൻ വിജയിച്ചു...”

പ്രായമായിട്ടും പ്രസരിപ്പുള്ള ശബ്ദത്തിൽ അവർ പറഞ്ഞു.

തെരുവിൽ ജനം നിറഞ്ഞു വരുന്നത് കാണാമായിരുന്നു. നേരത്തെ കാണാമായിരുന്ന തെരുവിന്റെ അങ്ങേപ്പുറം ജനത്തെ കൊണ്ട് നിറഞ്ഞിരിക്കുന്നു. ഒരു പറ്റം പടയാളികൾ തെരുവിലെ ജനത്തെ നിയന്ത്രിക്കാൻ വന്നെത്തിയിരിക്കുന്നു. തനിക്കു ചുറ്റും ആരവങ്ങളുമായി ജനം നിറയുന്നതും താൻ പിന്നിലേക്ക് തള്ളപ്പെടുന്നതും അയാൾ അറിഞ്ഞു. ജനത്തിന്റെ ഒരു തള്ളലിൽ വേച്ചുപോയ അയാൾ പിന്നിലേക്ക് നീങ്ങി, അവിടെ കണ്ട ഒരു മരത്തിന്റെ തണലിലേക്ക്,

താഴ്വരയിലേക്ക് പതിയെ ചാഞ്ഞിരുന്നു.

രാജാവ് വന്നിരിക്കുന്നു. ഇനി ആ പടയാളി പറഞ്ഞതു പോലെ എങ്ങിനെങ്കിലും കാര്യം നടക്കും വരെ ഈ നഗരത്തിൽ തങ്ങുക തന്നെ വഴി.

ആരവങ്ങൾ കൂടി വന്നു. ആർപ്പു വിളികളും... താള മേളങ്ങളും... ആ ആരവങ്ങൾക്കിടയിലും മിടിക്കുന്ന നെഞ്ചുമായി അയാൾ മകളെ ഓർത്തു കൊണ്ട് കണ്ണീരോടെ ഇരുന്നു. ക്ഷീണം കൊണ്ട് അയാളുടെ കണ്ണുകൾ അടഞ്ഞു പോയി...

* * *

പെരുമ്പറ മുഴങ്ങി. അതിനും മീതെ ആരവങ്ങളും... ആവേശ വിളികളും...

"മഗധ വിജയിക്കട്ടെ...

മംഗളസിംഹൻ നീണാൾ വാഴട്ടെ..."

ആദ്യം അത് പതിയെ പതിയെ ആയിരുന്നു. ദൂരെ നിന്നൊരു കാറ്റ്, മരച്ചില്ലകളെ തഴുകി കടന്ന്, മല നിരകളെ താണ്ടി, ഗോതമ്പു പാടങ്ങളെ തൊട്ട്, ചെറു ചെടികളിൽ തട്ടി തലോടി, പൂക്കളിൽ കയറിയിറങ്ങി, ആദ്യം ലോലമായി... ശേഷം നിമിഷം കൊണ്ട് മെല്ലെ മെല്ലെ... ഗതിവേഗമാർജിച്ചു കൊണ്ട്... ശിഖരങ്ങളെ ഉലച്ചു കൊണ്ട് കടന്നു വരുന്നത് പോലെ...

"മഗധ വിജയിക്കട്ടെ..."

"മംഗളസിംഹൻ നീണാൾ വാഴട്ടെ..."

കാറ്റിന്റെ ഗതിവേഗം... ചെവിയടച്ചു പോകുന്ന ഹുങ്കാരം...

പതിയെ പതിയെ കണ്ണ് തുറന്നപ്പോൾ അയാൾ ജനക്കൂട്ടത്തിന് നടുവിലായിരുന്നു. വിയർപ്പിന്റെ രൂക്ഷ ഗന്ധത്തിന്റെയും, തലേ രാത്രികളിൽ ചൂടിയ പൂക്കളുടെ വാടിയ ഗന്ധത്തിന്റെയും, ആവേശ വിളികളുടെ തൊണ്ട പൊട്ടിക്കലുകൾക്കുമിടയിൽ...

തട്ടിപ്പിടഞ്ഞെണീറ്റപ്പോൾ ഒന്നും കാണാനാവുന്നില്ല. ആരവം മാത്രം... കൈ വീശലുകളും കുതിര കുളമ്പടികളും... ആ പുരുഷാരത്തിനിടയിലൂടെ, ആ ജനക്കൂട്ടത്തിലെങ്ങാനും, പാട്ട പിരിവിന് വന്ന പടയാളിയോ, കൂടെ വന്ന സഹായക്കാരോ, ഉണ്ടോയെന്നറിയാനുള്ള വ്യഗ്രത കൊണ്ട് അയാൾ ആ ജനത്തെ തള്ളി നീക്കാൻ, അവർക്കിടയിലൂടെ ഊർന്നു കടക്കാൻ ശ്രമിച്ചു കൊണ്ടിരുന്നു. ഒന്ന് തള്ളിയപ്പോൾ ഇരട്ടി ശക്തിയോടെ അയാൾ പിന്നോട്ടടിക്കപ്പെട്ടു. പെരുമ്പറകളുടെയും, വാദ്യ ഘോഷങ്ങളുടെയും, കുഴലൂത്തിന്റെയും ശബ്ദഘോഷങ്ങൾ അടുത്ത് വന്നു കൊണ്ടിരുന്നു. ജനം കടൽ തിരപോലെയിളകി മറിഞ്ഞു. അയാൾ ആ തിരയിൽ പെട്ട് മുന്നോട്ടു പോയി. ഇരുമ്പു ദണ്ഡുകൾ കൊണ്ട് ജനത്തെ പ്രധാന വീഥിയിൽ നിന്നകറ്റി നിർത്തിക്കൊണ്ടിരുന്നു, കാവൽ പടയാളികളിലെ കാലാളുകൾ.

ആ ജനത്തിര നിയന്ത്രിച്ചു കൊണ്ട് ആദ്യം ആയുധധാരികളായ കാവൽ ഭടന്മാർ, പ്രധാന വീഥിയിലൂടെ കുതിരപ്പുറത്ത് കടന്നു വന്നു...

അതിന് പിന്നിൽ, അംഗരക്ഷകരുടെ വലയത്തിനുള്ളിൽ അതാ... ആളുകളുടെ ആർപ്പുവിളികൾ ഉച്ചസ്ഥായിയിലേക്കുയർന്ന് ആകാശത്ത് പോയി

പൊട്ടിയപ്പോൾ നെഞ്ച് വിറങ്ങലിച്ചു പോയ ആ കാഴ്ച സാത്യകൻ കണ്ടു...

അയാളുടെ കാൽ വിരൽ മുതൽ, നീണ്ട യാത്രയുടെ മണൽ തരികളിൽ പെട്ട് ഉണങ്ങി പാറിപ്പറന്ന മുടിത്തുമ്പുവരെ പെരുത്തു. അടിനാഭിയിൽ അറിയാത്ത ഒരു തരിപ്പനുഭവപ്പെട്ടു. അതിന്റെ അലയൊലികൾ തലക്ക് പിന്നിൽ, ചെവിയുടെ പിന്നിലെ മർമ്മത്തിൽ ചെന്ന് പൊട്ടി... ജലത്തിൽ മുങ്ങി നിവരുമ്പോൾ അറിയാതെ നാസാരന്ധ്രങ്ങളിൽ കയറുന്ന ജല കണം, തലക്ക് പിന്നിൽ പൊട്ടി വിടരുമ്പോൾ ഉണ്ടാകുന്ന ആ തരിപ്പ് പോലെ തന്നെ...

ആ തരിപ്പ് അടങ്ങിയപ്പോൾ ആ കാഴ്ച വിശ്വസിക്കാനാവാത്ത പോലെ അയാൾ ഒന്ന് കൂടി നോക്കി... ആ പടയാളി, പാട്ടം പിരിവുകാരൻ, അതാ രാജാവിന്റെ വേഷമിട്ട് കുതിരപ്പുറത്തിരിക്കുന്നു. ആളുകൾ ഉഗ്ര ശബ്ദത്തോടെ, മംഗളസിംഹൻ എന്ന് ഉത്ഘോഷിക്കുമ്പോൾ അവരെ നോക്കി പുഞ്ചിരി തൂകി അതാ... കൈ ഉയർത്തി, അവരെ അഭിവാദ്യം ചെയ്യുന്നു. അത് മംഗളസിംഹൻ എന്ന രാജാവാണ്. മഗധയുടെ അധിപൻ. തന്റെ വീട്ടിൽ വന്നു തന്നോടൊപ്പം അത്താഴം കഴിച്ചു, തന്റെ കൊച്ചു വീടിന്റെ ഒറ്റ മുറിയിൽ കിടന്നുറങ്ങി, തന്റെ മകളുടെ പൂന്തോട്ടത്തിൽ പൂക്കളിനിയും വിടരണമെന്നും, കിളികൾ ഇനിയും വരണമെന്നും പറഞ്ഞ്, കിഴി തന്നു പോയ മഹാരാജാവ്.

അതിനേക്കാളൊക്കെ ഉപരി തന്റെ മകളുടെ കാമുകനാണ്... ആ ഓർമയുടെ തുടിപ്പിൽ ആ സന്തോഷ പാരമ്യത്തിൽ തന്നെത്തന്നെ മറന്ന അയാൾ വായുവിലൂടെ പായുന്ന കുന്തം പോലെ ആൾക്കൂട്ടത്തിനിടയിലേക്ക് പാഞ്ഞു കയറി വിളിച്ചു...

"അങ്ങുന്നേ..."

"രാജാവേ..."

"എന്റെ പ്രിയപ്പെട്ട രാജാവേ..."

ഉറക്കെ വിളിച്ചു കൊണ്ട്, ഉയർന്ന ഗദ്ഗദത്തിൽ തൊണ്ടയിടറി അയാൾ ആളുകൾക്കിടയിലൂടെ പാഞ്ഞു നീങ്ങാൻ ശ്രമിക്കവേ ചിലർ അയാളെ തള്ളി യിട്ടു. പൂഴി പറക്കുന്ന മണ്ണിനെ ചവിട്ടി നിൽക്കുന്ന ചെളി പൂണ്ട കാലുകളെ തട്ടി മാറ്റി ദേഹം കുടഞ്ഞെണീറ്റു കൊണ്ട് രാജാവിന്റെ ശ്രദ്ധയാകർഷിക്കാൻ അയാൾ ഉറക്കെ വിളിച്ചു...

"രാജാവേ..."

"പ്രഭോ..."

ആഹ്ളാദ വിളികൾക്കിടയിൽ, ആമോദഘോഷങ്ങൾക്കിടയിൽ അയാളുടെ ഇടർച്ചയുള്ള തൊണ്ടയുടെ വിളികൾ മുങ്ങിപ്പോയി. താനും തന്റെ മകളും കടന്നു പോയ ഭാഗ്യത്തിന്റെ, തിരിച്ചു കിട്ടാത്ത ആ ദിനങ്ങളുടെ ഓർമയിൽ തന്റെ മകളുടെ പ്രണയം, കാത്തിരിപ്പ്, ഒക്കെ സത്യമായുള്ളതാ യിരുന്നുവെന്നും, അവളുടെ വിശ്വാസം എത്ര ദൃഢവും ശക്തവുമായിരുന്നെന്നും തിരിച്ചറിഞ്ഞ്, പ്രാപ്യതയുടെ വക്കിൽ തട്ടി ഉടഞ്ഞു പോയ അവളുടെ പ്രണ യത്തെ ഓർത്തും, അവൾ നഷ്ടപ്പെട്ട വേദനയുടെ അഗാധതയിൽ നിന്നും, തന്റെ മകൾ ആരുടെ കയ്യാൽ കടത്തപ്പെട്ടു എന്ന ഹൃദയ വേദനയോടെയും, ഇനി അവളെ എന്നെങ്കിലും കണ്ടെത്താനാവുമോ എന്ന ആകുലതയോടെയും, ഹൃദയം പൊട്ടും വിധത്തിൽ അയാൾ കണ്ണീരോടെ ഉറക്കെ വിളിച്ചു...

“കൗർവകി...എന്റെ... ഇടർച്ചയിൽ അയാളുടെ സ്വരം മുറിഞ്ഞു പോയി...

ഒരു നാമം...അതെത്ര പേർക്കുണ്ടെന്നല്ല, ആ പേരുള്ള ആൾ തനിക്കു പ്രിയപ്പെട്ടതാകുമ്പോൾ, ഏത് സമുദ്രത്തിനുള്ളിലും ഏത് മേഘചാർത്തിലും, ഏത് ഇടിമുഴക്കത്തിലും, ഏത് പേമാരിയുടെ ശബ്ദ ഘോഷത്തിലും, എത്ര ഉച്ചത്തിലുള്ള ജയഭേരികൾക്കുമിടയിലും അത് വേറിട്ടു കേൾക്കുമെന്ന് മംഗള സിംഹന് മനസിലായി.

ആ പേര്... ആ വിളി... വേദന പിടച്ചു നിൽക്കുന്ന ആ രോദനം. മംഗള സിംഹൻ അത് വ്യക്തമായി കേട്ടു. അയാൾ ചുറ്റും നോക്കി. കൈ വീശിയിളക്കി നൃത്തം വെക്കുന്ന, ആരവം മുഴക്കുന്ന ജനക്കൂട്ടത്തിനിടയിലേക്ക് നോക്കി. കടൽ പോലെ ഇളകി മറിയുന്ന ജനക്കൂട്ടത്തിനിടയിൽ അതിന്റെ ശബ്ദത്തിന്റെ ഉടമയെ തേടി. ഒരു കർഷകന്റെ, കൊട്ടും വെയിലിൽ കുടിച്ച വെള്ളത്തിനാൽ, തണുപ്പടിച്ച രാത്രിയുടെ ഗാഢതയാൽ പതർച്ച പിടിച്ചു പോയ ഒരു ശബ്ദം, ഇത്ര വശ്യമായി തോന്നിയതെന്തെന്ന് അത്ഭുതപ്പെട്ടു കൊണ്ട് അയാൾ ചുറ്റും നോക്കി.

ആ ശബ്ദം തേടി ആ പുരുഷാരത്തിനിടയിലൂടെ, ആകാംക്ഷയോടെ, ആർത്തിയോടെ മംഗളസിംഹൻ കണ്ണുകൾ പായിച്ചു. പക്ഷേ ആളെ കണ്ടെത്താനാവാതെ ഉഴറി അയാൾ ഒടുവിൽ ഇടതു കൈ ഉയർത്തി...

സബോധൻ ആ മാറ്റം ശ്രദ്ധിച്ചു. ആശീർവാദമല്ല. അഭിനന്ദനവുമല്ല. ഇടം കൈയാണ്. രാജാവിനെന്തോ പറയാനുണ്ട്. സബോധൻ അടയാളം കാട്ടി കൈ ഉയർത്തി. അത് ബാണാസുരനിലേക്ക്. ബാണാസുരനിൽ നിന്ന് വാദ്യ മേളത്തിന്റെ തലവനിലേക്ക്. നിശബ്ദതയുടെ കുഴലൂത്ത് മുഴങ്ങി. അത് കേട്ടതും പടയാളികളും വാദ്യമേളക്കാരും കൊടി പിടിക്കുന്നവരും കുതിരപ്പടയാളികളും, കാവൽ പടയും ചലനമറ്റു നിന്നു. ആ നിശ്ചലതയുടെ അമ്പരപ്പിൽ ആരവമുയർത്തിയ ജനം തരിച്ചു നിന്നു. അവരുടെ വിളികൾ തൊണ്ടയിൽ തടഞ്ഞു നിന്നു.

“മംഗളസിംഹൻ വിജ...” ചിലരുടെ വിജയ വിളികൾ പാതിയിൽ മുറിഞ്ഞു വീണു...

എന്തോ മുഖ്യമായത് സംഭവിച്ചത് പോലെ, ജനം പരസ്പരം ഭയാശങ്കകളോടെ നോക്കി. കൊടികൾ കാറ്റിൽ ഉലയുന്ന ശബ്ദം കേട്ടു... തുടർന്നു വന്ന നടപ്പ് പൊടുന്നനെ നിർത്തിയതിന്റെ മുഷിച്ചിലിൽ കാൽ നിലത്ത് തട്ടി കളിക്കുന്ന കുതിരകളുടെ തെറിച്ച കുളമ്പടികളും... പിന്നെ ഉച്ഛ്വാസ നിശ്വാസങ്ങളും.

ആ ജനമധ്യത്തിൽ ഇരുന്നു മുഖം പൊത്തി കരയുകയായിരുന്നു സാത്യകൻ. പെട്ടെന്നു നിശബ്തത വ്യാപിച്ചതും തനിക്കു ചുറ്റുമുള്ള ആളുകൾ കൂട്ടത്തോടെ പിന്നോട്ടു മാറുന്നതും, ഒരു വലിയ മൈതാനത്തിൽ ഒറ്റപെട്ടവനെ പോലെ ആ ജനജലധിയിൽ താൻ ഒറ്റ തുരുത്തായി മാറുന്നത് മനസിലാക്കി അയാൾ തല ഉയർത്തി. അയാൾക്ക് മുന്നിൽ ആ പാട്ടുപിരിവുകാരൻ പടയാളി, ഭക്ഷണം ഒന്നിച്ചു കഴിച്ചപ്പോൾ ചിരിച്ച പടയാളി. കൊടി ഉയർത്തി പാഞ്ഞു വന്ന പടയാളികളെ സാക്ഷി നിർത്തി തന്റെ മകളുടെ പൂങ്കാവനം കാണുവാൻ വരുമെന്നു പറഞ്ഞു പോയ പടയാളി. എല്ലാം നൊടിയിട കൊണ്ട് മാഞ്ഞു. പടച്ചട്ടയും വാളും കണ്ടു. വെട്ടി ത്തിളങ്ങുന്ന സ്വർണ കിരീടം കണ്ടു. ഭയന്നു വിവശതയോടെ അയാൾ ഞെട്ടി പിന്നോട്ടു മാറി.

പടയാളിയല്ല. പടത്തലവനുമല്ല. പടയുടെ, പ്രജകളുടെ, പ്രദേശങ്ങളുടെ അധിപൻ. മഗധയുടെ രാജാവ്.

വെപ്രാളത്തോടെ, നടുങ്ങുന്ന ഹൃദയത്തോടെ, വിറക്കുന്ന കൈ കാലുകളോടെ അയാൾ ചാടിപ്പിടഞ്ഞെണീറ്റു. ഭയത്തിലും പരിഭ്രാന്തിയിലും വിറച്ചു വീഴാൻ പോയ അയാളെ താങ്ങി പിടിച്ചു കണ്ണുകളിലേക്ക് മംഗള സിംഹൻ സൂക്ഷിച്ചു നോക്കി. തന്റെ കാമുകിക്ക്, പ്രിയപെട്ടവൾക്കു ജന്മം നൽകിയ മനുഷ്യൻ. അവളുടെ മനസ്സ് കലയുടെയും പ്രണയത്തിന്റെയും കലവറയാക്കി മാറ്റുന്നതിന് കാരണക്കാരനായ ആ കർഷകനെ, പിതാവിനെ, ബഹുമാനത്തോടെ അതിലേറെ സ്നേഹത്തോടെ നോക്കി മംഗളസിംഹൻ വിളിച്ചു.

"സാത്യകൻ, അങ്ങ് എന്താണ് ഇവിടെ?" അയാളുടെ ആകെ തളർന്ന രൂപവും മുഷിഞ്ഞ വേഷവും കണ്ട് അയാൾ തുടർന്നു.

"അങ്ങേക്ക് എന്താണ് സംഭവിച്ചത്?"

ശേഷം മംഗളസിംഹൻ തിരിഞ്ഞു നോക്കി. ആ ജനസഞ്ചയത്തിന് നേർക്ക്... അവർക്കിടയിലെവിടെങ്കിലും തന്റെ പ്രിയപ്പെട്ടവൾ മറഞ്ഞു നിൽപ്പുണ്ടാവും എന്ന വിശ്വാസത്തോടെ ആകാംഷയോടെ, എവിടെ എന്റെ പ്രിയപ്പെട്ടവൾ എന്ന് തികട്ടി വന്നെങ്കിലും അതൊതുക്കി, അയാൾ ചോദിച്ചു.

"എവിടെ... എവിടെ അങ്ങയുടെ മകൾ? ഞാൻ ആളെ വിട്ടിരുന്നു. പക്ഷേ... എന്താണ് അങ്ങേക്ക് സംഭവിച്ചത്?"

രാജാവ് തന്റെ കൈകളിൽ കൂട്ടിപ്പിടിച്ചു ചോദിക്കുന്നതിന്റെ ഞെട്ടൽ മാറാതെ, ജനസമുദ്രം തന്നെത്തന്നെ ഉറ്റു നോക്കികൊണ്ടിരിക്കുകയാണ് എന്ന് ചിന്തയാൽ സ്വയം ചെറുതായി, വേദനയുടെയും ഭയത്തിന്റെയും വിറ യാർന്ന വാക്കുകൾ കൊണ്ട് അയാൾ പറഞ്ഞു.

"അങ്ങയുടെ ആൾക്കാർ വന്ന് അവളെ കടത്തി കൊണ്ട് പോയി പ്രഭോ..."

മംഗളസിംഹൻ നടുങ്ങി നിന്നു.

ആ നടുക്കത്തിൽ പെട്ട് അയാൾ ചോദിച്ചു.

"എന്റെ ആൾക്കാരോ...?"

ആ നിമിഷത്തിൽ അരികിൽ മാറി നിൽക്കുന്ന ബാണാസുരനെ മംഗള സിംഹൻ നോക്കി. ആ നോട്ടം കണ്ട് ബാണാസുരൻ അടുത്തേക്ക് ധ്രുതഗതി യിൽ എത്തി; പിന്നാലെ സമ്പോധനം.

"അങ്ങ് സമാധാനമായിരിക്കു. തത്കാലം കൊട്ടാരത്തിൽ വിശ്രമിക്കാം." മംഗളസിംഹൻ സാത്യകനെ ആശ്വസിപ്പിക്കും പോലെ പറഞ്ഞു.

സാത്യകൻ വിശ്വസിക്കാനാവാതെ മംഗളസിംഹനെ നോക്കി.

കൗർവകി എവിടെ പോയെന്ന്, തന്റെ പേരിൽ ആളെ ആര് കടത്തിക്കൊ ണ്ടു പോയെന്ന് അതിന്റെ കാരണമെന്തെന്ന് ആലോചിച്ചിട്ടും പിടി കിട്ടാതെ, അവളെ എവിടെ അന്വേഷിക്കുമെന്നോ, അന്വേഷിച്ചാൽ തന്നെ കണ്ടെത്തു മെന്നു തന്നെയോ ഉറപ്പില്ലാതെ നിന്നിട്ടും, സാത്യകനോട് ആശ്വസിപ്പിക്കും വിധത്തിൽ മംഗളസിംഹൻ പറഞ്ഞു...

“അങ്ങ് ഭയപ്പെടേണ്ട...അങ്ങയുടെ മകളെ സുരക്ഷിതമായി ഞാനെത്തിക്കും ഉറപ്പ്.”

“സബോധൻ...”

മംഗളസിംഹൻ വിളിച്ചു. ആ വിളിയിൽ എല്ലാമുണ്ടായിരുന്നു. ശേഷം തന്റെ കുതിരക്കൂട്ടത്തേക്ക്, രക്ഷാ കവചമൊരുക്കി നിൽക്കുന്ന പടയാളികൾക്കരികിലേക്ക്, തന്റെ പ്രിയപ്പെട്ടവൾ എവിടെ എന്ന ചിന്തയോടെ, കാറ്റ് പിടിച്ചവനെപോലെ മംഗളസിംഹൻ നടന്നു. സാത്യകനെ ചേർത്ത് പിടിച്ച് ആ പുരുഷാരത്തിനിടയിലൂടെ സബോധൻ പിന്നാലെ നടന്നു.

* * *

കൊട്ടാരമുറങ്ങിക്കഴിഞ്ഞിരുന്നു. ജയാരവം അടങ്ങിക്കഴിഞ്ഞിരുന്നെങ്കിലും വിജയം നിറഞ്ഞ ആ ദിനത്തിൽ ഏവരും ആഘോഷിക്കുകയായിരുന്നു. രണചൂഢൻ എന്ന കവർച്ചക്കാരൻ രാജാവും ധൃതഗജനെന്ന ചതിയനും രാജ്യ ദ്രോഹിയുമായ മുൻ പടത്തലവനും ജനങ്ങളിൽ വെറുപ്പ് നിറച്ചിരുന്നു. അതിനൊക്കെയപ്പുറം, അവരുടെ മറപറ്റി മറ്റൊരു ശത്രു കൂടി, ദേവായുധന്റെ കൊലപാതകികളായ പാണ്ഡുകന്റെയും മദമുഖന്റെയും ഗോത്ര വർഗ്ഗവും ഉണ്ടെന്ന വാർത്ത ജയത്തിന്റെ ആഴവും ആഘോഷവും വർധിപ്പിച്ചു. അവർക്കെതിരെയുള്ള വിജയം തങ്ങളിൽ ഓരോരുത്തരുടെയും വിജയമാണെന്ന് അവർ വിശ്വസിച്ചു.

വീടുകളിലും ചെറു പീടികകളിലും സത്രങ്ങളിലും പടയാളികളും നാട്ടുകാരും കുടിച്ചു മറിഞ്ഞു. പട ജയിച്ചതിന് പാരിതോഷികമായി കിട്ടിയ സ്വർണ നാണയങ്ങളും വെള്ളി നാണയങ്ങളും ഓരോ പടയാളിയും ഒരു പങ്കു കുടുംബത്തിനും, ഒരു പങ്കു മദ്യശാലയിലും, മിച്ചമുള്ളത് ചൂതിനും, വേശ്യ ഗൃഹങ്ങളിലെ നിറം പിടിപ്പിച്ച ചുണ്ടുകൾക്കും കൊടുത്തു.

മരുന്നും മധുരവുമിട്ട നേർത്ത ചൂടുള്ള പാനീയം കുടിച്ചു മംഗളസിംഹൻ തന്റെ മട്ടുപ്പാവിൽ നിന്നു. കൊട്ടാരത്തിന്റെ താഴേക്ക്, പടയാളികളുടെ ആഘോഷം നടക്കുന്ന, താത്കാലികമായി ഒരുക്കിയ കൂടാരങ്ങളിലേയ്ക്ക് അയാൾ നോക്കി. അവരെല്ലാം ആടിയും പാടിയും ആഘോഷിക്കുന്നത് കാണാമായിരുന്നു. കൊട്ടാരം കാവൽക്കാർ ജോലികൾ വെച്ച് മാറി ആഘോഷത്തിൽ പങ്കുകൊണ്ടു.

അവർ ആഹ്ളാദ ചിത്തരാണെന്നും രാജാവിൽ വിശ്വസ്തരും, കൂറുള്ളവരുമാണെന്നും മംഗളസിംഹന് തോന്നി.

ജേഷ്ഠന്റെ കൊലപാതകത്തിന് പിന്നിൽ ഉദ്ഘോഷന്റെ ഗോത്രമാണെന്ന് എല്ലാവരും അറിഞ്ഞിരിക്കുന്നു. ആ കൊലപാതകത്തിന് തന്റെ പേര് വലിച്ചിഴച്ചതിൽ അവർക്കു പശ്ചാത്താപമുണ്ടാവും എന്ന് അയാൾക്ക് തോന്നി. ആരുടെയും അംഗീകാരമല്ല. കുറ്റം ചെയ്യാത്തിടത്തോളം, കുറ്റബോധം വേട്ടയാടുന്നില്ലെങ്കിലും, ഒളിഞ്ഞും തെളിഞ്ഞുമുള്ള അന്തപുരത്തിനകത്തെ അടക്കം പറച്ചിലുകൾ തന്റെ കാതിൽ ഇന്നുമെത്തുന്നുണ്ട്. ഇന്നും അക്കാര്യം വിശ്വസിക്കുന്നവരുണ്ട്. ജേഷ്ഠന്റെ അമ്മ. പൗർണമിദേവി മഹാറാണി. ഇന്ന് കൊണ്ട് അത് തീർന്നു കാണുമെന്നു തോന്നുന്നു. അതോ...അതും ഒരു പുതിയ കഥയായി, മംഗളന്റെ കുശാഗ്ര ബുദ്ധിയുടെ കെട്ടു കഥയായി മാറുമോ? പക്ഷേ

ആഘോഷത്തിന്റെ ആരവങ്ങളുയരുമ്പോഴും മനസ് വേദനയിൽ ആണ്ടു പോകുന്നു. ഒന്ന് ശത്രുക്കളുടെ എണ്ണം കൂടിയിരിക്കുന്നു. അമ്മയുടെ മുൻ ഭർത്താവിന്റെ ഗോത്ര വർഗം ചർച്ചയിൽ പെടുന്നു. പുതിയ ആക്ഷേപങ്ങളും ആരോപണങ്ങളും ഉയരാൻ എല്ലാ സാധ്യതയും ഉണ്ട്. സാത്യകന്റെ വാക്കുകൾ പുതിയ ശത്രുവിനെ വെളിവാക്കുന്നു. ആ വാക്കുകൾ തീർത്ത പ്രകമ്പനം ഇപ്പോഴും ഉള്ളിൽ അടങ്ങിയിട്ടില്ല. താൻ കടന്നു പോയ ഗ്രാമത്തിൽ തേടി ചെന്ന് അവളെ കണ്ടെത്തി കടത്തിയെങ്കിൽ ശത്രു നിസ്സാരനല്ല. ശത്രുതയും നിസ്സാരമല്ല. പക്ഷേ എല്ലാ ചോദ്യങ്ങൾക്കും ഉത്തരം കണ്ടെത്തിയാലും ശത്രുവിനെ തന്നെ കണ്ടെത്തിയാലും തീരാത്ത വേദന ഉള്ളിൽ നിറയുന്നു. അവൾ എവിടെയാണ്...തന്റെ പ്രിയപ്പെട്ട കാമുകി. പടയാളികൾ ആഘോഷം തുടരുന്നു. അവരുടെ രാജാവിന്റെ മനസിൽ അടങ്ങാത്ത വേദനയും. തന്റെ വിധിയുടെ പുതിയ വഴികളോർത്ത് അയാൾ നിന്നു.

* * *

ഭക്ഷണവും പഴച്ചാറുകളും ചെന്നപ്പോൾ, സുരക്ഷിതമായ ഇടം കിട്ടിയപ്പോൾ, രാജാവ് തന്നെ ഉറപ്പു തന്നപ്പോൾ, ഉള്ളിൽ ഉത്സാഹം കൈവന്നിരിക്കുന്നു. ശരീരത്തിന്റെ ക്ഷീണം മാറിയിരിക്കുന്നു.

സന്ദർശക മുറികളിലൊന്നിലായിരുന്നു സാത്യകൻ. അയാൾ ചുറ്റും നോക്കി. തന്റെ കൃഷി ഭൂമിയുടെ ഒരു ഭാഗത്തെക്കാൾ വലിപ്പം ഉണ്ട് കൊട്ടാരത്തിന്റെ ഈ ഭാഗത്തിന് പോലും. ചുമരിൽ മിനുസമുള്ള ചിത്രപ്പണികളും, മച്ചിലെല്ലാം തടി കൊണ്ടുള്ള കൊത്തു പണികളും കാണാം. പട്ടു കൊണ്ട് അലങ്കരിച്ച കിടപ്പു മുറിയിലെ ഭിത്തികൾ മനോഹരമാണ്. സുഗന്ധപൂരിതവും. പതുപതുത്ത കിടക്ക. നെയ്യ് നിറഞ്ഞ പാൽ. തേൻ, പഴങ്ങൾ, ഉണക്ക മുന്തിരി, അങ്ങനെ വേണ്ട സർവവും...ജാലകത്തിന്റെ വിരി മാറ്റി അയാൾ പുറത്തേക്ക് നോക്കി. പടയാളികൾ നടന്നു നീങ്ങുന്നത് കാണാം.

തനിക്കു നാണയം തന്ന പടയാളിയെ ആൾക്കൂട്ടത്തിൽ തിരഞ്ഞിരുന്നു. പക്ഷേ കാണാൻ കഴിഞ്ഞില്ല. കണ്ടു കിട്ടിയിരുന്നെങ്കിൽ തനിക്കു തന്ന നാണയം മടക്കി നൽകാമായിരുന്നു. തനിക്കു കിട്ടിയ ഈ സൗകര്യങ്ങൾ അയാൾ അറിഞ്ഞു കാണുമോ എന്തോ? വാതിൽക്കൽ തട്ട് കേട്ടു അയാൾ തിരിഞ്ഞു നോക്കി. സമ്പോധൻ. അതാണ് അദ്ദേഹത്തിന്റെ പേര്. രാജാവിന്റെ ബാല്യകാല തോഴനും സന്തത സഹചാരിയും. ഇന്നാണ് എല്ലാം അറിഞ്ഞത്. സാത്യകൻ സമ്പോധനെ തൊഴുതു. സമ്പോധൻ തിരിച്ചു വണങ്ങി.

“അങ്ങ് ആഹാരമൊക്കെ കഴിച്ചോ?”

“കഴിച്ചു യജമാനനെ...”

യജമാനനെ എന്ന വിളി മാറ്റാൻ പറഞ്ഞിട്ടും മാറ്റുന്നില്ല. ഇനി ഇങ്ങനെ തന്നെ ആവട്ടെ. ആലോചിച്ചു കൊണ്ട് സമ്പോധൻ പറഞ്ഞു.

“അവിടെ ഇരിക്കു.” ഇരിപ്പിടം ചൂണ്ടി സമ്പോധൻ പറഞ്ഞു.

“ഞാൻ ഇവിടിരുന്നോളാം.” നിലത്തേക്കിരുന്നു സാത്യകൻ.

“അയ്യോ...അങ്ങേന്താണ് കാണിക്കുന്നത്?” ഞെട്ടി എണീറ്റ് അയാൾക്കരികിലെത്തി കൊണ്ട് അയാളെ ഇരിപ്പിടത്തിൽ പിടിച്ചിരുത്താൻ ശ്രമിച്ചു

കൊണ്ട് സംബോധൻ തുടർന്നു.

"അങ്ങിവിടെ ഇരുന്നാൽ ശിക്ഷ എനിക്കാവും." അയാളെ പിടിച്ചെണീൽപ്പിച്ച് സബോധൻ ഇരിപ്പിടത്തിലേക്കിരുത്തി.

ശിക്ഷയോ... അയാൾ ആലോചിച്ചു. തന്നെ പരിചരിച്ചില്ലെങ്കിൽ ശിക്ഷയോ. അതും ബാല്യകാല സുഹൃത്തിന്...ഒന്നും മനസിലാവുന്നില്ലല്ലോ.

അയാളുടെ സന്ദേഹം മനസിലാക്കി സബോധൻ പറഞ്ഞു.

"അങ്ങയുടെ കാര്യത്തിൽ പ്രത്യേകം ശ്രദ്ധ വേണമെന്ന് പറഞ്ഞിരുന്നു രാജാവ്."

സാത്യകൻ ഒന്നും മിണ്ടാതെ കേട്ടിരിക്കെ ബാണാസുരൻ വാതിൽ കടന്നു വന്നു. സംശയത്തോടെ നോക്കുന്ന സാത്യകനെ നോക്കി ചെറു ചിരിയോടെ സബോധൻ പരിചയപ്പെടുത്തി.

"ബാണാസുരൻ. നമ്മുടെ സർവ സൈന്യാധിപൻ." അയാളെ നോക്കി എണീൽക്കാൻ തുടങ്ങിയതും കൈ കാട്ടി ബാണാസുരൻ വണങ്ങി. വേറെ വഴിയില്ലാതെ വണങ്ങിയ ശേഷം ഭയം നിറഞ്ഞ നോട്ടത്തോടെ സാത്യകൻ ഇരുന്നു. എന്തിനാണ് ഇവർ രണ്ടു പേരും തന്റെ മുറിയിൽ. ആ ആലോചന അയാളുടെ ഉള്ളിൽ മുറുകിക്കൊണ്ടിരിക്കെ, വാതിൽക്കലേക്ക് അവിടെ നിൽക്കുന്ന പടയാളികളെ കൂടാതെ മറ്റു രണ്ടു പേർ ധൃതിയിൽ കടന്നു വന്ന് നിൽപ്പുറപ്പിച്ചു.

എന്താണ് സംഭവിക്കുന്നത് എന്ന് അമ്പരപ്പോടെ അയാൾ നോക്കി നിൽക്കെ വാതിൽ കടന്ന് മംഗളസിംഹൻ അകത്തേക്ക് വന്നു. സാത്യകൻ ഞെട്ടി എണീറ്റു. അത് കണ്ട് ചെറു ചിരിയോടെ തന്റെ ഇരിപ്പിടത്തിലേക്ക് ചാഞ്ഞു കൊണ്ട് മംഗളസിംഹൻ പറഞ്ഞു.

"അങ്ങ് സമാധാനത്തോടെ അവിടെ ഇരിക്കൂ."

വിശ്വസിക്കാനാവാത്തതു പോലെ അവരെയൊക്കെ നോക്കിയിട്ടു സാത്യകൻ ഇരുന്നു ഇരുന്നില്ല എന്ന മട്ടിൽ അവിടെ സ്ഥാനമുറപ്പിച്ചു.

"അങ്ങയുടെ താമസവും ഭക്ഷണവും ഒക്കെ നന്നായോ?" മംഗളസിംഹൻ ചോദിച്ചു.

ഒന്നും പറയാനാവാതെ സാത്യകൻ തലയാട്ടി.

സബോധനെയും ബാണാസുരനെയും ഒന്ന് നോക്കിയിട്ടു സാത്യകനോട് മംഗളസിംഹൻ എന്തോ ചോദിക്കാനാഞ്ഞതും, പെട്ടെന്ന് സാത്യകൻ ചോദിച്ചു.

"പ്രഭോ, എന്റെ മകൾ... ?"

ഒരു നിമിഷം മംഗളസിംഹൻ വല്ലാതായി. അയാളുടെ മകളെ കാണാൻ താൻ എത്ര ആഗ്രഹിക്കുന്നു എന്ന് പറയാനാവാതെ മംഗളസിംഹൻ കുഴങ്ങി.

ശേഷം മംഗളസിംഹൻ മനസ്സിൽ അടക്കി പിടിച്ച ചോദ്യമെറിഞ്ഞു.

"കൗർവകിക്ക്... എന്താണ് സംഭവിച്ചത്.? പറയൂ... അങ്ങേക്കു പറയാനുള്ളതെല്ലാം, അന്ന് നടന്നതെല്ലാം... പറയൂ."

* * *

“ഇന്ദ്ര രൂപൻ.” പേര് പതിയെ ഉരുവിട്ടു കൊണ്ട് മംഗളസിംഹൻ നിന്നു.

“ഇന്ദ്രരൂപൻ അവിടെ തേടി ചെന്നെങ്കിൽ അതിന് പിന്നിൽ അങ്ങയുടെ ഏതോ പ്രബല ശത്രുവിന്റെ കരു നീക്കങ്ങളുണ്ട്.”

ആലോചനയിൽ മുങ്ങി നിൽക്കുന്ന മംഗളസിംഹനെ നോക്കി സബോധൻ അഭിപ്രായപ്പെട്ടു. അവർ മൂവരും കൊട്ടാരത്തിലെ രഹസ്യ മുറിയിലായിരുന്നു. ആർക്കും ഒരു സന്ദേഹവും തോന്നാതെ അന്വേഷണം തുടങ്ങാൻ, കൗർവകിയെ കണ്ടെത്താൻ, അവളുടെ തിരോധാനത്തിന് പിന്നിലുള്ള യഥാർത്ഥ കുറ്റവാളിയെ കണ്ടെത്താൻ ബാണാസുരൻ രഹസ്യ പടയാളികൾക്കും ചാരസംഘത്തിനും ആജ്ഞ നൽകി കഴിഞ്ഞിരുന്നു.

“ഇന്ദ്രരൂപനെ ചോദ്യം ചെയ്യാം. പക്ഷേ അവനെയും ആക്രമിച്ച്, അങ്ങയുടെ പേരും പറഞ്ഞ് മഗധയുടെ കൊടിയുമുയർത്തി അങ്ങേക്ക് പ്രിയപ്പെട്ടതിനെ കടത്തി കൊണ്ട് പോയെങ്കിൽ ശത്രു മറ്റാരോ ആണ്. അതും തെളിച്ചമുള്ള കുരുട്ടു ബുദ്ധിയുള്ളവർ.”

ബാണാസുരന്റെ വാക്കുകൾ മംഗളസിംഹൻ ശ്രദ്ധിച്ചു കേട്ടു. അയാൾ പതിയെ മൂളി. ശരിയാണ് എന്ന അർത്ഥത്തിൽ.

തന്റെ ഉള്ളിലെ താല്പര്യം പോലും ചികഞ്ഞെടുത്ത്, ഒളിഞ്ഞു നിന്ന് മുറിവേൽപ്പിക്കുന്നവർ. താൻ ആക്രമിക്കപ്പെടുന്നതിൽ, ഹൃദയം കൊണ്ട് അശാന്തിയിൽ മുഴുകുന്നതിൽ സായൂജ്യമടയുന്നവർ ആരാണ്? അതും കൊട്ടാര കെട്ടുകളുടെ വെളിച്ചം വീഴാത്ത ഇടനാഴികളിൽ ഉദയം ചെയ്യുന്ന ചതിയുടെയും വഞ്ചനയുടെയും പകയുടെയും, കഥകളും കാരണങ്ങളും തിരിച്ചറിയാത്ത ഒരു പാവം ഗ്രാമീണ കന്യകയാണ് ബലിയാടാവുന്നത്. ആ ഓർമയിൽ, അവളോടുള്ള അപാരമായ സ്നേഹത്തിൽ നിന്ന് ഹൃദയം നൊന്ത്, സ്വയം അടക്കി, കടുത്ത സ്വരത്തിൽ മംഗളസിംഹൻ പറഞ്ഞു.

“ഹാജരാക്കണം ഇന്ദ്രരൂപനെ ഇന്ന് രാത്രി തന്നെ.”

“ശരി പ്രഭോ...”

ബാണാസുരൻ തല കുനിച്ചു വണങ്ങി പുറത്തേക്ക് പോയി.

സംശയങ്ങളുണ്ട്. പലരെയും. രാജ്യം വരെ കടന്നു പോകുന്ന സംശയങ്ങൾ. സംയുക്ത വരെ. പക്ഷേ സമയമായിട്ടില്ല. മംഗളസിംഹൻ കൈ തലയിൽ താങ്ങി ഇരുന്നു.

* * *

ഇന്ദ്രരൂപൻ ഇരുട്ടിലൂടെ കുതിരയെ മെല്ലെ ചലിപ്പിച്ചു കൊണ്ട് വീടിന്റെ പിൻവശത്തേക്ക് കൊണ്ട് ചെന്നു. അവിടെയുള്ള മരത്തിലേക്ക് കുതിരയെ കെട്ടി. ശേഷം അയാൾ വീടിന്റെ മുൻ വശത്തേക്ക് നടന്നു ചെന്ന് വാതിൽക്കൽ പതിയെ തട്ടിയതും അത് മെല്ലെ തുറക്കപ്പെട്ടു. മുറിയിൽ അരണ്ട വെളിച്ചം മാത്രമേ ഉണ്ടായിരുന്നുള്ളൂവെങ്കിലും ഹരിണി നിൽക്കുന്നത് ഇന്ദ്രരൂപൻ കണ്ടു. ഒരു വശ്യമായ ചിരിയോടെ അയാൾ അകത്തേക്ക് കടന്നു. അവൾക്കായി വാങ്ങിയ ഇലഞ്ഞി പൂവിന്റെ മാല അയാൾ നീട്ടി. അയാൾ എന്ന് ചെന്നാലും അവൾ ആവശ്യപ്പെടാറുള്ള ഏക സമ്മാനമായിരുന്നു അത്. ഇലഞ്ഞിപ്പൂക്കൾ.

“ഇലഞ്ഞിപ്പൂക്കൾ ഇട്ട ചെറു ചൂട് വെള്ളത്തിലാണ് മഹാരാജാവ്

കളിക്കുന്നതെന്നറിഞ്ഞപ്പോൾ തുടങ്ങിയ ആഗ്രഹമാണ്." അവൾ പണ്ടൊരിക്കൽ പറഞ്ഞത് അയാൾ ഓർത്തു.

പൂക്കൾ ലഭിച്ചിട്ടും അവൾക്കു പ്രതീക്ഷിച്ച സന്തോഷമില്ലല്ലോ എന്ന് അയാൾ ശ്രദ്ധിച്ചു. അവളുടെ മുഖം വാടി ഇരിക്കുന്നു. അകത്തും പുറത്തും. ഒരു തെളിച്ചമില്ലായ്മ. ഇവിടെന്താണ് വെട്ടം കുറവ്. അത് കൊണ്ടാണ് തനിക്കവളെ ശരിക്കു കാണാനാവാത്തത്.

"നീയെന്താ ഇരുട്ടത്ത് നിൽക്കുന്നത്?"

അയാൾ വിളക്കിന്റെ തെളിച്ചം കൂട്ടിയതും മുൻവാതിൽ അടഞ്ഞു. തിരിഞ്ഞു നോക്കിയ ഇന്ദ്രരൂപൻ വാതിൽക്കൽ നിൽക്കുന്ന ഒരു പടയാളിയെ കണ്ടു. ഒന്നമ്പരന്നെങ്കിലും അയാൾ വാൾ വലിച്ചെടുക്കാൻ ശ്രമിച്ചതും ഇരുട്ടു മാറാത്ത മൂലയിൽ നിന്ന് ശബ്ദം കേട്ടു.

"സാഹസം വേണ്ട ഇന്ദ്രരൂപൻ."

അയാൾ തിരിഞ്ഞു നോക്കി. ബാണാസുരൻ. അയാൾക്കു പിന്നിൽ നിന്നും മറ്റു മൂലയിൽ നിന്നും കടന്നു വരുന്ന ആയുധധാരികളായ പടയാളികൾ. ആ നീക്കം ഇഷ്ടപ്പെടാതെ, തന്റെ സ്വകാര്യതയിലേക്കുള്ള കടന്നു കയറ്റം തീർത്തും അനുവദിക്കാനാവാതെ അയാൾ മുറുമുറുപ്പോടെ ചോദിച്ചു.

"എന്താണ് ഉദ്ദേശം സൈന്യാധിപൻ?"

"അങ്ങയെപ്പോലെ സദ്ഗുണമുള്ളതല്ല."

"അപ്പോൾ പിന്നെ നേർവഴിക്കെന്ന് പറയുന്ന ഈ നീക്കം എന്തിനാണാവോ?" പുച്ഛസ്വരത്തോടെ അയാൾ ചോദിച്ചു.

അയാളെ കടുപ്പിച്ചു നോക്കി ബാണാസുരൻ ചോദിച്ചു.

"ചന്ദ്രഭാഗയിലെ കവർച്ചക്ക് ശേഷം വിലപിടിച്ച ഒന്നിനെ കടത്തിയതെവിടെക്കാണ്? ആരെല്ലാമാണ് ആ കവർച്ചക്ക് പിന്നിൽ?"

ഓ അപ്പോൾ എല്ലാം അറിഞ്ഞിരിക്കുന്നു. പക്ഷേ എങ്ങനെ. ഒന്നും അവശേഷിപ്പിക്കാതെ, കഴിയുന്നിടത്തോളം ആടുകളെയും കൊണ്ട്, തീ പിടുത്തത്തിൽ നിന്ന് രക്ഷപ്പെട്ടു വന്നിട്ടു ദിവസങ്ങൾ ആയിരിക്കുന്നു. പക്ഷേ എന്തോ ഒരു ദൂത് കിട്ടിയിരിക്കുന്നു. അതിന്റെ ധൈര്യത്തിലാണ് ഈ കടന്നു കയറ്റം. പക്ഷേ അത് മോഹം മാത്രമാണ്. തന്റെ പരാജയം സമ്മതിച്ചു കൊടുക്കാനുള്ള മടിയോടെ, പിടി കൊടുക്കാനുള്ള സമ്മതമേതുമില്ലാതെ ദേഷ്യം കൊണ്ട് അയാൾ മുരണ്ടു.

"സൈന്യാധിപൻ, എന്റെ വ്യക്തിപരമായ നീക്കങ്ങൾ നിങ്ങൾക്ക് മുന്നിൽ പൊളിച്ചെഴുതാൻ എനിക്ക് താല്പര്യമില്ല."

"അങ്ങയുടെ താല്പര്യമില്ലായ്മ എനിക്കൂഹിക്കാം." ചെറു ചിരിയോടെ ബാണാസുരൻ പറഞ്ഞു.

"പക്ഷേ അങ്ങയുടെ പിന്നിലാരാണെന്ന് അറിയാനൊരാഗ്രഹം. എനിക്കല്ല. മഗധയുടെ രാജാവിന്."

ഇന്ദ്രരൂപൻ ഉള്ളു കൊണ്ട് പോലും ഒരു നിമിഷം നിശബ്ദനായി. മംഗളസിംഹൻ അറിഞ്ഞിരിക്കുന്നു. താഴെത്തട്ടിലെ തീരുമാനമല്ല.

"പറയാൻ മടിയുണ്ടെങ്കിൽ ചോദ്യം ചെയ്യൽ മറ്റൊരിടത്തു വെച്ചാവാം."

മുറിയുടെ മൂലയിൽ ഒരുങ്ങി പതുങ്ങി നിൽക്കുന്ന ഹരിണിയെ നോക്കി ബാണാസുരൻ പറഞ്ഞു. ഇന്ദ്രരൂപൻ ഹരിണിയെ നോക്കി. അവർ കുനിഞ്ഞു കൂടി ചെറുതായത് പോലെ കാണപ്പെട്ടു. സാക്ഷാൽ സൈന്യാധിപനാണ് മുന്നിൽ. പോരാത്തതിന് രാജാവിന്റെ നേരിട്ടുള്ള ഇടപെടലും. തല ഇല്ലാതായെന്നു തന്നെ അവർ കരുതുന്നുണ്ടാവണം എന്ന് ഇന്ദ്രരൂപൻ ഓർത്തു. ഒന്നും ചെയ്യാൻ കഴിയില്ല. തന്റെ തന്നെ ജീവൻ അപകടത്തിലാണ്. ജേഷ്ഠത്തിയെകൊണ്ട് പറയിക്കാമെന്നു വെച്ചാൽ തന്നെ മംഗളസിംഹനെ അവർക്കു പോലും പേടിയാണ്. ഇങ്ങനെ നിശബ്ദനും നിഷ്കളങ്കനുമായ ഒരാളെ എങ്ങനെയാണ് പേടിക്കുന്നതെന്നു താൻ ഓർത്തിട്ടുണ്ട്. പക്ഷേ മംഗള സിംഹനെന്ന് പറയുമ്പോൾ തന്റെ ഉള്ളിലും ഒരു ഉൾകിടിലം ഉണ്ടാവുന്നു. അറിയാതെ മനസ്സിൽ ഭയം നിറയുന്നു. അതിന്റെ കാരണം എത്ര ആലോചിച്ചിട്ടും പിടികിട്ടാതെ, ഒന്നും പറയാനാവാതെ അയാൾ നിന്നു.

വീടിനു പുറത്ത് കുതിരകളുടെ കുളമ്പടികൾ കേട്ടു. ആയുധങ്ങളുടെ അനക്കവും.

“അങ്ങേക്ക് വേണ്ടി പുറത്തും ആൾ കാത്തു നിൽക്കുന്നുണ്ട്.”

ഇന്ദ്രരൂപൻ ഒരു നിമിഷം കൂടി നിന്നിട്ട്, ആലോചിച്ചു കൊണ്ട്, പിടി കൊടുത്ത് പടയാളികളോടൊപ്പം പോകാനുള്ള മടി ദേഷ്യമാക്കി മാറ്റി പറഞ്ഞു.

“നിങ്ങളുടെ രാജാവിനോട് പറഞ്ഞേക്ക്, മഹാറാണി പൗർണമി ദേവിയുടെ ഉത്തരവായിരുന്നെന്ന്.”

ബാണാസുരൻ ചിരിച്ചു. മഹാരാജാവ് അനുഹിച്ചു കഴിഞ്ഞെന്ന് അയാൾക്കുറപ്പായിരുന്നു. സാത്യകന്റെ വാക്കുകൾ മാത്രമല്ല അതിനാധാരം.

“പക്ഷേ ഞങ്ങളവളെ കടത്തിയിട്ടില്ല. അതിന് മുൻപേ ഏതോ കവർച്ചക്കാർ...” പൂർത്തീകരിക്കാൻ അനുവദിക്കാതെ ബാണാസുരൻ കൈ ഉയർത്തി തടഞ്ഞു.

“ഞാൻ വിശ്വസിക്കുന്നു. പക്ഷേ വിശദീകരണം മറ്റൊരിടത്തു മതി.” പടയാളികൾക്ക് ആംഗ്യം കാട്ടി ബാണാസുരൻ. അവർ അയാളിലേക്ക് നീങ്ങാൻ തുടങ്ങിയതും ദ്രുത ഗതിയിൽ വാൾ വലിച്ചെടുക്കാൻ ഇന്ദ്രരൂപൻ ശ്രമിച്ചു. അയാളുടെ ചിന്തകൾ വായിച്ചറിഞ്ഞെന്ന പോലെ ബാണാസുരന്റെ വാൾ ഞൊടിയിടയിൽ ഇന്ദ്രരൂപന്റെ കഴുത്തിൽ അമർന്നു. വാൾത്തുമ്പിന്റെ നനുത്ത തണുപ്പിൽ തൊട്ട് അനങ്ങാനാവാതെ ഇന്ദ്രരൂപൻ നിൽക്കെ പടയാളികൾ അയാളെ കൈയ്യാമം വെച്ചു. ഒന്ന് കുതറി മാറാൻ ഇന്ദ്രരൂപൻ ശ്രമിച്ചു. പടയാളികൾ അയാളെ ഇറുകെ പിടിച്ച ശേഷം വാതിൽ തുറന്നു. അവർ അയാളെ തള്ളി പുറത്തേക്കിറക്കവേ, ബാണാസുരൻ അകത്തെ വിളക്ക് ഊതി കെടുത്തി.

22

ന്യായവിധി

കുടുംബാംഗങ്ങളിൽ എട്ടു യോദ്ധാക്കളെ നിനക്ക് നഷ്ടപ്പെട്ടു.
അവരുടെ ഭാര്യമാരും കുഞ്ഞുങ്ങളും പറഞ്ഞു.
നിങ്ങളുടെ കൂടെ പാർപ്പാൻ വന്ന ഞങ്ങളെ   നിങ്ങൾ കുരുതി കൊടുത്തല്ലോ.
അങ്ങനെ പോകാനാണെങ്കിൽ അതിന് യുദ്ധത്തിൽ കൂടണമെന്നില്ല.
ഇല്ല രാജാവേ. ഞങ്ങൾ ഒരു ലക്ഷ്യത്തിനു വേണ്ടി വന്നതാണ്.
അത് തീരുമാനിച്ചിറങ്ങിയവരാണ് എന്നവർ ആണയിട്ടു.
നിങ്ങൾ എന്നെ സ്നേഹിക്കുന്നെങ്കിൽ എന്റെ കൂടെ ജീവിക്കാനും
മരിക്കാനും തയ്യാറാവുക എന്ന് അപ്പോൾ എല്ലാവരും ഭാഗം പറഞ്ഞു.
അവന്റെ ഹൃദയം തകരണം.
അനുതാപമുണ്ടെന്നു കേട്ട അവന്റെ ഹൃദയത്തിൽ ഊക്കോടെ ഇടിക്കണം.
നെഞ്ച് തകർന്ന് ഹൃദയം പൊട്ടിയ രക്തം അവന്റെ കണ്ണിലൂടെയും
കടവായിലൂടെയും ഒഴുകണം.
ആയിരം യുദ്ധങ്ങൾ ജയിച്ചാലും അത് മാത്രമാണ്
അവന്റെ മേലുള്ള വിജയം."

(കൗർവകിയുടെ ഗീതങ്ങൾ: 22:14)

കാലാൾപ്പട - 3212

കുതിരപ്പടയാളികൾ -1036

കുതിരകൾ-304

കാര്യവിചാരകൻ നഷ്ടങ്ങളുടെ കണക്കു വായിക്കുകയായിരുന്നു.

രണചൂഡനും, പാണ്ഡുകനും, മദമുഖനും അത് കേട്ട് ആലോചനയോടെ ഇരുന്നു. അവർക്കരികിൽ തന്റെ ഇരിപ്പിടത്തിൽ അമർന്നിരുന്ന് ധൃതഗജൻ എല്ലാം ശ്രദ്ധിച്ചു കൊണ്ടിരുന്നു.

"ശത്രുവിന്...?" ധൃതഗജൻ കാര്യ വിചാരകനോട് ചോദിച്ചു

"കാൽ പടയാളികൾ എഴുനൂറു വരെ ഉണ്ടാവും." കാര്യ വിചാരകൻ പറഞ്ഞു.

"യുദ്ധം തോറ്റതിൽ അല്ല. രണ്ടു ഗ്രാമങ്ങൾ പിടിച്ചടക്കിയത് നില നിർത്താൻ നമുക്ക് കഴിഞ്ഞില്ല." ആലോചനയോടെ അയാൾ പിറുപിറുത്തു.

"അവന്റെ നെഞ്ചിടിപ്പ് ഒന്ന് കൂട്ടാൻ പോലും കഴിയാതെ പിന്തിരിയേണ്ടി വന്നു." പാണ്ഡുകൻ ഞെരിച്ച പല്ലുകൾക്കിടയിലൂടെ പറഞ്ഞു.

"അവരെ അപേക്ഷിച്ച് നമ്മുടെ സൈന്യം എത്ര ചെറുതാണ് സൈന്യാധിപൻ. പക്ഷേ ഒരു ഭയം സൃഷ്ടിക്കാൻ നമുക്ക് സാധിച്ചു എന്നാണ് എന്റെ വിശ്വാസം."

മദമുഖൻ പറഞ്ഞു. ആ വാക്കുകൾ കുടുംബാംഗങ്ങളിൽ പെട്ട എട്ടു യോദ്ധാക്കളെ നഷ്ടപ്പെട്ടതിൽ സ്വയം ആശ്വസിപ്പിക്കാനാണെന്ന് പാണ്ഡുകന് മനസിലായി. അവരുടെ ഭാര്യമാരെയും കുഞ്ഞുങ്ങളെയും പറഞ്ഞു സമാധാനിപ്പിക്കാൻ ദിവസങ്ങൾ തന്നെ വേണ്ടി വന്നിരുന്നു. എങ്കിലും ഇനിയും ഉള്ളിൽ അടങ്ങിയിട്ടില്ല ആ വേദന. മടങ്ങി പോകാം എന്ന് ചിലരെങ്കിലും അയാളോട് പറഞ്ഞു തുടങ്ങിയിരുന്നു. അല്ലെങ്കിൽ മറ്റേതെങ്കിലും പ്രവിശ്യയിൽ പോയി ജീവിക്കാമെന്നും.

"അങ്ങനെ പോകാനാണെങ്കിൽ നിങ്ങൾക്ക് ഈ രാജ്യത്ത് കഴിയാം. അതിന് യുദ്ധത്തിൽ കൂടണമെന്നില്ല."

രണചൂഡൻ അവരോടു പറഞ്ഞു.

"ഇല്ല രാജാവേ. ഞങ്ങൾ ഒരു ലക്ഷ്യത്തിനു വേണ്ടി വന്നതാണ്. അത് തീരുമാനിച്ചിറങ്ങിയവരാണ്"

കുടുംബാംഗങ്ങൾക്ക് വേണ്ടി പാണ്ഡുകൻ പറഞ്ഞപ്പോൾ രണചൂഡൻ ആ തീരുമാനത്തെ അനുകൂലിച്ച മടങ്ങി.

"നിങ്ങൾ എന്നെ സ്നേഹിക്കുന്നെങ്കിൽ എന്റെ കൂടെ ജീവിക്കാനും മരിക്കാനും തയ്യാറാവുക. ഇനി താല്പര്യമില്ലാത്തവർക്ക് ഒരു താവളം ഒരുക്കി തരാം." എന്ന് പറഞ്ഞു കൊണ്ട് കുടുംബാംഗങ്ങളെ പാണ്ഡുകൻ നോക്കി. അവർ ഒന്നും മിണ്ടിയില്ല. മൗനം സമ്മതമായി സ്വയം കരുതി അയാൾ കണ്ണടച്ചു. അങ്ങനെയാണ് ആ ചർച്ച അവസാനിച്ചത്.

"സൈന്യ ബലം കൊണ്ട് നമുക്ക് മഗധയെ തോൽപ്പിക്കാൻ തല്ക്കാലം ആവില്ല. ഇനി എന്തെങ്കിലും പാരിതോഷികങ്ങളും കാരണങ്ങളും പറഞ്ഞ് കൂർമ്മ ഗോത്രത്തെയും ചണ്ഡാള ഗോത്രത്തിന്റെ പതിനായിരം വരുന്ന പടയെയും പ്രവിശ്യകൾ കൊടുത്ത് വിലക്കെടുത്താൽ കൂടി." രണചൂഡന്റെ സദസ്സിലെ ഒരുവൻ പറഞ്ഞു.

കുറുകിയ കറുപ്പന്മാരുടെ ഗോത്രമാണ് കൂർമ്മ ഗോത്രം. ചണ്ഡാളർ സാമാന്യം ഉയരമുള്ളവരും ബുദ്ധി കൊണ്ട് കാര്യങ്ങൾ നീക്കുന്നവരുമാണ്

"കൂർമ്മ ഗോത്രവും ചണ്ഡാള ഗോത്രവും ശല്യക്കാരാണ്. പക്ഷേ യോദ്ധാക്കളാണ്. ഒളി യുദ്ധം അറിയാവുന്നവർ. പടയെക്കാൾ പടനീക്കത്തിന്റെ കരുക്കൾ അവർക്ക് കൃത്യമായി അറിയാം. പക്ഷേ പതിനായിരം പേര് മാത്രമേ ഉള്ളൂ. അവർക്കായി രാജ്യത്തിന്റെ ഒരു പ്രവിശ്യ കൊടുക്കാമെന്നു വെച്ചാൽ... ആലോചിക്കണം." രക്ഷകൻ കൂട്ടിച്ചേർത്തു.

സിംഹാസനത്തിൽ ഇളകി ഇരുന്നു രണചൂഡൻ.

എല്ലാവരും അവരവരുടെ ഭാഗം പറഞ്ഞു കഴിഞ്ഞു. പാണ്ഡുകനെ അവർ നോക്കി. കിഴവൻ എന്തെങ്കിലും കുശാഗ്ര ബുദ്ധിയുമായി കടന്നു വരുമെന്ന് അവർ കാത്തിരുന്നു. പല്ലുകൾ ഞെരിഞ്ഞമരുന്ന ശബ്ദം കേട്ടു. കടിച്ചു പിടിച്ച വാക്കുകൾ പിന്നാലെ വന്നു.

"അവൻ, മംഗളസിംഹൻ തളരണമെങ്കിൽ സൈന്യം തളർന്നാലും, ചത്തൊടുങ്ങിയാലും പോരാ..."

ഏതോ ഗുഹ മുഖത്ത് നിന്നും വരുന്ന ശബ്ദം പോലെ അവർ അയാളുടെ വാക്കുകൾ കേട്ടു.

"അവന്റെ ഹൃദയം തകരണം.അനുതാപമുണ്ടെന്നു കേട്ട അവന്റെ ഹൃദയത്തിൽ ഊക്കോടെ ഇടിക്കണം. നെഞ്ച് തകർന്ന് ഹൃദയം പൊട്ടിയ രക്തം അവന്റെ കണ്ണിലൂടെയും കടവായിലൂടെയും ഒഴുകണം. ആയിരം യുദ്ധങ്ങൾ ജയിച്ചാലും അത് മാത്രമാണ് അവന്റെ മേലുള്ള വിജയം."

ഒരു നിമിഷം സദസ്സിൽ നിശബ്ദത പടർന്നു

കിഴവന്റെ ഉള്ളിൽ മഹാപദ്മനോടുള്ള രോഷം, വൈരാഗ്യം എത്ര ശക്തമാണെന്നും, അതിന്റെ തീവ്രത മംഗള സിംഹനോടും കുടുംബത്തിലുള്ള സകല പേരോടും ഉണ്ടെന്നും, അവരുടെ കുടുംബം നശിച്ചു കാണാതെ

അയാൾ മരിക്കുവാൻ പോലും സാധ്യത കുറവാണെന്നും ധൂതഗജന് തോന്നി. പാണ്ഡുകൻ അയാളുടെ മാത്രം വേദനക്ക് കണക്കു തീർക്കാനാണോ പുതിയ ഈ സൗഹൃദങ്ങൾ സ്ഥാപിച്ചത്. സംശയത്തോടെ ധൂതഗജൻ പാണ്ഡുകനെ നോക്കി. പക്ഷേ സന്ദേഹപ്പെട്ടിട്ടു കാര്യമില്ല. ഓരോരുത്തർക്കും ഓരോ പ്രതികാരമാണ്. തന്റെ പ്രതികാരം പുതിയതാണെന്നു മാത്രം. അയാൾ ഓർത്തു. ദശകങ്ങൾ താണ്ടിയ പ്രതികാരമാണ് ഇവർക്കുള്ളത്. അണയാത്ത തീ പോലെ ആദ്യ ദിനം മുതൽ അത് ജ്വലിപ്പിച്ചു നിർത്തുന്നതിൽ കിഴവന്റെ മനസ്സിനോട്, നിശ്ചയ ദാർഢ്യത്തിനോട് ധൂതഗജന് ബഹുമാനം തോന്നി. മാത്രമല്ല ഈ പ്രതികാരാഗ്നിയിൽ പെട്ട് പോവാതെ താൻ ഇവരുടെ പാളയം തേടിയെത്തിയത് വിചിത്രവും, ഒരു വേള വിവേകവുമായി അയാൾക്ക് തോന്നി. രണചൂഢനും താനും, പടയും കാഹളവുമില്ലെങ്കിലും, പാണ്ഡുകൻ ഇത് നടത്തും. മറ്റൊരാളെ കൂട്ട് പിടിച്ച്. അല്ലെങ്കിൽ മരിച്ചു വീഴും വരെ ഒറ്റക്ക്. അങ്ങനെ ഒറ്റക്കൊറ്റക്ക് പൊരുതി ഒറ്റപ്പെട്ടു പോയാലും എതിരാളികളിൽ പ്രധാനികളെ വക വരുത്തുവാൻ കഴിവുണ്ടെന്ന് അയാൾ തെളിയിച്ചതാണ്.

പ്രതികാരത്തിന്റെ മനുഷ്യ രൂപത്തെ, അതിന്റെ പ്രോജ്ജ്വലിക്കുന്ന വാർധക്യ രൂപത്തെ ധൂതഗജൻ ഉറ്റു നോക്കി.

പാണ്ഡുകൻ, അന്ധമായിക്കൊണ്ടിരിക്കുന്ന കണ്ണുകളിൽ വെളിച്ചം നില നിർത്താൻ പ്രതികാരത്തിന്റെ പുതിയ കാഴ്ചകളിലേക്ക്, തെളിച്ചങ്ങളിലേയ്ക്ക് മനസിനെ പായിക്കുകയാണെന്ന് ധൂതഗജന് തോന്നി.

"അങ്ങേക്ക് വേണ്ടപ്പെട്ടവർ ആരുമില്ലേ മംഗളസിംഹന്റെ കൊട്ടാരത്തിൽ."

രണചൂഢൻ ധൂതഗജനോട് ചോദിച്ചു.

"പിന്തുണക്കുന്നവരുടെ എണ്ണമല്ല. വിശ്വസ്തതയും വിവരങ്ങളുമാണ് പ്രധാനം."

ആലോചനയോടെ ഇരിക്കുന്ന ധൂതഗജനെ ഒന്ന് പാളി നോക്കി പാണ്ഡുകൻ പറഞ്ഞു.

ആളുണ്ട്. ഒരു പാട് പേർ. ഒരാളെ അവിടെ തന്നെ നില്ക്കാൻ പറഞ്ഞേൽപ്പിച്ചാണ് വന്നത്. പരമ വീരനെ.

അത് ഗുണം ചെയ്യും.

"ഉണ്ട്... വിശ്വസ്തർ തന്നെ." ധൂതഗജൻ പറഞ്ഞു.

അയാളുടെ വാക്കുകൾ കേട്ടു പാണ്ഡുകൻ കണ്ണടച്ചു. ആൾ ആരാണെങ്കിലും ഒരു സന്തോഷ വാർത്ത തനിക്കു ലഭ്യമാകും. അത് മംഗളസിംഹനെ തകർക്കും. തീർച്ച. ഏതോ പ്രിയപ്പെട്ട കാഴ്ച മുന്നിൽ കണ്ടാലെന്ന വണ്ണം അയാൾ ഇറുക്കിയ കണ്ണുകൾക്കിടയിലൂടെ ചിരിക്കുന്നത് രണചൂഢൻ കണ്ടു.

* * *

കത്തിജ്വലിക്കുന്ന ഗ്രഹ ത്തിനു കീഴെ പഴുത്തു കിടക്കുന്ന ചുവന്ന ഭൂമികയിലൂടെ ചെറു ചുഴലി കാറ്റ്, അവിടവിടെ രൂപപ്പെട്ട്, മിച്ചം കിടന്ന കരിയിലകളെ ആ തരിശു ഭൂമിയിലൂടെ പറത്തി കൊണ്ട് പോകുന്നുണ്ടായിരുന്നു. കണ്ണുകൾ ഒന്ന് തുറന്നടയ്ക്കാൻ കഴിഞ്ഞിരുന്നെങ്കിൽ, ഒരിറ്റു ജലം കിട്ടിയിരുന്നെങ്കിൽ

എന്ന് കൊതിച്ച അവർ. കൈകൾ രണ്ടും മുകളിലെ കഴക്കോലിലേക്ക് വലിച്ചു കെട്ടി നിർത്തി, കഴുത്തനക്കാനാവാത്ത ഇരുമ്പു വളയമിട്ടു, അത്ര ശക്തമല്ലാത്ത ഒരു കാറ്റിൽ പോലും താഴേക്ക് വീണു പോകാവുന്ന തടിയുടെ ചെറു പ്രതലത്തിൽ കാൽ വിരൽ തുമ്പ് ഉറപ്പിച്ചു നിർത്താൻ പാട് പെട്ട് അവർ തൂങ്ങി നിന്നു. ഇന്ദ്രരൂപനും, അമ്മയുടെ അവകാശങ്ങളും പരിഗണനയും നിഷേധിക്കപ്പെട്ട്, മഹാറാണി പൗർണമി ദേവിയും. അവർ തങ്ങളുടെ മരണ വിധി കാത്ത് നിന്നു.

വിയർത്തൊലിച്ച പടയാളികൾ ആ എരിവെയിലിൽ അവർക്കു ചുറ്റും കാവൽ നിൽപ്പുണ്ട്. കുറച്ച് മാറി ഒരു മരത്തണലിൽ ബാണാസുരനും സബോധനും നിൽക്കുന്നുണ്ട്.

ഇന്ദ്രരൂപൻ മുഖമുയർത്തി നോക്കാൻ ശ്രമിച്ചു.

അടി കൊണ്ട് വീങ്ങിയ കണ്ണുകൾ തുറക്കാനും, തല ഉയർത്താനും കഴിയുന്നില്ല. എപ്പഴോ തുടങ്ങിയ മർദ്ദനം ഏതോ നേരത്താണ് ഒന്ന് ശമിച്ചത്. ഓർമ്മയില്ല.

"പറയൂ ഇന്ദ്രരൂപൻ... രാജാവിന്റെ പ്രിയപ്പെട്ടതിനെ നീ എന്ത് ചെയ്തു."

ഇന്ദ്രരൂപൻ ചിരിച്ചു. പഴപ്പിച്ച ദണ്ഡിന്റെ അടി പുറത്തു വീണു. കരിഞ്ഞ മാംസത്തിന്റെ ഗന്ധം ഉയർന്നു. ഇന്ദ്രരൂപൻ അലറിക്കരഞ്ഞു.

"ആരാണ് നിന്റെ പിന്നിൽ? ആരുടെ വാക്കുകളാണ് നിന്നെ നയിച്ചത്?"

ഇന്ദ്രരൂപന്റെ അലറിക്കരച്ചിലിനെക്കാൾ ഉച്ചത്തിൽ ബാണാസുരൻ ചോദിച്ചു.

ഇന്ദ്രരൂപൻ വാ തുറന്നില്ല...

ഇരുട്ട് നിറഞ്ഞ ഒരു മുറിയുടെ മൂലയിലെ ഒറ്റ പന്തത്തിന്റെ കൊച്ചു വെളിച്ചപ്പൊട്ടിലായിരുന്നു ഇന്ദ്രരൂപനെ ചോദ്യം ചെയ്തു കൊണ്ടിരുന്നത്.

മിച്ചം വരുന്ന സ്ഥലത്തെ ഇരുട്ടിൽ ഇരുന്നു കൊണ്ട് മംഗളസിംഹൻ ഇന്ദ്രരൂപന്റെ ഓരോ ചലനവും സൂക്ഷ്മം നിരീക്ഷിച്ചു കൊണ്ടിരുന്നു. അടി വീണ് ഓരോ തവണ അലറി നിലവിളിക്കുമ്പോഴും, അവന്റെ ഹൃദയത്തിൽ ഒളിപ്പിച്ചു വെച്ച കുൽസിതമായ ഒരു പുഞ്ചിരി അവൻ പോലുമറിയാതെ ഒളി മിന്നുന്നത് മംഗളസിംഹൻ ശ്രദ്ധിച്ചു.

"ചുറ്റികയും ആണിയും വരട്ടെ..." അടുത്ത് നിന്ന പടയാളിയോട് അടുത്ത ശിക്ഷാ നടപടി ബാണാസുരൻ പറഞ്ഞു.

"വേണ്ട..."

ഇരുട്ടിൽ നിന്നും മംഗളസിംഹൻ പറഞ്ഞു.

ബാണാസുരൻ മംഗളസിംഹന്റെ അരികിലേക്ക് എത്തി.

"അവൻ ആഹ്ളാദിക്കുകയാണ് സൈന്യാധിപൻ. നമ്മുടെ ചോദ്യങ്ങളോരോന്നും അവന് വിജയമാണ്. നമ്മുടെ അന്വേഷണത്തിന്റെ ആഴം അവന് ആനന്ദത്തിന്റേതാണ്."

പിന്നെന്തു ചെയ്യാനാണ് എന്ന അർത്ഥത്തിൽ ബാണാസുരൻ മംഗളസിംഹനെ നോക്കി.

ഒരിക്കലും ചെയ്യരുതെന്നും,ചെയ്യാനിടവരുത്തുന്ന ഒന്നും തന്റെ

മുന്നിലെത്തരുതെന്നും ഊണിലും ഉറക്കത്തിലും ധ്യാനിച്ച് പ്രാർത്ഥിച്ച് പറഞ്ഞ വാക്ക് തെറ്റിച്ച് കൊണ്ട്, ഉള്ളിൽ വിറച്ച് കൊണ്ട്, മംഗളസിംഹൻ പറഞ്ഞു.

“മരണമാണ് ശിക്ഷ. അതും അതി കഠിനമായതു തന്നെ. പ്രിയപ്പെട്ടതിന് വേണ്ടിയല്ല. രാജ്യ ദ്രോഹത്തിന്.”

“അങ്ങനെയെങ്കിൽ നിനക്കെന്നെയും കൂട്ടാം.”

മംഗളസിംഹനും ബാണാസുരനും ശബ്ദം കേട്ട് തിരിഞ്ഞു നോക്കി. ചിതറി വീഴുന്ന ഇത്തിരി വെളിച്ചത്തിൽ, മുന്നിൽ പൗർണമി ദേവി. അമ്പരപ്പോടെ നിന്നു മംഗളസിംഹൻ. ഈ രഹസ്യ അറയിൽ അവർ എങ്ങനെ കയറിപറ്റി. ഈ വിവരം എങ്ങനെ ചോർന്നു. തന്റെ കൊട്ടാരത്തിൽ തന്നെക്കാൾ രഹസ്യങ്ങൾ മറ്റുള്ളവർക്ക് അറിയാമെന്ന് മംഗളസിംഹൻ ഓർത്തു.

സംശയമുണ്ടായിരുന്നു. പക്ഷേ പ്രാർത്ഥിച്ചു. അങ്ങനെ ഒന്നും ആവല്ലേ എന്ന്. അമ്മ പ്രതിക്കൂട്ടിലാവുന്നത് തനിക്കു പ്രിയമല്ല. ഇന്ദ്രരൂപന്റെ നിശബ്ദത നീണ്ടു പോയപ്പോൾ ഉള്ളാലെ സന്തോഷിച്ചു. അമ്മയല്ല. അങ്ങനെ ഒരു വാക്ക് ഇന്ദ്രരൂപൻ നേരത്തെ പറഞ്ഞിരുന്നെങ്കിലും അത് മാറ്റി പറയുമോ എന്ന് കാത്തിരിക്കുകയായിരുന്നു താൻ. പക്ഷേ, ഈ പ്രത്യക്ഷപ്പെടൽ പ്രതീക്ഷകൾ തെറ്റിക്കുന്നു.

“അമ്മയെന്തിനിവിടെ വന്നു?”

”നിനക്കെന്തറിയാം മംഗൾ? ആരോ വാങ്ങിത്തന്ന പിച്ച പോലെ തന്നെയാണ് നിന്റെ ഭരണം. ഒരു ചെറു രഹസ്യമറിയാൻ നീ എത്ര കഷ്ടപ്പെടുകയാണ്. നീ എങ്ങനാണ് രാജ്യം ഭരിക്കുക.”

പുച്ഛച്ചിരിയോടെ അവർ പറഞ്ഞു.

ഉള്ളിൽ ക്ഷമ നിറച്ച് അയാൾ പറഞ്ഞു.

“അമ്മ പോകണം.” സഹോദരനെ രക്ഷിക്കാൻ പുതിയ നയങ്ങൾ. ഇങ്ങനെ തന്നെയാണ് ഓരോ തവണത്തെ കുറ്റങ്ങളിലും, പിതാവിൽ നിന്ന് ഇന്ദ്രരൂപൻ രക്ഷപ്പെട്ടത്. ഇത്തവണ അതില്ല. മംഗളസിംഹൻ തീരുമാനിച്ചു...

അയാൾ ഗൗരവത്തോടെ തുടർന്നു. “ഇത് കുറ്റവാളികളുടെ ഇടമാണ്. അതാരായാലും, ആര് പിന്തുണച്ചാലും മോചനമില്ല.”

പൗർണമി ദേവി അയാളെ ചുഴിഞ്ഞു നോക്കി.

മംഗളസിംഹൻ എന്ന് പേരുള്ള ഈ മകൻ ഒരു ഭീരുവാണ്. ഒരിക്കലും അവന് കടുത്ത ശിക്ഷകൾ കൈക്കൊള്ളാനാവില്ല. രാജ്യ ഭരണത്തിനും തീരുമാനങ്ങൾക്കും കഴിവുള്ളവനല്ല. ചപലനാണ്. അവനെ ഭരിക്കുന്നത് ഭയവും സഹതാപവുമാണ്. അവർ ചെറു ചിരിയോടെ മംഗളസിംഹനെ നോക്കി.

“നിനക്കറിയാനുള്ളത് ഞാൻ പറയാം. ഞാനാണ് അവനെ അയച്ചത്.”

അയാൾ നടുങ്ങിയില്ല. ഗുരുവിനെ ഓർത്തു...

ഏതേതു കർമ്മ പന്ഥാവിലൂടെയും പരീക്ഷണങ്ങളിലൂടെയുമാണ് അങ്ങ് എന്നെ യാത്ര ചെയ്യിക്കുന്നത്. അങ്ങേക്ക് ഞാൻ പ്രിയപ്പെട്ടതല്ലേ. ആഹാരവും നീരും നിദ്രയും മാത്രമല്ലേയുള്ളൂ ജീവിത മന്ത്രത്തിൽ ഞാൻ ആവശ്യപ്പെട്ടിരുന്നുള്ളൂ...

കർമങ്ങളുടെ മഹാ ഭൂമികയിൽ വെന്തുരുകാനാണല്ലോ തന്റെ വിധി

എന്നൾകിടിലത്തോടെ ഓർത്തു കൊണ്ട് അതിന്റെ എല്ലാ വേദനയോടെയും മംഗളസിംഹൻ ബാണാസുരനെ നോക്കി, പൗർണമി ദേവിക്ക് മുഖം കൊടുക്കാതെ പറഞ്ഞു.

“സൈന്യാധിപൻ, ശിക്ഷാ വിധി ഒരുക്കി കൊള്ളൂ. കുറ്റം ചെയ്ത എല്ലാവർക്കും.”

മഹാറാണി സ്തംഭിച്ചു നിന്നു. അവർ മംഗളസിംഹനിൽ നിന്ന് ഒരിക്കലും പ്രതീക്ഷിക്കാത്ത വാക്കും നീക്കവുമായിരുന്നത്. അവർ മംഗളസിംഹനെ ദയനീയമായി നോക്കി എന്തോ പറയാനാഞ്ഞു. പക്ഷേ അയാൾ മറഞ്ഞു കഴിഞ്ഞിരുന്നു. ശിക്ഷ മരണമാണ്. രാജ ശാസനം. മാറ്റമുണ്ടാവില്ല അതിന്. ബാണാസുരൻ കൈ കാണിച്ചു. ഇരുട്ടിൽ നിന്നു കടന്നു വന്ന്, പടയാളികൾ പൗർണമി ദേവിയെ വലയം ചെയ്തു.

മർദ്ദനമേറ്റ് അവശനായി ഇരിക്കുന്ന ഇന്ദ്രരൂപനെ അവർ നോക്കി... തന്റെയും അവന്റെയും മരണ ശിക്ഷക്ക് കാരണം താനാണ്...

* * *

ആകാശച്ചെരുവിന്റെ അറ്റത്തേക്ക് കനൗജ സാമ്രാജ്യത്തിന്റെ കൊടി പോയി മറയുന്നത് പൗർണമി ദേവി നോക്കി നിന്നു. അവരുടെ ചുണ്ടിൽ ചെറു ചിരി വിടർന്നു. മഹാനാശത്തിന്റെ വിത്ത് വിതച്ചിട്ടാണ് സംയുക്ത മടങ്ങുന്നത്. കാത്തിരിക്കുകയായിരുന്നു താൻ. എവിടെ തുടങ്ങണമെന്നറിയാതെ. കണ്ണീരുള്ളിൽ തോരാത്തത് കൊണ്ട് ആരെയും കാണാൻ പോലും കൂട്ടാക്കിയിരുന്നില്ല. ദേവായുധന്റെ മരണം തന്നെ ആകെ തളർത്തിയിരിക്കുന്നു. അവർ കണ്ണാടിയിലെ പ്രതിച്ഛായയിലേക്ക് നോക്കി. ആകെ മാറിപ്പോയിരിക്കുന്നു. ആടയാഭരണങ്ങൾ അഴിച്ചു വെച്ചാൽ കൊട്ടാര ദാസിയുടെ പോലും മിനുക്കവും തെളിച്ചവുമില്ലാത്ത അച്ചിക്കോലമായി താൻ മാറിയിരിക്കുന്നു. പ്രായമില്ലെന്നല്ല. പക്ഷേ ഇത് വരെ പ്രകടമായിരുന്നില്ല. ഉള്ളിലെ വ്യഥയും കൂടിയാവുമ്പോൾ എല്ലാം പൂർത്തിയാവുന്നു. കന്യകാത്വവും ആരോഗ്യവും പോയാൽ പിന്നെ തിരിച്ചു കിട്ടാറില്ല. മനസ്സ് അടങ്ങുന്നില്ല. കാരണങ്ങളായിരവും ന്യായങ്ങളനവധിയും കാണും മംഗളന്. പക്ഷേ അധികാരത്തിന് വേണ്ടി ജ്യേഷ്ഠനെ കൊല്ലാൻ ഗോത്രവർഗ്ഗത്തെ തിരഞ്ഞെടുത്ത ബുദ്ധികൂർമത, അത് സത്യമോ മിഥ്യയോ, കെട്ട് കഥയോ ആവട്ടെ, താൻ ഇപ്പോഴും അത് വിശ്വസിക്കുന്നു. അഥവാ വിശ്വസിപ്പിക്കാൻ സ്വയം ശ്രമിക്കുന്നു. പ്രതികാരത്തിന് പുതു വഴികളും പഴുതുകളും തേടുന്നു. ഇതാ, ഇതാണ് അവസരം...സംയുക്തയെന്ന രാജ്ഞിയെ തള്ളിക്കളയാൻ മാത്രം വിലപ്പെട്ട ആരാണ് മംഗളസിംഹന്റെ മനസിൽ. ഇനി കണ്ടുപിടിക്കേണ്ടത് അവളെയാണ്. കനക സിംഹാസനമുലയ്ക്കാൻ കടന്നു വന്ന കർഷക പുത്രിയെ. അതവൻ ചെയ്യും. ദേവായുധന്റെ കൊലയുടെ തെളിവ് കണ്ടെടുത്തു കൊണ്ട് വന്ന തന്റെ അനുജൻ. ഇന്ദ്രരൂപൻ.

“സരിക...” അവർ ദാസിയെ വിളിച്ചു.

സരിക വാതിൽക്കലെത്തി തല കാട്ടി.

“അനുജൻ ഇന്ദ്രരൂപനോട് വരാൻ പറയൂ...”

തല കുനിച്ചു വന്ദിച്ചു സരിക പിന്തിരിഞ്ഞു നടന്നു.

ആലോചനയിൽ മുറുകിയ മുഖവുമായി പൗർണമി ദേവി നിന്നു. മുറിയിൽ കഞ്ചാവിന്റെ മണമടിച്ചു. അവർ തല കുടഞ്ഞു കൊണ്ട് തിരിഞ്ഞു നോക്കി. ഇന്ദ്രരൂപൻ കഞ്ചാവ് തെറുത്തു വലിക്കുകയാണ്.

"നിന്നോട് ഞാൻ എത്ര തവണ വിലക്കിയിരിക്കുന്നു, ഈ മുറിയിൽ ഇത് പാടില്ല എന്ന്."

"തോന്നുമ്പഴല്ലേ ചെയ്യേണ്ടത്..."

അയാൾ ഒന്ന് കൂടി ആഞ്ഞു വലിച്ചിട്ടു, കുത്തിക്കെടുത്തി, അരയ്ക്ക ചേർത്ത് കെട്ടി വെച്ച തുകൽ സഞ്ചിയിലേക്കിട്ടു. ശേഷം ആ പുക ആസ്വദിച്ച് ഒരു നിമിഷം ഇരുന്നു. അയാളുടെ ചെയ്തികളെ അവർ ഇഷ്ടമില്ലാതെ നോക്കി. കൊള്ളരുതാത്തവനാണ്. അത് കൊണ്ടാണ് പലവട്ടം പറഞ്ഞു വിട്ടിട്ടും കൂട്ടികൊണ്ടു വന്നത്. ഇത് പോലൊരെണ്ണം കൂടെ ഉണ്ടാവണം. സഹോദര നായത് കൊണ്ട് തന്നെ ചതിക്കില്ല. ആ ഒരു ആശ്വാസം ഉണ്ട്. ഏതു ക്രൂരതക്കും കുടിലതക്കും കൂടെ നിൽക്കുന്ന ഇവൻ തന്റെ അനുജനായി എങ്ങനെ പിറന്നു എന്നാണ് തനിക്കിന്നും അത്ഭുതം.

പക്ഷേ കൂടെ നിർത്താൻ കേമനാണ്.പ്രത്യേകിച്ചും തലങ്ങും വിലങ്ങും തൻ കാര്യം നോക്കികൾ ഉള്ള കൊട്ടാരത്തിൽ.

"സഹോദരി ഒന്നും പറഞ്ഞില്ല."

ആലോചനാമഗ്നയായ് നിൽക്കുന്ന പൗർണമി ദേവിയോട് ഇന്ദ്രരൂപൻ പറഞ്ഞു.

അവർ ആലോചിക്കുകയായിരുന്നു ആ രഹസ്യം. രാജാവിന്റെ പ്രാണപ്രേ യസിയുടെ രഹസ്യം.

"രാജാവിനൊരു രഹസ്യക്കാരിയുണ്ടെങ്കിൽ അവളെ സ്വന്തമാക്കേണ്ടത് രാജാവല്ല. നമ്മളാണ്. പക്ഷേ അവരുടെ ബന്ധത്തിന്റെ ആഴമെത്രത്തോള മുണ്ടെന്നറിയണം."

"ജ്യേഷ്ടത്തി പറയുന്നതു കേൾക്കുമ്പോൾ പടയാളികൾ രഹസ്യമായി പാടി നടക്കുന്ന ഒരു കാര്യം അറിയിക്കാം." അവർ കാതോർത്തു.

"കനൗജിലെ രാജ്ഞിയോടുള്ള തിരസ്കരണം മാത്രമല്ല. കൃഷിക്കാരിയെ പിരിഞ്ഞത് മുതൽ രാജാവ് കെത്തിപ്പിടിച്ച അത്തിമരം പോലെയായിരുന്നു എന്ന് പടയാളികളുടെ രഹസ്യ മൊഴികൾ."

അത് കേട്ട് പൗർണമി ദേവിയുടെ ഉള്ളു നിറഞ്ഞു. നിറഞ്ഞ സന്തോഷ ത്തോടെ അവർ പറഞ്ഞു.

"ബന്ധങ്ങളുടെ ആഴമാണ് നഷ്ടപ്പെടലിന്റെ വേദന തീവ്രമാക്കുന്നത്. ആക്കം കൂട്ടുന്നത്. പോരാത്തതിന് മംഗളസിംഹൻ കലാകാരനാണ്. കാല്പനി കനും. കലാകാരന് നഷ്ടങ്ങൾ കാലങ്ങളോളം വേട്ടയാടുന്ന കിനാവുകളാണ്."

മനസ്സിൽ എന്തോ ഉറപ്പിച്ചു കൊണ്ട് പൗർണമി ദേവി തുടർന്നു.

"അവളെ നമുക്ക് തന്നെ വേണം സഹോദരാ."

"ആരെയാണ് അയക്കാനാവുക." ഇന്ദ്രരൂപൻ സംശയത്തോടെ ചോദിച്ചു. "മാത്രമല്ല എല്ലാവരും മംഗളസിംഹന്റെ ആളുകളാണ്. രാജാവിനോട് ഭയമോ ബഹുമാനമോ എന്താണെന്നറിയില്ല. അയാളെ പടയാളികൾക്കും

പരിചാരകർക്കും ഇഷ്ടമാണ്."

"ശരിയാണ്. അവനെ ഇഷ്ടമില്ലാത്തവരായി ആരുമുണ്ടെന്ന തോന്നുന്നില്ല. എങ്കിലും ദേവായുധന് പ്രിയപ്പെട്ടതായിരുന്ന ആരുമില്ലേ നമ്മുടെ സേനയിൽ. നന്ദിയോടെ സ്മരിക്കുന്ന ആരും? കൂടെ നടന്ന ആരും?" അവർ അത്ഭുതത്തോടെ ചോദിച്ചു.

"കണ്ടുപിടിക്കാം." ഇന്ദ്രരൂപൻ ആലോചനയോടെ പറഞ്ഞു.

"നീയുമുണ്ടാവണം. സാക്ഷിയാവാൻ." അവർ പറഞ്ഞു നിർത്തി.

ഇന്ദ്രരൂപന്റെ മനസ്സിൽ സന്തോഷം തിര തല്ലി.

കന്യകയാണോ എന്നാണറിയില്ല എങ്കിലും പെണ്ണാണ്. രാജാവ് മോഹിച്ചവൾ. കണ്ടു മയങ്ങിയവൾ. സുന്ദരിയാവണം. സംയുക്തയെക്കാൾ.

കടത്തിക്കൊണ്ടു വരിക എന്ന് പറയുമ്പോൾ കളവു മുതൽ കൈയ്യിട്ടു വാരാൻ അവകാശമുണ്ട്. ആ ഓർമയുടെ ലഹരി മനസ്സിൽ ഒതുക്കി ഇന്ദ്രരൂപൻ പറഞ്ഞു.

"സഹോദരി പറയുന്നത് പോലെ ചെയ്യാം."

അയാൾ എണീറ്റ് ബഹുമാനത്തോടെ അവരുടെ കവിളിൽ ഉമ്മ നൽകി തിരിഞ്ഞു നടന്നു.

ഹൃദയം നിറഞ്ഞെന്ന പോലെ പൗർണമി ദേവി നിന്നു. മംഗള സിംഹനെതിരെയുള്ള നീക്കം അവരുടെ ചിന്തകളിൽ വല്ലാത്തൊരു സഹർഷം സൃഷ്ടിക്കുന്നുണ്ടായിരുന്നു.

* * *

കണ്ണിൽ ഇരുട്ടു കയറുന്നത് വെളിച്ചക്കുറവുകൊണ്ടല്ല...കൂടുതൽ കൊണ്ട്... പുളിച്ചു കയറുന്ന, കുത്തി കൊള്ളുന്ന വെളിച്ചം...മിന്നിപ്പൊലിയുന്നത് പോലെ ഉള്ള വെളിച്ചത്തിന്റെ ചീളുകൾക്കിടയിലൂടെ അവർ ദൂരേക്ക് നോക്കി... ചുവന്ന ഭൂമികയുടെ അറ്റത്തു നിന്ന് അങ്ങ് ദൂരെ നിന്ന് ആരോ കുതിരപ്പുറത്ത് വരുന്നുണ്ട്... മംഗളസിംഹൻ തന്നെ... ആ വേദനയ്ക്കിടയിലും, മരണ മുഖത്തു നിൽക്കുമ്പോഴും അവർക്കു മംഗളസിംഹനെ ഓർത്ത് ചിരി വന്നു.

മംഗളസിംഹൻ എന്ന രാജാവ്.

അവൻ ശിക്ഷ പ്രഖ്യാപിക്കാനും യുദ്ധം ചെയ്യാനും നീതി നടപ്പിലാക്കാനും പ്രാപ്തനായിരിക്കുന്നു. തന്റെ മരണം കൊണ്ട് അവൻ ഒരു കൊലപാതകിയും കൂടി ആകുമല്ലോ എന്നോർത്ത് അവർക്കു വീണ്ടും ചിരി പൊട്ടി. ന്യായവും നീതിയുമാണ് അവന്റെ ഭരണ സങ്കല്പം.

നീ നിന്നെ അറിയുമ്പോഴാണ് നീ നിന്റെ പിതാവിനെ അറിയുന്നത് മംഗൾ...

പ്രണയവും പ്രതികാരവും പകയും ശീലിക്കുമ്പോഴാണ് ഒരുവൻ രാജാവാകുന്നത്. ആർഭാടം തലക്ക് പിടിക്കുമ്പോഴാണ് അക്രമം ആരംഭിക്കുന്നത്. കൂടുതൽ മരണങ്ങൾ നിന്നെ കൂടുതൽ ദുരാഗ്രഹിയാക്കുന്നു. നീ മഹാരാജാവാകുന്നു. നീ മനസിലാക്കാൻ തുടങ്ങുന്നതേയുള്ളൂ. ഒടുവിൽ നിന്റെ നന്മകളുടെ വഴിയിൽ നിന്ന് തിന്മകളുടെ വിശാല ഭൂവിലേക്ക് നീ പ്രവേശിക്കും. സത്ര

നർത്തകിയായിരുന്ന നിന്റെ അമ്മ നിന്റെ മാറ്റം കണ്ട് കണ്ണീരൊഴുക്കും. ഒടുവിൽ നിന്നെ കുറിച്ചുള്ള വേദനയിൽ അവൾ മരിക്കും. അല്ലെങ്കിൽ നീ അവളെ കൽത്തുറുങ്കിൽ അടക്കും. നിന്റെ വിധിയോർത്ത് കരഞ്ഞ്, കരഞ്ഞ് അവൾ നെഞ്ച് പൊട്ടി ഇല്ലാതാവണം. നിന്റെ അമ്മ കയ്യെത്തി കൈക്കലാക്കിയ, എന്റെ ഭാര്യാ പദവിയുടെ അവകാശങ്ങളുടെ അധികാരങ്ങളുടെ ആർഭാടങ്ങളുടെ നഷ്ടപ്പെടൽ സൃഷ്ടിച്ച എന്റെ അടങ്ങാത്ത പ്രതികാരം, അന്നേ സഫലമാവൂ. അതിനിനി താമസമില്ല. നിനക്കറിയാത്ത, വെളിവാകാത്ത ഒരു പാട് രഹസ്യങ്ങൾ നിന്നെ ചൂഴ്ന്ന് നിൽക്കുന്നു. വരൂ മംഗൾ. വന്ന് എന്നെ മരണത്തിലേക്കയക്കൂ. ഒടുവിൽ അതിന്റെ പാപഭാരവും, കുറ്റബോധവും നിനക്ക് ഉറക്കമില്ലാത്ത രാത്രികൾ സമ്മാനിക്കട്ടെ.

വരണ്ടൊട്ടിയ ചുണ്ടിൽ വിണ്ടു കീറിയ ചിരിയുമായി അവർ മംഗളസിംഹന്റെ വരവും കണ്ട് തൂക്കു കയറിൽ നിന്നു.

മംഗളസിംഹന്റെ കുതിര പാഞ്ഞു വന്നു നിന്നു. ബാണാസുരൻ അയാളെ നോക്കി. അയാൾക്കിപ്പോൾ മറ്റൊരു ഭാവമാണ് എന്ന് ബാണാസുരന് തോന്നി. ചതിക്കപ്പെട്ടവന്റെ ക്രോധം. മംഗളസിംഹൻ പൗർണമി ദേവിയെയും ഇന്ദ്ര രൂപനെയും നോക്കി.

മംഗളസിംഹന്റെ മഗധയിൽ ചതിക്കുന്നവർക്ക് ഇതാവട്ടെ ശിക്ഷ. അമ്മയോ സഹോദരനോ അക്കാര്യത്തിൽ പക്ഷാഭേദം അർഹിക്കുന്നില്ല.

പടയാളികൾ ആജ്ഞക്കായി കാത്തു നിന്നു. ഒരു സംജ്ഞ കിട്ടുവാൻ ബാണാസുരനും.

വെയിലിന്റെ തീക്ഷ്ണതയാൽ വാടിക്കരിഞ്ഞെങ്കിലും, കുറ്റബോധത്തിന്റെ ലാഞ്ഛന പോലും നിഴലിക്കാത്ത മുഖവുമായി പൗർണമിദേവി നിൽക്കുന്നത് കണ്ട് അയാൾക്ക് അത്ഭുതം തോന്നി. അന്തപ്പുര ജീവിതം അവരെ വല്ലാതെ ശക്തയാക്കിയിരിക്കുന്നു. ഒരു ഞൊടി സബോധനെ നോക്കിയിട്ട് മംഗളസിംഹൻ ബാണാസുരനെ നോക്കി തല അനക്കി.

ബാണാസുരൻ പടയാളികൾക്ക് സംജ്ഞ നൽകി. പടയാളികൾ കയർ ഒന്ന് കൂടി ബലമായി പിടിച്ചു. ഒറ്റ വലിക്കു തീരണം. അവർ കയറിൽ ആഞ്ഞു വലിക്കാൻ തുടങ്ങിയതും മംഗൾ എന്ന വിളി കേട്ടു... ഒരു നിമിഷം പടയാളികൾ പകച്ചു നോക്കി. മംഗളസിംഹനും, ബാണാസുരനും സബോധനും ആ വിളിയുടെ വിവശത കേട്ടു തിരിഞ്ഞു നോക്കി. കുതിര മേൽ പാഞ്ഞ് വരുന്നുണ്ടായിരുന്നു താപസനാഥൻ. അയാൾ എന്തിനാണ് ഈ വെയിലിൽ, ഈ നേരത്ത് ഇത്ര വേഗത്തിൽ വെപ്രാളത്തിൽ പാഞ്ഞ് വരുന്നത്. ഈ കുറ്റവാളികളെ രക്ഷപ്പെടുത്താൻ അടുത്ത നീക്കമാണോ. മഹാറാണിയുടെ ആനുകൂല്യങ്ങൾ എടുത്തു പറഞ്ഞ് ഇനിയും ജീവിക്കാൻ അനുവദിക്കണമെന്ന് അപേക്ഷിക്കാനാണോ? മംഗളസിംഹൻ അസഹ്യതയോടെ ആലോചിച്ചു. ശിക്ഷ നീട്ടികൊണ്ടു പോകാൻ അയാൾക്കു താത്പര്യമുണ്ടായിരുന്നില്ല. ഇന്ദ്രരൂപന് പിന്നിൽ വന്നവരാണ് കൗർവകിയുടെ തിരോധാനത്തിന്റെ യഥാർത്ഥ കാരണക്കാർ എന്ന് തെളിഞ്ഞാൽ പോലും രാജാവിനെതിരെയുള്ള, തനിക്കെതിരെയുള്ള അവരുടെ നീക്കം സഹിക്കാൻ കഴിയുന്നില്ല. ക്ഷമിക്കാം. വേണമെങ്കിൽ. പക്ഷേ കൂടുതൽ ക്ഷമകൾ, കൂടുതൽ അവസരങ്ങൾ സൃഷ്ടിക്കും. തന്റെ ഹൃദയത്തിന്റെ മാറ്റങ്ങൾ ഓർത്ത് അത്ഭുതപ്പെട്ടു കൊണ്ട് അയാൾ അത്ര

ഇഷ്ടമില്ലാത്ത ഭാവത്തിൽ താപസനാഥനെ നോക്കി.

"അങ്ങ് എന്ത് വിഡ്ഢിത്തരമാണ് ഈ കാണിക്കുന്നത്."

കുതിരയെ അടക്കി നിർത്താൻ പാടുപെട്ട് കൊണ്ട് താപസനാഥൻ ചോദിച്ചു.

ഒരു നിമിഷം മംഗളസിംഹൻ വിളറി. താഴ്മ കൊട്ടുക്കുമ്പോൾ തലക്ക് മീതെ ഉയരുകയാണ് ഓരോരുത്തരും. രാജ കല്പനയാണ്. അതിനെതിരാണ് പറയുന്നത്. കിളവന്റെ തല പോകാൻ തന്റെ നോട്ടം പോലും ആവശ്യമില്ല. എങ്കിലും മനസ്സടക്കി.

"നീതി നിർവഹണം മാത്രമാണ് നടപ്പിലാക്കുന്നത്. അതും വഞ്ചനാപര മായ നിലപാടികൾക്കെതിരെ."

"എങ്കിൽ അങ്ങ് രണ്ടു തുക്കു കയർ കൂടി ഒരുക്കണം." കൂസലില്ലാതെ താപസനാഥൻ പറഞ്ഞു.

മംഗളസിംഹൻ ഒരു മരവിപ്പിൽ നിന്നു.

23

ചമ്പ

അവരെ മുഴുവൻ വാൾത്തലപ്പിൽ വെട്ടു എന്ന് വെളിപാട് ഇറക്കപ്പെട്ടു.
അങ്ങനെ സംഭവിച്ചു.
ശവശരീരങ്ങളിൽ കഴുകന്മാർ ചിറകു വിരിച്ചിരുന്ന്
അവകാശം പറഞ്ഞു കൊണ്ടിരുന്നു.
ജഡങ്ങളിൽ തോൽപ്പട്ടുകളും, വാളുകളും
അതിന്റെ അടിയിലെ നാണയങ്ങളും യാചകർക്ക് വഴിപ്പെട്ടു ...
അവകാശദേശത്തു അവരോട് നീ യുദ്ധംചെയ്യു.
അവരുടെ സ്ത്രീകളെയും മറ്റ് മുതലുകളെയും നിന്റേതാക്കുക.
അവർ ചോര വേണ്ടുവോളം വീഴ്ത്തി.
എല്ലാം അടക്കിയതിനു ശേഷം അവർ മൺപാത്രത്താൽ
വീഞ്ഞ് ചഷകങ്ങളിലേക്ക് വീഴ്ത്തി.
മൂന്ന് രഥം നിറപ്പാൻ സ്വർണവും മൂന്ന് രഥം നിറപ്പാൻ രത്നങ്ങളും
നിന്റെ ശത്രുക്കളുടെ സ്ത്രീകളെയും നിനക്ക് കാവലാക്കി തന്നിരിക്കുന്നു.
കൗശമ്പിയിൽ അവരുടെ തലകൾക്ക് മീതെ തീ വർഷിച്ചതിന്
നിനക്ക് വടിവൊത്ത അരക്കെട്ടും, നാഭിയും,
ചേലൊത്ത തുടകളും നാം ഇറക്കി തന്നിരിക്കുന്നു.
അവരുടെ സകലമനോഹരവസ്തുക്കളിന്മേലും
വൈരി കൈവെച്ചിരിക്കുന്നു;
നിന്റെ സഭയിൽ പ്രവേശിക്കരുതെന്നു
നീ കല്പിച്ച ജാതികൾ അവരുടെ വിശുദ്ധമന്ദിരത്തിൽ
കടന്നതു അവൾ കണ്ടുവല്ലോ.

അയ്യോ, ജനപൂർണ്ണയായിരുന്ന നഗരം ഏകാന്തയായിരിക്കുന്നതെങ്ങനെ? ജാതികളിൽ മഹതിയല്ലായിരുന്നവൾ

രാജ്ഞിയെപ്പോലെ ആയതെങ്ങനെ? അവകാശദേശത്തെ ഊഴിയവേലക്കാരത്തിയായവൾ നായകിയായി ഇരുന്നതെങ്ങനെ?

(കൗർവകിയുടെ ഗീതങ്ങൾ: 23:18)

മധുരധാരിണി നിലക്കണ്ണാടിയിലേക്കു നോക്കി. താൻ എന്നും, ഒരിക്കലും ഒളി മങ്ങാത്ത സൗന്ദര്യത്താൽ അനുഗ്രഹിക്കപ്പെട്ടിരിക്കുന്നു. ഇത്രയും മക്കൾക്കമ്മയായിട്ടും ഇത്ര പ്രായമായിട്ടും തനിക്ക് ശരീര വടിവിൽ പ്രത്യക്ഷ മാറ്റമൊന്നും സംഭവിച്ചിട്ടില്ല. അങ്ങനെയൊന്നും സംഭവിക്കില്ലെന്ന് മഹാപദ്മൻ എന്ന രാജാവിന് ദീർഘ വീക്ഷണമുണ്ടായിരുന്നു. അതായിരുന്നല്ലോ അന്ന് അദ്ദേഹം വീണു പോയത്. എല്ലാം ഓർമ്മ വരുന്നു.

* * *

മഗധയും കൗശംബി രാജ്യവുമായുള്ള യുദ്ധം അവസാനിച്ചിരിക്കുന്നു. പടയാളികൾ അതിർത്തി മേഖലയിൽ തന്നെ തമ്പടിക്കുകയാണ്. ചീഞ്ഞു നാറുന്ന ശവശരീരങ്ങളിൽ കഴുകന്മാർ ചിറകു വിരിച്ചിരുന്ന് അവകാശം പറഞ്ഞു കൊണ്ടിരുന്നു. അവശേഷിച്ച ജഡങ്ങളിൽ തോൽ പട്ടകളോ, ഒളിപ്പിച്ചു വെച്ച നാണയങ്ങളോ ഉണ്ടെന്നു കരുതി ചില യാചകർ യുദ്ധ ഭൂമിയിൽ പരതി നടന്നു...

തമ്പടിച്ച കൂടാരങ്ങളിൽ നിന്ന് പടയാളികളിൽ ചിലർ ഇടയ്ക്കിടെ വിളിച്ചു പറഞ്ഞു.

"മഹാപദ്മൻ നീണാൾ വാഴട്ടെ."

"മഗധ ജയിക്കട്ടെ."

ആത്മാക്കൾക്ക് വേണ്ടി ബന്ധു ജനങ്ങൾ ചിതാ ഭസ്മം നിമജ്ജനം ചെയ്യുന്ന പാപനാശിനി എന്ന് പേരുള്ള അരുവി ഒഴുകുന്ന ഗ്രാമമായിരുന്നു ചമ്പ. വൻ മരങ്ങൾ നിറഞ്ഞ മൂന്ന് വനങ്ങൾ അതിർത്തിയിട്ട ചമ്പയിലെ വിശ്രമ മന്ദിരത്തിലായിരുന്നു മഹാപദ്മൻ. യുദ്ധം ജയിച്ച ആഹ്ളാദത്തിലും. ആഘോഷത്തിലും ആയിരുന്നു അദ്ദേഹം. തിരിച്ചു കൊട്ടാര നഗരത്തിലേക്ക് മടങ്ങുന്നതിന് മുൻപുള്ള വിശ്രമം. അതിനേക്കാളേറെ പടയാളികളും ജനങ്ങളുമായി കുറച്ചു നേരമുള്ള സമ്പർക്കം. അതിർത്തി പ്രജകളിലും വെട്ടിപ്പിടിച്ച രാജ്യത്തിന്റെ ജനങ്ങളിലും ജനകീയനായി അവതരിക്കാനുള്ള ശ്രമം.

പതിമൂന്നു ദിവസം നീണ്ട യുദ്ധമാണ് കഴിഞ്ഞത്. ഒരു രാജ്യം കൂടി തനിക്കു

സ്വന്തമായിരിക്കുന്നു. വിശ്രമ മന്ദിരത്തിന്റെ മുകൾത്തട്ടിലെ മുറിയിൽ, വെളിയിലേക്ക് തള്ളി നിൽക്കുന്ന ഭാഗത്ത് നിന്ന് മഹാപദ്മൻ ദൂരേക്ക് നോക്കി. ഫലഭൂയിഷ്ഠമാണ് തന്റെ ഈ ഗ്രാമം. തരുണികൾക്കും പ്രസിദ്ധം.

മനസിനും ശരീരത്തിനും വിശ്രമം ആവശ്യമുണ്ട്.

ഗ്രാമത്തിന്റെ മധ്യ ഭാഗത്ത് വീടുകൾക്കു നടുവിൽ താമസിക്കുന്നത് അത്ര സുരക്ഷിതമല്ലെങ്കിലും ഇവിടുത്തെ കാലാവസ്ഥ കുളിരുള്ളതാണ്. വിശ്രമ കേന്ദ്രത്തിനടുത്തുള്ള താമസക്കാരെ താൽക്കാലികമായി ഒഴിപ്പിച്ചിട്ടുണ്ട്, സുഹൃത്തും സേനാ നായകനുമായ ധൃതഗജൻ. ഗ്രാമാതിർത്തിയിൽ പടയാളികൾ കാവലുണ്ട്. കൂടാതെ റോന്തു ചുറ്റുന്ന ഒരു സംഘം വേറെയും...ധൃതഗജന്റെ കണ്ണോ ചിന്തയോ വെട്ടിച്ച് ഒരു പ്രാണി പോലും കടന്നു വരില്ല. എങ്കിലും തന്റെ വിശ്രമം കൊണ്ട് ഗ്രാമീണ വാസികൾക്ക് ഒരു ബുദ്ധിമുട്ടും വരുത്തരുതെന്ന് താൻ പലവട്ടം പറയുകയും വിളംബരം ചെയ്യിക്കുകയും ചെയ്തിരുന്നു.

ഒഴിഞ്ഞു പോകാത്ത വീടുകളിലെ കുട്ടികൾ രാജാവിനെ ഒരു നോക്കു കാണാൻ വീടുകൾക്കിടയിലൂടെ ഓടിപ്പാഞ്ഞു നടക്കുന്നുണ്ട്. ചിലർ മുറിയുടെ ജാലകത്തിൽ തിരശ്ശീല മാറുന്നതും കാത്ത് ഉറ്റു നോക്കി നിൽക്കുന്നതും കാണാം. മഹാപദ്മൻ കൈ വീശി...സ്വർഗ്ഗം കൈ വന്നത് പോലെ അവർ ആർത്തുല്ലസിച്ച് കൈ വീശി കാണിച്ചു കൊണ്ട് വിളിച്ചു പറഞ്ഞു.

"മഹാപദ്മ രാജാവ് നീണാൾ വാഴട്ടെ..."

"മഗധ ഉയരട്ടെ..."

വാതില്ക്കൽ തട്ടു കേട്ടു. പരിചാരകൻ തല കാണിച്ചു.

"അങ്ങയെ കാണാൻ സൈന്യാധിപൻ കാത്തു നിൽക്കുന്നു."

"വരാൻ പറയൂ..."

ധൃതഗജൻ ക്ഷണിതനാണെങ്കിലും ഉള്ളു കൊണ്ട് ഉത്സാഹവാനാണ്. മഹാപദ്മൻ മൺപാത്രത്തിൽ നിന്ന് മദ്യം ചെറു പാനപാത്രത്തിലേക്ക് ഒഴിച്ചു. ശേഷം പതിയെ നടന്ന് ധൃതഗജനരികിലെത്തി ചഷകം നീട്ടി. ധൃതഗജൻ ബഹുമാനത്തോടെ അത് വാങ്ങി. ചഷകം മുട്ടിച്ചു കൊണ്ട് മഹാപദ്മൻ പറഞ്ഞു.

"അങ്ങയുടെ ആരോഗ്യത്തിന്."

"മഹാരാജാവിന്റെയും മഗധയുടെയും വിജയത്തിന്... യശസ്സിന്." ധൃതഗജൻ പറഞ്ഞു.

"എന്തൊക്കെയാണ് വാർത്തകൾ സൈന്യാധിപൻ?"

"കീഴടങ്ങിയ കൗശംബി രാജാവിന്റെ എല്ലാ സ്വത്തുക്കളും പിടിച്ചെടുത്ത് കൊട്ടാരത്തിലേക്ക് അയച്ചു തുടങ്ങിയിരിക്കുന്നു. മൂന്ന് രഥം നിറയെ സ്വർണവും രത്നങ്ങളും. കുതിര പടയാളികളുടെ കാവലോടെ യാത്ര തുടങ്ങിയിരിക്കുന്നു."

"നന്നായി."

"കീഴടങ്ങിയ സ്ത്രീകളെയും കുട്ടികളെയും?" പാതി ചോദ്യമെറിഞ്ഞു മഹാപദ്മൻ.

പിന്നെ കൂട്ടി ചേർത്തു, ചെറു ചിരിയോടെ.

"അവരിലാരൊക്കെ കൊട്ടാരത്തിലെത്തണമെന്ന് അങ്ങേക്കറിയാമല്ലോ."

“ശ്രദ്ധിക്കാം.” മഹാരാജാവിന്റെ മനസ്സറിഞ്ഞെന്ന ധൃതഗജൻ പറഞ്ഞു.

പുറത്തു നിന്ന് തണുത്ത കാറ്റ് മെല്ലെ കടന്നു വന്നപ്പോൾ മട്ടുപ്പാവിലേക്ക് മഹാപദ്മൻ നീങ്ങി നിന്നു.

“ഇവിടെ ഒന്ന് മൂടി വികസിപ്പിച്ച് വിശ്രമകേന്ദ്രത്തിന്റെ വലിപ്പം കൂട്ടണം ധൃതഗജൻ.”

“ഗ്രാമീണരെ ഒഴിപ്പിക്കണമെങ്കിൽ അതാവാം.”

“ഒഴിപ്പിച്ചോളൂ. പക്ഷേ അതവർക്ക് തോന്നാൻ പാടില്ല.” ചിരിയോടെ മഹാപദ്മൻ പറഞ്ഞു.

“അതെപ്പോഴും അങ്ങനെ തന്നെയാണല്ലോ...”

“എന്തായാലും വർഷത്തിൽ മൂന്നു മാസം ഭരണം ഇവിടുന്നാവാം.”

“അങ്ങയുടെ ഇഷ്ടം.”

പെട്ടെന്ന് താഴെ കുടിലുകളിലൊന്നിൽ ആരെയോ കണ്ടത് പോലെ ഒരു നിമിഷം മൗനമായിട്ട് മഹാപദ്മൻ ചോദിച്ചു.

“അതാരാണ്?”

ധൃതഗജൻ നോക്കി. ചുറ്റുമുള്ള വീടുകളിൽ നിന്നു വ്യത്യസ്തമായി, നിറം പൂശിയ ഒരു മൺകുടിൽ കാണാം. ഭിത്തിയിൽ അലങ്കാര ചിത്രങ്ങളുണ്ട്. മുറ്റത്തെ കൊച്ചു സ്ഥലത്ത് പുല്ലുകൾ വെട്ടി നിർത്തിയിരിക്കുന്നു. ആ വീടിന്റെ പിന്നാമ്പുറത്തു നിന്നും ഒരു സ്ത്രീ അർദ്ധ നഗ്നയായി ഇറങ്ങി വരുന്നത് കാണാം. ആ അർദ്ധ നഗ്നതയുടെ അപാരമായ അഴകിൽ ധൃതഗജൻ ഒരു നിമിഷം കണ്ണിമ്മിഴിച്ചു സ്തബ്ധനായി. പെട്ടെന്നു സ്ഥലകാല ബോധം വന്ന് അയാൾ മഹാപദ്മനെ നോക്കി. മഹാപദ്മൻ ആ സൗന്ദര്യത്തിന്റെ ജ്വലനത്തിൽ സ്വയം കത്തി നിൽക്കുന്നത് ധൃതഗജൻ കണ്ടു. കുടിലിൽ നിന്നിറങ്ങി വന്ന സ്ത്രീ മധുരധാരിണി എന്ന നർത്തകിയായിരുന്നു. തിളക്കമുള്ള കല്ലുകൾ മനോഹരമായി പാകിയ തറയുടെ ഒരു വശത്ത് നിർമ്മിച്ച കൽതൊട്ടിക്കടുത്തേക്ക് മധുരധാരിണി നടന്നു വന്നു. ശേഷം തന്റെ അരക്കെട്ടിൽ ചുറ്റിയ വസ്ത്രം കൂടി അവർ നീക്കുമ്പോൾ അതി സുന്ദരമായ വടിവൊത്ത അരക്കെട്ടിന്റെയും, നാഭിയുടെയും, ചേലൊത്ത തുടകളുടെ തുടുത്ത ഭംഗിയും കണ്ട് മഹാപദ്മൻ കണ്ണിമക്കാതെ നോക്കി നിൽക്കെ ധൃതഗജൻ നടന്നു നീങ്ങി.

ഇനി ധൃതഗജൻ അറിഞ്ഞു വന്നു കൊള്ളും. ആരാണ്? ആൾ എങ്ങനെയാണ്? എന്താണ്? കലങ്ങിയ കണ്ണുകളിൽ കാമത്തിരി കത്തിച്ചു വെച്ച് മഹാപദ്മൻ ചിരിച്ചു. അവളുടെ നഗ്നമേനി കൽതൊട്ടിയിൽ തൊട്ടു കിടക്കുന്നതിന്റെ എല്ലാ മാസ്മരികതയും ഉള്ളാലെ ആസ്വദിച്ചു നിൽക്കേ ഇനി അവൾ ഇല്ലാതെ കൊട്ടാരത്തിലേക്ക് മടക്കമില്ല എന്ന് മഹാപദ്മൻ ഉറപ്പിച്ചു. ആ നിമിഷം അവൾ തിരിഞ്ഞു നോക്കി. അവൾ മഹാപദ്മനെ കണ്ടു. തന്റെ കുളിയറയിൽ ഒരന്യപുരുഷൻ എത്തി നോക്കുന്നതിൽ പുച്ഛമല്ലാതെ, ആ നിൽക്കുന്നത് മഗധയുടെ രാജാവാണെന്നോ, താൻ നഗ്നയാണെന്നോ ഉള്ള ഒരമ്പരപ്പും കൂടാതെ പതിയെ തന്റെ ശരീരത്തെ ദൂരെ നിന്നല്ലാതെ നോക്കാൻ, അതും ഒളിഞ്ഞു നോക്കാൻ അല്ലാതെ മറ്റൊന്നിനും ഒരുത്തനെയും അനുവദിക്കില്ലെന്നുറപ്പിക്കുന്ന ശരീര ഭാഷയോടെ അവർ കുളിച്ചു. മനസിൽ മടങ്ങി പോകാൻ ആഗ്രഹമുണ്ടായിട്ടും കഴിയാനാവാതെ മഹാപദ്മൻ ഒരു

കൗമാരക്കാരന്റെ കൗതുകത്തോടെ അവളെ അവസാന നിമിഷം വരെ നോക്കി നിന്നു. നേരമേറെക്കഴിഞ്ഞ്, തന്റെ ശരീരത്തെ തണുപ്പിച്ചു കഴിഞ്ഞ്, ഒരു ഭാവ ഭേദവുമില്ലാതെ മധുരധാരിണി നിലത്തു ഊർന്നു കിടന്നിരുന്ന തന്റെ നീളൻ പട്ടു തുണി അലസമായി എടുത്തു ചുറ്റി നടന്നു പോവുന്നത് മഹാപദ്മൻ കണ്ടു. ആ പോകുന്ന പോക്കിൽ അവൾ അയാളെ ഒന്ന് ചൂഴ്ന്നു നോക്കി.

അവൾ മറഞ്ഞിട്ടും, അവളുടെ നഗ്ന സുന്ദരമായ മേനിയിൽ നിന്നു വീണു ചിതറുന്ന ജലകണങ്ങളുടെ പ്രളയത്തിൽ താൻ മുങ്ങി പോവുമെന്ന് മഹാപദ്മന് തോന്നി.

ഒരു രാജാവിന്റെ മുന്നിൽ പോലും ചകിതയാവാതെ, നഗ്ന മേനിയോടെ കൂസലില്ലാതെ തന്നെ ചൂഴ്ന്നു നോക്കി കടന്നു പോയ അവളുടെ എല്ലാ വിവരങ്ങളുമായി ധൃതഗജൻ കടന്നു വരുന്നതും പ്രതീക്ഷിച്ച്, ആ കൊച്ചു മൺവീടിന്റെ മുറ്റത്തും, പിന്നാമ്പുറത്തും, ജാലകവാതിലിനരികിലുമെല്ലാം ഒരു നിഴലനങ്ങുന്നതും നോക്കി മഹാപദ്മൻ കാത്തു നിന്നു.

വീടുകൾ ഇട തിങ്ങിയിരിക്കുന്ന ഗ്രാമത്തിന്റെ ഊടു വഴിയിലൂടെ പടയാളികൾ കുതിരൾക്ക് മേൽ പാഞ്ഞു പോയി...

കോഴികളും പൂച്ചകളും കൊക്കിയും വട്ടം ചാടിയും പറന്നും നീങ്ങി. ഭാംഗ് കുടിച്ചും, ചരസ്സു വലിച്ചും തെരുവിന്റെ വെളിച്ചം മിച്ചം നിന്ന മൂലകളിൽ ഇരുന്നവർ അമ്പരന്നു നോക്കി തിരിച്ചറിയുന്നതിന് മുൻപ് പടയാളികൾ മറഞ്ഞു കഴിഞ്ഞിരുന്നു...

വഴി ഇടുങ്ങി വന്നതിനൊടുവിൽ അവർ ആ വീടിന്റെ മുന്നിലേക്ക് എത്തി. കുതിരകൾ ചിനച്ചു നിന്നു കിതച്ചു. പൂത്തു നിന്ന കൊച്ചു ചെടികൾക്കപ്പുറത്ത് ചിത്ര പണികളാൽ അലംകൃതമായ കൊച്ചു വാതിലിന് മുകളിൽ തടിയിൽ കൊത്തി വെച്ച വിവരങ്ങൾ അവർ കണ്ടു.

ഉദ്ഘോഷൻ.

പ്രവിശ്യ - ചമ്പ.

സൈന്യാധിപൻ - ധൃതഗജൻ.

സ്ഥാനം - കുന്ത പടയാളി.

ഫലകം വായിച്ചു പടയാളികൾ പരസ്പരം നോക്കി. ആൾ പടയാളിയാണ്.

“വീട്ടുകാരെ...” പടയാളികളിലൊരാൾ വിളിച്ചു.

മധുരധാരിണി പൂക്കളുടെയും ഇലകളുടെയും വള്ളികളുടെയും ചിത്രം തുന്നിയ ജാലക വിരി പതിയെ മാറ്റി നോക്കി. പടയാളികൾ. പ്രതീക്ഷിച്ചിരുന്നു. ഇത്ര പെട്ടെന്നല്ലെന്നു മാത്രം. മധുരധാരിണി കുന്തിരിക്ക പുകയിൽ ചിക്കിയുണക്കിയ മുടി മാടിയൊതുക്കി, ശരീരത്തിൽ പുരട്ടാൻ തുറന്നു വെച്ച സുഗന്ധദ്രവ്യത്തിന്റെ കൊച്ചുകുപ്പി എടുത്തു. സത്രത്തിൽ സ്വയം മറന്നാടിയതിന് ഒരു വിദേശസഞ്ചാരി അരക്കെട്ടിൽ തിരുകി വെച്ചതാണത്. അതിൽ നിന്ന് ഒരു തുള്ളിയെടുത്ത് അവൾ കഴുത്തിന് പിന്നിലും ചെവിക്കു പിന്നിലും പൊക്കിൾച്ചുഴിക്ക് ചുറ്റുമായി പുരട്ടി കണ്ണാടിയിൽ നോക്കി സ്വയം വിലയിരുത്തി. പടയാളികൾ വന്നെത്തി. ഇനി പലരും പിന്നാലെയെത്തും. പക്ഷേ...

എന്തോ ആലോചിച്ച കൊണ്ട് ചെറു ചിരിയോടെ അവർ പതിയെ പുറത്തേക്കിറങ്ങി.

കാറ്റിൽ സുഗന്ധം. കണ്ണിൽ വശ്യത. ചിരിയിൽ ചെറു കുസൃതിയും. അതിലൊക്കെയുപരി അടിമുടി അഴകായി മധുരധാരിണിയെ കണ്ട പടയാളികൾ ഒന്ന് പതറി. അവർ പരസ്പരം നോക്കി. പറയാൻ വന്നത് മറന്നു പോയത് പോലെ. ഏതു പടയാളിക്കാണ് ഈ ഭാഗ്യം. കാലങ്ങളായി യുദ്ധത്തിൽ തടവിലാക്കി അടിമയാക്കപ്പെട്ട അയൽ രാജ്യങ്ങളിലെ രാജകുമാരിമാർക്കേതുമില്ലാത്ത ഉള്ളുചിന്തി പോകുന്ന ഈ സൗന്ദര്യം. ഇവളെ പോലൊരുവളെ വീട്ടിൽ നിർത്തിയിട്ട് ഒരുവൻ എങ്ങനെയാണു പടയാളിയാവുന്നത്. സ്വയം മരണത്തിലേക്ക് തള്ളി വിടുന്നത്. സൈന്യാധിപനായി സ്ഥാനക്കയറ്റം കിട്ടിയാൽ പോലും വല്ല കൂലിപ്പണിയും ചെയ്ത് നാട്ടിൽ കൂടുന്നതാവും അവനും അവന്റെ മനഃസമാധാനത്തിനും നല്ലത്. അവർ ഒരേ മനസോടെ ഓർത്തു.

“മഹാരാജാവിന്റെ പടയാളികൾക്കു വന്ദനം.” മധുരധാരിണി പറഞ്ഞു.

പടയാളികളിലെ മുതിർന്നവൻ കൈയിലെ സമ്മാനപ്പൊതി നീട്ടി.

“മഹാരാജാവിന്റെ സമ്മാനമാണ്.”

അവർ പതിയെ തല ചെരിച്ചു നോക്കി. കാണാവുന്ന ദൂരത്ത്, വിശ്രമകേന്ദ്രത്തിന്റെ മട്ടുപ്പാവിലെ ജാലകവിരികൾക്ക് പിന്നിൽ നിന്ന് രണ്ടു കണ്ണുകൾ ഉറപ്പായും തന്നെ ഉഴിയുന്നുണ്ടെന്ന് മധുരധാരിണിക്കു മനസിലായി. നോട്ടം തിരിച്ചെടുത്ത് മയക്കം ബാധിച്ച ശബ്ദത്തോടെ അവർ പറഞ്ഞു.

“എന്റെ ഭർത്താവില്ലാതെ, ഒരു കാരണവുമില്ലാതെ ഈ സമ്മാനം സ്വീകരിക്കുന്നത് തീർത്തും തെറ്റാണ്. നിങ്ങൾ ഇതെന്റെ ഭർത്താവിനെ ഏല്പിക്കുക.”

പടയാളികൾ സന്ദേഹത്തോടെ പരസ്പരം നോക്കി.

“അദ്ദേഹം എവിടുണ്ടെന്നു നിങ്ങൾക്കു കണ്ടുപിടിക്കാനെളുപ്പമാണ്... പ്രവിശ്യയിലെ പ്രധാന യോദ്ധാവിന്റെ നാമം ചോദിച്ചാൽ ആരും കാണിച്ചു തരും.”

അവളുടെ വാക്കുകൾ തട്ടിക്കളയാനുള്ള വൈമനസ്യത്തോടെ, സമ്മാനം മടക്കി കൊണ്ട് ചെന്നാലുള്ള ഭയം എന്നാൽ പുറത്തു കാണിക്കാതെ അവരിലൊരാൾ പറഞ്ഞു.

“ഞങ്ങളിതു തിരികെ കൊണ്ട് പോവുകയെന്നു വെച്ചാൽ...”

“തിരികെ കൊണ്ട് പോവണ്ട... ഞാൻ പറഞ്ഞല്ലോ... എന്റെ ഭർത്താവിനെ ഏൽപ്പിച്ചാൽ മതി. ഞങ്ങൾ സ്വീകരിച്ചതായി മഹാരാജാവിനെ അറിയിക്കു. നിങ്ങൾ സ്വയം രക്ഷിക്കു...”

അന്നത്തെ നൃത്തത്തിനാവശ്യമായ വസ്ത്രം അടങ്ങിയ തോൾ മാറാപ്പും എടുത്ത് അവർ പുറത്തേക്കിറങ്ങി. മുറ്റത്തെ മൂലയിൽ കെട്ടിയ കഴുതപ്പുറത്തേക്ക് സങ്കോചമില്ലാതെ കയറി. കഴുത നീട്ടി കരഞ്ഞു. അത് കേട്ടു കുതിരകൾ ഒന്ന് ചിനച്ചു. പടയാളികൾ കുതിരകളെ വഴിമാറ്റി. അവർ കഴുതപ്പുറത്തേറി പുറത്തേക്ക് നീങ്ങി.

പടയാളികൾ ആ സൗന്ദര്യത്തിന് വഴി കൊടുത്ത് ഒതുങ്ങി നിന്നു.

* * *

പടയാളികളുടെ കൂടാരത്തിൽ പാട്ടും കുടിയും നൃത്തവുമായിരുന്നു. പലരും പകൽ മുഴുവൻ കുടിച്ചത് ഉറങ്ങിത്തീർത്ത്, വീണ്ടും കുടി തുടങ്ങി. ഉദ്ഘോഷൻ കുറച്ചേ കുടിക്കൂ. ഒരു യോദ്ധാവ് തന്റെ ശരീര പരിപാലനത്തിൽ പ്രത്യേകം ശ്രദ്ധിക്കണമെന്ന് അദ്ദേഹത്തിന്റെ പിതാവ് പാണ്ഡുകൻ പറഞ്ഞിട്ടുണ്ട്. അതും ആയോധനകലയുടെ ആദ്യ നാളുകളിൽത്തന്നെ.

ആയുധകലകളിൽ പ്രാവീണ്യമുണ്ടായിരുന്നിട്ടും, പല തവണ നടന്ന പ്രവിശ്യയിലെ പരീക്ഷണ പോരാട്ടങ്ങളിലും ഉദ്ഘോഷൻ പരാജയപ്പെട്ടു.

സൈന്യത്തിൽ ഉയർച്ച കിട്ടാനുള്ള പരീക്ഷണ പോരാട്ടങ്ങളിൽ പരാജയപ്പെടുന്ന ഉദ്ഘോഷൻ യുദ്ധ മുന്നണിയിൽ എതിരാളികളെ തന്റെ പ്രിയപ്പെട്ട കുന്ത മുനയിൽ കോർത്ത് കുത്തി നിർത്തി. കരുത്തുറ്റ കൈകൾ കൊണ്ട് അവരുടെ തലകൾ കൂട്ടിപിടിച്ചടിച്ചു.

കൈവിരലുകൾ കൊണ്ട് കണ്ണുകൾ കുത്തിയെടുത്തു...

എങ്കിലും വർഷങ്ങളുടെ സേവനമുണ്ടായിട്ടും എന്തോ കാരണം കൊണ്ട് സ്ഥാന കയറ്റം കിട്ടാതെ ഉദ്ഘോഷൻ വെറും കുന്ത പടയാളിയായി തുടർന്നു പോന്നു.

“സൗന്ദര്യവതിയായ ഭാര്യയെ ഉപേക്ഷിക്കുന്ന അന്ന് മാത്രമേ നിനക്ക് ഏകാഗ്രത കിട്ടൂ. ഒരു പടയാളിയിൽ നിന്നും ഉയർന്ന് നീ പടത്തലവനാകൂ...”

അവന്റെ സ്വപ്നത്തെ തിരിച്ചറിഞ്ഞിരുന്ന പാണ്ഡുകൻ ഉദ്ഘോഷനോട് പറഞ്ഞു.

എണ്ണിക്കൊന്ന മുപ്പത്തിയേഴുപേരുടെ ഓർമ്മയിൽ, കൂടാരത്തിനുള്ളിൽ, തടി കൊണ്ട് തീർത്ത ചാരു പലക മേൽ ഉദ്ഘോഷൻ ആഞ്ഞിടിച്ചു. കടിച്ചീമ്പി വെച്ച മാടിന്റെ എല്ലിൻ തുണ്ടുകളും, നിറച്ചും പാതി കുടിച്ചും അവശേഷിച്ച മദ്യത്തിന്റെ മൺ കുടങ്ങളും തുളുമ്പി തെറിച്ചു. ഉദ്ഘോഷന്റെ ആവേശത്തിൽ പങ്കു ചേരാൻ കൂടുതൽ പടയാളികൾ നിലത്തുറയ്ക്കാത്ത കാലുകളുമായി ചാരു പലകക്കരികിലേക്കെത്തി.

അവർ ചിരിച്ചും അട്ടഹസിച്ചും അയാളുടെ ക്രോധത്തിന് പിന്തുണ നൽകി. മൺ കുടങ്ങൾ വായിലേക്ക് കമിഴ്ത്തി... കടവായിലൂടെ ഒഴുകി, വളർന്നു പടർന്നു കിടന്ന താടി രോമങ്ങളിലൂടെ നെഞ്ചിൽ പടർന്ന മദ്യം പടയാളികൾ ചിരിയോടെ പുറം കൈ കൊണ്ട് തുടച്ചു നീക്കി ചിരിച്ചു നിന്നു.

“ഇത്തവണ ആഘോഷ ചടങ്ങു നടക്കുമ്പോൾ നീ ഒന്ന് കൂടി പ്രവിശ്യ പടത്തലവനെ ബോധ്യപ്പെടുത്തണം.”

ഉദ്ഘോഷന്റെ മുഖം കനത്തു.

“അത് പറയാഞ്ഞിട്ടും പ്രവർത്തിച്ചു കാണാഞ്ഞിട്ടുമാണോ?”

ദേഷ്യത്തോടെ തന്നെ ഉദ്ഘോഷൻ പറഞ്ഞു. പടയാളി അയാളുടെ കയ്യിൽ കടന്നു പിടിച്ചു. താക്കീതു ചെയ്യാനെന്ന വണ്ണം. ചുറ്റും പടയാളികളാണെങ്കിലും ഒരു കാരണം കണ്ടെത്തി ആളാവാൻ നിൽക്കുകയാണ് പലരും. പ്രവിശ്യതലവനെതിരെ പറഞ്ഞെന്നറിഞ്ഞാൽ അത് മതി. പിന്നെ കുന്തം പോയിട്ട് കുതിര ചാണകം പോലും കൈയ്യിൽ വെയ്ക്കാനാവില്ല.

“അടുത്ത പരീക്ഷണ പോരാട്ടത്തിൽ അടവ് മാറ്റി പ്രയോഗിക്കാം.”

ദേവദത്തൻ പറഞ്ഞു.

"അടവുകളുടെ കുറവല്ലല്ലോ എന്നെ തോൽപ്പിക്കുന്നത്?" അയാൾ മദ്യം മോന്തി കൊണ്ട് ചോദിച്ചു.

"കളിക്കളത്തിലെ അടവല്ല..." ദേവദത്തൻ അടക്കം പറഞ്ഞു. ഉദ്ഘോഷൻ മനസിലാവാതെ നോക്കി.

"കളത്തിന് പുറത്തെ അടവാണ് അറിയേണ്ടത്."

ഉദ്ഘോഷൻ ഒരു നിമിഷം ആലോചിച്ചു. ഏതടവിനെ കുറിച്ചാണ് ദേവദത്തൻ പറയുന്നത്.

"പ്രവിശ്യ പടത്തലവനെ വീഴ്ത്താനുള്ള അടവ്. അതാണ് നീ ഇറക്കേണ്ടത്."

സംശയത്തോടെ ഉദ്ഘോഷൻ നോക്കവേ ദേവദത്തൻ തുടർന്നു.

പ്രവിശ്യ പടത്തലവനെ സന്തോഷിപ്പിക്കണം. പാരിതോഷികങ്ങളും പലതും കൊടുത്തു മനസ് നിറയ്ക്കണം."

കൊടുത്തതാണല്ലോ. ആയോധന കല പഠിച്ചു ജയിച്ച്, പടയാളിയാവാൻ ആദ്യം ചെന്ന അന്ന് മുതൽ എല്ലായ്പ്പോഴും താൻ എല്ലാ ധാന്യങ്ങളും പഴവർഗ്ഗങ്ങളും കാഴ്ച വെച്ചു. എന്തിന് ഇഷ്ടപ്പെട്ടു വളർത്തി വലുതാക്കിയ ആട് മാടുകളെ വരെ വരെ പല തവണയായി കാഴ്ച വെച്ചു. ഇനി കൊടുക്കാനുള്ളത് ആകെ ഉള്ള കൊച്ചു വീടാണ്. അത് വേണമെങ്കിൽ അതും കൊടുക്കാം. സ്ഥാന കയറ്റം കിട്ടിയാൽ കൊട്ടാരത്തിലോ, അതിർത്തി കാവൽക്കാരുടെ കുടുംബം താമസിക്കുന്ന കൂടാരത്തിന്റെ ഉള്ളിലോ താമസിക്കാം. എന്നാലും കുഴപ്പമില്ല.

"കണ്ടു ചോദിക്കാം എന്ത് വേണമെന്ന്, അല്ലേ?" ഉദ്ഘോഷൻ ചോദിച്ചതും ദേവദത്തൻ മറുപടി പറയാൻ തുടങ്ങി.

"അതല്ല വേണ്ടത്..."

"ഉദ്ഘോഷൻ..."

ഉയർന്നു കേട്ട വിളി കൂടാരത്തിന്റെ ആഘോഷത്തിന് മുകളിലേക്ക് മുഴങ്ങി. അവിടെ കൂടിയിരിക്കുന്ന സകല പടയാളികളും, പടയാളികളുടെ മടിയിലിരുന്ന് കൊഞ്ചിക്കൊണ്ടിരുന്ന തരുണികളും വിളമ്പുകാരും എല്ലാം തിരിഞ്ഞു നോക്കി. പ്രണയ സല്ലാപങ്ങളും വഷളച്ചിരികളും, അശ്ലീല ചുവയുള്ള രസം പിടിപ്പിക്കുന്ന നാക്കുകളും ഒരു നിമിഷം നിശബ്ദമായി. പ്രവിശ്യാ പ്രമുഖനാൽ നിയമിക്കപ്പെട്ട, തന്നെ എന്നും സ്ഥാനങ്ങളിൽ നിന്നു തടഞ്ഞു നിർത്തുന്ന, ആരെക്കുറിച്ചാണോ തങ്ങൾ പറഞ്ഞു കൊണ്ടിരുന്നത്, അയാൾ തന്നെ മുന്നിലെത്തിയിരിക്കുന്നു.

പ്രവിശ്യ പടത്തലവൻ. പ്രഹ്ളാദൻ.

ദേവദത്തൻ ഉദ്ഘോഷനെ നോക്കി. എങ്ങനുണ്ട്? വന്നത് കണ്ടോ? എന്ന അർത്ഥത്തിൽ.

കാറ്റിനേക്കാൾ വേഗതയാണല്ലോ. ചാര പ്രവർത്തകർ ഇത്ര വേഗം കാര്യങ്ങൾ എത്തിച്ചു കഴിഞ്ഞോ?

ഉൾക്കിടിലത്തോടെ ഓർത്തു കൊണ്ട് ഉദ്ഘോഷൻ തല കുനിച്ചു വണങ്ങി.

"അധികം കുടിച്ചിട്ടുണ്ടോ?"

"എന്നാണ് യജമാനനെ ഞാൻ അധികമായിട്ടുള്ളത്?"

"മറുചോദ്യം വേണ്ട."

ഇഷ്ടപ്പെടാത്ത കാര്യമാണെങ്കിലും മറ്റ വഴികൾ ഇല്ലാത്തതിനാൽ, വെറുപ്പ് നില നിർത്തിക്കൊണ്ടു തന്നെ പ്രവിശ്യ പടത്തലവൻ പറഞ്ഞു.

"മഹാരാജാവ് കാണണമെന്ന് ആവശ്യപ്പെട്ടിരിക്കുന്നു. വേഗം പുറപെടുക..."

ദൈവമേ...ഏതു മഹാപാപിയാണ് ഒറ്റിക്കൊടുത്തത്. അതും ഒരു വീര യോദ്ധാവായ തനിക്കെതിരെ എന്ത് കുറ്റമാണ്, തോന്ന്യാസമാണ് പറഞ്ഞു പിടിപ്പിച്ചിരിക്കുന്നത്? ആരോപിക്കുന്നത്? ഇനി ഇയാൾ തന്നെ കെട്ടിച്ചമച്ച വല്ല നുണകഥകളും കേട്ടു തല കൊയ്യാനുള്ള വല്ല വിധിയുമാണോ?

നെഞ്ചിടിപ്പോടെ ആലോചിച്ചു കൊണ്ട് ഉദ്ഘോഷൻ കഴുതക്കടുത്തേക്ക് നടന്നു.

മുന്നിൽ നെഞ്ചും വിരിച്ചു നടന്നിരുന്ന പടത്തലവനെ നോക്കി പടയാളികൾ വന്ദിച്ചു കൊണ്ടിരുന്നു.

"കഴുത വേണ്ട. അത് ചെന്നെത്തുമ്പോൾ നാളെയാവും. കുതിരയിലാവട്ടെ യാത്ര."

കഴുതയെ അഴിക്കാൻ തുടങ്ങുമ്പോൾ പ്രഹ്ളാദൻ പറഞ്ഞു.

മനസിലാകാത്ത പോലെ ഉദ്ഘോഷൻ നോക്കി.

കഴുത പോലും തനിക്ക് ആർഭാടമാണെന്ന് പറഞ്ഞ ആളാണ്. എന്താണ് സംഭവിക്കുന്നത്? മധുരധാരിണിയെ ഒന്ന് കാണാനൊത്തിരുന്നെങ്കിൽ അവളോട് ചോദിക്കാമായിരുന്നു. ചോദ്യങ്ങൾ എന്തായിരിക്കുമെന്നും മറുപടി എങ്ങനെയാവണമെന്നും അവൾ പറഞ്ഞു തന്നേനെ. അവൾക്കു സൗന്ദര്യം മാത്രമേയുള്ളൂവെന്നുമാത്രമാണ് പല വിഡ്ഢികളുടെയും വിചാരം. തന്റെ പിതാവിന് പോലും.

തന്റെ കാൽ ചുവടനങ്ങുന്നതും, തലമുടി നാരിളകുന്നതും വരെ തിരിച്ചറിയാനുള്ള ബുദ്ധിയുണ്ടെന്നു കൂടി കണ്ടിട്ടാണ് അവളെ കൂടെ കൂട്ടിയത്. അവൾ ജോലിക്കായി പുറപ്പെട്ടു കാണണം. നൃത്ത ശാലയിൽ പോയി കാണാമെന്നു വെച്ചാൽ ഇയാൾ സമ്മതിക്കുമെന്നു തോന്നുന്നില്ല.

പ്രവിശ്യ പടത്തലവന്റെ കുതിര മേൽ ഇരുന്ന് യാത്ര ചെയ്യവേ ഉദ്ഘോഷന്റെ മനസ്സ് പല വിധ ചിന്തകൾ കൊണ്ട് കലുഷിതമായിരുന്നു.

* * *

മധുരധാരിണി തന്റെ വസ്ത്രം കണങ്കാലിന് മുകളിലേക്ക് ഉയർത്തിയപ്പോൾ പരുത്തി പൂവിന്റെ മാർദ്ദവമുള്ള പാദങ്ങളിൽ നാലുമണി പൂവ് തേച്ച് മിനുസപ്പെടുത്തിയ നഖം തിളങ്ങി.

മുഖം മിനുക്കി തുടങ്ങും മുൻപ് ചിലങ്ക കെട്ടി. അതാണ് സുഖം. ചിലങ്കയുടെ നേർത്ത മണികിലുക്കത്തോടെ മുഖമൊരുക്കുക.

"ചായം തേച്ച് മുഖത്തെ തിളക്കം കുറക്കുന്നതെന്തിനാണ്?"

ചെറു ചിരിയോടെ അവൾ കണ്ണാടിയിൽ നോക്കി.

കലിയുഗനാണ്. കൃത്യ സമയത്തെത്തിക്കൊള്ളും. താൻ മുഖത്തെഴുതുന്ന ആ നിമിഷത്തിൽ എന്തെങ്കിലും പറയാൻ. സ്ത്രീകളെ വീഴ്ത്താൻ മുഖവുരയും, മുഖസ്തുതിയും മാത്രം പോരാ എന്ന് എന്നാണ് ഇയാൾ മനസിലാക്കുന്നത്. സത്രം ഉടമ ആയതു കൊണ്ട് പിണക്കാനാവില്ല.

"വെറുതെ എന്റെ സന്തോഷത്തിന് വേണ്ടി." മധുരധാരിണി പറഞ്ഞു.

"അവിടുത്തെ സന്തോഷങ്ങൾ മാത്രം മതിയോ?"

തുടർന്ന് സംസാരിക്കാൻ അവസരം കിട്ടിയതിൽ ഉള്ളാലെ സന്തോഷിച്ചു കൊണ്ട് അയാൾ തുടർന്നു.

"എത്ര പണമാണ് ഞാൻ മധുരത്തിനായി..."

മധുരം...ഇയാൾ തനിക്കിട്ട പേര് കൊള്ളാം. പക്ഷേ ആ പേര് ആദ്യം വിളിച്ചത് മറ്റൊരാൾ ആയിരുന്നു. ഉദ്ഘോഷൻ. അതും തന്റെ ഭർത്താവാകുന്നതിന് മുൻപ്.

"എന്റെ മിനുക്കത്തിന് വേണ്ടി ചിലവാക്കുന്നതിനേക്കാൾ ഇരട്ടി ഞാൻ ഇരട്ടിപ്പിച്ചു തരുന്നുണ്ട്."

കണ്ണിമയിൽ കരിമഷി എഴുതി കൊണ്ട് അവൾ, കണ്ണാടിയിലെ കലിയുഗന്റെ പ്രതിബിംബം നോക്കി പറഞ്ഞു.

പരിഗണനയുടെ പരിഭവം പുരണ്ട ശൃംഗാരം. ആ കൊഞ്ചലുള്ള ശബ്ദം കേട്ടതും അവൾക്കരികിലേക്ക് കലിയുഗൻ നീങ്ങി ചെന്നു.

"അതൊക്കെ ശരി തന്നെ. പക്ഷേ ഇതേ പോലെ ഒരു നർത്തകിയെ കാത്തു സൂക്ഷിക്കുന്നതും പരിപാലിക്കുന്നവരും ആരുണ്ട് ഈ ചമ്പയിൽ..."

ചമ്പയിൽ തന്റെയത്ര ശൃംഗാര ഭാവത്തിൽ, വശ്യത വഴിഞ്ഞൊഴുകും മട്ടിൽ ചുവടു വെച്ച്, ഇടുപ്പടിച്ച് ആടുന്ന ആരുണ്ട്. കച്ചവടത്തിനും കറങ്ങാനുമായി വരുന്ന വിദേശികളും സ്വദേശക്കാരുമായ യാത്രക്കാർ മഗധ മുഴുവൻ ചുറ്റി, വഴി തിരിച്ചു വിട്ടെന്ന പോലെ ഈ ഗ്രാമത്തിലെ, ഈ സത്രത്തിൽ വന്ന് വീട്ടിലേയ്ക്ക് മടങ്ങുന്നതെന്തെന്തു കൊണ്ടാണ്? ഓർമ്മകളിൽ, അടുത്ത വരവ് വരെ ആട്ടത്തിന്റെ, അഴകിന്റെ, ആസ്വാദനത്തിന്റെ, വശ്യതയുടെ, ലഹരി കാത്തു സൂക്ഷിക്കാൻ...

മധുരധാരിണി ഒന്നും പറഞ്ഞില്ല. എല്ലാ ചോദ്യങ്ങളും ചിന്തകളും ഉള്ളിൽ ഒതുക്കി, കലിയുഗന്റെ കണ്ണുകളിലേക്ക് നോക്കി.

"അല്ല... ഞാൻ സൂചിപ്പിച്ചെന്നേയുള്ളൂ. കഴിഞ്ഞെങ്കിൽ വന്നോളൂ..."

കലിയുഗൻ പുറത്തേക്ക് പോയി.

അവൾ കണ്ണാടിയിൽ നോക്കി.

വസ്ത്രം അണിവയറിന് താഴേയ്ക്ക് ഇത്തിരി കൂടി ഇറക്കി വെച്ചു. അണിവയറിൽ നിന്ന് നാഭിയിലേക്ക് നീളുന്ന സുവർണ്ണ രോമങ്ങളുടെ നേർവര സ്വയം നോക്കി തൃപ്തി വരുത്തി.

വശങ്ങളിൽ കമ്പുകൾ ഇഴ പാകിയൊരുക്കി ഉണങ്ങിയ വലിയ പനയുടെ ഓല കൊണ്ട് മറച്ച ഇട നാഴിയിലൂടെ മധുരധാരിണി പതിയെ നടന്നു.

ആരവങ്ങൾ ഇപ്പോഴേ കേൾക്കാം. തുകൽ വാദ്യത്തിൽ, മാൻ കൊമ്പു രാകി യുരസി കടഞ്ഞെടുത്ത കോൽ പതിക്കുമ്പോൾ താളം മുറുകുന്നു.

വിളക്കുകൾ കൊളുത്തപ്പെട്ടിരിക്കുന്നു. ഇനി ആ മഞ്ഞയും നേരിയ ചുവപ്പും കൂടിക്കലർന്ന നാളത്തെ തന്റെ ശരീരത്തിന്റെ നിറം കൂടി ചേർത്ത്, ചുവപ്പു തുണ്ടായി, തീയായി ജ്വലിച്ച് സിരകളെ ജ്വലിപ്പിച്ചുരുക്കി അണയ്ക്കണം.... അതാണ് കർത്തവ്യം...

തന്റെ മാസ്മരിക സൗന്ദര്യത്തിന്റെ ലഹരിയിൽ സ്വയം മുങ്ങി അവൾ നടന്നു.

ചരസ്സിന്റെ ലഹരിയിൽ, ചിത്രശലഭങ്ങളെയും സ്വപ്നങ്ങളെയും കണ്ണിൽ നിന്നും പറത്തി വിട്ടു കൊണ്ടിരുന്ന രണ്ടു പേർ വലിച്ചു പിടിച്ച, നിറഭേദങ്ങളുടെ നീളൻ ചേലയിൽ തീർത്ത തിരശീല മെല്ലെ ഉയർന്നു. താളം താത്കാലികമായി നിർത്തി വെച്ചിരിക്കുന്നു. തിരശീല ഉയരുന്നതനുസരിച്ച്, ഹൃദയവേഗമുയരുന്നതനുസരിച്ച്, താളം മെല്ലെ മെല്ലെ തുടങ്ങി...

വിളക്കുകളുടെ വെളിച്ചം തീർത്ത നിഴലിൽ ആദ്യം വെളിവായത് പാദങ്ങളാണ്. മയിലാഞ്ചി ചോപ്പിട്ടു ചിത്രങ്ങൾ വരച്ചു ചേർത്ത പാദം. പിന്നെ മുത്ത് കൊഞ്ചി കിലുങ്ങുന്ന പാദസരങ്ങൾ. പതിയെ ഉയരുന്ന താളം... ഉയരുന്ന തിരശീല...അണിവയറിന്റെ ചെറു തിരയിളക്കത്തിൽ മനസിനെ വഴുതി വീഴിക്കുന്ന ചുഴി. പൊക്കിൾച്ചുഴി.

ചുവന്ന തീനാളത്തിന്റെ വെളിച്ചത്തിൽ ജ്വലിച്ച് അവൾ ആടി തുടങ്ങിയപ്പോൾ, ശ്വാസമടക്കി പിടിച്ച്, ആദ്യം കണ്ടവരും എന്നും ഇത് കാണാനായി വന്നെത്തുന്നവരും അസ്തപ്രജ്ഞരായി ഇരുന്നു. ആ പൊക്കിൾച്ചുഴിയുടെ ആഴങ്ങളിലേക്ക്, ആ അണിവയറിന്റെ തടത്തിലേക്ക് തങ്ങൾ വലിച്ചെറിയപ്പെടുകയാണെന്നത് പോലെ അവരുടെ ശ്വാസം നിലച്ചു നിൽക്കേ, തുകൽ വാദ്യത്തിന്റെ പെരുക്കം മുറുകി... അഭിനന്ദനങ്ങളുടെയും, ആർത്തിപിടിച്ച കണ്ണുകളുടെയും കണ്ഠനാദങ്ങളുടെയും ഇടയിലേക്ക് മധുരധാരിണി എന്ന അതി മനോഹരിയായ സത്ര നർത്തകിയുടെ ദ്രുത ചലനങ്ങൾ പെയ്തിറങ്ങിക്കൊണ്ടിരുന്നു.

ധൃതഗജൻ അത്ഭുതപ്പെട്ടു നിൽക്കുകയായിരുന്നു. ഒരു സൈന്യാധിപനായ തനിക്കു പോലും ഞെട്ടലുണ്ടാക്കുന്ന പ്രകടനത്തോടെ മധുരധാരിണി എന്ന ഗ്രാമീണ സത്ര നർത്തകിയുടെ ദ്രുത വശ്യ ചലനങ്ങളിൽ.

അവൾക്ക് എന്തോ മാസ്മരികതയുണ്ടെന്ന് അയാൾക്ക് തോന്നി. ഇത് വരെ ആരിലും കാണാത്ത ഒന്ന്. ഒറ്റ നോട്ടത്തിലൂടെ കാഴ്ചയിലൂടെ അത് സ്വന്തമാക്കാൻ തീരുമാനിച്ച മഹാരാജൻ മഹാപദ്മന്റെ ദീർഘ വീക്ഷണത്തെക്കുറിച്ച് അയാൾക്ക് മതിപ്പു തോന്നി. മുൻപ് പലപ്പോഴും, അത്തരം സൗന്ദര്യത്തിൽ അദ്ദേഹം പെട്ട് പോയിട്ടുണ്ടെങ്കിലും ഇത് കൃത്യമായ തീരുമാനം തന്നെ.

പക്ഷേ മറ്റു പലതും പോലെയല്ല. ഈ മുതലിന് അവകാശിയുള്ളതാണ്. അതും, വെറും വാക്ക് കൊണ്ട് തട്ടി കളയാൻ കഴിയുന്നതല്ല. കൃഷി ഭൂമി നൽകിയോ, പാട്ട കരം ഒഴിവാക്കിയോ കബളിപ്പിക്കാൻ പറ്റില്ല. പടയാളിയുടെ ഭാര്യയാണ്. അതും അന്വേഷിച്ചറിഞ്ഞിടത്തോളം ഒന്നാന്തരമൊരു യോദ്ധാവിന്റെ ഭാര്യയാണ്. വേണ്ടി വന്നാൽ തനിയെ ഒരു യുദ്ധത്തിന് വരെ

തയാറാവുന്നവൻ എന്ന് പ്രവിശ്യാ പടത്തലവന്റെ അഭിപ്രായം പറച്ചിലിൽ അവനോടുള്ള വെറുപ്പ് മുഴച്ചു നിൽക്കുന്നത് ശ്രദ്ധിച്ചു. ഇത്ര നല്ല യോദ്ധാവായിട്ടും വെറും കുന്ത പടയാളിയുടെ സ്ഥാനത്ത് തന്നെ ഉദ്ഘോഷൻ നിന്നു പോയതെങ്ങനെയെന്ന് ചോദിച്ചതിന് മറുപടി കിട്ടി.

"അച്ചടക്കമില്ലങ്ങുന്നേ. അനുസരണയും."

പ്രവിശ്യ പടത്തലവന്റെ സന്മനസ് ലഭിച്ചിരുന്നെങ്കിൽ സൈന്യത്തിൽ ഉയർന്ന സ്ഥാനത്ത് എത്തിപ്പെടാവുന്ന യോദ്ധാവിന്റെതാണ് ഭാര്യ.

കാരണങ്ങൾ ബോധ്യമാവുന്നു.

തനിക്ക് തന്ത്രങ്ങൾ പുതിയത് തന്നെ വേണ്ടി വരും. വൃത്തിയില്ലാത്തതിനെ തൊട്ടാൽ മാത്രമല്ല, ഏറ്റവും സൗന്ദര്യമുള്ളതിനെ തൊട്ടാലും അറിയാനുള്ള കാര്യങ്ങൾ ജനം അറിയുക തന്നെ ചെയ്യും. അക്കാര്യം ബുദ്ധിപൂർവം ഒഴിവാക്കണം.

ഉദ്ഘോഷനെ ഇപ്പോൾ അവർ കണ്ടു പിടിച്ചിട്ടുണ്ടാകണം.

നൃത്തം അവസാനിച്ച് ആസ്വാദകർ മിക്കവാറും പോയിരിക്കുന്നു. സത്രമുടമ മുറിയുടെ വെളിച്ചമെത്താത്ത മൂലയിൽ ഇരുത്തി വിളമ്പിയ മദ്യം തീർന്നിരിക്കുന്നു.

"അങ്ങ് ക്ഷമിക്കണം. മുൻകൂർ പണം വാങ്ങി പോയിട്ടാണ്. മാത്രമല്ല അവർ ആടിയാലേ ജനം ഉണ്ടാവുകയുള്ളൂ."

മധുരധാരിണിയെ കൊണ്ട് പോവാൻ വന്നതാണെന്നു പറഞ്ഞപ്പോൾ സത്ര ഉടമ കലിയുഗൻ കാല് പിടിച്ചു പറഞ്ഞു.

സമ്മതമുണ്ടായിട്ടല്ല. സമയവും. മഹാരാജൻ അക്ഷമനായി കാത്തിരിക്കുകയാണ്. പക്ഷേ പറഞ്ഞു കേട്ട ആ സൗന്ദര്യം ഒന്ന് ആസ്വദിക്കണമെന്നു തോന്നി. അകലെ നിന്ന്. ഒരു ആസ്വാദകനായെങ്കിലും ഒന്ന് കാണാൻ. സാധിച്ചു. തൃപ്തനാണ്.

ഇനി ഒരിക്കലും ഇങ്ങനെ കാണാൻ ആവുമെന്ന് തോന്നുന്നില്ല. അതാണ് സത്യം. മധുരധാരിണിയുടെ ജീവിത ഭാഗധേയം ഇന്ന് മുതൽ മാറുകയാണ്. അവർ പോലും അറിയാതെ.

മഹാരാജാക്കന്മാർ ചിലപ്പോൾ നമ്മുടെ ദൈവങ്ങളാവുന്നു എന്ന് അത്ഭുതത്തോടെ അയാൾ ഓർത്തു.

"പുറപ്പെടാം."

നേർത്ത മയക്കം ബാധിച്ചെന്ന പോലെ വശ്യമായ ശബ്ദം കേട്ട് അയാൾ തിരിഞ്ഞു നോക്കി. വെളിച്ചം പാതി വീണു കിടക്കുന്ന ഇടനാഴിയിൽ തനിക്കു പിന്നിലായി ആ സുന്ദര രൂപം, പുതിയ വസ്ത്രത്തിൽ, കൂടുതൽ മനോഹരിയായി. അവരുടെ ശരീരത്തിൽ നിന്നും പരിലസിച്ച സുഗന്ധം അയാളെ പൊതിഞ്ഞു.

ആ ആസ്വാദനത്തിന്റെ സൗകുമാര്യതയിൽ നിന്നു കൊണ്ട്, അത് ലഭ്യമാക്കുന്ന സഹർഷത്തിന്റെ കുഞ്ഞലകളെ ആസ്വദിച്ചു കൊണ്ട് ധൃതഗജൻ പറഞ്ഞു.

"വരൂ."

ധൃതഗജന്റെ കുതിര നീങ്ങി. പിന്നാലെ കലിയുഗന്റെ കുതിരയെ തെളിച്ച മധുരധാരിണിയും. കുതിരകൾ വെളിച്ചത്തിൽ നിന്നും ഇരുട്ടിലേക്ക് മറഞ്ഞ് ശബ്ദം മാത്രമായി അവശേഷിച്ചപ്പോൾ, രാജാവിന്റെ ക്ഷണവുമായി സാക്ഷാൽ സൈന്യാധിപൻ തന്നെ വന്ന സ്ഥിതിക്ക് തന്റെ കച്ചവടത്തിന്റെ കാര്യം തീരു മാനമായെന്ന് കലിയുഗൻ ഓർത്തു.

സത്രത്തിന്റെ മുൻവശത്തെ ഒറ്റക്കമ്പിൽ കെട്ടിയ മധുരധാരിണിയുടെ കഴുതയെ അയാൾ വെറുപ്പോടെ നോക്കി. ശേഷം നീട്ടിത്തുപ്പി. വെറുപ്പോടെയും വിഷമത്തോടെയും.

* * *

"ലജ്ജ തോന്നുന്നു പ്രവിശ്യ തലവൻ. ഒരു യോദ്ധാവിനെ, കാലങ്ങളായി യുദ്ധങ്ങളിൽ, ശത്രു പാളയത്തിൽ മുന്നേറാൻ സഹായിക്കുന്ന യോദ്ധാവിനെ മുൻനിരയിലേക്കാനയിക്കാതെ അയാളെ തൊഴിലിൽ, ജീവിതത്തിൽ പിന്നോട്ടടിച്ചതിന്."

ഉദ്ഘോഷനും മധുരധാരിണിയും ആ വാക്കുകൾ കേട്ടു വിനയപുരസ്സരം തല താഴ്ത്തി നിന്നു. മഹാപദ്മൻ തന്റെ സിംഹാസനത്തിൽ നിന്നെണീറ്റു. പതിയെ പടിക്കെട്ടുകൾ ചവിട്ടി താഴേക്ക് വന്നു, മധുരധാരിണിയെ ഒന്ന് അടുത്ത് കാണാൻ മനസു വെമ്പിക്കൊണ്ട്.

"നിങ്ങൾ എന്തിന് തല താഴ്ത്തി നിൽക്കണം. യോദ്ധാവേ...സഹോദരി..."

അവളുടെ സൗന്ദര്യത്തിൽ അടിമുടി ഉലഞ്ഞു കൊണ്ട്, ആ ശരീരം വമിപ്പിക്കുന്ന വിയർപ്പിന്റെ മദഭരിതമായ ഗന്ധം ആസ്വദിച്ചു കൊണ്ട്, അവളെ അടുത്ത് കണ്ട അമ്പരപ്പിൽ തന്റെ വാക്കുകൾ വിറച്ചു പോകുമോ എന്ന് അയാൾ സംശയിച്ചു. ശേഷം തുടർന്നു.

"താഴ്ത്തേണ്ടത് ഇവന്റെ തലയാണ്."

പ്രവിശ്യ പടത്തലവൻ തല താഴ്ത്തി ഭയന്ന് നിന്നു.

അവർക്കു ചുറ്റും ധൃതഗജനും, താപസനാഥനുമടക്കം താൽക്കാലികമായി കൂടിച്ചേർന്ന രാജസദസ്സും മറ്റു പ്രമുഖ പ്രവിശ്യ പടത്തലവന്മാരും അന്തിച്ചു നിന്നു.

"നൽകണം, കഴിഞ്ഞു പോയ യുദ്ധങ്ങളിലെ വീര പ്രവർത്തികൾക്ക്, വിജയങ്ങൾക്കു ലഭിക്കേണ്ട പദവി കണക്കിലെടുത്ത് പാരിതോഷികങ്ങളും പദവികളും."

മഹാപദ്മൻ പ്രഖ്യാപിച്ചു.

ആകസ്മികമായി ലഭിച്ച ഈ ആദരവിൽ ഉദ്ഘോഷൻ വിജ്റുംഭിച്ചു നിന്നു. ഒരു പാട് അവഹേളനങ്ങൾക്കു ശേഷം താൻ അംഗീകരിക്കപ്പെട്ടിരിക്കുന്നു... അയാൾക്കരികിൽ ഓരോ വാക്കും നീക്കവും നിരീക്ഷിച്ച്, ഒന്നും പുറമെ കാണിക്കാതെ മധുരധാരിണി മഹാപദ്മന്റെ വാക്കുകൾ കേട്ടു. ഇത് വരെ ലഭിക്കാത്ത ഈ അംഗീകാരം ഒരു കുളിയറയുടെ ദൂരക്കാഴ്ച സൃഷ്ടിച്ചതാണെന്ന് കൗതുകത്തോടെ അവളോർത്തു. കാഴ്ചയുടെ അകലം കുറയുമ്പോൾ, അടുപ്പിക്കാനുള്ളത്, പിടിച്ചെടുക്കാനുള്ളത്, പലതും ഉണ്ടാവും...സ്ത്രീ സഹജമായ ചിന്തയോടെ ഒരു കൊട്ടാര ദൃശ്യം അവളുടെ ഉള്ളിൽ മിന്നിപ്പൊലിഞ്ഞു.

മഹാപദ്മൻ സിംഹാസനത്തിലേക്ക് തിരികെ ചെന്നിരുന്നു.

ധൃതഗജൻ മഹാപദ്മനരികിലേക്ക് ചെന്ന് ചെവിയിൽ എന്തോ പറഞ്ഞു.

"ആഹാ എന്തൊരു ദീർഘ വീക്ഷണം..."

ധൃതഗജന്റെ വാക്കുകൾ കേട്ട് ഉൾപ്പുളകത്തോടെ അഭിനന്ദിച്ചു മഹാപദ്മൻ.

"ഉദ്ഘോഷൻ..." മഹാരാജാവ് വിളിച്ചു.

ഉദ്ഘോഷൻ കോൾമയിർ കൊണ്ടു. വെറും കുന്ത പടയാളിയായ തന്നെ മഹാരാജാവ് പേര് എടുത്ത് വിളിച്ചിരിക്കുന്നു. രാജസദസ്സിന് മുൻപാകെ... ഇതിൽപരം ഒരു യോദ്ധാവിനെന്താണ് വേണ്ടത്.

തന്നെ പേരെടുത്തു വിളിച്ചത് കേട്ടോ എന്ന അർത്ഥത്തിൽ അയാൾ ഭാര്യയെ ഒളികണ്ണിട്ടു നോക്കിയ ശേഷം മഹാരാജാവിന്റെ അടുത്ത വാക്കുകൾക്കായി കാതോർത്തു നിന്നു.

"നിങ്ങൾ കൊട്ടാര നഗരത്തിലേക്ക് ക്ഷണിക്കപ്പെട്ടിരിക്കുന്നു. കുന്ത പടയാളികളുടെ പ്രധാന തലവന്മാരിൽ ഒരാളായി."

താൻ മോഹാലസ്യപ്പെട്ടു പോകുമെന്ന് ഉദ്ഘോഷന് തോന്നി.

പരമമായ ആ ആഹ്ളാദത്തിന്റെ ഉത്തുംഗതയിൽ അയാൾ രാജാവിനെ നോക്കി സാഷ്ടാംഗം പ്രണമിച്ചു. മധുരധാരിണി കൈകൾ കൂപ്പി കണ്ണടച്ച് നിന്നു.

"ഈ രാജ്യത്തെ സേവിക്കുവാൻ ആയുരാരോഗ്യമുണ്ടാവട്ടെ."

മഹാപദ്മൻ അനുഗ്രഹം പോലെ പറഞ്ഞപ്പോൾ ധൃതഗജൻ അദ്ദേഹത്തെ പാളി നോക്കി.

മഹാപദ്മന്റെ നോട്ടം അപ്പോഴും മധുരധാരിണിയിൽ ഉഴിഞ്ഞു നടക്കുകയാണെന്ന് ധൃതഗജൻ കണ്ടു. ഉദ്ഘോഷൻ മധുരധാരിണിയെ നോക്കി. തന്നെ ഉഴിഞ്ഞു കയറുന്ന കാഴ്ചയെ അവഗണിച്ചു കൊണ്ട് അവൾ നിറഞ്ഞു ചിരിച്ചു.

ഒരു പടയാളി സ്വർണത്തളികയിൽ പട്ടു തുണിയിൽ വെച്ച ഒരു വാൾ കൊണ്ട് വന്നു. മഹാപദ്മൻ പ്രഖ്യാപിച്ചു. സദസ്സിനോടും ഉദ്ഘോഷനോടുമായി.

"രാജ്യത്തെ സേവിക്കുന്ന ഓരോ പടയാളിക്കും ഇതൊരു പ്രചോദനമാകട്ടെ." വാൾ ഇരിക്കുന്ന താലം പടയാളി ഉദ്ഘോഷന് നേരെ നീട്ടി.

കണ്ണിൽ കൈ ചേർത്ത് വെച്ച് തൊഴുതു കൊണ്ട് അയാൾ വാൾ എടുത്തു. എത്ര കാലമായി കാത്തിരിക്കുന്നു. ഈ വാൾ പിടിയിൽ കൈ അമർത്തി ലോഹത്തിന്റെ സ്പർശന സുഖത്തിൽ പിടിച്ചു മുന്നേറാൻ. ആയോധന കല ആദ്യമായി പഠിപ്പിച്ച പിതാവിനെ മനസ് കൊണ്ട് വണങ്ങിയ ശേഷം അതുയർത്തി ഉദ്ഘോഷൻ ഉറക്കെ പറഞ്ഞു.

"മഹാപദ്മ മഹാരാജൻ നീണാൾ വാഴട്ടെ."

സദസ്സും പടയാളികളും ഏറ്റു വിളിച്ചു.

വീണു പോകുമോ എന്ന ഭയന്ന്, ആ കാഴ്ചയുടെ സന്തോഷം കൊണ്ട് നിറച്ച കണ്ണീരോടെ, ഇടർച്ചയുള്ള തൊണ്ടയോടെ ഉദ്ഘോഷൻ ഉറക്കെ വിളിച്ചു പറഞ്ഞു.

"മഗധ വിജയിക്കട്ടെ..."

സദസ്സും, മഹാരാജാവിന്റെ പ്രവൃത്തിയിൽ കോൾമയിർ കൊണ്ട ഓരോ പടയാളിയും തൊണ്ട പൊട്ടും ഉച്ചത്തിൽ ഏറ്റു വിളിച്ചു.

"മഗധ വിജയിക്കട്ടെ."

ആരവങ്ങൾ അടങ്ങാതെ തുടർന്നപ്പോൾ, ഇത്രയും അഭിനന്ദന മഴയിൽ മധുരധാരിണി തന്നെ എങ്ങനെ കരുതുന്നുവെന്ന് അറിയാൻ, അവളുടെ മനസ്സിൽ ഈ ആഘോഷം എന്ത് സൃഷ്ടിച്ചുവെന്ന് അറിയാനുള്ള കൗതുകത്തോടെ ഉദ്ഘോഷൻ മധുരധാരിണിയെ നോക്കി. അവൾ അയാളെ അഭിനന്ദന പൂർവം നോക്കി ചിരിച്ചതും, ആരവങ്ങൾ ഉണർത്തിയ ആവേശത്താലും അവളുടെ ചിരിയുടെ മാസ്മരികതയിൽ അലിഞ്ഞും അയാൾ അവൾക്കടുത്തേക്ക് നീങ്ങി നിന്നു. പൊടുന്നനെ അവൾ അയാളുടെ ചുണ്ടിൽ ദീർഘമായി ചുംബിച്ചു. ഒരു നിമിഷം സദസ്സ് നിശബ്ദമായി. മഹാപദ്മൻ ഞടുങ്ങി... ധൃതഗജൻ സ്തംഭിച്ചു നിന്നു. ചില പടയാളികൾ നാവു കടിച്ചു. ചിലർ വിരലും. അവളുടെ ചുംബനം, അവന്റെ വിജയത്തോടുള്ള പ്രതികരണത്തെക്കാൾ തന്നോടുള്ള ഒരു തരം പ്രഖ്യാപനം, താൻ ഈ നിൽക്കുന്ന തന്റെ ഭർത്താവിന് മാത്രം സ്വന്തമാണെന്ന് ഉള്ള അവകാശ പ്രഖ്യാപനമാണെന്ന് മഹാപദ്മന് തോന്നി. അവളുടെ കണ്ണിമ, ആരും കാണാത്ത ഒരു നിമിഷാർദ്ധത്തിൽ ഒന്ന് മിന്നി അനങ്ങുന്നത് മഹാപദ്മൻ കണ്ടു. ആ പ്രഖ്യാപനം അവളുടേതോ, അതോ അവന്റേതോ, അതോ അവരുടെ രണ്ടു പേരുടെയും മനസിന്റെ ചേർന്നുള്ള പ്രഖ്യാപനമോ എന്ന് മഹാപദ്മൻ സംശയിച്ചു.

ആ ചുംബനം ദീർഘമായി നീണ്ടു പോകും തോറും ഉലഞ്ഞും ഉടഞ്ഞും പോയത് മഹാപദ്മന്റെ ഉള്ളമായിരുന്നു.

ഒറ്റ വാക്കിന്റെ ആജ്ഞയിൽ അവനെ വലിച്ചിഴച്ചു വെട്ടി അവളെ പുണർന്നു കൊണ്ട് പ്രഖ്യാപിക്കാൻ, അവൾ തന്റെ അന്തഃപുര റാണിയാണ് എന്ന് വിളിച്ചു പറയാൻ വെമ്പിയെങ്കിലും മഹാപദ്മൻ തന്റെ മനസ്സിനെ നിയന്ത്രിച്ചു നിർത്തി. മധുരധാരിണി ഒരു സാധാരണ ഭാര്യയല്ലെന്നും, അവൾക്ക് അവനോടുള്ളത് അഗാധമായ പ്രണയമാണെന്നും, ആ പ്രണയം ഒറ്റവെട്ടിന് ഉടക്കുകയല്ല, നേരെ മറിച്ചു അവളുടെ മനസ്സിന്റെ ഉടമയായെങ്കിൽ മാത്രമേ അവളുടെ രൂപവും, രതിയും, സകല രസങ്ങളും, അതിന്റെ പൂർണ രൂപത്തിൽ ആസ്വദിക്കാനാവൂ എന്നും മഹാപദ്മന് തോന്നി. കണ്ടുകിട്ടിയ ഈ മാദക സൗന്ദര്യത്തെ അനുഭവിക്കാൻ കാത്തിരിക്കാൻ തയാറാണെന്ന് അയാൾ മനസിനെ സ്വയം സാന്ത്വനിപ്പിച്ചു. അവരുടെ ചുംബനം നീണ്ടു പോയി. അങ്ങനെ ഒന്നിച്ചങ്ങനെ ഒന്നായി, ഒറ്റയായി അവർ നിന്നപ്പോൾ നാളിതു വരെ തിരസ്കരണമറിയാത്ത മഹാപദ്മൻ സദസ്സിന്റെ പുരുഷാരത്തിനിടയിൽ ഏകനായി, ഒരു വേള എല്ലാം മറന്ന് ഒറ്റപ്പെട്ടു നിന്നു. ആ നിൽപ്പിന്റെ ഏകാന്തഭ്രമികയിൽ വെച്ച് അയാൾ തന്നോട് തന്നെ ഉറപ്പിച്ചു. ഉള്ളിൽ പ്രഖ്യാപിച്ചു.

ഒറ്റയാക്കണം. അവളെ അക്ഷരാർത്ഥത്തിൽ ഒറ്റപ്പെടുത്തണം.

* * *

ഒറ്റപ്പെട്ട തന്റെ ജീവിതം. ഒറ്റപ്പെടുത്തി സ്വന്തമാക്കപ്പെട്ട തന്റെ ജീവിതം. അതെന്തൊരു യാത്രയായിരുന്നു. കൊട്ടാരത്തിന്റെ മട്ടുപ്പാവിൽ നിന്ന് കൊണ്ട്

മധുരധാരിണി ഓർത്തു.

കൊട്ടാര നഗരത്തിലേക്കു താമസം മാറാനുള്ള യാത്ര. അവിടുന്നങ്ങോട്ട് ജീവിത യാത്ര... താൻ ഒരു പാടു എതിർത്തു നോക്കി.

“എന്റെ സ്വപനങ്ങൾക്കു നീ കൂടെ നിൽക്കില്ലേ?” പോകാൻ മടിച്ചു കൊണ്ട്, കാരണം പറയാൻ മടിച്ചു കൊണ്ട് മധുരധാരിണി വാതിൽ ചാരി നിന്നു.

“അവർ നടത്താൻ പോകുന്നത് നിങ്ങളുടെ സ്വപ്നങ്ങൾ അല്ല ഘോഷൻ.”

കൊണ്ട് പോകാനുള്ള സാമഗ്രികൾ വീട്ടിനുള്ളിൽ നിന്ന് കുതിര വണ്ടിയിലേക്കു എടുത്തു വെക്കുകയായിരുന്നു ഉദ്ഘോഷൻ.

“പിന്നെ... ? നീ കണ്ടതല്ലേ. എത്ര ബഹുമാനത്തോടെയാണ് മഹാരാജാവ് സംസാരിച്ചത്. ഇതേ വരെ അദ്ദേഹം അങ്ങനെ ആരോടും പറഞ്ഞിട്ടില്ല എന്നാണ് രഹസ്യമായി സൈന്യാധിപൻ പോലും...”

“അതൊക്കെ എന്നേ പറഞ്ഞതാണല്ലോ.” മുഷിപ്പോടെ അവൾ കൂട്ടി ചേർത്തു .

ഇനി എങ്ങനെയാണു പറഞ്ഞു മനസിലാക്കുന്നത്. മഹാരാജാവ് ഭാര്യയെ ഒളിഞ്ഞു നോക്കി മോഹിച്ചത് കൊണ്ടാണ് ഈ സ്ഥാന മാനങ്ങളൊക്കെ കിട്ടിയതെന്ന്. അവളെ അടുത്ത് കിട്ടാനുള്ള രാജാവിന്റെ നയമാണ് കൊട്ടാര നഗരമായ മഗധയിലേക്കുള്ള ക്ഷണമെന്ന്. പറയാമായിരുന്നു. ഒരു സാധാരണ പടയാളിയായിരുന്നെങ്കിൽ. പക്ഷേ വിളിച്ചു കൂട്ടിയ കൊച്ചു പടയുമായി പുറപ്പെട്ടും. വേണമെങ്കിൽ രാജാവിനെ നേരിട്ട് പോരിന് വെല്ലുവിളിച്ചു കളയും. അത് കൊണ്ട് തല്ക്കാലം നിശബ്ദത പാലിച്ചതാണ്. പക്ഷേ ഇനിയും ഇതിങ്ങനെ എത്ര നാൾ അടക്കി വെയ്ക്കും...

“പുറപ്പെടാം.” ആലോചനയോടെ നിന്ന അവൾക്കരികിലെത്തി അയാൾ പറഞ്ഞു.

ഇനി മുന്നോട്ടു പോവുക. ജീവിതത്തെ വരുന്നത് പോലെ കാണുക. ഒന്നുമല്ലെങ്കിലും ഉദ്ഘോഷന്റെ സ്വപ്നങ്ങൾക്ക് വേണ്ടിയെങ്കിലും...

അയാളവളെ ചേർത്ത് പിടിച്ചപ്പോൾ അവൾ അയാളുടെ കൂടെ ഇറങ്ങി.

അയാളുടെ പിതാവ് പാണ്ഡുകനും സഹോദരന്മാരായ ഉപനയനനും, ഉത്സാഹ ബന്ധുവും, അവരുടെ ഭാര്യമാരും, ഏറ്റവും ഇളയവനായ മദമുഖനും, മറ്റു കുടുംബാംഗങ്ങളും യാത്ര പറയാനായി കാത്തു നിൽപുണ്ടായിരുന്നു.

ഉദ്ഘോഷൻ പിതാവിന്റെ കാൽക്കൽ വീണ് അനുഗ്രഹം വാങ്ങി.

“പോയി വരൂ മകനെ. പോയി രാജ്യത്തിന്റെ യശ്ശസ്സുയർത്തു...”

അയാളെ ചേർത്ത് പിടിച്ച് പാണ്ഡുകൻ പറഞ്ഞു.

മറ്റു കുടുംബാംഗങ്ങൾ അയാളെ കെട്ടിപിടിച്ചു ചുംബിച്ചു. വണ്ടികളിൽ കെട്ടിയ കുതിരകൾ കാലടിച്ച് അസ്വസ്ഥത പ്രകടിപ്പിച്ചു കൊണ്ടിരുന്നു.

“ശരി പുറപ്പെട്ടോളൂ.” പാണ്ഡുകന്റെ വാക്കുകൾ കേട്ട് അവർ വണ്ടിയിലേക്ക്കയറി.

ഗ്രാമത്തിലെ വീടുകളിൽ വിളക്കുകൾ തെളിഞ്ഞു കഴിഞ്ഞിരുന്നു. ചൂട് കാലമായത് കൊണ്ട് മിക്കവാറും പേരും വീടിന് പുറത്താണ്

ഉറങ്ങികൊണ്ടിരുന്നത്. കടന്നു പോകുന്ന വഴിയിലെ വീടുകളിൽ ഉറങ്ങാതിരിക്കുന്നവരോട് കൈ വീശി അവർ യാത്ര പറഞ്ഞു...

മണികൾ കിലുക്കി അവരുടെ വണ്ടി കനത്തു വരുന്ന ഇരുട്ടിലൂടെ നീങ്ങി...

അത്രയും കാലം, അത്ര ദൂരം അവർ ഒന്നിച്ച് യാത്ര ചെയ്തിട്ടില്ലായിരുന്നു. വിവാഹത്തിന് ശേഷം ആകെ പോയത് അടുത്തുള്ള കുന്നിൻ ചെരുവിൽ മാത്രമാണ്. അതും അബദ്ധത്തിൽ വീണു കിട്ടിയ ഒരു സായാഹ്നത്തിൽ.

എപ്പോഴൊക്കെ സമയം കിട്ടിയോ അപ്പോഴൊക്കെ ഉദ്ഘോഷൻ പരിശീലനത്തിന് പോയി. പിന്നെ ഒരിക്കൽ കുറച്ച് സമയം ഒരുമിച്ച് ചിലവഴിക്കാനായത് പരിശീലിപ്പിക്കുന്ന ആശാൻ അസുഖം വന്നു കിടന്നിട്ടാണ്, അതും ഒരു ദിവസം മാത്രം.

കുതിരയെ തെളിച്ച് കൊണ്ട് അവൾ ഒരു ചെറു ചിരിയോടെ തിരിഞ്ഞ് അയാളെ നോക്കി. കുതിര വണ്ടിയുടെ പിന്നിൽ ചാഞ്ഞു കിടക്കുകയായിരുന്നു ഉദ്ഘോഷൻ. ഒരു പാവം മനുഷ്യനാണ്. തന്റെ സ്വപ്നങ്ങളെ തന്നെക്കാൾ സ്നേഹിക്കുന്നൊരാൾ. ആ സ്വപ്നത്തിന് വേണ്ടി ഏതറ്റം വരെയും പോകുന്നൊരാൾ. പക്ഷേ നേർ വഴിക്കു മാത്രം. അനേകം വിദേശികൾ വന്നു കൈ മുത്തി ബഹുമാനിച്ചിട്ടും കാൽ നക്കി കൂടെ നടക്കാൻ തയ്യാറായിട്ടും താൻ ഇയാളെ കൂടെ കൂട്ടിയത് ഒരിക്കൽ പോലും അയാൾ തന്നെ ആഗ്രഹിച്ചിട്ടില്ല എന്ന അത്ഭുതം കൊണ്ട് തന്നെയാണ്.

സത്രത്തിലേക്ക് പോകും വഴിയാണ് ഉദ്ഘോഷനടക്കം ചമ്പ ഗ്രാമത്തിലെ പലരും ആയുധ പരിശീലനം നടത്തുന്ന കളരി. പക്ഷേ സായന്തനത്തിൽ താൻ കടന്നു പോകുമ്പോൾ പല കാരണങ്ങൾ പറഞ്ഞ് പന മറയുടെ വിടവിലൂടെ നോക്കിയ ഒരുപാട് കണ്ണുകളിൽ ഒരാളുടേത് മാത്രമില്ലായിരുന്നു. ഉദ്ഘോഷന്റെ കണ്ണുകൾ. അയാളുടെ കണ്ണും മെയ്യും ആയുധത്തിലായിരുന്നു. അയാൾ എന്നും ആയുധങ്ങളുമായി പ്രണയത്തിലായിരുന്നു. അത് കൊണ്ട് തന്നെയാണ് രണ്ടാം സ്ഥാനമേ കിട്ടുകയുള്ളൂ എന്നുറപ്പുണ്ടായിരുന്നിട്ടും അയാളെ സ്വീകരിക്കാൻ മനസ്സിൽ തോന്നിയത്. അയാളുടെ പ്രണയം, ഇഷ്ടം, ആഴവും ആത്മാർത്ഥതയും ഉള്ളതായിരിക്കും എന്ന് തോന്നി. അങ്ങനൊരാൾക്ക് എന്തിനെയും മാറ്റങ്ങളില്ലാതെ സ്നേഹിക്കാനാവും എന്ന തിരിച്ചറിവിലാണ് ബഹുമാനം തുടങ്ങിയത്. അത് ഇഷ്ടമായി വളർന്നു. പിന്നെ ഒരിക്കൽ താൻ ആടിത്തകർത്ത രാത്രിയിൽ അവർ വന്നു.

പ്രവിശ്യ പടത്തലവൻ പ്രഹ്ളാദനും, കൂടെ അയാൾക്കേറെ താല്പര്യമുള്ള കുന്ത പോരാളി, ഉദ്ഘോഷനും. മാസം തോറും കരം പിരിക്കാനെന്ന വ്യാജേന പ്രഹ്ളാദൻ കടന്നു വരാറുണ്ട്. മദ്യവും, പണവും പിന്നെ ഇഷ്ടപെട്ട ഒരു നർത്തകിയെയെയും കൂട്ടിയേ അയാൾ മടങ്ങാറുള്ളൂ. ഇതിപ്പോ മാസങ്ങൾ കുറെയായി. കലിയുഗന് തന്നിൽ താല്പര്യമേറെയുള്ളതു കൊണ്ട് ഒരു വിധത്തിൽ പിടിച്ചു നിൽക്കുകയാണ്. അന്നും ഇന്നും.

വിളക്കുകളുടെ വെളിച്ചം കടന്നു ചെല്ലാത്ത മൂലയിൽ പ്രഹ്ളാദൻ ആർത്തി പിടിച്ച നോട്ടത്തോടെ ഇരുന്നു. അരികിൽ കുന്ത പടയാളിയായ ഉദ്ഘോഷനും. വിദേശ യാത്രക്കാരായ ഒരു സംഘത്തിന് വേണ്ടിയുള്ള പ്രത്യേക പ്രദർശനമായിരുന്നു. അത് കൊണ്ടാണ് ആടി തകർത്തത്. ഉയർത്തി പറയുന്ന വാക്കുകളും, മഞ്ഞളിച്ച കണ്ണുകളും, വായുവിൽ പുളഞ്ഞു

വീഴുന്ന നാണയത്തുട്ടുകളും, വാദ്യ ഘോഷവും ചരസ്സിന്റെ ഗന്ധവും കൊണ്ട് നിറഞ്ഞ മുറിയിൽ ഒരാൾ മാത്രം തന്നെ നോക്കാതെ കുനിഞ്ഞിരുന്നു.

ഒരാണിന്റെ നോട്ടത്തിനായി ആദ്യം ദാഹിച്ച ദിനം...

ചടുല നൃത്തത്തിനിടയിൽ കറങ്ങി തിരിയുന്ന വേളയിൽ ഒന്ന് നോക്കിയിരുന്നെങ്കിൽ എന്ന് കൊതിച്ച ദിനം...

പക്ഷേ ഉദ്ഘോഷൻ നിശ്ശബ്ദനായിരുന്നു. കൊട്ടിയടച്ച മനസ്സുമായി മനസിൽ ആയുധങ്ങളുമായി പ്രണയത്തിലായി, സംവേദനത്തിലായി അയാൾ നിന്നു.

തന്റെ സാമീപ്യമുള്ള രാത്രികളെ വിലപേശാൻ വിദേശികൾ കലിയുഗനുമായി വാഗ്പോര് തുടരവേ, വിയർപ്പെങ്കിലും വീണു കിട്ടാനായിട്ടാവണം, ഒരുങ്ങുന്ന അറയിലേക്ക് പ്രഹ്ളാദൻ വന്നത്.

"ഞാൻ സഹായിക്കുന്നുണ്ട്."

മുഖവുരയോടെ തുടങ്ങി. അനുവാദമില്ലാതെ അരികിൽ ഇരുന്നും കൊണ്ട്. കാമത്തിന്റെ ഗന്ധം വായുവിൽ നിറഞ്ഞു.

"കലിയുഗൻ അങ്ങയെ പ്രീതി പെടുത്തുന്നുണ്ടല്ലോ. പാരിതോഷികങ്ങളും, പണവും തന്ന്..."

"പക്ഷേ ഞാൻ ആഗ്രഹിച്ചത് അതല്ല." പ്രഹ്ളാദൻ പറഞ്ഞു.

മുഖത്തെ വിയർപ്പൊപ്പി മധുരധാരിണി തിരിഞ്ഞു നോക്കി.

പ്രഹ്ളാദനരികിൽ കുന്തം പിടിച്ചു കുനിഞ്ഞു നിൽക്കുകയാണ് നിൽക്കുകയായിരുന്നു ഉദ്ഘോഷൻ. കണ്ണാടിയിൽ അയാളുടെ പ്രതിബിംബം കണ്ടിരുന്നു. പക്ഷേ ശരിക്കും ഒന്ന് കാണാനാണ് തിരിഞ്ഞു നോക്കിയത്... ഒന്ന് നേരെ നോക്കിക്കൂടെ. മധുരധാരിണി അയാളെ ഒന്നു കൂടി പാളി നോക്കി. പ്രഹ്ളാദൻ അത് ശ്രദ്ധിച്ചു.

"ഹേ... കുഴപ്പക്കാരനല്ല. കിടപ്പറയിൽപോലും കൂടെ നിർത്താവുന്ന വിശ്വസ്തൻ."

ഓഹോ...അത്രക്ക് നല്ലവനോ...കൊള്ളാം. ആരാധന വർദ്ധിക്കുന്നു.

"മധുരധാരിണി ഒന്നും പറഞ്ഞില്ല." പ്രഹ്ളാദൻ പറഞ്ഞു.

"ഞാൻ പറഞ്ഞു. അങ്ങ് ശ്രദ്ധിക്കുന്നില്ല."

പ്രഹ്ളാദന്റെ കണ്ണുകൾ തന്റെ വിയർപ്പിറ്റുന്ന ശരീര വടിവിൽ തഴുകുന്നത് നോക്കി മധുരധാരിണി പറഞ്ഞു.

"ഞാൻ കലിയുഗനെ സഹായിക്കുന്നത് ആർക്കു വേണ്ടിയാണ്?" അയാൾ ചോദിച്ചു.

അവൾ നിലക്കണ്ണാടിയിലൂടെ ചോദ്യ ഭാവത്തിൽ അയാളെ നോക്കി. ഉത്തരം അറിയാമെങ്കിലും.

"അതെ... നിനക്ക് വേണ്ടി തന്നെ. നീ നന്നായി ജീവിക്കണം."

"അത് നടക്കുന്നുണ്ട്." അവൾ കൂസലില്ലാതെ പറഞ്ഞു.

"അതല്ല, ഇതിലും സുഭിക്ഷമായി കഴിയാം. ഇപ്പോഴുള്ള വീടിനേക്കാൾ സൗകര്യത്തിൽ വാഴാം. എന്ത് വേണമെന്നു പറഞ്ഞാൽ മതി. നിനക്കിഷ്ടമുള്ളതു

ചെയ്ത തരാം."

അവൾക്ക് ഒരു കുസൃതി തോന്നി. ഈ രാത്രി ഇത്തിരി കട്ടപ്പമുള്ളതാക്കണം. പുറത്തു നടക്കുന്ന വാഗ്വാദം തീരുന്നില്ല. ഇവിടുത്തെ വാദ്ഗാനങ്ങളും. ഇരു കൂട്ടരുടെയും മുഖത്തടിക്കുന്ന ഒരു കാര്യം ചെയ്യണം.

"എനിക്കിഷ്ടമുള്ളത് ചെയ്ത തരുമോ?" അവൾ ചോദിച്ചപ്പോൾ ആർത്തി കൊണ്ട് പ്രഹ്ളാദൻ വീണു പോകുമെന്ന് തോന്നി.

"പിന്നെന്താ."

"എനിക്കൊരാളെ ഇഷ്ടമാണ്. ഇന്ന് രാത്രി ഞാൻ അയാളുടെ കൂടെ ചില വഴിക്കാനാണ് ആഗ്രഹിക്കുന്നത്." മധുരധാരിണി ചെറു ചിരിയോടെ പറഞ്ഞു.

കുന്തം പിടിച്ചു നിന്ന കണ്ണാടിയിലെ പ്രതിബിംബം കൺപോള ഉയർത്തുന്നത് പോലെ തോന്നി. ഒരു നിമിഷം...അതടഞ്ഞു കഴിഞ്ഞു.

ഓ... അപ്പൊ ശ്രദ്ധിക്കുന്നുണ്ട്. മനസു കൊണ്ടാണെന്നു മാത്രം. അവൾക്കു ചിരി വന്നു.

"വെറുതെ പറഞ്ഞതല്ല. ഇഷ്ടം തന്നെയാണ്"

അവൾ കുസൃതിയോടെ ഉദ്ഘോഷനെ നോക്കി. അയാൾ തല കുനിച്ചു നിൽക്കുക തന്നെയാണ്. അവളുടെ നോട്ടം ഉദ്ഘോഷനെ ഉഴിഞ്ഞപ്പോൾ പ്രഹ്ളാദൻ ഒന്ന് വല്ലാതായി.

എന്തൊരു മുടിഞ്ഞ വർത്തമാനമാണ്. ഈ കുലടകൾ എല്ലാം ഇങ്ങനാണ്. നമ്മൾ ചെമ്മാനം കാണിക്കുമ്പോൾ ചെമ്പരത്തി പൂ ചോദിക്കുന്നവർ. എന്തെങ്കിലും കൊണ്ട് നശിക്കട്ടെ. കാലം കുറെ ആയി...എന്ത് ചെയ്താലും വേണ്ടില്ല. ആരുടെ കൂടെ പോയാലും ഏതൊരുവനെ ഇഷ്ടപ്പെട്ടാലും കുഴപ്പമില്ല. ഒരു ദിവസം എങ്കിലും സ്വന്തമായാൽ മതി. മാത്രമല്ല ഇഷ്ടപ്പെടുന്നവനെ കണ്ടെത്തിയാൽ അവനെ വരുതിയിലെത്തിക്കുന്ന വിദ്യ ഒക്കെ തനിക്കു വശമുണ്ട്. ആ ചിന്തയുടെ അതിമോഹത്തോടെ അയാൾ ചോദിച്ചു...

"ആരാണത്. ആരാണെങ്കിലും അത് ഞാൻ നടത്തിത്തരും."

അവൾ ഉദ്ഘോഷനെ നോക്കി. ആ കുന്ത മുന ഉലയുന്നുണ്ടോ? ഇളകുന്നുണ്ടോ?

പടച്ചട്ടക്കു പിന്നിലുള്ള ഹൃദയമിടിപ്പ് കൂടുന്നുവോ? അതോ തന്റെ തോന്നലാണോ?

ഏതായാലും പറഞ്ഞു. ഇനിയുള്ളതു കൂടി പരീക്ഷിക്കാം. വിയർപ്പിന്റെ അവസാന തുള്ളിയും തുടച്ചു മാറ്റി, അവൾ സുഗന്ധ ദ്രവ്യം കഴുത്തിൽ പുരട്ടി. മുറിയിൽ അവളുടെയും ദ്രവ്യത്തിന്റെയും ഗന്ധം കൂടികലർന്നു. ആ ഗന്ധത്തിന്റെ ലഹരിയിൽ മുങ്ങി പ്രഹ്ളാദൻ ഇരുന്നു. അവളുടെ ഇഷ്ടം കേൾക്കാൻ കാത്തു.

അവൾ കണ്ണുകൾ ഉയർത്തി കാട്ടി, ഉദ്ഘോഷനെ നോക്കി പറഞ്ഞു.

"എനിക്കിഷ്ടം ഈ പടയാളിയുടെ കൂടെ കഴിയാനാണ്."

പ്രഹ്ളാദൻ ഒരു നിമിഷം ഞെട്ടി. ഉദ്ഘോഷനെ കഴുത്തു മുറിച്ചു കൊല്ലാനുള്ള അസൂയ അയാൾക്ക് തോന്നി. അതിനേക്കാൾ ഞെട്ടൽ ഉദ്ഘോഷനായിരുന്നു. അയാൾ മോഹാലസ്യപ്പെട്ടു വീണു പോകുമെന്ന് തോന്നി.

യജമാനന്റെ ശിക്ഷ പേടിച്ച്... തല പോകുമോ എന്നല്ല. തന്നെ തരം താഴ്ത്തി കാവൽ പടയാളിയോ, സാമഗ്രികൾ എടുക്കുന്നവനോ ആക്കി മാറ്റുമോ എന്ന ഭയം. അതാണ്, അതായിരുന്നു അയാൾ ഭയന്നിരുന്ന ഏറ്റവും വലിയ ശിക്ഷ.

ആദ്യം അവനെ കൂടെ കൊണ്ട് വരാൻ തോന്നിയ നേരത്തെ പ്രഹ്ളാദൻ ശപിച്ചു. പിന്നെ ആശ്വസിച്ചു. അവനെ കൊണ്ട് ഒന്നും ആവില്ല. അവനിഷ്ടം മാംസത്തോടല്ല. ഇരുമ്പിനോടാണ്. ആയുധങ്ങളോട്. അത് പലവട്ടം അഭിസാരിക ഗൃഹങ്ങൾക്കു വെളിയിൽ കാവൽ നിർത്തിയപ്പോൾ, സമയം പോക്കിന് അവസരങ്ങൾ ലഭിച്ചപ്പോൾ മനസിലായതാണ്. ആ ചിന്തയോടെ പ്രഹ്ളാദൻ പൊടുന്നനെ ചാടിയെണീറ്റു.

"ഇഷ്ടം പോലെ നിന്നു കൊട്ടുത്തോണം."

കുനിവ് നിവരാത്ത കുന്ത പടയാളിയെ നോക്കി ആജ്ഞാപിച്ച ശേഷം അയാൾ പുറത്തേക്ക് പോയി.

അവൾ അയാളെ നോക്കി. കണ്ണുയർത്താൻ പാടുപെട്ട് ഉദ്ഘോഷൻ നിൽക്കുമ്പോൾ വെളിയിൽ ആരവം കേട്ടു. കലിയുഗനും പ്രഹ്ളാദനും എന്തോ സംസാരിക്കുകയാണ്. വിദേശികൾ നിശബ്ദരായതു പോലെ തോന്നി.

അവൾ അയാളെ സൂക്ഷിച്ചു നോക്കി. "എന്താ അങ്ങയുടെ പേര്..."

ഇടറിയ ശബ്ദത്തോടെ, ശിക്ഷയുടെ പേടിയോടെ അയാൾ പറഞ്ഞു.

"ഉദ്ഘോഷൻ."

കൂടുതൽ ഒന്നും ചോദിക്കാതെ എണീറ്റ് കൊണ്ട് അവൾ പറഞ്ഞു.

"വരൂ, പോകാം..."

അത് കേട്ടതും അയാൾ ഒന്നമ്പരന്നു. ശേഷം തന്റെ കുന്തവും പിടിച്ചു കൊണ്ട് അവൾക്കു പിന്നാലെ നടന്നു.

മധുരധാരിണി ആദ്യമായി തിരഞ്ഞെടുത്ത ആളെ കാണാൻ കലിയുഗനും, തങ്ങളെ എല്ലാം ഇത്ര നിഷ്കരുണം തള്ളിക്കളഞ്ഞ് ഏതു മഹാനെയാണ് ആ സൗന്ദര്യ ദേവത സ്വീകരിച്ചതെന്നറിയാൻ വിദേശ യാത്രക്കാരും കാത്തു നിൽക്കുന്ന ആ സത്രത്തിന്റെ ഉമ്മറത്തേക്ക് അവർ നടന്നിറങ്ങി.

കൂസലില്ലാതെ വരുന്ന മധുരധാരിണിയെ കലിയുഗൻ അത്ര ഇഷ്ടപ്പെടാത്ത മട്ടിൽ തന്നെ നോക്കി. അതു മനസിലാക്കി ചിരിച്ച്, അതിനെ അവഗണിച്ച് അവൾ മുന്നോട്ടു നടന്നു. വർഷങ്ങളുടെ ഉപയോഗം കൊണ്ട് മുഷിഞ്ഞ പടച്ചട്ടയും നിറം മങ്ങിയ കുന്തവുമായി അവൾക്കു പിന്നിൽ നടക്കുന്ന ഉദ്ഘോഷനെ കണ്ട് യാത്രക്കാർ ഞെട്ടി. എന്ത് മായാ വിദ്യയാണ് അവനിൽ അവൾ കണ്ടെത്തിയതെന്ന് അത്ഭുതത്തോടെ അവർ ആലോചിച്ചു നിൽക്കേ, അവളുടെ പാദങ്ങൾ നോക്കി പിൻതുടരുന്ന ഉദ്ഘോഷനെ അവൾ തിരിഞ്ഞു നോക്കി.

"ആ ആയുധം മാറ്റിവെക്കൂ."

അയാൾ ഒന്നമ്പരന്നു. തന്റെ ആയുധമാണ്. കിടക്കയിൽ പോലും ഉപേക്ഷിക്കാത്തത്. അതാണ് വെച്ച് പോകാൻ പറയുന്നത്. അയാൾ മടിച്ചു നിൽക്കെ, അവരുടെ സംഭാഷണ ശകലങ്ങൾ കേൾക്കാൻ കാതോർത്ത് കലിയുഗനും മറ്റുള്ളവരും നിൽക്കെ, മധുരധാരിണി അല്പം കടുപ്പിച്ച് പറഞ്ഞു.

“എനിക്ക് ഇന്ന് രാത്രി വേണ്ടത് കാവൽക്കാരെനെയല്ല.”

ഒരു നിമിഷം ഉദ്ഘോഷൻ സന്ദേഹിച്ചു നിന്നു.

അവൾ ആവശ്യപ്പെട്ടാൽ കഴുത്തു വരെ മുറിച്ചു കൊടുക്കാൻ തയാറായി തങ്ങൾ ഇവിടെ നിൽക്കുമ്പോൾ ഒരു വിലയില്ലാത്ത കുന്തം ഉപേക്ഷിക്കാൻ ഇവൻ എന്തിന് മടിക്കണമെന്ന് അവിടെ കൂടി നിന്നവർ അത്ഭുതത്തോടെ ആലോചിച്ചു.

“വരൂ...”

മധുരധാരിണി ഇറങ്ങി ഇരുട്ടിലേക്ക് നടന്നു. ഒരു നിമിഷം, നാലാം വയസിന് ശേഷം ഇത് വരെ താഴെ വെക്കാത്ത ആയുധം, ആദ്യമായി ഉപേക്ഷിച്ച്, അയാൾ മധുരധാരിണി എന്ന മാദക സൗന്ദര്യത്തിന് പിന്നാലെ നടന്നു.

* * *

നിലാവ് പതിയെ കടന്നു വരുന്നതേ ഉണ്ടായിരുന്നുള്ളൂ. ഇരുട്ടും വെളിച്ചവും ഇടകലർന്ന മലയുടെ മുകളിലെ പാറയുടെ മുകളിൽ നക്ഷത്രങ്ങളെയും നോക്കി അവർ കിടന്നു.

“അത്താഴം കഴിച്ചിരുന്നോ?” അവൾ ചോദിച്ചു.

“...കുറച്ച്...” ഉദ്ഘോഷൻ മുഖത്തു നോക്കാതെ മറുപടി പറഞ്ഞു.

അവൾ തന്റെ തുണികെട്ടഴിച്ചു. അത്യാവശ്യം തിന്നാനുള്ളത് അതിൽ ഉണ്ടായിരുന്നു. പഴം ഗോതമ്പു ചേർത്ത് എണ്ണയിൽ വറുത്തെടുത്തത്. മാവു കൊണ്ട് ആവിയിൽ ഉണ്ടാക്കിയെടുത്ത മറ്റൊരു പലഹാരം. എണ്ണയിൽ വറുത്തെടുത്ത ചില അരി മുറുക്കുകൾ. കൈപ്പുണ്യം നിറഞ്ഞു നിൽക്കുന്ന ആ ഭക്ഷണ പൊതി അവൾ അയാൾക്ക് നേരെ നീട്ടി.

അത് പതിയെ എടുത്ത് അയാൾ കഴിച്ചു തുടങ്ങി. അവൾ അയാളെ ഒളികണ്ണിട്ടു നോക്കി. കഴിക്കുന്നതിൽ മാത്രമാണ് അയാളുടെ ശ്രദ്ധ. അതും മുഖത്തു പോലും നോക്കാതെ ദൂരേക്ക് നോക്കികൊണ്ട്.

“ആയുധങ്ങളെ അത്രക്കിഷ്ടമാണോ?” അയാളെ കുറിച്ച് കേട്ട അറിവ് വെച്ച് അവൾ ചോദിച്ചു.

ആഹാരം കഴിക്കുന്നത് മാറ്റി വെച്ച് അയാൾ വാചാലനായി... നാലാം വയസിൽ ആദ്യമായി പിടിച്ച മുളം തണ്ടു കൊണ്ടുള്ള ചെറിയ ആയുധം മുതൽ മുതൽ ഇന്ന് വരെ കൈ കാര്യം ചെയ്തു കൊണ്ടിരിക്കുന്ന കുന്തവും അതു പോലെ പ്രയോഗിക്കാവുന്ന പലവിധ ആയുധങ്ങളെയും കുറിച്ച് അയാൾ പറഞ്ഞു കൊണ്ടേയിരുന്നു.

അയാൾ ഏറ്റവും കൂടുതൽ ഇഷ്ടപ്പെടുന്നത് ആയുധങ്ങളെയും, യുദ്ധങ്ങളെയും ആർത്തനാദങ്ങളെയും, മരണങ്ങളെയുമാണെന്ന് നടുക്കത്തോടെ അവൾ തിരിച്ചറിഞ്ഞു. യുദ്ധങ്ങൾ അവൾക്കു ഭയമായിരുന്നു. യുദ്ധ മുന്നണികളിൽ പോരാളികളെ കൊന്നു മുന്നേറുന്ന കാഴ്ച നേരിൽ കാണുന്നത് പോലെ അയാൾ വിവരിച്ചപ്പോൾ... ഞരമ്പു തിണർത്തു കിടക്കുന്ന ഇരുമ്പിന്റെ ബലമുള്ള കയ്യിൽ പിടിച്ചു കൊണ്ട് അവൾ തടഞ്ഞു.

“എനിക്ക് പേടിയാ...”

അയാൾ ആദ്യമായി അവളുടെ മുഖത്തു നോക്കി.

നിലാവ് വീണു തുടങ്ങുന്ന അവളുടെ സൗന്ദര്യം ഉദ്ഘോഷൻ ആദ്യമായി കണ്ടു. അനേകം ആളുകളെ കോൾമയിർ കൊള്ളിക്കുന്ന അവളുടെ ചുണ്ടുകളിൽ നിന്നുതിർന്ന ഭയം കലർന്ന ശബ്ദം കേട്ട് അയാൾ ഉള്ളിൽ നടുങ്ങി. ആയുധങ്ങളോടുള്ള തന്റെ സ്നേഹം രണ്ടാമതാവുന്നത് അയാൾ ഉള്ളിൽ അറിഞ്ഞു. ആ ഭയം സൃഷ്ടിച്ച ഞെട്ടലിൽ അയാൾ ചാടി എഴുന്നേൽക്കാൻ ശ്രമിച്ചപ്പോൾ അവൾ തടഞ്ഞു.

"ഭയം തോന്നുമ്പോൾ ഉപേക്ഷിക്കുന്നത് യോദ്ധാവിന് ചേർന്നതാണോ?"

അവളുടെ നീതി ശാസ്ത്രം കേട്ട് ഉദ്ഘോഷൻ തരിച്ചിരുന്നു. അവളുടെ കൈ തന്റെ ഹൃദയത്തിന് മേലെയാണ് വെച്ചിരിക്കുന്നതെന്നും ഇനി അത് മോചിപ്പിക്കാൻ അവളെ കൊണ്ട് മാത്രമേ സാധിക്കുകയുള്ളൂവെന്നും ഉൾക്കിടിലത്തോടെ അയാൾ ആലോചിക്കവേ അവൾ പറഞ്ഞു.

"ഘോഷന് പ്രിയമില്ലെങ്കിൽ ഞാനത് എടുത്തു മാറ്റാം."

"വേണ്ട..."

ഇനി ഒരിക്കലും അത് മാറ്റാനാവില്ല. അതിന് ഉടമ ഉണ്ടായിരിക്കുന്നു. കീഴടക്കപ്പെടേണ്ടത് ആയുധങ്ങൾക്ക് മുന്നിലാവണമെന്നുണ്ടായിരുന്നു. ഇനി അതില്ല. ഒരു ആയുധത്തിനും ഇനി തന്നെ കീഴടക്കാനാവില്ല. അതൊരു സഹർഷമാണ്. ഘോഷമാണ്. ആത്മാവിന്റെ വിജയഘോഷം. പാഞ്ഞ് വെട്ടി കയറി ആയുധ മുനയിൽ കോർക്കപെടുമ്പോഴും ആലോചിക്കാവുന്ന, ഓർത്തെടുക്കാവുന്ന ഒന്ന്. താൻ കീഴടക്കപെട്ടത് ആയുധങ്ങളോടല്ല. മരണം പോലും പകച്ചു പോകുന്ന ആയുധത്തോടാണ്... ആയുധങ്ങളിലേറ്റവും മൂർച്ചയേറിയതിനോട്. ഉത്തമമായതിനോട്. ഉൽകൃഷ്ടമായതിനോട്...പ്രണയമുള്ള ഒരു ഹൃദയത്തോട്. അയാൾ അവളെ നോക്കി. അവൾ അയാളെ തന്നെ നോക്കി ഇരിക്കുകയാണ്. അയാളുടെ മനസ്സ് പഠിക്കാനെന്ന വണ്ണം.

അയാൾ അവളുടെ കാല്പാദങ്ങളിലേക്ക് നോക്കി. മൈലാഞ്ചി ചോപ്പിൽ ചിത്രങ്ങൾ വരച്ചിട്ട പാദം. അവയുടെ ലാളനകളേറ്റു വാങ്ങുന്ന പാദസരങ്ങൾ. മണിക്കിലുക്കങ്ങൾ. തന്റെ ഹൃദയത്തിന്റെ ഉള്ളിലേക്ക് ജീവിതത്തിന്റെ അത്ഭുതപാഠം നിറച്ച അവളെ, ഗുരു സ്ഥാനത്തോടെ ചിന്തിച്ചു കൊണ്ട് പെട്ടെന്ന് അവളുടെ കാൽ പാദങ്ങൾ കയ്യിലെടുത്ത് അയാൾ ചുംബിച്ചു.

മധുര ധാരിണിയുടെ മനസ്സ് നടുങ്ങി.

ചുംബനങ്ങൾ ചുണ്ടിൽ തുടങ്ങുമെന്ന് വിചാരിച്ചിരുന്ന അവൾക്ക് അയാളുടെ നീക്കം അത്ഭുതവും ആശ്ചര്യവും സൃഷ്ടിച്ചു. എന്തൊരു മനുഷ്യനാണ്. ഒരു യോദ്ധാവ്. അതും വലിയ സ്വപ്നങ്ങൾ ഉള്ളവൻ. അയാൾ തന്റെ കാൽപാദങ്ങൾ ചുംബിച്ചിരിക്കുന്നു. ശരിയാണ്. അതിലെങ്കിലും ഒന്ന് ചുംബിച്ച് കാമപൂരണം നടത്താൻ നാണയത്തുട്ടുകൾ സ്വർണ്ണത്തിലാക്കി വെച്ചവരെ പോലും താൻ കടന്നു പോയിട്ടുണ്ട്. പക്ഷേ ഇത്, അങ്ങനെയല്ല. സ്നേഹമാണ്. ബഹുമാനമാണ്. അംഗീകാരമാണ്. സമർപ്പണമാണ്. താൻ പിന്തിരിഞ്ഞു നടന്നാലും, ഈ രാത്രി മറന്നാലും ഒരിക്കലും തന്നെ മറക്കില്ല എന്ന അയാളുടെ പ്രതിജ്ഞയും, വാക്കുമാണ്. അത് സംഭവിച്ചു പോയതാണ്. മുൻ കൂട്ടി നിശ്ചയിച്ചതല്ല. അതിനാൽ സ്വാർത്ഥവുമല്ല. എന്റെ ദൈവമേ... ഈ

മനുഷ്യനെയാണ് ഞാൻ പ്രണയിക്കേണ്ടത്. സ്വന്തമാക്കേണ്ടത്. സ്വപ്നങ്ങൾക്കു കൂട്ടു നിൽക്കേണ്ടത്.

അവളുടെ കാല്പാദങ്ങളിൽ ചുംബിച്ചത് തെറ്റായി പോയോ എന്ന ഭാവത്തിൽ ഉദ്ഘോഷൻ അവളെ നോക്കി. അപ്പോൾ മധുരധാരിണി പൊട്ടിച്ചിരിച്ചു. അയാൾ സ്വതവേയുള്ള ശീലത്തോടെ അവളുടെ നോട്ടം ഏറ്റു വാങ്ങാനാവാതെ തല കുനിച്ചു...അത് സമ്മതിക്കാതെ അവൾ അയാളെ ചേർത്ത് പിടിച്ചു. കവിളിൽ മൃദുവായി ചുംബിച്ചു. ചുണ്ടുകളുടെ നേർത്ത പൂവുകൾ, നനുത്ത ഇതളുകളോടെ കവിളിൽ വിരിഞ്ഞു. മാമ്പൂ മണമുള്ള ചുണ്ടുകളുടെ നേർത്ത ഉരസൽ. ചെറു നോവ് സുഖം പകരുന്ന കൊച്ചരിപ്പല്ലുകളുടെ മുറിപ്പെടുത്തൽ. വഴുതുന്ന നാക്കിന്റെ ഇക്കിളിനീക്കങ്ങൾ. ആത്മാവിനെ ഉലയ്ക്കുന്ന പുണരൽ.

അയാൾ അറിയുകയായിരുന്നു. ആദ്യമായി അവളും.

കടന്നു പോയ ജീവിതയാത്രയിൽ തന്റെ കന്യകാത്വം എന്നെങ്കിലും സമർപ്പിക്കാൻ മധുരധാരിണി ഒരാളെ തേടിയിരുന്നു. സൗന്ദര്യത്തെ മോഹിച്ച അനേകം പേർക്കല്ല. അർഹതപ്പെട്ട ഒരു ആത്മാവിന്. അറിയാതെ ഒരു കൗതുകത്തിന് സായന്തനത്തിൽ ചെയ്ത സാഹസം തന്റെ ജീവിതത്തിന്റെ ഏറ്റവും നല്ല തീരുമാനമായിരുന്നെന്ന് അവൾക്കു തോന്നി.

അയാൾ അവളെ, ആദ്യമായി പെണ്ണെന്ന യുദ്ധ ഭൂമികയെ, അറിയുകയായിരുന്നു.

ഉലയിൽ വെച്ച് ചുവപ്പിച്ച, അടിച്ചു പഴപ്പിച്ച ഇരുമ്പിന്റെ, ജലത്തിൽ വെച്ച് തണുപ്പിച്ച ലോഹത്തിന്റെ, തേച്ചു മിനുക്കിയെടുത്ത അഴകുറ്റ മനോഹാരിതയെ, മിനുക്കത്തെ, മൂർച്ചയെ, അറിയുകയായിരുന്നു അവളും...

അറിഞ്ഞറിഞ്ഞ്, അലിഞ്ഞ്, സ്വയം മറന്ന്, നീറ്റലുള്ള ശരീര ഭാഗങ്ങളെ അവഗണിച്ചു കൊണ്ട് അവർ നിലാവിനെ നോക്കി കിടക്കവേ, അവൾ കരഞ്ഞു. കണ്ണീരോടെ അയാളെ ചേർത്ത് പിടിച്ചു. താൻ പ്രണയത്തിലായിരിക്കുന്നുവെന്ന് അവൾക്കു തോന്നി. രതി മൂർച്ഛകൾക്കൊടുവിലാണ്, ഒരു സ്ത്രീ പ്രണയത്തിലാവുന്നതെന്ന് അത്ഭുതത്തോടെ അവൾ തിരിച്ചറിഞ്ഞു. അവൾ അയാളെ ഇറുകെ പുണർന്നു. ഒന്നും പറയാതെ ഏറെ നേരം അങ്ങനെ കിടന്ന് അവർ ഒന്നിച്ചുറങ്ങിപ്പോയി.

വസന്ത കാല പരാഗങ്ങളുമായി ഒരു കാറ്റ് അവരെ കടന്നു പോയി.

24

കശാക ഫലം

വിഷജീവികൾ ഭയത്താൽ വഴിമാറി നടന്നു എന്നവർ കണ്ടു.
മഞ്ഞനിറത്തിൽ മധുരം നിറഞ്ഞ ഗന്ധമഥനപ്പഴം
കശാകവൃക്ഷത്തിന്റേതു തന്നെ എന്ന് അവർ പറഞ്ഞു.
ചാരുപലകയിൽ അത് അവൾ വെപ്പാൻ തുനിഞ്ഞപ്പോൾ
അവിടം അതിന്റെ ഗന്ധത്തിൽ വീഞ്ഞുകുടിച്ചവാറേ നിന്നു.
സൂചി തുമ്പിൽ കുത്തി അതിന്റെ ചാർ
ഒരു ചഷകം വിഷത്താലും മാധുര്യത്താലും അവൾ നിറച്ചു.
അപ്പോൾ ഗോതമ്പ് പുളിപ്പിച്ച് മദ്യത്തിന്
അവർ കടുപ്പം കൂട്ടി എന്നവൾ പറഞ്ഞു.
കാശാക വൃക്ഷത്തിൻ വേരുകൾ പോൽ വിഷം
അവളുടെ ആത്മാവിനെ തൊട്ടു.
മകനെ നീ കരയരുത്.
നീ നിന്റെ വാളുമായി ശത്രുക്കളുടെ മേൽ ശാപം ചൊരിയുക.
നീ എന്നെ ഓർക്കുന്നത് കൊടിയ പാപം തന്നെ.
നീ ദേശങ്ങൾ വിട്ടു ദേശങ്ങളിലേക്ക് നിന്റെ യാത്ര തുടരുക തന്നെ ചെയ്യുക.

(കൗർവകിയുടെ ഗീതങ്ങൾ: 24:11)

വീണ്ടും ഒരു കാറ്റ് അളകങ്ങളെ തഴുകി കടന്നു പോയി... വസന്തകാലത്തിന്റെ വരവാണോ... പരാഗങ്ങളെയും കൊണ്ട്...

കാളിന്ദ്യനാഗം എന്ന കൊടും വിഷമുള്ള പാമ്പും, കരിന്തേളും, നീലവിഷ പഴുതാരയും വരെ ഭയത്താൽ വഴിമാറി നടന്നിരുന്ന കശാക വൃക്ഷത്തിന്റെ, നേരിയ മഞ്ഞനിറത്തിലുള്ളതും അതിമധുരം നിറഞ്ഞതുമായ ഗന്ധമഥനം എന്ന പഴം മധുരധാരിണിയുടെ ചാരുപലകയിൽ ചരിഞ്ഞുപതിക്കുന്ന സായന്തന വെളിച്ചത്തിൽ തിളങ്ങി... മുറിയിലാകെ ഒഴുകി പരന്ന അതിന്റെ ഗന്ധത്തിൽ ആരും ചെറു ലഹരിയിലേക്ക് തെന്നി വീഴുമായിരുന്നു. ഒരു സൂചി തുമ്പിലിറ്റിച്ചാൽ ഒരു ചഷകം നിറയെ വിഷമയമാക്കാനും അതിമധുരം നിറക്കാനും കഴിയുന്ന ആ പഴം ഉൾവനത്തിൽ കശാക വൃക്ഷത്തിൽ പഴുത്തു നിറഞ്ഞു കിടന്നു. തന്റെ ചാരന്മാരെ വിട്ട് വരുത്തിച്ച, ചാരുപലകയിൽ തിളങ്ങിനിന്ന ആ ഗന്ധമഥനഫലത്തിൽ സൂചിത്തുമ്പ് ചെറുതായി കുത്തിയിറക്കി വലിച്ചെടുത്ത ശേഷം ധാന്യം വാറ്റിയെടുത്ത മദ്യത്തിലേക്ക് മധുരധാരിണി പതിയെ തൊട്ടു. കൊടിയ വിഷത്തിന്റെ അടിവേരുകൾ നിറത്തോടും മധുരത്തോടുമൊപ്പം ചഷകത്തിലെ മദ്യത്തിലേക്ക് പടർന്നിറങ്ങി.

മധുരധാരിണി ആ വിസ്മയം നോക്കി ചിരിച്ചു. ശേഷം പതിയെ ജാലകത്തിനടുത്തേക്ക് നടന്നു.

അവർക്ക് മുന്നിൽ പഴയ കുന്തപ്പടയാളിയായി ഉദ്ഘോഷൻ വന്നു നിൽക്കുന്നത് പോലെ തോന്നി.

എല്ലാ ഓർമ്മകൾക്കും മുകളിൽ അയാളുണ്ടായിരുന്നു. എന്നും. ആദ്യമായി സ്നേഹം തോന്നിയ ആൾ. ആദ്യമായി അറിഞ്ഞ ആൾ. ആദ്യമായി പ്രേമം എന്താണെന്ന്, രതിമൂർച്ഛ എന്താണെന്ന് അനുഭവിപ്പിച്ച ആൾ. ഏറ്റവും പ്രിയമായത് ആദ്യത്തെ അനുഭവം തന്നെ. ആദ്യത്തേതെല്ലാം പ്രിയങ്കരമാണ്... ആദ്യപുത്രനും അങ്ങനെ തന്നെ... പക്ഷേ... ത്യജിച്ച് നേടിയതെല്ലാം നശിപ്പിക്കാൻ മംഗൾ ഒരുങ്ങിയപ്പോൾ ആദ്യ ജാതനോടുള്ള പ്രിയം ഇല്ലാതായി... അവനെ വരുതിയിൽ വരുത്താൻ ഒന്നേ മാർഗ്ഗമുണ്ടായിരുന്നുള്ളൂ... അവന്റെ പ്രിയങ്ങളെ ഇല്ലാതാക്കുക... അവന്റെ പ്രിയപ്പെട്ടതായി താൻ മാത്രം അവശേഷിക്കുക...

* * *

സംയുക്ത മടങ്ങിയിട്ട് മാസങ്ങൾ ആയിരിക്കുന്നു. മംഗളന്റെ മനസ്സ് മനസി ലായിക്കഴിഞ്ഞിരിക്കുന്നു. കൃഷിക്കാരിയാണ് അവന്റെ മനസ് നിറയെ. എന്ത് ഭോഷത്തമാണ് അവൻ ചിന്തിച്ചു കൂട്ടുന്നത്. ചൂണ്ടി കാണിക്കാൻ മറ്റൊരാളില്ലാ ത്തതു കൊണ്ടാണ് അന്ന് അധികാരം വെച്ച് നീട്ടിയത്. പിന്നെ കടിഞ്ഞൂൽ പുത്രനോട് തോന്നുന്ന അമിത വാത്സല്യം. എന്നും ഒന്നും മോഹിക്കാതെ ജീവിച്ച അവന്റെ പ്രകൃതം, ഒന്നിനോടും സ്വാർത്ഥതയില്ലാത്ത അവന്റെ ഹൃദ യത്തോട് തോന്നിയ ബഹുമാനം. മോഹങ്ങളേയില്ലാത്ത മകനോട് തോന്നിയ സഹതാപം. കരുണ. ആർദ്രത. അവനെ കൂടുതൽ കൂടുതൽ സ്നേഹിക്കാൻ അവൻ തന്നെ കണ്ടെടുത്ത് കാഴ്ച വെച്ച കാരണങ്ങൾ. എന്നാൽ ബുദ്ധിയിലും കരുത്തിലും ആയുധാഭ്യാസത്തിലും അനുതാപത്തിലും മുന്നിൽ നിന്നപ്പോൾ തോന്നിയ ആരാധന. അഭിമാനം. അതൊക്കെ കൊണ്ടാണ് പകരം വെക്കാ നാളില്ലാതെ വന്നപ്പോൾ, പകരക്കാർ പക്വതയില്ലാത്തവരാണെന്നു ബോധ്യം വന്നപ്പോൾ, രാജ്യം വിട്ടു പോയിട്ടും, അധികാരം ആഗ്രഹമില്ലാഞ്ഞിട്ടും, പ്രാർത്ഥിച്ച് പ്രാർത്ഥിച്ച് വരുത്തുവാൻ ശ്രമിച്ചത്. പക്ഷേ അവനിതാ വെറും മ്ലേച്ഛതയിലേക്ക് വീണു പോകുന്നു. ഓ... വെറുപ്പിന്റെ ഏതോ കയ്പ്പ് തുണ്ടിൽ കടിച്ചത് പോലെ മധുരധാരിണി തല കുടഞ്ഞു.

സായന്തനമാണ്. അവർ ആ പാറപ്പുറത്ത് നിൽക്കുകയായിരുന്നു. ദൂരെ കൊട്ടാരം കാണാം. ബാല്യത്തിൽ മംഗളനെ കൂട്ടികൊണ്ടു വന്ന് കൊട്ടാരം കാണിച്ചു കൊടുത്തിരുന്ന സ്ഥലമാണ്.

കൊട്ടാരത്തിന്റെ അധിപനാവാൻ മനസിൽ അവന് സ്വപ്നം സൃഷ്ടിച്ചു കൊടുത്ത സ്ഥലമാണ്. ആഗ്രഹം, സ്വപ്നം സാധിച്ചിരിക്കുന്നു. നിറവേറ്റപ്പെട്ട സ്വപ്നങ്ങളുടെ വ്യാപ്തി കൂട്ടി വിരാജിക്കുവാൻ അവസരം കൈവെള്ളയിൽ കിട്ടിയിട്ടും തള്ളുകയാണ്. സാമ്രാജ്യം കെട്ടിപ്പടുക്കാനുള്ളതിന് പകരം, സമാന മനസ്കരും സാമ്രാജ്യങ്ങളുമായി ബന്ധുത്വം സ്ഥാപിക്കുന്നതിന് പകരം, സാധാരണ വില പോലുമില്ലാത്ത ഒന്നിലേക്ക് അവൻ കൂപ്പു കുത്തുകയാണ്.

എല്ലാം ഇല്ലാതാക്കണം. അവന്റെ ഉള്ളിൽ നിന്ന് ആഗ്രഹങ്ങളെ വഴി തിരിച്ചു വിടണം എന്ന ആലോചനയോടെ അവർ തനിക്കായി താഴ്വരയിൽ കാത്തു നിൽക്കുന്ന കുതിര വണ്ടിക്കടുത്തേക്ക് നടന്നു.

* * *

കോട്ടക്കുള്ളിൽ കൊട്ടാരത്തിന് പിന്നിലായി നടപ്പാതയുണ്ട്. പൂന്തോ ട്ടത്തിന് അരികിൽ കൂടി. കൊട്ടാര വാസികൾക്കും, പ്രായം ചെന്നവർക്കും സായന്തനങ്ങൾ ചിലവഴിക്കാനായി നിർമ്മിച്ചതാണത്. നടപ്പാത ഉദ്യാനത്തെ ചുറ്റി നീണ്ടു കിടക്കുന്നു. അതിന്റെ അങ്ങേത്തലക്കൽ, മരങ്ങളാൽ മൂടപ്പെട്ടു കിടക്കുന്ന വലിയ ഒരു കുളമുണ്ട്. അതിന്റെ കരയിൽ കൽ മണ്ഡപവും ഇരി പ്പിടങ്ങളുമുണ്ട്. കുട്ടികൾക്ക് കളിക്കാനുള്ള ഒരു പ്രദേശവും അതിനോട് ചേർത്ത് നിർമ്മിച്ചിരിക്കുന്നു.

മരുന്നിട്ട് തിളപ്പിച്ചാറ്റിയ ചൂട് വെള്ളവും കുടിച്ച് താപസനാഥൻ പതിയെ നടന്നു. ഒന്ന് രണ്ടു തവണ ഈ ഉദ്യാനം ചുറ്റി, കുളക്കരയിൽ ചെന്ന് കൽമ ണ്ഡപത്തിൽ കുറെ നേരമിരിക്കും. രാജ സദസ്സ് കൂടുമ്പോൾ അവതരിപ്പിക്കേ ണ്ട പ്രധാന കാര്യങ്ങളെ കുറിച്ച് ചില കുറിപ്പുകൾ തയാറാക്കുന്നത് ഇവിടെ

ഇരുന്നാണ്.

പിന്നെ നിവേദനങ്ങളുണ്ടാവും. കൊട്ടാര വാസികളുടെയും,പടയാളികളുടെ കുടുംബാംഗങ്ങളുടെയും, അഭ്യുദയകാംക്ഷികളുടെയും. അതൊക്കെ വായിച്ചു നോക്കി വെക്കണം. അതിന്റെ ഒരു പകർപ്പ് കൊട്ടാര കാര്യവിചാരകനും കിട്ടും. എടുക്കുന്ന തീരുമാനങ്ങൾ വിശകലനം ചെയ്ത് രാജാവിനെയും മറ്റുള്ളവരെയും കൃത്യമായി ഉപദേശിക്കലാണ് തന്റെ ജോലി. പക്ഷേ മിക്കപ്പോഴും അവരുടെ മനസിലെ ഇഷ്ടങ്ങൾ ഉപദേശം പോലെ പറയുക എന്നതാണ് നടക്കുന്നത്.

താപസനാഥൻ പതിയെ നടന്ന് കൽമണ്ഡപത്തിനടുത്തെത്തി. അവിടെ ഇരിക്കുന്ന ആളെ കണ്ട് താപസനാഥൻ ഒന്നമ്പരന്നു. ഈ പ്രഭാത സമയത്ത് ഒരിക്കലും കാണാത്തോരാൾ. മധുരധാരിണി മഹാറാണി. ഉദ്യാനത്തിൽ വരാറുണ്ട്. പക്ഷേ ഇത്ര ദൂരേയ്ക്ക് വരാതെ തിരിച്ചു പോവുകയാണ് പതിവ്. തന്നെ കാണാനാണെങ്കിൽ എന്തെങ്കിലും പ്രാധാന്യമുള്ളതാണ്. അതീവ രഹസ്യമുള്ളതും. ചുമരുകൾ ഇല്ലാത്തതെങ്കിലും, വാർത്തകൾ ചോർന്നു പോകാത്ത, ആരും അങ്ങനെ കടന്നു വരാത്ത ഇടമാണ് ഈ കൽമണ്ഡപം.

“മഹാറാണി ദീർഘായുസ്സായിരിക്കട്ടെ.”

“അങ്ങയുടെ അനുഗ്രഹം സന്തോഷം തന്നെ. പക്ഷേ അങ്ങിനെ ഉണ്ടായിട്ടെന്തിനാണ്? കൂടുതൽ മനഃസമാധാനമില്ലാതാവാനോ?”

ഏതോ മഹത്തായതും എന്നാൽ അത്ര മര്യാദയില്ലാത്തതുമായ കാര്യമുണ്ട്. അതാണീ മുഖവുര. താപസനാഥൻ അടുത്ത വാക്കുകൾക്കായി കാത്തു.

നേർത്ത മഞ്ഞ് കുളത്തിന് മുകളിൽ കൂടി ഒഴുകിപ്പരക്കുന്നു.

ദേശാടനക്കിളികൾ വല്ലാതെ ഒച്ച വെച്ച് നീന്തി കളിക്കുന്നു.

“മംഗളസിംഹനെ നിയന്ത്രിക്കണം.”

ഞെട്ടലോടെ താപസനാഥൻ ആ വാക്കുകൾ കേട്ടു.

കാര്യം രാജാമാതാവൊക്കെ തന്നെയാണ്. അയാൾ ചുറ്റും നോക്കി. പാറാവുകാരും റോന്തു ചുറ്റുന്ന പടയാളികളും ആ ഭാഗത്ത് കുറവാണെങ്കിലും ചാര പ്രവർത്തകർ ഉണ്ടാവാം. നടന്നു പോകുന്ന വയോധികരായോ തരുണികളായോ. ആരുമാവാം. തല പോകുന്ന കാര്യമാണ്. പറയുന്നത് രാജമാതാവായതു കൊണ്ട് കേൾക്കുന്നവന്റെ തല പോകാനേ സാധ്യതയുള്ളൂ. പിന്നെ ഭരണത്തിൽ മംഗളസിംഹനായത് കൊണ്ട് അത്ര നീതിപൂർവമല്ലാത്ത കാര്യങ്ങൾക്കു മാത്രമേ ശിക്ഷ ഉണ്ടാവുകയുള്ളൂ.

താപസനാഥന്റെ ആലോചന മുറുകി വന്നു.

“മംഗളസിംഹന് ഒരു പ്രണയമുണ്ട്...” ശബ്ദത്തിൽ ഒരു ഇഷ്ടക്കേടുണ്ട്.

അങ്ങനെയെങ്കിലും രാജ്യത്തിന് പുതിയ അവകാശികൾ ജനിക്കട്ടെ. അധികാരക്കൊതി കൊണ്ട് കല്യാണത്തിനും സമ്മതിക്കില്ലേ.

“അത് നല്ല കാര്യമല്ലേ? താപസനാഥൻ ചോദിച്ചു.

“നല്ലതായേനെ. നല്ലതായിരുന്നെങ്കിൽ.” മധുരധാരിണി ആലോചനയുടെ പറഞ്ഞു.

“മനസിലായില്ല.”

"അവൻ ഏതോ നാലാം കിടയിൽ പെട്ട കൃഷിക്കാരന്റെ മകളുമായി ബന്ധം സ്ഥാപിച്ചിരിക്കുന്നു."

"രാജാക്കന്മാർക്ക് ബന്ധങ്ങളുണ്ടാവുന്നത് അത്ര പുതുമയുള്ള കാര്യമൊന്നുമല്ല മഹാറാണി. അതിന് രാജ പരമ്പര വേണമെന്ന് നിർബന്ധം പിടിക്കാനാവില്ലല്ലോ?"

മധുരധാരിണി അയാളെ സൂക്ഷിച്ചു നോക്കി.

തക്കം കിട്ടിയപ്പോൾ കിഴവൻ തന്നെ പരിഹസിക്കുകയാണോ?

ആ ചിന്ത മനസിലാക്കി താപസനാഥൻ പറഞ്ഞു.

"ഞാൻ ശ്രദ്ധ മനസ്സോടെ തന്നെ പറഞ്ഞതാണ്. അദ്ദേഹത്തിനത് ഇഷ്ടമാണെങ്കിൽ, അത് രാജാവിന്റെ ഇഷ്ടമാണെങ്കിൽ എതിർക്കാൻ ഇവിടുന്നോ ആർക്കോ സാധ്യമില്ല. അതും ഒരു കാര്യത്തിലും അത്ര ഇഷ്ടം പ്രകടിപ്പിക്കാത്ത ഒരാളുടെ ആദ്യ ഇഷ്ടമല്ലേ. അദ്ദേഹത്തിന് എന്തിനോടെങ്കിലും വ്യക്തമായ ഒരു പ്രിയമോ പ്രണയമോ ഉണ്ടാകുന്നത് തന്നെ സന്തോഷമുള്ള കാര്യമല്ലേ? നാം പ്രോത്സാഹിപ്പിക്കേണ്ടതല്ലേ?"

കർക്കശ ഭാവത്തിൽ അവർ പറഞ്ഞു.

"അങ്ങ് പ്രോത്സാഹിപ്പിക്കേണ്ട. അതിനല്ല ഞാൻ അങ്ങയെ ഈ തണുത്ത വെളുപ്പിന് കാത്തു നിന്നത്."

കാര്യങ്ങൾ കൈ വിട്ടു പോയിരിക്കുന്നു. മഹാറാണി കടുത്ത ഏതോ തീരുമാനത്തിലാണ്. പ്രായമെത്തിയ ഒരു മകന്, അതും അധികാരം കൈയിലുള്ള ഒരു രാജാവിന് സ്വന്തം ഇഷ്ടങ്ങൾ, അതും തീർത്തും വ്യക്തിപരമായത്, നടപ്പാക്കാൻ രാജമാതാവിന്റെ അനുവാദമെന്തിനാണ്. എന്താണ് മഹാറാണിയുടെ മനസ്സിൽ?

അത്ഭുതത്തോടെ താപസനാഥൻ ആലോചിച്ചു.

"അവളെ നമുക്ക് വേണം." മുഖത്തു നോക്കാതെ മധുരധാരിണി പറഞ്ഞു.

വെറും വാക്കുകളല്ല. തീരുമാനങ്ങൾ ആണ്. ഹൃദയത്തിൽ നിന്നല്ല. മനനം ചെയ്തു മസ്തിഷ്കത്തിൽ നിന്നു തന്നെ. അതിന്റെ പ്രത്യാഘാതങ്ങൾ ആലോചിച്ചു പോയി ഒരു നിമിഷം താപസനാഥൻ.

പിടിക്കപെട്ടാലുള്ള ശിക്ഷ ഭയന്നല്ല. ബാല്യം മുതൽ അരികിൽ വന്നു നിന്നു കഥ കേട്ടിരുന്ന ഒരു ബാലന്റെ ആദ്യത്തെ ആഗ്രഹത്തിന് എതിർപ്പ് പറയേണ്ടി വരുമല്ലോ എന്ന ചിന്ത കൊണ്ട്. താൻ കൂടെ നിന്ന കാര്യം എന്നെങ്കിലും അറിയാനിടവന്നാൽ ചോദ്യങ്ങൾക്കു മറുപടി പറയാനുള്ള വൈഷമ്യം ഓർത്ത്. സ്നേഹനിർഭരമായ ആ മുഖത്തു നോക്കി കള്ളം പ്രവർത്തിച്ചതിന്റെ കുറ്റ ബോധത്തോടെ നിൽക്കേണ്ടി വരുന്നതോർത്ത് ഉള്ളുലഞ്ഞു പോകുന്നു.

എല്ലാ അർത്ഥത്തിലും മംഗളസിംഹൻ വെറും രാജാവു മാത്രമല്ല. നന്മയുള്ള മനുഷ്യനാണ്. പക്ഷേ അത്തരം ചിന്തകൾക്ക് ഇവിടെ സ്ഥാനമില്ല.

അദ്ദേഹത്തിന്റെ മാതാവിന്റെ ആജ്ഞയാണ്. വന്നു കയറിയ കാലം മുതൽ അവർ തനിക്ക് മഹാറാണിയാണ്. കൂടെ നിന്നേ പറ്റൂ.

"അങ്ങെന്താണ് ഇത്ര ആഴത്തിൽ ആലോചിക്കുന്നത്?"

ഒരു നിമിഷ നേരത്തേക്ക് താപസനാഥൻ മറുപടി പറഞ്ഞില്ല.

“അത് വേണോ മഹാറാണി.” അദ്ദേഹം ചോദിച്ചു.

“കാര്യങ്ങൾ ഇത്രടം വരെ എത്തിച്ചതെങ്ങിനെയെന്ന് അങ്ങേക്കറിയാവുന്നതല്ലേ? ആ സമയം അങ്ങോട്ടോ ഇങ്ങോട്ടോ മാറിയിരുന്നെങ്കിൽ മഹാരാജാവ്, എങ്ങു നിന്നോ കൂട്ടികൊണ്ടു വന്നു കുടിയിരുത്തിയ അനേകം അന്തപുരറാണിമാരുടെ മക്കളിൽ ആരെങ്കിലുമാകുമായിരുന്നു സിംഹാസനത്തിൽ. അവനത് നിസ്സാരമായിരിക്കും. പക്ഷേ ആർക്കുമറിയില്ല, അധികാരത്തിലിരിക്കുന്നവനെ വീഴ്ത്തി സ്വയം അവരോധിക്കാൻ വെമ്പുന്ന പുത്രന്മാരേക്കാൾ വീറും വാശിയുമാണ് മഹാപദ്മന്റെ റാണിമാർക്കിടയിലുള്ളതെന്ന്. സൗന്ദര്യവും സമ്പത്തും അധികാരവുമുള്ള രാജ്ഞിമാരെ സ്വന്തമാക്കി രാജ്യവ്യാപ്തി വർദ്ധിപ്പിക്കുന്നതിന് പകരം ഒരു കൃഷിക്കാരിപ്പെണ്ണിന് വേണ്ടി സിംഹാസനം ഉപേക്ഷിക്കാൻ വരെ തയാറാണെന്നു പറഞ്ഞു കഴിഞ്ഞു മംഗൾ. എനിക്കത് സമ്മതിച്ചു കൊടുക്കാനാവില്ല. ആ അധ്യായം അവന്റെ മനസിലടയണം. അധികാരത്തിൽ നിന്നും അവനെ തടയുന്ന ഒന്നും അവശേഷിക്കാൻ ഞാൻ സമ്മതിക്കില്ല. അവനെ രാജാവാക്കിയത് ഞാനാണ്.”

“വന്നു കയറിയ അന്ന് മുതൽ ഭർത്താവിനെ വഞ്ചിച്ചു കൊന്ന അധികാരമോഹിയെന്ന് അന്തപുര റാണിമാരും നാരികളും ദാസികളും ചെവിടടക്കം പറഞ്ഞു കേട്ടത് മധുരധാരിണിയാണ്.”

പുച്ഛം കോറിയിട്ട ഒരു ചിരിയോടെ അവർ തുടർന്നു.

“ഭരണം നടക്കുന്നത് മംഗളസിംഹന്റെ രാജസദസ്സിലല്ല, അന്തപുരത്തിനുള്ളിലാണെന്ന് മംഗളസിംഹന് മനസിലായിട്ടില്ല.”

“പരമാധികാരത്തിന്റെ നിലവിട്ട സഹതാപം നെഞ്ചിൽ പിടിച്ച് ദേവായുധനെയും കാമുകിയെയും രഹസ്യമായി അവൻ കടത്തിയത് എങ്ങനെ ചോർന്നെന്നാണ് അങ്ങ് കരുതുന്നത്?”

ഒരു നിമിഷം ഞെട്ടുങ്ങി താപസനാഥൻ.

“മണൽ തരികളിൽ പെട്ട പോലെ മറന്നു കിടന്ന ഒരു പ്രതികാര കഥ ഊതികത്തിച്ച്, സഞ്ചാര പഥം പോലും വ്യക്തമാക്കി ദേവായുധനെ കാട്ടി കൊടുത്തത്, സഹോദര സ്നേഹം കൊണ്ട് ദേവായുധൻ എന്നെങ്കിലും തിരിച്ചു വരാനുള്ള സാധ്യത എന്നെന്നേക്കുമായി ഇല്ലാതാക്കാനും, അധികാരം അവന്റെ അമ്മയിലേക്ക് കൈ മാറാനുള്ള ഇഷ്ടക്കേടും കൊണ്ട് തന്നെയായിരുന്നു. നാടോടികളും കച്ചവടക്കാരുമായി ചാരന്മാരുള്ളത് രാജാവിന് മാത്രമല്ല...”

മധുരധാരിണിയുടെ വിശ്രമ കേന്ദ്രത്തിൽ കണ്ട നാടോടി കച്ചവടക്കാരെ ഒരു ഞെട്ടലോടെ അയാൾ ഓർത്തു.

“മംഗളസിംഹനെ അധികാരത്തിൽ നിന്ന് പിന്നോട്ടടിയ്ക്കുന്ന ഒന്നിനെയും ഞാൻ വെച്ച് പൊറുപ്പിക്കില്ല. അവന്റെ അധികാരം അതെന്റേതാണ്. എന്റെ ത്യാഗത്തിന്റെ ഫലം. എന്റെ അവകാശം. അത് കൊണ്ട് ഇല്ലാതാവണം. അവൾ മംഗളന്റെ മനസ്സിൽ നിന്ന് മറയണം. മറക്കപ്പെടണം.” മടിയുണ്ടോ അങ്ങേയ്ക്ക്?”

താപസനാഥൻ ഒന്നും മിണ്ടാനാവാതെ നിന്നു. ഈ സ്ത്രീ... ഇവർ ആരാണ്... എന്താണ്...ഇത്ര വർഷം കഴിഞ്ഞിട്ടും തനിക്ക് ഇവരെ മനസിലാവുന്നില്ല... ഇനി എന്തൊക്കെയാണ് സംഭവിക്കാൻ പോവുന്നത്.

“അങ്ങ് ഒന്നും പറഞ്ഞില്ല...”

“വേണ്ട ഏർപ്പാടുകൾ ചെയ്യാം...” ഒരു വിധത്തിൽ താപസനാഥൻ പറഞ്ഞൊപ്പിച്ചു. ശേഷം അയാൾ പിന്തിരിഞ്ഞു നടന്നു...

കിളവന് ഭയമുണ്ട്. അത് വേണം... ഒരാൾക്കല്ല...എല്ലാവർക്കും...

അവർ ചെറു ചിരിയോടെ അയാൾ പോകുന്നത് നോക്കി നിന്നു.

* * *

കശാക ഫലത്തിന്റെ വിഷം പതിയെ മദ്യത്തിലേക്ക് അലിഞ്ഞിറങ്ങി കഴിഞ്ഞിരുന്നു. മധുരധാരിണി ചെറു ചിരിയോടെ അത് മെല്ലെ നുണഞ്ഞു... കാഴ്ച മങ്ങി കൊണ്ടിരുന്നു.

പിന്നിൽ ഹുങ്കാര ശബ്ദത്തോടെ വാതിൽ ചവിട്ടി തുറക്കപ്പെട്ടു. സംഹാര രുദ്രനായി മംഗളസിംഹൻ അകത്തേയ്ക്ക് വന്നു. വാതിൽ ഇടിഞ്ഞു വീഴും പോലെ തുറക്കുന്നത് കേട്ടിട്ടും കൂസാതെ മധുരധാരിണി നിന്നു. മംഗള സിംഹൻ അകത്തേക്ക് നടന്നു വന്നപ്പോൾ, ആ വരവിന് വലിയ പ്രാധാന്യം കൊടുക്കാതെ, ചുണ്ടിൽ ചെറു ചിരിയുമായി അവർ പതിയെ മട്ടുപ്പാവിലേക്ക് നടന്നു.

കൂസലില്ലാത്ത ആ ഭാവവും ചിരിയും കണ്ട് ക്രോധത്തോടെ വാൾ ഉറയിൽ നിന്നൂരി അടുത്ത് കണ്ട ചാരു പലകയിൽ മംഗളസിംഹൻ ആഞ്ഞു വെട്ടി. ശേഷം ക്രോധം തീരാതെ അയാൾ അവിടിരുന്ന അലങ്കാര പാത്രങ്ങളും മൺ ഭരണികളും, ശില്പങ്ങളും തലങ്ങും വിലങ്ങും വെട്ടി ഉടച്ചു. പരിചാരകർ ഭയത്തോടെ ഒളിഞ്ഞു നിന്നു. വെട്ടി വീഴ്ത്തിയ വസ്തുക്കളെ കോപമടക്കാനാ വാതെ ചവിട്ടി തെറിപ്പിച്ച് മംഗളസിംഹൻ നിന്ന് കിതച്ചു.

“മതി മംഗൾ. നിന്റെ വെട്ടുകളോരോന്നും ഞാനേറ്റു വാങ്ങുന്നു. നിന്റെ മനസ്സിൽ നീയെന്നെ കൊന്നു കഴിഞ്ഞിരിക്കുന്നു.”

“മംഗളസിംഹന്റെ രാജ്യത്തിൽ ചതിക്കുള്ള ശിക്ഷ ഇതൊന്നുമല്ല. അമ്മക്ക് പോലും അതിൽ നിന്ന് മോചനവുമില്ല.”

അലറിക്കൊണ്ട് അടക്കാനാവാത്ത കോപത്തോടെ അയാൾ പറഞ്ഞു.

മംഗളസിംഹന്റെ മുഖത്തു നിന്നും നോട്ടം തെറ്റിച്ച് മധുരധാരിണി പുറത്തേ ക്ക് നോക്കി. ശേഷം പുച്ഛത്തോടെ അവർ പറഞ്ഞു.

“മംഗളസിംഹന്റെ രാജ്യം... ഇങ്ങനൊരു മട്ടുപ്പാവിൽ നിന്ന് എന്നെ, ഈറനോടെ കണ്ട മഹാപദ്മൻ എന്ന രാജാവ് ഈ ഉയരത്തിലേക്ക് എന്നെ എടുത്തുയർത്തുമ്പോൾ എനിക്ക് ഒരു ഭർത്താവുണ്ടായിരുന്നു. ജീവിതമുണ്ടായി രുന്നു. പക്ഷേ മഹാപദ്മന്റെ അടങ്ങാത്ത ആഗ്രഹത്തിനും അധികാരത്തിനും മുന്നിൽ സ്വയം സമർപ്പിച്ച്, ഭർത്താവിനെ ഒറ്റു കൊടുത്തവൾ എന്ന പേരും സമ്പാദിച്ച്, ഇന്ന് വരെ ജീവിച്ചത്, ആർക്കും, ഒന്നിനും മുന്നിൽ തോൽക്കാ നല്ല. നീ പറഞ്ഞത് പോലെ അധികാരത്തിന്റെ വ്യാപ്തി കൂട്ടി ജീവിക്കാൻ തന്നെയാണ്.”

“നിനക്ക് വേണ്ടിയല്ല ഞാൻ ഇതൊക്കെ ചെയ്യുന്നത്. ചെയ്തത് എനിക്ക് വേണ്ടി. അന്തപുരത്തിലെ കിട മത്സരത്തിനിടയിൽ വരം പോലെ വാങ്ങിച്ച

തന്ന അധികാരം, ആ സ്വപ്നത്തെ വില കുറഞ്ഞ ഒരു പെണ്ണിന് വേണ്ടി, വില കുറഞ്ഞ ഒരു പ്രണയത്തിന് വേണ്ടി തകർത്തു കളയുന്നത് ഞാൻ നോക്കിയിരിക്കണോ? നിനക്ക് തെറ്റി പോയി മംഗൾ."

അമ്മയുടെ ഭാവമാറ്റത്തിൽ നടുങ്ങി തകർന്ന് മംഗളസിംഹൻ നിന്നു. ശേഷം നിസ്സഹായതയോടെ തളർന്ന് നിന്ന്, നിറഞ്ഞു വരുന്ന കണ്ണുകളോടെ അയാൾ പറഞ്ഞു.

"എന്നെ തകർത്തു കളഞ്ഞല്ലോ അമ്മേ..."

"ഇല്ല മംഗൾ. നീ നല്ലവനാണ്. അന്തിമ വിധികൾ നിനക്കനുകൂലമാകും. വിജയം നിനക്കാവും."

അവരുടെ തൊണ്ടയിടറി. ശ്വാസം മുട്ടുമ്പോലെ അവർ പിടയുന്നത് മംഗളസിംഹൻ കണ്ടു.

"ഒരു കാര്യം കൂടി...നിന്റെ പ്രിയപ്പെട്ടവൾ..."

മംഗളസിംഹന്റെ ഹൃദയം പിടച്ചു...

"അവൾ നിന്റെ ഈ കൊട്ടാരത്തിന്റെ തടവറയിലുണ്ട്..."

മംഗളസിംഹൻ നടുങ്ങിത്തെറിച്ചു. രാജ്യം മുഴുവൻ തന്റെ ചാര പ്രവർത്തകർ അവളെ തേടുകയാണ്. താൻ അവളെ ഓർത്ത് ഹൃദയം കൊണ്ട് കേഴുകയാണ്.

മധുരധാരിണി മയങ്ങി വീണു...

അമ്മയെ വാരിപ്പിടിച്ചുയർത്താൻ മനസ്സ് ആർത്തലക്കുമ്പോഴും അവർ ചെയ്ത നീതികേടിൽ മനം നൊന്ത് അയാൾ ചലനമറ്റു നിന്നു...

25

കാരാഗൃഹം

ആകാശത്ത് നക്ഷത്രങ്ങളും ചന്ദ്രനും ഉദിച്ചു.
മരക്കൂട്ടങ്ങൾ കാണാതെ നേരം പുലരാറായ രണ്ടാം നാൾ
യാത്രയിൽ ഭൂമിക മാറിപ്പോയി.
അവളുടെ മഹത്വമൊക്കെയും അവളെ വിട്ടുപോയി;
അവളുടെ പ്രഭുക്കന്മാർ മേച്ചൽ കാണാത്ത മാനുകളെപ്പോലെ ആയി; പിന്തുടരുന്നവന്റെ മുമ്പിൽ അവർ ശക്തിയില്ലാതെ നടക്കുന്നു. ഉയരത്തിൽനിന്നു അവൻ എന്റെ അസ്ഥികളിൽ തീ അയച്ചിരിക്കുന്നു;
അതു കടന്നുപിടിച്ചിരിക്കുന്നു;
എന്റെ കാലിന്നു അവൻ വല വിരിച്ചു, എന്നെ മടക്കിക്കളഞ്ഞു;
കെട്ടപ്പെട്ട കൈകാലുകൾ പൊട്ടിപോകത്തക്ക വിധം
അവൾ കൈകാലുകൾ   അടിച്ചു കരഞ്ഞു.
ഒന്ന് പാളി നോക്കാതെ അവർ പിന്തിരിഞ്ഞു പോയി.
ഇരുമ്പു പാളികൾ കരിങ്കൽ തറയിൽ ഉരഞ്ഞു നീങ്ങി എന്നവൾ കണ്ടു.
പകലോ രാത്രിയോ എന്നവൾ സന്ദേഹപ്പെട്ടു.
ഇതുനിമിത്തം ഞാൻ കരയുന്നു;
എന്റെ കണ്ണു കണ്ണുനീരൊഴുക്കുന്നു;
എന്റെ പ്രാണനെ തണുപ്പിക്കേണ്ടുന്ന ആശ്വാസപ്രദൻ
എന്നോടു അകന്നിരിക്കുന്നു;
ശത്രു പ്രബലനായിരിക്കയാൽ ഞാൻ നശിച്ചിരിക്കുന്നു.

(കൗർവകിയുടെ ഗീതങ്ങൾ: 25:11)

ഇരുട്ട്. ഇരുട്ട മാത്രം. ആശ്വസിക്കാൻ ഒരു പൊട്ട വെളിച്ചം. തടവറയുടെ ഉയർന്നു പോകുന്ന ഭിത്തിയുടെ ഒരു ഒരുപാടുയരത്തിൽ ചെറു ദ്വാരങ്ങളിലൂടെ കടന്നു വരുന്ന ചെറു വെളിച്ചം, അതിലൂടെ കാണാവുന്ന തുണ്ട് ആകാശം. ഏതു ദിവസമാണ്. എവിടെയാണ്. ഒന്നും അറിയുന്നില്ല. സമയം ഉണ്ടെന്ന് അറിയുന്നത് ഭക്ഷണമെത്തുമ്പോഴാണ്.

ഭക്ഷണം കൊണ്ട് വരുന്ന ആളുടെ മുഖം കാണാനോ ശബ്ദം കേൾക്കാനോ ശ്രമിച്ചു. ഇല്ല. അവർ സംസാരിക്കാറില്ല. മുഖം കാണിക്കാറുമില്ല. തുറക്കപെടുന്ന ഇരുമ്പു പാളികളുടെ ശബ്ദം കേൾക്കാം. ഓടി ചെല്ലുമ്പോൾ ഇരുമ്പു മറയുടെ താഴെയുള്ള കൊച്ചു വിടവിലൂടെ കടന്നു വരുന്ന ഭക്ഷണം മാത്രം കാണാം. അത് വെച്ച് കണക്കു കൂട്ടിയാൽ മൂന്നു മാസത്തിലേറെയായിരിക്കുന്നു. അതോ തന്റെ കണക്കു തെറ്റാണോ...

അവർ ആരായിരുന്നു... നക്ഷത്രങ്ങൾ ആകാശത്ത് കൂടി പിന്നോട്ടു ചലിക്കുന്നത് കണ്ടു. കൂടെ ചന്ദ്രനും. കുറെ ഏറെ ദൂരം ഓടിയിരിക്കുന്നു. ഭൂമിക മാറിയിരിക്കുന്നു. മരക്കൂട്ടങ്ങൾ കാണാതായിരിക്കുന്നു. നേരം പുലരാറായത് പോലെയുണ്ട്. ഇപ്പോൾ രണ്ടാം നാൾ യാത്രയാണ്. അതോ നാലോ... അറിയില്ല. മയക്കത്തിലായിരുന്നു.ആരാണ് തന്നെ കടത്തി കൊണ്ട് പോകുന്നത്. ആർക്കു വേണ്ടിയാണ്. കയ്യും കാലും വായും കെട്ടപ്പെട്ടിരിക്കുന്നു. അല്ലെങ്കിൽ താൻ രക്ഷപ്പെട്ടുമായിരുന്നു. ഏതു ഭീരുവാണ് സ്ത്രീകളെ ഇങ്ങനെ കടത്തി കൊണ്ട് പോകുന്നത്...

അവൾ ഒന്ന് കുതറാൻ ശ്രമിച്ചു.

"അടങ്ങിക്കിടക്കു പെണ്ണേ..." ഗരുഡമുഖൻ അലറി കൊണ്ട് കുതിരയെ ഓടിച്ചു.

ആവശ്യപ്പെട്ട മുതലിനെ കേടുപാട് കൂടാതെ എത്തിക്കണമെന്നാണ് കൽപ്പന. ഏറ്റെടുത്ത് യാത്ര തുടങ്ങിയപ്പോൾ ഇത്ര എളുപ്പമാവുമെന്നു കരുതിയില്ല. കാര്യങ്ങൾ ഇത്ര എളുപ്പമാക്കിയത് ഇന്ദ്രരൂപനാണ്. അവർ വന്നത് ആർക്കു വേണ്ടിയാകും? പലർ തേടി വരണമെങ്കിൽ മുതൽ വിലപിടിപ്പുള്ളതാണ്. തന്റെ രഹസ്യ താവളം തേടി രാത്രിയിൽ കൊട്ടാരം കാരണവർ

താപസനാഥൻ വന്നപ്പോൾ തന്നെ ഉറപ്പിച്ചതാണ്. വില പറഞ്ഞപ്പോൾ സമ്മതിച്ചു. അത് കൂടുതൽ ആയിരുന്നെങ്കിലും വെറുതെ ഒന്ന് ശ്രമിച്ചു നോക്കിയതാണ്. അപ്പോൾ തന്നെ സമ്മതിച്ചു. എങ്കിലും അത്ഭുതപ്പെട്ടു. മുതൽ കടത്താൻ കഴിവുള്ള ആയിരം പടയാളികൾ കൊട്ടാരത്തിൽ ഉള്ളപ്പോൾ ഒരു കള്ളനെ തേടി വരുന്നതെന്തു കൊണ്ടെന്ന്. കുറെ കാലമായി ജീവിതം മടുത്തിരുന്നു. നാട് വിട്ടാലോ എന്ന ആലോചനയിൽ നിന്നപ്പോഴാണ് ഈ അവസരം. ആവശ്യക്കാരേറെയുള്ള ഇനി ഈ മുതലിന് കൂടുതൽ ചോദിക്കണം. ശേഷം നാട് വിട്ട് എവിടെങ്കിലും പോയി സുഖമായിട്ടു ജീവിക്കണം. കളവിന് കൈ തരിക്കുമ്പോൾ മാത്രം കള്ളനായി ജീവിക്കാം. അല്ലെങ്കിൽ മനസും ശരീരവും സ്വതന്ത്രമാക്കി അല്ലലില്ലാതെ, ഭയമില്ലാതെ, പകൽ വെളിച്ചത്തിൽ ജീവിക്കാം. ദൂരെ കൊട്ടാരത്തിന്റെ മുകളിൽ ഉയർന്നു പറക്കുന്ന കൊടിയുടെ തുമ്പു കണ്ടതും കൂടുതൽ വേഗത്തോടെ ഗരുഡമുഖൻ കുതിരയെ പായിച്ചു.

* * *

"അവളുടെ മുഖം ഒന്ന് കാണട്ടെ..."

മധുരധാരിണി വെറുപ്പോടെ പറഞ്ഞു.

കയ്യും കാലും കെട്ടിയ നിലയിൽ, മുഖം മൂടിയ നിലയിൽ നിലത്തു കിടക്കവേ കൗർവകി ആ വാക്കുകൾ കേട്ടു. ആരാണിത്...

മുഖത്തെ മറ മാറ്റപ്പെട്ടു.

ആരാണിത്? പ്രായമായിട്ടുണ്ടെങ്കിലും പ്രശോഭിക്കുന്ന ഈ രൂപം. എവിടെയോ പരിചയമുള്ള മുഖം. ഈ രൂപവുമായി സാദൃശ്യമുള്ള ആരെയോ താൻ കണ്ടിട്ടുണ്ട്. സൗന്ദര്യത്തിന്റെ ഈ ജ്വലനം. അതും അധികം വെളിച്ചമില്ലാത്ത ഈ മുറിയിൽ. ആൾ ആടയാഭരണങ്ങളോടെ അണിഞ്ഞൊരുങ്ങിയിട്ടുണ്ട്. രാജ്ഞിയാണോ? അത്രക്കും ഉണ്ട് ഉടലിലെ ആർഭാടങ്ങൾ...അതെ... ഏതോ കൊട്ടാരമാണ്. ഇരുട്ടിൽ പറന്നു കളിച്ച ആ കൊടി സത്യമാണോ?

"അപ്പോൾ നീയാണ് ആ സുന്ദരി. ആ ഗ്രാമീണ പെൺകൊടി."

അവളുടെ സൗന്ദര്യം മനസ്സാ അംഗീകരിച്ചു കൊണ്ട് അതിലേറെ അത്ഭുതപ്പെട്ടു കൊണ്ട് മധുരധാരിണി പറഞ്ഞു.

"എനിക്കറിയാമായിരുന്നു അവന് തെറ്റില്ല എന്ന്. പക്ഷേ എന്റെ കണക്കുകൂട്ടലുകൾ തെറ്റിയിടത്താണ് അവന് തെറ്റിയത്."

ദൈവമേ മംഗളസിംഹന്റെ അമ്മയാണോ ഇത്? എന്തിനാണ് ഇവർ തന്നോടിത് ചെയ്യുന്നത്?

കിടക്കുന്ന താൻ മോഹാലസ്യപ്പെട്ടു പോകുമെന്ന് അവൾക്കു തോന്നി. ചുറ്റി നടന്ന്, അവളുടെ അംഗവടിവിൽ ശ്രദ്ധിച്ചു കൊണ്ടു അവർ പറഞ്ഞു.

"മോഹമാവാം. പക്ഷേ അതിരു കടക്കുമ്പോൾ അത് മോചനമില്ലാത്ത തടവറയിലേക്കാവും എത്തിക്കുന്നത്. നിനക്കിവിടെ ഒരു കുറവും ഉണ്ടാവില്ല. സ്വാതന്ത്ര്യവും മോഹവും ഒഴിച്ച്."

അപ്പോൾ താൻ തടവിലാക്കപ്പെടുകയാണോ?

മോചനമില്ലാത്ത തടവിലേക്ക്. പക്ഷേ എന്തിന്?

ചോദ്യങ്ങൾ മനസ്സിൽ തിക്കി തിരക്കവേ മധുരധാരിണി തുടർന്നു.

"നിനക്ക് ഒരു നാരിയാവാം. അന്തപുരത്തിലെ അനേകം പേരിലൊരാൾ. അതിന് എനിക്ക് സമ്മതക്കുറവൊന്നുമില്ല. കാരണം രാജാക്കന്മാർക്ക് ഉപനാരികളും, അടുപ്പമുള്ള ഇഷ്ടങ്ങളും, ഒക്കെയാവാം. പക്ഷേ അധികാരം കയ്യിലെടുക്കാനുള്ള അവകാശം, ആധ്യത്വവും അർഹതപെടുന്നവർക്കും മാത്രം മതി."

താപസനാഥൻ അവരെ നോക്കി. ആ നോട്ടത്തിന്റെ അർത്ഥം മനസിലാക്കി മധുരധാരിണി തുടർന്നു.

"കേട്ട കേൾവിയുണ്ടാവും നിനക്ക്. ഞാൻ വെറും നർത്തകിയായിരുന്നു എന്ന്. അതിന് ഞാൻ പകരം കൊടുത്തതൊന്നും നിനക്ക് കൊടുക്കേണ്ടി വന്നിട്ടില്ല. ഒന്നുമൊന്നും കൊടുക്കാതെ ഒന്നും നേടാനാവില്ല. നിന്റെ അസ്വാതന്ത്ര്യവും ഇരുട്ടുമാണ് നിന്റെ മൂലധനം. അതിന്റെ ആഴം കൂടുന്തോറും വിളവെടുപ്പ് വർധിക്കും. കാത്തിരിക്കുക. മംഗളസിംഹന്റെ വിവാഹം നടന്നു കഴിഞ്ഞ് വലതു ഭാഗത്ത് ഒരു മഹാറാണി അവരോധിക്കപെടും വരെ കാത്തിരിക്കുക..."

താൻ ഒന്നും കൊടുത്തിട്ടില്ലെന്നോ. താൻ തന്റെ ജീവിത കാലം മുഴുവൻ പ്രണയിച്ചു. ആരും കൊടുക്കാത്ത സമ്മാനവുമായി കാത്തിരുന്നു. ഇപ്പോഴും എത്ര കാലം വേണമെങ്കിലും കാത്തിരിക്കാൻ തയ്യാറുമാണ്. തന്റെ ഹൃദയത്തിൽ താൻ സൂക്ഷിച്ചതിനൊന്നും ഒരു ഒരു വിലയുമില്ലേ? ഹൃദയത്തിന്റെ മൂലധനം ആർക്കും വിലയില്ലാത്തതാണോ. കണ്ണുകൾ നീറി പുകഞ്ഞ് അവൾ കരഞ്ഞു.

"ആഹാരം കൊടുക്കുക. കൃത്യ സമയത്ത്." മധുരധാരിണി പടയാളിയോട് പറഞ്ഞു.

പടയാളി തലയാട്ടി.

"ഉയരത്തിൽ നിന്നും കുറച്ചു വെളിച്ചം മാത്രം പ്രവേശിക്കുന്ന ഒറ്റമുറി തടവറയിൽ പാർപ്പിക്കുക. അകത്താരെന്ന് പുറത്തു നിൽക്കുന്നവർക്കോ, പുറത്തു വരുന്നതാരെന്ന് അകത്തു നിൽക്കുന്നവർക്കോ മനസിലാകാത്ത നിലയിൽ കാര്യങ്ങൾ ചിട്ടപ്പെടുത്തുക." താപസനാഥനോട് മധുരധാരിണി പറഞ്ഞു.

സമ്മത ഭാവത്തിൽ താപസനാഥൻ തല അനക്കി. ശേഷം കൊട്ടാരത്തിന്റെ അനേകമടി താഴ്ചയിൽ നിർമിച്ച ആ തടവറയുടെ പടിക്കെട്ടുകൾ കയറി മധുരധാരിണി നടന്നു നീങ്ങി. പിന്നാലെ താപസനാഥനും.

കെട്ടപ്പെട്ട കൈകാലുകൾ പൊട്ടിപോകത്തക്ക വിധം അവൾ കൈകാലുകൾ അടിച്ചു കരഞ്ഞു. പിന്നെ അവളുടെ കാഴ്ച മങ്ങി... അവൾ ബോധരഹിതയായി.

* * *

എന്താണ് ആ ശബ്ദം... തലക്കുള്ളിലോ? അതോ ഹൃദയത്തിനുള്ളിലോ? തടവറയുടെ തണുത്ത തറയിൽ കിടന്നു കൊണ്ട് കൗർവകി ചെവിയോർത്തു. കനമുള്ള ഇരുമ്പു പാളികൾ കരിങ്കൽ തറയിൽ ഉരഞ്ഞു നീങ്ങുന്നതിന്റെ ശബ്ദമാണ്. പകലോ രാത്രിയോ? വെളിയിൽ നിന്നു വരുന്ന വെളിച്ചത്തിന് നിറ കൂടുതലുണ്ട്. പകൽ ആണെന്ന് തോന്നുന്നു. ഒന്നുമറിയാത്ത ഈ തടവറയിൽ ഇനി എത്ര നാൾ? പിതാവ് എവിടെയാവും. അദ്ദേഹം തന്നെ തേടുകയാവും. നഷ്ടപെട്ട അന്ന് മുതൽ എങ്ങോട്ടെന്നില്ലാതെ അലയുകയാവും.

മംഗളസിംഹൻ...?

ഈ കൊട്ടാരത്തിന്റെ ഏതോ കോണിൽ, ഒരു പക്ഷേ ഈ തടവറയുടെ മുകൾ തട്ടിലെ മുറിയിൽ മംഗളസിംഹൻ ഉറങ്ങിയുണരുന്നുണ്ടാവും.

അദ്ദേഹം തന്നെ ഓർക്കുന്നുണ്ടാവുമോ? അതോ അദ്ദേഹത്തിന്റെ അറിവോടെയാണോ ഈ തടവറ ശിക്ഷ. അറിയില്ല. തടവറയിലാക്കപ്പെട്ടതു കൊണ്ട് മറക്കാൻ തനിക്കു കഴിയില്ല. അങ്ങനെ മറക്കാൻ വേണ്ടിയല്ല താൻ പ്രണയിച്ചത്. തന്റെ ശരീരത്തെ മാത്രമേ അവർക്കു തടവിലാക്കാനാവൂ.

താൻ മഹാറാണിപ്പട്ടം മോഹിക്കുന്നില്ല. പക്ഷേ അത് കേൾക്കാൻ അവർക്കോ പറഞ്ഞു മനസിലാക്കാൻ തനിക്കോ സാധിച്ചില്ല. പ്രണയം നേടുന്നതിനേക്കാൾ ആ ഓർമയിൽ ജീവിക്കുന്നതാണ് സുഖമെന്ന് കഥാകാരൻ തനിക്കു പറഞ്ഞു തന്നിട്ടുണ്ട്. തനിക്കതു മതി. ഓർമ്മകൾ...ഓർമ്മകളിൽ, തന്റെ ഗ്രാമത്തിൽ താൻ ജീവിച്ചു കൊള്ളാം. ഒഴുകുന്ന കണ്ണീർ തുടച്ചു കൊണ്ട് അവൾ ഓർത്തു. ശബ്ദം അടുത്ത് വരുന്നു. ആരോ വരുന്നുണ്ട്. മറ്റു തടവുകാർ വല്ലതുമാണോ? പക്ഷേ ഇതൊരു ഒറ്റപ്പെട്ട തടവ് മുറിയാണ്. ഇരുമ്പു പാളികൾ ഉരഞ്ഞു നീങ്ങുന്നു.

തടവറയുടെ വാതിൽ ഭാഗികമായി തുറന്നു.

“വരൂ...”

ഇരുട്ടിൽ നിന്ന് ശബ്ദം കേട്ടു. തന്നോട് തന്നെയാണോ? തടവറയുടെ വാതിൽ തുറന്നു തന്നെ ഇരിക്കുകയാണ് എന്ന് നേർത്ത ഇരുട്ടിലും അറിയാം. അപ്പോൾ തന്നോട് തന്നെയാണ്. ഒന്നും കാണാൻ പറ്റുന്നില്ല. അവൾ ഭിത്തിയിൽ പിടിച്ചു കൊണ്ട് പതിയെ എണീറ്റു. ശേഷം പതിയെ നടന്നു. ശരീരത്തിന് തളർച്ചയുണ്ട്. അതിനേക്കാൾ മനസിന്. ഈ മോചനം എങ്ങോട്ടാണ്. മംഗളസിംഹൻ മറ്റൊരാൾക്കു സ്വന്തമായോ? അതിന് കിട്ടുന്ന പാരിതോഷികമാണോ ഈ മോചനം. അവൾ പതിയെ വേച്ചു കൊണ്ട് തടവറക്ക് പുറത്തേക്കിറങ്ങി. കാഴ്ച വ്യക്തമല്ല. പക്ഷേ അവിടെ ആരോ നിൽക്കുന്നുണ്ട്. ഇരുട്ടും വെളിച്ചവും കൂടി കണ്ണ് പുളിപ്പിക്കുന്നു.

അവൾ കണ്ണുകൾ തുറന്നടച്ചു കൊണ്ട്, പതിയെ നടന്നു കൊണ്ട് ആളെ തിരിച്ചറിയാൻ ശ്രമിച്ചു...പെട്ടെന്ന് അവൾ താഴേക്ക് വേച്ചു വീഴാൻ തുടങ്ങിയതും അവളെ കാത്തു നിന്ന ആൾ ഒരു കുതിപ്പിൽ അങ്ങോട്ടേക്ക് എത്തി, അവളെ ചേർത്ത് പിടിച്ചു. അത് സബോധനായിരുന്നു. അയാൾ അവളെ പിടിച്ചുയർത്തിയതും, അവൾ തേങ്ങി കരഞ്ഞു പോയി. സബോധൻ അവളെ തോളിലേക്ക് ചായ്ച്ചു കൊണ്ട് പതിയെ നടത്തി. എന്താണ് മംഗളസിംഹൻ വരാതിരുന്നത്. താൻ മോചിപ്പിക്കപ്പെട്ടു മടക്കി അയയ്ക്കപ്പെടുകയാണോ...

അവർ ഇരുളും വെളിച്ചവും ഇട കലർന്ന, ഇരു വശവും വൻ ഭിത്തികൾ ഉള്ള തടവറയുടെ ഇടനാഴിയിലൂടെ പതിയെ നടന്നു നീങ്ങി.

വെളിച്ചം കൂടി കൂടി വന്നു. അത് താങ്ങാനാവതെ കൗർവകി കണ്ണുകൾ അടച്ചു തുറന്നു കൊണ്ടിരുന്നു. അവർ പതിയെ ഒരു വലിയ കവാടത്തിനരികിലേക്ക് എത്തി. അവിടെ നിന്നു മുകളിലേക്ക് അനേകം പടികൾ കാണാമായിരുന്നു. ആ പടികൾക്കു മുകളിൽ പിന്നിൽ നിന്നു പതിക്കുന്ന വെളിച്ചം കാരണം തിരിച്ചറിയാനാവാത്ത ഒരു രൂപത്തെ അവൾ കണ്ടു. മുഖം കണ്ടില്ലെങ്കിലും

ആ പാതാള തടവറയിലേക്ക് പതിയെ കടന്നു വന്ന കാറ്റിൽ അയാളുടെ, മംഗളസിംഹന്റെ ഗന്ധം അവൾ തിരിച്ചറിഞ്ഞു.

അവൾ സബോധനെ പതിയെ തള്ളിയകറ്റി ഭിത്തിയിൽ ചേർന്ന് നിൽക്കേ മംഗളസിംഹൻ പടിക്കെട്ടുകൾ ഓടിയിറങ്ങി. കടന്നു പോയ സംഭവങ്ങളുടെ വ്യഥയിൽ അയാളുടെ കണ്ണുകൾ കലങ്ങിയിരുന്നു. മനസ്സും. എങ്കിലും അവളെ കണ്ടെത്തിയതിന്റെ ആവേശത്തോടെ, അയാൾ അവൾക്കരികിലേയ്ക്ക് കുതിച്ചെത്തി അവളെ ഇറുകെ പുണർന്നതും അവൾ പൊട്ടിക്കരഞ്ഞു പോയി.

“എന്നോട് ക്ഷമിക്കു കൗർവകി... എന്നോട് ക്ഷമിക്കു...”

അവളുടെ കണ്ണീർ നെഞ്ചിൽ ഏറ്റു വാങ്ങി അയാൾ അവളെ ചേർത്ത് നിർത്തി പറഞ്ഞു.

26

പുറപ്പാട്

കാറ്റിൽ കൊട്ടാരം വിറച്ചു, അവർ മോചിപ്പിക്കപ്പെട്ടിരുന്നു.
അവളുടെ വാതിലുകൾ മണ്ണിൽ പൂണ്ടുപോയിരിക്കുന്നു;
അവളുടെ ഓടാമ്പൽ അവൻ തകർത്തു നശിപ്പിച്ചിരിക്കുന്നു;
അവളുടെ രാജാവും പ്രഭുക്കന്മാരും ന്യായപ്രമാണം ഇല്ലാത്ത
ജാതികളുടെ ഇടയിൽ ഇരിക്കുന്നു;
അവരുടെ ഹൃദയം അവനോട് നിലവിളിച്ചു;
എന്റെ പ്രിയ പുത്രീ... രാവും പകലും കണ്ണുനീരൊഴുക്കുക;
നിനക്കുതന്നേ സ്വസ്ഥത നല്കരുതു;
നിന്റെ കണ്മണി വിശ്രമിക്കയുമരുതു.
രാത്രിയിൽ, യാമാരംഭത്തിങ്കൽ എഴുന്നേറ്റു നിലവിളിക്ക;
നിന്റെ ഹൃദയത്തെ വെള്ളംപോലെ പകരുക;
കൊലവെറിയും പ്രതികാരവും ഇഴ ചേർന്ന ഭൂമിയിലേക്ക് ശത്രുക്കളെ വാൾത്തലപ്പിൽ വെട്ടാൻ ഞാൻ തനിയെ പോയി വരാം എന്നവൻ പറഞ്ഞു.
നമുക്കൊരുമിച്ചു പോകാം എന്നവൾ പറഞ്ഞു.

(കൗർവകിയുടെ ഗീതങ്ങൾ: 26:29)

കാറ്റിലുലഞ്ഞപോലെ കൊട്ടാരം വിറച്ചു, മധുരധാരിണിയുടെ മരണ വാർത്ത അറിഞ്ഞപ്പോൾ. ശത്രുവാണെങ്കിലും മധുരധാരിണി മരിച്ചു എന്നറിഞ്ഞപ്പോൾ പൗർണമിദേവി ഞട്ടക്കത്തോടെ ഇരുന്നു.

മംഗളസിംഹന്റെ കൽപ്പന പ്രകാരം, പൗർണമി ദേവിയും ഇന്ദ്രരൂപനും മരണ മുഖത്തു നിന്ന് മോചിപ്പിക്കപെട്ടിരുന്നു. മംഗളസിംഹൻ വന്നിരുന്നു. മാപ്പു ചോദിക്കാൻ. പക്ഷേ കാണാനാവില്ല എന്ന് പറഞ്ഞു മടക്കി അയച്ചു. രാജാവാണ്. കല്പനയിട്ടാൽ താൻ ആ മുന്നിൽ നിൽക്കേണ്ടതാണ്. പക്ഷേ തന്റെ വാക്ക് കേട്ട് അവൻ മടങ്ങി. അങ്ങനെ ചെയ്യാൻ അവന് മാത്രമേ സാധിക്കൂ. ഒരേ സമയം രാജാവും മനുഷ്യനുമായിരിക്കുക. അത് കൊണ്ടാണല്ലോ അമ്മ താഴെ വീണു പിടഞ്ഞപ്പോഴും അവൻ രാജാവായി നിന്നു കളഞ്ഞത്. തിരിഞ്ഞു നടന്നത്. അവൻ ഉള്ളിൽ തകർന്നു കാണണം. നീതി നടപ്പാക്കാൻ സ്വയം ഉരുകി ഇല്ലാതായി കാണണം. രാജാവാകാൻ ഉത്തമൻ അവൻ തന്നെ എന്ന് അവർക്കു തോന്നി.

ആരോ കരയുന്നുണ്ട്. സ്ത്രീകളാവാം. മധുരധാരിണിയുടെ മരണത്തിന് കരയാനായി പട്ടണ പ്രാന്തത്തിൽ നിന്നും ഗ്രാമത്തിൽ നിന്നും വന്നെത്തിയവർ. അവർ പണത്തിനായി കരയുന്നു. പക്ഷേ ആത്മാർത്ഥമായിട്ടാണ് കരയുന്നത്. അതിൽ ചിലർ മധുരധാരിണിയെ കണ്ടിട്ടുള്ളവരാവാം. ഏതെങ്കിലും സമയത്ത് അവർ സമ്മാനമോ സഹായമോ വാങ്ങിച്ചിട്ടുണ്ടാവാം. അതോ ദാസിമാരോ?

ശത്രു ഇല്ലാതായിരിക്കുന്നു. ഇനി അഹംഭാവം നിറയുന്ന നോട്ടമില്ല. നടത്തമില്ല. വാഗ്വാദങ്ങളും വീര പ്രതാപങ്ങളുമില്ല. മധുരധാരിണി എന്ന വ്യക്തി പോലുമില്ല. വെറും ശരീരം. പട്ടടയിൽ എരിഞ്ഞു തീരാൻ, സുഗന്ധ തൈലം പൂശിയ തുണിയിൽ പൊതിയാൻ, അഗ്നിക്ക് ജ്വലിച്ച് കയറാൻ ഒരു ശരീരം. കേട്ടറിവിന്റെ ഓർമ്മകൾ സത്യമാണെങ്കിൽ അനേകം പേരെ ആനന്ദിപ്പിച്ച ആ ശരീരം രണ്ടു നാൾക്കകം, കത്തിത്തീരും. ദൈവമേ... എന്തിനായിരുന്നു? എന്താണ് പരസ്പരം പോരടിച്ച് നേടിയത്? മനസിന്റെ അങ്കലാപ്പും രോഗങ്ങളും? ക്ഷമിക്കാമായിരുന്നു. താൻ എതിർത്താലും എല്ലാം നടക്കുമായിരുന്നു. നടന്നു. അവളുടെ ആഗ്രഹങ്ങൾ. പിന്നെ എന്തിനാണ് സദാ

എതിർത്തു കൊണ്ടിരുന്നത്? അറിവില്ലായ്മ. താൻ എതിർത്താൽ അവളുടെ ആഗ്രഹങ്ങളെ ഇല്ലാതാക്കാമെന്ന അറിവില്ലായ്മ. ആരുടേയും ആഗ്രഹങ്ങളെ ആരുടേയും എതിപ്പ കൊണ്ട് ഇല്ലാതാക്കാൻ ആവില്ല എന്ന് അത്ഭുതത്തോടെ അവർ ഓർത്തു. അതവരുടെ വിധിയാണ്. ഭാഗ്യമാണ്. അതിന് കൂടെ നിൽക്കുമ്പോഴാണ് നാം നമ്മളെ സ്വയം ഉയർത്തുന്നത്...എതിർത്തതു കൊണ്ട് ഒന്നും സംഭവിക്കുന്നില്ല. സംഭവിച്ചില്ല. ദൈവമേ...എല്ലാം വെറുതെ ആയിരുന്നു. ജീവിച്ചു പോകാൻ, കാലം കടന്നു പോകാൻ കാട്ടിക്കൂട്ടിയ അറിവില്ലായ്മകൾ. അസൂയയായിരുന്നു. തനിക്കില്ലാത്തത് അവൾക്കുണ്ടെന്ന അസൂയ. തനിക്കുള്ളത് അവൾക്കു കിട്ടരുതേ എന്ന പ്രാർത്ഥന. എല്ലാം വെറുതെയാവുന്നു. വിട്ടു കൊടുക്കാമായിരുന്നു. എന്നിട്ട മനസിനെ ദുഷ്ട ചിന്തകളിൽ നിന്ന് മോചിപ്പിച്ച് ജീവിക്കാമായിരുന്നു. ഇനി ഒന്നുമില്ല. ശൂന്യത. എഴുന്നേൽക്കുമ്പോൾ മുതൽ കിടക്കയിലെത്തും വരെ നിലനില്ക്കാൻ പോകുന്ന ശൂന്യത. നിന്ന് പോരാടാൻ പോർക്കളവും, ജീവനോടെ ജീവിച്ചിരിക്കാൻ, ഒരു ശത്രുവും വേണമെന്ന് അത്ഭുതത്തോടെ അവർ ഓർത്തു. മഹാറാണിയായി അവരോധിക്കപ്പെട്ടതിന് ശേഷം അവളെ കണ്ണ് നിറച്ചു കണ്ടിട്ടില്ല. കാണണം. ആദ്യമായി കണ്ടത് പോലെ കൺ നിറച്ചു കാണണം. ആ കാഴ്ച ഓർത്ത് അവരുടെ കണ്ണുകൾ നിറഞ്ഞു.

* * *

കൗർവകി അവൾക്കായി ഒരുക്കിയ അന്തപുരത്തിനകത്തായിരുന്നു.

"വസ്ത്രങ്ങൾ തയാറാക്കി വെച്ചിട്ടുണ്ട്. കുളിക്കാനുള്ള എല്ലാ സജ്ജീകരണങ്ങളും."

കൗർവകിയുടെ ദാസി പറഞ്ഞു. അവൾ ചെറു ചിരിയോടെ തലയാട്ടി. ചിരിക്കാനാവുന്നില്ല.

പക്ഷേ ഒരു ഉപകാരം ചെയ്യുമ്പോൾ, രാജാവ് ഏർപ്പെടുത്തിയ ദാസിയാണെങ്കിൽ പോലും ബഹുമാനിക്കാതിരിക്കുന്നതെങ്ങനെ? മണ്ഡപത്തിൽ നിന്ന് കരച്ചിൽ ഉയർന്നു കേൾക്കുന്നുണ്ട്. തനിക്കു പോയി കാണണമെന്ന് പറഞ്ഞിരുന്നു സബോധനോട്. തല്ക്കാലം കാത്തിരിക്കു എന്നാണ് മറുപടി കിട്ടിയത്.

കൂടുതൽ കൂടുതൽ പ്രഭുക്കൾ, മുന്തിയ കച്ചവടക്കാർ, രാജകുടുംബത്തിന്റെ അഭ്യുദയകാംഷികൾ ഒക്കെയാവാം വലിയ കിന്നരികൾ പിടിപ്പിച്ച, കാണാൻ അഴകുള്ള കുതിരകളെ പൂട്ടിയ വണ്ടികളിലും ഒക്കെ കടന്നു വരുന്നത് കാണാം.

ദാസിയുടെ മുഖത്ത് ഭയം കലർന്ന ബഹുമാനം കാണാം. തങ്ങളുടെ അമ്മ മഹാറാണിയെ വരെ തള്ളിപ്പറയാൻ മഹാരാജാവിനെ പ്രേരിപ്പിച്ചവൾ എന്ന ഭയമാണോ? ഇനി ഇവിടെ ഉണ്ടാവും എന്ന ചിന്തയിൽ നിന്നുണ്ടാവുന്ന ബഹുമാനമാണോ? അറിയില്ല. അടക്കം പറച്ചിലുകൾ ഉണ്ടാവും. ആശ്ചര്യങ്ങളും. വേണ്ട ഒന്നും വേണ്ട. ഒരു പദവിയും വേണ്ട. താനും തന്റെ പിതാവും ഈ കൊട്ടാരത്തിന് ഭൂഷണമല്ല. മടങ്ങുന്നതാണ് നല്ലത്. മംഗളസിംഹൻ ഒരിക്കലും സമ്മതിക്കില്ലായിരിക്കാം. പക്ഷേ തനിക്കു വയ്യ എല്ലാവരുടെയും നോട്ടത്തിൽ പെട്ടുഴറാൻ.

പിതാവിനെ ഒന്ന് കാണുക മാത്രമാണ് ചെയ്തത്. അതും കുറച്ചു മുൻപ്.

അദ്ദേഹം നന്നായിരിക്കുന്നു. ഉള്ളിലെ വേദന കൊണ്ട് പൊട്ടിക്കരഞ്ഞു. തന്റെ രൂപം കണ്ട് കുറെ നേരം ചേർത്ത് പിടിച്ചു. താൻ ഈ കൊട്ടാരത്തിന്റെ തടവറയിൽ ആയിരുന്നുവെന്ന് അദ്ദേഹം അറിഞ്ഞിട്ടില്ല. എങ്കിൽ ആ നിമിഷം തന്നെയും കൊണ്ട് കടന്നു കളയുമായിരുന്നു. തന്നെ രക്ഷപെടുത്തിയതിന് അദ്ദേഹം രാജാവിനോട് ഒരു പാട് നന്ദി പറഞ്ഞു.

ഉത്തരം പറയാതെ, പറയാനാവാതെ മംഗളസിംഹൻ മടങ്ങി.

"അമ്മയുടെ മരണാനന്തര ചടങ്ങുകൾ കഴിഞ്ഞ് കാണാം."

മംഗളസിംഹൻ അവളോട് പറഞ്ഞു.

അവൾ പതിയെ തലയാട്ടി. പിരിയാൻ ഇഷ്ടമില്ല എന്ന് തോന്നി. പക്ഷേ സാഹചര്യം...അതാണല്ലോ എന്നും തങ്ങളെ അകറ്റി നിർത്തുന്നത്.

"ഇനിയുമേറെ നാളുണ്ടാവില്ല."

അവളുടെ മനസ് വായിച്ചെന്ന പോലെ അയാൾ പറഞ്ഞു.

"അങ്ങ് പോകൂ. ഞാൻ വേണമെങ്കിൽ മടങ്ങി പോകാം."

അയാൾ നടുങ്ങി പോയി. എന്തൊരു സംസാരമാണ്. ഇത്ര നാൾ തേടിയത് വെറുതെയാണോ?

"കാത്തിരുന്നതും ഓർത്തു കൊണ്ടിരുന്നതും വെറുതെയാണോ?"

"അറിയാം. എനിക്കറിയാം. പക്ഷേ ഞാൻ കാരണം..."

അവൾ തങ്ങൾക്കു ചുറ്റും അവിടവിടെയായി നിൽക്കുന്ന പരിചാരകരെയും, കാവൽ പടയാളികളെയും നോക്കി. എല്ലായിടത്തും നോട്ടങ്ങളാണ്. നോക്കുന്നില്ല, കേൾക്കുന്നില്ല എന്ന് ഭാവിക്കുമ്പോഴും അവരുടെ മനസ് ഇങ്ങോട്ടു ചായുന്നുണ്ട്. രാജാക്കന്മാർക്കു സ്വകാര്യത ഇല്ലേ? കൊട്ടാരവും കോട്ടയുമല്ല, ഇത്തരം നോട്ടങ്ങളുടെ, സുരക്ഷതയുടെ തടവറയിലാണോ ഒരു രാജാവിന്റെ ജീവിതം.

"കാരണങ്ങൾ നീയല്ല. നിമിത്തങ്ങൾ നീയാണെന്നു മാത്രം. അത് നീ ഉണ്ടെങ്കിലും ഇല്ലെങ്കിലും സംഭവിക്കും. അത് സംഭവിക്കാൻ പ്രകൃതിക്ക് ഒരു കാരണം വേണം." അയാൾ പറഞ്ഞു.

"വിശ്രമിക്കൂ. എന്താവശ്യമെന്ന് പറഞ്ഞാൽ മതി. സബോധനുമുണ്ടാവും വിളിപ്പുറത്ത്."

മംഗളസിംഹൻ നടന്നു കഴിഞ്ഞു.

പ്രണയമോ, സഹതാപമോ ഒന്നും പ്രകടിപ്പിക്കാതെ, പ്രകടിപ്പിക്കാനാവാതെ , കാവൽ പടയാളികളാൽ ചുറ്റപ്പെട്ട് അയാൾ നടന്നു മറഞ്ഞു കഴിഞ്ഞു.

നീളൻ വസ്ത്രങ്ങളാണ്. അയഞ്ഞത്. അരയിൽ കെട്ടില്ലാത്തത്...

അവൾ നിലക്കണ്ണാടിയിൽ നോക്കി.

ക്ഷീണം മാറിയിരിക്കുന്നു. തളർച്ചയും. വിശപ്പ് കൂടി അടങ്ങിയാൽ ഉന്മേഷം തിരിച്ചു വരും. ശരീരം ശോഷിച്ചിട്ടുണ്ട്.

അവൾ പതിയെ ആഹാരം ഒരുക്കി വെച്ചിരിക്കുന്ന ചാരുപലകക്കടുത്തേക്ക് നടന്നു. തിരശ്ശീലകൾക്കപ്പുറത്ത് നിഴലനക്കം. അവൾ നോക്കി. ദാസിയാണ്. ഒന്ന് സംസാരിക്കണമെന്നാഗ്രഹമുണ്ട്. പക്ഷേ എന്ത് പറയും.

തന്നെക്കാൾ പരിചയമുണ്ട് അവൾക്ക് ഈ കൊട്ടാരത്തിനോട്.

കൗർവകി മെല്ലെ അവൾക്കടുത്തേക്ക് എത്തി.

"എന്തെങ്കിലും വേണമെങ്കിൽ പറയണം മഹാറാണി." ദാസി മേദിനി പറഞ്ഞു.

മഹാറാണിയോ...ദൈവമേ... എന്തൊരു ഭാരമുള്ള വാക്കാണത്. ആഗഹിച്ചിരുന്നു. മംഗളസിംഹന്റെ മഹാറാണിയാവാൻ. ബാല്യം മുതൽ. പക്ഷേ ഇങ്ങനെ ഒരു സാഹചര്യം ഒരിക്കലും പ്രതീക്ഷിച്ചില്ല. സ്വപ്നങ്ങൾ നടക്കുമ്പോൾ എന്തൊക്കെയോ യാഥാർഥ്യങ്ങൾ നഷ്ടപ്പെടുന്നു എന്ന് അവൾക്കു തോന്നി. ചാരുപലകയിലെ നിരത്തി വെച്ചിരിക്കുന്ന അനേകം വിഭവങ്ങൾ നോക്കി അവൾ ആലോചനയോടെ ഇരുന്നു.

* * *

അമ്മ. കൈപിടിച്ച് വളർത്തി മടിയിലിരുത്തി ഓമനിച്ച്, എണ്ണമില്ലാത്ത ഉമ്മകളാൽ അത്ഭുതപ്പെടുത്തിയ അമ്മ. സ്വപ്നങ്ങൾ പറഞ്ഞു പാടിയുറക്കിയ അമ്മ. ഒന്ന് കൈ പിടിച്ചാശ്വസിപ്പിക്കാതെ കണ്ണുകളടയും മുൻപ് ചുംബിക്കാതെ താൻ അവരെ മരണത്തിന് വിട്ടു കൊടുത്തു. ക്ഷമിക്കാമായിരുന്നു. എല്ലാം ക്ഷമിക്കാമായിരുന്നു. പക്ഷേ താൻ അഹങ്കാരി ആയിരിക്കുന്നു. അമ്മ വാങ്ങിത്തന്ന അധികാരം തന്നെ മാറ്റി മറിച്ചിരിക്കുന്നു. ഇനി അതിൽ നിന്നും മോചനമില്ല. പൂക്കളാൽ അലങ്കരിക്കപ്പെട്ട മഞ്ചത്തിൽ, കുന്തിരിക്ക പുക സുഗന്ധം പരത്തി പറന്നു കളിക്കുന്ന മണ്ഡപത്തിന്റെ നടുത്തളത്തിൽ കിടത്തിയ മധുരധാരിണിയുടെ മൃതദേഹത്തിനരികിൽ ഇരിക്കുകയായിരുന്നു മംഗള സിംഹൻ.

അയാൾക്ക് ചുറ്റും കൊട്ടാര വാസികളും പരിചാരകരും ഉണ്ടായിരുന്നു. മരണമറിഞ്ഞു കൊണ്ട് വന്നെത്തിക്കൊണ്ടിരുന്ന പ്രഭുക്കളെയും മറ്റും സ്വീകരിച്ചാനയിക്കാൻ താപസനാഥനും സബോധനും നിൽക്കുന്നുണ്ട്.

കോട്ട വാതിലിൽ നിന്ന് കാഹളം ഉയർന്നു കേട്ടു. എല്ലാവരും നോക്കി. കാവൽ പടയാളികളിൽ പ്രമുഖർ കൊട്ടാര വാതിൽക്കലേക്ക് പാഞ്ഞു നീങ്ങി. എന്തോ പ്രാധാന്യമുള്ളതു സംഭവിച്ചിരിക്കുന്നു. മംഗളസിംഹൻ തല ഉയർത്തി നോക്കി. നിരത്തിയിട്ട ഇരിപ്പിടങ്ങൾക്കിടയിലൂടെ ദ്രുത ഗതിയിൽ ബാണാസുരൻ വരുന്നുണ്ട്. സബോധൻ ആരെയോ സ്വീകരിച്ചിരുത്തിയിട്ട് ആളുകൾക്കിടയിലൂടെ തിക്കി തിരക്കി മംഗളസിംഹനരികിലേക്ക് എത്തി. ഉയർന്ന തേങ്ങലുകൾ അടങ്ങി. എല്ലാവരും നോക്കി നിൽക്കെ മംഗളസിംഹനരികിലെത്തി ബാണാസുരൻ പതിയെ പറഞ്ഞു.

"ഒരു വാർത്തയുണ്ട്. മഹാരാജൻ."

"മനസിലായി, വൈകിപ്പിക്കാതെ പറയൂ." അക്ഷമയോടെ മംഗളസിംഹൻ പറഞ്ഞു.

"നമ്മുടെ രാജകുമാരന്മാർ തടങ്കലിൽ പെട്ടിരിക്കുന്നു."

ക്രോധത്തോടെ മംഗളസിംഹൻ എണീറ്റു. ചുറ്റും ഒന്ന് നോക്കി സ്വയം അടക്കി.

"ആരൊക്കെ?"

"മൂന്നു പേരെന്ന് അറിവ്. അതും പല പ്രദേശങ്ങളിൽ നിന്നായി. രണ്ടു പേർ പഠന കേന്ദ്രത്തിൽ നിന്ന്. ഒരാൾ തുറമുഖത്ത് നിന്ന്. മൃദുവർണനനും, അഴകുസൂര്യനും, സുന്ദരസിംഹനും."

"എന്ത് സുരക്ഷയാണ് ഈ രാജ്യത്തിൽ നിങ്ങൾ നടപ്പിലാക്കുന്നത് ബാണാസുരൻ?"

കൊട്ടാരം നടുങ്ങി. പതിഞ്ഞു കേട്ടിരുന്ന കേട്ട തേങ്ങൽ പോലും ഒരു നിമിഷം നിശബ്ദമായപ്പോൾ തന്റെ ശബ്ദം വല്ലാതെ ഉയർന്നുവെന്ന് മംഗള സിംഹന് തോന്നി.

അയാൾ ചുറ്റും നോക്കി. എല്ലാ കണ്ണുകളും തന്റെ നേർക്കാണ്. ഇപ്പോൾ ഒരു പരിഭ്രാന്തി സൃഷ്ടിക്കപ്പെട്ടിട്ടു കാര്യമില്ല. അമ്മയുടെ ചടങ്ങുകൾ കഴിയാനുണ്ട്. അയാൾ മണ്ഡപ കവാടത്തിലേക്ക് നോക്കി...കൂടുതൽ പ്രമുഖരും പ്രഭുക്കളും വന്നു കൊണ്ടിരിക്കുന്നു.

മംഗളസിംഹൻ നടന്നു. പിന്നാലെ ബാണാസുരനും സാബോധനും മന്ത്രി പ്രമുഖൻ പൗരസ്ത്യനും.

കൊട്ടാരവാസികൾ പരിഭ്രാന്തിയോടെ നോക്കി.

കാഹളം ഉയരണമെങ്കിൽ കാരണമുണ്ട്. അതും രാജ്യ സുരക്ഷയുമായി ബന്ധപ്പെട്ടത്. അവർ തങ്ങളെ കടന്ന് പോകുന്ന രാജാവിനെ പരിഭ്രാന്തിയോടെ നോക്കി. അവരുടെ മുഖത്തെ ഭാവമാറ്റം ശ്രദ്ധിച്ച് മംഗള സിംഹൻ, കൂടെ നടന്ന പൗരസ്ത്യനോട് പതിയെ നിർദ്ദേശിച്ചു.

"ചടങ്ങുകൾ മുറ പോലെ. പരിഭ്രാന്തി പടർത്തരുത്... ചർച്ച കഴിഞ്ഞ് ഞാൻ വിളിപ്പിക്കാം."

പൗരസ്ത്യൻ തല കുനിച്ചു വണങ്ങി. "ശരി മഹാരാജൻ."

മൃദു വർണ്ണനനും അഴക് സൂര്യനും പഠനകേന്ദ്രത്തിലാണ്. ഒരാൾ തത്വവും മറ്റേയാൾ രാജ്യതന്ത്രജ്ഞതയും, അർത്ഥ ശാസ്ത്രവും പഠിക്കുന്നു. സുന്ദര സിംഹൻ തുറമുഖ നഗരത്തിലും. അവിടെ കടന്നു വന്ന് കടത്തി കൊണ്ട് പോകണമെങ്കിൽ; ഊഹിക്കാം ആരാണെന്ന്.

മണ്ഡപത്തിന്റെ പ്രധാന കവാടം കടന്നു പുറത്തേക്കിറങ്ങുകയായിരുന്നു മംഗളസിംഹൻ. പിന്നാലെ ബാണാസുരനും, സബോധനും.

"പഠന കേന്ദ്രത്തിൽ നിന്നും തുറമുഖത്തു നിന്നും അവരെ പിടി കൂടണമെങ്കിൽ അറിയാവുന്ന ആളുകൾ തന്നെയാവും..."

സംശയം ഉറപ്പിച്ചെന്ന രീതിയിൽ ബാണാസുരൻ പറഞ്ഞു.

"അതെനിക്ക് മനസിലാവും സൈന്യാധിപൻ. പക്ഷേ യുദ്ധം കഴിഞ്ഞപ്പോൾ കുമാരന്മാരുടെ സുരക്ഷ വർദ്ധിപ്പിക്കണമെന്ന് ഞാൻ രഹസ്യമായി പറഞ്ഞതല്ലേ? എന്ത് കൊണ്ട് ചെയ്തില്ല?"

"ശ്രമിച്ചിരുന്നു മഹാരാജൻ. പക്ഷേ തങ്ങൾക്കു സുരക്ഷ, തങ്ങൾ തന്നെ ഒരുക്കിക്കോളാമെന്ന് അവർ ഒരേ സ്വരത്തിൽ പറഞ്ഞത് കൊണ്ട്..."

"അങ്ങനെ പറഞ്ഞത് കൊണ്ട് നമുക്കങ്ങനെ ചെയ്യാൻ കഴിയുമോ സൈന്യാധിപൻ. നാം വിഡ്ഢിത്തരമാണ് ചെയ്തത്. രാജ്യത്തിന്റെ മുക്കും മൂലയും അറിഞ്ഞ് വെച്ച് ശത്രു ചതി ചെയ്യുകയാണ്. തോൽപ്പിക്കാനായി എങ്ങനെ

തരം താഴാനും അവർ തയ്യാറാകുമെന്ന് ആദ്യയുദ്ധം കഴിഞ്ഞപ്പോഴേ നാം മനസിലാക്കണമായിരുന്നു."

ആ വാക്കുകൾ ധൃതഗജനെ ഉദ്ദേശിച്ചാണെന്ന് ബാണാസുരനും സബോധനും മനസിലായി.

"ആ ചതിയൻ മാത്രമല്ല. രണചൂഡനും അടുത്ത പടപ്പുറപ്പാടിന് തയ്യാറാവുന്നുണ്ടാവണം."

"ശരിയാണ്. കുമാരൻമാരെ വെച്ച് വിലപേശാനാവണം." സബോധൻ പറഞ്ഞു.

"തയാറായിക്കോളൂ സൈന്യാധിപൻ. മഗധയുടെ മുഴുവൻ സൈന്യവുമായി. കൊട്ടാരം കാവലിനുള്ളവർ ഒഴിച്ച് എല്ലാവരും." ഗൗരവത്തോടെ, ആ യുദ്ധം മുന്നിൽ കണ്ടെന്ന വണ്ണം മംഗളസിംഹൻ പറഞ്ഞു.

"സൈന്യവുമായുള്ള ഏതു നീക്കവും കുമാരന്മാരുടെ ജീവൻ അപകടത്തിലാക്കുമെന്ന് മുന്നറിയിപ്പ്."

"ധൃതഗജനും പുതിയ കൂട്ടാളികൾക്കും മോചനദ്രവ്യമായി പിന്നെ എന്താണാവശ്യം ബാണാസുരൻ?"

"അവർ... അങ്ങയോട് ഒറ്റക്ക് ചെല്ലാനാണ് ആവശ്യപ്പെടുന്നത്. മടിയോടെ ബാണാസുരൻ പറഞ്ഞു.

ആലോചനയോടെ ഒരു നിമിഷം നിന്നു മംഗളസിംഹൻ.

"ധൃതഗജൻ" കൊല്ലണം എന്ന ഉറപ്പോടെ മംഗളസിംഹൻ ഉരുവിട്ടു.

"അങ്ങ് വരണമെന്നുണ്ടോ? ഇവിടെ അമ്മയുടെ ചടങ്ങുകൾ പാതിവഴിയിൽ..." ബാണാസുരൻ സംശയത്തോടെ അർധോക്തിയിൽ നിർത്തി.

"ചടങ്ങുകൾ തുടരട്ടെ. യുദ്ധം എത്ര ദിവസം നീളുമെന്ന് മുൻകൂട്ടി പറയാനാവില്ലല്ലോ. മാത്രമല്ല അറിഞ്ഞു വന്നവർക്കെല്ലാം മടങ്ങുകയും ചെയ്യണം."

"മനസ്സിലാവുന്നു. എങ്കിലും..."

ബാണാസുരന്റെ വാക്കുകൾ ന്യായീകരിച്ചു കൊണ്ട് സബോധൻ പറഞ്ഞു.

"തീരുമാനത്തിന് മാറ്റമൊന്നുമില്ല. എല്ലാം തയാറാവട്ടെ."

മംഗളസിംഹൻ പറഞ്ഞവസാനിപ്പിച്ചത് പോലെ നിർത്തി.

ബാണാസുരൻ തല കുനിച്ചു വന്ദിച്ച്, ആ ആജ്ഞ ശിരസ്സാ വഹിച്ചു കൊണ്ട് തിരിഞ്ഞു നടന്നു.

മംഗളസിംഹൻ നടന്നു നീങ്ങി.

സബോധൻ ഒരു നിമിഷം അത് നോക്കിയിട്ട് താപസനാഥനരികിലേക്ക് നീങ്ങി.

* * *

ആരോ കുതിരപ്പുറത്ത് പാഞ്ഞു പോകുന്നതവൾ കണ്ടു.

കാഹളം കേട്ടപ്പോഴേ മനസ്സിൽ ആശങ്ക തോന്നിയിരുന്നു.

"എന്തോ അപകടത്തിന്റെ മുന്നറിയിപ്പാണല്ലോ." കൗർവകി കഴിച്ച

പാത്രം എടുത്തു കൊണ്ട്, ദാസി പറഞ്ഞു.

ദൈവമേ... ഇനി എന്താണ്... അവൾ ആലോചനയോടെ ഒരു നിമിഷം സ്തബ്ധയായപ്പോൾ അത് മനസ്സിലാക്കി ദാസി പറഞ്ഞു.

"മഹാറാണി ഭയപ്പെടേണ്ട. ഇതൊക്കെ പതിവല്ലേ. അതിർത്തിയിലോ മറ്റോ എന്തെങ്കിലും പ്രശ്നമുണ്ടെങ്കിൽ ഒക്കെ ഇങ്ങനെ സംഭവിക്കാറുണ്ട്."

കൗർവകി അസ്വസ്ഥതയോടെ എണീറ്റു. ജാലകത്തിന്റെ വിരി പതിയെ കാറ്റിൽ ഉലയുന്നു. ഒരു ചെറു തെന്നൽ കടന്നു വരുന്നു. പക്ഷേ ഉള്ളിൽ ഭയമോ ആശങ്കയോ നിറയുന്നു.

അവൾ ജാലക വിരി മെല്ലെ മാറ്റി.

കോട്ട വാതിലിൽ നിന്ന് ഒരു സംഘം പടയാളികൾ അകത്തേക്ക് വരുന്നത് കണ്ടു. അവർ കൊട്ടാരം ചുറ്റി പിന്നിലേക്ക് പോവുന്നു. അവിടെയും പടയാളികൾ കൂടി നിൽക്കുന്നു. ആരാണത്?

"സൈന്യാധിപനാണ്." ബാണാസുരൻ പാഞ്ഞു പോവുന്നത് കണ്ട മേദിനി അവൾക്ക് പിന്നിലെത്തി പറഞ്ഞു.

കൂടുതൽ പടയാളികൾ എത്തി ചേരുന്നു. അദ്ദേഹത്തെ പിന്തുടർന്ന് കൊട്ടാരത്തിനു പിൻ ഭാഗത്തേക്ക് നീങ്ങുന്നു.

വാതിൽക്കൽ തട്ട് കേട്ട് അവൾ തിരിഞ്ഞു നോക്കി. ദാസി തല കുനിച്ചു വന്ദിച്ചു കൊണ്ട് നീങ്ങിയപ്പോൾ അവളുടെ മറവിൽ നിന്നെന്ന വണ്ണം കടന്നു വരുന്ന മംഗളസിംഹനെ അവൾ കണ്ടു.

അവൾക്ക് അയാളുടെ അടുത്തേക്ക് ഓടിചെല്ലണമെന്നു തോന്നി. പക്ഷേ കാലുകൾ ചലിക്കുന്നില്ല. അവൾ ഉള്ളിലെ ആശങ്ക മറച്ച് ചിരിക്കാൻ ശ്രമിച്ചു.

മംഗളസിംഹൻ കരഞ്ഞിട്ടുണ്ടോ... കണ്ണുകൾ ഈറനാണ്. മറയ്ക്കാൻ ശ്രമിക്കുന്നെങ്കിലും ഉള്ളിൽ ദുഖിതനാണ്. മാത്രമല്ല എന്തോ ആശങ്ക മനസിനെ ഉലയ്ക്കുന്നുണ്ട്.

അയാൾ അവൾക്കടുത്തേക്ക് എത്തി.

"കൗർവകി..."

ഒന്നും പറയാനാവാതെ, പരിചിതമെങ്കിലും അപരിചിതയെപോലെ അവൾ അയാളെ നോക്കി. വാക്കുകൾ കിട്ടുന്നില്ല.

അവളുടെ അമ്പരപ്പ് ഇല്ലാതാക്കാൻ ശ്രമിച്ചു കൊണ്ട് അയാൾ അവളുടെ കൈകൾ മെല്ലെ പിടിച്ചു.

എന്തൊരു സമാധാനം. അവൾ ആലോചിച്ചു. ഇങ്ങനെ കുറച്ചു നേരം അരികിൽ ഉണ്ടായാൽ മതി. ഒരു സൗകര്യങ്ങളും വേണ്ട. ഈ സാമീപ്യം മതി. അവൾ ആശ്വാസത്തോടെ നിന്നു.

"ഞാൻ ഒരു യാത്ര പോകുന്നു."

എവിടേക്ക് എന്ന അർത്ഥത്തിൽ അവൾ അയാളെ നോക്കി.

"എന്റെ അനുജന്മാരായ കുമാരന്മാർ ശത്രുവിന്റെ തടവിലായിരിക്കുന്നു. അവരെ മോചിപ്പിക്കണം."

"യുദ്ധമാണോ?" ഭയത്തോടെ അവൾ ചോദിച്ചു.

അയാൾ അവളെ ഒരു നിമിഷം നോക്കി.

പറയണം. അല്ലെങ്കിൽ കളവാണ്. യുദ്ധമാണ്. എന്ത് സംഭവിക്കുമെന്ന് പറയാനാവില്ല. ചിലപ്പോൾ ഈ കൂടികാഴ്ച അവസാനത്തേതാവാം.

അയാളുടെ കണ്ണുകൾ നിറയുന്നത് അവൾ കണ്ടു. എന്താണിത്. അമ്മ മരണപ്പെട്ടു കിടക്കുന്നു. അതിന്റെ ദുഃഖം നിറഞ്ഞു നിൽക്കുമ്പോൾ ഒരു യുദ്ധം. രാജാക്കന്മാരുടെ ജീവിതത്തിൽ സമാധാന ദിനങ്ങൾ ഇല്ലേ? മംഗളസിംഹൻ കൊട്ടാരം വിട്ടു യുദ്ധത്തിന് പോയാൽ താൻ ഇവിടെ തനിച്ചോ? ദൈവമേ അത് താങ്ങാനാവില്ല.

“ഞാനും വരാം, അങ്ങയുടെ കൂടെ.”

ഉള്ളിൽ നിന്നാർജ്ജിച്ച ധൈര്യത്തോടെ, ഒറ്റപ്പെടാനുള്ള വൈഷമ്യത്തോടെ അവൾ പറഞ്ഞു.

“കൗർവകി... യുദ്ധഭൂമിയാണത്. നിനക്കൊരിക്കലും ഊഹിക്കാൻ പോലുമാവാത്തത്”

“എനിക്കറിയാം. അതു കൊണ്ടാണ് ഞാൻ വരുന്നത്. നമുക്ക് ഒന്നിച്ചു കഴിയാൻ കിട്ടുന്ന അവസാനത്തെ അവസരമാണെങ്കിലോ.”

അയാൾ നടുക്കത്തോടെ അവളെ നോക്കി. ശരിയാണ്. ഇനി തമ്മിൽ കാണാൻ ഒരവസരം ഉണ്ടായില്ലെങ്കിൽ. പക്ഷേ ആ മരണ ഭൂമിയിലേക്ക് ഇവളെ കൊണ്ട് പോകാൻ വയ്യ.

“വേണ്ട. ഞാൻ തനിയെ പോയി വരാം. കൊലവെറിയും പ്രതികാരവും ഇഴ ചേർന്ന ഭൂമിയാണത്...”

“നാം ഒരുമിച്ചു പോകും.” അവൾ പറഞ്ഞു. അത് തീരുമാനമാണെന്ന് അയാൾക്ക് തോന്നി. അവളുടെ ഗ്രാമത്തിൽ, പൂങ്കാവനത്തിൽ വെച്ച് അന്ന് കണ്ട മുഖം. അതേ ധൈര്യം. ഇനി അവളെ പിന്തിരിപ്പിക്കാൻ സാധ്യമല്ല.

“മരണം. അതിൽ കൂടുതൽ ഒന്നും സംഭവിക്കാനില്ലല്ലോ. അങ്ങയോടൊപ്പമാണെങ്കിൽ ഞാൻ തയാറാണ്.”

അയാൾ അവളെ കണ്ണിമക്കാതെ നോക്കി. അവളുമായി ഭൂമിയിൽ മണിക്കൂറുകൾ മാത്രമേ താൻ ചിലവഴിച്ചിട്ടുള്ളൂ. പക്ഷേ എന്തൊരു ആത്മ ബന്ധമാണിത്. ദൈവമേ...ഇവളില്ലാതെ, ഒന്നിച്ചില്ലാതെ ഈ ജീവിതം എങ്ങനെയാണു സാർത്ഥമാവുക.

അവൾ പറഞ്ഞത് ശരിയാണ്. ഉള്ള നിമിഷമെങ്കിലും ഒന്നിച്ചാവുക.

ജേഷ്ഠന് കൊടുക്കാതെ നഷ്ടപ്പെടുത്തിയത്. അമ്മയോടൊപ്പമിരിക്കാതെ നഷ്ടപ്പെടുത്തിയത്...ആ നിമിഷങ്ങൾ, അവയിലെ ജീവിതം... ജീവിതം ഈ നിമിഷങ്ങളിൽ തന്നെയാണ്. ഇവളുടെ കൂടെയെങ്കിലും നിമിഷങ്ങളിൽ ജീവിക്കണം.

അയാൾ അവളെ ഒരു നിമിഷം കൂടി നോക്കിയിട്ടു നെറ്റിയിൽ ചുംബിച്ചു ചേർത്ത് നിർത്തി. ശേഷം അടർത്തി മാറ്റി പറഞ്ഞു.

“വരൂ.”

അവളുടെ കൈ പിടിച്ചു കൊണ്ട് മംഗളസിംഹൻ നടന്നു.

27

രാഷ്ട്രകൂടം

ശത്രുക്കൾ മഗധക്ക് നേരെ യുദ്ധംചെയ്തു അതിനെ പിടിച്ച വാളിന്റെ വായ്ത്തലയാൽ വെട്ടി നഗരം തീയിട്ടു ചുട്ടുകളയാൻ പുറപ്പെട്ടു.

തങ്ങളുടെ കണക്കുകൾ മറ്റുള്ളവർക്കു വേണ്ടിയാണ്.

സ്നേഹത്തിനു പകരമാണ് യുദ്ധം.

അതിനുള്ള ചതി അന്വേഷിപ്പിൻ എന്നവർ പറഞ്ഞു...

അതിന്റെ ശേഷം കൊള്ളദേശക്കാർ മലനാട്ടിലും

തെക്കെ ദേശത്തിലും താഴ്വീഥിയിലും പാർത്തിരുന്ന

ഗോത്രക്കാരെ കൂട്ടി യുദ്ധം ചെയ്‌വാൻ പോയി.

അങ്ങനെ സംഭവിച്ചു. അവരുടെ ഗോത്രത്തിനെ നയിപ്പവൻ

ഇടങ്കൈ നീട്ടി വലത്തെ തുടയിൽ നിന്നു ചുരിക ഊരി

അവനു നേരെ വന്നവന്റെ വയറ്റിൽ കുത്തിക്കടത്തി.

അലകോട്ടുകൂടെ പിടിയും അകത്തു ചെന്നു;

അവന്റെ വയറ്റിൽനിന്നു ചുരിക അവൻ വലിച്ചെടുക്കായ്കയാൽ

മേദസ്സു അലകിന്മേൽ പൊതിഞ്ഞടഞ്ഞു,

അതു പൃഷ്ഠഭാഗത്തു പുറപ്പെട്ടു. കൊള്ളദേശക്കാർ ആ സമയം

നാലായിരം പേരെ വെട്ടിക്കളഞ്ഞു;

അവർ എല്ലാവരും ബലവാന്മാരും യുദ്ധവീരന്മാരും ആയിരുന്നു;

ഒരുത്തനും ചാടിപ്പോയില്ല. അതിനു ശേഷം ഗോത്രക്കാർ എഴുന്നേറ്റു;

അവർ ഒരു മുടിങ്കോൽകൊണ്ടു മഗധക്കാരിൽ അറുനൂറുപേരെ കൊന്നു; അപ്പോൾ കൊള്ളദേശക്കാരെ കൊല്ലിപ്പാനും അവരെ കുലത്തെ മുഴുവനും മുടിപ്പാനും, തന്റെ തൊള്ളായിരം ഇരുമ്പുരഥവുമായി തന്റെ എല്ലാ പടജ്ജനത്തെയും ജാതികളുടെ കൂട്ടത്തിൽ നിന്നും പതിനായിരം പേരും, കുന്തക്കാരിൽ ഇരുപത്തിനായിരംപേരും, വാൾക്കാരിൽ അമ്പതിനായിരവും, അമ്പെയ്ത്തുകാരിൽ തൊണ്ണൂറായിരംപേരും കൊണ്ടേ അവൻ പുറപ്പെട്ടു.

(കൗർവകിയുടെ ഗീതങ്ങൾ: 27:10)

യുദ്ധം. അത് സാധാരണ രീതിയിൽ ജയിക്കാനാവില്ല എന്ന് ധൃതഗജന് തീർച്ചയായിരുന്നു. ചർച്ചകൾ നടന്നപ്പോഴൊക്കെ അയാളതു സൂചിപ്പിക്കുകയും ചെയ്തിരുന്നു. രണചൂഢന് ഈ യുദ്ധം ജയിച്ചില്ലെങ്കിൽ പോലും നേട്ടമാണെന്ന് അയാൾക്ക് തോന്നി. മഗധയുമായൊരു യുദ്ധം പോലും അഭിമാനമാണ് അയാൾക്ക്. സ്വന്തം ജീവനൊഴികെ ആരുടെ ജീവൻ പോയാലും വേദനിക്കാത്ത ഒരാൾ. ഒരു കവർച്ചക്കാരനായ അയാൾ ഇത് വരെ വളർന്നത് സ്വാർത്ഥത കൊണ്ട് തന്നെയാണ്. സ്വാർത്ഥതയല്ല. തന്നോട് തന്നെയുള്ള അമിത സ്നേഹം കൊണ്ട്. സ്വയം ആ സ്നേഹം ഇല്ലാത്തതു കൊണ്ടാണ് താനും പാണ്ഡുകന്റെ കുടുംബവും ഈ യുദ്ധത്തിന് തയാറെടുക്കുന്നത്. തങ്ങളുടെ കണക്കുകൾ മറ്റുള്ളവർക്കു വേണ്ടിയാണ്. സ്നേഹത്തിനു പകരമാണ്. യുദ്ധം അനിവാര്യമാണ്.

മാർഗ്ഗം അന്വേഷിച്ചു, കുറെ ദിവസം. ജയിക്കാനുള്ള മാർഗ്ഗം. അപ്പോഴാണ് മിന്നൽ പോലെ ആ വാക്കുകൾ ഒന്ന് കൂടി ഓർത്തത്.

“അവന്റെ ഹൃദയം തകരണം... അനുതാപമുണ്ടെന്നു കേട്ട അവന്റെ ഹൃദയത്തിൽ ഊക്കോടെ ഇടിക്കണം. നെഞ്ച് തകർന്ന് ഹൃദയം പൊട്ടിയ രക്തം അവന്റെ കണ്ണിലൂടെയും കടവായിലൂടെയും ഒഴുകണം.” പാണ്ഡുകന്റെ വാക്കുകൾ...

അതാണ് മാർഗ്ഗം. ഒരേയൊരു മാർഗ്ഗം. അത് തിരിച്ചറിഞ്ഞപ്പോൾ തീരുമാനമെടുത്തു. അനുതാപമുള്ളവരെ തോൽപിക്കാൻ യുദ്ധങ്ങൾ വേണ്ട. അവർക്കു വേണ്ടപ്പെട്ടവരെ കണ്ടെത്തിയാൽ മതി. അന്വേഷിക്കേണ്ടി വന്നില്ല. അറിയാമായിരുന്നു. ആരൊക്കെ എവിടെ എന്ന്. അതാണ് കാര്യങ്ങൾ എളുപ്പമാക്കിയത്. കൂടാതെ പാളയം മാറാൻ മനസുമായി നിൽക്കുന്ന പരമ വീരന്റെ ഇടപെടലും ചതുർമുഖന്റെ പിന്തുണയും. വാഗ്ദാനം നൽകി. വാനോളം.

അതിർത്തിയിൽ, ഉയർന്നു നിൽക്കുന്ന രണ്ടു മലനിരകൾക്കു നടുവിലെ വിശാലമായ താഴ്‌വരയിലായിരുന്നു യുദ്ധഭൂമി. തന്റെ പടയാളികളെ, ഗരുഡവ്യൂഹവും പത്മവ്യൂഹവും സജ്ജമാക്കി പടക്കളത്തിൽ വിന്യസിച്ചു നിർത്തിയിരിക്കുകയായിരുന്നു മംഗളസിംഹൻ. മുൻ വരിയിലെ കാലാൾപടയും കുതിരപടയും

ആനപ്പടയും കഴിഞ്ഞുള്ള ഭാഗത്തായിരുന്നു ഗരുഡ, പത്മവ്യൂഹ വിന്യാസം. ബാണാസുരന് ആജ്ഞ കൊടുക്കുമ്പോൾ ഇത്രയുമൊക്കെ വേണമോ എന്ന് അയാൾ സ്വയം ഓർത്തു. കാരണം എതിരാളികൾ ആവശ്യപ്പെടുന്നത് തന്റെ സാന്നിധ്യമാണ്. തന്റെ കുടുംബത്തിന്റെ രക്തസാക്ഷിത്വം. പക്ഷേ അങ്ങനെ ഒന്ന് സംഭവിച്ചാൽ രാജ്യം അന്യാധീനപ്പെടാൻ പാടില്ല. സുരക്ഷിത കരങ്ങളിലേക്ക് കൈമാറ്റം ചെയ്തിട്ട് വേണം ഈ യുദ്ധം ആരംഭിക്കാൻ. പക്ഷേ ആരെ ഏൽപ്പിക്കും. അതോ തന്റെ ഭയം കൊണ്ട് തോന്നുന്നതാണോ? ജയിക്കില്ല എന്ന ഭയം കൊണ്ട്. അനുജൻമാരെ കുരുതി കൊടുത്തു രാജ്യത്തെ രക്ഷിക്കലാണോ രാജധർമ്മം. അതെ. രാജ്യമാണ് പ്രധാനം. കുടുംബമല്ല. തന്റെ കുടുംബാംഗങ്ങൾ പ്രജകളെക്കാൾ പ്രാധാന്യമുള്ളവരല്ല.

അത് കൊണ്ട് യുദ്ധം യുദ്ധമായി നടക്കും. ആര് മരണപ്പെട്ടാലും മഗധ അന്യാധീനപ്പെടില്ല. പ്രജകൾ അനാഥരാവില്ല. അടിമകളാവില്ല.

മംഗളസിംഹൻ ഗുരുവിനെ സ്മരിച്ചു കൊണ്ട്, തന്റെ തലയിലേക്ക് കവചം എടുത്തണിഞ്ഞു.

"തമ്പിലിരുന്നാൽ മതി." മംഗളസിംഹൻ കൗർവകിയോട് പറഞ്ഞു.

"അങ്ങ് കൂടെ ഇരിക്കുന്നുണ്ടോ?" അവൾ ഭാവവ്യത്യാസമില്ലാതെ ചോദിച്ചു.

"ഞാൻ മുന്നണിയിലാണ്. അവർക്ക് എന്നെയാണ് വേണ്ടത്. കുമാരന്മാർക്ക് പകരമായി."

"എങ്കിൽ ഞാനും അങ്ങയുടെ കൂടെയുണ്ട്."

"ഏതു നിമിഷവും മരണപ്പെടാവുന്ന സ്ഥലമാണത്."

"എനിക്കറിയാം. കഥകളിലെങ്കിലും ഞാൻ അത് വായിച്ചിട്ടുണ്ട്. പക്ഷേ അങ്ങ് യുദ്ധം ചെയ്യുമ്പോൾ ഞാൻ തമ്പിലിരിക്കാൻ തയാറല്ല."

"യുദ്ധഭൂമിയിൽ പിടിച്ചു നില്ക്കാൻ എന്നോടുള്ള സ്നേഹം മാത്രം പോരാ..." അയാൾ ചെറു ചിരിയോടെ പറഞ്ഞു.

കൗർവകി അരികിൽ നിന്ന കാവൽ പടയാളിയിൽ നിന്ന് കണ്ണ് ചിമ്മുന്ന സമയം കൊണ്ട് വാൾ വലിച്ചെടുത്തു. പടയാളി മിഴിച്ചു നിൽക്കെ അവൾ ചുവടു വെച്ച് മുന്നോട്ടു കുതിച്ചു. അവളുടെ വേഗം കണ്ടമ്പരന്ന്, താൻ തടഞ്ഞില്ലെങ്കിൽ അവൾ തന്നെ ആക്രമിച്ചു കളയും എന്ന തോന്നലിൽ മംഗളസിംഹൻ വാൾ വലിച്ചെടുത്തു. കൗർവകി അയാളെ ആഞ്ഞു വെട്ടി. അത് തടുക്കാൻ ശ്രമിച്ചപ്പോൾ ഒന്ന് പിന്നോക്കം ചുവടു വെച്ചു പോയി മംഗളസിംഹൻ. അവളുടെ ആദ്യത്തെ നീക്കത്തിൽ നിന്നും അവൾ ഒരു യോദ്ധാവിന് തുല്യമായ മെയ് വഴക്കവും, ആയുധ വേഗവും, സൂക്ഷ്മ ചലനങ്ങളും കരസ്ഥമാക്കിയ, പഠിച്ചു തഴക്കം വന്ന ഒരു പോരാളിയാണെന്ന് അയാൾക്ക് മനസിലായി. അതിന്റെ സഹർഷത്തോടെ അയാൾ അവളുടെ വെട്ട് വാൾ കൊണ്ട് തടുത്തു. പരസ്പരം ഉരയുന്ന വാളിന്റെ പിന്നിൽ നിന്നു കൊണ്ട് അവളിലെ ആയോധന കലയെ അഭിനന്ദിക്കുന്ന ചെറു ചിരിയോടെ മംഗളസിംഹൻ പറഞ്ഞു.

"പഠിച്ചു തഴക്കം വന്നിരിക്കുന്നു. ഒരു യുദ്ധത്തിന് ഇത് പോരെങ്കിലും..."

"അങ്ങയോടൊത്ത് വരേണ്ടിവരും എന്ന് എനിക്കെന്നേ അറിയാമായിരുന്നു."

അവളുടെ ആത്മവിശ്വാസവും അർപ്പണ ബോധവും കലർന്ന വാക്കുകൾ കേട്ട് സന്തോഷത്തോടെ അയാൾ പറഞ്ഞു.

"ഇനി എല്ലായിടത്തും എല്ലാറ്റിനും നീ എന്നോടൊപ്പമുണ്ട്."

അവളുടെ കണ്ണുകളിൽ പ്രണയത്തിന്റെ മന്ദഹാസം ഒളി മിന്നൽ പോലെ അയാൾ കണ്ടു.

"ഇഷ്ടമുള്ള കുതിരയേയും പടച്ചട്ടയും തിരഞ്ഞെടുത്തോളൂ."

അയാൾ ആവേശത്തോടെ പറഞ്ഞു.

"ശരി പ്രഭോ." അവൾ പാതി കളിയായി തല കുനിച്ച് വണങ്ങി. മംഗള സിംഹൻ സബോധന് ആംഗ്യം കാട്ടി. സബോധൻ ചെറു ചിരിയോടെ അവൾക്കൊപ്പം നടന്നു.

എന്തൊരു പെണ്ണാണിവൾ. അവളുടെ പ്രണയത്തിനും, പോരാട്ടത്തിനും, അഴക്. ഈ യുദ്ധകാഹളത്തിനിടയിലും, മരണസാന്നിധ്യത്തിനിടയിലും അവളുടെ സാന്നിധ്യം പകരുന്ന ചെറു സന്തോഷങ്ങൾ അപാരം തന്നെ. അവളോടൊപ്പം ജീവിക്കണം. ജീവിച്ച് തുടങ്ങണം. എത്രയും പെട്ടെന്ന്. അവളുടെ പ്രണയത്തിൽ ജീവിക്കാനുള്ള ആവേശത്തോടെ അയാൾ തന്റെ വേഷം മാറ്റി പടച്ചട്ടയും കവചങ്ങളും അണിയാൻ തുടങ്ങി.

* * *

മരണം ഉറപ്പിച്ചു. മംഗളസിംഹന്റെ മരണം. അതിന് ശേഷം ചിലപ്പോൾ യുദ്ധം കൊടുമ്പിരിക്കൊള്ളുമ്പോൾ തന്റെയും. അത് കൊണ്ടാണ് കഴുതപ്പുറത്ത് വന്നത്.

പിടിയിലായ മൂന്ന് രാജകുമാരന്മാർ. മഹാപദ്മന്റെ പല ഭാര്യമാരിലുള്ള മക്കൾ. മംഗളസിംഹന്റെ സഹോദരന്മാർ. അവരെ കൊലക്ക് കൊടുത്ത് രാജ്യത്തെ ജയിപ്പിക്കാൻ ചിലപ്പോൾ, അല്ല ഉറപ്പായും മംഗളസിംഹൻ പടക്കളത്തിലിറങ്ങും. അവിടെ വെച്ച് എന്ത് വില കൊടുത്തും അവനെ കൊല്ലണം. ആര് മരിച്ചാലും വേണ്ടില്ല. താനോ മകനോ തന്റെ കുടുംബം മുഴുവനുമോ... ജയിക്കാനുള്ള യുദ്ധമല്ല ഇത്. കൊല്ലാനുള്ള യുദ്ധം. അവിടെ ഒന്ന് മാത്രമേ നിങ്ങളെ ഭരിക്കാവൂ. കൊല്ലുക. പടയാളികളെ അല്ല. എങ്ങിനെ നുഴഞ്ഞു കയറിയും ആ കുടുംബത്തിലെ അവശേഷിക്കുന്ന, പടക്കളത്തിലിറങ്ങിയ ഒരുവനെയും തിരികെ അയയ്ക്കാതിരിക്കുക.

പാണ്ഡുകൻ തന്റെ കഴുതപ്പുറത്തിരുന്നു പറഞ്ഞു.

"ജയിക്കാനല്ല, കൊല്ലാൻ."

അവരിലെ യോദ്ധാക്കൾ ആ വാക്കുകൾ ഏറ്റു പറഞ്ഞു. പരസ്പരം പുണർന്ന് ജയം ആശംസിച്ച് അവർ കുടുംബങ്ങളോട് യാത്ര പറഞ്ഞു. പാണ്ഡുകൻ തന്റെ കഴുതക്ക് മുകളിൽ ഇരുന്നു നീങ്ങി.

"പിതാവിന് കുതിരയോ രഥമോ കുതിര വണ്ടിയോ തയാറാക്കട്ടെ." മദമുഖൻ ചോദിച്ചു.

"വേണ്ട. എന്റെ ഉദ്ഘോഷൻ കാലാൾ ആയിട്ടാണ് പടവെട്ടിയത്. ഈ പോരാട്ടം അവന് വേണ്ടിയാണ്."

പാണ്ഡുകൻ കഴുതയെ നീക്കി. മദമുഖൻ പിന്നെ ഒന്നും പറഞ്ഞില്ല. തീരുമാനങ്ങളിൽ നിന്ന് പിതാവ് പിന്നോട്ടില്ല. അതാണ് ഇവിടം വരെ എത്തിച്ചത്.

അയാൾ തന്റെ ഭാര്യയേയും മക്കളെയും പുണർന്നു കൊണ്ട് യാത്ര പറഞ്ഞു.

"ഇത് നമ്മൾ ജയിക്കും."

"നിങ്ങൾക്കുറപ്പാണോ? ഭാര്യ അയാളോട് ചോദിച്ചു.

"പിതാവിനുറപ്പുണ്ട്." അവളുടെ ചോദ്യത്തിൽ ഒന്ന് പതറിയെങ്കിലും അയാൾ മറുപടി പറഞ്ഞു.

"പിന്തുടരുന്നവരെയല്ല, പുതിയ വഴികൾ തേടുന്നവരെയാണ് കാലവും യുദ്ധഭൂമിയും ജയിപ്പിക്കുന്നത്." ചെറു ചിരിയോടെ അവൾ പറഞ്ഞപ്പോൾ അവളുടെ ഉള്ളിൽ തുളുമ്പുന്ന പുച്ഛരസത്തിന്റെ അനുരണനങ്ങൾ അയാൾ ശ്രദ്ധിച്ചു.

പിതാവിനെ അന്ധമായി പിന്തുടരുന്നതിന്റെ താക്കീതാണ്. പക്ഷേ പിതാവിന്റെ വാക്കുകൾ വെറും വാക്കാവില്ല.

ചിന്തിച്ചു കളയാൻ ഇനി നേരമില്ല. കാഹളം ഉയർന്നു കഴിഞ്ഞു. പുറപ്പെടുക. അവസരം നോക്കി പത്മവ്യൂഹവും ഗരുഡ വ്യൂഹവും തകർത്ത് അരിഞ്ഞിടുക.

അയാൾ തന്റെ പടച്ചട്ട ഒന്ന് കൂടി മുറുക്കി. തലയിലെ കവചം ഒന്ന് കൂടി പിടിച്ചു വെച്ച്, കുതിരയുടെ മുകളിലേക്ക് കുതിച്ചു കയറി.

പാടി കൊണ്ടാണ് അവർ നീങ്ങിയത്.

"നിങ്ങൾ പോകുന്നത് ജയിക്കാനല്ല."

പടയാളികളെ അഭിസംബോധന ചെയ്തു കൊണ്ട് രണചൂഢൻ പറഞ്ഞു. പാണ്ഡുകൻ അയാളെ നോക്കി. ആ നോട്ടം ശ്രദ്ധിച്ചു കൊണ്ട് രണചൂഢൻ തുടർന്നു.

"കൊല്ലാനുമല്ല."

പടയാളികൾ പരസ്പരം നോക്കി.

അവരുടെ ആവേശം കൂട്ടാൻ ഉയർന്ന ശബ്ദത്തിൽ അയാൾ അലറി പറഞ്ഞു.

"കൊള്ളയടിക്കാൻ. തരുണികളെ സ്വന്തമാക്കാൻ...സുഖിക്കാൻ..."

പടയാളികൾ ആവേശത്തോടെ അലറി.

"കൊള്ളയടിക്കാൻ..."

"സ്വന്തമാക്കാൻ..."

"സുഖിക്കാൻ..."

അവർക്കതു മതിയായിരുന്നു. മുതൽ കൈക്കലാക്കി സന്തോഷമായി ജീവിക്കുക...

കൊള്ളക്കാരൻ രാജാവായാൽ അണികൾ ഇങ്ങനെ ആയില്ലെങ്കിലേ അത്ഭുതമുള്ളൂ. ധൂതഗജൻ ഓർത്തു. എന്തായാലും ലക്ഷ്യം നിറവേറിയാൽ മതി.

ധൂതഗജൻ പടയാളികളുടെ മുന്നിലേക്ക് കുതിരയെ ഓടിച്ചു കയറ്റി.

അവർ ആവേശത്തോടെ, അലർച്ചയോടെ അയാളെ പിന്തുടർന്നു.

ആന വലിക്കുന്ന, തടിയുടെ ചക്രമുള്ള മൂന്ന് വണ്ടികളിലായി, മംഗള സിംഹന്റെ സഹോദരന്മാരെ യുദ്ധഭൂമിയിലേക്ക് കൊണ്ട് വന്നപ്പോൾ രണച്ചൂഢന്റെ പട ആർത്തു വിളിച്ചു.

"മഗധ തുലയട്ടെ..."

കൈ കാലുകൾ വലിച്ചു കെട്ടപ്പെട്ട്, ശരീരം വലിയ ഒരു തടിയോടു ചേർത്ത് വെക്കപ്പെട്ട്, മൃദു വർണനും അഴക് സൂര്യനും, സുന്ദര സിംഹനും ക്ഷീണിതരായി നിന്നു.

അവരെ മൂന്ന് പേരെയും ഒരു വണ്ടിയിൽ കയറ്റിയാൽ മതിയെന്ന് രണച്ചൂഢൻ പറഞ്ഞു.

"വേണ്ട. മൂവരും മൂന്ന് മുതലുകൾ. അവരിൽ ഒരാളെ രക്ഷപെടുത്തിയാലും നമുക്ക് വില പേശാൻ അവസരം വേണം. മാത്രമല്ല. മൂന്ന് പേരും യുദ്ധഭൂമിയുടെ മൂന്ന് ദിശകളിൽ ഉണ്ടാവണം. ആക്രമണം നടത്തുമ്പോൾ അവർ കൊല്ലപ്പെട്ടുമെന്ന ഭയത്തിൽ മംഗളസിംഹന്റെ പടയാളികൾ മടിച്ചും ഭയന്നും നീങ്ങുമ്പോൾ അങ്ങോട്ടാക്രമിക്കണം. അതിനിടയിൽ തിരിച്ചാക്രമണത്തിനിടെ ഓരോ ഘട്ടത്തിലും മൂന്ന് പേർക്കും മരണം ഉറപ്പ് എന്ന് വിളിച്ചു പറഞ്ഞു കൊണ്ടിരിക്കണം." പാണ്ഡുകൻ പറഞ്ഞു.

പാണ്ഡുകൻ ഒരു മുൻകാല സൈന്യാധിപനോ കൊട്ടാര ആസൂത്രകനോ ആണെന്ന് ധൃതഗജന് തോന്നി.

കൃത്യമായ കണക്കു കൂട്ടലാണ് കിഴവന്റേത്.

പാണ്ഡുകൻ പറഞ്ഞത് പോലെ യുദ്ധ ഭൂമിയുടെ മൂന്ന് ഭാഗത്തായി, ആന വലിക്കുന്ന വണ്ടിയിൽ മഗധയുടെ കുമാരന്മാർ തങ്ങളുടെ ജീവൻ നഷ്ടപ്പെടരുതേ എന്ന് പ്രാർത്ഥിച്ചു കൊണ്ട് നിന്നു. അവർക്ക് അരികിൽ ഏതു നിമിഷവും ജീവനെടുക്കാൻ പാകത്തിൽ വിഷ അമ്പുകൾ തൊടുത്ത ഒരു ഒരു പറ്റം പടയാളികളും മറുവശത്ത് ഊരി പിടിച്ച വാളുമായി മറ്റൊരു സംഘവും നില കൊണ്ടു.

മറുവശത്ത്, ആനപ്പടയും കുതിരപ്പടയും, അമ്പും വില്ലും, കുന്തവും വാളും ഏന്തിയ കാലാളും, തേരു തെളിക്കുന്ന സംഘവുമായി, മംഗളസിംഹന്റെ പടയാളികൾ തയാറായി നിരന്നു നിന്നു. കൊടിയേന്തിയവരും കാഹളമൂതുന്ന പടയാളിയും മംഗളസിംഹന്റെ സംജ്ഞക്കായി കാത്തു നിന്നു.

പാണ്ഡുകൻ തേട്ടകയായിരുന്നു. മംഗളസിംഹനെയും മറ്റു രാജകുമാരന്മാരെയും. മംഗളസിംഹന്റെ പടയാളികൾ ആവേശത്തോടെ കുന്തം നിലത്തു കുത്തി, പരിചകളിൽ വാൾ അടിച്ചു കൊണ്ടിരുന്നു... അതൊരു പ്രകമ്പനമായി യുദ്ധഭൂമിയെ വിറകൊള്ളിച്ചു.

പാണ്ഡുകനും ധൃതഗജനും കണ്ണോടിച്ചു...ആവേശകടലിന്റെ ഇടയിൽ എവിടാണ് മംഗളസിംഹൻ. തങ്ങളുടെ ഇര.

ഒടുവിൽ അവർ കണ്ടു...യുദ്ധ ഭൂമിയുടെ വിശാല പ്രദേശത്തിനപ്പുറത്തെ, ഒരു ഭാഗത്തെ ചെറുകുന്നിൽ അയാൾ കുതിരയോടൊപ്പം പ്രത്യക്ഷപ്പെടുന്നത്.

പാണ്ഡുകന്റെ കുഴിഞ്ഞ കണ്ണുകൾ വിടർന്നു തെളിഞ്ഞു. അതിലേക്ക് പ്രതികാരത്തിന്റെ വെളിച്ചം തുളച്ചു കയറി കത്തി.

"അതാ അവൻ... ഭീരു."

അയാൾ കൈ ചൂണ്ടി. ധൃതഗജൻ നോക്കി.

മംഗളസിംഹൻ തന്റെ പടയെ നോക്കി വാൾ ഉറയിൽ നിന്നൂരി ഉയർത്തിയതും പടയാളികളുടെ ആവേശം കൊട്ടുമുടി കയറി പൊട്ടിത്തെറിച്ചു.

“മംഗളസിംഹൻ നയിക്കട്ടെ...”

“മഗധ വിജയിക്കട്ടെ...”

“കപട രാജാവ് തുലയട്ടെ...”

“ചതിയന്മാർ തകരട്ടെ...”

ഒരു നാടൻ ശീല് പോലെ താളത്തിൽ ഉയർന്നു പടരുന്ന അവരുടെ ആവേശ വിളിയിൽ, യുദ്ധ വെറിയിൽ, തങ്ങളുടെ കുതിരകൾ വിരണ്ട് ഓടിപ്പോകുമോ എന്ന് മദമുഖന് തോന്നി. ഞരമ്പുകൾ വലിഞ്ഞു മുറുകിയ, രക്തം കുതിച്ചു പിടയുന്ന കൈകളോടെ അയാൾ വാളിന്റെ പിടിയിൽ മുറുക്കി പിടിച്ചു, കാഹളത്തിനായി കാത്തു നിന്നു.

മംഗളസിംഹൻ എതിരാളികളെ കാണുകയായിരുന്നു.

രണചൂഢൻ...

ചുണ്ടിൽ സദാ കൗശലത്തിന്റെയും കളവിന്റെയും കള്ളച്ചിരിയുമായി ഒരു കവർച്ചക്കാരൻ രാജാവ്. ചാര പ്രവർത്തകരുടെ വാക്കുകളിൽ പറഞ്ഞാൽ എല്ലാ അർത്ഥത്തിലും കൊള്ളയടിക്കാൻ മാത്രം ആഗ്രഹിക്കുന്നവൻ.

ധൃതഗജൻ, പിതാവിനൊപ്പം നടന്ന, പിതാവിന്റെ ശത്രുവായതിനാൽ തന്റെ ശത്രുവായി മാറിയ യോദ്ധാവ്. മികച്ച സൈന്യാധിപൻ. പക്ഷേ സ്വന്തം രാജ്യം വിട്ടു രാജ്യ ദ്രോഹികൾക്കു കൂട്ടു നിൽക്കുന്നവൻ. രാജ്യത്തേക്കാൾ കുടുംബത്തെ, അനുജനെ സ്നേഹിച്ചയാൾ. തന്റെ കുടുംബത്തിന്റെ എല്ലാ രഹസ്യങ്ങളും തങ്ങളെ തോൽപ്പിക്കാനായി ഉപയോഗിക്കുന്നവൻ. കുമാരന്മാരെ തടവിലാക്കി വിലപേശാനുള്ള ബുദ്ധി ആരുടേതാണെങ്കിലും നടത്തിപ്പിന്റെ മേൽനോട്ടം മഗധയുടെ മുക്കും മൂലയും അറിയാവുന്ന ധൃതഗജന് തന്നെയാവണം.

പിന്നെ ഒരു കുടുംബം. കാത്തു വെച്ച പ്രതികാരവുമായി യോദ്ധാക്കളുടെ ഒരു കുടുംബം. ആ ഓർമ്മകളിൽ അയാളുടെ നെഞ്ച് നീറി. ഒരു കുടുംബത്തിന് വേണ്ടി, സഹോദരന്മാർക്ക് വേണ്ടി തന്റെ യുദ്ധം. അവരെ മോചിപ്പിക്കാൻ. പക്ഷേ അതിന് ഇരയാവുന്നത് അതിനേക്കാൾ ബന്ധമുള്ള കുടുംബം. ആര് ജയിച്ചാലും തോറ്റാലും നഷ്ടം തനിക്കു മാത്രം.

* * *

“നിന്റെ കണ്ണിലെന്താണ് കൗതുകം മംഗൾ...” പ്രിയമേറിയ ആ വിളി.

... മംഗൾ...

തന്റെ മനസു മാറ്റാനുള്ള അവസാനത്തെ ആയുധം.

ഇല്ല. താൻ ഇതിന് മറുപടി നൽകും. അത് മരണമാണെങ്കിൽ പോലും. അയാൾ മനസ് കൊണ്ടുറപ്പിച്ചു.

ഒരു കാറ്റ് പോലെ ഒഴുകി പരക്കുകയാണ് തന്റെ അമ്മ. അവർ വല്ലതും

കുടിച്ചിരിക്കുന്നോ. തന്റെ വരവിന്റെ ആകസ്മികത അലിയിച്ച് കളയാൻ. പ്രതീക്ഷിച്ചത് പോലെ, സ്വയം ധൈര്യം ആർജ്ജിക്കുവാൻ.

വഴുതി പോകുന്ന അമ്മയുടെ വാക്കുകൾ.

അമ്മ എന്താണ് നിന്റെ പിതാവ് എന്ന് പറയാതെ, മഹാപദ്മൻ എന്ന് പറയുന്നത്. അതും ഉഗ്ര കോപത്തോടെ താൻ ജ്വലിച്ച് നിൽക്കുമ്പോൾ. അയാൾ ആശ്ചര്യത്തോടെ ഓർത്തു.

"നിന്നെ ഞാൻ കൊണ്ട് നടന്നത് വെറുതെയല്ല മംഗൾ. എന്റേതു മാത്രമാക്കാൻ തന്നെയാണ്."

കൂടുതൽ ഉറപ്പിച്ച് അയാളുടെ കണ്ണിൽ കുത്തിയിറങ്ങുന്ന നോട്ടത്തോടെ മധുരധാരിണി പറഞ്ഞു.

"നീ എന്റേത് മാത്രമാണ്. എന്റെ മാത്രം സ്വന്തം."

"സമ്മതിക്കുന്നു. അമ്മയ്ക്ക് മകൻ എന്നും സ്വന്തമാണ്. ആരെക്കാളും. പക്ഷേ സ്വാർത്ഥത അധികമാവണ്ട. ഞാൻ കൊട്ടാരത്തിലുള്ള എല്ലാ സഹോദരന്മാരുടെയും ജേഷ്ഠനും അനുജനുമാണ്. അമ്മമാർക്ക് സ്നേഹം പങ്കുവെക്കാൻ താൽപര്യമുള്ള മകനാണ്. ഒരു പിതാവിന്റെ ധർമം പാലിക്കുവാൻ വിധിക്കപ്പെട്ട മകനാണ്."

"അല്ല...നീ ആരുടേതുമല്ല. നീ എന്റേതാണ്. നിന്റെ എല്ലാം ഞാനാണ്. ഒരു കൊട്ടാരത്തിലുള്ളവരും സ്വന്തമാക്കാൻ, എന്റെ ഇഷ്ടമില്ലാതെ ആരും നിന്നെ സ്വന്തമാക്കാൻ ഞാൻ അനുവദിക്കില്ല. നീ എന്റേത് മാത്രമായതു കൊണ്ടാണ് നീ കൊട്ടാരത്തിൽ വളർന്നത്. നീ രാജകുമാരനായത്. നീ രാജാവായത്. നിന്റെ പിതാവ് മഹാപദ്മൻ ആയത്."

അപ്പോൾ കൊട്ടാരത്തിൽ അല്ലായിരുന്നുവെങ്കിൽ... താൻ...താൻ... ആരാണ്...

അമ്മയുടെ വാക്കുകളിൽ ഒളിഞ്ഞു മറയുന്നതെന്താണ്... തന്റെ പിതാവ്...

ഉള്ളിൽ ഉടഞ്ഞ് നടുങ്ങി നിന്നു മംഗളസിംഹൻ...

അമ്മയുടെ അധരത്തിന്റെ കോണിൽ അറിയാതെ വിരിഞ്ഞ ചിരി വിജയത്തിന്റേതാണെന്ന് അയാൾക്ക് തോന്നി. പക്ഷേ അത് തന്റെ മരണത്തിന്റേതും കൂടിയാണ്. താൻ മരിച്ചിരിക്കുന്നു. ഭൂമി അതിന്റെ യാത്ര തുടരുകയാണ്. അതിലെ ജീവജാലങ്ങളും പ്രകൃതിയും അങ്ങനെ തന്നെ കടന്നു പോകും. പക്ഷേ താൻ ജനിക്കണം. ഒരു ജന്മം കൂടി. എല്ലാം വൃഥാവിലായ ഒരു ജന്മം അവസാനിക്കുന്നു. തെറ്റിദ്ധാരണയിൽ കെട്ടിപ്പടുത്ത എല്ലാം ഇരുട്ടിൽ മായുന്നു. ഇരുട്ടായി മാറുന്നു. പ്രപഞ്ചം മുഴുവൻ നിറയുന്ന നിതാന്തമായ ഇരുട്ട്. തളർന്നു താഴേക്ക് വീണു പോകുമെന്ന് അയാൾക്കു തോന്നി. അമ്മ വിജയിച്ചിരിക്കുന്നു. അമ്മ നേടിത്തന്ന എല്ലാം താൻ ആ കാൽച്ചുവട്ടിൽ വെക്കുന്നു. ഇനി മംഗളസിംഹൻ ഇല്ല. ഊരും ഉടലും അറിയാതെ ഏതോ നാട്ടിൽ ഏകാന്തനായി ജീവിക്കണം. അല്ലെങ്കിൽ ഒരു രാജകുമാരനെ സ്വപ്നം കണ്ടവൾ, തന്നെ, തന്റെ യഥാർത്ഥ രൂപത്തിൽ സ്വീകരിച്ചാൽ അവളുടെ കൂടെ. നിറഞ്ഞു വന്ന കണ്ണുകൾ മംഗളസിംഹൻ ഇറുക്കെയടച്ചൊതുക്കി. അമ്മ തലച്ചുറ്റി വീഴുന്നു. പക്ഷേ പിടിക്കാൻ നീങ്ങാനാവുന്നില്ല. എല്ലാം മരവിച്ച് പോയിരിക്കുന്നു. തനിക്കു സ്വന്തമെന്നു കരുതിയ കുടുംബം തനിക്ക് അന്യമായിരിക്കുന്നു?

മധുരധാരിണിയുടെ കണ്ണുകൾ മേലേക്ക് മറിഞ്ഞു പോയി. അവരെ എടുക്കണമെന്ന്, എടുത്തുയർത്തി നെഞ്ചിൽ ചേർത്ത് തലോടണമെന്ന് ആഗ്രഹമുണ്ടെങ്കിലും, അവരുടെ നീതികേടിൽ മനം നൊന്തു സ്വയം നിഷേധിച്ച്, നിറകണ്ണുകളോടെ മംഗളസിംഹൻ നിന്നു. മധുരധാരിണിയുടെ മറഞ്ഞു പോകുന്ന ജീവനെ നോക്കി കണ്ണീരിനാൽ മങ്ങിയ കാഴ്ചയോടെ അയാൾ പറഞ്ഞു.

"നീതി നടപ്പാക്കുന്ന ഒരു ഭരണാധികാരിക്ക് അമ്മയും.... ആരും വ്യത്യസ്തയല്ല."

അവർ മരണത്തെ കാത്തു കിടക്കേ, കണ്ണുകൾ തുവിയിട്ടും തുടയ്ക്കാതെ, ആ കാഴ്ചയിൽ നിന്നോടി അകലാനെന്നവണ്ണം ദ്രുത ഗതിയിൽ മംഗളസിംഹൻ പുറത്തേക്ക് കുതിച്ചു.

തോൽപ്പിക്കപ്പെടുകയായിരുന്നു. ജ്യേഷ്ഠനാൽ. തോൽപ്പിക്കപ്പെട്ടിരിക്കുന്നു അമ്മയാൽ.

ഒരു രാജാവിന് പൊട്ടിക്കരയാൻ പോലും അവകാശമില്ലേ? അകത്തെ ശബ്ദം കേട്ടു വലിയ തൂണുകൾക്കു മറഞ്ഞു നിന്ന് പതിയെ പതുങ്ങി പടയാളികൾ തന്റെ കണ്ണിലേക്ക്, മുഖത്തേക്ക് നോക്കുന്നതെന്തിനാണ്? കണ്ണുകൾ ഇറുക്കിയടച്ചു തുറന്നു കണ്ണീരടക്കി, ഉള്ളിൽ അലറി കരഞ്ഞു കൊണ്ട് മംഗളസിംഹൻ തന്റെ കൊട്ടാരത്തിന്റെ ഇടനാഴിയിലൂടെ നടന്നു നീങ്ങി.

* * *

കാഹളം മുഴങ്ങി... അത് യുദ്ധ ഭൂമിയിൽ അല്ല തന്റെ മനസ്സിലാണെന്ന് മംഗള സിംഹൻ ഓർത്തു.

28

മോക്ഷ മാർഗം

ഞാൻ നിന്റെ പ്രവൃത്തിയും നിന്റെ സ്നേഹം,
വിശ്വാസം, ശുശ്രൂഷ, സഹിഷ്ണു ത എന്നിവയും
നിന്റെ ഒടുവിലത്തെ പ്രവൃത്തി ആദ്യത്തേതിലും ഏറെയെന്നും അറിയുന്നു.
മരണ സമയത്തും പ്രേമത്താൽ നിന്റെ കണ്ണുകൾ
തിരി തെളിച്ചു എന്നവൻ പറഞ്ഞു.
സർവത്രയും മഞ്ഞ് തന്നെ എന്നവൻ കണ്ടു.
ചുവന്ന പൂക്കളും പൂങ്കാവനങ്ങളുമേ ഇല്ല.
സുഗന്ധങ്ങളും, പറന്നു കളിക്കും കിളികളുമില്ല...
അവിടം എല്ലാം മഞ്ഞിൽ അവന്റെ കാല്പാദം അമർന്നു.
ഞാൻ ഉൾപ്പൂവുകളെയും ഹൃദയങ്ങളെയും ആരായുന്നവൻ
എന്നു സകലരും അറിയും;
നിങ്ങളുടെ പ്രവൃത്തിക്കു തക്കവണ്ണം ഞാൻ
നിങ്ങൾക്കു ഏവർക്കും പകരം ചെയ്യും.
നീ എന്റെ വിലാപത്തെ എനിക്കു നൃത്തമാക്കിത്തീർത്തു;
എന്റെ കെട്ടു നീ അഴിച്ചു എന്നെ സന്തോഷം ഉടുപ്പിച്ചിരിക്കുന്നു.
ഞാൻ മൌനമായിരിക്കാതെ നിനക്കു സ്തുതി പാടേണ്ടതിന്നു തന്നേ.
നാശകരമായ കുഴിയിൽനിന്നും കുഴഞ്ഞ ചേറ്റിൽനിന്നും അവൻ എന്നെ കയറ്റി;
എന്റെ കാലുകളെ മഞ്ഞിൽ നിർത്തി, എന്റെ ഗമനത്തെ സ്ഥിരമാക്കി.
അവൻ എന്റെ വായിൽ പുതിയോരു പാട്ടുതന്നു.
ഹനനയാഗവും ഭോജനയാഗവും നീ ഇച്ഛിച്ചില്ല;
നീ ചെവികളെ എനിക്കു തുളച്ചിരിക്കുന്നു.
ഹോമയാഗവും പാപയാഗവും നീ ചോദിച്ചില്ല.
ഇപ്പോഴിതാ നീ എനിക്ക് ഹംസയോഗവും കൽപയോഗവും തന്നിരിക്കുന്നു
അപ്പോൾ ഞാൻ പറഞ്ഞു; ഇതാ, ഞാൻ വരുന്നു;
പുസ്തകച്ചുരുളിൽ എന്നെക്കുറിച്ചു എഴുതിയിരിക്കുന്നു;

(കൗർവകിയുടെ ഗീതങ്ങൾ: 28:03)

കേട്ടറിവ് ശരിയാണെങ്കിൽ ഒരാൾ പ്രതികാരത്തോടെ തന്റെ തല വീണുരുളുന്നത് കാണാൻ കാത്തിരിക്കുന്നയാൾ... മുത്തശ്ശനാണ്. മടിയിൽ വെച്ച് താലോലിച്ച്, നടന്നു മടുക്കുമ്പോൾ ഒക്കത്തിരുത്താൻ വാശി പിടിച്ചു കരയാൻ തനിക്ക് അധികാരമുണ്ടായിരുന്നയാൾ. കഥകൾ പാടിത്തരുവാൻ മണൽ വീശുന്ന വഴിയിലൂടെ തോളിലേറ്റി നടന്നു പോകേണ്ടിയിരുന്നയാൾ.

പിന്നെ കൈ പിടിച്ച് അഭ്യാസങ്ങൾ പഠിപ്പിച്ച് ആയുധം കൈ മാറേണ്ടിയിരുന്ന ആൾ. പിതാവിന് പകരക്കാരനാവേണ്ടയാൾ.

ഇത് വരെ കാണാത്തതും അറിയാത്തതുമായ കുടുംബാംഗങ്ങൾ. ധനത്തിന്റെ ഇല്ലായ്മയിലും പ്രതികാരത്തിനായി ഒന്നിച്ചു ചേർന്നു പലായനം ചെയ്തവർ. ഒരു പക്ഷേ മഹാപദ്മന്റെ കുടുംബത്തേക്കാൾ സ്നേഹത്തിന് വേണ്ടി കെട്ടുറപ്പ് നിലനിർത്തുന്നവർ...

ദൈവമേ... ഗുരുവേ... ഏതേതു കർമ്മപദങ്ങളിലൂടെയാണ് നീ എന്നെ കടത്തിക്കൊണ്ടു പോകുന്നത്.

കാഴ്ച മങ്ങുന്നു... ശബ്ദഘോഷം കൊണ്ടും ആവേശം കൊണ്ടുമല്ല. കുടുംബത്തിന് വേണ്ടി കുടുംബത്തെ ഇല്ലായ്മ ചെയ്യാനുള്ള തന്റെ കർമ്മമോർത്ത് കണ്ണ് നിറഞ്ഞിട്ട്...

അവൾ അയാളെ നോക്കി. മുഖവും മനസും അസ്വസ്ഥമാണ്.

“എന്താ... എന്ത് പറ്റി...”

അവൾ ചോദിച്ചു. യുദ്ധസന്നദ്ധയായി തന്റെ കൂടെ ഇറങ്ങി തിരിച്ച അവളെ അയാൾ നോക്കി.

“കൗർവകി... ഈ യുദ്ധം അവസാനിച്ചാൽ ഞാൻ വെറും മംഗളസിംഹനാണ്. അങ്ങനെയുള്ള എന്റെ കൂടെ ജീവിക്കാൻ നീ തയാറാണോ...”

“ഇത്തരം സന്ദേഹങ്ങൾ എന്റെ മരണശേഷം മതി രാജാവേ.”

അവൾ ചിരിയോടെ പറഞ്ഞു.

ഈ ആത്മവിശ്വാസമാണ് അവളുടെ ശ്രേഷ്ഠത. അത് മതി ജീവിക്കാൻ.

അയാൾ അവൾക്കരികിലേക്ക് കുതിരയെ നീക്കി...അത് കണ്ട് ഒരു നിമിഷം കൗർവകി അമ്പരന്നു. അയാൾ അവൾക്കടുത്തേക്ക് കുതിരയെ അടുപ്പിച്ചു കൊണ്ട് അവളെ ചേർത്ത് പിടിച്ചു ചുംബിച്ചു. ചുംബനത്തിനിടയിൽ ചെറു ചിരിയോടെ അവൾ മംഗളസിംഹന്റെ കണ്ണുകളിലേക്ക് നോക്കി. അവിടെ തിരിച്ചറിയാനാവാത്ത ഒരു വ്യഥ അവൾ വ്യക്തമായിക്കണ്ടു. അത് ചോദിക്കാനാഞ്ഞതും അയാൾ അവളിൽ നിന്നടർന്നു മാറി. അവളുടെ കണ്ണുകളിലെ ചോദ്യത്തിന് ഒറ്റ വാക്കിൽ മംഗളസിംഹൻ ഉത്തരം പറഞ്ഞു...

ദൂരെ, യുദ്ധ വെറിയോടെ പാറി കളിക്കുന്ന കൊടിയുടെ താഴെ അലറുന്ന ശത്രുക്കളെ നോക്കി അയാൾ പറഞ്ഞു...

"ശത്രുക്കളിലൊരു കൂട്ടർ എന്റെ കുടുംബമാണ് കൗർവകി."

കണ്ണീർ നിറഞ്ഞ് തടഞ്ഞ ശബ്ദത്തിന്റെ ഇടർച്ച, അവൾ ആ ആരവത്തിനിടയിലും കേട്ടു.

ഈശ്വരാ...

അവൾ എന്തോ ചോദിക്കാനാഞ്ഞതും തല മൂടുന്ന കവചം അണിഞ്ഞു കഴിഞ്ഞു മംഗളസിംഹൻ.

ആയിരം ചോദ്യങ്ങൾ ഉള്ളിൽ നിറയുന്നു. അവൾ കവചം അണിഞ്ഞു കൊണ്ട് ഓർത്തു. ഇനി അതിനെല്ലാം ഉത്തരം യുദ്ധാവസാനം മാത്രം.

അയാൾ കുതിരയുടെ കടിഞ്ഞാൺ പിടിച്ചു. കൈ ഉയർത്തി. പടയാളികൾ ഇളകി.

"മംഗളസിംഹൻ ജയിക്കട്ടെ..."

"മഗധ സാമ്രാജ്യം വികസിക്കട്ടെ..."

ഒരു പാട്ടിന്റെ ഈരടി പോലെ, അലപോലെ പടയാളികൾ പറഞ്ഞതും കുതിരകൾ കുതിച്ചു പാഞ്ഞു.

ബാണാസുരനും സബോധനും അവരെ പിന്തുടർന്ന ശേഷം ഓരോ ഭാഗത്തേക്ക് നീങ്ങി. ബാണാസുരൻ കൈ കാട്ടിയതും ആകാശത്തിലൂടെ മൂളി പറക്കാൻ തയാറായി അമ്പുകൾ വില്ലുകളിൽ വരിഞ്ഞു വിറച്ചു നിന്നു.

കടൽ പിളർന്ന പോലെ നിൽക്കുന്ന പടയാളികളുടെ ഇടയിലൂടെ, മംഗളസിംഹനും കൗർവകിയും കടന്നു നീങ്ങി. പത്മവ്യൂഹത്തിന്റേയും ഗരുഡ വ്യൂഹത്തിന്റേയും വലയങ്ങൾ പിളർന്നു മാറി. മംഗളസിംഹന് വഴിയൊരുക്കി പടയാളികൾ ആവേശത്തോടെ വിളിച്ചു പറഞ്ഞു കൊണ്ടിരുന്നു.

"മംഗളസിംഹൻ വിജയിക്കട്ടെ."

"മഗധ ഉയരട്ടെ."

ആരവങ്ങൾക്കിടയിലൂടെ അവർ കടന്നു പോയി.

പാണ്ഡുകൻ ആ കാഴ്ച കണ്ടു. സഹോദര സ്നേഹമുള്ള മംഗളസിംഹന്റെ വരവ് കണ്ട് അയാൾ ചിരിച്ചു. മരണ ഭൂമികയിലേക്കാണ് വരവ്. ഒടുക്കത്തെ വരവ്. തടവിലാക്കപ്പെട്ടവരും മോചിപ്പിക്കാൻ വരുന്നവനും ഇന്ന് കൊല്ലപ്പെടും. ആ ഓർമയുടെ സഹർഷത്തിൽ അയാൾ ഊറിച്ചിരിച്ചു.

പെട്ടെന്ന് തന്റെ കണ്ണുകൾ ഇറുക്കി അയാൾ മംഗളസിംഹനെ പിന്തുടർന്നു വരുന്ന കൗർവകിയെ നോക്കി. അയാളുടെ കണ്ണുകൾ കൂടുതൽ ചുരുങ്ങി. കഴുകൻ ഇരയെ നോക്കും പോലെ സൂക്ഷ്മമായി. എന്തോ ഉറപ്പിക്കാനെന്ന വണ്ണം.

അരികിൽ നിൽക്കുന്ന, പാളയം മാറി പടയിൽ കൂടിയ പരമവീരനോട് അയാൾ ചോദിച്ചു.

"ഏതാണ് ആ പെണ്ണ്... ?"

മദമുഖനും അയാൾക്ക് ചുറ്റുമുള്ള കുടുംബാംഗങ്ങളായ യോദ്ധാക്കളും പാണ്ഡുകനെ നോക്കി. അവർക്കത് വിശ്വസിക്കാനായില്ല...

"പെണ്ണോ...?"

സംശയത്തോടെ ചോദിച്ചു കൊണ്ട് മദമുഖൻ വീണ്ടും നോക്കി. ആ കാഴ്ച ഉറപ്പിക്കാനെന്ന വണ്ണം.

കുരുട്ടു പിടിച്ച കണ്ണുകൾ കൂടുതൽ ചുരുക്കി, കാഴ്ചക്ക് മൂർച്ച വരുത്തി പാണ്ഡുകൻ പറഞ്ഞു.

"പെണ്ണ് തന്നെ. കുതിരയുടെ നീക്കത്തിൽ നിന്ന് അത് മനസിലാവുന്നില്ലേ?" അയാൾ അല്പം ദേഷ്യത്തോടെ തന്നെ ചോദിച്ചു. മടയന്മാർ. യോദ്ധാക്കളാണ് പോലും. പരമവീരനും ചതുർഭുജനും മദമുഖനും രണചൂഡനും ധൃതഗജനും സൂക്ഷിച്ചു നോക്കി. ആ കുതിരകൾ പടനിലത്തിന്റെ നടുവിലേക്ക് വന്നു കൊണ്ടിരിക്കുകയാണ്. ശിരോ കവചത്തിന് പുറത്തേക്ക് നീണ്ടു കിടക്കുന്ന ഉത്തരീയത്തിന്റെ തുമ്പ് കാറ്റിൽ പറന്നു കളിക്കുന്നു. രണചൂഡൻ നടുക്കത്തോടെ പാണ്ഡുകന്റെ കണ്ണുകളിലേക്ക് നോക്കി. എന്തൊരു കാഴ്ചയാണിത്.

പരമവീരൻ കുതിരപ്പുറത്തു വരുന്ന ആ രൂപത്തിലേയ്ക്ക് നോക്കി.

മംഗളസിംഹന്റെ കൂടെ ഒരു പെണ്ണ് വരുന്നെങ്കിൽ അത് കൗർവകി ആയിരിക്കണം.

അയാൾ അത്ഭുതത്തോടെ പറഞ്ഞു പോയി.

"അത് കൗർവകി തന്നെ."

കുടിലബുദ്ധിയോടെ, കാൽ വിരൽ തുമ്പിൽ നിന്ന് തരിച്ചു കയറുന്ന സന്തോഷത്തിന്റെ പെരുപ്പോടെ പാണ്ഡുകൻ ചോദിച്ചു.

"ആരാണവൾ പരമവീരൻ?"

അങ്ങനെയൊരു പെണ്ണിന്റെ, അതും കൗർവകി എന്ന പെണ്ണിന്റെ സാന്നിധ്യം വിശ്വസിക്കാനാവാതെ അയാൾ പുലമ്പി.

"കൗർവകി. രാജാവിന്റെ... മുന്തിരിത്തോട്ടത്തിലെ പെണ്ണ്."

പാണ്ഡുകൻ ചിരിച്ചു കൊണ്ട് പറഞ്ഞു.

"ഈ മരണം മണക്കുന്ന യുദ്ധ ഭൂമിയിൽ സഹോദരന്മാരുടെ ജീവൻ തൂക്കിലാടുമ്പോൾ മംഗളസിംഹനെ പിൻതുടരുന്ന അവൾ വെറും കൃഷിക്കാരി പെണ്ണല്ലല്ലോ പരമവീരൻ?"

"അല്ല. സംയുക്ത രാജ്ഞിയുടെ പ്രണയാഭ്യർത്ഥന പോലും തള്ളി പറയാൻ മംഗളസിംഹ രാജാവിനെ പ്രാപ്തനാക്കിയ പ്രേമഭാജനം. ദേവായുധന്റെ

കൊലക്ക് മംഗളസിംഹനോട് പക തീർക്കാൻ പൗർണമി ദേവി തിരഞ്ഞെടുത്തവൾ. പൗർണമി ദേവി പറഞ്ഞിട്ട് ഞങ്ങൾ അവളെ കടത്തി കൊണ്ട് പോകാൻ ശ്രമിച്ചതാണ്. പക്ഷേ അതിന് മുൻപേ ഞങ്ങളെയും ആക്രമിച്ച് ആരോ...

പരമവീരന്റെ വാക്കുകൾ തടഞ്ഞു കൊണ്ട് പരിചയ സമ്പന്നമായ ജീവിത ചിന്തയോടെ പാണ്ഡുകൻ പറഞ്ഞു.

“ആര് തന്നെയാവട്ടെ... ഏതായാലും അവൾ ഈ യുദ്ധ ഭൂമിയ്ക്ക് ഒരു മുതൽക്കൂട്ട് തന്നെ...”

ചിരി നിർത്തി ഗൗരവത്തോടെ, കുരുട്ടു ബുദ്ധിയും പ്രതികാര ദാഹവുമായി പാണ്ഡുകൻ തുടർന്നു.

“യുദ്ധ ഭൂമിയിൽ പ്രണയം വിരിയിക്കാനെത്തിയ കമിതാക്കളെ നമുക്ക് സ്വീകരിക്കാം. ഒരു കാമുകനും ഒരിക്കലും മറക്കാനാവാത്ത പ്രണയ സമ്മാനം നമുക്ക് മംഗളസിംഹന് നൽകാം.”

ജീവൻ പ്രതീക്ഷിച്ചു നിൽക്കുന്ന കുമാരന്മാരെ നോക്കി അയാൾ പറഞ്ഞു.

“ബലിമൃഗങ്ങൾ നാല്.”

പാണ്ഡുകൻ പൊട്ടിച്ചിരിച്ചു. മദമുഖൻ നോക്കി. വർഷങ്ങൾക്ക് ശേഷം ഉയർന്നു കേൾക്കുന്ന പിതാവിന്റെ ചിരി. അയാൾക്ക് പേടി തോന്നി.

കിളവന്റെ കണക്കു കൂട്ടലുകൾ മനസിലാവാതെ രണചൂഡനും ധൃതഗജനും മിഴിച്ചു നോക്കി.

സ്വരം താഴ്ത്തി മദമുഖനോട് പാണ്ഡുകൻ പറഞ്ഞു.

“മകനെ... ഈ യുദ്ധം നാം തോൽക്കും.”

മദമുഖൻ ഒരു നിമിഷം അമ്പരന്നു. എന്തൊക്കെയാണ് പിതാവ് ഈ പറയുന്നത്. എന്തിനാണ് പ്രതീക്ഷകളെ ഈ അവസാന നിമിഷം തകർത്തു കളയുന്നത്. എന്തായിരുന്നു പിതാവിന്റെ ഉദ്ദേശ്യം. മനസിലാവുന്നില്ല.

“ഇതിനൊടുവിൽ നാം മരണപ്പെടുകയും ചെയ്യും.”

പാണ്ഡുകൻ തുടർന്നു.

ഞെട്ടലോടെ കേട്ടു നിന്നു മദമുഖൻ.

“പക്ഷേ ഈ പടക്കളത്തിലെ ഓരോ നിമിഷത്തിന്റെയും ഓർമ്മയാൽ എല്ലാ കാലവും നീറി നീറി മംഗളസിംഹൻ ഇല്ലാതാവണം. ഉദ്ഘോഷനെ ഓർത്ത് നാം കരഞ്ഞത് പോലെ ഈ ജന്മം മുഴുവൻ കരയണം, അവൻ. അമ്മയുടെ പാപത്തിന്, മഹാപദ്മന്റെ പാതകത്തിന് അവൻ അനുഭവിക്കട്ടെ. തലമുറകളിലൂടെ കർമ്മ ഫലം കടന്നു പോവട്ടെ.”

പാണ്ഡുകൻ പറയുന്നതിന്റെ പൊരുൾ മനസിലാവാതെ മദമുഖൻ ചോദിച്ചു

“എങ്ങനെ?”

കുതിര മേൽ പാഞ്ഞ് വന്ന് പടക്കളത്തിന് നടുവിൽ നിൽക്കുന്ന കൗർവകിയെ സൂക്ഷിച്ചു നോക്കി. അവളെ അളന്നു കൊണ്ട്, ഉള്ളിൽ തിളച്ചു മറിയുന്ന അവസാന നിമിഷത്തിലെ യുദ്ധ തന്ത്രം പാണ്ഡുകൻ സ്വയം അടക്കി...

ധൃതഗജൻ മംഗളസിംഹനെ ഉറ്റു നോക്കി നിന്നു.

മംഗളസിംഹൻ തന്റെ പടയുടെ മുൻ നിരയിലേക്ക് എത്തി. ശേഷം പടയോട് പിന്നോട്ട് നീങ്ങാൻ സംജ്ഞ കൊടുത്തു. കാലാൾ പടയും കുന്ത പടയും പിന്നോട്ട് മാറി.

മംഗളസിംഹൻ ഭൂമിക ഒന്ന് പഠിച്ചു.

പടയാളികളുടെ എണ്ണവും ആയുധ ബലവും അനുകൂല ഘടകങ്ങളാണ്. പക്ഷേ കുമാരൻമാരെ മോചിപ്പിക്കണം. അതിന് താൻ കളത്തിലിറങ്ങണം. മൂന്ന് പേരും മൂന്ന് ദിശയിൽ പെട്ടിരിക്കുകയാണ്. അവരെ മോചിപ്പിക്കൽ താൽക്കാലികമായി അസാധ്യമാണ്. എങ്കിലും ഒന്ന് രണ്ട് കാര്യങ്ങൾ ബാണാസുരനോട് പറഞ്ഞേൽപ്പിച്ചിട്ടുണ്ട്.

മംഗളസിംഹൻ പടയെ പിന്നോട്ട് അയച്ചത് പാണ്ഡുകൻ കണ്ടു.

പാണ്ഡുകൻ രണചൂഡനോട് പറഞ്ഞു.

"രാജാവേ... അങ്ങയുടെ അകമഴിഞ്ഞ സഹായത്തിന് നന്ദി. ഇത് രണ്ട രാജ്യങ്ങളുടെയല്ല. രണ്ട കുടുംബങ്ങളുടെ പ്രതികാര ഭൂമിയാണ്. സൈന്യത്തെ പിന്നോട്ട നയിക്കൂ."

രണചൂഡൻ അയാളെ മനസിലാവാതെ നോക്കി. അനുസരിക്കാം. കാരണം കിഴവൻ പറയുന്നതിൽ എന്തെങ്കിലും കാരണമില്ലാതിരിക്കില്ല. രണചൂഡൻ ആലോചനയോടെ ധൂതഗജനെ നോക്കി. അയാൾ പടയോടൊപ്പം മറ്റൊരു ഭാഗത്ത് നിലയുറപ്പിച്ചിട്ടുണ്ട്.

രണചൂഡന്റെ സംശയത്തിന് മറുപടി എന്നോണം പാണ്ഡുകൻ തുടർന്നു.

"അങ്ങേക്ക് കൊള്ളയടിക്കാനുള്ള നില ഒരുങ്ങും. തയാറായിക്കൊള്ളൂ..."

രണചൂഡന് സമാധാനമായി. അയാൾ ചുണ്ടിന്റെ കോണു കൊണ്ട് പതിയെ ചിരിച്ചു. അയാൾ ധൂതഗജന് നേരെ തിരിഞ്ഞ് പടയെ പിന്നോട്ട നയിക്കാൻ അടയാളം കൊടുത്തു. ഒരു നിമിഷം ധൂതഗജൻ ശങ്കിച്ചു നിന്നപ്പോൾ, മംഗളസിംഹന്റെ ശബ്ദം ഉയർന്നു കേട്ടു. പടയുടെ ഒരു ചെറിയ വ്യൂഹത്തിനുള്ളിൽ നിന്നു കൊണ്ട് മംഗളസിംഹൻ പറഞ്ഞു.

"ധൂതഗജൻ... ആളെ കടത്തിക്കൊണ്ടു പോയി വിലപേശുന്നത് വീര യോദ്ധാക്കൾക്കും യുദ്ധ നീതിക്കും ചേർന്നതല്ല. അനുജന്മാരെ വിട്ടു തരൂ. എന്നിട്ട് നമുക്കേറ്റ മുട്ടാം. നേർക്ക് നേർ. നിങ്ങൾ പറയുന്ന ആയുധം കൊണ്ട്. മരണം വരെ."

ശേഷം പാണ്ഡുകനോടും രണചൂഡനോടുമെന്ന പോലെ അയാൾ തുടർന്നു.

"എന്നോട് യുദ്ധം ചെയ്യാൻ നിങ്ങൾക്കുമുണ്ടാവും കാരണങ്ങൾ. പക്ഷേ യുദ്ധം നീതി പൂർവമായിരിക്കണം. അറിയാവുന്ന ആയുധം കൊണ്ട്. അവസാനം വരെ."

"മംഗളസിംഹന്റെ നീതി ഇനി ഈ ഭൂമിയിൽ വേണ്ട."

വാൾ ഉയർത്തിപ്പിടിച്ച് ധൂതഗജൻ അലറി. അത് കണ്ട് ആവേശത്തോടെ പടയാളികളും.

മംഗളസിംഹൻ കോപം കൊണ്ട് വിറച്ചു. ചതിയൻ. തന്റെ പിതാവിനെ യുദ്ധമുന്നണിയിലേക്ക് വിടാൻ തയാറായതിന്റെ സൂത്രധാരൻ.

"ധൂതഗജൻ, മരണപ്പെട്ടു കഴിഞ്ഞാൽ പോലും നിന്നെ ഞാൻ

കൊലപ്പെടുത്തും. അത്രക്ക് ചതിയനാണ് നീ.”

“അങ്ങയോളം ചതിയനല്ല രാജാവേ”

കുടിലചിരിയോടെ, അടഞ്ഞ ശബ്ദത്തോടെ പാണ്ഡുകൻ വിളിച്ചു പറഞ്ഞു.

ധൃതഗജനും രണചൂഡനും പാണ്ഡുകനെ നോക്കി.

മംഗളസിംഹൻ കഴുതപ്പുറത്തിരിക്കുന്ന പാണ്ഡുകനെ കണ്ടു. അയാൾക്കരികിൽ ആജാനുബാഹുവായ മദമുഖനെയും.

മദമുഖൻ കൗർവകിയെ നോക്കി. അവളും അയാളെ കണ്ടു. മംഗളസിംഹൻ സൂചിപ്പിച്ച ബന്ധുക്കൾ ഇവരാണോ? ദൈവമേ...ഇനി ആരൊക്കെ അവശേഷിക്കും...

പിന്തിരിപ്പിക്കാനാവില്ല. എന്തെങ്കിലും തെറ്റിദ്ധാരണകൾ ആവേശമായി കൊണ്ട് നടക്കുകയാവാം. പിന്തിരിപ്പിക്കാനാവില്ല.

മംഗളസിംഹൻ തടവിലാക്കപ്പെട്ട അനുജന്മാരെ നോക്കി.

മൂന്ന് പേരെ വിട്ടു കൊടുത്ത് രാജ്യം സുരക്ഷിതമാക്കാൻ ശ്രമിക്കുമ്പോൾ രണ്ടു പേരെ രക്ഷപ്പെടുത്താം.

അമ്പുകൾ കൃത്യമായി പതിക്കത്തക്ക വിധം തയാറെടുത്തു കഴിഞ്ഞു. ഒരു ഭാഗത്ത് തന്റെ ആജ്ഞക്കായി ബാണാസുരൻ കാത്തു നിൽക്കുന്നു. മറ്റൊരിടത്ത് സബോധൻ. സേനക്കിടയിൽ വേഷപ്പകർച്ചയോടെ യോദ്ധാക്കളായ തന്റെ മറ്റു അനുജന്മാർ.

പക്ഷേ പാളിപ്പോയാൽ ഒരാൾ നിശ്ചയമായും കൊല്ലപ്പെടും. അതിനുള്ളിൽ ഒരാളെ വിട്ടു കൊടുക്കേണ്ടി വരും.

പക്ഷേ വിട്ടു കൊടുക്കേണ്ടത് ആരെ. മൃദുവർണ്ണനെയോ, അഴക് സൂര്യനെയോ, സുന്ദരസിംഹനെയോ. സുന്ദരസിംഹനെയോ അഴക് സൂര്യനെയോ ആവട്ടെ. മൃദുവർണ്ണൻ പിതാവിന് അമ്മ പൗർണമി ദേവിയിൽ ജനിച്ചവനാണ്. സ്വാർത്ഥനാവാൻ തനിക്ക് ഒരിക്കലും സാധിക്കില്ല. തന്റെ അനുജന്മാരുടെ മരണം പങ്കിടുമ്പോഴും.

അയാൾ ആലോചനയോടെ നിൽക്കുന്നത് പാണ്ഡുകൻ കണ്ടു.

“അങ്ങേക്ക് ഒരവസരം തരാം.” പാണ്ഡുകൻ വിളിച്ചു പറഞ്ഞു.

മംഗളസിംഹൻ നോക്കി.

കുടിലതയുടെ ചിരിയോടെ പാണ്ഡുകൻ പറഞ്ഞു.

“ഏറ്റവും പ്രിയപ്പെട്ട കാമുകിയെ അങ്ങ് യുദ്ധ ഭൂമിയിൽ ഉപേക്ഷിച്ചു കൊള്ളൂ. അങ്ങയുടെ അനുജന്മാർ സ്വതന്ത്രരാണ്...”

മംഗളസിംഹൻ നടുങ്ങി. തന്റെ രാജ്യത്തെ പ്രജകൾക്കോ കൊട്ടാരവാസികൾക്കോ പോലും തിരിച്ചറിയാത്ത ഇവൾ, തന്റെ കാമുകിയാണെന്നു തിരിച്ചറിഞ്ഞ കുടിലബുദ്ധിയെ അയാൾ ഭയത്തോടെയും അത്ഭുതത്തോടെയും നോക്കി... കൂട്ടത്തിൽ ഈ രഹസ്യം ചോർത്തിക്കൊടുത്തവൻ ആരാണ്.

അയാൾ ശത്രു പാളയത്തിൽ ധൃതിയിൽ കണ്ണോടിച്ചു. അതാ ജേഷ്ഠന്റെ സുഹൃത്തുക്കൾ. ഇന്നും തന്നെ തെറ്റിദ്ധരിക്കുന്ന പൗർണമി ദേവിയെപ്പോലെ മറ്റൊരാൾ. പരമവീരൻ. അരികിൽ ജേഷ്ഠന്റെ ചാരൻ... ചതുർമുഖൻ.

കൗർവകി മംഗളസിംഹനെ നോക്കി. അയാൾ അവളെയും. താൻ അവളെ കൊണ്ട് വന്നത്, ശത്രുക്കൾക്കു മുന്നിലേക്ക് എത്തിച്ചത് മഹാപരാധമായിരുന്നു എന്ന് അയാൾക്കു തോന്നി. അവൾ നിർബന്ധിച്ചപ്പോൾ താൻ എതിർക്കണമായിരുന്നു.

മദമുഖൻ ആനന്ദത്താൽ തരിച്ചു നിന്നു. അയാൾക്ക് പിതാവിനെ കുതിരപ്പുറത്തു നിന്നിറങ്ങി നമസ്കരിക്കാൻ തോന്നി. ഈ യുദ്ധം തങ്ങൾ ജയിക്കും.

രണചൂഢനും ധൃതഗജനും അമ്പരപ്പ് കലർന്ന അത്ഭുതത്തോടെ ആദരവോടെ പാണ്ഡുകനെ നോക്കി... കളമറിഞ്ഞു കരുവെറിയുന്ന ഇയാൾ ഏത് പുനർജന്മമാണ്...

മദമുഖൻ ആവേശത്തോടെ വാളുയർത്തി അലറി.

"രണചൂഢ രാജാവ്... നീണാൾ വാഴട്ടെ..."

പടയാളികൾ ഏറ്റു ചൊല്ലി. അത് കണ്ട് രണചൂഢൻ അമർത്തി ചിരിച്ചു.

"പ്രിയപ്പെട്ടവളെ കൺകുളിർക്കെ കണ്ടു കൊള്ളൂ..."

പാണ്ഡുകന്റെ സ്വരമുയർന്നപ്പോൾ മംഗളസിംഹൻ പല്ലു ഞെരിച്ചു.

പറയുമ്പോൾ ബന്ധുവാണ്. മുത്തശ്ശനാണ്. പക്ഷേ തല കൊയ്തെറിയാവുന്ന വാക്കുകളാണ് പറയുന്നത്.

പാണ്ഡുകൻ ലാഘവത്തോടെ, ബന്ധനത്തിൽ നിൽക്കുന്ന കുമാരന്മാരെ നോക്കി തുടർന്നു.

"യുദ്ധം അങ്ങ് ജയിച്ചു കൊള്ളൂ...പക്ഷേ പ്രിയപ്പെട്ട അനുജന്മാർക്കു വേണ്ടി അവളെ, അങ്ങയുടെ പ്രിയപ്പെട്ടവളെ അങ്ങ് തന്നെ കഴുത്തറത്ത് കൊന്നേക്കൂ..."

ഒരു നടുക്കത്തിൽ ഉലഞ്ഞ്, മംഗളസിംഹൻ അലറി.

"ബാണാസുരൻ..."

ആ വിളിയിൽ പടയിളകി. വാളുകളിൽ...കുന്തത്തിൽ... വില്ലിൽ... പിടിമുറുക്കി അവരും അലറി.

"മഗധ വിജയിക്കട്ടെ..."

ധൃതഗജന് പാണ്ഡുകന്റെ നീക്കം ഇഷ്ടമായി. രണചൂഢനും. ഇത് പ്രതീക്ഷിച്ചതല്ല. ഇങ്ങനെ പോയാൽ യുദ്ധം ചെയ്യാതെ തങ്ങൾ ജയിക്കും.

പുതിയ യുദ്ധ തന്ത്രം എതിരാളിയെ തകർക്കുമെന്ന് തിരിച്ചറിഞ്ഞ് ആവേശത്തിൽ രണചൂഢനും വാളുയർത്തി അലറി. അയാൾക്ക് പിന്നിൽ പടയാളികൾ അലറി.

"മഗധ തുലയട്ടെ..."

അമ്പുകളൊന്നല്ല, മൃദു വർണനെ കാക്കുന്ന പടയാളികളെ ഉന്നം വെച്ച് കാത്തു വെച്ച അനേകം അമ്പുകൾ ചീറിപ്പാഞ്ഞു.

പാണ്ഡുകൻ അലറി. ധൃതഗജനും രണചൂഢനും മീതെ.

"കവചം."

രഥത്തിന്റെ മുകളിലേക്ക് പരിചയുമായി കയറി പടയാളികൾ കാഴ്ച

മൂടിക്കളഞ്ഞു. ഒരാളുടേതല്ല. മൂന്നുപേരുടെയും കാഴ്ച മറഞ്ഞു. പരിചകളിൽ തട്ടി, ചില പടയാളികളുടെ നെഞ്ചിൽ തറച്ചു കൊണ്ട് അമ്പുകൾ കുത്തിവീണു.

അലർച്ച കേട്ടു. മൃദുവർണനന്റെയും, സുന്ദരസിംഹന്റെയും, അഴക് സൂര്യന്റെയും.

“മടങ്ങി പോകൂ കൗർവകി... തമ്പിൽ എന്നെ കാത്തിരിക്കൂ.”

വരാൻ പോകുന്ന ഏതോ ദുരന്തമോർത്ത്, ഭയം നിറഞ്ഞ ശബ്ദത്തോടെ ഉയരുന്ന പോർ വിളകൾക്ക് മേലെ മംഗളസിംഹൻ പറഞ്ഞു.

“ഇല്ല... ഇനി ഈ യുദ്ധഭൂമിയിൽ നിന്നു ഞാൻ അങ്ങയോടൊപ്പമേ മടങ്ങൂ.”

കൗർവകി ഉറപ്പോടെ പറഞ്ഞു.

“കൗർവകി, സൈന്യത്തിന് പിന്നിലേക്ക് നീങ്ങൂ...”

മംഗളസിംഹൻ വിളിച്ചു പറഞ്ഞു.

അവൾ അതിന്, മറുപടി പറയുന്നതിന് മുൻപ് പാണ്ഡുകൻ മദമുഖനെ നോക്കി അലറി.

“കാഴ്ച...”

പരിചകൾ മാറി.

കാഴ്ച വ്യക്തമായി.

കുന്ത മുനകളുടെ കുത്തേറ്റു ചോര വാർന്നു നിൽക്കുന്ന തന്റെ അനുജന്മാരെ മംഗളസിംഹൻ കണ്ടു.

ബാണാസുരൻ അയാൾക്കരികിലേയ്ക്ക് പാഞ്ഞു വന്നു.

“മഹാരാജൻ... അങ്ങ് അവരെ കൂടുതൽ അപകടത്തിലാക്കുകയാണ്.” ബാണാസുരൻ കൗർവകിയെ ഒന്ന് പാളി നോക്കിയിട്ടു തുടർന്നു.

“കുമാരന്മാരെ രക്ഷപ്പെടുത്താമെന്നുള്ള ചിന്ത അവസാനിപ്പിക്കൂ. നമുക്ക് മുന്നേറാം.”

രക്തം വാർന്നു നിൽക്കുന്ന കുമാരന്മാർക്കു ചുറ്റും നിന്ന് ആർത്തട്ടഹസിക്കുന്ന പടയാളികളെ മംഗളസിംഹൻ കണ്ടു.

അയാൾ കൗർവകിയെ നോക്കി.

“മഗധാധിപൻ...” പരിഹാസത്തോടെ പാണ്ഡുകൻ വിളിച്ചു.

“അങ്ങേക്ക് അനുജന്മാരെ ജീവനോടെ വേണമെങ്കിൽ പറഞ്ഞത് ചെയ്യുക...”. അവളുടെ കഴുത്തറുത്ത് കൊന്ന് അനുജന്മാരെ അങ്ങേക്ക് കൊണ്ടുപോകാം.”

“മദമുഖൻ...” പാണ്ഡുകൻ അലറി വിളിച്ചു.

അയാളുടെ പെട്ടെന്നുള്ള ഭാവമാറ്റവും ഇടർച്ചയുള്ള അലർച്ചയും രണചൂഢൻ അമ്പരപ്പോടെ നോക്കി. നിമിഷാർദ്ധങ്ങൾ കൊണ്ട് താൻ അപ്രസക്തനാവുമെന്നും പാണ്ഡുകൻ രാജാവാകുമെന്നും അയാൾക്ക് തോന്നി. പിതാവിന്റെ ആജ്ഞയിൽ വിറച്ച് മദമുഖൻ കൈ കാട്ടി. പടയാളികളിൽ ഒരുവന്റെ അമ്പ് മൃദുവർണ്ണന്റെ ഇടത്തെ തോളെല്ലിൽ കുത്തി കയറി. അവന്റെ അലർച്ച യുദ്ധഭൂമിയിൽ മുഴങ്ങി. അനങ്ങാനാവാതെ മൃദുവർണ്ണൻ കയറിൽ നിന്നു പിടഞ്ഞു.

അത് കണ്ട് ചുറ്റും സുരക്ഷ നിൽക്കുന്ന കാവൽ പടയാളികളെ തട്ടി അകറ്റി മംഗളസിംഹൻ കുതിച്ചു.

"മംഗൾ..."

ആ വിളി കേട്ടു പിടിച്ചു നിർത്തിയത് പോലെ മംഗളസിംഹൻ നിന്നു.

അമ്മയുടെ വിളി. വാത്സല്യത്തിന്റെ ശബ്ദം.

പോവരുത് എന്ന അർത്ഥത്തിൽ അവൾ തലയാട്ടി. ശേഷം കുതിരയെ മുന്നോട്ടു നയിച്ച് കൗർവകി അയാൾക്കടുത്തെത്തി.

മംഗളസിംഹന്റെ എല്ലാ നീക്കങ്ങളും പാണ്ഡുകൻ സസൂക്ഷ്മം ശ്രദ്ധിച്ചു.

അയാൾക്കരികിൽ എത്തി കണ്ണീരിലൂടെ പുഞ്ചിരിച്ചു കൊണ്ട് കൗർവകി പറഞ്ഞു.

"മംഗൾ..."

ആ വിളിയിലെ സ്നേഹം ഒരു ഞെട്ടലോടെ അയാൾ കേട്ടു.

"അവർ പറയുന്നത് പോലെ ചെയ്യൂ." അവൾ തുടർന്നു പറഞ്ഞു.

ഞെട്ടലോടെ അയാൾ വിളിച്ചു.

"കൗർവകി..."

ആ നീക്കങ്ങൾ സൂക്ഷ്മമായി ശ്രദ്ധിച്ചു കൊണ്ട് പാണ്ഡുകൻ മദമുഖനെ കൈ കാട്ടി.

അമ്പുകളിലൊന്ന് മൂളിപറന്നു.

അഴക് സൂര്യന്റെ തുടയിൽ അത് കുത്തികയറി. അലർച്ച കേട്ട മംഗള സിംഹൻ അങ്ങോട്ട് നോക്കിയില്ല. കണ്ണ് നിറഞ്ഞ് കാഴ്ച മങ്ങി തുടങ്ങിയിരുന്നു.

"അങ്ങത് ചെയ്യണം. അങ്ങയുടെ, മഗധയുടെ ചരിത്രമെഴുതുമ്പോൾ ഞാനൊരു കഥാപാത്രം പോലുമാവില്ല. പക്ഷേ അനുജന്മാരെ ബലി കൊടുത്ത് എന്നെ രക്ഷപ്പെടുത്തിയാൽ കുടുംബ സ്നേഹമില്ലാത്ത വഞ്ചകനായി അധി കാരത്തിനും സ്വാർത്ഥതക്കും വേണ്ടി കുടുംബത്തെ വിട്ടു കൊടുത്തവനായി അങ്ങ് അറിയപ്പെടും. ചരിത്രത്തിലവശേഷിക്കും. പാടില്ല...എന്നെ ഇല്ലാതാക്കി രാജ്യത്തിന്റെ യശസ്സുയർത്തൂ..." കൗർവകി പറഞ്ഞു.

"ഇല്ല എനിക്കാവില്ല...എനിക്ക് ചരിത്രത്തിൽ ജീവിക്കേണ്ട."

"മംഗൾ... ശത്രുക്കൾ എന്നെ കൊല്ലുന്നതിലും ഭേദമാണ്, അങ്ങയുടെ കൈ കൊണ്ട് മരിക്കുന്നത്."

അവൾ പാണ്ഡുകനെ നോക്കി. ശേഷം മദമുഖനെയും ധൂതഗജനെയും.

"അവർ എന്നെ കൊന്നു കളയും. അത് വേണ്ട..."

നിറകണ്ണുകളോടെ അവൾ പറഞ്ഞു.

"മംഗളസിംഹൻ... അനുജന്മാരെ മറന്നേക്കൂ. അങ്ങ് കാമുകിയോടൊത്ത് പ്രജകളിലേക്ക് തിരിച്ചു പോകൂ..."

അലറി കൊണ്ട് പാണ്ഡുകൻ കൈ കാട്ടിയതും കുന്ത പടയാളി സുന്ദര സിംഹന്റെ തോളിൽ ആഞ്ഞു കുത്തി.

അവൻ അലറിക്കരയുന്നത് കണ്ട് പടയാളികൾ ആർത്തു ചിരിച്ചു.

സബോധൻ പടയാളികളെ കടന്നു മംഗളസിംഹനരികിലേക്ക് കുതിച്ചു വന്നു പറഞ്ഞു.

"മംഗൾ എന്താണ് താമസം. അങ്ങെന്താണ് കാക്കുന്നത്. ഉത്തരവ് തരൂ..."

സബോധന്റെ വാക്കുകളിൽ പോലും ഒരു അസ്വസ്ഥത ഒളിഞ്ഞു കിടക്കുന്നത് മംഗളസിംഹൻ തിരിച്ചറിഞ്ഞു. കൗർവകിയും.

രണചൂഢന്റെ പടയാളികൾ അലറി...

"രണചൂഢ രാജാവ്... വിജയിക്കട്ടെ..."

അല കടലായി ശബ്ദം ഉയർന്നപ്പോൾ നിസ്സഹായനായി മംഗളസിംഹൻ കൗർവകിയെ നോക്കി. കൗർവകി അയാളെ നോക്കി ചിരിച്ചു. എല്ലാം സമ്മതിച്ച കീഴടങ്ങിയ ചിരി.

മംഗളസിംഹൻ മടിച്ചു നിൽക്കെ മദമുഖൻ വാളുമായി കുതിച്ചു.

പാണ്ഡുകൻ അലറി.

"കൊന്നു കളയൂ അവനെ..."

മദമുഖൻ കുതിരപ്പുറത്തു നിന്നിറങ്ങി രഥത്തിലേക്ക് കുതിച്ചു കയറി. വെയിലിന്റെ വെള്ളി വെളിച്ചത്തിൽ വാൾ തിളങ്ങി പുളഞ്ഞു.

ബാണാസുരൻ ആജ്ഞക്കായി, മംഗളസിംഹന്റെ ഒരു അടയാളത്തിനായി കാത്തു. അവസരമാണ്. ആവേശം കൊണ്ട് ശത്രു സൈന്യത്തിലെ മുഖ്യമായൊരുവൻ രഥത്തിലാണ്. അമ്പുകൾ തൊടുക്കാൻ പറ്റിയ അവസരം. മദമുഖന്റെ വാൾ മൃദുവർണ്ണന്റെ നേർക്കുയർന്നതും മംഗളസിംഹൻ തന്റെ വാൾ വലിച്ചെടുത്തു.

ദൈവമേ... താൻ എന്താണ് ചെയ്യേണ്ടത്... പല ഗർഭ പാത്രങ്ങളിൽ ഒരു ബീജത്തിൽ നിന്ന് ജനിച്ചവരെ, രക്ത ബന്ധത്താൽ ബന്ധനസ്ഥനാക്കപ്പെട്ടവരെ, അനുജന്മാരെ വിട്ടു കൊടുക്കണോ... അതോ തന്നെ മാത്രം പ്രണയിച്ചു എന്ന ഒറ്റ കാരണത്താൽ ബന്ധമോ കുടുംബ ബന്ധമോ ഇല്ലാത്ത ഒരു സ്ത്രീയുടെ ഭൗതികമായ ആഗ്രഹ പൂർത്തീകരണത്തിന്, വശംവദനാകണമോ... അവളുടെ പ്രണയ സമ്മാനങ്ങളുടെ അർത്ഥമെന്താണ്... രാജകുമാരനെ സ്വന്തമാക്കാനുള്ള സ്വാർത്ഥതയോ... തന്നെക്കാൾ മികച്ചൊരുവനെ കണ്ടിരുന്നെങ്കിൽ അവൾ തന്നെ മോഹിക്കുമായിരുന്നോ. മറ്റൊരു സ്ഥലത്തു ജനിച്ചിരുന്നെങ്കിൽ അവൾ തന്നരികിലേക്ക് വന്നെത്തുമായിരുന്നോ... പ്രണയം എന്താണ്..., അകലെ നിന്ന് കാണുമ്പോൾ സ്വന്തമാക്കാനുള്ള സ്വാർത്ഥ മോഹമോ... അതോ കൂടുതൽ പരിചയിക്കുമ്പോൾ കീഴടക്കാനുള്ള ആത്മാവിന്റെ ആഗ്രഹമോ... മനസിലാവുന്നില്ല. പ്രണയം എന്താണ്...

പക്ഷേ ബന്ധം... ഒരു ചരടിൽ കോർത്ത മുത്ത് പോലെ പല സമയത്തായി ജനിച്ചു ജീവിച്ചു കൊണ്ടിരിക്കുന്ന തനിക്ക് അനുജന്മാർ തന്നെയല്ലേ പ്രധാനം... അതോ തന്നെ ഏറ്റവും കൂടുതൽ, ഒരു ബന്ധത്തിന്റെ പേരിലുമല്ലാതെ ,ഒന്നും മോഹിക്കാതെ, തന്നെ സ്നേഹിച്ച ഈ ഗ്രാമീണ പെൺകിടാവോ... അതെ അവൾ തന്നെ പ്രിയപ്പെട്ടവൾ...കണക്കുകളും കാരണങ്ങളുമില്ലാതെ സ്നേഹിക്കുന്നവൾ തന്നെ ബന്ധു... ആത്മ ബന്ധു..... എല്ലാറ്റിലും മികച്ചത് അവളുടെ സ്നേഹം തന്നെ... അവൾ ഒന്നും മോഹിക്കുന്നില്ല...ഒന്നും ആവശ്യപ്പെട്ടിട്ടില്ല... ഒരു പദവിയും, അലങ്കാരങ്ങളും, ആർഭാടങ്ങളും...ഒരു തേൻ തുള്ളിയോ, പഴച്ചാറോ

പോലും ആവശ്യപ്പെട്ടിട്ടില്ല... പകരം എല്ലാം ഒരുക്കി കാത്തിരിക്കുന്നു... ഒന്നും കിട്ടിയില്ലെങ്കിലും കാത്തിരിക്കും... അവളാണ് സത്യം. അവളുടേതാണ് സ്നേഹം. നിസ്വാർത്ഥമായത്... പക്ഷേ... ഗുരു പറഞ്ഞതെന്താണ്... രാജകുമാരനായി രാജാവായി കർത്തവ്യങ്ങൾ ചെയ്യുക... അവിടെ കൗർവകിയുടെ നാമം, അവളുടെ നിസ്വാർത്ഥ പ്രണയം അദ്ദേഹം സൂചിപ്പിക്കാത്തതെന്തായിരുന്നു. അദ്ദേഹത്തിന്റെ മനസ്സിന്റെ ചിത്രത്തിൽ അവൾ ഇല്ലേ... അവളുടെ പ്രണയമില്ലേ... ദൈവമേ... ദൈവമേ... ഗുരുവേ... താൻ എന്താണ് ചെയ്യേണ്ടത്...

അയാളുടെ ഓർമയിൽ ചിത്രശലഭങ്ങളും പൂക്കളും നിറഞ്ഞു... കിളികളുടെ മൊഴിയും, വർണ്ണ വൈവിധ്യങ്ങൾ നിറഞ്ഞ മധുരമൂറുന്ന മഴവിൽ പഴങ്ങളുടെയും, അകത്ത് ചെറു വിത്തുകൾ നിറഞ്ഞ ദൂയ പഴങ്ങളുടെയും സുഗന്ധവും നിറഞ്ഞു...

മംഗളസിംഹന്റെ വാൾ വായുവിലൂടെ ഉയർന്നു.

മദമുഖൻ വാളുയർത്തികൊണ്ടു തിരിഞ്ഞു നോക്കി.

മംഗളസിംഹന്റെ അലർച്ച അയാൾ കേട്ടു.

അലറികരഞ്ഞു കൊണ്ട് മംഗളസിംഹൻ കൗർവകിയുടെ കഴുത്തിനെ ലക്ഷ്യമാക്കി വാൾ വീശി. അവളുടെ കണ്ണുകളിൽ കണ്ണുനീരിന്റെ നിറവും നിശ്ചയദാർഢ്യവും അയാൾ കണ്ടു... അവളുടെ പ്രണയം മുഴുവൻ ആ കണ്ണുകളിൽ ആവാഹിക്കപ്പെട്ടിരിക്കുന്നതും അത് മുഴുവനായി അവൾ തനിക്കു സമ്മാനിക്കുന്നതും അയാൾ കണ്ടു...

അയാൾക്കു മുകളിലേക്ക് ചുവന്ന പൂക്കൾ തെറിച്ചു.

മദമുഖൻ വാൾ താഴ്ത്തി. അത് കണ്ട് പാണ്ഡുകൻ അലറി.

"ബലിമൃഗങ്ങൾ ചാവട്ടെ... ചത്തൊടുങ്ങട്ടെ."

മദമുഖൻ ഒരു നിമിഷം ആലോചിച്ചു. യുദ്ധ നീതിയല്ല. പ്രതികാരം അതിന്റെ അർത്ഥത്തിൽ കഴിഞ്ഞിരിക്കുന്നു. പക്ഷേ...

"കൊന്നു കളയെടാ ഉശിരില്ലാത്തവനേ..." പാണ്ഡുകൻ അലറി.

അലർച്ച കേട്ട് മദമുഖൻ വാൾ വീശി. മൃദുവർണ്ണന്റെ തല അറ്റ് വീണു.

ആ നിമിഷം അമ്പുകൾ മദമുഖനെ പൊതിഞ്ഞു. മദയാനയെപോലെ അയാൾ അമ്പുകൾ പടച്ചട്ടയിൽ നിന്നൂരിയെറിഞ്ഞു. വെറി പിടിച്ചവനെ പോലെ രഥത്തിൽ നിന്ന് ചാടിയിറങ്ങി അയാൾ സുന്ദരസിംഹനരികിലേക്ക് കുതിരയെ പായിച്ചു...

മംഗളസിംഹൻ കൗർവകിയുടെ ചേതനയറ്റ ശിരസ്സ് കൈയിൽ വെച്ച് നിറകണ്ണുമായി ഇരുന്നു.

യുദ്ധം ഇരച്ചെത്തുന്നത് അയാൾ അറിഞ്ഞു.

സുന്ദരസിംഹനരികിലേക്ക് മദമുഖൻ കുതിച്ചു വരുന്നത് ധൃതഗജൻ കണ്ടു.

ധൃതഗജൻ പാഞ്ഞു... കുതിരയിൽ നിന്നുയർന്നു ചാടി രഥത്തിന്റെ തട്ടിലേക്ക് കയറി സുന്ദരസിംഹനെ തലങ്ങും വിലങ്ങും വെട്ടി. ധീരഗജന്റെ തുണ്ടു തുണ്ടായിപ്പോയ ശരീരം അയാൾക്കോർമ്മ വന്നു. ആ ഓർമ്മ നശിക്കുവാനെന്ന വണ്ണം അയാൾ ആ ശരീരത്തെ വെട്ടി കൊണ്ടിരുന്നു. മദമുഖൻ ആ കാഴ്ച കണ്ട് കുതിരയെ പടക്കളത്തിലേക്ക് പായിച്ചു.

“അവനെ കൊല്ലണം.”

സുരക്ഷാ വ്യൂഹത്തിനുള്ളിൽ കൗർവകിയുടെ ശിരസ്സുമായി ചലനമറ്റിരിക്കുന്ന മംഗളസിംഹനെ ചൂണ്ടി പാണ്ഡുകൻ അലറി.

“മൃദുവർണനെയും സുന്ദരസിംഹനെയും അവർ കൊന്നു മംഗൾ...” പാഞ്ഞു കുതിരപ്പുറത്തു വന്നു കൊണ്ട് സുബോധൻ വിളിച്ചു പറഞ്ഞു.

അത് കേട്ടിട്ടും ചലനമറ്റ മംഗളസിംഹൻ ഇരുന്നു. അയാൾക്ക് മുന്നിൽ യുദ്ധഭൂമിക മാഞ്ഞു കഴിഞ്ഞിരുന്നു.

ബാണാസുരൻ പടയുമായി കുതിച്ചു.

മദമുഖനും ധൃതഗജനും രണചൂഡനും പടയുമായി മംഗള സിംഹനരികിലേക്ക് പാഞ്ഞടുത്തു കൊണ്ടിരുന്നു.

മംഗളസിംഹൻ കണ്ണടച്ചു. എല്ലാം അവസാനിച്ചിരിക്കുന്നു. ഇനി ഒന്നും അവശേഷിക്കുന്നില്ല. സഹോദരന്മാർ വീണു കഴിഞ്ഞു. ചതി ആവർത്തിക്കപ്പെട്ടിരിക്കുന്നു. അവരെ നഷ്ടപ്പെടുത്തി പ്രജകളെ നിലനിർത്താൻ, നേടാൻ ശ്രമിച്ചപ്പോൾ തന്റെ ജീവിതം തനിക്കു നഷ്ടപ്പെട്ടിരിക്കുന്നു. ഒരു സിംഹാസനവും അതിന് പകരമാവില്ല. ഒരു പ്രായശ്ചിത്തവും പകരമാവില്ല. പക്ഷേ ഈ യുദ്ധഭൂമി വിട്ട് ഒരുവനും മടങ്ങില്ല. ഇവിടെ ഒടുങ്ങും. ചതിയും, പ്രതികാരവും ഭീക്ഷണികളും. അയാൾ കണ്ണ് തുറന്നു.

താൻ സുരക്ഷാ കവചത്തിനുള്ളിലാണ്. എങ്കിലും മദമുഖനും ധൃതഗജനും പാഞ്ഞു വരുന്നത് കാണാം.

മംഗളസിംഹൻ ഗുരുവിനെ സ്മരിച്ചു. ശേഷം കാറ്റു പിടിച്ചത് പോലെ എണീറ്റു. സുരക്ഷാ കവചമൊരുക്കിയ പടയാളികൾ തെന്നി മാറി.

കുതിരപ്പുറത്തേക്ക് കയറാൻ അവർ സ്ഥലം ഒരുക്കി നിൽക്കെ ഒരു നിമിഷം കൊണ്ട് വാൾ വലിച്ചെടുത്തു കൊണ്ട് മംഗളസിംഹൻ വായുവിൽ ഉയർന്നു പൊങ്ങി. ഒരു മുള ഇലയുടെ ലാഘവത്തോടെ ശരീരമുയർത്തി, തന്റെ അരികിലേക്ക് പടയാളികളുടെ തലയറുത്തു വരുന്ന മദമുഖന് നേർക്ക് മംഗളസിംഹൻ പറന്നിറങ്ങി.

മദമുഖൻ കേട്ട് കേൾവി മാത്രമുണ്ടായിരുന്ന ആ കാഴ്ച കണ്ടു. ഇരു ഭാഗത്തെ പടയാളികളുമൊരു നിമിഷം തങ്ങളെ തന്നെ മറന്ന് ഹംസ യോഗത്തിന്റെ അപാര പ്രഭാവം കണ്ട് നടുങ്ങി നിൽക്കേ, ഒരു ഹംസത്തെ പോലെ മദമുഖനരികിലേക്ക് പറന്നിറങ്ങി വായുവിൽ നിന്ന് വാൾ വീശിക്കൊണ്ട് കൊണ്ട് അയാൾ ഉറക്കെ പറഞ്ഞു.

“...ക്ഷമിക്കു പിതാവേ...”

വാൾ പറന്നു കഴുത്തിന് നേരെ വന്ന നിമിഷത്തിനിടയിൽ മംഗളസിംഹനെ മദമുഖൻ അടുത്തു കണ്ടു. ആ കണ്ണുകൾ അയാൾക്ക് പരിചിതമാണ്. ജേഷ്ടൻ. ഉദ്ഘോഷൻ. നടുക്കം വേദനയായി ഹൃദയത്തെ പിടി മുറുക്കുന്ന നിമിഷത്തിനിടയിൽ മദമുഖന്റെ തലയറ്റു.

മംഗളസിംഹൻ പരാജയപ്പെട്ടെന്നാണ് ധൃതഗജൻ കരുതിയത്. അതാണ് ബാണാസുരനെയും സംഘത്തെയും നോട്ടമിട്ടു കൊണ്ട് അയാൾ വെട്ടി കയറിയത്.

പഴയ സൈന്യാധിപന്റെ പരിചയസമ്പത്തിന് മുന്നിൽ, അടവ് നയങ്ങൾക്ക് മുന്നിൽ അടി പതറി വീണു കൊണ്ടിരുന്നു മഗധയുടെ പടയാളികളുടെ തലകളും അവയവങ്ങളും.

ബാണാസുരനിലേക്ക് അടുക്കുകയായിരുന്നു ധൂതഗജൻ. അപ്പോഴാണ് അയാൾ ആ കാഴ്ച കണ്ടത്. യുദ്ധഭൂമിയുടെ ആക്രോശങ്ങൾക്കു മുകളിലേക്ക് ഉയർന്നു പറന്ന് മദമുഖനെ വട്ടമിടുന്ന മംഗളസിംഹന്റെ ഹംസ യോഗം... മദമുഖന്റെ തലയറ്റു എന്നുറപ്പായിരുന്നു ധൂതഗജന്. എങ്കിലും മദമുഖന്റെ മരണത്തിന് ശേഷമുള്ള നിമിഷങ്ങളിൽ ചവിട്ടി കുതിക്കാൻ പ്രതലമന്വേഷിക്കുന്ന മംഗളസിംഹനെ ആ നിമിഷത്തിനിടയിൽ വെട്ടി തീർക്കാമെന്ന് കരുതി ധൂതഗജൻ പടയാളികൾക്കിടയിലൂടെ പാഞ്ഞു കയറി. കുന്ത മുന കൊണ്ട് നേരിട്ടവരെ കുന്തത്തിൽ തന്നെ പിടിച്ചു വലിച്ചു വീഴ്ത്തി കൊണ്ട് അയാൾ അവരെ വെട്ടി. വാൾ തലങ്ങും വിലങ്ങും വീശി വെട്ടി കയറി അയാൾ കുതിച്ചു...

മദമുഖന്റെ തലയറ്റു പറന്നു പോകുന്നത് പാണ്ഡുകൻ ഞെട്ടലോടെ കണ്ടു.

പ്രതീക്ഷിച്ചിരുന്നു. മരണവും പരാജയവും. പക്ഷേ തനിക്കു ശേഷം മാത്രം. ഇനി അവശേഷിക്കുന്നത് താനും കുടുംബത്തിലെ ചില യോദ്ധാക്കളും.

രണചൂഡൻ പടക്കളത്തിലൂടെ പാഞ്ഞു പോകുന്നത്, പതിയെ പതിയെ മുന്നേറുന്നത് അയാൾ കണ്ടു.

"കൊല്ലണം..."

രണചൂഡന് കേൾക്കാനാവില്ലെങ്കിലും നിറഞ്ഞ് വന്ന ഗദ്ഗദത്തോടെ അയാൾ വിളിച്ചു പറഞ്ഞു.

അയാളുടെ കൊലവിളി ആക്രോശങ്ങൾക്കിടയിൽ അലിഞ്ഞു പോയി.

ധൂതഗജൻ അടുത്ത് വരുന്നത് മംഗളസിംഹൻ കണ്ടു. കുതിരപ്പുറത്തിരുന്ന് വെട്ടി തകർക്കുകയായിരുന്നു മംഗളസിംഹൻ. പഠിച്ചെടുത്ത ആയോധന കലകൾ പരീക്ഷിക്കാൻ ഓരോ യോദ്ധാവിനും പടക്കളം അനിവാര്യമാണെന്ന് അയാൾക്കു തോന്നി. അത് വരെ ഒരു പ്രതീക്ഷയാണ്. നേരിട്ട് വെട്ടുമ്പോഴേ, തലയറുത്ത് മണ്ണിലിടുമ്പോഴേ ഉറപ്പാവുകയുള്ളൂ. പഠിച്ചെടുത്തത് പ്രവർത്തിക്കുമ്പോഴേ സ്വയം വിശ്വാസമാവുകയുള്ളൂ, താൻ ഒരു യഥാർത്ഥ യോദ്ധാവാണെന്ന്.

തലകൾ വായുവിൽ പറന്നു നീങ്ങുന്നതും, വെട്ടേറ്റു മാറ് പിളർന്ന് പടയാളികളിലെ പ്രമുഖർ വീണടിയുന്നതും ധൂതഗജൻ കണ്ടു. അയാൾ അലറിക്കൊണ്ട് മംഗളസിംഹന് നേരെ പാഞ്ഞടുത്തു. മംഗളസിംഹൻ ധൂതഗജനെയും കണ്ടു.

തന്റെ നേർക്കു പാഞ്ഞു വന്നൊരു കുന്തമുനയിൽ നിന്നൊഴിഞ്ഞു മാറി, പിന്നിൽ നിന്നു വന്ന ഒരുവന്റെ വാൾ മുന പടച്ചട്ടയിൽ തുളഞ്ഞു കയറാൻ തുടങ്ങവേ വാൾ തിരിച്ചു പിടിച്ചു കൊണ്ട് മംഗളസിംഹൻ അവന്റെ കഴുത്തിൽ കുത്തി കയറ്റി കൊണ്ട് തിരിഞ്ഞു നോക്കി. പരമവീരൻ...പാളയം മാറിയവൻ. തെറ്റിദ്ധരിച്ചവൻ. ദൈവമേ... അറിയാവുന്ന എല്ലാ ആത്മാക്കളെയും കൊന്നൊടുക്കാനാണല്ലോ തന്റെ ഇന്നത്തെ വിധി.

ധൂതഗജൻ ചീറി വരുന്നതയാൾ കണ്ടു. പിടിച്ചു നിൽക്കാനാവുന്നില്ല ഒരുത്തനും. കൈ മെയ് മറന്നു തലങ്ങും വിലങ്ങും വെട്ടി, കുത്തി വീഴ്ത്തി അയാൾ കടന്നു വരുന്നത് കാണാൻ തന്നെ ഒരു കലയാണെന്ന് അയാൾക്ക് തോന്നി.

ഇതേ വരെ കണ്ടിട്ടില്ല. ഒരു പ്രദർശന പ്രകടനം പോലും. പക്ഷേ ഹരം പിടിപ്പിക്കുന്നു. വെറുതെയല്ല യുദ്ധങ്ങൾ പിതാവ് ജയിച്ചു കയറിയത്. ഒരു കൊച്ചു രാജ്യവും പടയും ഒറ്റക്ക് വീഴ്ത്താൻ കഴിവുള്ളവനാണ് യോദ്ധാക്കളുടെ പാരമ്പര്യമുള്ള ഈ സൈന്യാധിപൻ.

കവചം പൊളിയുന്നതും തന്റെ നേർക്ക് ധൃതഗജൻ പാഞ്ഞടുക്കുന്നതും മംഗളസിംഹൻ കണ്ടു. അയാളുടെ വാളിൽ തട്ടി ഒരു പടയാളിയുടെ വാൾ വായുവിൽ പറക്കുന്നതും അവന്റെ മാറ് വെട്ടു കൊണ്ട് പിളർന്നു പടയാളി കുതിരപ്പുറത്തു നിന്നും വീഴുന്നതും മംഗളസിംഹൻ കണ്ടു. അയാൾ വാളിൽ മുറുക്കെ പിടിച്ചു. ഈ വീര്യത്തിന് മുന്നിൽ ബലം ഇത്ര പോരാ. അടവുകളും ആയോധന കലയുടെ പരിചയങ്ങളും പോരാ. ഇത് യുദ്ധങ്ങൾ പരിചയിച്ച, കാലങ്ങൾ കടന്നു തീർത്ത

യോദ്ധാവിന്റെ വരവാണ്, പ്രതികാര ദാഹത്തോടെയുള്ള വരവ്. മംഗളസിംഹൻ തന്റെ വാളിൽ ഒന്ന് കൂടി മുറുകെ പിടിച്ചു.

ധൃതഗജൻ മംഗളസിംഹനരികിലേക്ക് അടുക്കുന്നതും നൊടിയിടയിൽ അവിടം പൊടിയുയർന്നു പറന്ന് കാഴ്ചയിൽ നിന്നു മറയുന്നതും പാണ്ഡുകൻ കണ്ടു...

തന്നെ ചുറ്റി വരുന്ന പടയാളികളെ ചവിട്ടി തെറിപ്പിച്ചും കുന്തം വെട്ടി നീക്കിയും വാളുകൾ വെട്ടി തെറിപ്പിച്ചും മംഗളസിംഹനരികിലേക്ക് ധൃതഗജൻ കുതിച്ചു.

കുതിരയുടെ മുകളിലിരുന്ന് അവർ കൈ മെയ് മറന്നു പോരാടി...ധൃതഗജനോടു പിടിച്ചു നിൽക്കാൻ തനിക്കു കഴിയില്ലെന്നും താൻ പരാജയപ്പെട്ടുമെന്നും മംഗളസിംഹന് തോന്നി. ധൃതഗജൻ മംഗളസിംഹന്റെ ഓരോ അവയവത്തിനും നേർക്ക് വാൾ വീശി.

ചുറ്റും കടന്നു വന്ന് മംഗളസിംഹന് വേണ്ടി പ്രതിരോധം തീർക്കുന്ന പടയാളികളെ രണചൂഡനും മറ്റു പടയാളികളും ചേർന്ന് ചെറുത്തു. മംഗളസിംഹന്റെ തല കൊയ്താൽ പിന്നെ മഗധ തന്റേതെന്ന് ഉറച്ചു വിശ്വസിച്ച് രണചൂഢൻ അവർക്കു ചുറ്റും വലയം തീർത്തു. ബാണാസുരനും സബോധനും കടന്നു വരാൻ ശ്രമിച്ചെങ്കിലും രണചൂഢൻ തീർത്ത വലയത്തിൽ ധൃതഗജൻ മംഗളസിംഹനെ വെട്ടി വെട്ടി കയറുന്നത് സബോധൻ കണ്ടു.

ധീരഗജന്റെ ശരീരത്തിലെ ഓരോ തുണ്ടു കഷണങ്ങളും ധൃതഗജന്റെ ഓർമ്മയിൽ വന്നു.

ആ ഓർമയെ താലോലിച്ച്, അയാൾ ഒരു തുണ്ടിനായി, കൈയുടെയോ കാൽ വിരലിന്റെയോ ഒരു തുണ്ടിനായി ദാഹിച്ചു കൊണ്ട് വാൾ ആഞ്ഞു വീശി. തനിക്ക് ഇനി ഏറെ നേരം പിടിച്ചു നിൽക്കാനാവില്ല എന്ന് മംഗളസിംഹന് തോന്നി. എവിടെ ചക്രവ്യൂഹം. ഗരുഡ പത്മ വ്യൂഹം. എവിടെ തോഴൻ സബോധൻ. എവിടെ മഗധയുടെ സൈന്യാധിപൻ. അയാൾ ഉള്ളു കൊണ്ട് അവരെ തേടി. മംഗളസിംഹൻ തളർന്നു തുടങ്ങിയെന്ന് വാളിന്റെ വീശലിൽ നിന്നും, വന്നു കൊള്ളുന്ന വെട്ടിന്റെ വീര്യത്തിൽ നിന്നും അളന്നു കൊണ്ട് ധീരഗജന്റെ ഓർമ്മ ഊർജ്ജമായി ഉള്ളിലേക്ക് എടുത്ത്, മംഗളസിംഹന്റെ കണ്ണുകളെ ലക്ഷ്യം വെച്ച് കൊണ്ട് ധൃതഗജൻ വാൾ വലിച്ചു വീശി ഉയർത്തി. ആ നിമിഷത്തിൽ പിന്നോട്ട് ഒന്ന് കുനിഞ്ഞ്, ഉയർന്ന വാൾ താഴ്ന്നു വരാനുള്ള

സമയത്തിന്റെ ഇടയിൽ ഇടതു കൈ കൊണ്ട് അരയിൽ തിരുകിയ ചെറു കത്തി ധ്രുതഗജന്റെ കഴുത്തിലേക്ക് മംഗളസിംഹൻ വീശി എറിഞ്ഞു. തന്റെ നേരെ വരുന്ന കത്തി ഇരുമ്പു കൊണ്ട് തീർത്ത കൈയുടെ കവചം കൊണ്ട് തട്ടി കളയാൻ ധ്രുതഗജൻ ശ്രമിക്കും മുൻപേ കത്തി കഴുത്തിൽ തറഞ്ഞു കയറി. അലറിക്കൊണ്ട് വാൾ ഒന്ന് കൂടി ആഞ്ഞു വീശി ധ്രുതഗജൻ. അതിന് മുൻപ് ഉയർന്നു കഴിഞ്ഞിരുന്നു മംഗളസിംഹൻ വായുവിൽ. കുതിരയെ പ്രതലമാക്കി പറന്നുയർന്ന് വായുവിൽ നിന്ന് കറങ്ങി അയാൾ ധ്രുതഗജന്റെ കഴുത്തറുത്ത് കളഞ്ഞു... ധ്രുതഗജന്റെ ശിരസ്സ് പടയാളികൾക്കും വാളുകൾക്കും മേലെ കൂടി പറന്നു പോയി. മംഗളസിംഹൻ ഹംസത്തെ പോലെ ഭൂമിയിലേക്ക് പറന്നിറങ്ങിയതും ആർപ്പ് വിളികൾ ഉയർന്നു...

"മംഗളസിംഹൻ വിജയിക്കട്ടെ..."

"മഗധ ഉയരട്ടെ..."

രണചൂഢൻ സ്തംഭിച്ചു പോയി... തലയറ്റു വീഴുന്ന ധ്രുതഗജനെ കണ്ടത് കൊണ്ടല്ല. അതിന് ശേഷം നിലത്തു നിന്നുയർന്ന് പടയാളികളുടെ തോളിലും, കുതിരക്ക് പുറത്തും, വായുവിൽ പറന്നു പുളഞ്ഞു നീങ്ങുന്ന അവരുടെ വാൾ തുമ്പിന്റെ പ്രതലത്തിലും വരെ ഇുവൽ കനത്തോടെ ചവിട്ടി സ്വയം ഉയർന്ന് ഒരു പക്ഷിയെ പോലെ തന്റെ അരികിലേക്ക് പറന്നു വരുന്ന മംഗളസിംഹനെ കണ്ട്. അയാൾ പിന്തിരിഞ്ഞു നീങ്ങാൻ ശ്രമിച്ചു. ധ്രുതഗജൻ വീണതും ബാണാസുരൻ രണചൂഢന് ചുറ്റും വലയം തീർത്തു. പറന്നു വരുന്ന മംഗളസിംഹനെ സബോധനും ബാണാസുരനും നോക്കി നിന്നു. പിന്തിരിഞ്ഞു തുടങ്ങുന്ന തന്റെ പടയാളികളെ രണചൂഢൻ നോക്കി. പാണ്ഡുകൻ ഒന്നും ചെയ്യാതെ ആ പടക്കളത്തിൽ ഒരു ഭാഗത്ത് തന്റെ മരണം കാത്തു നിൽക്കുന്നതയാൾ കണ്ടു. ആ നിമിഷം ബാണാസുരനാൽ തീർത്ത കവചത്തിനുള്ളിൽ രണചൂഢൻ ചലിക്കാനാവാതെ നിൽക്കെ, കുതിരയുടെ തലയിൽ ചവിട്ടി ഒരു പക്ഷിത്തൂവൽ പോലെ പറന്നു വരുന്ന മംഗള സിംഹനെ നോക്കി രണചൂഢൻ ആക്രോശത്തോടെ വാൾ ആഞ്ഞു വീശി.

ഒഴിഞ്ഞു മാറി ഉയർന്നു പൊങ്ങി രണചൂഢന്റെ തലക്ക് മുകളിലൂടെ പറന്നു നീങ്ങി, പെട്ടെന്ന് വെട്ടി തിരിഞ്ഞു കൊണ്ട് മംഗളസിംഹൻ വാൾ വീശി...

രണചൂഢന്റെ ശിരസ്സ് വേർപ്പെട്ടു പടക്കളത്തിൽ വീണു. അയാളുടെ ചുണ്ടിന്റെ കോണിൽ എപ്പോഴുമുള്ള ചിരി ഉണ്ടായിരുന്നു.

രണചൂഢന്റെ പട തിരിഞ്ഞോടി തുടങ്ങി. അവരെ ഓടിച്ചു കൊണ്ട് വെട്ടി വീഴ്ത്തിക്കൊണ്ടിരുന്നു, മഗധയുടെ സൈന്യം.

പാണ്ഡുകൻ തന്റെ ഊഴം കാത്തു നിൽക്കുകയായിരുന്നു. കുടുംബത്തിലേക്ക് ഒറ്റക്ക് മടങ്ങാൻ യാതൊരു താല്പര്യവുമില്ലാതെ.

അയാളുടെ യോദ്ധാക്കൾ എല്ലാം തന്നെ കൊല്ലപ്പെട്ടിരുന്നു.

മംഗളസിംഹൻ അയാളെ കണ്ടു.

പ്രതികാരം ഹൃദയത്തിൽ കൊണ്ടു നടന്ന ആ വയോധികനെ. അയാളെ ഒന്ന് അടുത്ത് കാണണമെന്ന്, താൻ ആരെന്ന് പറഞ്ഞില്ലെങ്കിൽ പോലും ഒന്ന് അടുത്ത് കാണണമെന്ന്, മംഗളസിംഹന് തോന്നി. രക്തം ചിതറി തെറിച്ച പടച്ചട്ടയോടെ അയാൾ കുതിരപ്പുറത്തേയ്ക്ക് പാഞ്ഞു കയറി.

പിന്നിൽ ജയാരവം കേട്ടു. മഗധയുടെ കൊടി ഉയരുന്നതും പാറി പറക്കു ന്നതും മംഗളസിംഹൻ കണ്ടു.

ബാണാസുരനും സബോധനും അയാൾക്കരികിലേക്ക് വന്നെത്തിയപ്പോൾ മംഗളസിംഹൻ പാണ്ഡുകനരികിലേക്ക് കുതിച്ചു കഴിഞ്ഞിരുന്നു.

സബോധൻ അയാളെ തടഞ്ഞു കൊണ്ട് വിളിച്ചു.

"രാജാവേ വേണ്ട..."

അത് കേൾക്കാൻ നിൽക്കാതെ അയാൾ കുതിച്ചു കഴിഞ്ഞിരുന്നു.

മഗധയുടെ പടയാളികൾ തങ്ങളുടെ പടയാളികൾക്കു പിന്നാലെ ഓടി പോകുന്നതും, അവർ തന്നെ വിട്ടു കളയുന്നതും കൗതുകത്തോടെ പാണ്ഡുകൻ ശ്രദ്ധിച്ചു.

കഴുതപ്പുറത്തെ വൃദ്ധനെ ആർക്കും വേണ്ടേ... മരണത്തിന് പോലും. അയാൾ ദൂരേക്ക് നോക്കി.

ഓടിപ്പോകുന്ന പടയാളികൾക്കിടയിലൂടെ, തന്റെ നേർക്ക് വരുന്ന തന്റെ ശത്രുവിനെ, മംഗളസിംഹനെ അയാൾ കണ്ടു. ബലം കുറഞ്ഞ കൈ കൊണ്ട് അയാൾ വാൾ ഊരി.

മംഗളസിംഹൻ അയാൾക്കടുത്തേക്ക് വന്നു.

പ്രതികാരം ഊട്ടി വളർത്തിയ ആ വൃദ്ധനെ അയാൾ നോക്കി. മുത്തച്ഛ നാണ്. സ്വന്തം ചോര, പക്ഷേ, തന്റെ കൗർവകിയെ കൊല ചെയ്യിച്ച കുടില ബുദ്ധി. ഇനി രാജ നീതിയെ ഉള്ളൂ...

അയാളുടെ ഓർമയിൽ ഒരു പൂങ്കാവനം കാറ്റിൽ സുഗന്ധം പരത്തി നിന്നു. മംഗളസിംഹന്റെ കണ്ണുകൾ നിറഞ്ഞു. കാഴ്ച മങ്ങി. തല കൊയ്ത് മണ്ണിലിടാൻ കുതിച്ചു കൊണ്ട് ബന്ധത്തെ മറന്നു കൊണ്ട് അയാൾ പാഞ്ഞടുത്തതും തന്റെ കൈയിലെ ചെറു കത്തി കൊണ്ട് പാണ്ഡുകൻ സ്വയം കഴുത്തറുത്തു. നേരിയ പിടച്ചിൽ പോലുമില്ലാതെ അയാൾ പിന്നിലേക്കു മറിഞ്ഞു വീണു. തന്റെ ഇരയെ, തന്നെ ഇങ്ങനെ ആക്കിത്തീർത്ത, ഈ യുദ്ധത്തിന് കാരണക്കാര നായ യഥാർത്ഥ കുറ്റവാളിയെ, വിട്ടുകളഞ്ഞതിന്റെ കുറ്റ ബോധത്തിൽ, മംഗള സിംഹൻ അലറി കൊണ്ട് കുതിരയിൽ നിന്ന് ചാടിയിറങ്ങി. പ്രതികാരത്തിന്റെ വൃദ്ധരൂപത്തെ ദേഷ്യമടങ്ങും വരെ അയാൾ ആഞ്ഞു വെട്ടി...

ശേഷം ഇനി ഒരിക്കലും മടങ്ങി വരാത്ത കൗർവകിയെ ഓർത്ത് കൊണ്ട്, യുദ്ധഭൂമിയുടെ രക്തം വീണു ചുവന്നു പോയ ഭൂമിയിലേക്ക് കമിഴ്ന്നു വീണ് മംഗ ളസിംഹൻ അലറിക്കരഞ്ഞു....

കൊടിയുയർത്തി കൊണ്ട് പടയാളികൾ പാഞ്ഞു പോയി. അവരുടെ വാക്കുകൾ ഉയർന്നു കേട്ടു.

"മംഗളസിംഹൻ നീണാൾ വാഴട്ടെ."

"മഗധ വിജയിക്കട്ടെ."

മംഗളസിംഹൻ ഒന്നും കേട്ടില്ല. അയാൾ തേടുകയായിരുന്നു. കബന്ധങ്ങൾ ക്കിടയിൽ ആ സുന്ദര മുഖം. മരണ സമയത്തും ദീപ്ത പ്രണയം തിരി തെളിച്ച് വെച്ച, നനവുള്ള ആ കണ്ണുകൾ. അവൾ പറഞ്ഞത് സത്യമായിരുന്നു എന്ന് അയാൾക്കു തോന്നി. ത്യാഗമാണ് പ്രണയം. അവൾ താലത്തിൽ വെച്ച്

തന്നിരിക്കുന്നു. അവളുടെ ശിരസ്സും, ജീവനും.

അനേകം വരുന്ന ശരീരങ്ങൾക്കിടയിലൂടെ അവളെയും തേടി നടക്കുന്ന മംഗളസിംഹനെ അവർ കണ്ടു. ബാണാസുരനും, സബോധനും. കുറെ നേരം കഴിഞ്ഞിട്ടും അയാൾ മടങ്ങാൻ കൂട്ടാക്കാത്തപ്പോൾ ബാണാസുരൻ പടയാളികളെയും കൂട്ടി മടങ്ങി.

കൊടി ഉയർത്തി പിടിച്ച് താള മേളങ്ങളോടെ മഗധയുടെ വീരഗാഥകൾ, അപദാനങ്ങൾ പാടിക്കൊണ്ട് പടയാളികൾ പോകുന്നത് അയാൾ കണ്ടു.

അവരുടെ വിജയ ശില്പിയില്ലാതെ. രാജാവില്ലാതെ...

മംഗളസിംഹൻ തേടുന്നയാൾ ഒരിക്കലും കണ്ടെത്താനാവാത്ത രൂപത്തിൽ മാറിക്കഴിഞ്ഞിരിക്കും എന്ന് സബോധനു തോന്നി. അയാൾ മംഗളസിംഹനെ കാത്തു നിന്നു. ബാല്യത്തിൽ തന്നെ കാത്തു നിന്ന മംഗള കുമാരനെ. ആഗ്രഹങ്ങൾ ഒരിക്കലും ഗ്രസിക്കാത്ത നിസ്വാർത്ഥനെ.

അസ്തമയമായി തുടങ്ങിയിരുന്നു... കഴുകന്മാർ കബന്ധങ്ങളിലേക്ക് പറന്നിറങ്ങി.

ഓരോ ശിരസ്സും ഓരോ ശരീരവും തിരിച്ചു നോക്കി അയാൾ നടന്നു...

"മംഗൾ..."

സബോധൻ വിളിച്ചു...

അയാൾ വിളി കേട്ടില്ല...ശവശരീരങ്ങളിലൂടെ അയാൾ നടന്നു നീങ്ങി. കണ്ണുകൾ തുറിച്ചും കൈകാലുകൾ മുറിഞ്ഞും മരണപ്പെട്ട ശവ ശരീരങ്ങളിലൂടെ...

"മംഗൾ..."

സബോധൻ അയാളെ വിളിച്ചു കൊണ്ട് പിന്നാലെ ചെന്നു. അയാൾ അപരിചിതനെ നോക്കും പോലെ തിരിഞ്ഞു നോക്കി, പിന്നെയും മുന്നോട്ടു പോയി...

പിന്നെയും ഏറെ നേരം കാത്തു നിന്നിട്ട് സബോധൻ നോക്കിയപ്പോൾ ഒരു ശിരസ്സറ്റ ശരീരവും കെട്ടിപിടിച്ച് അയാൾ പ്രതിമയെ പോലെ ഇരിക്കുന്നത് സബോധൻ കണ്ടു...

കഴുകന്മാർ പറന്നിറങ്ങിക്കൊണ്ടിരുന്നു...

സബോധൻ അവയുടെ ചീറിക്കരച്ചിൽ കേട്ടു കണ്ണ് തുറന്നു.

മയങ്ങി പോയി... അയാൾ ഞെട്ടലോടെ മംഗളസിംഹനെ തേടി.

ആ യുദ്ധ ഭൂമികയിൽ ആരുമുണ്ടായിരുന്നില്ല...ഏറെ നേരം കണ്ണെത്താവുന്ന ദൂരത്തോളം അയാൾ പരതി നോക്കി. സന്ധ്യയാവുന്നു. കാഴ്ച മങ്ങുന്നു. അപ്പോൾ, മറയുന്ന സൂര്യന്റെ ബിംബത്തിനെതിരെ ഒരാൾ നടന്നു പോകുന്നത്, ഒരു പൊട്ടു പോലെ ഭൂമിയുടെ അങ്ങേയറ്റത്തെക്ക് എന്ന പോലെ അയാൾ നടന്നു മറയുന്നത് സബോധൻ കണ്ടു...

* * *

...ചുവന്ന പൂക്കളും പൂങ്കാവനവുമില്ല...
സുഗന്ധങ്ങളും, പറന്നു കളിക്കുന്ന കിളികളുമില്ല...
മഞ്ഞു മാത്രം... സർവത്ര മഞ്ഞ്...
ആ വെളുത്ത മഞ്ഞിന്റെ വഴിത്താരയിലൂടെ അയാൾ നടന്നു കയറി...
ഗുരു സമക്ഷത്തിലേക്ക്...
കർമ്മ പദങ്ങൾ താണ്ടി ശിഷ്യനെത്തുന്നതും കാത്ത്
അറിവിന്റെ തിരി തെളിച്ച് ഗുരു കാത്തിരുന്നു...
"എന്നെ ഒരു മുദ്ര മോതിരമായി നിന്റെ ഹൃദയത്തിൽ വെക്കുക...
പ്രണയം, മരണം പോലെ ശക്തമാണ്...
അത് വിശുദ്ധ ജ്വാലയും തന്നെ..."

(കൗർവകിയുടെ ഗീതങ്ങൾ: 33:33)

www.ingramcontent.com/pod-product-compliance
Lightning Source LLC
LaVergne TN
LVHW042300051026
849519LV00012B/1368
* 9 7 8 9 3 9 0 5 3 5 2 3 1 *